शतकातील दलित विचार

(संपादन)

डॉ. शरणकुमार लिंबाळे

दिलीपराज प्रकाशन प्रा. लि.
२५१ क, शनिवार पेठ, पुणे ४११ ०३०.

❑ **SHATAKATEEL DALIT VICHAR**
By Sharankumar Limbale
sharankumarlimbale@yahoo.com

❑ **प्रकाशक**
राजीव दत्तात्रय बर्वे.
मॅनेजिंग डायरेक्टर,
दिलीपराज प्रकाशन प्रा. लि.
२५१ क, शनिवार पेठ,
पुणे ४११ ०३०.

❑ **प्रथमावृत्ती** - १५ जुलै २००१

द्वितीयावृत्ती - १५ जून २००७

❑ **प्रकाशन क्रमांक** - १००१

❑ **ISBN** - 81-7294 - 331 - 8

❑ **मुद्रक**
Repro India Ltd,
Mumbai.

❑ **टाईपसेटिंग**
पितृछाया मुद्रणालय,
९०९, रविवार पेठ,
पुणे ४११ ००२.

❑ **रेखाटने**
धनंजय गोवर्धने

❑ **मुखपृष्ठ**
शिरीष घाटे

❑ **मूल्य**
रुपये चारशे पन्नास मात्र

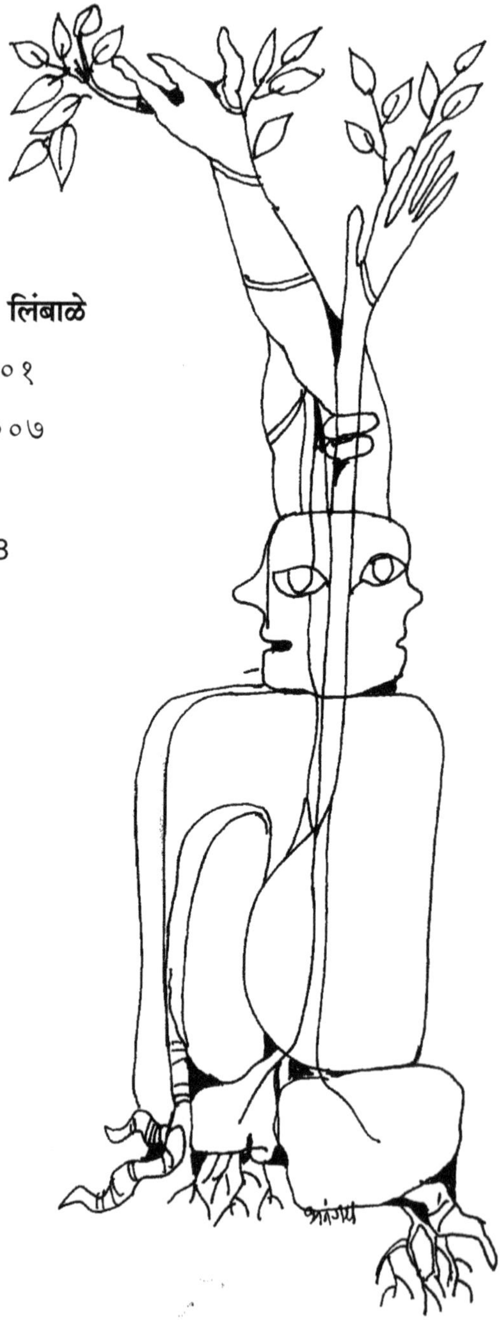

विसाव्या शतकाचा महानायक
डॉ. बाबासाहेब आंबेडकर
यांना आदरपूर्वक

उदात्त जीवनमूल्ये व सांस्कृतिक मूल्ये आपल्या साहित्यप्रकारातून अविष्कृत करा. आपले लक्ष आकुंचित, मर्यादित ठेवू नका. ते विशाल बनवा. आपली वाणी चार भिंतीपुरती राखू नका. तिचा विस्तार होऊ द्या. आपली लेखणी आपल्या प्रश्नांपुरतीच बंदिस्त करू नका. तिचं तेज खेड्यापाड्यांतील अंधार दूर करील असे प्रवर्तित करा. आपल्या या देशात उपेक्षितांचं, दलितांचं फार मोठं जग आहे हे विसरू नका. त्यांचं दुःख, त्यांच्या व्यथा नीट समजावून घ्या आणि आपल्या साहित्याद्वारे त्यांचे जीवन उन्नत करण्यासाठी झटा. त्यातच खरी मानवता आहे.

– डॉ. बाबासाहेब आंबेडकर

प्रस्तावना

॥ १ ॥

विसावं शतक हे भारतवर्षात 'स्वातंत्र्याचं' शतक म्हणून ओळखलं जावं. ह्या शतकाचा पूर्वार्ध हा राजकीय स्वातंत्र्याच्या प्रेरणेनी प्रेरीत झालेल्या संग्रामाचा होता, तर उत्तरार्ध हा सामाजिक स्वातंत्र्यासाठी झालेल्या अनेक चळवळींनी व्यापलेला होता. राजकीय आणि सामाजिक स्वातंत्र्याच्या आंदोलनांच्या कुशीत विसावं शतक विसावलं होतं. सामाजिक स्वातंत्र्य आणि राजकीय स्वातंत्र्य अशी स्वातंत्र्याची वर्गवारी करता येत नाही. राजकीय आणि सामाजिक स्वातंत्र्य म्हणजेच 'पूर्ण स्वातंत्र्य' होय. ह्यालाच 'लोकशाही' असं दुसरं नाव देता येईल. विसाव्या शतकाच्या पूर्वार्धात राजकीय गुलामीविरुद्ध जहाल-मवाळ चळवळी झाल्या. उत्तरार्धात सामाजिक गुलामीविरूद्ध अनेक आंदोलनं झाली. चळवळीच्या इतिहासाचं हे शतक होतं. ह्या शतकातील राजकीय स्वातंत्र्याचं प्रतिक म्हणून महात्मा गांधीजींच्या चळवळीकडं पाहाता येईल, तर सामाजिक स्वातंत्र्याचं प्रतिक म्हणून डॉ. बाबासाहेब आंबेडकरांच्या चळवळीकडं पाहाता येईल. गांधीजींना देश स्वातंत्र्य करायचा होता, तर बाबासाहेबांना माणूस. गांधीजी आणि आंबेडकर हे विसाव्या शतकातील भारताचे दोन चेहरे आहेत.

जगाला हादरा देणारी दोन महायुद्धे ह्या शतकातच झाली. अनेक राष्ट्रे ह्या शतकातच

स्वतंत्र झाली. 'लोकशाही' आणि 'मानवाधिकार' हा ह्या शतकाचा श्वास-उच्छ्‌श्वास होता.

एकविसावं शतक हे 'माहिती आणि तंत्रज्ञाना'च्या पावलाने आपल्या जीवनात प्रवेश करत आहे. जागतिकीकरण, मुक्त अर्थव्यवस्था आणि खाजगीकरणाच्या अनुकूल विचारातून विकासाचा विचार मांडला जात आहे. नाणेनीधी, जागतिक बँक आणि परदेशी प्रसारण वाहिन्यांमुळे आपली पारंपरिक रचना बदलते आहे. 'संगणक' आणि 'इंग्रजी' ही ह्या शतकाची दोन पावलं आहेत. इंटरनेट, उपग्रह आणि फायबर अप्टिक-सारख्या आधुनिक तंत्रज्ञानामुळे 'ज्ञान आणि माहिती'च्या जगात फार मोठी क्रांती होत आहे. एक नवे 'व्हर्च्युअल वर्ल्ड' आकाराला येते आहे.

प्राचीन भारतात ज्ञानाची मक्तेदारी एका वर्गाकडे होती. तीच अवस्था पुन्हा एकदा नव्या स्वरूपात उदयाला येत आहे. उच्च ज्ञान आणि तंत्रज्ञान ह्याचा फायदा तोच वर्ग घेणार आहे, जो साधनवंचित नाही. जगात माहिती आणि तंत्रज्ञानाचा स्फोट होत असताना आजही अज्ञानाच्या अंध:कारात चाचपडणारा विराट मानव समाज आपल्यापुढे आहे. सामाजिक विषमता, दारिद्र्य आणि निरक्षरता ही मागील शतकांची देणी ह्या शतकालाही चुकली नाहीत. इंटरनेटमुळे जगाला जोडणारी गतिमान व्यवस्था जशी अस्तित्वात आली, तशी माणसाला माणसापासून तोडणारी अमानुष जातिव्यवस्थाही चिरंजीव होत आहे. मागील शतकातील सामाजिक विषमतेचा इतिहास आणि एकविसाव्या शतकात येऊ घातलेल्या भविष्याचा अंदाज घेतल्याशिवाय समग्र परिवर्तनाचा विचार मांडता येणार नाही.

॥ २ ॥

प्राचीन वाङ्‌मयामध्ये विश्वाच्या उत्पत्तीविषयी अनेक चमत्कारिक कथा आढळून येतात. ऋग्वेद ही सर्वात प्राचीन संहिता समजली जाते. ऋग्वेदातील सहाव्या मंडलामधील नव्वदावी ऋचा ही 'पुरुषसुक्त' नावाने ओळखली जाते. ह्यामध्ये विश्वाच्या निर्मितीविषयी वर्णन केलेले आहे. अनेक धर्मग्रंथांमध्ये जगाच्या उत्पत्तीविषयी गंमतीदार वर्णने वाचायला मिळतात.

'परमेश्वराने आपल्या मुखापासून ब्राह्मण, बाहूंपासून क्षत्रिय, मांड्यांपासून वैश्य आणि पायांपासून शूद्राची निर्मिती केली' असे वर्णन पुरूषसुक्तातील बाराव्या श्लोकात केलेले आहे. वर्णव्यवस्था ईश्वरनिर्मित आहे असे हिंदू धर्मग्रंथांचे सूत्र आहे. हिंदू समाजाची विषमतेच्या आधारावर श्रेणीबद्ध चार वर्णात विभागणी केलेली आहे. ह्यालाच आदर्श समाज व्यवस्थाही म्हणून गौरविले गेले.

सूर्य स्वत:भोवती प्रचंड वेगाने परिभ्रमण करत असताना त्याची शकले

झाली. पृथ्वी आणि चंद्र ही ती शकले. अत्यंत तप्त अशी ही शकले सूर्याभोवती परिभ्रमण करू लागली. तप्त पृथ्वीचा गोळा हळूहळू थंड होऊन त्यावर जीवसृष्टी निर्माण झाली. ह्या पृथ्वीतलावर माकडापासून माणूस तयार झाला ह्यावर जगातल्या कुठल्याही धर्मग्रंथांनी विश्वास ठेवलेला दिसत नाही.

आर्य लोक पश्चिमेकडून हिंदूस्थानात आले. आर्यांच्या टोळ्यांनी हिंदुस्थानातल्या मूळ रहिवासी लोकांवर हल्ले करून त्यांचा पराभव केला. आर्यांनी पराभूत लोकांवर गुलामी लादली आणि त्यांना गुलाम केले. हा इतिहास बाबासाहेब आंबेडकरांना मान्य नाही. 'शूद्र हे आर्यवंशाचे होते. त्यांनी ब्राह्मणावर अत्याचार केला म्हणून ब्राह्मणांनी त्यांचा यज्ञोपवीत विधी करण्याचे नाकारले. त्यामुळे शूद्रांचा सामाजिक दर्जा घसरला.' असे बाबासाहेबांचे मत आहे.

चातुर्वर्ण्य व्यवस्थेमध्ये श्रमाची काटेकोर विभागणी करण्यात आली होती. 'ब्राह्मणांनी ज्ञानार्जन करावं, विद्यादान करावं, क्षत्रियांनी युद्ध करावे, देशाचं रक्षण करावं, वैश्यांनी व्यापार-उद्योग करावा आणि शूद्रांनी त्रैवर्णिकांची सेवा-चाकरी करावी' असे आदेश हिंदू धर्म शास्त्रांमध्ये दिलेले आहेत. हिंदू समाजात शूद्रांपेक्षाही अतिशूद्र असे तीन वर्ण आहेत.

१) अस्पृश्य जाती

२) भटक्या-विमुक्त जमाती

३) आदिवासी जमाती

हिंदू समाजात अतिशूद्रांचं हजारो वर्षांपासून अमानुषपणे शोषण झालेलं आहे. अस्पृश्याची सावली, स्पर्श आणि वाणीही तिरस्कृत मानण्यात आली. पशू-पक्ष्यापेक्षाही त्याला हीन लेखण्यात आलं. त्याचे अन्न, वस्त्र आणि निवारा निकृष्ट दर्जाचा राहिला पाहिजे, ह्याकडे कटाक्षाने करडी नजर ठेवण्यात आली. अस्पृश्याला ज्ञान आणि शिक्षण, सत्ता आणि संपत्ती ह्यापासून जाणिवपूर्वक दूर ठेवण्यात आले. त्याची राहाण्याची वस्ती वेगळी, त्याचा पाणवठा वेगळा, स्मशान वेगळे. त्याला सर्वच क्षेत्रात इतरांपासून वेगळे आणि दुय्यम ठेवण्यात आले. त्याच्या संस्कृतीचे हनन करण्यात आले. त्याचे हक्क-अधिकार नाकारण्यात आले. अस्पृश्याला माणूस म्हणून जगण्याची मनाई करण्यात आली.

भटक्या-विमुक्त जमातींवर अस्पृश्यांपेक्षाही भीषण अन्याय-अत्याचार झालेले आहेत. अस्पृश्याला गावाबाहेर का होईना स्वत:चे घर आहे. वेगळा का होईना पाणवठा आहे, स्मशान आहे. पण भटक्या-विमुक्तांची अवस्था ह्यापेक्षाही भयावह आणि हादरवून टाकणारी आहे. भटक्या-विमुक्त जमातींनी जगण्यासाठी सतत भटकत राहिले पाहिजे. त्यांना एका ठिकाणी स्थायिक होऊ दिले जात नाही.

त्यांच्याकडे चोर-गुन्हेगार म्हणून संशयाने पाहिले जाते. भटक्या-विमुक्त जमातीला जगण्यासाठी एक तर भीक मागावी लागते किंवा चोरी करावी लागते. जन्मत:च माणसाला गुन्हेगार ठरवणारी ही व्यवस्था स्वत:च गुन्हेगार आहे.

आदिवासी जमाती तर वन्य पशूंचं जीवन जगताना दिसतील. त्यांना देश, राष्ट्र, राज्य, संविधान आणि लोकशाहीचा साधा अर्थही कळू शकत नाही. नागरी समाजापासून दूर असलेल्या जमाती नागरी समाजाच्या शोषणाला बळी पडलेल्या आहेत. जमिनदार आणि सावकाराचा क्रूर छळ सहन करत ह्या जमाती वन्य जीवन जगताना दिसतात. दारिद्र्य, अज्ञान, अंध:श्रद्धा, निरक्षरता, रोगराई आणि शोषणाच्या दुष्टचक्रात भरडल्या जाणाऱ्या ह्या जमाती आहेत.

हिंदू धर्माने सवर्ण जातींना जन्मसिद्ध मनमुराद अधिकार दिलेले आहेत, तर दलित जाती-जमातींना साध्या माणुसकीपासूनही वंचित ठेवले आहे. ही विषम व्यवस्था माणूसद्रोही आणि समाजघातकी आहे.

॥ ३ ॥

विषम प्रस्थापित व्यवस्थेविरुद्ध अगदी वैदिककालापासून प्रतिकार झालेला दिसून येतो. चार्वाक, बुद्ध, महावीर, गुरू नानक, रामानुज, कबीर, बसवेश्वर, महात्मा फुले, ई. व्ही. रामसामी पेरियार आणि बाबासाहेब आंबेडकर ही विद्रोही परंपरा आहे. भारत वर्षात प्राचीन काळापासून प्रतिगामी-पुरोगामी, वैदिक-अवैदिक अशा दोन संस्कृती नांदताना दिसतात.

गौतम बुद्धाने हिंदू धर्म व्यवस्थेला प्रचंड हादरा दिला. बौद्ध विचारप्रणालीत जातिव्यवस्थेला थारा नाही. बौद्ध धर्म हा समतेचा समर्थन करणारा आणि विषमता नाकारणारा धर्म आहे. बुद्धाने जातीप्रथा नाकारली आणि संघात सर्वांना प्रवेश दिला. बुद्धाचा वर्णाश्रम पद्धतीवर विश्वास नव्हता. सर्व माणसं समान आहेत. माणसा-माणसांत कसलाच भेदभाव नाही. जन्माने कोणीच उच्चनीच असू शकत नाही अशी बुद्धाची विचारसरणी आहे. जातीच्या उतरंडीवर उभ्या असलेल्या हिंदू धर्माला बौद्ध विचारामुळे तडे गेले.

कबीर हे बंडखोर संत होते. कबीरानी अनिष्ट रूढी निषिद्ध मानून त्यांची निर्भत्सना केली. कबीर परंपरेचा धिक्कार करतो. पढीक पंडितावर कठोर टीका करतो. कबीराला ब्राह्मण आणि शूद्र असा भेदभाव मान्य नव्हता. कबीराच्या अनेक दोह्यांतून विषमता आणि दंभाविरुद्धचा दग्ध संताप व्यक्त झालेला दिसतो.

मराठी साहित्यामध्ये महानुभव पंथाचे साहित्य आणि संत साहित्य अक्षर वाङ्मय म्हणून गणले जाते. महानुभव पंथाच्या संतांनीही जाती व्यवस्था नाकारलेली

दिसेल. चक्रधरांनी परंपरागत चातुर्वर्ण्यव्यवस्थेला विरोध केला. भोळ्या समजुती, विधीनिषेधांवर प्रहार करून सर्वांना संन्यास घेण्याचे स्वातंत्र्य दिले. ब्राह्मण उत्तम आणि मातंग अधम असतो हे चक्रधराना चुकीचे वाटते. ते म्हणतात, 'उत्तम म्हणजे ब्राह्मण : आन अधम म्हणजे मातंग ऐसे म्हणे : परि तोही मनुष्य देही आन निष्पत्तिकारकची असे : परि वृथा कल्पना करी :' महानुभव पंथाने कर्मठपणाविरुद्ध आणि चातुर्वर्ण्याच्या चौकटीविरुद्ध बंडाचा पवित्रा घेतला.

दलित संत चोखामेळा, कर्मामेळा, बंका महार, सोयराबाई ह्यांनीही आपल्या अभंगातून आर्त वेदना तीव्रतेने प्रकट केलेली दिसते. दलित संतांच्या अभंगातून जातिव्यवस्थेविषयीची सलणारी वेदना व्यक्त होताना दिसते. पूर्वजन्मीच्या पापामुळे 'महार' जन्म मिळाला असे चोखोबाला वाटते.

हिंदू धर्माने शूद्र-अतिशूद्रांच्या शोषणाला दैवी अधिष्ठान दिलेले होते. त्यामुळे शूद्र-अतिशूद्रांना त्याचे दुःख, दैन्य आणि दारिद्र्य हे त्यांच्या नशिबाचे पूर्व संचितच आहे असे वाटे. परमेश्वरानेच हा अस्पृश्य जन्म आपल्याला दिलेला असल्याने त्याविरुद्ध बंड करता येणार नाही. कर्ता-करविता तो आहे. अशी दृढ समजूत परंपरेनी चालत होती.

तेराव्या शतकात महाराष्ट्रात अनेक सामाजिक स्तरांतून निररिाळ्या जातीचे संत उदयाला आले. गोरा कुंभार, विसोबा खेचर, सावता माळी, नरहरी सोनार, सेना न्हावी, चोखा महार आदी संतांनी आपली भक्ती आणि भावना आपल्या अंभगांमधून मांडलेली दिसते. ह्या संतांनी जातिभेद आणि अस्पृश्यतेविरुद्ध लढा दिलेला नाही. त्यांना सामाजिक समस्यांपेक्षा वेदांत धर्माची थोरवी गाणे महत्त्वाचे वाटले. संत देवादारी समान असले, तरी व्यवहारात मात्र आपल्या परंपरागत पायरीजवळच होते.

॥ ४ ॥

हिंदुस्थानात आर्यानंतर शक, कुशाण, हूण, तुर्की, मोगल, इराणी आणि अफगाणी वंशाचे लोक आले. त्यांनी इथल्या लोकांवर आपली स्वारी आणि आपली संस्कृती लादली. हिंदुस्थानावर अनेक परकीय हल्ले झाले पण मुसलमानांच्या स्वाऱ्या ह्या हिंदू समाजावर दूरगामी परिणाम करणाऱ्या ठरल्या. हिंदू-मुस्लिम सत्तांचे संबंध हे केवळ युद्धातल्या जय पराजयापुरतेच मर्यादित नव्हते, तर त्यांच्यामध्ये वैवाहिक संबंधाचेही नाते होते. मुसलमान हिंदुस्थानात येताना एका हातात 'तलवार' आणि दुसऱ्या हातात 'कुराण' घेऊन आले होते. त्यांनी हिंदुस्थानात आपल्या धर्माचा आणि संस्कृतीचा सक्तीने प्रचार केला. प्राचीन काळापासून हिंदू-मुस्लिमांमध्ये

संघर्ष आणि सहजीवनाची संस्कृती नांदते आहे. ह्या संबंधाना सतत इतिहासाचा पदर राहिला आहे. इस्लामच्या आक्रमण आणि प्रचारामुळे हिंदू समाजापुढे जसे एक आव्हान निर्माण झाले होते, तसे हिंदू समाजातील जातिव्यवस्थाही खिळखिळी होत होती. ह्या पार्श्वभूमीवर महाराष्ट्रातील संताचा उदय झालेला असल्याने मोठ्या प्रमाणात बहुजन समाजातून संत निर्माण झाले आणि त्यांनी आपल्या आध्यात्मिक अभिव्यक्तीला वाट करून दिली. मुस्लिम सत्तेने संपूर्ण हिंदुस्थान पादाक्रांत करण्याचा सपाटा सुरू केला. महाराष्ट्रात छत्रपती शिवाजी महाराजांनी मुस्लिम साम्राज्याला पायबंद घातला. मुस्लिम राजवटीत दिल्लीपासून गल्लीपर्यंत अनेक मशिदी उभारल्या गेल्या. हिंदुच्या छळाला कंटाळून अनेक अस्पृश्यांनी मुस्लिम धर्म स्वीकाराला. इस्लाम आणि मुस्लिम ह्या मातीत मुळासकट रुजले.

सोळाव्या शतकात हिंदुस्थानात आणखी एका परकीय संस्कृती आणि सत्तेने प्रवेश केला. इंग्रजी आणि इंग्रज ही त्यांची नावं. एका हातात 'तराजू' आणि दुसऱ्या हातात 'बायबल' अशी त्यांची अवस्था होती. तलवारीपेक्षा तराजू किती दूरगामी परिणाम करू शकतो ह्याचे प्रत्यंतर ब्रिटिश अमदानीमुळे आले. इंग्रजी राजवट हिंदुस्थानात आली आणि जीवनाच्या सर्वच क्षेत्रात बदल घडून येऊ लागला. हिंदू समाज ढवळून निघू लागला. 'इस्लाम' आणि 'ख्रिस्ती' ह्या दोन परकीय संस्कृतीच्या विराट वेढ्यात हिंदू समाज इतका गुरफटला गेला, की पुढल्या काळात 'स्वधर्म', 'स्वदेशी', 'स्वभाषा' आणि 'स्वराज्य' ही हिंदुस्थानच्या राजकीय जीवनातील निर्णायक हत्यारे बनली.

इंग्रजांनी स्थानिक संस्थानिकांकडून व्यापारासाठी सनदा मिळवल्या. हिंदुस्थानात आपल्या वखारी उघडल्या. 'कच्चा माल' आणि 'बाजारपेठ' मिळविण्यासाठी त्यांना हिंदुस्थानवर आपले वर्चस्व असावे असे वाटू लागले. विलासी संस्थानिक, त्यांची कुचकामी संरक्षण व्यवस्था, स्वस्त मजूर आणि स्वस्त दरात मिळणारे सैनिक पाहून ईस्ट इंडिया कंपनीने आपले पाय पसरणे सुरू केले.

इंग्रजांनी सर्वप्रथम हिंदुंची वर्णव्यवस्था नाकारली आणि जात पंचायतीचे अधिकार धुडकावून लावले. स्वत:चे प्रशासन, शिक्षण, लष्कर, कायदा आणि राज्य स्थापित करण्याचा प्रयत्न सुरू केला. हिंदुस्थानातील लोकांना शिकवून त्यांनी स्वत:साठी नोकर वर्ग तयार केला. हिंदुस्थानातील लोकांना सैन्यात भरती करून त्यांनी स्वत:साठी लष्कर उभारले. हिंदुस्थानात शाळा सुरू केल्या. प्रशासकीय कार्यालये उघडली. न्यायालये स्थापन केली. पोस्ट, तार आणि रेल्वेसारख्या आधुनिक सुधारणा आणल्या. हिंदुस्थानातील कच्चा माल परदेशात पाठवणे आणि परदेशातील पक्का माल हिंदुस्थानात आणून विकण्याची मोहिम सुरू केली. इथली

अर्थव्यवस्था आणि व्यवसाय डबघाईला आले. रोगराई आणि दुष्काळामुळे इथला माणूस भरडून निघाला. अशा अगतिक कोंडीत अडकलेल्या लोकांना ख्रिस्ती धर्मात आणण्याचे प्रयत्न सुरू झाले. ठिकठिकाणी चर्चची स्थापना झाली. हिंदुंच्या जुलूमाला कंटाळलेल्या अनेक अस्पृश्यांनी धर्मांतर करून ख्रिस्ती धर्म स्वीकारला.

हिंदू धर्माने आपल्याच धर्म बांधवांचा अमानुष छळ करून त्यांना 'इस्लाम' आणि 'ख्रिस्ती' धर्मात ढकलून दिलेले आहे. हा इतिहास आहे.

उदाहरण द्यायचेच झाले, तर पेशवाईचे देता येईल. पेशवाईत अस्पृश्यांवर अनन्वित अत्याचार झालेले दिसतील. अस्पृश्याने रस्त्यावर चालताना थुंकू नये म्हणून त्याच्या गळ्यात मडके बांधण्याची सक्ती केलेली होती. अस्पृश्याने रस्त्यावर चालताना त्याच्या पाऊलखुणा उमटू नयेत म्हणून त्याला कमरेला झाडू बांधण्याची सक्ती करण्यात आली होती. ही माणुसकीची क्रूर विटंबनाच होती. ह्याच काळात ब्रिटिशांनी अस्पृश्यांना लष्करात भरती करून त्यांच्या हातात शस्त्र दिलेले होते. एकीकडे स्वकीय सत्ता अस्पृश्यांच्या गळ्यात मडके बांधते, तर दुसरीकडे परकीय सत्ता त्याच्या हातात शस्त्र देते हा फरक समजून घेणे आवश्यक आहे.

ब्रिटिशांनी पेशवाईवर सन १८१८ मध्ये जेव्हा चढाई केली तेव्हा ब्रिटिश फौजेतील महार सैनिकांनी पराक्रमाची शर्थ केली आणि पेशवाईचा पाडाव केला. महारांनी पेशवाईवर एकप्रकारे सूडच उगवला होता. महार सैनिकांच्या पराक्रमाची कदर करण्यासाठी लढाईत धारातीर्थी पडलेल्या शूर महार सैनिकांच्या स्मरणार्थ इंग्रजांनी कोरेगाव इथे विजय स्तंभ उभारला.

ब्रिटिशांनी हिंदुस्थानातील अनेक संस्थाने खालसा केली. निपुत्रिक संस्थानिकांच्या संस्थानांचे विलीनीकरण केले. दुर्बल संस्थानिकांच्या पदरी आपली फौज तैनात केली आणि आपल्या साम्राज्याचा विस्तार केला. ब्रिटिश सत्ता वरचेवर अधिक आक्रमक आणि हिंस्त्र बनू लागली.

ब्रिटिशांच्या पदरी ज्या फौजा होत्या, त्यामध्ये हिंदु, मुस्लिम आणि अस्पृश्यांचीही भरती झालेली होती. इंग्रजांच्या फौजांपुढे देशी संस्थानिकांचा निभाव लागत नव्हता. अस्वस्थ आणि नाराज संस्थानिकांनी इंग्रजांविरुद्ध बंड करण्याचे ठरविले. प्रजाही इंग्रजांच्या दडपशाहीला कंटाळली होती. ब्रिटिश फौजेत असंतोष पसरविण्यासाठी बंदूकीच्या काडतूशीला गायीची आणि डुकराची चरबी लावल्याची बातमी पसरविण्यात आली. त्यामुळे ब्रिटिश फौजेतील हिंदू-मुस्लिम सैनिकांनी उठावात भाग घेतला. ब्रिटिश फौजेतील हिंदू मुस्लिम सैनिकांनी जो उठाव केला होता, तो देश प्रेमासाठी किंवा स्वातंत्र्यासाठी केलेला नव्हता. बंदूकीच्या काडतूशीला लावलेल्या चरबीविरुद्ध त्यांचा उठाव होता, हे लक्षात घेतले पाहिजे. हा १८५७ चा उठाव अनेक

कारणांमुळे अयशस्वी झाला. मात्र ह्या उठावामुळे लोक चळवळीचा उदय झाला. लोक इंग्रजांविरुद्ध एकत्र येऊ लागले १८५७ च्या बंडामुळे इंग्लंडच्या राणीला जाहीरनामा प्रसिद्ध करावा लागला आणि हिंदुस्थानातील प्रजेला 'धार्मिक बाबतीत ढवळाढवळ केली जाणार नाही' असे आश्वासन द्यावे लागले.

ब्रिटिश फौजेमधील हिंदू सैनिकांना अस्पृश्य सैनिकांच्या बरोबरीने काम करावे लागे. ब्रिटिश फौजांमध्ये अस्पृश्यता पाळली जात नव्हती. त्यामुळे हिंदू सैनिकांच्या मनात विटाळ होत असल्याची भावना निर्माण होत होती. हिंदू सैनिकांनी ब्रिटिश अधिकाऱ्यांकडे आपल्या तक्रारी सुरू केल्या. त्यामुळे ब्रिटिशांनी सन १८९०-९१ च्या सुमारास अस्पृश्यांची लष्करात भरती न करण्याचा निर्णय घेतला.

गोपाळ बाबा वलंगकर हे ब्रिटिशाच्या लष्करातून १८८६ मध्ये निवृत्त झाले होते. त्यांनी आपल्या सेवानिवृत्तीनंतर अस्पृश्य समाजाची सेवा करण्यासाठी 'अनार्य दोष परिहार' नावाची संघटना स्थापना केली होती. सन १८८८ मध्ये त्यांनी 'विटाळ विध्वंसन' नावाची पुस्तिका लिहून अस्पृश्यतेवर विदारक प्रकाश टाकला. गोपाळ बाबा वलंगकरांना जेव्हा अस्पृश्यांना ब्रिटिश लष्करात बंदी केली आहे हे कळाले तेव्हा त्यांनी महात्मा फुले, बाबा पद्मनजी ह्यांची भेट घेऊन चर्चा केली आणि १८९४ मध्ये ब्रिटिश सरकारकडे निवेदन सादर केले. त्यांनी आपल्या निवेदनात म्हटले होते. 'अस्पृश्यांची लष्करात भरती केली पाहिजे. अस्पृश्यांनी वेळोवेळी ब्रिटिशांच्या बाजूने लढून आपले शौर्य सिद्ध केलेले आहे. तेव्हा ब्रिटिश सरकारने अस्पृश्यांच्या लष्कर भरतीस बंदी करू नये.'

गोपाळ बाबा वलंगकरानंतर किसन फागू बंदसोडे आणि शिवराम जानबा कांबळे ह्यांनी अस्पृश्यांच्या सुधारणाविषयक कार्याला वाहून घेतल्याचे आढळते. अस्पृश्यांमधील पोटजातीतील तणाव संपवणे, त्यांच्यामध्ये रोटी-बेटीचा व्यवहार सुरू करणे, त्यांना मृत मांस खाण्यापासून परावृत्त करणे, त्यांच्यात संघटनेची जाणीव निर्माण करणे ह्यासाठी किसन फागू बंदसोडे, गणेश आक्काजी गवई आणि शिवराम जानबा कांबळे ह्यांनी कार्य केलेले दिसते. अस्पृश्यांसाठी शाळा, वाचनालये आणि वसतीगृहे सुरू करणे, अस्पृश्यांच्या सभा आणि संघटना स्थापन करणे, अस्पृश्यांच्या सभा आणि परिषदा भरविणे, अस्पृश्यांच्या प्रश्नाला वाचा फोडण्यासाठी वृत्तपत्र काढणे आणि लेखन करणे अशा प्रकारचे कार्य किसन फागू बंदसोडे आणि शिवराम जानबा कांबळे ह्यांनी केलेले निदर्शनास येते. 'अस्पृश्यांनी ब्रिटिश सरकारची मनोभावे सेवा करून शौर्य गाजविले आहे तेव्हा ब्रिटिश सरकारने अस्पृश्यांची सैन्यात भरती करावी. अस्पृश्यांना संधी दिल्यास ते पराक्रम करून दाखवतील' अशा प्रकारची निवेदने त्यांनी ब्रिटिशांना दिलेली दिसतात. किसन फागू बंदसोडे

ह्यांनी सन १९०० च्या सुमारास आपले समाज कार्य सुरू केल्याचे दिसते. सन १९०७ मध्ये त्यांनी अस्पृश्य मुलींच्या शिक्षणासाठी 'चोखा मेळा कन्या शाळा' स्थापन केली. मुलांसाठी वसतीगृह काढले. ब्रिटिश राजवटीत महारांनी गावकी सोडली आणि मोठ्या प्रमाणात रेल्वे, रस्ते बांधणी आणि मिलमध्ये काम करणे सुरू केले. त्यामुळे अस्पृश्यांमध्ये मजूर वर्ग वाढला. महार मजूरांवर मालक आणि सवर्णाकडून सारखाच अन्याय होत असे. महार मजूरांचे प्रश्न सोडविण्यासाठी किसन फागू बंदसोडे ह्यांनी प्रयत्न केले. त्यांनी सन १९८८ ते १९२२ ह्या काळात 'मजदूर पत्रिका' नावाचे पत्र चालविले. १९१९ मध्ये 'अत्यंज समाज' नावाची संस्था स्थापन केली. किसन फागू बंदसोडे ह्यांनी कविता, लेख, तमाशा आणि नाटक अशा प्रकारचे लेखन करून अस्पृश्यांच्या प्रश्नांविषयी जागरूकता निर्माण केली आणि अस्पृश्यांच्यावतीने संघर्ष केला.

शिवराम जानबा कांबळे ह्यांनी १९०३ मध्ये पुणे जिल्ह्यातील सासवड येथे ५१ गावांच्या महारांची सभा बोलावली होती. आपल्या हक्कांसाठी अस्पृश्यांनी केलेला हा पहिला संघटित आणि सनदशीर प्रयत्न होता. १९०८ मध्ये त्यांनी 'सोमवंशीय मित्र' नावाची मासिक पत्रिका सुरू केली. १९१० मध्ये शिवराम जानबा कांबळे ह्यांनी जेजुरी येथे महारांची भव्य परिषद भरवली आणि महारांनी आपल्या मुलींना 'मुरळी' म्हणून देवाला वाहू नये, असे आवाहन केले. त्यांनी आपल्या लेखनातून अस्पृश्यांमधील अंधश्रद्धेवर जसे प्रहार केलेले आहेत तसे सवर्ण आणि ब्रिटिशांकडून होणाऱ्या अन्यायाविरूद्ध दादही मागितलेली दिसते.

किसन फागू बंदसोडे, गणेश आक्काजी गवई आणि शिवराम जानबा कांबळे ह्यांच्या समाजकार्याला महर्षि विठ्ठल रामजी शिंदे ह्यांचा पाठिंबा होता. महर्षि शिंदे ह्यांच्या मदत आणि मार्गदर्शनाने ही मंडळी प्रभावित झालेली होती. एकोणीसाव्या शतकापर्यंत दलित चळवळ संघटीतपणे समूहरूप घेतल्याचे दिसत नाही. म्हणूनच तर्कतीर्थ लक्ष्मण शास्त्री जोशी ह्यांनी आपल्या भाषणात म्हटले आहे. 'एकोणीसाव्या शतकापर्यंतचा दलित आत्मप्रकाश हरवून बसला होता. विसाव्या शतकात त्याला अन्यायमूलक समाज रचनेची जाणीव होत आहे.' एकोणीस शतके अज्ञानाच्या अंध:कारात चाचपडणारा दलित विसाव्या शतकात आत्मतेजाने स्वयं प्रकाशित होतो ह्याची कारणे शोधली पाहिजेत. त्याशिवाय परिवर्तनवादी चळवळीचा मूळ आधार गवसणार नाही.

॥ ५ ॥

ब्रिटिशांच्या आगमनानंतर हिंदुस्थानातील जुनी राज्य व्यवस्था आणि जुनी

समाज व्यवस्था ढासळू लागली. 'इंग्रजी' आणि 'ख्रिस्ती' धर्माच्या प्रचारामुळे जीवनाच्या सर्वच क्षेत्रात एक नवी जाग आली. ब्रिटिश कालखंड हा सामाजिक प्रबोधनाला अनुकूल होता. ह्याच काळात हिंदुस्थानच्या संदर्भात राजकीय आणि सामाजिक पुर्नरचनेचा विचार मांडण्यात आला. सामाजिक आणि राजकीय सुधारणांनी ह्याच काळात वेग घेतला. वर्णव्यवस्थेच्या वरवंट्याखाली भरडली जाणारी विषम समाज व्यवस्था आणि राजे-मंडलिकांच्या ताब्यात असलेली छोटी छोटी दुर्बल राज्ये ह्याच काळात लयास गेली.

इस्लामच्या आक्रमणानंतर जशी संतांची चळवळ उदयास आली, त्याप्रमाणे ब्रिटिशांच्या आगमनानंतर समाज सुधारकांची चळवळ उदयास आली. ह्या दोनही चळवळींनी हिंदू समाजाचं प्रबोधन केलेलं आहे. एक चळवळ पूर्णपणे आध्यात्मिक स्वरूपाची होती, तर दुसऱ्या चळवळीला आध्यात्माचा आधार होता. स्वातंत्र्यपूर्व हिंदुस्थानातल्या चळवळींना धर्माचे अधिष्ठान घेऊनच उभे राहावे लागले ही वस्तुस्थिती आहे. महात्मा फुल्यांचा 'सार्वजनिक सत्यधर्म' असो, बाबासाहेब आंबेडकरांचा 'बौद्ध धम्म' असो किंवा महात्मा गांधीजींचे 'रामराज्य' असो. हिंदुस्थानातल्या चळवळींना धर्मापासून फारकत घेता आलेली दिसत नाही. कारण हिंदुस्थानमधून धर्माला वगळून कुठल्याचा गोष्टीचा साकल्याने विचार करता येणार नाही. परमहंस सभा, प्रार्थना समाज, आर्य समाज आणि ब्राह्मो समाज ह्यासारख्या संस्थांनी नवी सामाजिक मूल्ये रुजविण्याचा प्रयत्न केलेला दिसतो.

राजा राममोहन रॉय ह्यांना स्त्री सुधारणेचे जनक मानले जाते. त्यांनी सतीच्या चालीविरूद्ध पहिला आवाज उठवला. इतकेच नव्हे तर त्यांनी विधवा विवाहाचेही समर्थन केले. त्यांनी १८२८ मध्ये 'ब्राह्मो समाज' स्थापन केला. 'निराकार परमेश्वर हा सर्वांचा पिता' असे त्यांचे वचन होते. त्यांनी मूर्तीपुजेला विरोध केला. सर्वधर्म समभावाचा पुरस्कार केला. सतीप्रथा, बालविवाह, आणि कन्या विक्रयाला त्यांचा विरोध होता. ते आंतरजातीय विवाहाचे समर्थक होते. भेदभाव पाळण्याच्या विरोधी होते. राजा राममोहन रॉय ह्यांच्या चळवळीमुळे इंग्रजांनी १८२९ साली कायद्याने सतीची चाल बंद केली. इंग्रजांनी १८३७ मध्ये कायदा करून ठकाचा धंदा बंद केला व सन १८४३ मध्ये गुलामांचा व्यापार बंद केला. लोकहितवादी तथा गोपाळ हरि देशमुख हे एकोणीसाव्या शतकातील अग्रणी समाज सुधारक होते. ते स्त्री-पुरूष समतेचे पुरस्कर्ते आणि स्त्री शिक्षणाचे कैवारी होते. त्यांचा जातीभेदालाही विरोध होता. सन १८६७ मध्ये विश्व बंधूत्वाच्या भावनेतून 'प्रार्थना समाजा'ची स्थापना झाली. 'पिडिताची सेवा हीच ईश सेवा' असे प्रार्थना समाजाचे व्रत होते. आत्माराम दादोबा तर्खडकर आणि भास्कर दादोबा तर्खडकर

ह्या बंधूनी प्रार्थना समाजाची स्थापना करून अस्पृश्यांसाठी शाळा काढल्या. अनाथालये सुरू केली. विधवांसाठी 'विधवा विवाह संघ' आणि 'विधवाश्रम' सुरू करून पिडितांची सेवा केली. महादेव गोविंद रानडे ह्यांना आधुनिक महाराष्ट्राच प्रणेते म्हणून ओळखले जाते. परंपरेशी असलेले आपले नाते न तोडता आधुनिक मूल्यांचा प्रसार केला पाहिजे अशी त्यांची धारणा होती. स्त्रीचे कुटुंबातील दुय्यमत्व आणि दलितांचे समाजातील दुय्यमत्व ह्यावर त्यांनी जोरदार प्रहार केलेला दिसतो. स्वामी दयानंद सरस्वती ह्यांनी १८७५ मध्ये 'आर्य समाजा'ची स्थापना केली. त्यांनी अस्पृश्यतेला विरोध केला. परधर्मात गेलेल्यांचे शुद्धीकरण करण्याचा विचार मांडला. आर्य समाजाने वैदिक परंपरेचे पुनरुज्जीवन केले. गोपाळ गणेश आगरकर हे व्यक्ती स्वातंत्र्याचे आणि सामाजिक समतेचे कट्टर पुरस्कर्ते होते. बाल विवाह, जरठ कुमारी विवाह, केशवपन ह्या रूढीवरही त्यांनी जोरदार हल्ला चढविलेला दिसेल. आगरकर अस्पृश्यतेविरोधी विचारांचे होते. स्वामी विवेकानंद हे समान संधीचे पुरस्कर्ते होते. त्यांची समाजवादी विचारांवर श्रद्धा होती. 'चांडाळाला जितकी शिक्षणाची गरज आहे, तितकी ब्राह्मणाला नाही. ब्राह्मणाच्या शिक्षणासाठी एका शिक्षकाची गरज असेल तर चांडाळाच्या शिक्षणासाठी दहा शिक्षकांची गरज आहे' असे स्वामीजींचे विचार होते. राम मनोहर लोहिया ह्यांनी स्त्री शूद्र आणि आदिवासींच्या हिताचा सतत विचार केलेला दिसेल. 'स्त्री, शूद्र, आदिवासी आणि हरिजनांना समान संधी देऊन भागणार नाही. त्यांना अग्रक्रम द्यावा लागेल. शूद्र, हरिजन, गिरीजन यांच्या उन्नतीखेरीज देशाला भवितव्य नाही' अशी त्यांची ठाम भूमिका होती. ह्या काळातील समाजसुधारक हे सनातनी समाजातील असल्याने त्यांच्या विचार आणि कार्याला मर्यादा पडलेल्या होत्या. ह्या पार्श्वभूमीवर महात्मा फुल्यांचे कार्य बंडखोरवृत्तीचे वाटते.

महात्मा जोतिराव फुले हे कृतिशील विचारवंत आणि बंडखोर समाजसुधारक होते. त्यांनी १८४८ मध्ये सार्वजनिक जीवनात प्रवेश केला. ह्याच वर्षी त्यांनी पुण्यात मुलींसाठी शाळा सुरू केली. स्वतःची पत्नी सावित्रीबाई फुले ह्यांना शिकवून शिक्षिका बनवले आणि त्यांना आपल्या सामाजिक कार्यात सहभागी करून घेतले. १८५२ मध्ये अस्पृश्यांच्या मुलांसाठी शाळा सुरू केली. १८५६ मध्ये कायद्याने पुनर्विवाहास मान्यता मिळाली. त्यानंतर महात्मा फुल्यांनी पुण्याच्या सारसबागेत पुनर्विवाह घडवून आणला. विधवाचे केशवपन केले जाऊ नये म्हणून पुण्यातील न्हावी लोकांचा संप घडवून आणला. ब्राह्मण विधवा आणि कुमारी मातांच्या अवैध संबंधातून होणाऱ्या मुलांची हत्त्या केली जावू नये म्हणून त्यांनी १८६३ मध्ये 'बालहत्त्या प्रतिबंधक गृह' काढले. इतकेच नव्हे, तर एका ब्राह्मण

कुमारी मातेच्या मुलाला दत्तक घेतले. १८६८ मध्ये अस्पृश्यांना पिण्याचे पाणी मिळावे म्हणून स्वत:च्या घरातील पिण्याच्या पाण्याचा हौद खुला केला. देवा धर्माच्या नावाने ब्राह्मणांकडून सर्व सामान्य माणसाची पिळवणूक होऊ नये म्हणून त्यांनी १८७३ मध्ये सार्वजनिक सत्य धर्माची स्थापना केली आणि 'सत्य हाच ईश्वर आहे' असे मानले.

महात्मा फुल्यांनी विपुल प्रकारचे लेखन केलेले आहे. तृतीय रत्न हे नाटक (१८५५), पवाडा छत्रपती शिवाजी भोसले यांचा (१८६९), ब्राह्मणाचे कसब (१८६९), गुलामगिरी (१८७३), शेतकऱ्याचा असूड (१८८३), सत्सार अंक १,२ (१८८५), इशारा (१८८५), सार्वजनिक सत्यधर्म पुस्तक (१८९१) आणि अखंडादी काव्यरचना करून स्त्रीशूद्रातिशूद्रांच्या व्यथा-वेदनांना वाचा फोडली. विषम व्यवस्थेचे वाभाडे काढले.

महात्मा फुले ह्यांचे कार्य हे प्रस्थापित व्यवस्थेला हादरे देणारे होते. फुले दाम्पत्यांनी त्रास आणि छळ सहन करून समाजसेवा केली. समाजातील अंधश्रद्धा, बुवाबाजी, दैन्य आणि दास्य ह्याविरुद्ध त्यांनी आयुष्यभर संघर्ष केला. सामान्य माणूस हा फुल्यांच्या कार्याचा आणि विचाराचा केंद्रबिंदू होता.

एकोणीसावे शतक हे प्रबोधनाचे युग होते. ह्या काळात मानवतावाद, लोकशाही मूल्ये, व्यक्ती स्वातंत्र्य, वैज्ञानिकता, सामाजिक आणि धार्मिक दास्यविमोचन ह्यासाठी चळवळी झाल्या. 'शिक्षण आणि सामाजिक सुधारणा' ह्याचे महत्त्व त्या काळातील पिढीला कळाले होते. शिक्षण हे अखंडपणे समाज घडविण्याचे कार्य आहे. माणूस घडविणारे शिक्षण मिळाले पाहिजे आणि शिक्षणाने समाजात समानता आली पाहिजे ह्या ध्येयाने प्रेरीत होऊन महाराष्ट्रातल्या समाजसुधारकांनी कार्य केलेले दिसेल.

महर्षि विठ्ठल रामजी शिंदे हे विसाव्या शतकातील महत्त्वाचे समाजसुधारक होते. त्यांनी १९०६ मध्ये 'डिप्रेस्ड क्लास मिशन'ची स्थापना केली. 'अस्पृश्यांना स्वतंत्र प्रतिनिधित्व देऊ नये' अशी त्यांची मागणी होती. अस्पृश्यांच्या स्वतंत्र मतदार संघालाही त्यांचा विरोध होता. जाती धर्माच्या नावाने फुटीरपणा वाढू नये ही त्यांची भूमिका होती. त्यांनी मानवनिर्मित भेदभाव आणि उच्चनीचतेला कडाडून विरोध केला. अस्पृश्यांच्या उन्नतीसाठी आणि अस्पृश्यता नष्ट करण्यासाठी त्यांनी आपले उभे आयुष्य वेचले. निरनिराळ्या सभा, संमेलने आणि परिषदांमधून त्यांनी समतेचा विचार हिरिरीने मांडला. महर्षि धोंडो केशव कर्वे ह्यांनी स्त्रीशिक्षणाला आपले जीवितकार्य मानले. समाजातील विधवांची अवहेलना पाहून त्यांच्या पुनर्वसनाच्या कार्याला गती दिली. त्यांनी अनाथ बालिका आश्रमाची स्थापना केली. ग्रामीण

भागातील महिलांना शिकता यावे म्हणून ग्रामीण भागात शैक्षणिक संस्था सुरू केल्या. त्यांनी स्त्री शिक्षणाला परमेश्वराची प्रार्थना मानली. राजर्षि शाहू महाराजांनी महात्मा फुले ह्यांच्या कार्यातून प्रेरणा घेतली आणि सामाजिक कार्य केले. त्यांनी आपल्या संस्थानात होतकरू आणि हुशार मुलांसाठी वसतिगृहे काढली. गरीब विद्यार्थ्यांना शिक्षणासाठी आर्थिक मदत केली. शाहू महाराजांना जातियता आणि अस्पृश्यता मान्य नव्हती. त्यांनी आपल्या संस्थानात अस्पृश्यांसाठी राखीव जागा ठेवल्या होत्या. अस्पृश्यांच्या परिषदांना त्यांची उपस्थिती असे. त्यामुळे त्यांच्यावर 'धेडाचा राजा' म्हणून टीका होई. श्री संत गाडगे महाराज ह्यांनी भोळ्या भाबड्या लोकांना आपल्या अभंग आणि कीर्तनातून जागे केले. त्यांनी आपल्या प्रवचनातून अंधश्रद्धा, कामचुकारपणा, व्यसनाधिनता आणि जातिभेदावर प्रखर टीका केली. श्री संत गाडगे महाराज हे स्वत: मागासवर्गीय व निर्धन होते. ह्या निर्धन संताने गरीब आणि गाडगे महाराज ह्यांनी गरजूंसाठी मुंबई येथे धर्मशाळा बांधली. सामान्यांच्या मुलांना शिक्षण घेता यावे म्हणून शैक्षणिक संस्था स्थापन केल्या. गरीबांसाठी ठिकठिकाणी अन्नछत्रे उघडली. श्री संत गाडगे महाराज ह्यांच्या कार्यातून प्रेरणा घेऊन, संत तुकडोजी महाराज, कर्मवीर भाऊराव पाटील, पंजाबराव देशमुख आणि बाबासाहेब आंबेडकर ह्यांनी शिक्षण प्रसाराचे कार्य केले. कर्मवीर भाऊराव पाटील ह्यांनी ग्रामीण समाजाची शैक्षणिक गरज पूर्ण करण्यासाठी रयत शिक्षण संस्था सुरू केली. 'शेतीला पाणी आणि मुलांना शिक्षण ही आपल्या समाजाची भूक आहे.' अशी त्यांची भूमिका होती. 'विद्यार्थीदशेतच जातियता गाडली गेली पाहिजे.' असे त्यांचे विचार होते.

पारतंत्र्याच्या काळात स्वातंत्र्य सैनिक ब्रिटीशांविरुद्ध लढत होते, तर समाजसुधारक अनिष्ट प्रथांविरुद्ध. सन १८८५ पर्यन्त सामाजिक परिषदेची वार्षिक संमेलने ही भारतीय राष्ट्रीय काँग्रेसच्या मंडपात भरत होती. त्यानंतर मात्र राजकारण आणि समाजकारण ह्याची फारकत झाल्याचे दिसते. ह्यातूनच 'आधी सामाजिक की आधी राजकीय सुधारणा' हा वाद विकोपाला गेल्याचा दिसतो. सामाजिक सुधारकांना सामाजिक मुक्ततेतून भारताचे राजकीय उन्नयन घडावे असे वाटत होते. सामाजिक सुधारणांशिवाय स्वातंत्र्य मिळाले तर ते सनातन्यांच्या हाती जाईल. त्यामुळे एकाचे स्वराज्य ही दुसऱ्याची गुलामगिरी होईल अशी त्यांची भूमिका होती. समाज व्यवस्था सुधारल्याशिवाय आपण राजकीय सुधारणांसाठी पात्र होणार नाही. सामाजिक विषमता कायम ठेवून मिळालेले स्वातंत्र्य हे खरे स्वातंत्र्य नाही अशी ही भूमिका होती. स्वातंत्र्य सैनिकांना आधी राजकीय सुधारणा महत्त्वाच्या वाटत होत्या. ह्या राजकीय सुधारणांचा न्याय हिस्सा अस्पृश्यांना मिळाला पाहिजे अशी बाबासाहेब

आंबेडकरांची मागणी होती. राजकीय स्वातत्र्यासाठी लढणाऱ्यांना 'सर्व प्रथम देशाला स्वातंत्र्य करणे आणि त्यानंतर आपल्या समाजात सुधारणा घडवून आणणे' उचित वाटत होते. त्यांना स्वातंत्र्यापुढे सुधारणा कमी महत्त्वाच्या वाटत होत्या.

महात्मा गांधीजींनी अस्पृश्यता निवारणाच्या कार्याला महत्त्वाचे मानून १९३२ मध्ये 'हरिजन सेवक संघ' स्थापन केला. स्वातंत्र्य मिळाल्यानंतर अस्पृश्यांना इतरांसारखे समान हक्क देण्यात येतील असे कराची येथे भरलेल्या काँग्रेसच्या अधिवेशनात जाहीर करण्यात आले होते. महात्मा गांधीजींनी अस्पृश्यता हा हिंदू धर्मावरील कलंक आहे असे प्रतिपादन केले होते. तथापि शिक्षण संस्था, मंदिरे, पाणवठे व इतर सार्वजनिक ठिकाणी अस्पृश्यांना प्रवेश मिळाला पाहिजे ह्यापलीकडे त्यांच्या कार्याची व्याप्ती वाढलेली दिसत नाही. म्हणूनच भाई माधवराव बागल ह्यांनी आपल्या भाषणात म्हटले आहे, 'गांधीजी अस्पृश्यांच्या वसाहतीत जाऊन राहीले पण अस्पृश्यांच्या जीवनाशी आणि महत्वकांक्षेशी समरस होऊ शकले नाहीत.'

स्वातंत्र्यवीर सावरकरांनीही चुकीच्या परंपरा, वाईट रुढी आणि अंधश्रद्धांवर प्रहार केला. त्यांना पोथीनिष्ठा मान्य नव्हती. शाळेत स्पृश्यास्पृश्य मुलांची सरमिसळ झाली पाहिजे, रोटीबंदी तोडली पाहिजे अशी त्यांची भूमिका होती. अस्पृश्यांच्या मंदिर प्रवेशाला त्यांचा पाठिंबा होता.

स्त्री आणि अस्पृश्यांच्या शिक्षणाचा वसा घेतलेले अण्णासाहेब शिंदे, बहुजन समाज शिक्षित झाला पाहिजे म्हणून अहोरात्र झटणारे पंजाबराव देशमुख, हरिजनांना मंदिरात प्रवेश मिळावा म्हणून सत्याग्रह करणारे साने गुरुजी आणि अस्पृश्यांच्या वेदना आणि समस्यांना आपल्या साहित्यातून व्यक्त करणारे श्री. म. माटे ह्यांच्या कुशीत महाराष्ट्राची प्रबोधन परंपरा विसावलेली दिसते. संत चोखा मेळा, गोपाळ बाबा वलंगकर आणि संतश्रेष्ठ गाडगे महाराज ह्या पार्श्वभूमीवर डॉ. बाबासाहेब आंबेडकरांचे कार्य आणि विचार हे क्रांतीकारक वाटतात.

॥ ६ ॥

डॉ. बाबासाहेब आंबेडकर ह्यांच्या जीवनकार्याचा आढावा घेणं एकवेळ सोपं आहे, पण त्यांनी जागवलेल्या तमाम बहिष्कृत वर्गातील स्वाभिमानी जाणिवा अगणित आहेत. ह्या युगपुरुषानं एक इतिहास घडविला आहे. ज्यांच्या तत्त्वज्ञानाने अनेक विचारवंत - लेखक प्रभावित झाले. ज्यांच्या कार्याने हा काळ भारावून गेला. ज्यांच्या जीवनाने विराट समाजाला उदंड विश्वास दिला. बाबासाहेब हे एका महामानवाचं नाव नाही, ते प्रतिक आहे, जाग्या झालेल्या मूक समाजाचं. लढाऊ चळवळीचं. तो

एक विचार आहे, माणसाला माणूसपण मिळवून देणारा. बाबासाहेबांनी दलितांसाठी आमरण लढा दिला. हा लढा सर्वव्यापी होता. राजकीय, सामाजिक, शैक्षणिक, आर्थिक, धार्मिक आणि कितीतरी.

बाबासाहेब आंबेडकरांनी १९१९ मध्ये साऊथ ब्यूरो कमिशनपुढे अस्पृश्यांच्या राजकीय हक्कांची कैफियत मांडून आपल्या सार्वजनिक जीवनाची सुरुवात केली. १९२० मध्ये अस्पृश्यांच्या प्रश्नांना व्यासपीठ मिळवून देण्यासाठी त्यांनी 'मूकनायक' नावाचे पत्र सुरू केले. ह्याच वर्षी नागपूर येथे भरलेल्या अस्पृश्यांच्या परिषदेत छत्रपती शाहू महाराजांनी 'अस्पृश्यांना त्यांचा नेता लाभला आहे' अशा शब्दात बाबासाहेब आंबेडकरांचा गौरव केला होता. ह्यावेळी टिळक युगाचा अस्त होऊन गांधी युगाचा उदय होत होता.

१९२३ मध्ये बाबासाहेब आंबेडकरांनी आपले परदेशातील उच्चशिक्षण पूर्ण करून मायदेशी परत आले. १९२४ मध्ये त्यांनी 'अखिल बहिष्कृत हितकारणी सभेची' स्थापना केली. अस्पृश्यांना सवर्णांच्या पाणवठ्यावर पाणी पिण्यास बंदी होती म्हणून १९२७ मध्ये बाबासाहेबांनी महाड येथील चवदार तळ्यावर पाणी पिण्यासाठी सत्याग्रह केला. हा सत्याग्रह केवळ पिण्याच्या पाण्यासाठी नव्हता, तर आम्हीही सवर्णांबरोबर समानतेने पाणी पिऊ शकतो हा हक्क बजावण्यासाठी केलेला होता. महाड चवदार तळ्याच्या सत्याग्रहानंतर सवर्णांनी तळ्यात गोमूत्र टाकून तळ्याची शुद्धी केली होती. बाबासाहेब आंबेडकरांनी पुन्हा एकदा महाड येथे सत्याग्रह करून 'मनुस्मृती'ची जाहीर होळी केली होती. ह्याच काळात बाबासाहेब आंबेडकरांनी 'सायमन कमिशनपुढे' निवेदन देऊन अस्पृश्यांच्या राजकीय हक्कांची मागणी केली होती. १९३० मध्ये नाशिक येथल्या काळाराम मंदिरात अस्पृश्यांना प्रवेश मिळावा म्हणून सत्याग्रह केला. हा सत्याग्रह केवळ मंदिर प्रवेशासाठी होता असे नव्हे, तर 'आम्ही हिंदू आहोत. आम्हाला इतर हिंदूप्रमाणे हिंदूंच्या मंदिरात जाण्याचा अधिकार आहे' अशी ही भूमिका होती. स्वातंत्र्यवीर सावरकरांनी काळाराम मंदिर प्रवेशांच्या सत्याग्रहाला पाठिंबा दिला होता. ब्राह्मणेत्तर चळवळीचे दिनकरराव जवळकर हे आजारी असतानाही मंदिर प्रवेशाच्या सत्याग्रहात सहभागी झाले होते. सवर्णांनी अस्पृश्यांच्या मंदिर प्रवेशाला विरोध केला. काळाराम मंदिर प्रवेशाचा सत्याग्रह हा अनेक वर्षे चालला पण दलितांना मंदिरात प्रवेश देण्यात आला नाही. ह्याच काळात ब्रिटिश सरकारने गोलमेज परिषदांचे आयोजन केले. बाबासाहेब आंबेडकरांनी ह्या परिषदांमधून अस्पृश्यांसाठी स्वतंत्र मतदार संघाची मागणी केली. १९३२ मध्ये जातीय निवाडा जाहीर झाला आणि शिख, मुस्लिम, ख्रिश्चन, अँग्लो इंडियन, संस्थानिक ह्यांच्याबरोबरच अस्पृश्यांनाही स्वतंत्र मतदार संघ जाहीर झाला.

ह्याला महात्मा गांधीजींनी तीव्र विरोध दर्शविला 'स्वतंत्र मतदार संघामुळे अस्पृश्य हिंदुंपासून कायमचे तुटतील' अशी गांधीजींची धारणा होती. महात्मा गांधीजींनी अस्पृश्यांना मिळालेल्या स्वतंत्र मतदार संघाविरुद्ध पुण्याच्या येरवडा जेलमध्ये २० सप्टेंबर १९३२ रोजी प्राणांतिक उपोषण सुरू केले. बाबासाहेब आंबेडकरांनी पुणे करारावर २६ सप्टेंबर १९३२ रोजी स्वाक्षरी केली आणि स्वतंत्र मतदार संघ सोडून दिला. महात्मा गांधीजींनी दलितांच्या राखीव जागांची मागणी मान्य केली.

हिंदुंकडून दलितांवर होणारा छळ कमी होत नव्हता. बाबासाहेब आंबेडकरांनी हिंदुंमध्ये परिवर्तन घडवून आणण्यापेक्षा हिंदू धर्मच सोडून दिला पाहिजे ह्या विचाराने १९३५ मध्ये धर्मांतराची घोषणा केली. 'मी हिंदू म्हणून जन्मलो त्याला माझा नाईलाज होता. पण मी हिंदू म्हणून मरणार नाही' अशी घोषणा केली आणि सर्वत्र खळबळ माजली. केवळ बहिष्कृत समाजाचे राजकारण करण्यापेक्षा संपूर्ण शोषित वर्गाचे राजकारण करावे म्हणून बाबासाहेब आंबेडकरांनी १९३६ मध्ये 'मजूर पक्षाची' स्थापना केली. त्यातही त्यांना म्हणावे तसे यश आले नाही. दुसऱ्या महायुद्धामुळे संपूर्ण देशातील राजकीय वातावरण बदलले होते. स्वातंत्र्याची चळवळ शिगेला पोहोचली होती. महात्मा गांधीजींनी १९४२ मध्ये इंग्रजांविरुद्ध 'चले जाव' ची घोषणा केली होती. संपूर्ण देश चळवळमय बनला होता. देशाला स्वातंत्र्य मिळाले तर ते हिंदुंच्या हाती जाईल आणि हिंदुंच्या हाती सत्ता गेली, तर त्यांच्याकडून अस्पृश्यांच्या हिताचे रक्षण होणार नाही म्हणून देशातील सर्व दलित नेते एकत्र आले आणि त्यांनी १९४२ मध्ये 'शेड्यूल्ड कास्ट फेडरेशन'ची स्थापना केली.

१९४७ मध्ये भारत स्वतंत्र झाला. बाबासाहेब आंबेडकरांना महाराष्ट्रामध्ये काँग्रेसच्या उमेदवाराकडून निवडणुकीत पराभव पत्करावा लागला. तेव्हा त्यांना मुस्लिम लिगच्या पाठिंब्यावर पश्चिम बंगालमधून निवडणूक जिंकावी लागली. बाबासाहेबांची संविधान समितीवर निवड झाली. त्यांनी स्वतंत्र भारताची घटना बनवताना प्रचंड परिश्रम केले. त्यामुळे त्यांचा 'घटनेचे शिल्पकार' म्हणून गौरव झाला. बाबासाहेब आंबेडकरांना स्वतंत्र भारताच्या मंत्रीमंडळात त्यांच्या योग्यतेप्रमाणे खाते मिळाले नाही. त्यांनी सादर केलेले हिंदू कोड बिलही मंजूर होऊ शकले नाही. दलितांवरील अन्याय-अत्याचारही थांबले नाहीत. प्रतिगामी सत्तेत राहून परिवर्तनाची लढाई करणे शक्य नाही असे बाबासाहेबांना वाटले आणि त्यांनी आपल्या मंत्रीपदाचा राजीनामा दिला. बाबासाहेब आंबेडकरांनी आपल्या लाखो अनुयायांसमवेत १४ ऑक्टोबर १९५६ रोजी 'बौद्ध धम्माची' दीक्षा घेतली. त्यानंतर लगेच ६ डिसेंबर १९५६ मध्ये त्यांचे निधन झाले.

बाबासाहेब आंबेडकर म्हणजे दलितांच्या इतिहासातील युगपुरुष आहेत.

त्यांनी मुर्दाड समाजात स्वाभिमानाचे वादळ उठवले. भुके-कंगाल माणसांना क्रांतिकारक बनविले. सभा, संमेलने, परिषदा, सत्याग्रह आणि मेळाव्यातून दलितांच्या अस्तित्वाचे आणि अस्मितेचे लढे गतिमान केले. पत्रकारिता, पक्ष, संघटना व समाज सेवेच्या माध्यमातून सतत संघर्ष उभा केला. त्यांची वाणी आणि लेखणी, त्यांचं जीवन आणि कार्य, त्यांचा धम्म आणि कायदेनीती, त्यांच्या चळवळी आणि मागण्या ह्यातून स्वातंत्र्योत्तर काळातील दलित चळवळ आणि दलित साहित्य ह्यांचा जन्म झाला.

॥ ७ ॥

स्वातंत्र्योत्तर काळ हा लोक चळवळींचा काळ आहे. काळाचे रूप जसे पालटत गेले, तसे ह्या काळातील चळवळींचे स्वरूपही बदलत गेले. दलित, भटके, विमुक्त, आदिवासी, स्त्री, कामगार आणि असंघटित मूजर ह्यांच्या प्रश्नांच्या सोडवणुकीसाठी युवकांनी एकत्र येऊन चळवळी सुरू केल्या. देशाला मिळालेले स्वातंत्र्य ह्या देशात राहाणाऱ्या शेवटच्या घटकांपर्यंत पोचले पाहिजे ह्या उद्देशाने अनेक 'संघटना' आणि 'सत्याग्रह' सुरू झाले.

स्वातंत्र्योत्तर काळात वाढत जाणारे लोकांचे प्रश्न आणि असमाधान ह्यांतून नवे नेत्तृत्व उदयाला येऊ लागले. नव्या नेत्या-कार्यकर्त्यांनी स्वातंत्र्य, समता आणि न्यायाचा आपल्याला न्याय हिस्सा मिळावा म्हणून संघर्षाला सुरूवात केली. त्यातून लोक चळवळी उभ्या राहिल्या. आपला देश दीडशे वर्षे परकीयांचा गुलाम होता, तर दलित हजारो वर्षांपासून आपल्याच स्वकीयांचे गुलाम म्हणून जगत होते. परकियांविरुद्ध लढणे सोपे असते, कारण परकीयांविरुद्ध सर्व स्वकीय संघटित होत असतात परंतु स्वकीयांविरुद्ध जेव्हा लढा सुरू होतो, तेव्हा तो लढा अधिक बिकट होतो. कारण स्वकीयांशी लढताना चळवळीतले लोक एकाकी पडण्याची शक्यता असते. त्यामुळे ह्या चळवळीपुढे अनेक जटील आव्हाने निर्माण झाली. सहज सुटणारे साधेसाधे प्रश्न बिकट बनले आणि ते प्रदीर्घ काळ रेंगाळत राहिले.

स्वातंत्र्योत्तर काळातील दलितांच्या संघटनांना ब्रिटिश भारतातील प्रबोधनाच्या चळवळींचा वैचारिक वारसा मिळाला आहे. दलितांच्या प्रश्नांबरोबरच स्वातंत्र्योत्तर काळाने निर्माण केलेल्या इतर तद्‌अनुषंगिक प्रश्नांचीही येथे दखल घेणे आवश्यक ठरते. दलितांच्या चळवळीबरोबरच अन्य पुरोगामी चळवळीही समजून घेणे यथोचित आहे. कारण पुरोगामी चळवळींनी दलितांच्या खांद्याला खांदा लावून अनेक चळवळीत भाग घेतला. त्यामुळे स्वातंत्र्योत्तर काळातील दलित चळवळ कधीच एकाकी पडलेली दिसत नाही हे प्रामुख्याने लक्षात घ्यावे लागते.

स्वातंत्र्योत्तर काळ आणि दलित समाज

१५ ऑगस्ट १९४७ रोजी आपल्या देशाला स्वातंत्र्य मिळाले. ह्या काळातील वास्तव अतिशय विदारक होते. दुसऱ्या महायुद्धाच्या दुष्परिणामांनी संपूर्ण जग अजूनही होरपळत होते. त्याचा परिणाम आपल्या देशावरही होत होता. आपल्या देशाला स्वातंत्र्य मिळाले ते आपल्या देशाची फाळणी करून. फाळणीमुळे झालेल्या जातीय दंगली आणि लोकांची आदलाबदल यामुळे जातीय तेढ वाढली होती आणि असुरक्षिततेच्या भयाने भारतीय माणूस हादरलेला होता. त्यापाठोपाठ महात्मा गांधीजींच्या हत्येमुळे खेडोपाड्यात दंगली उसळल्या. पुन्हा एकदा जातीय तणावाला खतपाणी मिळाले.

आपला देश स्वतंत्र झाल्यामुळे संपूर्ण जनतेच्या मनात स्वातंत्र्याविषयीच्या आकांक्षा वाढीस लागल्या आणि नवा समाज, नवे राष्ट्र घडविण्याची एकीकडे उमेदही वाढली. प्रत्येक पंचवार्षिक योजना, निवडणुका, सत्तेचे विकेंद्रीकरण, लोककल्याणकारी योजना, शिक्षणाचा प्रसार त्यामुळे भारतीय जनजीवनात आमूलाग्र बदल झाला. लोकशाही शासन पद्धतीमुळे सर्व सामान्य माणसाला हक्क-अधिकारांची भाषा कळू लागली. तळागाळात प्रचंड जागृती निर्माण झाली.

स्वातंत्र्य मिळाल्यामुळे आपले सर्वच प्रश्न सुटतील अशी आशा पालवली, पण काळाबरोबर अनेक समस्या वाढत गेल्या. बेकारी, दारिद्र्य, वाढती लोकसंख्या, जातीय दंगली, भ्रष्टाचार, जातींवर आधारीत राजकारण आणि त्यामुळे जातींना प्राप्त झालेले महत्त्व, प्रतिगामी शक्तींचे थैमान, अत्याचार आणि दुष्काळ ह्यांमुळे सामान्य दलित माणसाचा स्वातंत्र्यावरील विश्वास संपुष्टात येऊ लागला. स्वातंत्र्यानंतरही सर्व सामान्य माणसाच्या रोजी रोटीचे न सुटलेले प्रश्न, त्याचबरोबर वाढत जाणारे अन्याय, महागाई आणि लोकसंख्या ह्यांमुळे सर्व सामान्य माणसाच्या मनात असंतोषाची बीजे रुजली. शिक्षणाचे सार्वत्रिकरण, एक माणूस एक मूल्य ह्या तत्त्वाचा प्रसार, ज्ञान, विज्ञान आणि कायद्याच्या प्रसारामुळे सामान्य माणसाला संघर्ष आण संघटनेची आवश्यकता भासू लागली. आपल्या प्रश्नांच्या सोडवणुकीसाठी लोकांच्या चळवळी मूळ धरू लागल्या.

गाव, तालुका, जिल्हा, राज्य आणि देश पातळीवर लोकशाही समाजवादाची चर्चा सुरु झाली. ग्रामपंचायत, पंचायत समिती, जिल्हा परिषदा, नगरपालिका, महानगरपालिका, सहकारी संस्था, राज्य आणि केंद्र शासन ह्यामध्ये लोकांचा सहभाग वाढला. 'आपला विकास व्हावा, स्वातंत्र्याचे सर्व फायदे आम्हालाही मिळावेत' म्हणून मागासलेल्या समाज आणि प्रदेशाच्या चळवळी सुरू झाल्या. जस जसे सत्ता आणि शिक्षण ह्यांचे विकेंद्रीकरण होऊ लागले, तस तसे समाज जीवनातील

अनेक मूक स्तर जागे होऊ लागले आणि आपल्या विकासाची दिशा शोधू लागले.

डॉ. बाबासाहेब आंबेडकर ह्यांच्या विचार आणि कार्याची प्रेरणा घेऊन स्वातंत्र्योत्तर काळातील दलित चळवळ उभी राहिली. धर्मान्तरामुळे दलितांच्या मानसिकतेमध्ये क्रांतिकारक बदल घडून आला. दलितांना नवे आत्मभान मिळाले. बहुसंख्य दलितांनी हिंदू धर्माचा त्याग केला. हिंदू देव देवता नाकारल्या. हिंदू समाजात चालत आलेल्या प्रथा-परंपरा झिडकरल्या. त्रैवर्णिकांची सेवा, चाकरी नाकारली. धर्मान्तराचे लोण खेडोपाडी पोहचले. त्यामुळे गावात सामाजिक तणाव वाढला. सवर्णांनी काही ठिकाणी दलितांवर सामाजिक बहिष्कार टाकला. त्यांचा छळ केला. दलितांना गाव बंद केले. त्यांचे काम बंद केले. त्यांची नाकेबंदी केली. तरीही दलितांनी गुलामी स्वीकारली नाही. गावातील दलित सवर्णांच्या तेढीतूनच परिवर्तनाचे नवे वारे वाहू लागले.

डॉ. बाबासाहेब आंबेडकरांच्या निधनामुळे एखाद्या कुटुंबांतील कर्ता माणूस मरण पावल्यानंतर, त्या कुटुंबाची जशी दैना व्हावी, तशी दलित समाजाची अवस्था झाली. दलित चळवळीची अवस्था पोरक्या मुलासारखी झाली. दलित समाजात एक प्रचंड पोकळी निर्माण झाली.

आंबेडकर अनुयायांची रिपब्लिकन चळवळ

बाबासाहेब आंबेडकर ह्यांच्या निधनानंतर त्यांचा वारस कोण हा प्रश्न उपस्थित झाला. आंबेडकर कुटुंबातील श्रीमती सविता आंबेडकर, भैय्यासाहेब आंबेडकर आणि मुकुंदराव आंबेडकर ह्यांच्या नावाचा विचार झाला परंतु नेते मंडळींनी आंबेडकर कुटुंबाचे नेतृत्त्व मान्य केले नाही. प्रत्येक दलित पुढाऱ्याला दलित चळवळीचे नेतृत्त्व आपल्याकडे असावे असे वाटत होते. प्रत्येकजण स्वतःला प्रति आंबेडकर समजू लागला. नेतृत्त्वावरून वाद उपस्थित झाला. शेवटी 'सामूहिक नेतृत्त्वा'ची कल्पना पुढे आली. कोणी एक नेता होण्यापेक्षा सामूहिक नेतृत्त्वाने चळवळ चालवली पाहिजे ह्यावर सर्वांचे एकमत झाले.

१९५७ पूर्वीच रिपब्लिकन पक्षाची स्थापना करण्याचे ठरले होते. परंतु बाबासाहेब आंबेडकरांच्या निधनामुळे समाजात निर्माण झालेली पोकळी, नेतृत्त्वाचा निर्माण झालेला वाद आणि ऐन तोंडावर आलेल्या सार्वत्रिक निवडणुका ह्यांमुळे प्रेसिडियमने शेड्यूल्ड कास्ट फेडरेशनच्या नावावरच सार्वत्रिक निवडणुका लढवल्या. शे. का. फे. ने संयुक्त महाराष्ट्राच्या चळवळीत भाग घेतला होता. त्यामुळे १९५७ च्या सार्वत्रिक निवडणुकीत महाराष्ट्रातील जनतेने शे. का. फे. चे सहा उमेदवार लोकसभेसाठी निवडून दिले. महाराष्ट्रापाठोपाठ कर्नाटक, मद्रास आणि गुजरातमधून

पक्षाचा एकेक उमेदवार निवडून आला. पक्षाचे नऊ खासदार लोकसभेत गेले, तर देशातील राज्य विधी मंडळावर शे. का. फे. चे वीस सदस्य निवडून आले. त्यापैकी कर्नाटक २, मुबंई १३ आणि पंजाब ५ असे संख्याबळ होते.

नागपूर येथे दीक्षाभूमीवर ३ ऑक्टोबर १९५७ रोजी शे. का. फे. चे अखेरचे अधिवेशन भरले. या अधिवेशनात हजारोंच्या साक्षीने, टाळ्यांच्या गजरात शे. का. फे. बरखास्त करून 'रिपब्लिकन पार्टी ऑफ इंडिया' ह्या नव्या राजकीय पक्षाची स्थापना करण्यात आली.

रिपब्लिकन पक्षाने भारतातील सर्व दुर्बल घटकांना, अल्प भूधारकांना, भूमिहीन मजुरांना, श्रमिकांना, अल्प संख्याकांना संघटीत करून त्यांना सामाजिक आणि आर्थिक न्याय मिळवून देण्याची घोषणा केली, परंतु रिपब्लिकन पक्षातील नेत्यांमध्ये खूप काळ ऐक्य टिकू शकले नाही. १९५९ मध्ये रिपब्लिकन पक्षात दोन गट निर्माण झाले. एका गटाचे नेतृत्व बी. सी. कांबळे ह्यांनी केले, तर दुसऱ्या गटाचे नेतृत्व दादासाहेब गायकवाड ह्यांनी केले.

भूमिहीनांचा सत्याग्रह

'भूमिहीनांना शेती करण्यासाठी शासनाने पडिक जमिनी दिल्या पाहिजेत' ह्या मागणीसाठी १९५३ पासूनच शे. का. फे. ने सत्याग्रह सुरू केला होता. दि. ७ मार्च १९६० रोजी महाराष्ट्राचे तत्कालिन मुख्यमंत्री ना. यशवंतराव चव्हाण ह्यांना रिपब्लिकन पक्षाच्या शिष्ट मंडळाने निवेदन दिले आणि भूमिहींनाचा प्रश्न मांडला. भूमिहीनांच्या प्रश्नांबरोबर बौद्धांना सवलती मिळाल्या पाहिजेत, दलितांना दीक्षाभूमीची जागा मिळाली पाहिजे, शेत मजूरांवर होणारे अन्याय थांबले पाहिजेत, महागाईला आळा घालावा, झोपडपट्ट्यांची सुधारणा करावी, राखीव जागांचा अनुशेष भरून काढावा, अस्पृश्यता निवारण कायद्याची कडक अंमलबजावणी करावी आणि लोकसभेच्या केंद्रीय सभागृहात बाबासाहेब आंबेकरांचे तैलचित्र लावावे अशा मागण्यांसाठी रिपब्लिकन पक्षाने वेळोवेळी सत्याग्रह केला. आपल्या प्रश्नांवर दलितांना संघटित केले आणि शासनाचे व जनतेचे लक्ष वेधले. १९६४ च्या भूमिहीनांच्या सत्याग्रहाला अधिक महत्त्व दिले जाते. कारण हा सत्याग्रह देशव्यापी होता. १ ऑक्टोबर १९६४ रोजी देशाच्या विविध भागातून हजारो दलितांनी संसदेवर मोर्चा नेऊन त्यावेळचे पंतप्रधान लालहादूर शास्त्री ह्यांना आपल्या मागण्याचे निवेदन दिले. ह्या सत्याग्रहाची आखणी एन्. शिवराज ह्यांनी केली होती, पण त्यांचे सत्याग्रहापूर्वीच निधन झाल्याने ह्या सत्याग्रहाचे नेतृत्व दादासाहेब गायकवाड ह्यांनी केले. त्याचवेळी जिल्हा कचेरी, पोलीस स्टेशन, तहसिल कार्यालय अशा शासकीय

कार्यालयांवर दलितांनी मोर्चा नेऊन आपल्या मागण्यांची निवेदने दिली.

रिपब्लिकन ऐक्य आणि विघटन

१९५९ साली रिपब्लिकन पक्षाचे 'दुरुस्त' आणि 'नादुरुस्त' असे दोन गट पडले. दुरुस्त गटाचे नेतृत्व बी. सी. कांबळे ह्यांनी केले, तर नादुरुस्त गटाचे नेतृत्व दादासाहेब गायकवाड ह्यांच्याकडे होते. रिपब्लिपकन पक्षाचे विघटन होऊ नये म्हणून भैय्यासाहेब आंबेडकर यांच्या आवाहानाप्रमाणे आर. डी. भंडारे ह्यांनी १९५८ मध्ये पहिला मनोमिलनाचा प्रयत्न केला पण हे प्रयत्न बी. सी. कांबळे ह्यांनी फेटाळून लावले. १९६२ ची निवडणूक लक्षात घेऊन काँग्रेस आणि रिपब्लिकन पक्षात १९६१ मध्ये युती झाली. दादासाहेब गायकवाड ह्यांच्या गटाने सत्ताधारी पक्षाबरोबर युती केल्याने त्यांच्याकडे मोठ्या संख्येने कार्यकर्ते आकर्षित झाले, तर बी. सी. कांबळे ह्यांचा गट सत्तेपासून दूर राहिल्याने त्यांच्या गटाचा प्रभाव हळूहळू लोप पावला. १९६२ च्या निवडणुकीत दोन्ही गटाचा एकही उमेदवार निवडणुकीत विजयी होऊ शकला नाही. १९६५ मध्ये दादासाहेब गायकवाड गटातून आर. डी. भंडारे ह्यांनी फुटून निघून काँग्रेसमध्ये प्रवेश केला, तर १९६६ मध्ये दा. ता. रूपवते हे बी. सी. कांबळे ह्यांचा गट सोडून दादासाहेब गायकवाड ह्यांच्या गटात सामील झाले. १९६७ ची सार्वत्रिक निवडणूक लक्षात घेऊन दा. ता. रूपवते ह्यांनी १९६६ मध्ये ऐक्याचे प्रयत्न सुरू केले. त्यांनी ऐक्य परिषद बोलावली. ह्या ऐक्याच्या बोलणीला केवळ दादासाहेब गायकवाड हे एकटेच उपस्थित राहिले यामुळे ऐक्य होऊ शकले नाही. १९७० मध्ये दादासाहबे गायकवाड आणि बॅ. खोब्रागडे ह्यांच्यात ऐक्य व्हावे म्हणून बाबू हरदास आवळे ह्यांनी ऐक्याचे प्रयत्न केले पण त्यांना त्यात यश आले नाही. १९७० मध्ये दादासाहेब गायकवाड ह्यांच्या निधनानंतर बॅ. खोब्रागडे ह्यांनी, आपल्या नावाचा स्वतंत्र गट स्थापन केला. दादासाहेब गायकवाड ह्यांच्या निधनानंतर त्यांच्या गटाला रा. सु. गवई गट म्हणून संबोधण्यात आले. १९७१ मध्ये बी. सी. कांबळे ह्यांनी रिपब्लिकन ऐक्याचे प्रयत्न केले पण बी. सी. कांबळे ह्यांच्या प्रयत्नांना कोणीच प्रतिसाद दिला नाही कारण कांबळेनी ह्यापूर्वी ऐक्याच्या प्रयत्नांना कसलाच प्रतिसाद दिलेला नव्हता. १९७४ मध्ये ऐक्याचे भरीव प्रयत्न झाले. सर्व नेत्यांनी ऐक्याची शपथ घेतली. एकत्र काम करण्याचे जनतेला वचन दिले, पण हेही ऐक्य सत्ता स्पर्धेमुळे टिकले नाही.

१९८४ मध्ये प्रकाश आंबेडकर ह्यांचे नेतृत्व उदयास आले. प्रकाश आंबेडकर हे बाबासाहेब आंबेकरांचे नातू असल्याने दलित जनतेने त्यांचे नेतृत्व स्वीकारले आणि गट पाडू नेत्यांना नाकारले. प्रकाश आंबेकरांनी रिपब्लिकन नेत्यांचे ऐक्य

करण्याऐवजी दलित जनतेला स्वत:च्या नेतृत्वाखाली आणण्याचा प्रयत्न केला. त्यांनी आपल्या पक्षाला 'रिपब्लिकन पार्टी ऑफ इंडिया' असे संबोधण्याऐवजी 'भारतीय रिपब्लिकन पक्ष' असे संबोधणे सुरू केले. महाराष्ट्रभर भारिपच्या शाखा स्थापना झाल्या. प्रकाश आंबेडकरांनी १९८५-८६ मध्ये सर्व विरोधी पक्षांबरोबर युती करून नांदेडची पोट निवडणूक लढवली पण त्यात त्यांचा पराभव झाला.

'रिपब्लिकन पक्षातील सर्व गटांचे ऐक्य झाल्याशिवाय पक्षाला भवितव्य नाही' हे लक्षात घेऊन दलित जनतेने रिपब्लिकन पक्षाच्या ऐक्याची मागणी केली. दलित लेखक कवींनी ह्या गटबाजीविरुद्ध लेखन केले. १९८९ मध्ये झालेल्या लोकसभेच्या निवडणुकीत रिपब्लिकन पक्षाला एकही जागा जिंकता आली नाही. ह्या पराभवामुळे संपूर्ण दलित जनतेमध्ये असंतोषाची भावना पसरली. रिपब्लिकन नेत्यांनी ऐक्य करावे म्हणून दलित तरुणांनी उपोषण सुरू केले. लोकांच्या भावना तीव्र होत्या. लोकक्षोभ वाढला. १९९० मध्ये होणाऱ्या विधानसभेच्या निवडणुका डोळ्यापुढे ठेवून पुन्हा एकदा रिपब्लिकन ऐक्याच्या प्रक्रियेला सुरूवात झाली. प्रकाश आंबेडकर, रामदास आठवले आणि रा. सु. गवई ह्यांची सुकाणू समिती स्थापन झाली आणि बत्तीस सदस्यांची एक अस्थायी समिती स्थापन करण्यात आली. दलित पँथर, मासमुव्हमेंट, दलित मुक्ती सेना अशा दलितांच्या सामाजिक संघटनाही बरखास्त करण्यात आल्या आणि ६ जानेवारी १९९० रोजी रिपब्लिकन पक्षाचे ऐक्य जाहीर झाले. १९९० मध्ये होणाऱ्या सार्वत्रिक निवडणुकीत जनता दलाला पाठिंबा द्यायचा की काँग्रेसला असा प्रश्न उपस्थित झाला.

केंद्रात जनता दलाचे सरकार होते. ह्या शासनाला भारतीय जनता पक्षाचा बाहेरून पाठिंबा होता. पंतप्रधान विश्वनाथ प्रतापसिंग ह्यांनी संसदेच्या केंद्रीय सभागृहात बाबासाहेब आंबेडकरांची प्रतिमा लावली होती. बाबासाहेब आंबेडकरांना मरणोत्तर 'भारतरत्न' ही पदवी प्रदान केली होती. 'मंडल आयोगा'ची अंमलबजावणी करण्याची घोषणा केली होती. त्यामुळे दलित जनतेचा ओढा हा जनता दलाकडे होता परंतु महाराष्ट्रात काँग्रेसची सत्ता होती. महाराष्ट्रात जनता दल सत्तेवर येऊ शकत नव्हता ही वस्तुस्थिती होती. तेव्हा १९९० च्या विधानसभा निवडणुकांमध्ये कोणाला पाठिंबा द्यावा ह्याविषयी मतभेद निर्माण झाले आणि रिपब्लिकन ऐक्य फिसकटले. रामदास आठवले ह्यांच्या 'रिपब्लिकन पार्टी ऑफ इंडिया' ह्या पक्षाने काँग्रेसबरोबर युती केली, तर प्रकाश आंबेडकर ह्यांच्या 'भारतीय रिपब्लिकन पक्षाने' स्वतंत्रपणे निवडणुका लढवल्या. ह्या निवडणुकीतही दोन्ही गटाला दारुण पराभव पत्करावा लागला. मात्र विदर्भामधून रिपब्लिकन पक्ष खोब्रागडे गटाचे उमेदवार उपेंद्र शेंडे विजयी झाले. काँग्रेसने आठवले गटाला दिलेल्या बारा जागांवरील आर पी आय

उमेदवार पराभूत झाले.

निवडणुकांनंतर महाराष्ट्रात काँग्रेस पक्षाचे सरकार अस्तित्वात आले. मुख्यमंत्री शरद पवार ह्यांनी रामदास आठवले ह्यांना आपल्या मंत्रीमंडळात घेतले आणि त्यांच्याकडे समाजकल्याण मंत्रीपद दिले. एका सामान्य कार्यकर्त्याला मंत्रीपद मिळाले म्हणून ह्या घटनेचे महाराष्ट्रभर कौतुक झाले. चळवळीतला कार्यकर्ता मंत्री झाला आहे तेव्हा आपले प्रश्न आता मार्गी लागतील ह्या आशेने चळवळीत उत्साह निर्माण झाला. काँग्रेस पक्षाने रामदास आठवले गटाला विधान परिषदेवर एक जागा द्यावयाचे निश्चित केले. त्यामुळे टी. एम्. कांबळे ह्यांना विधान परिषदेवर नियुक्त करण्यात आले. ह्याचवेळी आठवले ह्यांच्याबरोबर मतभेद होऊन गंगाधर गाडे पक्षाबाहेर पडले आणि त्यांनी बरखास्त केलेली दलित पँथरची संघटना पुन्हा सुरू केली. मुंबईमधून कीर्ती ढोले, नागपूरहून अशोक शंभरकर, प्रसेनजित ताकसांडे आदी कार्यकर्त्यांनी दलित पँथरच्या छावण्या सुरू केल्या. राजा ढाले ह्यांनी 'मास मूव्हमेंट' ह्या संघटनेचे नामांतर केले आणि 'सम्यक क्रांती' नावाची नवी संघटना सुरू केली. दरम्यान विश्वनाथ प्रताप सिंग ह्यांनी प्रकाश आंबेकडकरांना राज्य सभेचे सदस्यत्व मिळवून दिले होते.

१९९२ मध्ये डॉ. बाबासाहेब आंबेडकरांची जन्म शताब्दी आणि म. फुले ह्यांची स्मृती शताब्दी साजरी होत होती. ह्या शताब्दिचे औचित्य साधून महाराष्ट्र शासनाने खूप काळ रेंगाळत पडलेला मराठवाडा विद्यापीठाच्या नामांतराचा प्रश्न सोडवावा अशी मागणी जोर धरू लागली. रामदास आठवले काँग्रेस शासनात सहभागी झालेत. त्यामुळे हा प्रश्न सुटेल असे वाटत होते. काँग्रेस रिपब्लिकन युतीने आपल्या निवणूक जाहीरनाम्यात नामांतराचे आश्वासन दिले होते तरी काँग्रेसने लोकमताचे कारण दाखवून नामांतर करण्याचे टाळले. त्यामुळे दलित समाजात वैफल्याची भावना निर्माण झाली. दलित चळवळीकडून रामदास आठवले ह्यांच्या मंत्रीपदाच्या राजिनाम्याची मागणी होऊ लागली. नामांतरासाठी ठिकठिकाणी दलितांनी आत्मदहन करणे सुरू केले. शेवटी रामदास आठवले ह्यांनी मुदत बंद राजीनामा दिला आणि ठराविक वेळेत नामांतर झाले नाही तर हा राजीनामा ग्राह्य समजावा अशी अट घातली. १४ एप्रिल १९९४ पूर्वी नामांतर झाले पाहिजे अशी ही अट होती पण त्यापूर्वीच १४ जानेवारी १९९४ रोजी नामांतराचा प्रश्न सुटला आणि आठवले ह्यांचे मंत्रीपद अबाधित राहिले. शरद पवार ह्यांनी १९९४ मध्ये आपल्या मंत्री मंडळाचा विस्तार केला. त्यात रिपब्लिकन पक्षाला स्थान दिले नाही. मात्र काँग्रेसने आठवले गटाच्या अनिल गोंडाणे ह्यांना विधान परिषदेवर निवडून दिले.

नामांतराचा प्रश्न सुटल्यामुळे रामदास आठवले ह्यांचे महाष्ट्राभर कौतुक

झाले. त्यांची प्रतिमा उजळली. त्याचे राजकीय महत्त्व वाढले परंतु काँग्रेसमध्ये असलेल्या दलित नेत्यांना हे रूचले नाही. त्यांनी काँग्रेस-रिपब्लिकन युती विरुद्ध ओरड सुरू केली. काँग्रेसमधील दलित नेते दा. ता. रूपवते, एकनाथ गायकवाड आदींनी रिपब्लिकन पक्षाच्या वाढत्या मागणीला विरोध दर्शविला.

१९९५ च्या विधानसभेच्या निवडणुका काँग्रेस-रिपब्लिकन युती आणि सेना-भाजप युतीने लढवल्या. ह्यावेळी काँग्रेसने रिपब्लिकन पक्षाला केवळ सहा जागा सोडल्या. ह्या जागा वाटपांवरून मतभेद झाले. निवडणुकीचे तिकिट न मिळाल्यामुळे अनेक आर पी आय कार्यकर्त्यांनी बंडखोरी करून उमेदवारी अर्ज भरले. आठवले ह्यांच्या तिकिट वाटपाला आक्षेप घेऊन भाई संगारे आणि दयानंद हांडोरे पक्षातून बाहेर पडले. निवडणुकीत सेना भाजपाला बहुमत मिळाले. रिपब्लिकन पक्षाच्या कुठल्याही गटाचा एकही उमेदवार ह्यावेळी विजयी झाला नाही.

सेना भाजपा युतीचे शासन सत्तेवर आले. युतीच्या शासनाने पूर्वीच्या शासनाने घेतलेला मराठवाडा विद्यापीठाच्या नामांतराचा निर्णय फिरवला नाही परंतु नामांतराच्या काळात दलितांनी सवर्णांवर केलेले खटले काढून घेण्याचा निर्णय घेतला. त्यामुळे दलितांमध्ये असंतोषाची भावना निर्माण झाली. ह्या निर्णयापाठोपाठ महाराष्ट्रात काही ठिकाणी बाबासाहेब आंबडेकर ह्यांच्या पुतळ्याची विटंबना झाली. दलितांमध्ये संतापाची लाट उसळली. ह्या दरम्यानच प्रकाश आंबेडकर ह्यांची खासदारकी संपली. रामदास आठवले ह्यांचे मंत्रिपद संपले, टी. एम्. कांबळे ह्यांची आमदारकी संपली. आर. पी. आय. नेत्यांची सत्तास्थाने संपल्यानंतर त्यांना पुन: एकदा त्यांना ऐक्याची गरज भासू लागली. ६ डिसेंबर १९९५ रोजी चैत्यभूमीवर जमलेल्या दलित जनतेने ऐक्याची मागणी केली. पुन्हा ऐक्याच्या वाटाघाटी सुरू झाल्या. २५ डिसेंबर १९९५ रोजी रिपब्लिकन नेते एकत्र आले आणि ऐक्याची घोषणा केली. ऐक्यवादी रिपब्लिकन पक्षाच्या नेतृत्वासाठी नऊ जणांचे अध्यक्षीय मंडळ नेमण्यात आले. यात रा. सु. गवई, प्रकाश आंबेडकर, रामदास आठवले, नामदेव ढसाळ, राजा ढाले, बी.सी. कांबळे, घन:श्याम तळवटकर, जोगेंद्र कवाडे व टी. एम्. कांबळे ह्यांचा समावेश करण्यात आला. निर्णय घेण्याचे सर्व अधिकार ह्या अध्यक्ष मंडळाकडे देण्यात आले. १९९६ मध्ये होणाऱ्या लोकसभेच्या सार्वत्रिक निवडणूका डोळ्यांपुढे ठेवूनच हे ऐक्य झाले आहे. आजवरच्या ऐक्याचा इतिहास पाहाता ह्या ऐक्याविषयीही दलितांच्या मनात साशंकता दिसून आली. ऐक्य झाल्यानंतर रिपब्लिकन पक्षाने काँग्रेसबरोबर युती केली. त्यामुळे रिपब्लिकन पक्षाचे रामदास आठवले, रा. सु. गवई, जोगेंद्र कवाडे आणि प्रकाश आंबेडकर हे चार खासदास निवडून येऊ शकले. ह्या निवडणुकीत कुठल्याच पक्षाला स्पष्ट बहुमत मिळाले

नव्हते. भारतीय जनता पक्षाने आपल्या घटक पक्षाच्या पाठिंबा घेऊन राष्ट्रीय सरकार स्थापन केले पण ते खूप काळ टिकले नाही. पुन्हा एकदा निवडणूका जाहीर झाल्या. ह्यावेळी काँग्रेसमध्ये विभाजन झाले होते. प्रकाश आंबेडकर, रा. सु. गवई आणि जोगेंद्र कवाडे ह्यांनी सन १९९९ मध्ये झालेल्या सार्वत्रिक निवडणुकांमध्ये सोनिया काँग्रेसला पाठिंबा दिला, तर रामदास आठवले ह्यांनी शरद पवार ह्यांच्या राष्ट्रवादी काँग्रेसबरोबर युती केली. पुन्हा एकदा रिपब्लिकन पक्षात फूट पडली. एकविसाव्या शतकाच्या उंबऱ्यावर हा पक्ष दुफळीने ग्रासलेला आहे.

रिपब्लिकन पक्षाची मर्यादा

१९६० नंतर रिपब्लिकन पक्षातील एक गट सतत सत्तेबरोबर राहिला, तर दुसरा गट सत्ताविरोधी होता. रिपब्लिकन पक्षाची सत्तेसाठी आणि सत्ताधारी पक्षाबरोबर युती राहिल्याने ह्या पक्षाला स्वतंत्र कार्यक्रम राहिला नाही. कार्यकर्ते सत्तेत मशगूल झाले. काही कार्यकर्त्यांनी सत्ताधारी पक्षात प्रवेश केला. सत्तेतील भागीदारी आणि नेत्तृत्वाची महत्त्वकांक्षा ह्यामुळे सतत कार्यकर्त्यांमध्ये असंतोष पसरू लागला. नेतृत्वाची स्पर्धा वाढू लागली. रिपब्लिकन पक्षाचे ऐक्य हे निवडणुका डोळ्यांपुढे ठेवून झाले, त्यामुळे ते फार काळ टिकू शकले नाही. नेतृत्वाची स्पर्धा, सत्तेतील भागीदारी, स्वार्थ आणि अहंकार ह्यामुळे रिपब्लिकन पक्षात सतत गटबाजी झाली.

रिपब्लिकन पक्षाने निवडणुकांच्या राजकारणाला महत्त्व दिले. ह्या पक्षाचे बहुसंख्य नेते हे नवबौद्ध समाजातील होते. त्यामुळे हा पक्ष एका जातीचा पक्ष म्हणून ओळखला गेला. अन्य जाती-उपजातींना इतर राजकीय पक्षांनी आपल्याकडे वळवले. त्यामुळे महारेतर दलित जाती जमाती ह्या रिपब्लिकन पक्षाकडे आकर्षित होऊ शकल्या नाहीत. रिपब्लिकन पक्षाच्या नेत्यांमधील वाद, सत्तास्पर्धा, स्वार्थ आणि गटबाजी ह्यामुळे दलित जनतेचाही ह्या पक्ष नेतृत्वावरील विश्वास कमी होऊ लागला. रिपब्लिकन पक्ष नेत्यांनी आपल्या नेतृत्वापलीकडे जाऊन अन्य दलित जाती-जमातींकडे गंभीरपणे लक्ष दिले नाही.

रिपब्लिकन पक्ष हा सर्वहारांचा पक्ष असल्याने त्याची आर्थिक बाजू भक्कम नव्हती. त्यामुळे निवडणुकीच्या अर्थकारणात ह्या पक्षाची कोंडी झाली. भारतीय निवडणुकांच्या राजकारणात कुठल्याही एका जातीचा उमेदवार आपल्या जातीच्या मतांवरच निवडून येऊ शकत नाही. त्याला अन्य जातींची मते ही मिळावी लागतात. रिपब्लिकन पक्ष हा अल्पसंख्याक जातीचा पक्ष असल्याने त्याला निवडणुकीत हवे असलेले बहुमत प्राप्त करणे शक्य झाले नाही. रिपब्लिकन पक्षाच्या नेत्यांना आपल्या पक्षाची एक जातीय प्रतिमाही बदलता आली नाही. त्यामुळे भारतीय

राजकारणात रिपब्लिकन पक्षाची सतत पिछेहाट झाली.

दलित युवकांच्या चळवळी

स्वातंत्र्योत्तर काळातील दलित युवकांनी अनेक संघटना स्थापन केल्या. अनेक चळवळीत भाग घेतला. ह्यामध्ये दलित युवकांच्या दोन चळवळी बहुचर्चित ठरल्या. पहिली 'दलित साहित्य चळवळ' आणि दुसरी 'दलित पँथर' ही चळवळ. ह्या दोन चळवळी स्वातंत्र्योत्तर काळातील दलित तरुणांच्या मानसिक आंदोलनाची प्रतिके आहेत.

दलित साहित्य चळवळ

'मूकनायक' ते 'महानिर्वाण' हा १९२० ते १९५६ पर्यंतचा काळ डॉ. बाबासाहेब आंबेडकरांच्या लेखणी, वाणी आणि कार्याने भारावला होता. बाबासाहेबांनी अस्पृश्यांची कैफियत गावकुसापासून ते गोलमेज परिषदांपर्यंत मांडली. अस्पृश्यांच्या समान हक्कांसाठी पाण्यापासून ते परमेश्वरापर्यंत संघर्ष केला. बाबासाहेबांच्या कार्यामुळे संपूर्ण दलित समाज प्रभावित झाला. याला दलित लेखक कसा अपवाद राहिल? दलित लेखकांनी बाबासाहेबांच्या विचार-कार्याचा गौरव सुरू केला. याचे मूर्तिमंत उदाहरण म्हणून दलित शाहीरांचा उल्लेख करता येईल. शाहीरांनी आपल्या जलशांच्या माध्यमातून समाजात चळवळीचे चैतन्य निर्माण केले. ह्या काळात जे लेखन झाले आहे, ते प्रबोधनाचा प्रचार करणारे आहे. बाबासाहेबांच्या कार्यकालाला दलित चळवळीच्या इतिहासातील 'प्रबोधन पर्व' म्हणता येईल. ह्या प्रबोधन पर्वातील प्रमुख लेखक म्हणून बंधू माधव, शंकरराव खरात, ना. रा. शेंडे आणि अण्णाभाऊ साठे ह्यांचा उल्लेख करता येईल.

बाबासाहेब आंबेडकरांनी दलित समाजातील मुलांच्या उच्च शिक्षणासाठी १९४६ साली मुंबईत सिद्धार्थ महाविद्यालय आणि १९४९ साली औरंगाबाद येथे मिलिंद महाविद्यालय सुरू केले. ह्या महाविद्यालयांमधून शिक्षण घेणारी दलितांची पहिली पिढी बाबासाहेबांच्या विचाराने भारावलेली होती. ह्या पिढीतला दलित तरुण आपल्या भावना शब्दात मांडण्याचा प्रयत्न करत होता. ह्याचे प्रत्यंतर ह्या काळात प्रकाशित झालेल्या मिलिंद महाविद्यालयातील दलित विद्यार्थ्यांच्या वार्षिकांतील लेखनात दिसून येते.

सुरूवातीच्या काळात दलित लेखकांचे लेखन सवर्ण प्रकाशक-संपादक छापत नव्हते. दलित लेखकांच्या लेखनाची साधी दखलही घेतली जात नव्हती. तरीही दलित लेखक लिहित होते. ह्यातूनच २ मार्च १९५८ रोजी दादर इथल्या

बंगाली हायस्कूलच्या सभागृहात दलित लेखकांचे पहिले साहित्य संमेलन भरले. ह्या संमेलनात ‘दलित साहित्याचे सांस्कृतिक महत्त्व ओळखून दलित साहित्याची योग्य दखल घेतली पाहिजे.’ असा ठरावही पास करण्यात आला.

स्वातंत्र्योत्तर काळातील दलित तरुण शिक्षित झाले. त्यांना संघटना आणि संघर्षाचे महत्त्व पटले. भारतीय स्वातंत्र्य आणि संविधानामुळे आपले प्रश्न सुटतील ही त्यांची आशा फोल ठरली. एकीकडे ज्ञान, विज्ञान आणि कायदा ह्यांमुळे दलित समाजात प्रचंड जागृती होऊ लागली, तर दुसरीकडे दारिद्र्य आणि जाती व्यवस्थेने दलितांना जर्जर केले. शिक्षणाचा प्रचार, चळवळीचा रेटा आणि प्राप्त परिस्थितीविरुद्ध संघर्ष ह्यांमुळे दलित तरुणांनी प्रस्थापित विषम समाज रचनेविरुद्ध असलेली आपल्या मनातील ‘चीड’ आणि ‘संताप’ आपल्या लेखनातून व्यक्त केला. ह्या लेखनालाच ‘दलित साहित्य’ असे संबोधण्यात आले.

बाबासाहेब आंबेडकरांच्या विचार कार्यामुळे दलित समाजाला आपल्या गुलामीची जाणीव झाली. त्यांच्या वेदनेला वाचा मिळाली. कारण ह्या मूक समाजाला बाबासाहेबांच्या रूपात मूक नायक भेटला. दलितांची वेदना एकट्याची नाही किंवा ती एक दिवसाची नाही. ही वेदना हजारोंची आहे, हजारो वर्षापासूनची आहे. त्यामुळे ती व्यक्त होताना समूह स्वरुपात व्यक्त होते. दलित साहित्यातील वेदना ही एकट्या ‘मी’ ची वेदना नाही. ती बहिष्कृत समाजाची वेदना आहे. म्हणून ह्या वेदनेचे स्वरूप सामाजिक बनले आहे.

दलित साहित्यातील ‘नकार’ आणि ‘विद्रोह’ हा दलितांच्या वेदनेतून जन्मला आहे. हा नकार, हा विद्रोह आपल्यावर लादलेल्या अमानवी व्यवस्थेविरुद्ध आहे. ज्या विषम व्यवस्थेने दलितांचे शोषण केले, त्या व्यवस्थेला दिलेला हा नकार आहे. ह्या नकाराचे स्वरूप दुधारी आहे. विषम व्यवस्थेला नकार देत असताना समता, स्वातंत्र्य, न्याय आणि बंधुतेची मागणी करणारा हा विचार आहे. वेदना-नकारानंतरची अटळ अवस्था ही ‘विद्रोहा’ची असते. मी माणूस आहे, मला माणसाचे सर्व हक्क मिळाले पाहिजेत ह्या जाणिवेतून ह्या विद्रोहाचा जन्म झालेला आहे.

दलित लेखक सामाजिक बांधिलकीच्या जबाबदारीने लिहितो. त्याच्या लेखनात कार्यकर्त्यांचा आवेश आणि निष्ठा व्यक्त होते. समाज बदलावा, समाजाला आपले प्रश्न कळावेत ही तळमळ त्यांच्या लेखनात व्यक्त होते. दलित लेखक चळवळ करून लिहिणारा कार्यकर्ता-कलावंत आहे. तो आपल्या साहित्याला चळवळ मानतो. त्याची बांधिलकी ‘समग्र ब्रोकन मेन’ शी आहे.

बाबूराव बागूल ह्यांचा ‘जेव्हा मी जात चोरली’ हा कथासंग्रह, नामदेव

ढसाळ ह्यांचा 'गोलपीठा' हा काव्यसंग्रह, प्र. ई. सोनकांबळे, दया पवार, लक्ष्मण माने आणि लक्ष्मण गायकवाड ह्यांची आत्मचरित्रे, दत्ता भगत आणि प्रेमानंद गज्वी ह्यांची नाटके, रावसाहेब कसबे आणि गंगाधर पानतावणे ह्यांचे वैचारिक लेखन, अण्णाभाऊ साठे ह्यांची 'फकिरा', अशोक व्हटकर ह्यांचे 'मेलेलं पाणी', उत्तम बंडू तुपे ह्यांची 'झुलवा', ना. म. शिंदे ह्यांची 'जातीला जात वैरी' आणि नामदेव कांबळे ह्यांची 'राघववेळ' ह्या कादंबऱ्या म्हणजे दलित साहित्यातील सौंदर्यस्थळे आहेत.

दलित साहित्य चळवळीच्या विकासासाठी दलित लेखकांनी जाणीवपूर्वक प्रयत्न केले. दलित लेखकांनी आपल्या संघटना स्थापन केल्या. दलित साहित्य संसद, दलित साहित्य परिषद, बौद्ध साहित्य परिषद, दलित नाट्य परिषद, फुले-आंबेडकर पंचायत, ग्रामीण, दलित, आदिवासी साहित्य महासभा, पुरोगामी विचार मंच, परिवर्तन साहित्य महामंडळ अशा दलित लेखकांच्या अनेक संस्था आणि संघटना अस्तित्वात आल्या. दलित साहित्य संमेलने, बौद्ध साहित्य संमेलने, अस्मितादर्श साहित्य मेळावे, दलित नाट्य संमेलने, आंबेडकरवादी साहित्य संमेलने भरवून दलितांनी दलित साहित्य चळवळीला गतिमान केले. नियतकालिके, अनियतकालिके, दैनिके, साप्ताहिके, मासिके, विशेषांक, परिसंवाद, व्याख्याने आणि पुस्तक प्रकाशने अशा उपक्रमांमधून दलित साहित्याच्या चळवळीचा विकास झाला.

दलित साहित्याच्या वाटचालीत आणि इतिहासात 'अस्मितादर्श' ह्या त्रैमासिकाचे स्थान अनन्य साधारण असे आहे. डॉ. गंगाधर पानतावणे ह्यांनी अत्यंत डोळसपणे पदरमोड करून हे त्रैमासिक चालविले. प्रतिवर्षी 'अस्मितादर्श लेखक-वाचक मेळावा' आयोजित करून दलित लेखक-वाचकांमध्ये सुसंवाद निर्माण केला आणि दलित साहित्याच्या विकासाला परिवर्तनाची गती दिली. विलास वाघ ह्यांचे 'सुगावा' हे मासिक आणि प्रकाशन दलित साहित्याचे विद्रोही व्यासपीठ म्हणून कार्य केलेले दिसेल.

दलित पँथर

बाबासाहेब आंबेडकरांच्या निधनानंतर दलित चळवळ काही काळ थांबल्यासारखी झाली होती. दलित समाज भांबावला होता. परंतु 'दलित पँथर'च्या उदयामुळे दलित चळवळ पुन्हा गतिमान झाली.

दलित पँथरची स्थापना ९ जुलै १९७२ रोजीची आहे. म्हणजे स्वातंत्र्य मिळून पाव शतक लोटले असताना आणि बाबासाहेबांच्या निधनानंतर दीड दशक उलटले असताना 'दलित पँथर' ची स्थापना झाली आहे. या संबंध काळात

एकीकडे दलितांवर अन्याय, अत्याचार होत होते, तर दुसरीकडे ह्या जुलुमाला वाचा फोडणारी प्रभावी अशी संघटना दलितांकडे नव्हती. शिक्षण, विज्ञान, कायदा, आंबेडकरी विचारधन आणि चळवळ ह्यामुळे दलित तरुणांच्या मनात आत्मसन्मानाची भावना प्रबळपणे वर्धमान होत होती. दलितांना भेडसावणारे प्रश्न सुटत नव्हते. बाबासाहेबांच्या विचारांचा वारसा सांगणारा रिपब्लिकन पक्ष सत्ता, स्वार्थ, तडजोडी आणि गटबाजीने पोखरला होता. 'अस्पृश्येतच्या प्रश्नांवर संघर्ष करण्यासाठी स्वतंत्र संघटना' नव्हती. जाती अंताच्या प्रश्नांवर प्रखरपणे लढणारी संघटना असणे ही काळाची गरज होती.

ह्या काळात महाविद्यालयातून शिक्षण घेणारे दलित तरुण शहराशहरात संघटित झाले होते. प्रत्येक महाविद्यालयात रिपब्लिकन विद्यार्थी संघटना स्थापन झाल्या होत्या. या संघटनांतून दलित विद्यार्थी सामाजिक प्रश्नांवर संघर्ष करत होते. पण ह्या चळवळी खूपच सुट्या आणि तोकड्या होत्या. त्यांचे बळ महाविद्यालयाच्या होस्टेल पुरतेच मर्यादित होते. महाराष्ट्रातील अनेक दलित तरुण शहराशहरातल्या वसतीगृहात केंद्रित झाले होते. ह्या पार्श्वभूमीवर 'दलित पँथर' चा उदय ही अपरिहार्य घटना होती.

शहराशहरात दलित तरुणांच्या स्वतंत्र संघटना होत्या. परंतु राज्यव्यापी संघटन नव्हते. त्यामुळे या संघटनांना दिशा आणि धोरण नव्हते. देशात कुठेही दलितांवर अन्याय झाला की दलित तरुणांच्या संघटना आपल्या प्रतिक्रिया व्यक्त करत होत्या. ह्या प्रतिक्रिया स्थानिक पातळीवरच व्यक्त होत होत्या. त्यांना राज्यव्यापी व्यासपीठ मिळत नव्हते. त्यांचा दबाव पडत नव्हता. ही संघटनात्मक गरज 'दलित पँथर'च्या स्थापनेमुळे पूर्ण झाली.

दलित पँथर म्हणजे दलितांवर होणाऱ्या अन्यायाविरुद्धची जळजळीत प्रतिक्रियाच होती. बाबासाहेब आंबेडकरांवरील असीम श्रद्धा, दलित समाजाविषयीचा अपार जिव्हाळा, सामाजिक विषमतेविरुद्ध पेटून उठलेले संतप्त तरुण ह्यांमुळे 'दलित पँथर' ही संघटना अल्पावधीतच राज्यभर पसरली. गावोगाव पँथरच्या छावण्या निघाल्या. पँथर्सची बेदरकार भाषणे, गर्दी खेचणाऱ्या वादळी सभा, हाणामारी, मोर्चे, पोलीस केसेस ह्यामुळे दलित पँथरची संघटना चर्चित ठरली. बाबासाहेबांच्या निधनानंतर मरगळ आलेल्या समाजाला पँथर ही एक नवी ठिणगी वाटू लागली.

नामदेव ढसाळ, ज. वि. पवार, राजा ढाले, रामदास सोरटे, लतीफ खाटीक, अविनाश महातेकर, अर्जुन डांगळे, प्रल्हाद चेंदवणकर, भाई संगोर, अरूण कांबळे, रामदास आठवले, गंगाधर गाडे, उमाकांत रणधीर, दयानंद मस्के, प्रितमकुमार शेगावकर आणि टी. एम्. कांबळे आदी पँथर नेत्यांनी 'दलित पँथर'ची

चळवळ वाढवली. आपल्या प्रश्नांच्या सोडवणुकीसाठी मोर्चे, घेरावो, निदर्शने, बंद, सभा, मंत्र्याच्या गाडीपुढे आडवे पडणे, विधान सभेत उड्या मारणे, काळा स्वातंत्र्यदिन साजरा करणे, जिथे दलितांवर अन्याय झाला आहे तिथे जाऊन अन्यायखोराला जाब विचारणे ह्यामुळे दलित पँथर ही संघटना दलित तरुणांमध्ये प्रिय झाली. दलित पँथरचे मुखपत्र 'विद्रोह' हे नामदेव ढसाळ व ज. वि. पवार चालवित. ह्यामध्ये दलितांच्या प्रश्नांवरील जळजळीत लेखन प्रकाशित होई.

नामदेव ढसाळ ह्यांनी सुनिल दिघे ह्या नक्षलवादी कार्यकर्त्याच्या सहकार्याने दलित पँथरचा 'जाहीरनामा' तयार केला. ह्या जाहीरनाम्याला राजा ढाले ह्यांनी विरोध केला कारण हा जाहीरनामा कम्युनिस्ट विचारानुवर्ती आहे असे त्यांचे प्रतिपादन होते.

१९७७ च्या सार्वजनिक निवडणुकीत दलित पँथरने कोणाला पाठिंबा द्यायचा ह्यावरून नामदेव ढसाळ आणि राजा ढाले ह्यांच्यात मतभेद झाले. आणि ह्या वादातूनच राजा ढाले ह्यांनी 'दलित पँथर' ही संघटना बरखास्त केली आणि नव्या 'मास मूव्हमेंट' नावाच्या संघटनेची स्थापना केली. ह्यामुळे दलित पँथरचे विभाजन झाले. दलित पँथर (नामदेव ढसाळ) आणि मास मूव्हमेंट (राजा ढाले) असे दोन गट पडले. दलित पँथर बरखास्त झाल्यामुळे अनेक कार्यकर्ते हवालदिल झाले.

दलित पँथरच्या बरखास्तीनंतर अरुण कांबळे, भाई संगारे, रामदास आठवले, उमाकांत रणधीर, एसेम प्रधान, प्रितमकुमार शेगावकर, वामन निंबाळकर, दयानंद मस्के आणि टी. एम्. कांबळे ह्यासारख्या पँथर नेत्यांनी पँथरच्या बरखास्तीला आक्षेप घेतला आणि ह्यापुढे दलित पँथरची संघटना आम्ही चालवू अशी भूमिका जाहीर केली. दलित पँथरचे जाळे देशभर पसरले होते. त्यामुळे 'दलित पँथर' चे पुनर्जीवन करून 'भारतीय दलित पँथर' असे नव्या संघटनेचे नामकरण केले. ह्या संघटनेचे अध्यक्ष म्हणून अरूण कांबळे ह्यांची निवड करण्यात आली.

नामांतराची चळवळ

डॉ. बाबासाहेब आंबेडकरांनी मराठवाडा ही आपली कर्मभूमी मानली. मराठवाड्यासारख्या मागासलेल्या प्रदेशात उच्च शिक्षणाची अधिक निकड आहे हे जाणून त्यांनी औरंगाबाद येथे 'मिलिंद महाविद्यालयाची' स्थापना केली. ह्या कार्यामुळे मराठवाड्यातील शैक्षणिक चळवळीचे ते प्रणेते ठरले. मराठवाड्याच्या भूमीवर बाबासाहेबांनी केलेल्या कार्याचे उचित स्मारक असावे म्हणून मराठवाडा विद्यापीठाला 'डॉ. बाबासाहेब आंबेडकर' ह्यांचे नाव द्यावे अशी मागणी पुढे आली. ही मागणी

पुढे रेटण्यामध्ये औरंगाबादमधील दलित पँथर्सचा सहभाग मोठा होता. पँथरच्या मागणीचे मराठवाड्यातील जनतेने स्वागत केले. नामांतराच्या मागणीसाठी दलित पँथरने मराठवाड्यातील विविध क्षेत्रातील मान्यवरांच्या सह्यांची मोहिम सुरू केली. दिवसेंदिवस नामांतराची चळवळ अधिक व्यापक होत गेली. दलित पँथरने आपल्या मागणीसाठी गंगाधार गाडे ह्यांच्या नेतृत्वाखाली विद्यापीठावर मोर्चा नेला. दलित पँथरच्या मागणीची दखल घेऊन मराठवाडा विद्यापीठ कार्यकारणीने मराठवाडा विद्यापीठाचे नामांतर 'डॉ. बाबासाहेब आंबेडकर विद्यापीठ' असे करावे अशा आशयाचा ठराव पास केला. नामांतरवाद्यांचा हा पहिला विजय होता. नामांतराच्या मागणीसाठी विद्यार्थी नागरिक नामांतर कृती समितीतर्फे २४ सप्टेंबर १९७७ रोजी प्रचंड मोठा मोर्चा काढून औरंगाबादच्या उपायुक्तांना निवेदन देण्यात आले. कॉ. चंद्रगुप्त चौधरी, डी. एल्. हिवराळे, सुभाष लोमटे, प्रा. बापूराव जगताप आणि प्राचार्य मोहगावकर ह्यांनी ह्या मोर्च्याचे नेतृत्व केले. ह्या मोर्च्यात म. भि. चिटणीस, प्राचार्य राजाराम राठोड, ॲड. नानासाहेब शिंदे आदी प्रतिष्ठित मंडळी हजर होती. पँथरबरोबर इतर राजकीय व बिगर राजकीय पक्षही सामील झाले. त्यामुळे नामांतराच्या मागणीला जोर चढला. त्याचबरोबर नामांतरविरोधी भावनाही भडकू लागल्या. गोविंदभाई श्रॉफ, अनंतराव भालेराव आणि नरहर कुरूंदकर आदी प्रतिष्ठीत मंडळींनी नामांतर विरोधकाची भूमिका घेतली. त्यामुळे महाराष्ट्र शासनही कोंडीत सापडले. नामांतराच्या मागणीसाठी दलित पँथरने १५ ऑगस्ट १९७७ रोजी मंत्रालयावर मोर्चा नेला. महाराष्ट्रातून अनेक कार्यकर्ते या मोर्च्यात सहभागी झाले होते. आझाद मैदानावर मोर्चा अडविण्यात आला आणि मोर्चेकऱ्यांवर पोलीसांनी लाठी हल्ला केला.

नामांतर लढ्याचा परिपाक म्हणून २७ जुलै १९७८ रोजी महाराष्ट्र राज्य विधिमंडळाच्या अधिवेशनाच्या शेवटच्या दिवशी दोन्ही सभागृहात बहुमताने नामांतराचा ठराव संमत केला आणि मराठवाड्यात दलित विरोधी दंगली सुरू झाल्या. ह्या दंगलीत गोरगरीबांची घरे उद्ध्वस्त झाली. संपूर्ण जनजीवन विस्कळीत झाले. जनार्दन मोवाडे, पोचीराम कांबळे असे कार्यकर्ते मारले गेले.

मराठवाडा विद्यापीठाला डॉ. बाबासाहेब आंबेकरांचे नाव द्यावे म्हणून भारतीय दलित पँथरने प्रदीर्घ लढा दिला. १९७६ ते १९९४ ह्या काळात भारतीय दलित पँथरने आपली मागणी लोकांपुढे मांडली. नामांतर लढ्यामुळे दलित चळवळीला नवे परिमाण मिळाले. नामांतराचा लढा हा दलितांच्या अस्मितेचा प्रतिक होता. या लढ्यामध्ये इतर जाती जमातींचा सहभाग होता. आदिवासी, भटके, विमुक्त नामांतराच्या प्रश्नावर रस्त्यात आले. नामांतराच्या लढ्यात दलितेवर समतावाद्यांचा सहभाग

होता. नामांतरासाठी १९७७ साली पँथरने मुंबईला काढलेला मोर्चा, १९७८ मध्ये दिल्लीमध्ये काढलेला मोर्चा आणि १९७९ मध्ये औरंगाबादला नामांतरासाठी केलेला सत्याग्रह ह्या तीन घटना पँथर चळवळीच्या इतिहासात महत्त्वाच्या आहेत.

नामांतर चळवळीमुळे दलितांमध्ये मोठ्या प्रमाणात भावनिक ऐक्य निर्माण झाले. समतावादी चळवळ उभी राहिली. सर्वसामान्य माणूस मोठ्या संख्येने आंदोलनात उतरला. अनेक माणसे तुरुंगात गेली. नामांतराचा प्रश्न हा पँथर चळवळीचा प्राणबिंदू ठरला. नामांतराचा लढा जसा संघर्षाचा होता, तसा तो समाज प्रबोधनाचाही होता.

मराठवाडा विद्यापीठाला डॉ. बाबासाहेब आंबेडकरांचे नाव द्यावे म्हणून समतावादी चळवळी सत्याग्रह करत होत्या कारण बाबासाहेब आंबेडकर हे घटनेचे शिल्पकार आहेत, त्यांनी मराठवाड्यात शिक्षणाचे बीज रोवले म्हणून ह्या विद्यापीठाला बाबासाहेब आंबेडकरांचे नाव द्यावे अशी ही मागणी होती, तर नामांतर विरोधकांनी नामांतराला विरोध केला. मराठवाडा ही आमची अस्मिता आहे. त्यामुळे मराठवाडा विद्यापीठाचे नामांतर करू नये अशी भूमिका नामांतर विरोधी संघटनांनी घेतली. सवर्णांनी केलेल्या अन्याय-अत्याचारापुढे नमून न जाता दलितांनी आपली मागणी सतत पुढे रेटली. नामांतरासाठी दलित तरुणांनी आत्मदहन केले. नांदेडच्या गौतम वाघमारे ह्या पँथर कार्यकर्त्याच्या आत्मदहनाने नामांतराचा प्रश्न चिघळला. अखेर १४ जानेवारी १९९४ रोजी महाराष्ट्र शासनाने मराठवाडा विद्यापीठाचा 'डॉ. बाबासाहेब आंबेडकर मराठवाडा विद्यापीठ' असा नाम विस्तार केला.

मास मुव्हमेंट

राजा ढाले ह्यांनी दलित पँथर बरखास्त करून नवी 'मास मूव्हमेंट' ही संघटना स्थापन केली. दलित पँथरमधील राजा ढाले ह्याचे नेतृत्त्व मानणारे कार्यकर्ते ह्या संघटनेत दाखल झाले. राजा ढाले, ज. वि. पवार ह्यांनी 'मास मूव्हमेंट' ही संघटना चालवली. ह्या संघटनेचे प्रभावक्षेत्र मुंबई आणि नाशिक ह्या भागापुरते सिमीत होते. राजकारणापेक्षा सामाजिक प्रश्न महत्त्वाचे मानून ह्या संघटनेने आपले कार्य आरंभिले. दलित पँथरपेक्षाही जहाल स्वरुप धारण करण्याचा मर्यादित प्रयत्न ह्या संघटनेने केला. भारतीय दलित पँथर ही संघटना व्यापक सामाजिक-राजकीय पायावर उभी होती. पँथरकडे अहोरात्र राबणाऱ्या कार्यकर्त्यांची फौज होती. भारतीय दलित पँथर ही संघटना दलित तरूणांमध्ये लोकप्रिय झाली. परिणामी 'मास मूव्हमेंट' संघटना काही मर्यादित क्षेत्रातच आपला प्रभाव टिकवू शकली. दलित पँथर (नामदेव ढसाळ), मास मूव्हमेंट (राजा ढाले), भारतीय दलित पँथर (रामदास

आठवले) आणि दलित मुक्ती सेना (प्रा. जोगेंद्र कवाडे) अशा दलित तरुणांच्या संघटना काम करु लागल्या.

दलित मुक्ती सेना

प्रा. जोगेंद्र कवाडे ह्यांनी 'दलित मुक्ती सेना' ह्या दलित युवकांच्या जहाल संघटनेची स्थापना केली. प्रा. कवाडे ह्यांच्या आक्रमक आणि विद्रोही भाषणांमुळे दलित युवक 'दलित मुक्ती सेनेत' सहभागी होऊ लागले. प्रा. कवाडे ह्यांनी नामांतराचा लढा उग्रपणे लढवला. त्यांनी नागपूर ते औरंगाबाद असा 'लाँग मार्च' काढला. ह्या लाँग मार्च मध्ये हजारो तरूण सहभागी झाले. संपूर्ण महाराष्ट्रातून ठिकठिकाणी लाँग मार्च निघाले. ह्या लाँग मार्च मध्ये अनेक पुरोगामी संघटनांचा आणि कार्यकर्त्यांचा सहभाग होता. ठिकठिकाणी लाँग मार्च अडवून अनेक कार्यकर्त्यांना अटक करण्यात आली. प्रा. कवाडे ह्यांच्या आक्रमक पवित्र्यामुळे त्यांच्यावर ठिकठिकाणी जिल्हा बंदीचे आदेश लागू केले गेले. प्रा. कवाडे ह्यांनी दलित - मुस्लिमांचे ऐक्य घडवून आणण्यासाठी २५ जानेवारी १९९४ रोजी 'दलित मुस्लिम अल्पसंख्यांक सुरक्षा महासंघा'ची स्थापना केली.

मंडल आयोगाचा लढा

प्रसिद्ध गांधीवादी काकासाहेब कालेलकर ह्यांच्या अध्यक्षतेखाली १९५३ मध्ये पहिल्या मागासवर्ग आयोगाची स्थापना करण्यात आली होती. कालेलकर आयोगाने देशातील २३९९ जातींना इतर मागासवर्ग म्हणून ठरविण्याची शिफारस केली पण ह्या आयोगाच्या शिफारशींची अंमलबजावणी झाली नाही. १९७७ च्या सार्वत्रिक निवडणुकींच्या वेळी जनता पक्षाने आपल्या जाहीरनाम्यात कालेलकर आयोगाच्या शिफारशींची अंमलबजावणी करण्याचे आश्वासन दिले होते. केंद्र आणि अनेक राज्यात जनता पक्षाची सरकारे अस्तित्त्वात आली. बिहारात कर्पुरी ठाकूर सत्तेवर येताच त्यांनी इतर मागासवर्गीयांसाठी २६ टक्के राखीव जागांची शिफारस केली आणि बिहारात राखीव जागांविरुद्ध तीव्र आंदोलन पेटले. राखीव जागांच्या अंमलबजावणीच्या प्रश्नांवर जनता पक्षात तीव्र मतभेद निर्माण झाले. ह्या प्रश्नांवर पडदा पाडण्यासाठी तत्कालिन पंतप्रधान मोरारजी देसाई ह्यांनी १९७८ मध्ये दुसऱ्या मागासवर्ग आयोगाची स्थापना केली. या आयोगाचे अध्यक्षपद न्यायमूर्ती बी. पी. मंडल यांच्याकडे देण्यात आले.

मंडल आयोगाने भारतातील एकूण ३७४३ जातींना इतर मागास जाती म्हणून घोषित केले. ह्यांमध्ये महाराष्ट्रातील २७२ जातींचा समावेश केलेला आहे.

१९८७ मध्ये मंडल आयोगाचा अहवाल येताच गुजरात आणि बिहारमध्ये राखीव जागांविरोधी आंदोलन पेटले. दलित आणि पुरोगामी संघटनांनी मंडल आयोगाची अंमलबजावणी करावी म्हणून लढा सुरू केला. ह्या लढ्यात दलित चळवळ शिरोभागी राहिली आहे, हे लक्षात घेतले पाहिजे.

१३ ऑगस्ट १९९० रोजी तात्कालिन पंतप्रधान विश्वनाथ प्रताप सिंग ह्यांनी मंडल आयोग लागू करण्याची घोषणा केली आणि देशभर राखीव जागांविरोधी आंदोलन पेटले. अनेक सवर्ण विद्यार्थ्यांनी आत्मदहन केले. केंद्रामध्ये जनता दल व भाजपाच्या युतीचे शासन होते. भाजपा अध्यक्ष लालकृष्ण अडवाणी ह्यांनी मंडल आयोगाचा लढा ऐरणीवर आला असताना रामजन्मभूमीसाठी रथयात्रा काढली. संपूर्ण देशातून ही रथयात्रा जात होती. शेवटी ही रथयात्रा अयोध्या येथे विसर्जित होणार होती. परंतु बिहारमध्येच त्यावेळचे मुख्यमंत्री लालूप्रसाद यादव ह्यांनी ही रथयात्रा अडविली. बिहारमध्ये जनता दलाचे सरकार होते. ह्या कारणावरून भाजपाने जनता दलाचा पाठिंबा काढून घेतला, त्यामुळे मंडल आयोगाची अंमलबजावणी होऊ शकली नाही. विश्वनाथ प्रताप सिंग ह्यांचे सरकार कोसळल्यानंतर काँग्रेसच्या मदतीने चंद्रशेखर ह्यांनी आपले सरकार बनवले. चंद्रशेखर ह्यांचे सरकार अल्पकाळच सत्तेवर होते.

१९९१ च्या सार्वत्रिक निवडणुकीत प्रचाराच्या जाहीरसभेत राजीव गांधी ह्यांची हत्या झाली. ह्यामुळे सार्वत्रिक निवडणुकीत काँग्रेसला लोकांची सहानुभूती मिळाली आणि काँग्रेस पक्ष बहुमताने सत्तेवर आला. पंतप्रधान पी. व्ही. नरसिंहराव ह्यांनी मंडल आयोगाची अंमल बजावणी केली. केंद्र सरकारापाठोपाठ राज्य सरकारांनीही आपापल्या राज्यात मंडल आयोग लागू केला.

रिडल्स प्रकरण

महाराष्ट्र शासनानने १९७६ मध्ये शिक्षणमंत्री सदानंद वर्दे ह्यांच्या अध्यक्षतेखाली डॉ. बाबासाहेब आंबेडकरांचे समग्र लेखन आणि भाषणे प्रकाशित करण्यासाठी २४ सदस्यांची सल्लागार समिती नेमली. त्यात आंबेडकरांचे राजकीय अनुयायी, संशोधक आणि प्रसिद्ध लेखक ह्यांचा समावेश करण्यात आला होता. सल्लागार समितीबरोबर संपादक मंडळही नियुक्त करण्यात आले होते.

१४ एप्रिल १९८७ रोजी डॉ. बाबासाहेब आंबेडकरांच्या अप्रकाशित साहित्याचा समावेश असलेला चौथा खंड प्रकाशित झाला. ह्या ग्रंथाच्या परिशिष्टात 'द रिडल्स ऑफ राम अँड कृष्ण' प्रकरण समाविष्ट केलेले होते. ह्या प्रकरणावरुन वादंग सुरु झाले. दै. 'लोकसत्ते'चे संपादक माधव गडकरी ह्यांनी ३ नोव्हेंबर

१९८७ च्या अंकात 'चौफेर' ह्या सदराखाली लेख लिहून 'रिडल्स प्रकरणावर' टीका केली. आणि महाराष्ट्रभर 'रिडल्स' च्या निमित्ताने वातावरण तापले. अमरावतीच्या मंडळींनी उच्च न्यायालयाच्या नागपूर खंड पीठाकडे रिट अर्ज दाखल केला होता. अमरावतीच्या मराठा महासंघाने 'रिडल्स'ची प्रतही जाळली. विधानसभेत शिक्षणमंत्र्यांनी सदर परिशिष्ट वगळल्याचा निर्णय १६ नोव्हेंबर १९८७ रोजी जाहीर केला आणि संपादन समितीतील प्रा. अरुण कांबळे, भालचद्र फडके ह्यांनी आपल्या पदाचे राजीनामे शासनाकडे सादर केले. सदानंद वर्दे आणि नानासाहेब गोरे ह्यांनी शासनाचा निषेध केला. विचार स्वातंत्र्यासाठी लढणाऱ्या डॉ. बाबासाहेब आंबेडकरांच्या लेखनाला वगळण्याचा निर्णय संतापजनक होता, त्यामुळे दलित चळवळीने आंदोलन छेडले. 'लेखकाचे विचार स्वातंत्र्य अबाधित राहिले पाहिजे' असा आग्रह लोकशाहीवादी प्रवृत्तींनी धरला. अनेक दलित संघटना एकत्र येऊन 'विचार स्वातंत्र्याच्या' पुरस्कारासाठी मुंबईत प्रचंड मोर्चा काढला. दै. केसरीने दलितांची बाजू घेतली. डॉ. बाबासाहेब आंबेडकरांच्या बाजूने परिवर्तनवादी प्रक्षुब्ध जनमानस उभे राहिले. शेवटी समेट होऊन बाबासाहेब आंबेडकरांचे लेखन जसेच्या तसे लोकांना विचार करण्यासाठी उपलब्ध झाले. हा परिवर्तनवादी चळवळीचा विजय होता.

महात्मा फुले ह्यांची बदनामी

'रिडल्स' वादानंतर म. फुले ह्यांच्याविरोधी प्रकाशित झालेल्या लेखनाने पुन्हा एकदा महाराष्ट्रात वादळ उठले. ग. वा. बेहरे संपादित पुण्याच्या 'साप्ताहिक सोबत' च्या ११ डिसेंबर १९८८ च्या अंकात बाळ गांगल ह्यांनी लेख लिहून म. फुल्यांची बदनामी केली. म. फुले ह्यांनी बहुजन, दलित, शेतकरी समाजाला सामाजिक क्रांतीचे नवे हत्यार दिले. अस्पृश्य आणि स्त्रियांच्या उद्धाराकरिता जनप्रवाहाविरूद्ध जावून त्यांनी समाजकार्य केले. फुले - आंबेडकरांचा विचार हा महाराष्ट्राच्या समाज सुधारणेच्या इतिहासातील धगधगते पर्व आहे. बाळ गांगल ह्यांनी 'हा कसला महात्मा? ही तर फुले नावाची दुर्गंधी!' अशा नावाचा लेख लिहून फुल्यांची निंदा केली. हे लेखन अशास्त्रीयरित्या आणि द्वेषमूलक वृत्तीने केलेले होते. त्यामुळे संपूर्ण महाराष्ट्रात संतापाची लाट उसळली आणि म. फुल्यांची बदनामी करणाऱ्या लेखनावर प्रचंड टीका झाली. हरि नरके, रमेश ढावरे आदि लेखकांनी ह्या संदर्भात संशोधन करुन मौलिक ग्रंथ प्रकाशित केले. रिडल्सच्या वादानंतर फुले ह्यांचा वाद हा दुसरा टप्पा होता. ह्यावेळीही दलित चळवळींनी फुल्यांच्या विचारांचे प्रचंड स्वागत केले. महाराष्ट्रात सामाजिक, सांस्कृतिक, राजकीय आणि शैक्षणिक क्षेत्रात होणाऱ्या परिवर्तनाबाबत अजूनही एक मनोवृत्ती तीव्र असमाधानी आहे हे

उघड झाले.

स्वातंत्र्योत्तर काळतील शेवटच्या दशकाची सुरूवात ही बाबासाहेब आंबेडकर जन्मशताब्दि आणि म. फुले स्मृती शताब्दि वर्षाने झाली. ह्या निमित्ताने दलित संघटनांनी अनेक उपक्रम व कार्यक्रम राबविले. ह्याच काळात खूप काळ रेंगाळत असलेला नामांतराचा प्रश्न सुटला. ३ ऑक्टोबर १९५७ अर्थात 'रिपब्लिकन पार्टी ऑफ इंडिया' ह्या पक्ष स्थापनेपासून १४ जानेवारी ९९९४ पर्यंत अर्थात 'मराठवाडा विद्यापीठाला डॉ. बाबासाहेब आंबेडकर' हे नाव जोडे पर्यन्तचा काळ हा दलित संघटनांच्या पाया भरणीचा काळ आहे. ह्या काळात दलित नेतृत्व आणि दलित संघटना ह्यांचा कस लागला आहे.

कांशीराम ह्यांच्या संघटना

सन १९७७ पासून कांशीराम ह्यांनी महाराष्ट्रातील दलित चळवळीचे नेतृत्व करण्याचे प्रयत्न केले. कांशीराम महाराष्ट्रात शासकीय सेवेत असताना त्यांनी फुले, आंबेडकर आणि शाहू महाराजांचा विचारांचा अभ्यास केला. त्यांनी महाराष्ट्रात आपले कार्य सुरु केले पण त्यांना महाराष्ट्रात म्हणावा तसा प्रतिसाद मिळाला नाही. त्यांनी आपल्या मूळ उत्तर प्रदेशात दलितांची चळवळ सुरु केली. कांशीरामने 'बहुजन समाज पार्टीची' स्थापना करुन सर्व दलितांना संघटित केले. जातीवादी मनुवादी प्रवृत्तींवर जोरदार हल्ला चढवला. उत्तर प्रदेशातील दलित जनता संघटित झाली आणि कांशीरामचे नेतृत्व देश पातळीवर चर्चित झाले.

कांशीरामनी 'बामसेफ' ही शासकीय कर्मचाऱ्यांची दलित सामाजिक संघटना स्थापन केली. 'डी. एस्. फोर' ही दलित सामाजिक संघटना स्थापून त्यांनी दलित पँथरला पर्याय देण्याचा प्रयत्न केला 'सा. बहुजन नायक' ह्य पत्रातून त्यांनी आपल्या संघटनेच्या ध्येय धोरणाचा प्रचार अवलंबिला. कांशीराम ह्यांना विदर्भातून फार मोठा अनुयायी वर्ग मिळाला.

'समाजवादी पार्टी' आणि 'बहुजन समाज पार्टी' यांच्या युतीला १९९६च्या विधानसभा निवडणुकीत बहुमत मिळाले. त्यामुळे कांशीरामची लोकप्रियता वाढली. दलित मुस्लिम जनता कांशीरामच्या नेतृत्वाकडे आशेने पाहू लागली. सपा-बसपा युतीचे शासन उत्तर प्रदेशावर राज्य करु लागले. परंतु मुलायमसिंग आणि कांशीराम ह्यांच्यात सत्तेवरुन वाद विकोपाला गेला आणि कांशीरामने मुलायमसिंग यांचा पाठिंबा काढून घेतला. त्यामुळे सपा-बसपा युतीचे सरकार कोसळले. ह्यानंतर बसपाने भाजपाच्या पाठिंब्यावर सरकार बनवले. मायावती ह्या मुख्यमंत्री बनल्या. 'बसपा' आणि 'भाजपा' ह्यांची युती ही वैचारिकदृष्ट्या अस्वाभाविक होती. त्यामुळे

मायावतीचे सरकार केवळ साडेचार महिन्यातच कोसळले. भारतीय जनता पक्षाबरोबर बहुजन समाज पार्टीने युती केल्यामुळे कांशीराम आणि मायावती ह्यांच्या राजकीय संधिसाधूपणाविषयी दलित संघटना आणि विचारवंत ह्यामध्ये संशयाचे आणि असमाधानाचे वातावरण निर्माण झाले. महाराष्ट्रातील दलित नेतृत्वाचा प्रभाव नष्ट होत असताना महाराष्ट्रातील दलित जनतेला कांशीरामचे नेतृत्व हे आशेचे किरण वाटत होते. पण त्यांनी भाजपाशी केलेल्या समझोत्यामुळे कांशीराम आणि त्यांच्या पक्षाविषयी दलित समाजात असलेली सहानुभूती आणि विश्वास ह्यात घट झाली. उत्तर भारतात कांशीराम ह्यांच्या नेतृत्वाबरोबरच रामविलास पासवान ह्यांचेही नेतृत्व दलितांना लाभले आहे. पासवान ह्यांनी 'दलित सेना' ही संघटना स्थापन केली असून ह्या संघटनेच्या महाराष्ट्रातही काही ठिकाणी शाखा आहेत. महाराष्ट्र वगळता दक्षिण भारतातून राष्ट्रीय पातळीवर दलित नेतृत्व उभे राहिले नाही हे लक्षात घेतले पाहिजे.

महारेतर समाजाच्या संघटना

सर्व अस्पृश्य जातींमध्ये ऐक्य नाही इतकेच नाही तर ह्या जातींमध्ये जातीयता आढळते. जाती-उपजातीमध्ये हेवा, मत्सर आणि स्पर्धा वाढीला लागलेली दिसते. महार किंवा नवबौद्ध समाज शिक्षित आहे, संघटित आहे, तो संघर्ष करतो आहे. त्यामुळे तो सर्व अस्पृश्य जातीमध्ये आघाडीवरचा समाज आहे. बाबासाहेब आंबेडकर ह्यांच्या चळवळीमुळे आणि धर्मान्तरामुळे अन्य अस्पृश्य जातीपेक्षा नव बौद्ध समाजाची अधिक जागृति झाली आहे. त्यामुळे शासकीय आणि राजकीय सोयी सवलती ह्या समाजालाच मिळाल्या. सर्वच क्षेत्रात नवबौद्ध समाज आघाडीवर आहे, तर नव बौद्धांशिवाय जो अस्पृश्य समाज आहे, तो नवबौद्ध समाजापासून दूर जात आहे. त्याने धर्मान्तर केले नाही. त्याने नवबौद्धांचे नेतृत्व स्वीकारले नाही. ह्याउलट महारेतर अस्पृश्य जाती स्वत:चे स्वतंत्र संघटन बांधत आहेत. मातंग समाजाने अण्णाभाऊ साठे आणि लहूजी वस्ताद ह्यांना आपले दैवत मानून स्वसमाजाच्या संघटना स्थापन केल्या. ढोर समाजाने वीरशैव कक्कय्या ह्या आपल्या पुराण पुरुषाचे पुनरूज्जीवन केले आहे आणि वीरशैव कक्कयाच्या नावाने संघटना स्थापन होत आहेत. चर्मकार समाजाच्या संत रोहिदास ह्यांच्या नावे संघटना स्थापन होत आहेत. चर्मकार व ढोर समाजाने जगजीवन राम, सुशिलकुमार शिंदे आणि कांशीराम ह्यांचे नेतृत्व मान्य केले आहे, तर मातंग समाजाने संदीपान थोरात, लक्ष्मणराव ढोबळे, विठ्ठल साठे आदी राजकीय नेत्यांना आपले मानले आहे. काँग्रेस, भाजपा, शिवसेनेसारख्या पक्षांनी आपली उमेदवारी देताना जाणीवपूर्वक महारेतरांना जवळ

केल्याचे चित्र दिसते. असे असले तरी फुले-आंबेडकरी चळवळीत अनेक महारेतर कार्यकर्ते निष्ठेने राबतानाही दिसतात.

दलित महिलांची चळवळ

विषम व्यवस्थेने दलितांना गुलाम बनविले आहे. दलित स्त्री ही गुलामांची गुलाम आहे. जेव्हा जेव्हा दलितांवर अन्याय-अत्याचार होतात, तेव्हा तेव्हा दलितांच्या साधन संपत्तीबरोबरच दलित स्त्रियांवरही हल्ला होतो. दलित स्त्री मुक्तीची चळवळ फुले आंबेडकरांच्या विचार कार्यापासून सुरू होते.

स्वातंत्र्योत्तर काळतील दलित संघटनांमध्ये दलित स्त्रियांचा सहभाग वाढत आहे. परंतु दलित महिलांची स्वतंत्र अशी संघटना प्रभावीपणे कार्य करताना दिसत नाही. दलित स्त्रियांच्या न्याय प्रश्नांसाठी दलित संघटना संघर्ष करताना दिसतात. रिपब्लिकन पक्ष, दलित पँथर अशा संघटनामधून दलित महिला कार्यकर्त्या कार्य करत आहेत. ह्या संदर्भात शांताबाई दाणी ह्यांचे रिपब्लिकन पक्षातील कार्य खूप मोलाचे आहे.

दलित लेखिकांनी दलित चळवळीसाठी लेखन केले आहे. दलित लेखिकांच्या लेखनाने दलित साहित्य समृद्ध झाले आहे. सुगंधा शेंडे, कुमुद पावडे, ज्योती लांजेवार, बेबी कांबळे, शांताबाई कांबळे, उर्मिला पवार, मिनाक्षी मून, सुरेखा भगत, प्रतिभा गेडाम, प्रज्ञा लोखंडे ह्यांच्याबरोबर रुपा कुलकर्णी ह्यांचे कार्य आणि लेखन दलित स्त्री चळवळीसाठी महत्त्वाचे ठरते.

भटक्या-विमुक्तांची चळवळ

महाराष्ट्रात एकूण ४२ भटक्या-विमुक्त जमाती आहेत. त्यापैकी २८ भटक्या आणि १४ विमुक्त आहेत. या ४२ जमातींच्या पोट जातींची संख्या सुमारे दोनशे पर्यंत जाते. संस्कृती-रुढी परंपरा, भाषा, व्यवसाय आणि प्रादेशिक कारणाने ह्या जमातींमध्ये सारखेपणा नाही. प्रत्येक जमातीची भाषा, वहिवाट आणि चालीरीती यात भिन्नता आढळते.

इंग्रजी राजवटीमध्ये भटक्या विमुक्त जमातींच्या स्वैर जीवनावर अनेक बंधने लादण्यात आली. ह्या जमाती सतत भटकणाऱ्या, चोऱ्या करणाऱ्या असल्याने सामान्य लोकांमध्ये संशय आणि भीतीचे वातावरण असे. ब्रिटीशांनी १८७१ साली कायदा करुन चोरी करुन उपजीविका करणाऱ्या लोकांच्या जमातींना 'गुन्हेगार जमाती' असे संबोधले. त्यामुळे ह्या जमातीतील माणसांना जन्मताच गुन्हेगार समजण्यात येऊ लागले. गुन्हेगार जमातींच्या भटकण्यावर बंधने लादून त्यांना एका

ठिकाणी बंदिस्त तारेच्या कुंपणात डांबण्यात आले. अशा तुरूंगांना 'सेटलमेंट' म्हणून ओळखले जाई. वेगवेगळ्या राज्यात असे ५२ सेटलमेंट्स होते. इंग्रजांनी ह्या जमातींना एकत्र डांबून त्यांचे पुनर्वसन करण्याचा प्रयत्न केला. भारत स्वतंत्र झाल्यानंतर डॉ. बाबासाहेब आंबेडकर हे कायदा मंत्री असताना १९५२ साली ब्रिटीशांनी केलेले कायदे रद्द करुन गुन्हेगार जमातींना 'विमुक्त' करण्यात आले.

जगण्यासाठी भीक मागणे, चोरी करणे, रस्तोरस्ती जादूचे, कसरतीचे प्रयोग करणे, साप, माकड, बैल व पोपट ह्या प्राण्यांचा खेळ करुन उदरनिर्वाह चालविणे, भविष्य सांगणे, नाडी परीक्षा करणे, औषधी वनस्पती विकणे, सुया, पिना, बिब्बे, काळ्या मण्या, पोत, उखळ, पाटा, खलबत्ता, सूप, दूरडी, टोपली अशा वस्तू विकून उपजीविका करणे असा जीवनक्रम करून ह्या जमाती जगतात. ह्या जमाती भीक मागणाऱ्या, वेळ प्रसंगी चोरी करणाऱ्या आणि भटकणाऱ्या असतात असा लोकसमज असल्याने ह्या पूर्वग्रहदूषित भावनेमुळे भटक्या विमुक्त जमातींच्या लोकांना गावात काम मिळत नाही. लोक त्यांच्याकडे संशयाने पाहातात. ह्यामुळे ह्या जमातींचे जीवन सतत वाटणारी पोलिसांची भीती, गावकऱ्यांची संशयीवृत्ती आणिं अस्थिरता ह्यांनी ग्रासलेले दिसते.

वसंतराव नाईक हे महाराष्ट्राचे दहा वर्षे मुख्यमंत्री होते. त्यामुळे 'बंजारा' जमातींमध्ये खूप सुधारणा झाल्या. पुढे सुधाकरराव नाईक हेही महाराष्ट्राचे मुख्यमंत्री झाले. त्यामुळे 'बंजारा' जमातींच्या सुधारणांना वेग आला. स्वातंत्र्योत्तर काळात भटक्या विमुक्त समाजाच्या संघटना अस्तित्वात आल्या. ह्या संघटना आपापल्या जमातीच्या नेत्या - कार्यकर्त्यांनी स्थापन केलेल्या होत्या. ह्या संघटनांची कामे आपापल्या जमातीपुरतीच मर्यादित होती. बाळकृष्ण रेणके, आसाराम जाधव, मोतीराज राठोड, लक्ष्मण गायकवाड, मूलचंद भाट, व्यंकप्पा जाधव, दौलतराव भोसले, ना. वा. माने आदी कार्यकर्ते आपल्या संघटना चालवत होते. ह्या सर्वांना 'आपली एकच संघटना असावी' असे वाटत होते. त्यांच्यात चर्चा होत परंतु अशी संघटना उदयास येत नव्हती.

दलित साहित्य आणि दलित पँथर ह्या चळवळीमुळे दलितांमध्ये चैतन्य निर्माण झाले होते. दलित साहित्य बहुचर्चित ठरले होते. दलित लेखकांची आत्मचरित्रे प्रकाशित होऊ लागली. त्यांची वादळी चर्चा होऊ लागली. ह्या काळातच लक्ष्मण माने ह्यांचे 'उपरा' हे आत्मचरित्र प्रकाशित झाले आणि ह्या पुस्तकाला साहित्य अकादमीचा पुरस्कार मिळाला. लक्ष्मण माने ह्यांना फोर्ड फौंडेशनची शिष्यवृत्ती मिळाली. ह्यामुळे त्यांना खूप प्रसिद्धी मिळाली. ह्या काळात लक्ष्मण माने हे साताऱ्याच्या 'समाजवादी युवक दलात' काम करत होते.

लक्ष्मण माने हे भटक्या विमुक्त जमातीतील लेखक असल्याने भटक्या विमुक्त जमातींच्या संघटनांच्या अपेक्षा वाढल्या आणि सर्व भटक्या विमुक्तांची एकच संघटना स्थापन करण्याचा विचार दृढ झाला. बाळकृष्ण रेणके, लक्ष्मण माने, मोतीराज राठोड, आसाराम जाधव, लक्ष्मण गायकवाड, व्यंकप्पा जाधव, दौलतराव भोसले, ना. वा. माने आणि मूलचंद भाट ह्या कार्यकर्त्यांनी एकत्र येऊन भटक्या विमुक्त जमातींची संघटना स्थापन केली. या संघटनेचे प्रमुख नेते म्हणून लक्ष्मण माने आणि बाळकृष्ण रेणके ह्यांनी जबाबदारी स्वीकारली.

भटक्या विमुक्त जमातींच्या चळवळीने सभा, परिषदा, मोर्चे आणि सत्याग्रह अशा कार्यक्रमांमधून आपली संघटना बांधली. आपल्या प्रश्नांवर लोकमत जागे केले. ह्यामुळे भटक्या-विमुक्तांवर अन्याय करणाऱ्या पोलिस आणि गावगुंडांवर वचक बसला. भटक्या-विमुक्तांना आपल्या अस्मितेची जाणीव झाली आणि ते आपल्या हक्क-अधिकारासाठी संघटनेच्या संघर्षात सहभागी झाले.

खऱ्या गुन्हेगाराला शासन झाले पाहिजे परंतु संपूर्ण जमात गुन्हेगार ठरवून तिचा छळ करणे, पोलिसी अत्याचार करणे हे सर्वथा गैर आहे. अशा वृत्तीमुळेच ढोकी आणि मानवत येथे पारध्यांची अमानूषपणे हत्त्या करण्यात आली होती. ह्या जुलूमाविरुद्ध सन १९८२ मध्ये मोतिराज राठोड ह्यांनी संशयित गुन्हेगार अत्त्याचार निर्मूलन परिषदेचे आयोजन केले. ह्या परिषदेत पाच हजार लोकांनी चांगले जीवन जगण्याची सामुदायिक प्रतिज्ञा घेतली होती. ह्या परिषदेत गुन्हेगारीचे प्रतिक म्हणून 'हातकडी' आणि भिक्षेचे प्रतिक म्हणून 'झोळी' ह्याचे दहन करण्यात आले होते. ह्याच वर्षी पंडित जवाहरलाल नेहरूंच्या जयंती दिवशी महाराष्ट्रात दहा ठिकाणी भटक्या विमूक्तांनी रस्त्यावर बिऱ्हाड ठेवून संसार सुरू केला. 'संसार चालू रस्ता बंद' अशी ही घोषणा होती. आम्ही संसार कसा करावा, कोठे करावा अशी चळवळीची मागणी होती. ह्या आंदोलनात अनेक कार्यकर्त्यांना अटक करण्यात आली.

भटक्या विमुक्तांची शोधयात्रा

१५ ऑगस्ट १९८६ रोजी भटक्या विमुक्तांची शोधयात्रा निघाली. ही शोधयात्रा लातूर, उमरगा, सोलापूर, पुणे आणि मुंबई ह्या मार्गे गेली. ह्या शोधयात्रेचे नेतृत्व लक्ष्मण माने आणि बाळकृष्ण रेणके यांनी केले.

१५ ऑगस्ट १९८६ रोजी स्वातंत्र्यदिन साजरा होत असताना लातूरपासून ही शोधायात्रा निघाली. लक्ष्मण गायकवाड ह्यांनी शोधयात्रेची सर्व तयारी केली होती. ह्या शोधयात्रेत भटक्या -विमुक्त जमातीचे लोक आपल्या पारंपरिक वेशभूषेत

सहभागी झाले होते. साप गारुडी आपल्या गळ्यात साप घालून, बहुरूपी पोलिसांचा नकली वेष धारण करून, मसनजोगी भगवी वस्त्रे घालून ह्या शोधयात्रेत आलेली होती.

सर्वसामान्य लोकांनी गावोगावी शोधयात्रेचे स्वागत केले. आर्थिक मदत केली. शोधयात्रेत चालणाऱ्या कार्यकर्त्यांची जेवणाची सोय केली. त्यांचे सत्कार केले. गावोगावी सभा होऊ लागल्या. संघटनेचे कार्यकर्ते भटक्या विमुक्तांचे प्रश्न मांडू लागले. ठिकठिकाणच्या नगरपालिका आणि महानगरपालिकांनी शोधयात्रेचे भव्य स्वागत केले. वर्तमानपत्रातून बातम्या छापून आल्या. महाराष्ट्रातील जनतेचे शोधयात्रेकडे लक्ष वेधले गेले.

भटक्या विमुक्तांच्या प्रश्नांवर लोकमत जागे करण्यासाठी ही शोधयात्रा निघाली. पण शोधयात्रेमुळे संघटनेत फूट पडण्यास सुरूवात झाली. शोधयात्रेचे नेतृत्व कोणी करायचे. अगोदर भाषण कोणी करायचे, पोस्टर्स आणिं पत्रकावर कोणाचे नाव छापायचे, शोधयात्रेत मिळालेला पैसा कसा खर्च झाला अशा वादावरुन लक्ष्मण माने, बाळकृष्ण रेणके आणि मोतीराज राठोड असे तीन गट पडले. सर्वांचा गैरसमज दूर करून मनोमिलन घडवून आणले परंतु कार्यकर्त्यांमधील असंतोष नष्ट झाला नाही.

सन १९८६ मध्ये भटक्या विमुक्त जमातींच्या कार्यकर्त्यांनी 'आता तुरुंग हेच आमचे घर' हे आंदोलन केले. 'आम्हाला जेलमध्ये ठेवा. आम्ही चोर आहोत. गुन्हेगार आहोत. बाहेर आम्हाला पोलिस आणि गावगुंड जगू देत नाहीत' असे त्यांचे म्हणणे होते. अनेक भटके-विमूक्त नाशिकरोड इथल्या जेलवर चालून गेले. सर्वांना अटक करून सोडून देण्यात आले. सन १९८७ मध्ये चाळिसगाव येथे 'बिऱ्हाड अधिवेशन' भरविण्यात आले होते. एवढ्या खंडप्राय देशात भटक्या-विमूक्तासाठी राहायला साधा निवारा नाही. आमचे गाव कोठे आहे? आमचे शिवार कोठे आहे? आम्ही असे किती दिवस राहाणार? असे प्रश्न ह्या अधिवेशनात उपस्थित करण्यात आले. 'आम्हाला एक गाव द्या. आमचे सक्तीने पुनर्वसन करा' म्हणून बिऱ्हाड मोर्चा काढण्यात आला. गाव शिवार घेतल्याशिवाय आम्ही स्वस्थ बसणार नाही अशी कार्यकर्त्यांनी प्रतिज्ञा केली.

सन १९८८ मध्ये महाराष्ट्रातील भटक्या-विमुक्त जमातीच्या चळवळीचे हजारो कार्यकर्ते मुंबई येथील उच्च न्यायालयावर मोर्चा घेऊन गेले. महाराष्ट्र शासन आणि भारत सरकार ह्यांना प्रतिवादी करून याचिका दाखल केली. मुंबई उच्च न्यायालयाने ३ ऑगस्ट १९८८ रोजी ऐतिहासिक न्याय-निवाडा दिला. 'कोणत्याही प्रकारचा पुरावा नसताना या जमातींना संशयीत म्हणून अटक करता कामा नये'

महाराष्ट्राच्या विधानसभा आणि विधान परिषदेत भटक्या विमुक्तांचा प्रतिनिधी असणे आवश्यक होते. तत्कालिन मुख्यमंत्री शरद पवार ह्यांनी विधान परिषदेवर भटक्या विमुक्त जमातींच्या संघटनेचा एक प्रतिनिधी घेण्याचे आश्वासन दिले. त्यामुळे कार्यकर्त्यांमध्ये विधान परिषदेचे सदस्य होण्यासाठी स्पर्धा सुरू झाली. कार्यकर्त्यांच्या अपेक्षा वाढल्या. लक्ष्मण माने ह्यांची विधान परिषदेचे सदस्य म्हणून सन १९९० मध्ये नियुक्ती झाली. आणि भटक्या विमुक्त जमातींच्या कार्यकर्त्यांमध्ये फूट पडली. संघटनेत शैथिल्य आले.

सन १९९० नंतर लक्ष्मण माने ह्यांनी शासनात राहून भटक्या-विमूक्तांसाठी रचनात्मक कार्य केले. त्यांनी 'विमूक्तायन' नावाचा शोधग्रंथ लिहिला. सन १९९३ मध्ये लक्ष्मण गायकवाड ह्यांनी 'भटके विमुक्त संघर्ष महासंघा'ची स्थापना करून स्वतंत्रपणे कार्य सुरू केले. ९ ऑगस्ट १९९७ त्यांनी मंत्रालयावर 'बोंबाबोंब' मोर्चा काढला. असंख्य भटके-विमुक्त बोंबा ठोकत मंत्रालयावर मोर्च्याने गेले होते. लक्ष्मण गायकवाड ह्यांची 'मानवी हक्क आयोगावर' सदस्य म्हणून नियुक्ती झाली. लक्ष्मण गायकवाड आणि पश्चिम बंगालच्या ज्ञानपीठ पुरस्कार विजेत्या लेखिका महाश्वेता देवी ह्यांनी भटक्या विमुक्तांवर पोलिसांनी केलेल्या अन्यायाला वाचा फोडली.

भटक्या विमुक्त जमातींमधील लेखकांनी आपल्या साहित्यातून आपल्या व्यथा वेदनांना वाचा फोडली. लक्ष्मण माने ह्यांची 'उपरा' 'बंद दरवाजा' व 'पालावरचं जग', लक्ष्मण गायकवाड ह्यांचे 'उचल्या', दादासाहेब मोरे ह्यांची 'गबाळ' व 'विमुक्त', वैजनाथ कळसे ह्यांचे 'ऐरणीच्या घना', गुलाब वाघमोडे ह्यांचे 'रानभैरी', आत्माराम कनिराम राठोड ह्यांचे 'तांडा', भीमराव गस्ती ह्यांची 'बेरड' व 'आक्रोश', किशोर शांताबाई काळे ह्यांचे 'कोल्हाट्याचं पोर' आणि अशोक पवार ह्यांचे 'बिराड' ह्यांमधून भटक्या विमुक्त जमातींच्या विदारक व स्फोटक दुःखाचे जगणे व्यक्त झाले आहे.

आदिवासी चळवळ

आदिवासी समाज ही भारतीय जनजीवनापासून प्रादेशिक आणि सांस्कृतिक दृष्ट्या अलिप्त आहे. कातकरी, कोलाम, कोरकु, गोंड, दुबळा, ताडवी, परधान, पावरा, ठाकूर , भिल्ल, महादेव कोळी, माडिया, वारली, गोवारी अशा ४७ जाती उपजातींमध्ये आदिवासी समाज विभागला गेला आहे. अज्ञान, अंधश्रद्धा, निरक्षरता, दारिद्र्य, बेकारी, अस्वच्छता, रोगराई, कर्जबाजारीपणा आणिं शोषणाच्या चक्रात हा समाज भरडून निघाला आहे. 'आकाशाने फेकले आणि धरतीने झेलले' अशी

त्यांची श्रद्धा आहे. ‘बामनाच्या जन्माला आलास तर लिहून लिहून मरशील परंतु आदिवासीच्या (काथोडी जमातीच्या) जन्माला आलास तर जंगलाचा राजा होशील’ अशी ह्या समाजाची धारणा आहे. काही आदिवासी जमातींमध्ये रोटी व्यवहाराला बंदी आहे. हा समाज अनिष्टप्रथा आणि पद्धतींमध्ये अडकला आहे.

आदिवासी समाजामध्ये शिक्षणाचे प्रमाण खूपच अल्प आहे. ह्या समाजाचा अजूनही जादूटोण्यावर विश्वास आहे. ह्या समाजात सर्व व्यवहार जात पंचायतींकडून नियंत्रित होत असल्याने आदिवासींमध्ये ‘जात पंचायती’ चा वचक आढळून येतो. आदिवासी ‘भूमीपूत्र’ असला तरी ५० टक्के समाज भूमीहीन आहे. ज्यांच्याकडे शेती आहे ती प्रगत नाही. अनेक आदिवासी ‘बदलती शेती’ करतात. त्यामुळे त्यांना शेती व्यवसायात नुकसान सहन करावे लागते. काही आदिवासी स्थिर शेती करतात परंतु ही शेती आधुनिक पद्धतीने केली जात नाही. त्यामुळे शेती उत्पादन खूप कमी होते. ह्याचा परिणाम म्हणून आदिवासी सतत कर्ज काढतो आणि आयुष्यभर व्याज फेडत राहतो. आदिवासींच्या अज्ञानाचा फायदा घेऊन बाहेरील लोकांनी त्यांच्या जमिनी बळकावल्या आहेत. जमीनदार, लहान व्यापारी, जंगलाचे ठेकेदार आणि सरकारी आधिकारी ह्यांच्याकडून आदिवासींची पिळवणूक होते. शासनाने वन संपत्ती ही राष्ट्रीय संपत्ती मानली आहे. त्यामुळे शासनाकडूनही आदिवासींच्या वन संपत्तीवरील पारंपरिक हक्कांवर गदा आणली आहे. जंगल तोडीवरही निर्बंध लादले गेले आहेत.

आदिवासींना धंद्याचे प्रशिक्षण नाही. तो शहरात येऊन मजूर होतो. त्याच्याकडे ‘रानटी’ म्हणून पाहिले जाते. त्यामुळे नागरी जीवनात त्यांचा कोंडमारा होतो. रोजगार उपलब्ध नसल्यामुळे आदिवासींमध्ये कमालीचे दारिद्र्य, कर्ज काढण्याची वृत्ती आणि उपासमारी प्रकर्षाने दिसून येते. प्रादेशिक, आर्थिक, राजकीय, सामाजिक आणि सांस्कृतिक क्षेत्रात आदिवासींच्या मागासलेपणा दिसून येतो.

ब्रिटिश आमदानीत ख्रिस्ती मिशनरींनी आसम, नागालँड, मिझोराम वगैरे भागात धर्म प्रसार केल्याने अनेक आदिवासींनी धर्मान्तर केले. १९२२ मध्ये गुजरातेत ठक्कर बाप्पा ह्यांनी ‘भिल्ल सेवा संघाची’ स्थापना करुन आदिवासींमध्ये समाज सुधारण्याची चळवळ सुरु केली. १९८८ साली काकासाहेब बर्वे आणि शंकरराव ठकार ह्यांनी खानदेशात ‘भिल्ल सेवा मंडळाची’ स्थापना केली आणि आदिवासींमध्ये जागृती निर्माण करण्याचा प्रयत्न केला. गोदूताई परूळेकर आणि शामराव परुळेकर ह्यांनी आदिवासींमध्ये जाऊन समाजकार्य केले. गोदूताई परूळेकर ह्यांनी ‘जेंव्हा माणूस जागा होतो’ ह्या आपल्या आत्मचरित्रात आदिवासींमध्ये काम करताना आलेल्या विदारक अनुभवांचे वर्णन केलेले आहे.

नागा आणि मिझो ह्या आदिवासींनी ब्रिटिशांविरुद्ध स्वतंत्र राज्यासाठी लढा दिला आहे. स्वातंत्र्योत्तर काळातही आदिवासींनी आपल्या राजकीय हक्क आणि अधिकारांसाठी लढे दिले आहेत. बिहारमधील आदिवासींनी 'झारखंड' ह्या आपल्या निराळ्या राज्यासाठी लोक चळवळ उभी केलेली दिसते. 'बोडोलँडची' मागणीही आदिवासींकडून होताना दिसते. महाराष्ट्रातील आदिवासी समाजातही रस्ते, दळणवळणाची साधने आणि शिक्षणामुळे झपाट्याने बदल होत आहे.

स्वातंत्र्योत्तर काळात केंद्र आणि राज्य शासनाने आदिवासींच्या विकासासाठी शासकीय योजना राबवल्या आहेत. ह्या योजना व्यक्ती विकासावर आधारीत आहेत. त्यामुळे सामाजिक विकासाची गती खूप कमी आढळून येते. गाव, तालुका आणि जिल्हा पातळीवर होणाऱ्या निवडणुकांमुळे गाव, तालुका आणि जिल्हा पातळींवरील नेतृत्वाला महत्त्व प्राप्त होत आहे आणि जात पंचायतीचे नियंत्रण सैल होत आहे. केंद्र व राज्य शासनात आदिवासींना मंत्रीपद मिळाल्यामुळे त्याचा ह्या समाजाच्या विकासावर परिणाम होत आहे. कायदे मंडळ, जिल्हा परिषद, पंचायत समिती आणि ग्रामपंचायत ह्यांमध्ये आदिवासींचे प्रतिनिधी निवडून येत आहेत, त्यामुळे आदिवासींच्या कल्याणाकडे आदिवासी नेत्यांनी लक्ष देणे शक्य झाले आहे. शासनाने कुळ कायदा, कमाल जमीन धारणा कायदा, सावकारी नियंत्रण कायदा, आदिवासींच्या जमिनीचा हस्तांतर बंदी कायदा, आदिवासींच्या आर्थिक विकासाचा कायदा अशा कायद्यांमुळे आदिवासींच्या शोषणाला आळा बसला आहे. पालेमोड योजना, कर्ज वाटप योजना, एकाधिकार धान्य खरेदी, न्यूक्लिअस बजेट, प्रशिक्षण योजना, आश्रमशाळा, वसतिगृहे अशा आदिवासी विकासाच्या योजना - उप योजना राबवल्या जात आहेत. ह्यांमुळे आदिवासींचे पारंपरिक अवजारे, पीक पद्धती, वेशभूषा आणि चालिरीती ह्या बदलत चालल्या आहेत. नागरी जीवन आणि यंत्रांच्या संपर्कामुळे वन जीवनावर परिणाम होत आहे. आठवड्याच्या बाजारामध्ये होणारी वस्तूंची खरेदी, विक्री ह्यामुळे आदिवासी लोक संपर्कात येऊन त्याच्या आचार-विचारात फरक पडत आहे. शेती-सामाजिक आणि शैक्षणिक संस्थांनी केलेले कार्य ह्यांमुळे आदिवासींमध्ये परिवर्तनाचे वारे वाहात आहेत. हाटी, पाडा, वाडा आणि गावकेंद्रीत आदिवासींचे वन्यजीवन पालटत आहे. बहुपत्नित्वाची चाल, कोरड्यावर आणणे, झगडा पद्धत, पाट पद्धत, मागेलावी पद्धत, लमजाना पद्धत, काज पद्धत अशा अनिष्ट प्रथा आणि पद्धती मागे पडत आहेत. आदिवासी विकास योजना - उप योजना ह्यामुळे पिण्याचे पाणी, वाहतुकीसाठी रस्ते, शाळांच्या इमारती आणि आरोग्य सेवा ह्यांसारखे प्रश्न मार्गी लागले आहेत. आदिवासी आणि नागरी जीवन ह्यांतील सामाजिक अंतर मिटत असले तरी आदिवासींचे मूलभूत

प्रश्न अजूनही कायम आहेत. त्यांचा नीट इतिहास लिहिला गेला नाही. म्हणूनच वाहारू सोनावणे ह्यांनी आपल्या भाषणात म्हटलं आहे, 'बिरसा मुंडा, तंट्या भिल्ल, खाज्या नाईक, रामदास महाराज, भागोजी नाईक, उमाजी नाईक ह्यांनी स्वातंत्र्य लढ्यात इंग्रजाच्या विरोधात लढले आहे. पण त्यांचा उल्लेख होत नाही' वाहारू सोनवणे ह्यांची खंत अस्वस्थ करणारी आहे.

स्वातंत्र्योत्तर काळात आदिवासींमध्ये जाऊन त्यांच्यात सुधारणा घडवून आणण्याचा अनेक सामाजिक कार्यकर्त्यांनी प्रयत्न केला आहे. ह्यामध्ये नक्षलवादी तरुणांची संख्या अधिक आहे. नक्षलवाद्यांच्या हिंसक कारवायांमुळे शासन ही चळवळ दडपून टाकत आहे. आदिवासींसाठी अनेक पुरोगामी संघटना आणि संस्था काम करत आहेत. ह्यामध्ये शहादा येथील श्रमिक संघटनेचे कार्य अत्यंत महत्त्वाचे ठरते. कुमार शिराळकर ह्यांच्या कार्याचा उल्लेख आदिवासी चळवळीच्या वाटचालीत करावा लागेल.

दलित चळवळ आणि दलित साहित्याच्या रेट्यामळे आदिवासी युवकांमध्ये साहित्य आणि चळवळीची प्रेरणा वाढीला लागली आहे. वाहारू सोनवणे, भुजंग मेश्राम, विनायक तुमराम आणि नजूबाई गावीत आदी आदिवासी लेखक आपल्या अनुभवांना उजागर करत आहेत. ह्यातूनच उद्याची आदिवासी चळवळ गतीमान होईल.

विसावे शतक आणि दलित

विसाव्या शतकाची दोन अर्धशतकात विभागणी करणे श्रेयस्कर ठरेल. पहिले अर्धशतक हे पारतंत्र्यविरोधी जाणिवांनी ओतप्रोत भरलेले होते, तर दुसरे अर्धशतक हे स्वातंत्र्य आणि लोक चळवळींनी भारलेले दिसते. दलितांच्या परिप्रेक्ष्यात ह्या संपूर्ण शतकाचा अन्वायार्थ लावताना हे महान शतक होते असेच म्हणावे लागेल. कारण ह्या शतकाने दलितांना आंबेडकरी विचार आणि प्रेरणा दिलेली दिसते. बाबासाहेब आंबेडकरांनी दलितांच्या मुक्तीसाठी दिलेला लढा हा विसाव्या शतकाचा प्राण आहे. ह्या शतकातील आंबेडकरी चळवळ आणि विचार हे पुढील शतकांना प्रकाश देणारे आहेत.

पहिल्या अर्धशतकातील दलितांची चळवळ ही आम्ही हिंदू आहोत. आम्हाला इतर हिंदूप्रमाणे समान हक्क आणि अधिकार मिळाले पाहिजेत ह्या विचाराने प्ररित झाल्याची दिसते, तर दुसऱ्या अर्धशतकातील दलितांची चळवळ ही हिंदू धर्माचा त्याग करून बौद्ध धर्माची कास धरणारी दिसते. पहिल्या अर्धशतकातील महाड चवदार तळ्याचा सत्यागृह आणि नाशिक इथल्या काळाराम मंदीर प्रवेशाचा सत्याग्रह

हे अभूतपूर्व आहेत, तर दुसऱ्या अर्ध शतकातील दलितांचे दीक्षाभूमीवर झालेले धर्मांतर असो किंवा मराठवाडा विद्यापीठाचे नामांतर असो ह्या महान घटना आहेत. संपूर्ण शतकावर बाबासाहेब आंबेडकरांचा प्रभाव दिसून येतो. विसाव्या शतकाचा वैचारिक वेध घेत असताना बाबासाहेब आंबेडकर ह्यांचा विचार आणि त्यांच्या प्रेरणेतून निर्माण झालेला विचार समजून घेतल्याशिवाय ह्या शतकाची विचारशैली कळणार नाही. ह्या काळाची नाडी तपासताना फुले, आंबेडकरी विचारांचे ठोके मोजायचे असतील, तर ह्या काळात झालेल्या निरनिराळ्या दलित साहित्य संमेलनातील अध्यक्षीय भाषणे हीच उपयुक्त ठरू शकतील. कारण दलित चळवळीचे साद-पडसाद हे दलित साहित्यात उमटलेले दिसतात. म्हणूनच अरुण साधू ह्यांनी म्हटलेले आहे, 'आंबेडकरानंतरच्या काळात अनेक कारणांनी दलितांच्या अस्मितेचा लढा क्षीण व दुर्बल होत होता. त्या काळात दलित साहित्यानेच बळ दिले. दलित चळवळ आणि दलित साहित्य ह्या एकमेकाला वैचारिक रसद पुरविणाऱ्या पूरक सांस्कृतिक संघटना आहेत.'

बाबासाहेब आंबेडकरांच्या विचार आणि चळवळीवर ज्याप्रमाणे प्रतिगाम्यांनी टीका केली, त्याप्रमाणे दलित साहित्य आणि चळवळीवरही टीका झालेली दिसते. बाबासाहेब आंबेडकर ह्यांच्या विचार आणि चळवळीसोबत ज्याप्रमाणे पुरोगामी दलितेत्तर होते, त्याप्रमाणे दलित साहित्य आणि दलित चळवळीबरोबर पुरोगामी दलितेवर असल्याचे दिसते. महात्मा फुले, राजर्षि शाहू महाराज, भाई माधवराव बागल, यशवंतराव चव्हाण आणि बाबा आढाव ही एक परंपरा, जी दलितांची बाजू घेताना दिसते. माईसाहेब आंबेडकर, गंगाधर निळकंठ सहस्त्रबुद्धे, म. भि. चिटणीस, भालचंद्र फडके, गं. बा. सरदार, पु. ल. देशपांडे आणि रूपा कुलकर्णी ही एक परंपरा आहे, जी दलितांच्या बाजूने उभी आहे. ह्या शतकातील 'दलित विचार' हा दलित आणि पुरोगामी दलितेतर ह्यांच्या विचार-कार्यातून जन्मला आहे. त्याचेच प्रतिधिनीत्व ह्या ग्रंथाने केलेले दिसेल.

'जे वेद आणि शास्त्रे तर्कबुद्धीला नकार देतात त्यांना सुरुंग लावला पाहिजे. जे वेद आणि शास्त्रे नीती नाकारतात त्यांना सुरुंग लावला पाहिजे' ही बाबासाहेब आंबेडकरांची भूमिका आहे. नीती आणि तर्कबुद्धीला नकार देणाऱ्या विचाराविरुद्ध विद्रोह केला पाहिजे हे आंबेडकरी विचाराचे सूत्र आहे. म्हणूनच अण्णाभाऊ साठे म्हणतात, 'जो दलिताला विद्रूप करतो, त्याला दलितही विद्रुप करतो.' वैदिक काळापासून संघर्षरत असलेल्या अवैदिक परंपरेचं पुनर्वसन करण्यासाठी हजारो वर्षांतील विषम विचारांचं उत्खनन आणि हनन करणं आवश्यक ठरतं. म्हणूनच दादासाहेब रूपवते ह्यांनी म्हटलं आहे, 'एका वर्गाला ज्ञानाचा मक्तेदार बनविण्याची

किमया ह्या देशाने शोधून काढली होती' ही एका वर्गाची मक्तेदारी आणि मिरासदारी मिटवायची असेल, तर जनार्दन वाघमारे म्हणतात त्याप्रमाणे 'राजकीय सत्तेबरोबरच सांस्कृतिक सत्ताही दलितांच्या हाती गेल्याशिवाय खरे युगांतर होणार नाही.' आणि खरे युगांतर घडवायचे असेल, तर बाबूराव बागूल म्हणतात त्याप्रमाणे, 'जोपर्यंत अस्पृश्यता आणि दास्य आहे, तो पर्यंत दलित साहित्याचा लढा चालू ठेवावा लागेल' दलित साहित्याची लढाई ही विषम व्यवस्थेविरुद्ध आहे. रा. ग. जाधव म्हणतात त्याप्रमाणे 'दलितांना समजावून घेण्याबरोबरच दलितेतरांना समजावून घेण्या-देण्याची ही वाङ्मयीन धडपड आहे.'

मराठी साहित्याने दलितांच्या वस्तीत राहायला येण्याचे नाकारले होते. सर्वप्रथम दलित साहित्याने दलित माणसाला आपल्या साहित्याचा नायक केले. माणसाला केंद्र मानले. रा. ग. जाधव म्हणतात त्याप्रमाणे, 'इथल्या धर्मदर्शनानी माणसाची आरती कधीही मनापासून म्हटलेली नाही. त्यानी माणसावरील विश्वास कधीही व्यक्त केलेला नाही.' ही माणूसद्रोही व्यवस्था उलथवायची असेल तर गुलामाला गुलामीची जाणीव करून द्यावी लागेल. ही बांधिलकी स्वीकारलेल्या लेखकाजवळ दया पवार म्हणतात त्याप्रमाणे 'निश्चित तत्त्वज्ञान नसेल तर त्याला शोषणाचा अन्वयार्थ लावता येणार नाही.' दलितांना शोषणाची समग्र जाणीव होण्यासाठी दलित जाणीव महत्त्वाची ठरते.

भालचंद्र फडके म्हणतात त्याप्रमाणे 'दलित साहित्याची प्रकृती ही विद्रोहाची आहे.' दलित साहित्यातला विद्रोह स्फोटक आहे. तो विषमता नाकारणारा आणि समता मागणारा आहे. ह्या विद्रोहाला समजून घेण्यासाठी शंकरराव खरात म्हणतात त्याप्रमाणे 'दलित साहित्याकडे दलित जाणिवेतून पाहिले पाहिजे' अन्यथा 'दलित साहित्याची वेगळी चूल कशासाठी?' 'दलित साहित्याला वेगळ्या सौंदर्यशास्त्राची गरज काय?' 'दलितेतर लेखक कल्पना करून दलित साहित्य लिहू शकत नाही का?' असे भाबडे प्रश्न आपोआपच निर्माण होणे साहजिकच असते. म्हणूनच नामदेव ढसाळांनी म्हटलं आहे, 'मराठी साहित्याच्या साचलेपणाविरुद्धचा समर्थ दृष्टा उच्चार हा दलित साहित्याच्या अभिव्यक्तिचा आहे.' हे बंड मराठी साहित्याच्या साचलेपणाविरुद्ध जसे होते, तसे दलितांचे शोषण करणाऱ्या मग्रूर सवर्ण व्यवस्थेविरुद्धही होते.

एकविसावे शतक आणि दलित

'एड्स' आणि वाय टू के' चा प्रचार करत विसावे शतक संपले आणि 'माहिती आणि तंत्रज्ञानाचा' घोष करत एकविसावे शतक आपल्या उंबऱ्यावर उभे

राहिले. विसाव्या शतकाच्या सुरुवातीलाही 'अत्याधुनिक' 'प्रगत' शतक म्हणून गवगवा झाला, एकविसाव्या शतकाविषयीही तसेच बोलले जाते आहे. विसाव्या शतकाच्या सुरुवातीला बंगालच्या फाळणीवरुन हिंदू-मुस्लिम दंगली झाल्या. ह्या शतकाच्या अखेरीलाही 'मुंबई बॉंब स्फोट सत्र' आणि 'बाबरी मशीद पाडणे' ह्या दोन कारणांवरून हिंदू-मुस्लिम दंगली झाल्या. ह्या शतकाच्या मध्यभागीही देशाची फाळणी झाल्यामुळे हिंदू-मुस्लिम दंगली झाल्या. हे संपूर्ण शतक 'हिंदू -मुस्लिम' तणावाने ग्रासलेले दिसते. हा तणाव कधी काश्मिर प्रश्नावरुन, तर कधी भारत-पाकिस्तान क्रिकेट सामन्यावरून, तर कधी मशिदीवर लावलेल्या भोंग्यावरून उग्र रुप धारण करताना दिसतो. जेंव्हा मुस्लिमविरोधी वातावरण ढवळू लागते तेव्हा प्रतिगामी मानसिकता 'हिंदू हिदू बंधू बंधू' किंवा 'गर्वसे कहो हम हिंदू है ' अशा घोषणा देताना दिसते. अन्यवेळी मात्र हे हिंदू आपल्याच दलित हिंदू बांधवांना शत्रू समजून त्यांच्यावर बिनदिक्कतपणे अत्याचार करताना दिसतील. एकिकडे 'मुसलमान' आणि दुसरिकडे 'दलित' ह्यांना सदैव सळो की पळो करणारी ही षडयंत्रणा आहे. ह्याच शतकाच्या शेवटी ख्रिश्चनांवरही असेच हिंस्त्र हल्ले झालेले दिसतात. एकिकडे भारतीय लोकांची समाजसेवा केल्याबद्दल मदर तेरेसांना नोबेल पारितोषिक मिळते, तर दुसरीकडे ख्रिस्ती धर्मप्रसारक ग्रॅहम स्ट्युअर्ट स्टेन्स आणि त्यांच्या मुलांची निघृण हत्या होते. एकीकडे राष्ट्रिय स्वयंसेवक संघाचे अध्यक्ष सुदर्शन ह्यांनी 'ख्रिश्चनांनी स्वदेशी चर्च स्थापन करावेत' असे घोषित केले आहे, तर दुसरीकडे भारतीय जनता पक्षाचे अध्यक्ष बंगारू लक्ष्मण ह्यांनी 'मुस्लिमानी भाजपापासून अलिप्त राहू नये' असा सल्ला दिला आहे. एकीकडे हिंसक कारवाया करणे आणि दुसरीकडे अशा दहशतीच्या पार्श्वभूमीवर 'तुम्ही आमची सत्ता मान्य करा' असे धमकावणे हे कशाचे द्योतक आहे? एकिकडे ह्या देशाने बाबासाहेब आंबेडकरांना 'घटनेचे शिल्पकार' म्हणून स्वीकारले आहे. 'भारतरत्न' ह्या पदवीने त्यांचा गौरव केला आहे, तर दुसरीकडे त्यांच्या पुतळ्यांची ठिकठिकाणी विटंबना होताना दिसते. म्हणूनच गंगाधर पानतावणे ह्यांनी म्हटले आहे, 'आमचे उर्जाकेंद्रच नष्ट करण्याचे षडयंत्र रचले जात आहे.'

नामांतर आणि मंडल आयोगाच्या अंमलबजावणीसाठी दलितांना जबर किंमत मोजावी लागली आहे. दलितांचे कोठलेही प्रश्न जबर किमंत मोजल्याशिवाय सुटत नाहीत ही वस्तुस्थिती आहे. ह्या शतकात दलितांची निघृण हत्त्या झालेली आहे. दलितांच्या झोपड्या जाळल्या गेल्या आहेत. दलित महिलांवर अत्याचार झालेले आहेत. ह्या शतकाचा चेहरा दलितांच्या रक्ताने माखलेला आहे. ह्या शतकात झालेल्या दलित, आदिवासी आणि भटक्या -विमुक्तांच्या हत्त्या ह्या माणुसकीला

काळिमा फासणाऱ्या आहेत.

एकोणिसाव्या शतकातील समाज सुधारकांचे कार्य ह्या शतकात क्षीण झालेले दिसते. राजकीय साम्राज्य संपून आर्थिक साम्राज्याचा उदय होताना दिसतो. आर्थिक प्रश्नांवर चर्चा होताना दिसते आणि सामाजिक प्रश्न भिजत पडलेले दिसतात. महात्मा फुल्यांची ब्राह्मणेतर चळवळ ह्या शतकात तग धरू शकली नाही. उलट 'मराठा महासंघाची' स्थापना झालेली दिसते. महात्मा गांधीजींच्या हत्येबरोबरच पुरोगामी परंपराही लुप्तप्राय झाल्याचे दिसते. उरल्या सुरल्या पुरोगामी शक्तीला दलित चळवळीने वेगळे पाडून नामोहरम केलेले दिसते. इतकेच नव्हे तर दलितांनी दलितांना कधी हिंदूत्ववादी ठरवून, तर कधी मार्क्सवादी ठरवून वाळीत टाकल्याचेही दिसेल. तर हिंदूत्ववाद्यांनी 'आंबेडकर आणि हेडगेवार' ह्यांची एकत्र मिरवणूक काढल्याचेही दिसेल.

बेसुमार वाढलेली लोकसंख्या, आकाशाला भिडलेली महागाई, सर्वच क्षेत्रातील प्रचंड बेकारी, सर्वत्र आलेली मंदीची तीव्र लाट आणि सभोवार पसरलेला चंगळवाद ह्या रसायनातून हिंसा, भ्रष्टाचार आणि अनाचारच फैलावू शकतो. विसाव्या शतकाच्या सुरुवातीला टिळक-गांधीजींची चर्चा होती, तर एकविसाव्या शतकाच्या अगोदर राष्ट्रीय नेत्यांनी केलेला भ्रष्टाचार, शासकीय कर्मचाऱ्यांची ठगगिरी आणि राजकारण्यांची वाटमारी जशी आहे, तशी विरप्पन, हर्षद मेहता आणिं दाऊद इब्राहिमच्या गुन्हेगारी सावल्यांनीही अंधारून आले आहे. भष्टाचार हा केवळ शासकीय कर्मचारी आणि राजकारण्यांपर्यन्तच सिमित राहिला नाही, तर क्रिकेटसारख्या खेळातील 'मॅच फिक्सिंग' पर्यन्त पोसलेला आहे. एकिकडे पोलिओ निर्मुलन होतो आहे, तर दुसरीकडे पर्यावरणाचा विध्वंस होतो आहे. एकिकडे 'कौन बनेगा करोडपती' आणि 'विश्वसुंदरी' च्या स्पर्धा आहेत, तर दुसरीकडे एकतर्फी प्रेमातून होणाऱ्या मुलींच्या हत्त्या आणि कर्जबाजारी शेतकऱ्यांच्या आत्महत्या आहेत.

खाजगीकरण आणि वाढती बेकारी ह्यामुळे पुढल्या काळात दलित तरुणांपुढे जीवघेणे प्रश्न निर्माण होणार आहेत. ह्या शतकाने माणसाला सर्वकष गरीबीच्या चरम सीमेवर नेऊन ठेवले आहे. खंडणी, अपहरण, लाच आणि काळा पैसा ह्या विळख्यात आजचा काळ विसावलेला दिसतो. 'रिडल्स' असो, 'फायर' किंवा 'वॉटर' असो, भारतीय स्वातंत्र्य लढ्याच्या इतिहासाचे पुनर्लेखन असो किंवा राज्यघटनेच्या पुनर्विचारासाठी नेमलेला आयोग असो ही शतकातील एक वैचारिक मुस्कटदाबीच आहे.

महिलांना तेहतीस टक्के आरक्षण देणारे 'महिला आरक्षण बील' ह्या शतकाच्या इतिहासात धूळ खात पडले आहे. 'हिंदू कोड बील' ते 'महिला आरक्षण बील'

पर्यन्तचा तपशील पाहिला की स्वतंत्र भारतातही स्त्रियांचे कसे शोषण केले जाते ह्याचे चित्र स्पष्ट होईल.

एकविसावे शतक हे विज्ञान - तंत्रज्ञानाचे शतक आहे. 'जनुक' आणि 'क्लोनिंग' चा शोध हे ह्या शतकाच्या नाकपुड्या आहेत. स्टार वॉर ही ह्या शतकाची जन्मकुंडली आहे. एकिकडे विश्वमानव आणि विश्वसमाजाची चर्चा होत आहे, तर दुसरीकडे संपूर्ण विश्व भस्मात करणारी शस्त्रास्त्र स्पर्धा सुरू आहे. इनफर्मेशन सुपर हायवेमुळे मानवाच्या आचार-विचार शैलीत आमूलाग्र बदल होणार आहे. विकासनशील राष्ट्रे लष्करीदृष्ट्या दुर्बल आणि आर्थिकदृष्ट्या परावलंबी आहेत. अशा गरीब राष्ट्रांवर महासत्ता आपली मूल्ये, आपली संस्कृती लादणार आहेत. ह्यामध्ये गरीब राष्ट्राचा देशीपणा आणि स्वायतत्ता आपोआपच नष्ट होणार आहे. बहूराष्ट्रीय कंपन्यांकडून इथली व्यवस्था नियंत्रित केली जाणार आहे. एका असुरक्षित भितीने ह्या शतकाचा संधीकाल गोंधळलेला आहे.

ह्या शतकाच्या संधीकालात दलितांचा राजकीय पक्ष दुफळीने दुर्बल झाला आहे. दलित तरुणांच्या दलित पँथर, मास मुव्हमेंट, दलित मुक्ती सेना ह्यासारख्या लढावू संघटना नामशेष झाल्या आहेत. दलित साहित्याला 'दलित साहित्य म्हणावे, बौद्ध साहित्य म्हणावे, प्रबुध्द साहित्य म्हणावे, परिवर्तनवादी साहित्य म्हणावे की आंबेडकरवादी साहित्य म्हणावे?' ह्या गोंधळलेल्या मानसिकतेमध्ये दलित लेखक हरवला आहे. आपला स्वार्थ सुरक्षित राहावा म्हणून दलितातल्या काही शक्ती पुनरुज्जीवनवादी शक्तीबरोबर हात मिळवणी करत आहेत. म्हणूनच योगिराज वाघमारे म्हणतात, 'बाबासाहेबांनंतर खंबीर नेतृत्व का निर्माण होत नाही ह्याचा शोध घेतला पाहिजे.' योगिराज वाघमारे ह्यांच्या प्रश्नांचे उत्तर एकविसावे शतकच देईल. सध्या दलित चळवळ एकविसाव्या शतकाकडे झेप घेण्याच्या तयारीत आहे. ही टेक ऑफची अवस्था आहे. इतकेच.

डॉ. शरणकुमार लिंबाळे

मुक्ती कोन पथे ?

डॉ. बाबासाहेब आंबेडकर

ही परिषद मी केलेल्या धर्मांतराच्या घोषणेच्या विचार करण्याकरिता मुद्दाम बोलवण्यात आलेली आहे हे तुम्हास कळून चुकले आहेच. धर्मांतराचा विषय हा माझ्या दृष्टीने अत्यंत जिव्हाळ्याचा आहे. इतकेच नव्हे तर तुमचे पुढील सर्व भवितव्य माझ्या दृष्टीने त्याच्यावर अवलंबून असल्याकारणाने तो विषय मला अत्यंत महत्त्वाचाही वाटतो. हे महत्त्व तुम्हा सर्वांना पटले आहे असे म्हणण्यास काही हरकत वाटत नाही. तसे नसते तर आज एवढ्या मोठ्या समुदायाने तुम्ही येथे जमला नसता आणि म्हणून तुम्ही सर्वजण जे या ठिकाणी जमला आहात ते पाहून मला अतिशय आनंद वाटतो.

धर्मांतराची घोषणा केल्यापासून अनेक ठिकाणी लहानमोठ्या प्रमाणावरती सभा भरवून आपल्या लोकांनी या विषयावरील आपले मत व्यक्त केलेले सर्वांच्या कानी आलेले आहे. परंतु सर्वांनी एकेठिकाणी जमून विचारविनिमय करून धर्मांतराच्या प्रश्नाची निर्णयात्मक चर्चा करण्याची संधी आजपावेतो आपल्याला प्राप्त झालेली नव्हती. तशा संधीची तुमच्यापेक्षा मला अत्यंत जरुरी होती. धर्मांतराची मोहीम सफल होण्याकरिता पूर्वतयारीची फारच आवश्यकता आहे ही गोष्ट तुम्हा सर्वांना कबूल करावी लागेल. धर्मांतर हा काही पोरखेळ नव्हे, धर्मांतर हा मौजेचा विषय नव्हे, हा प्रश्न माणसाच्या जीविताच्या साफल्याचा प्रश्न आहे. जहाजातून एका बंदराकडून दुसऱ्या बंदराला नेण्याकरिता नावाड्याला जेवढी पूर्वतयारी करावी लागते तेवढीच पूर्वतयारी धर्मांतराकरिता करावी लागणार आहे. त्याशिवाय हा तीर सोडून पैलतीर गाठणे शक्य होणार नाही. परंतु नावेत किती उतारू येतात याचा अंदाज समजल्याखेरीज नावाडी सामानसुमान जमविण्याच्या प्रयत्नास लागत नाही. त्याचप्रमाणे माझी ही स्थिती आहे. किती लोक धर्मांतर करण्यास तयार आहेत याचा कयास लागल्याशिवाय मला धर्मांतराची पूर्वतयारी करण्याच्या उद्योगास लागणे शक्य नाही. परंतु आपल्या लोकांची कोठे तरी

अखिल मुंबई इलाखा महार परिषद
मुंबई १९३६

एकत्रित अशी परिषद झाल्याशिवाय लोकमताचा ठाव मिळणे शक्य नव्हते. अशा प्रकारे लोकमताचा ठाव घेण्याची संधी प्राप्त झाली पाहिजे. असे जेव्हा मी मुंबईच्या कार्यकर्त्या लोकांस सांगितले तेव्हा त्यांनी खर्चाची अगर परिश्रमाची सबब पुढे न करता परिषद भरविण्याची जबाबदारी आपल्या अंगावर मोठ्या खुशीने घेतली. ती जबाबदारी पार पाडण्याकरिता त्यांना कष्ट सोसावे लागले याची हकीगत आपले परमपूज्य पुढारी व स्वागतमंडळाचे अध्यक्ष राजमान्य राजश्री रेवजी दगडूजी डोळस यांनी आपल्या भाषणात सविस्तरपणे सांगितली आहे. इतक्या खस्ता खाऊन त्यांनी माझ्याकरिता हा जो सभेचा घाट घडवून आणला त्याकरिता मी परिषदेच्या स्वागतमंडळाचा अत्यंत ऋणी आहे.

माझी धर्मांतराची घोषणा जर सर्व अस्पृश्यांकरिता आहे तर मग सर्व अस्पृश्यांची सभा का बोलविली नाही ? नुसत्या महारांचीच सभा का बोलावण्यात आली असा आक्षेप काही लोक घेण्याचा संभव आहे. ज्या प्रश्नाची चर्चा करण्याकरिता ही सभा बोलवण्यात आली आहे त्या प्रश्नाचा खल करण्यापूर्वी या आक्षेपाला उत्तर देणे मला आवश्यक वाटते. महारांचीच सभा का बोलाविली व सर्व अस्पृश्यांची सभा का बोलाविली नाही याला अनेक कारणे आहेत. पहिले कारण असे की, या परिषदेत कसल्याही प्रकारच्या मागण्या मागावयाच्या नाहीत. सरकारपासून काही राजकीय हक्क मागावयाचे नाहीत किंवा हिंदू लोकांपासून काही सामाजिक हक्क मागावयाचे नाहीत. आपल्या जीविताचे काय करावयाचे, आपल्या आयुष्यक्रमाची रूपरेखा कशी ठरवावयाची, एवढाच प्रश्न या परिषदेपुढे आहे. तो प्रश्न ज्या त्या जातीला सोडवता येण्यासारखा आहे व तो ज्या त्या जातीने स्वतंत्र विचार करून सोडवणे बरे. ज्या कारणांकरिता सर्व अस्पृश्य लोकांची सभा एकत्रित करण्याची मला आवश्यकता वाटली नाही, त्यांपैकी हे एक कारण आहे. नुसती महारांचीच परिषद भरविण्याचे दुसरेही एक कारण आहे. धर्मांतराची घोषणा केल्यापासून आज जवळ जवळ दहा महिन्यांचा अवधी लोटलेला आहे. या अवधीत लोकजागृतीचे काम पुष्कळसे झाले आहे. आता लोकमत अजमाविण्याची वेळ आली आहे असे मला वाटते. हे लोकमत अजमाविण्याला निरनिराळ्या जातीची सभा करणे हे एक साधे आणि सोपे साधन आहे अशी माझी समजूत आहे. धर्मांतराचा प्रश्न कृतीत उतरविण्याकरिता जो प्रयत्न करणे आवश्यक आहे तो प्रयत्न करण्यापूर्वी खरे लोकमत काय आहे याची खात्री करून घेणे अत्यंत आवश्यक आहे आणि माझी अशी समजूत आहे की जाती जातीची सभा करून आजमाविलेल्या लोकमताबद्दल जशी खात्री देता येईल तशी सर्वसाधारण अस्पृश्यांची सभा भरवून आजमाविलेल्या लोकमताबद्दल देता येणार नाही. कारण सर्व अस्पृश्यांची परिषद असे नाव देऊन जरी सभा बोलविली तरी ती अस्पृश्यांची प्रातिनिधिक स्वरुपाची सभा होऊ शकणार नाही. तसे होऊ नये व लोकमताची खात्री करून घेता यावी म्हणूनच नुसत्या महार लोकांची

सभा भरविण्यात आलेली आहे. या सभेत इतर जातींचा समावेश न केल्यामुळे त्यांचे काही नुकसान होऊ शकत नाही. त्यांना धर्मांतर करावयाचे असेल तर त्यांचा या सभेत समावेश न केल्यामुळे त्यांना वाईट वाटण्याचे काही कारण नाही. त्यांना धर्मांतर करावयाचे असेल तर या सभेत त्यांचा समावेश करण्यात आला नव्हता म्हणून त्यांच्या धर्मांतरात कसलीही आडकाठी येऊ शकणार नाही. जशी महार लोकांची सभा भरविण्यात आलेली आहे तशीच अस्पृश्यांतील इतर जातींना आपापल्या जातीच्या सभा भरवून या विषयासंबंधाने आपले लोकमत व्यक्त करण्याची संधी मोकळी आहे व तशा सभा त्यांनी कराव्या अशी मी त्यांना सूचना करतो व त्याकामात त्यांना माझ्याकडून जी मदत होण्यासारखी असेल ती मी अवश्य करीन. येथवर झाली ती केवळ प्रस्तावना झाली. आता मी आजच्या सभेच्या मुख्य विषयाकडे वळतो.

धर्मांतराचा विषय जितका महत्त्वाचा आहे तितकाच तो गहनही आहे. साध्या माणसाच्या बुद्धीला त्याचे आकलन होणे कठीण आहे. तसेच साध्या माणसाला धर्मांतरासारख्या विषयाची समजूत करून देणे हे काम काही सोपे दिसत नाही. तथापि तुम्हा सर्वांची समजूत पटल्याशिवाय धर्मांतर कृतीत उतरविणे कठीण आहे याची जाणीव मला पूर्णपणे आहे आणि म्हणून जितक्या सुलभ रीतीने या विषयाची मांडणी मला करता येईल तितक्या सुलभ रीतीने मी ती करणार आहे.

धर्मांतराच्या विषयाचा दोन्ही दृष्टीने विचार केला पाहिजे. सामाजिक दृष्टीने विचार केला पाहिजे. तसाच धार्मिक दृष्टीनेही विचार केला पाहिजे. ऐहिक दृष्टीने विचार केला पाहिजे तसेच तात्त्विक दृष्टीनेही विचार केला पाहिजे. परंतु कोणत्याही दृष्टीने धर्मांतराचा विचार करू लागलो तरी प्रथमत: अस्पृश्यता ही काय बाब आहे, व तिचे खरे स्वरूप काय, याचा पुरता समज करून घेणे अत्यंत आवश्यक आहे. त्याशिवाय माझ्या धर्मांतराच्या घोषणेचा अर्थ तुम्हाला कळणे शक्य होणार नाही. अस्पृश्यता ही काय बाब आहे व तिचे खरे स्वरूप काय आहे, याचा तुम्हांस समज व्हावा म्हणून प्रथमत: तुमच्यावर होत असलेल्या जुलुमाच्या कहाणीची तुम्हाला आठवण करून देणे आवश्यक वाटते. सरकारी शाळेत मुले घालण्याचा हक्क सांगितल्यामुळे, विहिरीवर पाणी भरण्याचा हक्क सांगितल्यामुळे, वरात घोड्यावरून नेण्याचा हक्क सांगितल्यामुळे, स्पृश्य हिंदूंनी मारहाण केल्याची उदाहरणे नेहमीचीच घडत असल्याकारणाने ती सर्वांच्या डोळ्यापुढे नेहमी असतात. परंतु मारहाण करण्याची दुसरी अशी अनेक कारणे आहेत की, ज्यांचा उल्लेख केला असता हिंदुस्थानच्या बाहेरील लोकांना तरी त्यांचा विस्मय वाटेल. उंची पोषाख घातल्यामुळे मारहाण केल्याचे उदाहरण देता येईल. दागदागिना घातल्यामुळे मारहाण केल्याचे उदाहरण देता येईल. पाणी आणण्याकरीता तांब्या-पितळेची भांडी वापरल्यामुळे मारहाण केल्याचे उदाहरण देता येईल. जमीन खरेदी केल्यामुळे जाळपोळ केल्याचे उदाहरण देता येईल. जानवे घातल्यामुळे मारहाण

केल्याचे उदाहरण देता येईल. मेलेली गुरे न ओढल्यामुळे व मेलेल्या गुरांचे मांस न खाल्ल्यामुळे मारहाण केल्याचे उदाहरण देता येईल. पायात बूट व मोजे घालून गावातून गेल्यामुळे, भेटलेल्या स्पृश्य हिंदुस जोहार न घातल्यामुळे, शौचाला जाताना तांब्यात पाणी नेल्यामुळे छळ झाल्याचे उदाहरण देता येईल व पंचांच्या पंक्तीत चपाती वाढल्यामुळे मारहाण केल्याचे उदाहरण नुकतेच घडले आहे. वरील प्रकारचे जोरजुलूम झाल्याचे व तुम्हाला अमानुष तऱ्हेने वागविल्याची अनेक प्रकरणे तुमच्या ऐकिवात असतील व तुमच्यापैकी काहींना तर त्याचा प्रत्यक्ष अनुभवही असेल. जेथे मारहाण करता येण्यासारखे नसेल तेथे बहिष्काराच्या शस्त्राचा तुमच्याविरुद्ध कसा उपयोग करण्यात येतो हेही तुमचे तुम्हास अवगत आहेच. मोलमजुरी मिळू द्यावयाची नाही, रानातून गुरांना जाऊ द्यावयाचे नाही, माणसांना गावात येऊ द्यावयाचे नाही वगैरे सर्व प्रकारची बंदी करून स्पृश्य हिंदू लोकांनी तुमच्या लोकांस जेरीस आणल्याची आठवण तुम्हांपैकी पुष्कळांना असेल. परंतु हे असे का घडते, याच्या मुळाशी काय आहे, ही गोष्ट माझ्या मते तुमच्यापैकी फारच थोड्या लोकांना कळत असेल. ती समजून घेणे माझ्या मते अत्यंत आवश्यक आहे.

वर जी कलहाची उदाहरणे दिली आहेत. तिच्याशी व्यक्तीच्या गुणावगुणांचा काही संबंध नाही. दोघा खटनटातील तो कलह नव्हे. अस्पृश्यतेचा प्रश्न हा वर्गकलहाचा प्रश्न आहे. स्पृश्य आणि अस्पृश्य या दोन समाजांतील तो कलह आहे. एका माणसावर होत असलेल्या आगळिकीचा हा प्रश्न नव्हे. हा एका वर्गाने दुसऱ्या वर्गावर चालविलेल्या आगळिकीचा प्रश्न आहे. हा एका वर्गाने दुसऱ्या वर्गावर चालविलेल्या अन्यायाचा प्रश्न आहे. हा वर्गकलह सामाजिक दर्जासंबंधाचा कलह आहे. एका वर्गाने दुसऱ्या वर्गाशी वागताना आपले वर्तन कसे ठेवावे या संबंधाचा हा कलह आहे. या कलहाची जी वर उदाहरणे दिली आहेत त्यावरून जी एक बाब उघडपणे सिद्ध होत आहे ती ही की, तुम्ही वरच्या वर्गाशी वागताना बरोबरीच्या नात्याने वागण्याचा आग्रह धरता म्हणूनच हा कलह उपस्थित होतो. तसे जर नसते तर चपातीचे जेवण घातल्यामुळे, उंची पोषाख घातल्यामुळे, जानवी घातल्यामुळे, तांब्यापितळेच्या भांड्यात पाणी आणल्यामुळे, घोड्यावरून वरात नेल्यामुळे ही भांडणे झाली नसती. जो अस्पृश्य चपाती खातो, उंची पोषाख करतो, तांब्याची भांडी वापरतो, घोड्यावरून वरात नेतो, तो वरच्या वर्गाचे कोणाचे नुकसान करीत नाही. आपल्याच पदराला खार लावतो. असे असता वरच्या वर्गाला त्याच्या करणीचा रोष का वाटावा ? या रोषाचे कारण एकच आहे व ते हेच की, अशी समतेची वागणूक त्यांच्या मानहानीला कारणीभूत होते. तुम्ही खालचे आहात, अपवित्र आहात, खालच्या पायरीनेच तुम्ही राहिलेत तर ते तुम्हाला सुखाने राहू देतील. पायरी सोडली तर कलहाला सुरवात होते ही गोष्ट निर्विवाद आहे. वरील उदाहरणांवरून आणखी एक गोष्ट सिद्ध होते ती ही की, अस्पृश्यता ही नैमित्तिक

नसून नित्याची आहे. हीच गोष्ट स्पष्ट भाषेत सांगावयाची म्हणजे हा स्पृश्य आणि अस्पृश्य यामधील कलह नित्याचा आहे व तो त्रिकालाबाधीत असा राहाणार आहे. कारण ज्या धर्मामुळे तुम्हाला खालची पायरी देण्यात आलेली आहे तो धर्म वरच्या वर्गाच्या म्हणण्याप्रमाणे सनातन आहे. त्याच्यात कोणत्याही प्रकारचा कालमानानुसार फेरबदल होऊ शकत नाही. तुम्ही आज जसे खालचे आहात तसेच तुम्ही नेहमी खालचे राहिले पाहिजे. याचाच अर्थ असा की, स्पृश्य-अस्पृश्य यांच्यामधील हा कलह कायमचा राहाणार आहे. या कलहातून तुमचा निभाव कसा लागणार हा मुख्य प्रश्न आहे व त्या प्रश्नाचा विचार केल्याशिवाय तुम्हाला गत्यंतर नाही असे माझे मत आहे. तुमच्यापैकी ज्यांना हिंदू लोक वागवतील त्याप्रमाणे वागावयाचे असेल, त्यांचा सेवाधर्म पत्करून जगावयाचे असेल, त्या लोकांना या प्रश्नाचा विचार करण्याचे काही प्रयोजन नाही. परंतु ज्यांना स्वाभिमानाचे जिणे आवश्यक वाटते; ज्यांना समतेचे जिणे आवश्यक वाटते; त्यांना या प्रश्नाचा विचार केल्याखेरीज गत्यंतर नाही. कोणत्या तऱ्हेने या कलहात आपला बचाव करता येईल याचा विचार करणे त्यांना आवश्यक आहे. या कलहातून आपला बचाव कसा होईल ? या प्रश्नाचा निर्णय करणे मला तरी मोठेसे कठीण वाटत नाही. येथे जमलेल्या तुम्हा सर्व लोकांना एक गोष्ट कबूल करावी लागेल व ती ही की, कोणत्याही कलहात ज्याच्या हाती सामर्थ्य असते त्याच्याच हाती जय असतो. ज्याला सामर्थ्य नाही त्याने यशाची आशा बाळगावयास नको. ही गोष्ट सर्वांच्या अनुभवाने सिद्ध झालेली आहे. तिच्या समर्थनार्थ पुरावा देण्याचे कारण नाही. याच्या पुढील प्रश्न जो तुम्ही विचारात घेणे आवश्यक आहे तो हा की, या कलहातून सुटका करून घेण्यास तुमच्या पदरी पुरेसे सामर्थ्य आहे काय ? मनुष्यमात्राला तीन प्रकाराचे सामर्थ्य अवगत असते. एक मनुष्यबल, दुसरे द्रव्यबल आणि तिसरे मानसिक बल. या तीन बलांपैकी कोणते बल तुम्हाला उपलब्ध आहे असे तुम्हाला वाटते ? मनुष्यबलाच्यादृष्टीने तुम्ही अल्पसंख्याक आहात ही गोष्ट तर उघडच आहे. मुंबई इलाख्यात अस्पृश्य वर्गाची लोकसंख्या एक अष्टमांश एवढीच आहे. तीही संघटित नाही. आपसातील जातीभेदामुळे तिच्यात संघशक्तीचा पूर्ण अभाव आहे. संघटित नाही ती नाहीच पण ती एकत्रितही नाही. ती खेडोपाडी विखुरली गेलेली आहे. अशा कारणामुळे असलेल्या अल्पस्वल्प संख्येचादेखील प्रसंगग्रस्त झालेल्या अस्पृश्य वर्गाच्या वस्तीस कोणत्याही प्रकारचा उपयोग होऊ शकत नाही. द्रव्यबलाच्या दृष्टीने पाहिले तर तुमची तीच गत आहे. तुमच्याजवळ थोडेबहुत मनुष्यबल आहे असे म्हटले असता चालेल पण तुमच्या जवळ द्रव्यबल मुळीच नाही ही गोष्ट निर्विवाद आहे. तुम्हाला व्यापार नाही, उद्योग नाही, नोकरी नाही आणि शेतीही नाही. वरच्या वर्गाचे लोक जो घासमुटका देतील त्याच्यावर आज तुमची उपजीविका आहे. तुम्हाला अन्न नाही, तुम्हाला वस्त्र नाही, तुमच्याजवळ द्रव्यबल ते काय असणार ? अन्याय झाला तर

कोर्टातून दाद मागण्याइतकी अवकात आज तुमच्यात नाही. तुमच्यातील आज हजारो लोक कोर्टाचा खर्च सोसण्याची ऐपत नसल्यामुळे हिंदूंकडून होणारा त्रास, विटंबना व जोरजुलूम अगदी मुकाट्याने सोशीत आहात. मानसिक बलाची तर याहीपेक्षा अधिक उणीव आहे. शेकडो वर्षे वरिष्ठ वर्गाच्या सेवेत घालविली असल्यामुळे शेकडो वर्षे त्यांनी केलेली विटंबना, छी: थू निमूटपणे सोसल्यामुळे उलट बोलण्याची सवय, प्रतिकाराची हिंमत नाहीशी झाली आहे. तुमच्यातील आत्मविश्वास उत्साह व महत्त्वाकांक्षा यांचा बिमोड झाला आहे. तुमच्यात सर्व लोक हताश, दीनवाणे व निस्तेज झालेले आहेत. निराशेचे व नामर्दुमकीचे वातावरण सर्वत्र पसरले आहे. आपण काही करू शकू, अशा प्रकारचा विचार देखील कोणाच्या ध्यानीमनी येऊ शकत नाही.

वस्तुस्थितीचे मी हे केलेले वर्णन जर खरे असेल तर त्यापासून निघणारा सिद्धांत तुम्हा सर्वांना कबूल करावा लागेल व तो हा की, तुम्ही तुमच्या सामर्थ्यावर अवलंबून राहाल तर तुम्हाला या जुलुमाचा प्रतिकार करता यावयाचा नाही. तुमच्यात सामर्थ्य नसल्यामुळे तुमच्यावर जोरजुलूम होतो याबद्दल मला काडीचाही संशय नाही. या इलाख्यात तुम्हीच अल्पसंख्याक आहात अशातला काही भाग नव्हे. तुमच्याप्रमाणे मुसलमानदेखील अल्पसंख्याक आहेत. ज्याप्रमाणे महारा-मांगाची दोन-चार घरे गावात असतात त्याचप्रमाणे मुसलानांचीही एक-दोनच घरे गावात असतात त्या मुसलमानांच्या वाटेस कोणीही जात नाही. परंतु तुमच्यावर मात्र सारखा जुलूम चाललेला असतो. याचे कारण काय ? दोन मुसलमानांची घरे असून त्यांच्या वाटेला गाव जात नाही. तुमची दहा घरे असूनही गाव तुमचा छळ करतो असे का होते ? हा प्रश्न अत्यंत महत्त्वाचा आहे. त्याची खोज तुम्ही चांगल्या रीतीने केली पाहिजे. माझ्या मते या प्रश्नाचे एकच उत्तर देता येईल व ते हे की, त्या दोन मुसलमानांच्या घराच्या पाठी साऱ्या हिंदुस्थानातील मुसलमान समाजाची शक्ती व सामर्थ्य उभे आहे याची जाणीव हिंदू लोकांना असल्यामुळे त्या दोन मुसलमान घरांच्या वाटेस जाण्याची कोणाही हिंदूची सहसा छाती होत नाही. त्या दोन घरांच्या वाटेस गेले असताना पंजाबपासून ते थेट मद्रास पर्यंत मुसलमान समाज आपली शक्ती वेचून त्यांचे संरक्षण करील अशी खात्री असल्यामुळे ती दोन मुसलमानांची घरे निर्भयपणे आपला व्यवहार करीत असतात. तुमच्या बाबतीत हिंदू लोकांची खात्री असते की तुम्हाला कोणीही मदत करणार नाही; तुमच्याकरिता कोणी धावून येणार नाही; तुम्हाला पैशाची मदत होणार नाही व अधिकाऱ्यांची मदत होणार नाही. मामलेदार व पोलीस हे त्यांचेच असल्यामुळे स्पृश्य-अस्पृश्यांच्या वादात ते जातीला जागतात. कर्तव्याला जागत नाहीत याची त्यांना खात्री असते. या तुमच्या असहाय्य स्थितीमुळेच तुमच्याशी हिंदूलोक जुलुमाची व अन्यायाची वागणूक करतात. येथवर मी जे विवेचन केले आहे यावरून दोन गोष्टी सिद्ध होत आहेत. त्यांपैकी पहिली गोष्ट ही की, सामर्थ्य असल्याशिवाय तुम्हाला या जुलुमाचा प्रतिकार करता येणे शक्य

होणार नाही. दुसरी, प्रतिकाराला अवश्य असलेले सामर्थ्य आज तुमच्या पदरी नाही. या दोन गोष्टी सिद्ध झाल्याबरोबर तिसरी एक आपोआपच सिद्ध होते आणि ती ही की, हे अवश्य असलेले सामर्थ्य तुम्हाला कोठून तरी बाहेरून मिळविले पाहिजे. हे सामर्थ्य तुम्हाला कसे मिळविता येईल हाच खरोखरी महत्त्वाचा प्रश्न आहे आणि त्याचा तुम्ही निर्विकल्प मनाने विचार केला पाहिजे.

या देशातील जातिभेद व धर्मभेद याचा लोकांच्या मनावर व नीतिमत्तेवर एक विलक्षण परिणाम घडून आलेला मला तरी दिसून येतो. या देशात दुःख, दारिद्र्य आणि क्लेश यांच्याकरिता कोणालाही खेद वाटत नाही व वाटलाच तर त्याच्या निवारणाकरिता कोणी प्रयत्न करीत नाही.आपल्या धर्मबांधवावर किंवा जातिबांधवांवर जर दुःखाचा, दारिद्र्याचा अथवा जुलुमाचा प्रसंग ओढवला तर त्यांच्या निवारणाकरिता मात्र लोक सहाय्य करतात. ही नीतिमत्तेची दृष्टी कितीही विकृत असली तरी ती जारी आहे हे कोणीही विसरून चालता कामा नये. ज्या गावांमध्ये अस्पृश्य लोकांवर हिंदूकडून जुलूम होतो त्यागावात इतर धर्माचे लोक नसतात अशातला काही भाग नाही. अस्पृश्यांवर होत असलेला जुलूम अन्यायकारक आहे ही गोष्ट त्यांना पटत नाही असेही नव्हे. हा अन्याय होतो असे वाटत असूनही ते त्यांच्या साहाय्यास धावून जात नाहीत याचे कारण काय ? तुम्ही आम्हाला का मदत करीत नाही असा जर प्रश्न तुम्ही त्यांना केलात तर तुमच्या वादात आम्हास पडण्याचे काय कारण ? तुम्ही त्यांच्या धर्माचे असता तर आम्ही तुम्हाला साहाय्य केले असते, असे उत्तर ते तुम्हाला देतील. यावरून एक गोष्ट तुमच्या ध्यानात येऊ शकेल की, कोणत्याही अन्य समाजाचा ऋणानुबंध तुम्ही जोडल्याशिवाय, कोणत्याही अन्य धर्मात सामील झाल्याशिवाय तुम्हाला बाहेरचे सामर्थ्य मिळू शकत नाही. याचाच स्पष्ट अर्थ असा आहे की, तुम्ही धर्मांतर करून कोणत्या तरी अन्य समाजात अंतर्भूत झाले पाहिजे. त्याशिवाय तुम्हाला त्या समाजाचे सामर्थ्य प्राप्त होऊ शकणार नाही आणि जोपर्यंत तुमच्यापदरी सामर्थ्य नाही तोपर्यंत तुम्हाला व तुमच्या भावी पिढीला आजच्या दीनवाण्या स्थितीमध्ये दिवस काढावे लागणार आहेत.

येथपर्यंत ऐहिक कल्याणकरिता धर्मांतराची आवश्यकता काय आहे याचे दिग्दर्शन केले आहे. आता आध्यात्मिक कारणाकरिता धर्मांतराची कशी आवश्यकता आहे. या विषयीचे माझे विचार तुमच्यासमोर मी मांडीत आहे. प्रथमतः धर्म कशाकरिता असतो. त्याची आवश्यकता काय ? हे जाणून घेतले पाहिजे. धर्माच्या अनेक व्याख्या अनेक लोकांनी केलेल्या तुम्हाला सापडतील. पण त्या सर्वांमध्ये अर्थपूर्ण व सर्वांना पटण्यासारखी अशी एकच व्याख्या आहे. 'ज्याने सर्व प्रजेचे धारण होते तोच धर्म' हीच ती खरी धर्माची व्याख्या होय. ही धर्माची व्याख्या मी केलेली नाही. ही व्याख्या सनातनी हिंदूंचे अग्रणी लो. टिळक यांनीच दिलेली ती व्याख्या आहे. तेव्हा धर्माच्या

व्याख्येबद्दल मखलाशी केल्याचा आरोप माझ्यावर कोणी करू शकणार नाही. ही व्याख्या जरी मी केलेली नसली तरी मी वादाकरिता मान्य केलेली आहे, अशातला भाग नाही. मला ती कबूल आहे. समाजाच्या धारणेकरिता घातलेली बंधने म्हणजेच धर्म हीच माझी देखील धर्माची कल्पना आहे. ही व्याख्या वास्तविकदृष्ट्या अथवा तार्किकदृष्ट्या योग्य अशी दिसली तरी समाजाच्या धारणेकरिता समाजाची बंधने कशी प्रकारची असावीत या प्रश्नाचा या व्याख्येवरून काहीच बोध होऊ शकत नाही अथवा उलगडाही होऊ शकत नाही. समाजाच्या योग्य धारणेकरिता समाजाची बंधने कश असावीत हा प्रश्न शिल्लक राहातोच व हा प्रश्न धर्माच्या व्याख्येपेक्षा फार महत्त्वाचा आहे. कारण धर्म कोणता व अधर्म कोणता हे व्याख्येवर अवलंबून नसून बंधनाच्या हेतूवर व स्वरूपावर अवलंबून आहे. ज्या बंधनाने समाजातील सर्व प्रजेची धारणा होऊ शकते ती बंधने कशी असावीत म्हणजे खऱ्या धर्माचे स्वरूप कसे असावे याचा विचार करताना समाज आणि व्यक्ती यांचा तात्त्विकदृष्ट्या संबंध काय व कसा असावा हा प्रश्न साहजिकपणेच उद्‌भवतो. या प्रश्नासंबंधाने आधुनिक समाजशास्त्रवेत्यांनी तीन प्रकारची मते प्रतिपादन केलेली आहेत. काहींच्या मते व्यक्तिमात्राला सुखप्राप्ती व्हावी हाच समाजसंघटनेचा अंतिम हेतू आहे. काहींच्या मते व्यक्तिमात्राला त्याच्या अंगभूत गुणांचा व शक्तीचा विकास करता येऊन त्याला पूर्णावस्थेस पोहोचविण्यास मदत व्हावी हाच समाजसंघटनेचा अंतिम हेतू असला पाहिजे व काहीच्या मते समाजसंघटनेचा मुख्य हेतू व्यक्तीची उन्नती किंवा व्यक्तीचे सौख्य हे नसून आदर्शभूत समाज तयार करणे हाच होय. हिंदू धर्माची कल्पना या तीनही कल्पनाहून अगदी निराळी आहे. हिंदू धर्मात व्यक्तीला काही स्थान नाही. हिंदू धर्माची रचना वर्गाच्या कल्पनेवर केलेली आहे. एकाने दुसऱ्याशी कसे वागावे याची शिकवण हिंदूधर्मात नाही. एका वर्गाने दुसऱ्या वर्गाशी कसे वागावे याची बंधने हिंदूधर्मात आहेत. ज्या धर्मात व्यक्तीला प्राधान्य नाही तो धर्म मला स्वत:ला मान्य नाही. व्यक्तीच्या जीवनाला समाजाची जरी आवश्यकता असली तरी समाजाची धारणा हे धर्माचे अंतिम ध्येय होऊ शकत नाही. व्यक्तीचा विकास हेच धर्माचे खरे ध्येय आहे असे मी समजतो. व्यक्ती ही जरी समाजांतर्गत असली, मनुष्यमात्र हा जरी समाजाचा एक घटक असला तरी त्याचा आणि समाजाचा संबंध शरीर आणि अवयव, गाडा आणि त्याचे चाक यांचा जसा संबंध आहे तसा हा संबंध नव्हे असे मी समजतो.

ज्याप्रमाणे पाण्याचा थेंब समुद्राच्या पाण्यात टाकला असताना त्याचा लोप होतो तसा माणसाचा तो केवळ समाजात राहिला म्हणून त्याचा लोप होऊ शकत नाही. त्याचे जीवन स्वतंत्र असते. त्याचा जन्म समाजाच्या सेवेकरिता नसून आत्मोन्नतीकरिता आहे. ह्या एकाच कारणामुळे सुधारलेल्या राष्ट्रात एका माणसाला दुसऱ्या माणसास आपला गुलाम करून ठेवता येत नाही. ज्या धर्मात व्यक्तीला प्राधान्य नाही तो धर्म

मला मान्य नाही आणि हिंदू धर्मात व्यक्तीला प्राधान्य नसल्याकारणाने तो धर्म मला मान्य होऊ शकत नाही. तसेच ज्या धर्मात एका वर्गाने विद्या शिकावी, दुसऱ्या वर्गाने शस्त्र धरावे, तिसऱ्याने व्यापार करावा व चौथ्याने नुसती सेवा करावी हा धर्म मला मान्य नाही. विद्या दरेकाला हवी. शस्त्राची दरेकाला जरुरी आहे. पैसा सर्वांना पाहिजे. ही गोष्ट जो धर्म विसरतो व जो एकाला सज्ञान करण्याकरिता बाकीच्यांना अज्ञानात ठेवतो तो धर्म नसून लोकांना बौद्धिक गुलामगिरीत ठेवण्याचा कावा आहे. जो धर्म एकाच्या हाती शस्त्र देतो व दुसऱ्याला नि:शस्त्र करतो तो धर्म नसून एकाला दुसऱ्याने पारतंत्र्यात ठेवण्याची शक्कल आहे. जो धर्म काहींना धनसंपादनाचा मार्ग मोकळा ठेवतो व बाकीच्यांना आपल्या जीविताकरिता दुसऱ्यावर अवलंबून राहाण्याची अनुज्ञा देतो तो धर्म नसून स्वार्थपरायण आहे. हिंदू धर्मातील चातुर्वर्ण्य हे असे आहे. त्याविषयी माझे मत काय आहे हे मी स्पष्टपणे सांगितले आहे. हा हिंदू धर्म तुम्हाला हिताचा आहे की काय याचा तुम्ही विचार करा. व्यक्तीच्या आत्मोन्नतीला पोषक असे वातावरण उत्पन्न करणे ही धर्माची मूलभूत कल्पना आहे हे जर मान्य केले तर हिंदू धर्मात तुमची आत्मोन्नती कधीही होऊ शकणार नाही.

व्यक्तीच्या विकासाला तीन गोष्टीची आवश्यकता आहे. सहानुभूती, समता आणि स्वातंत्र्य. हिंदू धर्मात या तिन्हींपैकी एकतरी बाब तुमच्याकरिता उपलब्ध आहे असे तुम्हाला म्हणता येईल काय?

सहानुभूतीच्या दृष्टीने पाहिले तर सर्वत्र शून्यच आहे असे म्हणावे लागेल. कोठेही तुम्ही गेलात तरी तुमच्याकडे आपुलकीच्या भावनेने कोणीही पाहाणार नाही. याचा अनुभव तुम्हाला चांगलाच आहे. आपुलकीची भावना नाहीच नाही परंतु हिंदू लोकांकडून तुम्हाला परक्यापेक्षा परके लेखण्यात येते. एकाच गावात राहाणारे स्पृश्य आणि अस्पृश्य यांचा परस्पर संबंध कसा असतो हे जर पाहू गेले तर शेजारी शेजारी राहाणारे दोघे भाऊ असे कोणालाही म्हणता येणार नाही. छावणी दिलेले दोन परस्पर विरोधी सैन्याचे तळ आहेत असेच म्हणावे लागेल. जितके मुसलमान लोक हिंदूंना जवळचे वाटतात, त्यांच्याशी जेवढा त्यांचा स्नेहभाव असतो त्यांच्या शतांशाने देखील तुमच्याशी हिंदूंचा नसतो. हिंदू मुसलमान लोकल बोर्डात, कायदे कौन्सिलात, व्यापारात एकमेकांना साहाय्यभूत होऊन वागतात; पण तुमच्याशी तसे सहानुभूतीने हिंदू लोकांनी वागल्याचे एखादे तरी उदाहरण दाखवून देता येईल काय? उलटपक्षी त्यांचा तुमच्याविरुद्ध नेहमीचा कटाक्ष असतो ही गोष्ट मात्र खरी आहे. हिंदूच्या मनात तुमच्याविरुद्ध असलेल्या कटाक्षाचा परिणाम किती विघातक झाला आहे हे तुमच्यापैकी ज्या कोणाला दाद मागण्याकरिता कोर्टात जाण्याचा प्रसंग आलेला आहे किंवा साहाय्य मागण्याकरिता पोलीसाकडे जाण्याचा प्रसंग आलेला आहे तो आपल्या अनुभवाने सांगू शकेल. कोर्ट आपल्याला न्याय देईल. पोलीस आपल्याला मदत करील असा तुम्हांपैकी कोणा

एकाला तरी विश्वास वाटतो का? व तो जर वाटत नाही तर तशी वृत्ती होण्यास काय कारण आहे? माझ्या मते अशा अविश्वासाचे कारण एकच आहे व ते हेच की, हिंदू लोकांमध्ये तुमच्याबद्दल कोणत्याही प्रकारची सहानुभूती नसल्याकारणाने ते आपल्या अधिकाराचा सदुपयोग करतील अशी आशा तुम्हाला वाटत नाही. हे जर खरे आहे तर शुत्रत्वाने भरलेल्या या वातावरणात राहून तुमचा काय उपयोग होणार आहे?

हा प्रश्न खरोखरीच विचारावयास नको. अस्पृश्यता ही मूर्तिमंत असमानताच आहे. एवढी मोठी असानमतेची जागती ज्योत कोठेच दिसावयाची नाही. अस्पृश्यतेपेक्षा जास्त उग्र स्वरूपाची असमानता जगाच्या इतिहासात अन्यत्र कोठेच सापडणार नाही. कमी अधिक भावामुळे एकाने आपली मुलगी दुसऱ्याच्या मुलाला न देणे, कमी अधिक भावामुळे एकाचे दुसऱ्याच्याबरोबर सहभोजन न करणे अशा प्रकारचे असमानतेचे निदर्शक वर्तन आपणास पाहावयास सापडते. परंतु एका माणसाला दुसऱ्या माणसाने त्याला न शिवण्याइतका पतित लेखण्याची प्रथा हिंदू धर्माखेरीज आणि हिंदू समाजाखेरीज अन्यत्र कोठेही सापडेल काय? ज्याच्या स्पर्शाने माणूस बाटतो, ज्याच्या स्पर्शाने पाणी बाटते, ज्याच्या स्पर्शाने देव बाटतो तो प्राणी मानवाच्या कोटीत गणला गेला आहे असे कोणी तरी म्हणेल काय? अस्पृश्य माणसाकडे पाहाण्याची दृष्टी कोणी रक्तपितीने भरलेल्या माणसाकडे पाहाण्याच्या दृष्टीत काय फरक आह? रक्तपिती भरलेल्या माणसाबद्दल लोकांच्या मनात किळस जरी असली तरी त्याच्याबद्दल लोकांच्या मनात सहानुभूती तरी असते! परंतु तुमच्याविरुद्ध सहानुभूती तर नसतेच पण किळस मात्र असते, रक्तपिती भरलेल्या माणसापेक्षादेखील तुमची स्थिती हीन आहे. अजूनही खेडेगावात एखादा स्पृश्य माणूस उपास सोडीत असताना जर महाराचा शब्द त्याच्या कानावर पडला तर तो अन्न ग्रहण करीत नाही. एवढा कलंक तुमच्या शरीराला, एवढा कलंक तुमच्या शब्दाला आहे. अस्पृश्यता हिंदू धर्मावरील कलंक आहे असे काही लोक म्हणत आहेत. पण याबाबतीत खरे म्हटले असता काही अर्थ नाही. हिंदूधर्म कलंकित आहे असे एकही हिंदु मानीत नाही. तुम्ही कलंकित आहात, दूषित आहात, अपवित्र आहात असे मात्र बहुजन हिंदू समाज मानतो. ही दशा तुम्हाला का प्राप्त झाली? तुम्ही हिंदू धर्मात राहिल्यामुळे ही दशा तुम्हाला प्राप्त झाली आहे असे मला वाटते. तुमच्यातील जे मुसलमान झाले त्यांना हिंदू अस्पृश्य मानीत नाहीत व असमान लेखीत नाहीत. तुमच्यातील जे ख्रिस्ती झाले त्यांना हिंदू लोक अस्पृश्य मानीत नाहीत. व असमान लेखीत नाहीत. नुकताच त्रावणकोर येथे घडलेला प्रकार विचारात घेण्यासारखा आहे. तेथील थिया जातीतील अस्पृश्य लोकांस रस्त्यावरून चालण्याची मनाई आहे. परवाच त्यांच्यापैकी काही जणांनी शीख धर्म स्वीकारला हे तुम्हास माहीत असेलच. अस्पृश्य असताना ज्या लोकांना त्या रस्त्यावरून चालता येत नव्हते त्याच लोकांनी शीख धर्म स्वीकारल्याबरोबर त्यांच्यावरची बंदी उठवली गेली. या सर्व गोष्टींवरून एक

गोष्ट सिद्ध आहे की तुमच्या अस्पृश्यतेला व तुमच्या असमानतेला जर काही कारण असेल तर ते तुमचा आणि हिंदू धर्माचा असलेला लागाबांधा हे होय.

या असमानतेच्या अन्यायाचे सांत्वन करण्याच्या हेतूने काही स्पृश्य लोक अस्पृश्यांना सांगतात की तुम्ही शिक्षण घ्या, म्हणजे तुम्हाला शिवू! तुम्ही स्वच्छ राहा म्हणजे तुम्हाला शिवू! आणि समानतेने वागव! खरे म्हटले असता, अडाणी महाराची, दरिद्री महाराची आणि अस्वच्छ महाराची जी गत होते तीच गत शिकलेल्या महाराची, पैसेवाल्या महाराची आणि स्वच्छ राहाणाऱ्या महाराची होते हे तुम्हा आम्हा सर्वांना अनुभवाने माहीत आहे. पण तो प्रश्न जरी बाजूला ठेवला तरी शिक्षण घेतल्याशिवाय, हाती पैसा असल्याशिवाय, अंगावर पोषाख असल्याशिवाय मानमान्यता मिळणार नाही तर साध्या महाराने काय करावे? ज्याला शिक्षण प्राप्त होऊ शकत नाही, ज्याला पैसा मिळू शकत नाही आणि ज्याला नीटनेटका पोषाख करता येत नाही त्या महाराला समानता कशी मिळणार? ख्रिस्ती धर्मात, मुसलमानी धर्मात जी समानतेची शिकवण देण्यात आली आहे तिचा संबंध विद्या, धन, पोषाख, पराक्रम अशा बाह्य वस्तूंशी मुळीच नाही. माणसाचे मनुष्यत्व हीच महत्त्वाची गोष्ट आहे असे दोन्ही धर्म मानतात व ते मनुष्यत्व सर्वांना आदरणीय असले पाहिजे व कोणी कोणाचा अवमान करू नये व कोणी कोणाला असमान मानू नये असे ते धर्म शिकवितात. हिंदू धर्मात या शिकवणीचा पूर्ण अभाव आहे. ज्या धर्मात मनुष्याच्या मनुष्यत्वाला, व त्याच्या माणुसकीला काही किंमत नाही तो धर्म काय कामाचा? आणि त्याला कवटाळून धरून राहाण्यात काय हशील आहे? याला उत्तर म्हणून काही हिंदू लोक उपनिषदाची साक्ष देतात व त्यात ईश्वर सर्वत्र भरला आहे, असे तत्त्व आहे म्हणून बढाई मिरवितात. विज्ञान आणि धर्म या दोन गोष्टी अगदी निरनिराळ्या आहेत. एखादी गोष्ट विज्ञानाचे तत्त्व आहे की धर्माची शिकवण आहे याचा विचार केला पाहिजे. समाजाच्या गळी सर्वांभूती एक ईश्वर हा विज्ञानाचा सिद्धांत आहे. धर्माच्या तत्त्वाचा वागणुकीशी संबंध असतो विज्ञानाचा नसतो. सर्वांभूती एक ईश्वर ही धर्माची शिकवण नाही हे विज्ञानाचे तत्त्व आहे. धर्माची शिकवण नव्हे. ही गोष्ट हिंदू लोक त्याप्रमाणे वागत नाहीत हा माझ्या म्हणण्याचा एक पुरावाच आहे. उलटपक्षी हिंदू लोकांचा असा आग्रहच असेल की, सर्वांभूती एक परमेश्वर हा तत्त्वज्ञानाचा सिद्धांत नसून त्यांच्या धर्माचा पाया आहे आणि म्हणून आमचा धर्म श्रेष्ठ असेल तर त्यांना एवढेच उत्तर पुरे आहे की, त्यांच्याइतके नीच लोक जगामध्ये दुसरे कोणीच नसतील. मुखाने सर्वांभूती ईश्वर असा जप करणारे आणि कृतीने भूतमात्राची विटंबना करणाऱ्या लोकांचा, 'मुख में राम व बगल में छुरी' 'बोलणे महानुभवाचे पण करणी कसाबाची' अशा दुष्ट लोकांतच त्यांचा समावेश करावा लागेल. सर्वांभूति एक ईश्वर मानणारे आणि कृतीने माणसाला पशुतुल्य लेखणारे लोक दाभिंक आहेत त्यांचा संग करू नका!! मुंग्याना साखर घालणारे व माणसांना पाण्यावाचून

मारणारे लोक दांभिक आहेत त्यांचा संग करू नका !! त्यांच्या संगामुळे तुमच्यावर काय परिणाम झाला आहे, याची तुम्हाला कल्पना देखील नाही. तुमची इज्जत नाहीशी झाली, तुमचा मानसन्मान नाहीसा झाला. खरे म्हटले असता हिंदू समाजातच तुम्हाला मानसन्मान नाही हे म्हणणे वस्तुस्थितीच्या मानाने अपुरे पडते. तुम्हाला हिंदू लोकच हलके मानतात असे नव्हे, तर मुसलमान व ख्रिस्ती लोकदेखील तुम्हाला हलके लेखतात. खरे म्हटले असता मुसलमानी धर्मात, ख्रिस्ती धर्मात, श्रेष्ठ-कनिष्ठ, उच्च-नीच असा भेदभाव जागृत करणारी शिकवण नाही. असे असतानादेखील हे लोक तुम्हाला कमी लेखतात. त्याचे कारण का? ह्याचे कारण एकच, हिंदू लोक तुम्हाला नीच लेखतात म्हणूनच तुम्हाला मुसलमान व ख्रिस्ती लोक नीच लेखतात. अस्पृश्यांना जर आम्ही समान लेखले तर हिंदू लोक आपल्याला अस्पृश्यांइतकेच खालचे लेखतील या भीतीमुळे मुसलमान व ख्रिस्ती लोक तुमच्याशी हिंदूं प्रमाणेच अस्पृश्यता पाळतात. आम्ही हिंदू समाजात हीन गणलो गेलो आहोत. इतकेच नव्हे तर हिंदूंच्या असमानतेच्या वर्तणुकीमुळे आम्ही सर्व हिंदुस्थान देशामध्ये सर्वापेक्षा हीन गणलो आहोत. ही अपमानकारक परिस्थिती टाळण्याकरिता, हा कलंक धुऊन टाकण्याकरिता नरदेहाचे चीज करण्याकरिता जर कोणता एखादा उपाय असेल तर तो एकच आहे व तो म्हणजे हिंदू धर्माचा व हिंदू समाजाच त्याग करणे हाच होय.

दरेक नागरिकाला जेवढे कायद्याने व्यवसाय स्वातंत्र्य आहे. तेवढे व्यवसाय स्वातंत्र्य तुम्हालाही आहे. दरेक नागरिकाला कायद्याने जितके व्यक्तिस्वातंत्र्य आहे तेवढे व्यक्तिस्वातंत्र्य तुम्हालाही आहे असे काही लोक म्हणतील. परंतु या म्हणण्यात खरोखरी काही अर्थ आहे काय याचा खोल विचार तुम्ही करावयास पाहिजे. ज्याला जन्मजात धंद्याशिवाय दुसरा कोणताही धंदा समाज करू देत नाही त्या माणसाला तुला व्यवसायस्वातंत्र्य आहे असे सांगण्यात काय हशील आहे? ज्याला संपत्ती मिळविण्याची कोणत्याही प्रकारचे द्वार खुले नाही त्याला तुझ्या संपत्तीला कोणी हात लावू शकणार नाही, तुझी संपत्ती उपभोगण्यास तू स्वतंत्र आहेस असे सांगण्यात काय सत्य आहे? जन्मजात अपवित्रतेमुळे ज्याचा नोकरीत प्रवेश होऊ शकत नाही, ज्याच्या हाताखाली नोकरी करण्याकरिता इतर लोकांना अपमान वाटतो अशा माणसास कोणत्याही नोकरीला अधिकार सांगण्याचे तुला स्वातंत्र्य आहे, असे सांगणे म्हणजे त्याची थट्टा करणे आहे. कायद्याने पुष्कळ हक्क दिले असतील पण समाज त्याचा उपयोग करू देईल तरच ते खरे हक्क आहेत असे म्हणता येईल. अस्पृश्यांनी चांगला पोषाख घालून हिंडावे असा हक्क कायद्याने दिला आहे. पण हिंदू समाज तसे कपडे वापरू देत नाही तर त्या हक्कांचा काय उपयोग? अस्पृश्यांनी तांब्या-पितळेच्या भांड्यात पाणी आणावे असा हक्क कायद्याने दिला आहे. पण हिंदू समाज अस्पृश्यांना धातूची भांडी वापरू देत नाही तर त्या हक्काचा काय उपयोग? अस्पृश्यांनी आपल्या घरावर कौले घालावी असा

हक्क कायद्याने दिला आहे. पण हिंदू समाज त्यास कौले घालू देत नाही तर त्या हक्काचा काय उपयोग? अशी पुष्कळ उदाहरणे देता येतील. परंतु सारांश हा की समाज उपयोग देईल तोच हक्क आपला असे म्हणता येईल. ज्या हक्काला समाजाची आडकाठी आहे, हरकत आहे तो हक्क कायद्याने जरी दिला असला तरी त्याचा काही उपयोग नाही. अस्पृश्य लोकांना कायदेशीर स्वातंत्र्यापेक्षा सामाजिक स्वातंत्र्याची जास्त जरुरी आहे. सामाजिक स्वातंत्र्य जोपर्यंत तुम्हाला प्राप्त झाले नाही तोपर्यंत तुम्हाला कायद्याने कितीही स्वातंत्र्य दिले तरी त्याचा काहीही उपयोग होणार नाही. तुम्हाला शारीरिक स्वातंत्र्य आहे असे काही लोक सांगतील. तुम्हाला कायद्याची मनाई नसेल तिकडे जाता येते, कायद्याची मनाई नसेल त्याप्रकारे बोलता येते हे खरे. परंतु या स्वातंत्र्याचा काय उपयोग आहे? मनुष्यमात्राला जसे शरीर तसेच मनही आहे. जितकी शारीरिक स्वातंत्र्याची आवश्यकता आहे, तितकीच मानसिक स्वातंत्र्याचीही आवश्यकता आहे. नुसत्या शारीरिक स्वातंत्र्याचा काही उपयोग नाही. महत्त्व आहे ते मानसिक स्वातंत्र्याला आहे. खरे म्हटले असता, शरीराचे स्वातंत्र्य कशाकरिता असते? ज्याला त्याला मनसोक्त व्यवहार करता यावा एवढ्याचकरिता आहे. कैद्याच्या पायातील बेड्या काढून त्याला मोकळे करण्याचा मतलब काय? हेतू एवढाच की त्याने बाह्य जगात मोकळ्या मनाने वावरून आपल्या अंगी असलेल्या कर्तबगारीचा पूर्ण फायदा घ्यावा म्हणून. परंतु ज्या माणसाचे मन स्वतंत्र्य नाही, त्याला आपल्या बाह्यात्कारी स्वातंत्र्याचा काय उपयोग? मानसिक स्वातंत्र्य हेच खरे स्वातंत्र्य आहे. ज्याचे मन स्वतंत्र नाही तो मोकळा असून गुलाम आहे. ज्याचे मन स्वतंत्र नाही तो जरी कैदी नसला तरी तो तुरुंगात आहे. ज्याचे मन स्वतंत्र नाही तो जिवंत असून मेला आहे. मनाचे स्वातंत्र्य ही जिवंतपणाची साक्ष आहे. परंतु मानसिक स्वातंत्र्य वसत आहे, त्याचा लोप झाला नाही, याचा पुरावा काय ? मानसिक स्वातंत्र्य कोणाला आहे, असे म्हणता येईल? जो आपली बुद्धी जागृत ठेवून आपले हक्क काय? आपले अधिकार काय व आपले कर्तव्य काय याची जाणीव करून घेतो, त्याला मी स्वतंत्र म्हणतो. जो परिस्थितीचा दास झाला नाही, जो परिस्थितीला आपल्या कह्यात आणण्यास सिद्ध असतो, तो माणूस स्वतंत्र आहे असे मी म्हणतो. जो रूढीच्या स्वाधीन झाला नाही, जो गतानुगतिक बनला नाही, ज्याच्या विचाराची ज्योत विझली नाही तो स्वतंत्र आहे असे मी म्हणतो. जो पराधीन झाला नाही, जो दुसऱ्याच्या शिकवणीने वागत नाही, जो कार्यकारणभाव ध्यानात घेतल्याशिवाय कशावर विश्वास ठेवीत नाही, जो आपल्या हक्काचा अपहार केला असता त्याच्या रक्षणार्थ दक्ष असतो, जो प्रतिकूल लोकमताला घाबरून जात नाही, दुसऱ्याच्या हातचे बाहुले न होण्याइतकी बुद्धी, स्वाभिमान ज्याला आहे तोच माणूस स्वतंत्र आहे असे मी समजतो, जो आपल्या आयुष्याचे ध्येय व आपल्या आयुष्याचा व्यय दुसऱ्याने घालून दिलेल्या आज्ञेप्रमाणे ठरवीत नाही. जो आपल्या

बुद्धीनुसार आपल्या आयुष्याचे ध्येय काय असावे व आपले आयुष्य कोणत्या कार्यात व कशा रीतीने व्यतीत करावे हे आपले आपण ठरवितो. सारांश, जो सर्वस्वी स्वाधीन आहे तोच माणूस स्वतंत्र आहे असे मी समजतो.

या दृष्टीने पाहिले असता तुम्ही स्वतंत्र आहात का ? तुमचे आयुष्य व तुमच्या आयुष्याचे ध्येय तुमच्या स्वाधीन आहे का ? माझ्या मते तुम्हाला स्वातंत्र्य तर नाहीच पण तुम्ही दास आहात, सेवक आहात इतकेच नव्हे तर तुमच्या दास्यत्वाला सीमा उरली नाही. हिंदू धर्मात कोणालाही विचारस्वातंत्र्य असू शकत नाही. जो जो मनुष्य हिंदू धर्मात राहील त्या त्या माणसाला आपल्या विचार स्वातंत्र्याला तिलांजली दिल्याशिवाय गत्यंतर नाही. वागताना त्याने वेदाप्रमाणे वागले पाहिजे. वेदात तशी आज्ञा नसेल तर स्मृतीतील आज्ञेप्रमाणे वागले पाहिजे. स्मृतीत तशी आज्ञा नसेल तर महाजनांच्या पाऊलावर पाऊल ठेवून वागले पाहिजे. हिंदू धर्मात बुद्धीला, विचाराला प्राधान्य तर नाहीच नाही; पण वाव देखील नाही. हिंदूने कोणाची तरी गुलामगिरी केलीच पाहिजे. वेदाची गुलामगिरी केली पाहिजे. स्मृतीची कास धरली पाहिजे. अगर महाजनांचे अनुकरण केले पाहिजे. विचारशक्तीचा त्याने मुळीच उपयोग करता कामा नये. जोपर्यंत तुम्ही हिंदू धर्मात आहात तोपर्यंत तुम्हाला विचारस्वातंत्र्य प्राप्त होऊ शकत नाही. यावर कोणी असे म्हणतील की हिंदू धर्माने तुमचेच मानसिक स्वातंत्र्य हिरावून घेतले असेच नव्हे तर, हिंदू धर्माला प्रमाण मानणाऱ्या सर्व जातीचे मानसिक स्वातंत्र्य हिरावून घेतलेले आहे. हिंदू धर्मामुळे सर्वच बौद्धिक गुलामगिरीत सापडले आहेत हे खरे पण त्यामुळे ते समदु:खी आहेत असे कोणी समजू नये. कारण या बौद्धिक गुलामगिरीचे दुष्परिणाम सर्वांना सारखे भोगावे लागत नाहीत. स्पृश्य वर्गाच्या ऐहिक सुखावर या बौद्धिक गुलामगिरीचा कोणत्याही प्रकारचा अनिष्ट परिणाम होऊ शकत नाही. ते जरी वेदाचे गुलाम झाले, स्मृतीचे दास असले, महाजनांचे गतानुगतिक बनले तरी हिंदू समाजाच्या व्यवहारात त्यांना वेदांनी, स्मृतींनी व महाजनांनी उच्चपद दिलेले आहे. दुसऱ्यांवर हुकमत गाजविण्याकरिता त्यांना अधिकार दिलेला आहे. सारा हिंदू धर्म वरिष्ठ वर्गाच्या हिंदूंनी, वरिष्ठ वर्गाच्या हिंदूंच्या संवर्धनाकरिता रचलेला आहे ही गोष्ट अगदी निर्विवाद आहे. ज्याला ते धर्म म्हणतात त्या धर्मात तुम्हाला गुलामांची भूमिका दिलेली आहे. इतकेच नव्हे तर, या गुलामगिरीतून तुमची सुटका होऊ नये, अशा प्रकारची व्यवस्थाही त्या धर्मात केलेली आहे. म्हणून हिंदू धर्मातील ही बौद्धिक गुलामगिरीतून सुटका करून घेण्याची तुम्हाला जितकी जरुरी आहे तितकी हिंदूना नाही. अशा रीतीने विचार केला असता, हा हिंदू धर्म तुम्हाला दोन्ही तऱ्हेने मारक झाला आहे. या धर्माने तुमचे मानसिक स्वातंत्र्य हिरावून घेऊन तुम्हाला गुलाम केले आहे व याच धर्माने तुम्हाला व्यवहारात गुलामगिरीच्या दशेत आणून टाकले आहे. तुम्हाला जर स्वातंत्र्य हवे असेल तर तुम्हाला धर्मांतरच केले पाहिजे.

अस्पृश्यता निवारणाची जी आज चळवळ चालू आहे त्या चळवळीवर अशी टीका करण्यात येते की, अस्पृश्य वर्गात ज्या निरनिराळ्या जातींचा समावेश झालेला आहे त्या जातींत परस्परांतील व्यवहारामध्ये जातिभेद पाळण्यात येतो, नव्हे अस्पृश्यता पाळण्यात येते. महार, मांग एकमेकांच्या हातचे खात नाहीत. दोघेही भंग्यासारख्या जातीला शिवत नाहीत व त्यांच्याशी अस्पृश्यता पाळतात. परस्परांत जातिभेद व अस्पृश्यता पाळणाऱ्या लोकांना वरच्या जातीकडून तुम्ही जातिभेद मोडा, अस्पृश्यता मानू नका असे म्हणण्याचा काय अधिकार आहे ? असा प्रश्न नेहमी विचारण्यात येतो. तुम्ही आपसातील जातिभेद व अस्पृश्यता नाहीशी करा, मग आमच्याकडे दाद मागण्यास या असा साळसूदपणाचा सल्ला त्यांना देण्यात येत असतो. या टीकेच्या मुळाशी असलेल्या कथेत सत्य आहे हे आपल्यापैकी सर्वांना कबूल करावे लागेल. पण त्या टीकेत केलेला आरोप मात्र खोटा आहे. अस्पृश्य वर्गात समाविष्ट झालेले लोक जातिभेद पाळतात व काही अस्पृश्यता पाळतात या गोष्टीचा इन्कार करता येणे शक्य नसते. या गोष्टी मान्य करणे प्राप्त असले तरी या अपराधाला ते कारणीभूत आहेत असे म्हणणे निखालस खोटे आहे. जातिभेदाचा व अस्पृश्यतेचा उगम अस्पृश्य लोकांपासून झालेला नाही. जातिभेदाचा व अस्पृश्यतेचा उगम वरिष्ठ वर्गाच्या हिंदूंच्या हातून झालेला आहे जातिभेदाचा व अस्पृश्यतेचा पायंडा त्यांनी घातला आहे. जातिभेद व अस्पृश्यता पाळण्याचा धडा वरिष्ठ वर्गाच्या हिंदूंनी घालून दिलेला आहे. ही गोष्ट जर सत्य असेल तर जातिभेदाच्या व अस्पृश्यतेच्या रूढीची जबाबदारी स्पृश्य वर्गावरच पडते. अस्पृश्य वर्गावर ती पडू शकत नाही. अस्पृश्य वर्गाचे लोक जातिभेद व अस्पृश्यता पाळताना वरच्या वर्गाच्या लोकांनी दिलेला धडा गिरवीत आहेत. तो धडा जर खोटा आहे तर त्याचे पाप ज्यांनी तो धडा दिला त्यांच्यावरच येऊन पडते. ज्यांनी गिरविला त्याच्यावर येऊन पडू शकत नाही. हे उत्तर जरी समर्पक असले तरी त्या उत्तराने माझे स्वत:चे समाधान होऊ शकत नाही. ज्या कारणामुळे अस्पृश्यता व जातिभेद ही आपल्यामध्ये शिरली त्या कारणाला आपण जरी जबाबदार नसलो तथापि आपल्यामध्ये जो जातिभेद व जी अस्पृश्यता नांदत आहे तिचा धिक्कार न करणे, ती आहे तशीच चालू देणे आपल्याला इष्ट नाही. अस्पृश्यतेचा व जातिभेदाचा शिरकाव करण्यास जरी आपण जबाबदार नसलो तरी ती घालविण्याची जबाबदारी आपल्यावर आहे. ही जबाबदारी आपण सर्वांनी ओळखली आहे याबद्दल मला समाधान वाटते. माझी खात्री आहे की महार जातीत असा कोणीही पुढारी नाही की जो जातिभेद पाळावा, असे म्हणतो. तुलनाच करावयाची झाली तर ती पुढाऱ्यांमध्येच केली पाहिजे. महारातील शिकला सवरलेला वर्ग जर घेतला आणि ब्राह्मणातील शिकला सवरलेला वर्ग घेतला व दोहोंची तुलना जर केली तर अस्पृश्य वर्गातील सुशिक्षित वर्ग जातिभेद मोडण्याला जास्त अनुकूल आहे ही गोष्ट कोणासही कबूल करावी लागेल. इतकेच

नव्हे तर, ती गोष्ट कृतीनेही सिद्ध करून देता येईल. महारातील सुशिक्षित वर्गच या सुधारणेला अनुकूल आहे इतकेच नव्हे तर महारातील अडाणी जनता देखील या गोष्टीला अनुकूल आहे हे सिद्ध करून देता येईल. आज महारामध्ये एकही मनुष्य सापडणार नाही की, जो महारामांगांत रोटी व्यवहार व बेटी व्यवहार व्हावा याच्याविरुद्ध असेल ! आपल्यातील जातिभेद मोडण्याची आवश्यकता तुम्ही ओळखता या गोष्टीबद्दल मला मोठे समाधान वाटते व मी तुमचे अभिनंदन करू इच्छितो. परंतु अस्पृश्यांतील जातिभेद मोडण्याचा प्रयत्न कसा यशस्वी करता येईल ? याचा तुम्ही विचार केला आहे काय ? सहभोजने केल्याने किंवा क्वचित प्रसंगी सहविवाह केल्याने जातिभेद मोडू शकत नाहीत. जातिभेद ही एक मानसिक स्थिती आहे. एक मानसिक व्यथा आहे. ही मानसिक व्यथा जडण्याचे कारण हिंदू धर्माची शिकवण ही आहे. आपण जातिभेद पाळतो, अस्पृश्यता पाळतो याचे मुख्य कारण ज्या हिंदू धर्मात आपण आहोत तो धर्म तसे करावयास सांगतो म्हणून. वस्तू कडू असेल, तर ती गोड करता येईल. खारट असेल, तुरट असेल तर तिची रुची बदलता येईल पण विषाचे अमृत करता येणार नाही. हिंदू धर्मात राहून जातिभेद नष्ट करू असे म्हणणे म्हणजे विषाचे अमृत करू असेच म्हणण्यासारखे आहे.

अर्थात ज्या धर्मात माणसाची घाण माणसाने मानली पाहिजे अशी शिकवण देण्यात येत आहे त्या धर्मात आपण जोपर्यंत आहोत तोपर्यंत आपल्या मनातील जातिभेदांची भावना कदापि नष्ट होणार नाही. अस्पृश्यांतील जातिभेद व अस्पृश्यता नाहीशी करावयाची असल्यास त्यांनी धर्मांतर करणे हा एकच रामबाण उपाय आहे.

येथपर्यंत धर्मांतराची कारणमीमांसा तुमच्यापुढे मी मांडली आहे. ही कारणमीमांसा तुम्हाला विचारप्रवर्तक होईल अशी मला आशा आहे. ही कारणमीमांसा ज्यांना खोल आणि गहन अशी वाटत असेल त्यांना या विषयाचा सहज समज पडावा म्हणून मी काही साधे बाळबोध विचार तुमच्यापुढे मांडणार आहे. या धर्मांतराच्या प्रश्नात नवे असे काय आहे ? खरे म्हटले असता हिंदूंचा आणि तुमचा सामाजिक संबंध काय आहे ? जितके मुसलमान लोक हिंदूंपासून भिन्न आहेत तितकेच तुम्हीही हिंदूंपासून भिन्न आहात. ख्रिस्ती समाज हिंदूंपासून जितका भिन्न आहे तितकेच तुम्हीही हिंदूंपासून भिन्न आहात. ख्रिस्ती व मुसलमान यांच्याशी जसा हिंदूंचा रोटीबेटी व्यवहार होत नाही तसा तुमच्याशीही होत नाही. तुमचा आणि हिंदूंचा समाज हे आतासुद्धा निरनिराळे, वेगवेगळे दोन समाज आहेत. धर्मांतर केल्याने एका समाजाचे दोन तुकडे करण्यात आले असे कोणालाही म्हणता यावयाचे नाही व कोणालाही वाटावयाचे नाही. आज जसे तुम्ही निराळे आहात तसेच धर्मांतर केल्यामुळे निराळे होणार आहात. धर्मांतराने नवे असे काही होणार नाही. हे जर खरे आहे तर धर्मांतराचा बाऊ कोणाला का वाटावा हे मला समजत नाही. दुसरे असे की धर्मांतराचे महत्त्व तुम्हाला जरी पटले नसले तरी

नामांतराचे महत्त्व तुम्हा सर्वांना पटले आहे ही गोष्ट निर्विवाद आहे. तुमच्यापैकी कोणालाही तुझी जात काय म्हणून विचारले तर तो चोखामोळा, हरिजन वगैरे नावे सांगतो; पण महार हे नाव सांगत नाही. नामांतर करण्याची जरुरी पडल्याशिवाय कोणीही नामांतर करणार नाही. अशा प्रकारचे नामांतर करण्याचे कारण अगदी सोपे आहे. अपरिचित अशा माणसाला अस्पृश्य कोण स्पृश्य कोण हे सांगता येणार नाही आणि म्हणून जोपर्यंत जात कळली नाही तोपर्यंत स्पृश्य हिंदूंच्या मनात कोणत्याही प्रकारची दूषित भावना उत्पन्न होत नाही. प्रवासात अपरिचित स्पृश्य व अस्पृश्य बंधुभावाने वागत असलेले दिसतात. एकमेकांपासून विडी पान घेतात, फळफळावळ घेतात. परंतु त्याच माणसास ज्याच्याशी आपण व्यवहार करतो त्याची जात कळली व ती अस्पृश्य जात आहे असे समजले की, त्याच्या मनात तिरस्कार उत्पन्न होतो. त्याला तिडीक येते व आपल्याला फसवले म्हणून त्याला क्रोध येऊन प्रवासात जडलेल्या मैत्रीचे पर्यवसान शिवीगाळीत व मारामारीत होते. हा अनुभव पुष्कळांचा असेल अशी माझी खात्री आहे. हा असा प्रकार का होतो, हे तुम्हा सर्वांस अवगत आहे. तुम्हाला जी जातिवाचक नावे प्राप्त झालेली आहेत त्या नावांना इतकी दुर्गंधी लागलेली आहे की, त्याचा उच्चार केला असताना देखील स्पृश्य लोकांना मळमळून येते. आणि म्हणूनच तुम्ही स्वत:ला महार न म्हणता, चोखामेळा म्हणून लोकांची फसवणूक करण्याचा प्रयत्न करता, परंतु त्याने लोक फसत नाहीत याचाही तुम्हाला अनुभव आहेच. कारण चोखामेळा म्हटले काय किंवा हरिजन म्हटले काय, लोक जे समजावयाचे ते समजतातच. तुम्हाला नामांतराची आवश्यकता भासते हे तुमच्या वर्तणुकीनेच तुम्ही सिद्ध केले आहे. मला तुम्हाला एवढेच विचारावयाचे आहे की, नामांतर करणे हे जर तुम्हाला अवश्य वाटते तर मग तुम्हाला धर्मांतर करण्यास काय हरकत असावी ? धर्मांतर हे एका दृष्टीने नामांतरच आहे. धर्मांतराने होणारे नामांतर हे तुमच्या जास्त फायदेशीर पडेल. मुसलमान म्हणवून घेणे, ख्रिस्ती म्हणवून घेणे, बुद्ध म्हणवून घेणे, शीख म्हणवून घेणे हे धर्मांतर आहेच पण नामांतरही आहे. ते खरे नामांतर आहे. या नामांतराला दुर्गंधी नाही. हे नामांतर आमूलाग्र आहे. त्याचा शोध कोणी करू शकणार नाही. परंतु चोखामेळा, हरिजन या असल्या नामांतरापासून काही अर्थ नाही. जुन्या नावांची घाण नव्या नावाला लागल्याशिवाय राहणार नाही. जोपर्यंत तुम्ही हिंदू धर्मात राहाल तोपर्यंत तुम्हाला नामांतर करावेच लागेल. कारण नुसते हिंदू म्हणून चालणार नाही. हिंदू हा कोणी मनुष्यप्राणी आहे असे कोणीच ओळखीत नाही. महार सांगून भागणार नाही. कारण त्या नावाचा उच्चार केल्याबरोबर कोणी जवळ येणार नाही. असल्या मधल्या स्थितीत घोटाळत राहण्यापेक्षा, आज हे नाव, उद्या ते नाव, असे नामांतर करीत बसण्यापेक्षा धर्मांतर करून कायमचे नामांतर तुम्ही का करू नये असा माझा तुम्हाला प्रश्न आहे.

धर्मांतराची चळवळ सुरू झाल्यापासून अनेक लोकांनी त्या चळवळीच्याविरुद्ध

अनेक आक्षेप घेतलेले आहेत. त्या आक्षेपात किती सत्य आहे याचा विचार करणे आवश्यक आहे. काही हिंदू लोक धार्मिकपणाचा मोठा आव आणून तुम्हाला असे सांगत आहेत की, धर्म ही काही उपभोगाची वस्तू नव्हे ! ज्याप्रमाणे आपण आज एक कोट घालतो, दुसऱ्या दिवशी दुसरा घालतो, त्याचप्रमाणे धर्मात फेरबदल करता येणार नाही. हिंदू धर्माला झुगारून देऊन तुम्ही परधर्मात जाता तर जे तुमचे पूर्वज इतके दिवस या हिंदू धर्मात राहिले ते मूर्ख होते की काय ? असा प्रश्न काही शहाण्यांनी उपस्थित केला आहे. माझ्या दृष्टीने या आक्षेपात कोणत्याही प्रकारचे तथ्य नाही. केवळ पूर्वजांचाच धर्म म्हणूनच त्याला चिकटून राहावे हे म्हणणे एखाद्या मूर्खाला शोभू शकेल. कोणीही शहाणा मनुष्य अशा प्रकारची भूमिका घेऊ शकणार नाही. केवळ पूर्वजांचा धर्म म्हणून धर्मांतर करू नये, अशा म्हणणाऱ्या लोकांनी इतिहास वाचला नसेल असेच म्हणणे प्राप्त आहे. पूर्वीचा आर्यांचा धर्म ज्याला वैदिक धर्म म्हणतात त्यात गोमांस भक्षण करणे, दारू पिणे, स्वैर वर्तन करणे या तीन गोष्टींत मुख्यत: धर्म साठविलेला होता. तो धर्म हजारो वर्षे हिंदुस्थानातील लोकांनी पाळला व अजूनही काही ब्राह्मण लोकांना त्या धर्माकडे जाण्याची हुक्की येते. केवळ पूर्वजांचाच धर्म पाळावयाचा तर वैदिक धर्म सोडून हिंदुस्थानातील लोकांनी बुद्ध धर्म का स्वीकारला ? वैदिक धर्म सोडून जैन धर्म त्यांनी का स्वीकारला ? या धर्मात आमचे पूर्वज राहिले ही गोष्ट खरी आहे. परंतु ते लोक स्वसंतोषाने, स्वखुशीने राहिले असे मात्र माझ्याने म्हणवत नाही. या देशात अनेक काल पावेतो चातुर्वर्ण्याची संस्था अव्याहत चालू होती. या चातुर्वर्णात ब्राह्मणांनी विद्या शिकावी, क्षत्रियांनी लढाई करावी, वैश्यांनी पैसा मिळवावा व शूद्रांनी सेवा करावी असा नियमबद्ध आयुष्यक्रम बांधलेला होता. या आयुष्याक्रमात शूद्र लोकांजवळ विद्या नव्हती, धन नव्हते, आणि शस्त्रअस्त्रही नव्हते. अशा विपन्न व नि:शस्त्र स्थितीत ज्या तुमच्या पूर्वजांना राहावे लागले त्यांनी हा धर्म स्वसंतोषाने स्वीकारला असे कोणाही शहाण्या माणसास म्हणता येणार नाही. या तुमच्या पूर्वजांना या धर्माविरुद्ध बंड करणे शक्य झाले असते काय ? याचा विचार अवश्य करणे प्राप्त आहे. त्यांना बंड करता आले असते व ते त्यांनी केले नसते तर हा धर्म त्यांनी स्वसंतोषाने पत्करला असे म्हणता आले असते. परंतु खरी वस्तुस्थिती पाहिली असताना त्यांचा निरुपाय झाल्यामुळेच या धर्मात राहावे लागले ही गोष्ट निर्विवाद आहे. या दृष्टीने पाहिले असताना हिंदू धर्म आमच्या पूर्वजांचा धर्म नसून ही त्यांच्यावर जबरदस्तीने लादलेली गुलामगिरी आहे. त्या गुलामगिरीतून आपली सुटका करून घेण्याची साधने त्यांना उपलब्ध नव्हती म्हणून त्यांना त्या गुलामगिरीविरुद्ध बंड करता आले नाही व त्यांना गुलामगिरीतच राहावे लागले याबद्दल त्यांना कोणी दूषण देणार नाही. कोणी झाले तरी त्यांची कीवच करील परंतु हल्लीच्या पिढीला तशा प्रकारची जबरदस्ती कोणालाही करता येणार नाही. त्यांना सर्व बाबतींत स्वातंत्र्य आहे.

त्या स्वातंत्र्याचा उपयोग करून जर त्यांनी आपली स्वत:ची सुटका करून घेतली नाही तर त्यांच्यासारखे नीच, त्यांच्यासारखे अधम व त्यांच्यासारखे परोपजीवी दुसरे कोणीच नाहीत असे मोठ्या कष्टाने म्हणावे लागेल.

केवळ पूर्वजांचा धर्म म्हणूनच त्याला चिकटून राहावे हे म्हणणे मूर्खाला शोभू शकते. कोणीही शहाणा मनुष्य अशा प्रकारची भूमिका घेऊ शकणार नाही. ज्या परिस्थितीत मनुष्य सापडला त्याच परिस्थितीत त्याने आजन्म राहावे हे सांगणे पशूंना शोभेल, माणसांना शोभू शकणार नाही. माणसांत व पशूंत कोणत्या प्रकारची तफावत असेल तर ती हीच की, पशू आपली प्रगती करून घेऊ शकत नाही, माणूस आपली प्रगती करून घेऊ शकतो. स्थित्यंतर केल्याशिवाय प्रगती होऊ शकत नाही . धर्मांतर हे एक प्रकारचे स्थित्यंतर आहे आणि जर धर्मांतर केल्याशिवाय प्रगती होत नसेल तर धर्मांतर करणे आवश्यक आहे. केवळ वडिलांचा धर्म ही बाब प्रगतीप्रिय माणसांच्या आड येऊ शकत नाही. धर्मांतराच्या विरुद्ध आणखीही एक मुद्दा सांगण्यात येतो. तो असा की, धर्मांतर हा एक प्रकारचा पळपुटेपणा आहे. आज हिंदूंतील अनेक लोक हिंदू धर्माची सुधारणा करण्याकरिता सिद्ध आहेत, त्यांच्या साहाय्याने जातिभेद व अस्पृश्यता नाहीशी करता येण्यासारखी आहे, अशा समयी धर्मांतर करणे सर्वस्वी अयोग्य आहे असे काहींचे म्हणणे आहे. हिंदूंतील समाजसुधारकांबद्दल कोणाचे काय मत असेल ते असो. माझ्या मनात त्यांच्याबद्दल अत्यंत तिटकारा आहे. मला त्यांचा चांगला अनुभव आहे आणि या अर्धवट लोकांचा मला अगदी वीट आला आहे. ज्या लोकांना आपल्या जातीत राहावयाचे आहे, आपल्या जातीत मरावयाचे आहे, आपल्या जातीत लग्न करावयाचे आहे त्या लोकांनी आपण जातिभेद सोडणार आहोत अशी खोटी वल्गना करावी व त्या वल्गनेवर अस्पृश्य लोकांनी विश्वास ठेवला नाही म्हणून संतप्त व्हावे ही गोष्ट मोठीच आश्चर्याची आहे. या लोकांच्या वल्गना ऐकल्या म्हणजे अमेरिकेतील निग्रो लोकांच्या सुटकेकरता ज्या गोऱ्या अमेरिकन लोकांनी प्रयत्न केला त्यांची मला आठवण होते. एके काळी अमेरिकेतील निग्रो लोकांची स्थिती हिंदुस्थानातील अस्पृश्य वर्गाप्रमाणेच होती. त्यांची गुलामगिरी कायद्याने प्रस्थापित केलेली होती. तुमची गुलामगिरी धर्माने प्रस्थापित केलेली आहे एवढाच काय तो फरक आहे. या निग्रोच्या गुलामगिरीतून त्यांची सुटका करण्याकरिता अमेरिकेतील काही सुधारक प्रयत्न करीत होते. पण हिंदू समाजसुधारकांची आणि निग्रोची सुटका करणाऱ्या अमेरिकेतील गोऱ्या सुधारकांची तुलना करता येईल काय ? काळ्या शिद्दी लोकांची गुलामगिरीतून सुटका व्हावी म्हणून आपल्याच रक्तमांसाच्या गोऱ्या अमेरिकन सुधारणावाद्यांनी तुंबळ युद्ध केले. त्यांना गुलामगिरीत ठेवावे असे म्हणणाऱ्या असंख्य गोऱ्या लोकांचे प्राण घेतले व आपल्यापैकी असंख्य लोकांच्या प्राणाची आहुती दिली. त्या प्रसंगांचे वर्णन इतिहासातून वाचले आणि आमच्या समाजसुधारकाचे चित्र डोळ्यापुढे ठेवले म्हणजे 'कहाँ राजा

कहाँ पोतराजा' असेच म्हणणे भाग पडते. सुधारक म्हणून म्हणविणाऱ्या हिंदुस्थानातील अस्पृश्यांच्या कैवाऱ्यास असे विचारणे प्राप्त आहे की, अमेरिकेतील गोऱ्या लोकांनी निग्रोंच्या सुटकेकरिता जी आपापसात यादवी केली तशी यादवी करण्यास तुम्ही सिद्ध आहात का ? व सिद्ध नसाल तर सुधारणेच्या व्यर्थ वल्गना करण्यात काय हशील आहे ? हिंदूमधले फार मोठ्यातले मोठे अस्पृश्यांच्या उन्नती करता झटणारे म्हटले म्हणजे महात्मा गांधी, त्यांची मजल किती लांब जाऊ शकते ? इंग्रजसरकार विरुद्ध नि:शस्त्र प्रतिकाराचा लढा लढविणारे महात्मा गांधी अस्पृश्य वर्गावर जुलूम करणाऱ्या हिंदूंचे मन देखील दुखवावयाला तयार नाहीत !! त्याच्याविरुद्ध सत्याग्रह करावयाला तयार नाहीत !! इतकेच नव्हे तर त्यांच्याविरुद्ध कायदेशीर इलाज करावयाला देखील तयार नाहीत !! या सुधारकांचा काय उपयोग आहे मला कळत नाही. काही जण अस्पृश्यांच्या सभेत येऊन मोठमोठ्या तावाने स्पृशांना शिव्या देतील. काहीजण अस्पृश्यांच्या सभेत येऊन मोठ्या आढ्यतेने अस्पृश्यांना सांगतील की, बाबांनो तुम्ही स्वच्छ रहा, शिक्षण घ्या, तुमच्या पायावर उभे रहा वगैरे. खरे म्हटले असता कोण आरोपी असेल तर तो स्पृश्य वर्ग. कोणाचे चुकत असेल तर ते स्पृश्य वर्गाचे. पण त्या स्पृश्य वर्गाची सभा करून त्यांची कानउघडणी करतील तर हराम आहे. हिंदू धर्मातच राहून तुम्ही आपला लढा चालू ठेवा. तुम्ही आम्ही मिळून तो यशस्वी करू, असे सांगणाऱ्या सुधारकांना दोन गोष्टींची आठवण करून देणे आवश्यक वाटते.

गेल्या महायुद्धात एका अमेरिकन व इंग्लिश माणसामध्ये लढाईसंबंधाने झालेला संवाद माझ्या वाचण्यात आला आहे. तो उद्‌बोधक असल्याकारणाने त्याचा या प्रसंगी उल्लेख करणे उचित वाटते. संवादाचा विषय लढाई कोठपर्यंत चालू ठेवावयाची या संबंधाने होता. त्या अमेरिकन गृहस्थाच्या प्रश्नाला उत्तर देताना इंग्रज माणसाने मोठ्या तोऱ्याने सांगितले की, शेवटचा फ्रेंच माणूस ठार होईपर्यंत आम्ही ही लढाई लढू. हिंदू समाजातील सुधारक जेव्हा असे म्हणतात की अस्पृश्यतेचा लढा हा आम्ही शेवटपर्यंत लढू, तेव्हा शेवटचा अस्पृश्य ठार होईपर्यंत लढू असाच त्याचा अर्थ मी तरी निदान करतो. दुसऱ्याचे शरीर तळहातावर घेऊन युद्धाला निघणाऱ्या योध्द्यापासून विजयश्रीची आशा धरणे किती रास्त आहे हे ठरविणे तुम्हाला काही अवघड जाऊ नये. आमच्या लढ्यात जर आम्हीच मरणार आहोत तर मग भलत्याच ठिकाणी लढा करण्यात काय हशील आहे ! हिंदू समाजाची सुधारणा करणे हे आमचे ध्येय नाही, हे आमचे कार्य नाही. आमचे स्वातंत्र्य मिळविणे हे आमचे ध्येय आहे. या पलीकडे आम्हाला कोणत्याही प्रकारचे कर्तव्य नाही. धर्मांतर करून जर आम्हाला आमचे स्वातंत्र्य मिळू शकते तर आम्ही हिंदू समाजाच्या सुधारणेचा लढा काय म्हणून आमच्या अंगावर घ्यावा ? व त्या लढ्यात आमच्या सामर्थ्याची, शक्तीची व द्रव्याची आहुती काय म्हणून द्यावी ? हिंदू समाजाची सुधारणा करणे हा अस्पृश्यता निवारण्याच्या चळवळीचा मुख्य हेतू आहे

असा कोणीही आपला गैरसमज करून घेऊ नये. अस्पृश्यता निवारणाच्या चळवळीचा मुख्य हेतू अस्पृश्यांना सामाजिक स्वातंत्र्य मिळवून देणे हाच आहे आणि ते स्वातंत्र्य धर्मांतराशिवाय प्राप्त होणार नाही हेही तितकेच खरे आहे. अस्पृश्यांना समतेचे स्थान प्राप्त करून घ्यावयाचे आहे ही गोष्ट मला मान्य आहे व समतेची प्राप्ती हा खरोखरीच त्यांच्या चळवळीचा एक हेतू आहे. परंतु ही समता प्राप्त करून घेण्याकरिता त्यांनी हिंदूधर्मातच राहिले पाहिजे. नाहीतर समता प्राप्त व्हावयाची नाही असे कोणाला ही म्हणता येणार नाही. समता प्राप्त करून घेण्याचे दोन मार्ग मला दिसतात. हिंदू धर्मात राहून समता मिळवावयाची किंवा धर्मांतर करून समता मिळवावयाची. हिंदू धर्मात राहून समता प्राप्त करावयाची झाल्यास नुसती शिवाशिव जाऊन कार्यभाग होणार नाही. रोटी व्यवहार व बेटी व्यवहार घडला तरच समानता प्राप्त होऊ शकेल. याचाच अर्थ असा की चातुर्वर्ण्याचा बीमोड झाला पाहिजे व ब्राह्मणी धर्माचा विध्वंस झाला पाहिजे. ही गोष्ट शक्य आहे का ? व ही जर शक्य नसेल तर हिंदू धर्मात राहून समतेच्या वागणुकीची अपेक्षा करणे शहाणपणाचे होईल काय ? व त्या प्रयत्नात तुम्हाला यश येईल काय ? त्या मानाने धर्मांतराचा मार्ग किती तरी सोपा आहे. हिंदू समाज, मुसलमान समाजाला समतेने वागवितो. हिंदू समाज ख्रिस्ती समाजाला समतेने वागवितो. अर्थात धर्मांतराने सहजगत्या सामाजिक समता प्रास्त होऊ शकते. हे जर खरे आहे तर मग धर्मांतरासारख्या साध्या सोप्या मार्गाचा तुम्ही अवलंब का करु नये ! माझ्या मते धर्मांतराचा मार्ग हा जसा अस्पृश्य लोकांना तसाच हिंदूनाही सुखाचा होणार आहे. हिंदू धर्मात राहाल तोपर्यंत तुम्हाला त्यांच्यापाशी शिवाशिवीकरिता, पाण्याकरिता, रोटीकरिता, बेटीकरिता भांडण करावे लागेल. व जोपर्यंत हे भांडण चालू राहील तोपर्यंत तुमच्यात आणि त्यांच्यात बखेडा माजेल व तुम्ही एकमेकांचे वैरी होऊन राहाल. धर्मांतर केले तर भांडणाचे सर्व मूळच नाहीसे होईल. तुम्हाला त्यांच्या देवळावर हक्क सांगण्याचा काही अधिकार राहाणार नाही व जरूरीही राहाणार नाही. सहभोजन करा, सहविवाह करा वगैरे सामाजिक हक्कांकरिता भांडण्याचे काही कारण उरणार नाही. आणि हे भांडण जर मिटले तर उभयतांमध्ये प्रेम वाढून सलोखा उत्पन्न होईल. आज मुसलमान व ख्रिस्ती समाजाची व हिंदू समाजाची परस्पर स्थिती काय आहे हे पहा. तुमच्याप्रमाणे हिंदू लोक मुसलमानांना अगर ख्रिस्ती लोकांना आपल्या देवळात घेत नाहीत, तुमच्याप्रमाणे त्यांच्याशी रोटी व्यवहार करीत नाहीत, बेटी व्यवहार करीत नाहीत असे असताना त्यांच्यात आणि हिंदूंमध्ये जो आज सलोखा आहे तो तुमच्यात आणि हिंदूत नाही. हा जो फरक आहे त्याचे मुख्य कारण हेच की, तुम्ही हिंदू धर्मात राहिल्यामुळे हिंदू समाजाशी सामाजिक व धार्मिक हक्काकरिता तुम्हाला भांडावे लागते. परंतु ते हिंदू धर्मातून बाहेर गेल्यामुळे त्यांना हिंदू लोकांशी धार्मिक व सामाजिक हक्काकरिता लढा चालविण्याचे कारण पडत नाही. दुसरे असे की हिंदू

समाजात त्यांना कोणत्याही प्रकारचे सामाजिक हक्क नसले म्हणजे त्यांच्याशी रोटी व्यवहार होत नसला व बेटी व्यवहार होत नसला तरी हिंदू समाज त्यांना असमानतेने वागवीत नाही. धर्मांतराने जर समता प्राप्त होऊ शकते, धर्मांतराने जर हिंदू आणि अस्पृश्य यांच्यामध्ये सलोखा उत्पन्न होऊ शकतो, तर तो समतेचा साधा आणि सुखकर मार्ग अस्पृश्य लोकांनी का स्वीकारू नये ? अशा रीतीने पाहिले असताना हा धर्मांतराचा मार्ग खऱ्या स्वातंत्र्याकडे नेणारा आहे व त्यापासून खरी समता प्राप्त होणार आहे. धर्मांतराचा मार्ग हा पळपुटेपणाचा मार्ग नाही. तो भेकडपणाचा मार्ग नाही. तो एक शहाणपणाचा मार्ग आहे.

धर्मांतराच्या आड आणखीही एक बाब उपस्थित करण्यात येते. जातिभेदाला त्रासून धर्मांतर करण्यात काही अर्थ नाही, असा युक्तिवाद काही हिंदू लोक करतात. कोठेही गेलात तेथे जातिभेद आहेच असे हिंदू लोक सांगतात. दुर्दैवाने ही गोष्ट कबूल करणे प्राप्त आहे की, हिंदुस्थानातील अन्य धर्मीय समाजामध्ये सुद्धा जातिभेदाचा शिरकाव झाला आहे. पण या पापाचे धनी हिंदू लोकच आहेत. मुळात हा रोग त्यांच्यातूनच उद्भवलेला आहे. त्याचा संसर्ग मात्र इतर लोकांना झाला आहे ही त्यांच्या दृष्टीने नाईलाजाची गोष्ट आहे. ख्रिस्ती व मुसलमान यांच्यामध्ये जरी जातिभेद असला तरी तो जातिभेद हिंदूतील जातिभेदासारखाच आहे, असे म्हणणे कोतेपणाचे लक्षण आहे असे म्हणावे लागेल. हिंदुतील जातिभेद व मुसलमान व ख्रिस्ती यांच्यातील जातिभेद या दोहोंमध्ये मोठे अंतर आहे. पहिल्या प्रथम ही गोष्ट ध्यानात घेतली पाहिजे की, मुसलमान व ख्रिस्ती यांच्यामध्ये जरी जातिभेद असला तरी तो जातिभेद समाजाचे प्रमुख अंग असे कोणालाही म्हणता येणार नाही. तू कोण ? याला मी मुसलमान आहे, मी ख्रिस्ती आहे, एवढे उत्तर दिले असताना त्या उत्तरावरून सर्वांचे समाधान होते. तुझी जात काय ? असे विचारण्याची कोणासही आवश्यकता भासत नाही. परंतु कोणाही हिंदूला तू कोण ? असा प्रश्न विचारला असताना, मी हिंदू, असे उत्तर त्याने दिले असता त्याने कोणासही समाधान होऊ शकत नाही. तुझी जात काय ? असा प्रश्न विचारण्यात येतो व त्याचे उत्तर दिल्याशिवाय कोणाचेही त्याच्या अस्तित्वाचा समाज होत नाही. हिंदू समाजात जातीला कसे प्राधान्य देण्यात आले आहे व मुसलमान व ख्रिस्ती समाजात तिला कसे गौणपद प्राप्त झाले आहे हा मुद्दा वरील विवेचनावरुन आपोआपच सिद्ध होऊ शकतो. त्याशिवाय हिंदूंतील जातिभेद व मुसलमान व ख्रिस्ती यांच्यामधील जातिभेद यांमध्ये आणखीही एक महत्त्वाचा फरक आहे. हिंदूतील जातिभेदाच्या मुळाशी हिंदूचा धर्म आहे. मुसलमान व ख्रिस्ती यांच्यातील जातिभेदाच्या मुळाशी त्यांच्या धर्माचे अधिष्ठान नाही. हिंदूंनी जातिभेद मोडू असे म्हटले असता त्यांचा धर्म त्यांच्या आड येईल. परंतु ख्रिस्ती व मुसलमान लोकांनी त्यांच्यातील जातिभेद मोडण्याचा जर त्यांनी उपक्रम आरंभिला तर त्याच्याविरुद्ध

त्यांचा धर्म आड येऊ शकणार नाही. हिंदूंना धर्मनाश केल्याशिवाय जाती विध्वंसन करता येणार नाही. मुसलमान व ख्रिस्ती लोकांना जातीनाशन करण्याकरिता धर्मानाशन करण्याचे काही कारण नाही. जातीनाशनाच्या कामात त्यांचा धर्म त्यांच्या आड येणार नाही., इतकेच नव्हे तर त्यांच्या धर्माचा अशा कार्याला फार मोठा पाठिंबा मिळू शकेल. जातिभेद सर्वत्रच आहे, असे जरी कबूल केले तरी हिंदू धर्मातच रहा, असा निष्कर्ष त्यापासून निघू शकत नाही. जातिभेद ही गोष्ट जर अनिष्ट असेल तर ज्या समाजात गेले असताना जातिभेदाची तीव्रता विशेष नाही किंवा ज्या समाजात गेले असताना जातिभेद लवकर सहज व सुलभपणे मोडता येईल. त्या समाजात जा हाच खरा तर्कशुद्ध सिद्धांत आहे असे मानावे लागेल.

नुसत्या धर्मांतराने काय होणार ? तुम्ही आपली आर्थिक स्थिती व शैक्षणिक स्थिती सुधारण्याचा प्रयत्न करा, असे काही हिंदू लोक सांगत आहेत. या प्रश्नाने आपल्यापैकी काही लोक फसून जाण्याचा संभव आहे. आणि म्हणून त्या प्रश्नाचा विचार करणे मला आवश्यक वाटते. प्रथमत: तुमची आर्थिक व शैक्षणिक स्थिती सुधारण्याचा कोण प्रयत्न करणार आहे ? तुम्ही किंवा तुम्हाला जे असा उपदेश करतात ते ? जे हिंदू लोक तुम्हाला असा उपदेश करतात ते बोलण्यापलीकडे तुमच्याकरिता काही करतील असे मला वाटत नाही व करण्याची त्यांची तयारीही मला दिसत नाही. उलट जो तो हिंदू आपापल्या जातीपुरती दृष्टी ठेवून आपापल्या जातीची आर्थिक स्थिती सुधारण्याकरिता झटत आहे. ब्राह्मण लोक ब्राह्मण बायकांकरिता सुतिकागृह, ब्राह्मण मुलांकरिता स्कॉलरशिपा, ब्राह्मण बेकारांना नोकऱ्या कशा मिळतील याची सोय लावण्यात गुंतले आहेत. सारस्वत तसेच करीत आहेत. कायस्थ तसेच करीत आहेत. मराठे तसेच करीत आहेत. जो तो आपापल्याकरिता व ज्याला कोणी नाही त्याचा परमेश्वर, अशी स्थिती आहे. तुमची उन्नती तुम्हीच करावयाची, दुसरा कोणी तुम्हाला मदत करणार नाही, अशी जर खरी स्थिती आहे तर या लोकांच्या म्हणण्याकडे लक्ष देण्यात काय हशील आहे ? नुसती दिशाभूल करून कालक्षेप करण्यापलीकडे यांचा दुसरा काही हेतू दिसत नाही. तुमची स्थिती तुम्ही सुधारावयाची असेच जर असेल तर या हिंदू लोकांच्या तर्कटाकडे लक्ष देण्याचे कोणाला काही कारण नाही व त्यांना उपदेश करण्याचा कोणाला काही अधिकार नाही. एवढेच सांगून हा प्रश्न सोडून देण्याचा माझा विचार नाही, त्याचे खंडन करणे मला अवश्य वाटते.

असे जे हिंदू लोक विचारतात त्यांच्या विचारशून्यतेचे मला मोठे आश्चर्य वाटते. हिंदुस्थानातील शीख, मुसलमान व ख्रिस्ती हे पूर्वाश्रमाचे हिंदूच होत व तेही बरेचसे शूद्र व अस्पृश्य होते. ज्या हिंदू लोकांनी हिंदू धर्म सोडून शीख धर्म स्वीकारला, ज्या हिंदू लोकांनी हिंदू धर्म सोडून ख्रिस्ती धर्म स्वीकारला, त्यांचा काहीच अभ्युदय झाला नाही असे या टीकाकारांना म्हणावयाचे आहे काय ? व हे म्हणणे जर सत्य नसेल,

धर्मांतराने त्यांचा उत्कर्ष झाला आहे हे जर कबूल करणे प्राप्त असेल तर मग धर्मांतराने अस्पृश्यांचे काहीच कल्याण होणार नाही असे म्हणणे किती यथार्थ होईल याचा त्यांनी अवश्य विचार करावा. धर्मांतराने काही होणार नाही या म्हणण्याचा गर्भित अर्थ धर्म ही अगदी कुचकामी वस्तू आहे असाच निघू शकतो. धर्म ही जर कुचकामाची वस्तू आहे, तिच्यापासून काही लाभ नाही, हानी नाही, असे ज्यांचे म्हणणे आहे त्यांनी अस्पृश्यांनी हिंदू धर्मातच राहिले पाहिजे असा आग्रह का धरावा ? मला समजत नाही. ज्यांना धर्मात काही अर्थ नाही असे वाटते तर कोणता धर्म सोडला, कोणता घेतला याबद्दल अशा लोकांनी वितंडवाद का करावा ? नुसत्या धर्मांतराने काय होणार असे जे हिंदू लोक विचारतात त्यांना नुसत्या स्वराज्यापासून काय होणार असा प्रश्न करणे गैर होणार नाही.

हिंदुस्थानातील लोकांचीदेखील अस्पृश्य लोकांप्रमाणेच आर्थिक व शैक्षणिक प्रगती होणे आवश्यक आहे. हे जर खरे आहे तर नुसत्या स्वराज्याचा काय उपयोग आणि नुसत्या स्वराज्यापासून जर देशाचा काही फायदा होत असेल तर धर्मांतरापासूनही अस्पृश्यांचा फायदा झालाच पाहिजे. खोल विचारांती सर्वास मान्य करावे लागेल की, जितकी स्वराज्याची आवश्यकता हिंदुस्थानाला आहे तितकीच धर्मांतराची आवश्यकता अस्पृश्यांना आहे. स्वराज्याचे महत्त्व जितके देशाला आहे तितकेच धर्मांतराचे महत्त्व अस्पृश्यांना आहे. धर्मांतर आणि स्वराज्य या दोहोंचा अंतिम हेतू एकच आहे. त्यांच्या अंतिम हेतूत कोणत्याही प्रकारचा भेद नाही. तो अंतिम हेतू म्हणजे स्वातंत्र्याची प्राप्ती आणि स्वातंत्र्य हे जर मनुष्यमात्राच्या जीवनाला आवश्यक अशी वस्तू आहे तर ज्या धर्मापासून अस्पृश्यांना स्वतंत्र जीवन प्राप्त होऊ शकते ते धर्मांतर निरर्थक आहे असे कोणालाही म्हणता येणार नाही.

या ठिकाणी आधी अर्थिक उन्नती किंवा आधी धर्मांतर या प्रश्नाचाही विचार करणे मला आवश्यक वाटते. आर्थिक उन्नती आधी झाली पाहिजे अशा लोकांचे मत मला ग्राह्य होऊ शकत नाही. आधी धर्मांतर मग अर्थिक उन्नती किंवा आधी आर्थिक उन्नती मग धर्मांतर हा वाद आधी राजकीय उन्नती किंवा आधी सामाजिक उन्नती या वादासारखा शुष्क आहे. समाजाच्या उन्नतीला अनेक साधनांची आवश्यकता असते व ती सर्वच साधने आपापल्या परीने आवश्यक असतात. त्यात अमुक एकाचा उपयोग प्रथम करावयाचा व दुसऱ्याचा उपयोग नंतर करावयाचा असा अनुक्रम नेहमीच ठेवता येणार नाही. परंतु तसा अनुक्रम ठेवणे असाच जर आग्रह असेल तर आधी धर्मांतर किंवा आधी आर्थिक उन्नती या प्रश्नाचे उत्तर आधी धर्मांतर असेच मी म्हणेन. जोपर्यंत अस्पृश्यतेचा कलंक तुमच्यावर बसला आहे तोपर्यंत तुमची आर्थिक उन्नती कशी होऊ शकणार ? हे मला समजत नाही. दुकानदारी करण्याच्या हेतूने तुम्हापैकी कोणी जर एखादे दुकान घातले व दुकानदार अस्पृश्य आहे असे जर कळले तर त्याच्यापासून

कोणीही माल घेणार नाही. नोकरी मिळविण्याच्या उद्देशाने जर तुम्हापैकी कोणी एकाने नोकरीकरिता अर्ज केला व अर्जदार अस्पृश्य आहे असे समजले तर त्याला नोकरी मिळणार नाही. कोणाची शेती विकावयाची झाली व जर तुम्हापैकी कोणी खरेदी करण्याचा विचार केला व मागणी करणारा अस्पृश्य आहे म्हणून समजले तर तुम्हाला ती जमीन कोणी विकणार नाही. आर्थिक उन्नतीचा कोणताही मार्ग तुम्ही स्वीकारला तरी अस्पृश्यतेमुळे कोणत्याही मार्गात तुम्हाला यशप्राप्ती होणार नाही. अस्पृश्यता ही एक तुमच्या उन्नतीच्या मार्गात कायमची धोंड आहे ती सरकविल्याशिवाय तुमचा मार्ग सुकर होऊ शकत नाही व धर्मांतर केल्याशिवाय ही आड नाहीशी व्हावयाची नाही. तुमच्यातील काही तरूण लोक आज शिक्षणाच्या मागे लागले आहेत आणि या शिक्षणाकरिता जिकडून पैसा मिळेल तिकडून पैसा मिळविण्याचा प्रयत्न करीत आहेत. या पैशाच्या लालचीमुळे कित्येकांच्या मनात आहोत तेथेच अस्पृश्य राहून उन्नती करून घेण्याकडे प्रवृत्ती दिसून येते. परंतु अशा तरुणांना मी असा एक प्रश्न विचारु इच्छितो की, शिक्षण घेतल्यानंतर तुम्हाला तुमच्या शिक्षणानुरुप नोकरी मिळण्याचा मार्ग जर खुला नाही तर तुम्ही शिक्षण घेऊन काय करणार आहात ? आपल्यातील शिकलेल्यांपैकी पुष्कळसे लोक आज बेकार आहेत. त्याचे कारण काय ? माझ्यामते या बेकारीचे कारण पुष्कळ अंशाने अस्पृश्यता हेच आहे. अस्पृश्यतेमुळेच तुमच्या बायकांचे चीज होऊ शकत नाही. अस्पृश्यतेमुळेच तुमच्या गुणांची चहा होऊ शकत नाही. अस्पृश्यतेमुळेच तुम्हाला लष्करातून काढून टाकण्यात आले. अस्पृश्यतेमुळेच तुम्हाला पोलिसात घेत नाहीत. अस्पृश्यतेमुळेच तुम्हाला पट्टेवाल्याची जागा मिळू शकत नाही. अस्पृश्यतेमुळेच तुम्ही कोणी वरच्या जागेला चढू शकत नाही. अस्पृश्यता हा एक प्रकारचा शाप आहे. त्यापासून तुम्ही दग्ध झाला आहात व तुमच्या गुणांची राखरांगोळी झाली आहे. अशा स्थितीत तुम्ही गुणसंपादन ते काय करणार ? व केले तरी त्याचा काय उपयोग होणार ? तुमच्या गुणांचे काही चीज व्हावे, तुमच्या शिक्षणाचा काही उपयोग व्हावा, तुमच्या आर्थिक उन्नतीची द्वारे खुली व्हावीत, अशी जर तुमची इच्छा असेल तर तुम्ही आधी अस्पृश्यता घालविली पाहिजे म्हणजे धर्मांतर केले पाहिजे.

येथवर धर्मांतर विरोधकांनी जी कारणे पुढे केलेली आहेत त्या कारणांचा विचार केला आहे. आता धर्मांतराविषयी सहानुभूती असणाऱ्या काही लोकांनी ज्या शंका प्रदर्शित केलेल्या आहेत त्या शंकेचे निरसन करण्याचा प्रयत्न मी करीत आहे. पहिल्या प्रथम आमच्या महारकी वतनाचे काय होईल असा बऱ्याचशा महार लोकांना बाऊ वाटत आहे असे माझ्या कानी आले आहे. वरिष्ठ जातीतील धर्मांतरविरोधी लोकांनी तुम्ही धर्मांतर केले तर तुमच्या महारक्या जातील, अशी भीती गावोगाव महार लोकांना घातल्याचेही माझ्या कानी आले आहे. महारकी गेली तर मला स्वत:ला कोणत्याही

प्रकारचा खेद वाटणार नाही. ही गोष्ट तुम्हा सर्वांना माहीत आहे. महारांना अधोगतीस नेणारी जर कोणती एखादी बाब असेल तर ती महारकी होय, हे माझे मत आज गेल्या दहा वर्षापासून लोकांपुढ मी मांडीत आलो आहे आणि ज्या दिवशी या महारकीच्या बेडीतून तुमची सुटका होईल त्या दिवशी तुमच्या उद्धाराचा मार्ग मोकळा झाला असे मी समजेन. परंतु ज्या कोणाला महारकी हवी असेल त्या लोकांना मी एवढे आश्वासन देऊ शकतो की, धर्मांतरामुळे महारकी वतनाला कोणत्याही प्रकारचा धोका पोहोचू शकत नाही. या बाबतीत १८५० सालच्या कायद्याचा उल्लेख करणे आवश्यक आहे. त्या कायद्याच्या कलमाप्रमाणे कोणाही माणसाने केवळ त्याने धर्मांतर केले एवढ्याच कारणामुळे त्याच्या वारसाच्या अगर मालमत्तेच्या कोणत्याही अधिकारास बाध येऊ शकत नाही. ज्यांना कायद्याचा आधार पुरेसा वाटत नसेल त्यांनी नगर जिल्ह्यातील परिस्थिती विचारात घ्यावी. नगर जिल्ह्यातील पुष्कळ महार ख्रिस्ती झाले आहेत व काही ठिकाणी तर एकाच घरात काही माणसे ख्रिस्ती झाली आहेत व काही महारच राहिली आहेत. तथापि जे ख्रिस्ती झाले आहेत त्यांचा वतनावरचा हक्क नाहीसा झाला याचा दाखला नगरचे महार तुम्हा सर्वांना देऊ शकतील. तेव्हा धर्मांतरापासून महारकी वतनाला धोका येणार आहे अशी भीती कोणीही बाळगू नये.

दुसरी शंका राजकीय हक्कासंबंधी आहे. धर्मांतर केले तर आमच्या राजकीय हक्कांचे काय होईल अशीही शंका पुष्कळ लोकांकडून प्रदर्शित करण्यात येते. अस्पृश्य वर्गाला मिळालेल्या राजकीय हक्काचे महत्त्व मी ओळखीत नाही, असे कोणालाही म्हणता येणार नाही. हे राजकीय हक्क मिळविण्याकरिता जेवढी दगदग व जेवढी पराकाष्ठा मी केली तेवढी दगदग व तेवढी पराकाष्ठा इतर कोणीही केलेली नाही. तथापि राजकीय हक्कावरतीच सर्वस्वी भर देणे योग्य होणार नाही असे मला वाटते. ते राजकीय हक्क दिलेले आहेत ते काही यावच्चंद्रदिवाकरौ अशा अटीवर दिलेले नाहीत. ते कधी ना कधी संपुष्टात येतील. इंग्रज सरकारनी जो निवाडा दिला होता त्या निवाड्यात आपल्याला दिलेल्या राजकीय हक्कांची कालमर्यादा वीस वर्षांची ठरविलेली होती. पुणे करारात तशा प्रकारची कालमर्यादा निश्चित केलेली नसली तरी त्यातील मुदत अमर्याद आहे असे कोणालाही म्हणता येणार नाही. ज्यांचा राजकीय हक्कांवर भर आहे त्यांनी हे राजकीय हक्क गेल्यावर मग काय होईल, याचा विचार अवश्य करावा. ज्या दिवशी हे राजकीय हक्क जातील त्या दिवशी आपल्याला आपल्या सामाजिक सामर्थ्यावरच अवलंबून राहावे लागेल. ते सामर्थ्य आपल्या अंगी नाही हे मी वर सांगितलेच आहे. ते सामर्थ्य धर्मांतर केल्याशिवाय आपल्याला प्राप्त होऊ शकणार नाही. हेही मी वर सिद्ध करून दिले आहे. कोणाही माणसाने जवळचा विचार करून भागणार नाही. तात्पुरत्या लाभाला भाळून जाऊन शाश्वत हित कोणत्या गोष्टीत आहे याचा विचार न करणे हे अंती दुःखदायक होणार आहे. अशा परिस्थितीत

कायमचा लाभ कोणत्या गोष्टीत साठविलेला आहे याचा विचार सर्वांनी अवश्य करावयास पाहिजे. माझ्या मते शाश्वत हिताच्या दृष्टीने पाहिले असताना धर्मांतराचा उपाय हाच खरा उपाय आहे. त्याकरिता राजकीय हक्काची जरी आहुती देण्याचा प्रसंग आला तरी त्याला कोणीही भीक घालू नये. परंतु धर्मांतर केले असता आपल्या राजकीय हक्काला का धोका बसावा, हेच मला समजत नाही. तुमचे जे राजकीय हक्क आहेत ते तुम्ही कोठेही गेला असता तुमच्याबरोबर येतील याच्याबद्दल मला कोणत्याही प्रकारची शंका वाटत नाही. तुम्ही मुसलमान झालात तर तुमचे हक्क मुसलमान म्हणून तुम्हाला मिळतील. तुम्ही ख्रिस्ती झालात तर तुमचे हक्क ख्रिस्ती म्हणून तुम्हाला मिळतील. तुम्ही शीख झालात तर तुमचे हक्क शीख म्हणून तुम्हाला मिळतील. राजकीय हक्क हे लोकसंख्येवर अवलंबून आहेत, ज्या समाजाची लोकसंख्या वाढेल त्या समाजाचे राजकीय हक्कही वाढतील. आम्ही हिंदुसमाजातून निघून गेलो तर आमच्या पंधरा जागा राहिलेल्या हिंदूंच्या वाट्यास जातील असा कोणीही आपला भ्रम करून घेऊ नये. आम्ही मुसलमान झालो तर आमच्या पंधरा जागा मुसलमान लोकांना ज्या हल्ली जागा प्राप्त झाल्या आहेत त्यांच्यात भरीला पडतील. आम्ही ख्रिस्ती झालो तर आमच्या जागा ख्रिस्ती समाजाला ज्या जागा मिळाल्या आहेत त्यांच्या भरीला त्या जातील. एकूण आमचे राजकीय हक्क आम्ही जिकडे जाऊ तिकडे जातील. तेव्हा या बाबतीत भिण्याचे असे काहीच कारण नाही. उलटपक्षी आपण जर धर्मांतर केले नाही व हिंदू धर्मातच राहिलो तर आपले हक्क राहातील काय, याचा विचार तुम्ही अवश्य केला पाहिजे. समजा, हिंदू लोकांनी अस्पृश्यता मानू नये व मानल्यास तो गुन्हा आहे, असा एक कायदा पास केला व तसा कायदा पास केल्यांनंतर तुम्हाला असा प्रश्न विचारला की, तुमची अस्पृश्यता आम्ही कायद्याने काढून टाकली आहे. आता तुम्ही अस्पृश्य राहिला नाहीत. फार तर तुम्ही गरीब व दरिद्री आहात, तुमच्याप्रमाणे इतर जातीही दरिद्री आहेत. परंतु अशा दरिद्री जातींना आम्ही स्वतंत्र राजकीय हक्क दिलेले नाहीत. मग तुम्हाला का द्यावेत ? या प्रश्नाला तुम्ही काय उत्तर देणार याचा तुम्ही पूर्णपणे विचार करावयास पाहिजे. मुसलमान लोकांना, ख्रिस्ती लोकांना याचे उत्तर सहज देता येण्यासारखे आहे. आमचा समाज दरिद्री आहे अज्ञानी आहे. मागासलेला आहे म्हणून आम्हास स्वतंत्र राजकीय हक्क देण्यात आले आहेत असे नसून, आमचा धर्म निराळा आहे, आमचा समाज निराळा आहे आणि जोपर्यंत आमचा धर्म निराळा आहे तोपर्यंत राजकीय हक्काचा वाटा आम्हास मिळाला पाहिजे, असे समर्पक उत्तर ते देऊ शकतील. तुमचा समाज निराळा, तुमचा धर्म निराळा म्हणून तुम्हाला राजकीय हक्क मिळाले पाहिजेत, अशा प्रकारची भूमिका तुम्हाला जोपर्यंत तुम्ही हिंदू धर्मात आहात व हिंदू समाजात आहात तोपर्यंत तुम्हाला घेता येणार नाही. ज्या दिवशी तुम्ही धर्मांतर करून हिंदू समाजापासून स्वतंत्र व्हाल त्या दिवशी ही भूमिका तुम्हाला घेता

येईल. तोपर्यंत ती घेता येणार नाही आणिं जोपर्यंत अशा स्वतंत्र भूमिकेवर उभे राहून तुमच्या राजकीय हक्काची मागणी तुम्ही करू शकत नाही, तोपर्यंत तुमचे राजकीय हक्क शाश्वत आहेत त्याला धोका नाही असे समजून चालणे अत्यंत अज्ञानपणाचे लक्षण आहे असे मला वाटते. या दृष्टीने पाहिले असताना धर्मांतर हे राजकीय हक्कांना विरोधक नसून राजकीय हक्कांचे संवर्धन करण्याचा एक मार्ग आहे असेच म्हटले पाहिजे. तुम्ही हिंदू धर्मात राहिलात तर तुमचे राजकीय हक्क जातील. तुम्हाला राजकीय हक्क बुडू द्यावयाचे नसतील तर धर्मांतर करा. धर्मांतरानेच ते कायम राहणार आहेत.

मी माझा निश्चय करून टाकलेला आहे. मी धर्मांतर करणार हे निश्चित आहे. माझे धर्मांतर कोणत्याही प्रकारच्या ऐहिक लाभाकरिता नाही. अशी कोणतीही गोष्ट नाही की, अस्पृश्य राहून मला ती प्राप्त करून घेता येणार नाही. माझ्या धर्मांतराच्या मुळाशी आध्यात्मिक भावनेशिवाय दुसरी कसलीही भावना नाही. हिंदू धर्म माझ्या बुद्धीला पटू शकत नाही. हिंदू धर्म माझ्या स्वाभिमानाला रूचू शकत नाही. तुम्हाला मात्र आध्यत्मिक तसेच ऐहिक लाभाकरितादेखील धर्मांतरकरणे आवश्यक आहे. काही लोक ऐहिक लाभाकरिता धर्मांतर करण्याच्या कल्पनेस हसतात व तिचा उपहास करतात. अशा लोकांना मूर्ख म्हणण्यास कोणत्याही प्रकारचा संकोच मला वाटत नाही. मेल्यावरती आत्म्याचे काय होईल व काय न होईल, हे सांगणारा धर्म श्रीमंतांच्या उपयोगाचा असेल. फावल्या वेळी धर्माचा विचार करून मनरंजन त्यांना करता येईल. जिवंतपणी ज्यांनी सौख्य भोगले त्यांना आपण मेल्यानंतर सुख मिळेल याचा विचार ज्यात प्रामुख्याने केला असेल तोच धर्म असे वाटणे अगदी साहजिक आहे. पण ज्यांची अमुक एका धर्मात राहिल्यामुळे राखरांगोळी झाली आहे; जे अन्नवस्त्राला मोताद झाले आहेत; ज्यांची माणुसकी नाहीशी झाली आहे, त्या लोकांनी धर्माचा ऐहिक दृष्ट्या विचार करू नये तर काय डोळे मिटून आकाशाकडे पाहात राहावे ? या गर्भश्रीमंत रिकामटेकड्यांच्या वेदांताचा, गोरगरिबाला काय उपयोग ? मी तर तुम्हाला असे स्पष्ट सांगू इच्छितो की माणूस धर्माकरिता नाही, धर्म माणसांकरिता आहे. माणुसकी प्राप्त करून घ्यावयाची असले तर धर्मांतर करा. संघटना करावयाची असेल तर धर्मांतर करा. सामर्थ्य संपादन करावयाचे असेल तर धर्मांतर करा. समता प्राप्त करून घ्यावयाची असेल तर धर्मांतर करा. स्वातंत्र्य प्राप्त करून घ्यावयाचे असेल तर धर्मांतर करा. संसार सुखाचा करावयाचा असेल तर धर्मांतर करा. जो धर्म तुमच्या माणुसकीला काही किंमत देत नाही त्या धर्मात तुम्ही का राहता ? जो धर्म तुम्हाला देवळात जाऊ देत नाही त्या धर्मात तुम्ही का राहता ? जो धर्म तुम्हाला पाणी मिळू देत नाही त्या धर्मात तुम्ही का राहता ? जो धर्म तुम्हाला शिक्षण देत नाही त्या धर्मात तुम्ही का राहता ? जो धर्म तुमच्या नोकरीच्या आड येतो त्या धर्मात तुम्ही का राहता ? जो धर्म तुमची पदोपदी मानहानी करतो त्या धर्मात तुम्ही का राहता ? ज्या धर्मात माणसाशी माणुसकीने

वागण्याची मनाई आहे तो धर्म नसून शिरजोरीची सजावट आहे. ज्या धर्मात माणसाची माणुसकी ओळखणे अधर्म मानला जातो तो धर्म नसून रोग आहे. ज्या धर्मात अमंगल पशूचा स्पर्श झाला असताना चालतो पण माणसाचा स्पर्श चालत नाही तो धर्म नसून वेडगळपणा आहे. जो धर्म एका वर्गाने विद्या शिकू नये, धनसंचय करु नये, शस्त्रधारण करू नये असे सांगतो तो धर्म नसून माणसाच्या जीवनाचे विडंबन आहे. जो धर्म अशिक्षितांना अशिक्षित रहा, निर्धनांना निर्धन राहा अशी शिकवण देतो तो धर्म धर्म नसून ती शिक्षा आहे. धर्मांतराच्या बाबतीत जे जे काही प्रश्न उद्भवतात त्या त्या प्रश्नांचा मी यथामती ऊहापोह करण्याचा प्रयत्न केला आहे. या प्रश्नावरील माझे विवेचन कदाचित पाल्हाळीक झाले असेल परंतु या विषयाचा सांगोपांग विचार करण्याचे मी पूर्वीपासूनच ठरविले होते. धर्मांतराच्या बाबतीत विरोधकांनी जे मुद्दे उपस्थित केले आहेत त्यांना उत्तर देणे आवश्यक होते. धर्मांतराच्या घोषणेची सार्थकता पटल्याशिवाय कोणीही धर्मांतर करू नये असे माझे मत आहे. आणि त्यामुळे कोणाचीही वृत्ती साशंक राहू नये व कोणाच्याही मनात किंतु राहू नये, एवढ्याकरिता इतक्या सविस्तरपणे या प्रश्नाचा विचार मला करावा लागला आहे. माझे विचार तुम्हाला कितपत पटतील हे मी काही सांगू शकत नाही. परंतु ते तुम्ही पूर्णपणे ध्यानात घ्याल अशी मला आशा आहे. रुचेल ते बोलावे अशा रीतीने लोकप्रियता मिळविणे हे व्यवहारिक माणसाला शोभते. पण ते पुढाऱ्याला शोभणार नाही असे माझे मत आहे. लोकांचे बरे कशात आहे व वाईट कशात आहे हे जो निर्भयपणे व निर्भिकपणे लोकापवादाची पर्वा न करता लोकांपुढे मांडतो त्यालाच मी पुढारी समजतो. तुमचे हित कशात आहे हे सांगणे माझे कर्तव्यकर्म आहे. ते तुम्हाला रुचले नाही तरी ते सांगणे मला भाग आहे. माझे कर्तव्य कर्म मी केले आहे. आता या प्रश्नाचा निर्णय करणे हे कर्तव्य कर्म तुमचे आहे. धर्मांतराच्या प्रश्नाचे मी मुद्दाम दोन विभाग केले आहेत. हिंदू धर्माचा त्याग करावयाचा किंवा हिंदू धर्मातच राहावयाचे हा त्याचा एक भाग आहे. त्याग करावयाचा झाल्यास कोणत्या धर्माचा स्वीकार करावयाचा किंवा नवीन धर्माची उभारणी करावयाची हा त्याच प्रश्नाचा दुसरा विभाग आह. मला फक्त आज पहिल्या प्रश्नावरतीच तुमचा काय निर्णय आहे ते जाणून घ्यावयाचे आहे. पहिल्या प्रश्नाचा निर्णय झाल्याशिवाय दुसऱ्या प्रश्नाचा विचार करण्यात अगर त्या बाबतीत तयारी करण्यात काही अर्थ नाही. तेव्हा पहिल्या प्रश्नावरती तुम्हाला जे काही ठरवावयाचे आहे ते ठरवा. तुम्हाला ते ठरविण्याकरिता दुसरी संधी मला देता येणार नाही. आज या सभेत जे तुम्ही ठरवाल त्याप्रमाणे माझा पुढचा कार्यक्रम मी ठरवीन. तुम्ही जर धर्मांतराच्या विरुद्ध निर्णय केला तर प्रश्नच मिटला. माझ्या स्वत:करता जे मला करावयाचे असेल ते मग मी करीन. तुम्ही धर्मांतराच्यातर्फेचा निर्णय जर केलात तर त्याबरोबरच तुम्ही सर्वांनी संघटित रुपाने धर्मांतर करण्याचे आश्वासन दिले पाहिजे. धर्मांतराचा निश्चय झाला तेव्हा वाटेल त्याने

वाटेल त्या धर्मात जावे अशा प्रकारची फाटाफूट तुम्ही जर करणार असाल तर मी तुमच्या धर्मांतराच्या कार्यात पडणार नाही. तुम्ही माझ्याबरोबर यावे अशी माझी इच्छा आहे. ज्या धर्मात आपण जाऊ त्या धर्मात आपल्या उन्नतीप्रीत्यर्थ जे काही कष्ट व परिश्रम करावे लागतील ते कष्ट व ते परिश्रम करण्यास माझी तयारी आहे. परंतु मी सांगतो म्हणून धर्मांतर केले पाहिजे या भावनेला वश होऊन काही करु नका. तुमच्या बुद्धीला जर पटेल तर त्याला होकार द्या. माझ्याबरोबर न येण्याचा निश्चय तुम्ही केलात तरी त्या बद्दलही मला काही दु:ख होणार नाही. उलट माझ्यावरची जबाबदारी गेली म्हणून मला आनंद वाटेल. हा निर्वाणीचा प्रसंग आहे हे तुम्ही ध्यानात ठेवालच. तुमच्या भावी पिढीची भवितव्यता तुम्ही ठरवाल त्याप्रमाणे ठरणार आहे. तुम्ही आज स्वतंत्र होण्याचा निश्चय जर केला तर भावी पिढी स्वतंत्र होईल. तुम्ही आज पराधीन राहण्याचा निश्चय केला तर भावी पिढी सुद्धा पराधीन राहील. म्हणून तुमची जबाबदारी अत्यंत कठीण आहे.

या प्रसंगी तुम्हास काय सांगावे, याचा विचार करीत असताना भगवान बुद्धाने आपल्या भिक्षू संघास मरणापूर्वी जो उपदेश केला व ज्याचा 'महापरिनिब्बानसुत्तांति' उल्लेख केलेला आहे त्याची मला आठवण होते. एकदा भगवान बुद्ध नुकतेच दुखण्यातून उठल्यामुळे विहाराच्या छायेत पसरलेल्या आसनावर बसले असताना त्यांचा शिष्य आयुष्यमान आनंद भगवंताकडे येऊन त्यास अभिवादन करून एके बाजूस बसला आणि म्हणाला "भगवंतास मी सुखात असताना पाहिले आहे व आजारी असताना पाहिले आहे. भगवंताच्या आजाराने माझे शरीर शिशासारखे जड झाले आहे; मला दिशाभ्रम झाला आहे, मला धर्मही सुचत नाही, परंतु त्यातल्या त्यात मला एवढे समाधान वाटते की, भिक्षुसंघाविषयी काही तरी सांगितल्याशिवाय भगवंताचे परिनिर्वाण व्हावयाचे नाही." भगवान बुद्ध यांनी उत्तर दिले की, 'आनंदा ! भिक्षूसंघास मजपासून काय हवे आहे. आनंदा ! मी आत बाहेर काही न ठेवता धर्मोपदेश केला आहे. त्यात तथागथाने आचार्यमुष्टी मुळीच ठेविली नाही. तर मग आनंदा, तथागत भिक्षूसंघाविषयी काय सांगणार ? तेव्हा आनंदा, तुम्ही दिव्याप्रमाणे स्वयंप्रकाशित व्हा ! पृथ्वीप्रमाणे परप्रकाशित होऊ नका ! स्वत:वरच विश्वास ठेवा, दुसऱ्या कोणाच्या अंकित होऊ नका ! सत्याला धरून राहा ! सत्याचाच आश्रय करा ! व दुसऱ्या कोणाला शरण जाऊ नका !" मीदेखील बुद्धाच्या शब्दाचाच आश्रय करून तुम्हाला असा निरोप देतो की तुम्हीच आपले आधार व्हा ! तुम्हीच स्वत:च्या बुद्धीला शरण जा ! दुसऱ्या कोणाचाही उपदेश ऐकू नका ! दुसऱ्या कोणालाही वश होऊ नका ! सत्याचा आधार घ्या ! सत्यास शरण जा ! दुसऱ्या कशासही जाऊ नका ! हा भगवान बुद्धाचा उपदेश तुम्ही या प्रसंगी ध्यानात ठेवाल तर माझी खात्री आहे की तुमचा निर्णय चुकीचा होणार नाही.

❑❑❑

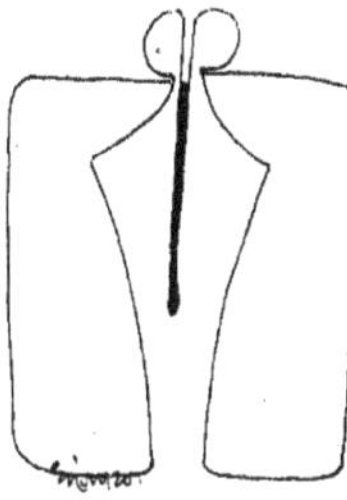

ही पृथ्वी दलितांच्या तळहातावर तरलेली आहे.

अण्णाभाऊ साठे

'दलित साहित्यिकांचे वेगळे संमेलन भरवून हा सवतासुभा का उभा करता ?' असा प्रश्न काही मंडळी करीत आहेत. काहींच्या मते अस्पृश्यतानिवारण करणारा कायदाच आस्तित्वात असल्यामुळे आज दलित हा शब्दच निरर्थक झाला आहे. सर्व काही ठीक आहे. परंतु हा प्रश्न निर्माण करणारे दलितांना माणूस मानतात. पण त्या दलितांचा एक वर्ग आहे ही गोष्ट ते मान्य करीत नाहीत आणि त्यामुळेच हा प्रश्न निर्माण होत आहे. कारण केवळ महाराष्ट्रापुरतेच जरी बोलायचे झाले तरी दलित माणसांचा मोठा वर्ग या महाराष्ट्रात अस्तित्वात आहे. त्यांचे जीवन वेगळे आहे. हा वर्ग या देशात अग्रेसर असून त्याच्या न्यायी संघर्षाचे परिणाम सर्व समाजावर होत असतात. तो या देशाचा सामाजिक, सांस्कृतिक पाया आहे. परंतु तो पिळला जाणारा, नि कष्ट करणारा दलित म्हणून निराळा आहे नि उपेक्षित आहे. अशा या दलिताला आपले जीवनाचे स्पष्ट प्रतिबिंब आजच्या मराठी साहित्यात दिसत नाही. आजचे साहित्य आरशासारखे स्वच्छ असावे. त्यात आपले प्रतिबिंब स्पष्ट दिसावे एवढीच त्याची मागणी आहे. आपला चेहरा आहे तसा दिसावा असं वाटणं गैर नाही. कारण तरंगमय तळ्यात पडलेली सावली जशी लांबुळकी नि डगमगती दिसते, तद्वत आजचा दलित आजच्या साहित्यात दिसतो. हा दलित आजच्या समाजाचे हृदय आहे, हा माणूस कष्टासारखे खडतर कर्म का करतो हे जोपर्यंत लेखकाला कळत नाही, तोपर्यंत तो दलितांचे साहित्य निर्माण करू शकत नाही.

दलितवर्गाचे अथांग जीवन दिसण्यासाठी लेखकाला एक दिव्य दृष्टी असावी लागते. तो त्या वर्गाशी एकनिष्ठ असावा लागतो. तो वस्तुनिष्ठ असावा लागतो आणि त्याचा दलितवर्गाच्या सर्व न्यायी संघर्षावर नि त्याच्या अंतिम विजयावर विश्वास असला पाहिजे. म्हणजे तो लेखक ध्येयवादी असला पाहिजे नि त्याची कल्पकताही अशीच

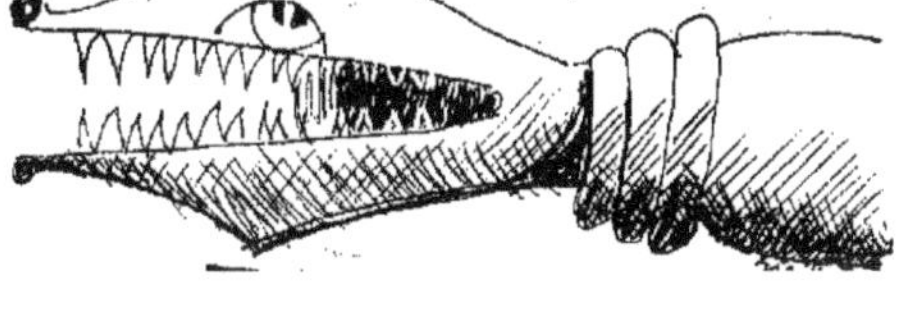

पहिले दलित साहित्य संमेलन,
मुंबई १९५८

हवी.

माणूस जगतो का ? नि जगण्यासाठी एवढा धडपडतो का ? याचा विचार आम्ही करणे जरूर आहे. त्या धडपडणाऱ्या पतिताला आम्ही भिन्न समजून, तो उंच गगनात गेलेल्या विद्युत्‌मय मनोऱ्यावर उभे राहून हा दलित विजेच्या तारा जोडतो, खाणीत उभ्या कड्यावर चढून सुरुंगांना पेट देतो किंवा पोलादाचा रस करणाऱ्या भट्टीवर तो निर्भय वावरतो आणि या सर्व ठिकाणी मृत्यू त्याची वाट पाहत असतो. कधीकधी त्याची व मृत्यूची गाठ पडून हा दलित कष्ट करीत करीत मरण पत्करतो. ही जगण्याची नि मरण्याची आगळी रीत आहे. ती लेखकाने समजून घ्यावी. सुरुंगांना पेट देता देता किंवा पोलादाच्या रसात बुडून मरणे, नाहीतर विजेच्या धक्क्याने मरणे आणि दिवाळे निघाले म्हणून शेअरबाजारात मरणे या मरणातील अंतर लेखकाने मोजून पाहणे नि श्रेष्ठ मरण कोणते ते निश्चित ठरवावे.

दलितांतही सर्व भावना इतरांप्रमाणे सदैव जागृत असतात. पण तो इतरांपेक्षा जरा निराळा असतो. कारण तो हाडामांसाचा केवळ गोळा नसतो. तो निमिर्तिक्षम असतो. तो वास्तव जगात कष्टाचे सागर उपसून दौलतीचे डोंगर रचतो. अशा ह्या महान मानवावर महाकाव्य रचणारा त्याला हवा असतो.

एका झाडाखाली तीन दगडांची चूल करून दोन मुलं नि बायको यांना मडक्यात अन्न शिजवून जगविणारा हा दलित वरवर कंगाल दिसला तरी त्याची संसार करण्याची इच्छा केव्हाही पवित्र अशीच असते. कुटुंबसंस्थेवरचा त्याचा विश्वास मुळीच ढळलेला नसतो. परंतु त्याची कुटुंबसंस्थाच भांडवलदारी जगाने त्या झाडाखाली हाकलून दिलेली असते. त्याचे आम्ही निरीक्षण करावे, त्याची कारणपरंपरा शोधावी आणि मग त्या कंगाल दिसणाऱ्याविषयी लिहावे. जपून लिहावे. कारण या समाजाची घडी न् घडी त्या दलिताने व्यापलेली आहे. अधिक काव्यमय शब्दात बोलायचे झाले तर असे म्हणता येईल की, हे जग, ही पृथ्वी शेषाच्या मस्तकावर नसून दलितांच्या तळहातावर तरलेली आहे. अशा या दलितांचे जीवन खडकातून झिपणाऱ्या पाझराप्रमाणे असते, ते जवळ जाऊन पाहा, मग लिहा. कारण 'जावे ज्याच्या वंशा तेव्हा कळे' हे तुकारामांचे म्हणणे खोटे नाही.

म्हणून दलिताविषयी लिहिणारांनी प्रथम त्याच्याशी एकनिष्ठ असले पाहिजे. तू गुलाम नाहीस. हे जग तुझ्या हातावर आहे याची जाणीव करून घ्यावी. त्याचे जीवन वरच्या पातळीवर नेण्याची शिकस्त करावी आणि त्यासाठी लेखक हा सदैव आपल्या जनतेबरोबर असावा लागतो. कारण जो कलावंत जनतेबरोबर असतो त्याच्याबरोबर जनता असते. जनतेकडे पाठ फिरविणाऱ्याकडे साहित्यही पाठ फिरवीत असते. जगातील सर्व श्रेष्ठ कलावंतांनी वाङ्‌मय हा जगाचा तिसरा डोळा मानला आहे आणि तो डोळा सदैव पुढे व जनतेबरोबर असणे जरूर आहे.

परवा मराठी भाषेसाठी मराठी जनतेने अभूतपूर्व असा संग्राम दिला. खऱ्या अर्थाने तो लढा मराठी साहित्यासाठीच होता नि आहे. त्या लढ्यात सोळा सोळा वर्षांच्या तरुण मुलींनी आत्मबलिदान दिले. त्या लढ्यात जे कलावंत जनतेबरोबर होते त्यांनी ह्या महाभारतावर कवनं रचली. कुणाच्या काव्याच्या करवती तापल्या. कुणाची शाहिरी वीररस उधळू लागली. कुणी मराठी भाषेची महती गायली. त्या कलावंतांना हा महाराष्ट्र कधीच विसरणार नाही. परंतु जो कलावंत जनतेबरोबर नसतो, जो बंद खोलीत कला निर्माण करतो, त्याची कला जनतेची कला होऊ शकत नाही. कारण बंद खोलीतील कला मांडीवरच्या खुणा मोजते नि मांडीवरच्या खुणा मोजणारी कला आमची दलितांची नसते. आमची कला डमडम गोळीच्या खुणा मोजते. ती आमची कला. ते आमचे साहित्य. त्याचबरोबर दलित स्त्रियांच्या गालावरच्या तिळांवर जी सुंदर कलाकृती असेल ती कलाकृती आमची. जो कलावंत ध्येय जाणत नाही, जनता जाणत नाही, तो कोणत्या मार्गाने जातो याची कैक उदाहरणे देता येतील. आम्हाला जे दिसते ते आम्ही लिहितो. कला ही वर्गातीत असावी, प्रचारातीत असावी असा त्यांचा दावा असतो आणि अशा या कलावंतांचा आज बोलबोलाही कमी नाही. परंतु जो जनतेला जाणत नाही, तो तिला विद्रूप करतो. याचे नमुने मराठी साहित्यात मुबलक मिळतात.

एका बारा वर्षांच्या मुलीचे बोक्यावर प्रेम बसणे आणि त्याने कामवासना तृप्त करावी म्हणून तिने चड्डी फेडणे या कथेला काय नाव देता येईल? हे माणसाला हैवान करीत नाही काय? एक कारकून संततिनियमन करावे म्हणून स्वत:वर शस्त्रक्रिया करून घेतो, पण त्याची (पत्नी) तिसऱ्यांदा गरोदर राहते म्हणून तो झुरतो. याचा अर्थ ती बाई व्यभिचारी नाही काय? कथेपासून आम्ही काय शिकावे? महिला संघाची अध्यक्ष बाई पुण्याहून मुंबईस येत असता गाडीत भेटलेल्या एका माणसाबरोबर अखेरचा डाव खेळते. ही माणसाची निंदा नाही का? या कमला फडकेंच्या कथेत मराठी माणूस नाही आणि दलित तर मुळीच नाही. हे फडके पतिपत्नींचे वाङ्मय 'असेच' आहे. याचाच अर्थ जो ध्येय जाणत नाही, तो जनतेला विद्रूपच वाटतो. हे सर्व मनोविश्लेषणवादाची रापी घेऊन माणसांची कातडी सोलू लागले आहेत. म्हणून हे दलितांचे वेगळे साहित्य संमेलन भरत आहे एवढेच. हे मनोविश्लेषणवादी आपल्या वाङ्मयाचे समर्थन करताना म्हणतात, जीवनाच्या दोन बाजू असतात. पैकी एकीचा खोल जाऊन आम्ही अंत घेतो, परंतु नाशिकात गंगा आणि गटार दोन्ही अस्तित्वात आहेत. तुम्ही गंगेऐवजी गटारच का पसंत करता?

आम्हाला गंगेसारखे निर्मळ साहित्य हवे आहे. आम्हाला मांगल्य हवे आहे. आम्हाला मराठी साहित्याच्या थोर परंपरेचा अभिमान आहे.

कारण मराठी साहित्याची नांदी आमच्याच जीवनसंघर्षाने झडली आहे. जेव्हा दलितांची सावली असह्य होती तेव्हा महानुभावपंथीय साहित्यिकांनी सर्वांना ज्ञान

मिळाले पाहिजे, ज्ञान हे मोक्ष आहे समजून त्यांनी बंड केले, ते आमचे साहित्यिक. माणसाला माणूस म्हणून जगता आले पाहिजे असा दावा मांडून ज्यांनी दलितांच्या भाषेत महाराष्ट्राला सुंदर ज्ञानेश्वरी दिली ते आमचे साहित्यिक. आणि चुकलेले महाराचे मूल कडेवर घेऊन जाणारे ते एकनाथ, ते आमचे साहित्यिक. जो दलिताला कडेवर घेतो, त्याला दलित जिभेवर घेतो आणि दलिताला जो विद्रूप करतो, त्याला दलित विद्रूप करतो अशी इतिहासाची साक्ष आहे.

शब्दांना नुसता आकार देणे सोपे असते. त्या आकाराला आत्मा देणे त्याहून अवघड आहे. तेदेखील काही लेखकांना सहज साधून जाते. पण त्या आत्म्यामागची इतिहासपरंपरा शोधणे आणि तिचा अर्थ लावणे फार अवघड आहे. हा आचार्य अत्रे यांचा खुलासा आम्ही दलित लेखकांनी समजून त्याचा अर्थ लावावा आणि इतिहासपरंपरा शोधण्याचा प्रयत्न करावा. आम्ही आपल्या वर्गाचे इमान पटवून त्याचा उपमर्द होणार नाही याची काळजी घेऊन त्याचे साहित्य निर्माण करू या. या दलितांचे जीवनसुखी व समृद्ध कसे होईल याची काळजी करू या. या दलिताला नि त्याच्या जीवनाला वरच्या पातळीवर नेण्याचा आपल्या कलेतून प्रयत्न करू या.

काही विद्वान म्हणतात, 'अस्पृश्यता कायद्याने नष्ट केली आहे, तेव्हा दलित हा प्राणी अस्तित्वात नाही.' परंतु हा केवळ भ्रम आहे. एका गावात एका सार्वजनिक आडावर पाणी भरताना उच्चवर्णीय हिंदूंची काळजे धडधडतात. महारामांगांचा पोहरा जोपर्यंत पाण्यात आहे, तोपर्यंत आपला पोहरा पाण्यात सोडत नाहीत. कित्येक हॉटेलांत 'खास' कप ठेवलेले आढळतात. याचे कारण युगायुगाचे समज एका क्षणात नष्ट होत नसतात. म्हणून आम्ही दलित साहित्यिकांनी दलितांना वास्तव जगाच्या सर्व जुलुमातून मुक्त करणारे नवे साहित्य निर्माण केले पाहिजे. एके ठिकाणी गॉर्की म्हणतो, 'शब्द आणि कल्पनांच्या साधनांवर उभारलेल्या या कलेचे खरे वैशिष्ट्य मानवी चुकांचे ज्ञान करून देणे हेच आहे असे म्हणता येत नाही. मानवाला त्याच्या बाह्य जीवनाच्या परिस्थितीतून वरच्या पातळीवर नेण्याचा प्रयत्न करणे, त्याला कमीपणा आणणाऱ्या वास्तव जगाच्या बंधनातून मुक्त करणे आणि तू गुलाम नाहीस, तू वास्तव जगाचा धनी आहेस, तू जीवनाचा स्वतंत्र निर्माता आहेस असा साक्षात्कार मानवाला करून देणे हे वाङ्मयाचे खरे वैशिष्ट्य आहे. या अर्थाने वाङ्मय सदैव क्रांतिकारक असते.' म्हणूनही वरील अर्थाने परिपूर्ण असे साहित्य निर्माण करू या आणि आपल्या लेखण्या दलितांच्या चरणी अर्पू या.

❑❑❑

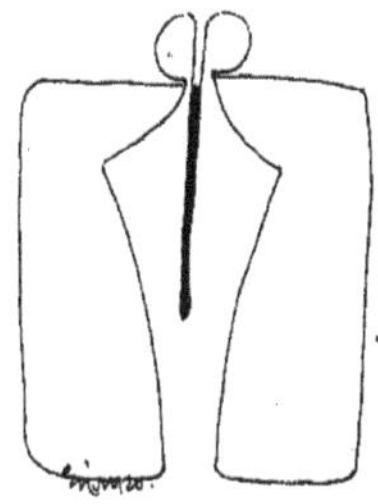

माणसाच्या छळाविरुद्ध जेव्हा शब्द शस्त्र होतात, तेव्हा दलित साहित्याचा जन्म होतो.

पु. ल. देशपांडे

माणसांना घटकाभर हसायला लावणारा. मजा वाटावी अशी लेखनकाम करणारा, रंगमंचावरून मनोरंजन करणारा, सुखवस्तू मध्यमवर्गीयांचा काहीसा आवडता लेखक अशा स्वरूपाच्या माझ्या जाहीर चित्रामागे दडलेला 'जिकडे जावे तिकडे माझी भावंडे आहेत. सर्वत्र खुणा माझ्या घरच्या मजला दिसताहेत' ह्या भावनेला सर्वांत अधिक मोल देणारा एक 'मित्र' तुम्ही माझ्यात पाहिलात याचं मला अतिशय मोठं समाधान वाटलं. माणसांच्या जीवनात 'मैत्री' ही सर्वांत सुंदर आणि माणसाला माणूस म्हणून परिपूर्ण करणारी अनुभूती आहे. रवींद्रनाथांनी ह्या मैत्रीला जीवनातल्या पहिल्या ओळीला योग्य अशी दुसरी ओळ सापडून यमक जुळण्याची उपमा दिली आहे. ती ओळ आणि त्या ओळीचं पहिल्या ओळीशी जुळणारं यमक सापडल्याशिवाय जशी ती कविता पूर्ण होत नाही, तसं एक मन दुसऱ्या मनाशी यमकासारखं जुळल्याशिवाय जीवनही परिपूर्ण होत नाही. मानवी जीवनातली बहुतेक दुःखं ह्या अशा मैत्रीचं यमक जुळण्याआड येणाऱ्या शक्तींनी निर्माण केली आहेत आणि माणसांना आनंदाला पारखं केलं आहे.

माझ्या आयुष्यात माणसाला निखळ माणूस म्हणून जगायची प्रेरणा देणारा मंत्र मला केशवसुतांच्या 'मळ्यास माझ्या कुंपण पडणे अगदी न मला साहे' ह्या ओळीत सापडला. शाळकरी वयापासून आजतागायत केशवसुतांना मी अनेक वेळा भेटत आलो. माझ्याप्रमाणे तुमच्यापैकी अनेकांसाठी केशवसुत आजही गातचि बसले आहेत. वाढत्या वयाबरोबर आसपास पाहायला लागल्यावर वैयक्तिक आणि सामाजिक जीवनाच्या मळ्याला जात, धर्म, राष्ट्रीयत्वाच्या भ्रामक कल्पना, देव, पाप-पुण्य, स्वर्ग-नरक, पुनर्जन्म, पूर्वजन्म, कर्मविपाक अशा नाना प्रकारची नाना कारणांनी उभारलेली असंख्य कुंपणं दिसायला लागली. ती कुंपणं तोडून मोकळ्या वातावरणात जाताना, साम-दाम-दंड-भेदाच्या सगळ्या शक्तींचा वापर करून स्वार्थासाठी ती कुंपणं टिकवणाऱ्या आणि सतत बंदिवासात ठेवणाऱ्या केवढ्या

दलित साहित्य संमेलन,
चंद्रपूर १९८९

प्रचंड अमानुष शक्ती आहेत, मुळात अस्तित्वातच नसलेल्या अतिमानवी निर्घृण शक्तीची केवढी दहशत आहे, याची जाण यायला लागली, साकल्याचा प्रदेश किती दूर आहे याचा अंधुक-अंधुक अंदाज यायला लागला. केशवसुतांच्या जोडीने आगरकर भेटले. महात्मा फुल्यांची गाठ पडली. फुल्यांची महात्मता समजावून द्यायला गं. बा. सरदारांसारखे गुरू लाभले. 'शेतकऱ्यांचा आसूड' हा क्रांतीच्या रणशिंगासारखा वाटायला लागला आणि असा हा वैचारिक प्रवास चालू असतानाच एक विलक्षण पहाट फुटली. डॉ. बाबासाहेब आंबेडकरांच्या प्रेरणेनं विद्रोही साहित्याची रणवाद्यं वाजायला लागली. रवींद्रनाथांच्या कवितेतल्या त्या स्वप्नभंग झालेल्या निर्झराने फोडलेल्या बांधातून प्रचंड लोंढा फुटून चोहीकडे दाणादाण व्हावी तशी ह्या विद्रोही साहित्याने साहित्य क्षेत्रातल्या मी मी म्हणणाऱ्यांची झोप उडवली. परंपरेने डोळे मिटून स्वीकारलेल्या साहित्यविषयक, कलाविषयक, समीक्षाविषयक आणि साक्षात इतिहासविषयक कल्पनांना एखाद्या स्फोटासारखा नकार देत हे नवे साहित्य ज्वालांच्या इंद्रधनुष्यासारखं मराठी साहित्याच्या आकाशात दिसायला लागलं. कुणाला तो प्रकाश नव्या युगाचा वाटला, कुणाला तो विध्वंससूचक शेंडे नक्षत्रासारखा वाटला. केशवसुतांच्याच 'परि एक एक जो नवा शब्द तू शिकसी । शक्ती तयाची उलथिल सर्व जगासी ।।' ह्या ओळींचा जबरदस्त प्रत्यय आला.

दलित जीवनातल्या दुःखाचं यापूर्वी दर्शन घडलं नव्हतं असं नाही. ह्या बाबतीत माटे मास्तरांचा उल्लेख जरूर करायला हवा; पण हे दर्शन आणि आंबेडकरी प्रेरणेतून उभ्या राहिलेल्या ह्या नव्या कवींनी-कथाकारांनी आणि आत्मचरित्रकारांनी घडवलेले दर्शन ह्यात जमीन-अस्मानाचा फरक होता. आजवर हे दर्शन सद्‌हेतूनेच घडवलेलं होतं; पण त्यामागचं प्रयोजन दलितेतर समाजात दलितांविषयी सहानुभूती निर्माण व्हावी हे होतं. त्या समाजात जुन्या, बुरसटलेल्या शोषक जगाला उलथवण्याची शक्ती निर्माण व्हायला पाहिजे ही आच नव्हती. हा संताप जागा करण्याचा जोतिबा फुल्यांनी जीवापाड प्रयत्न केला. आगरकरांनी केला. चकमकीच्या ठिणग्या उडाल्या; पण भडका उडत नव्हता. ज्या बहुजन समाजासाठी ही थोर माणसं जीवाचं रान करीत होती, त्याच्यापर्यंत त्यांचा शब्द ज्या रीतीने जाऊन भिडायला हवा, तसा भिडत नव्हता. त्यांच्या लेखनाचा, भाषणांचा विपर्यास करून लोकांत बुद्धिभेद करणाऱ्या शक्ती प्रबळ ठरत होत्या, अशा एका दगडी कुंपणात ती वस्ती बंदिस्त होती की तिथे आपल्या ह्या अवस्थेला पूर्वजन्म, देव, दैव ह्यातलं काहीही जबाबदार नसून स्वार्थी माणसंच जबाबदार आहेत हा विचार पोहोचवणं अशक्य होतं.

साक्षात् ऐहिक आणि पारलौकिक दहशतींच्या दगडांच्या भिंतींची ती कुंपणं होती. अशा ह्या अंधाऱ्या वातावरणात जगणाऱ्यांच्या जीवनात वीज चमकावी, गडगडाट व्हावा, मुसळधार पाऊस कोसळून नांगरल्याविण पडलेल्या भूमीवर नवं पीक येण्याची चिन्हं दिसावी अशी अवस्था झाली. बाबासाहेबांनी एक नवा शब्द शिकवला आणि

त्यातून जुनं जग उलथवण्याची शक्ती असलेलं साहित्य उभं राहिलं, तो शब्द म्हणजे 'धम्म'. 'धम्म' ह्या शब्दाने समाजात माणसाचं श्रेष्ठत्व आणि ऐहिकता ह्या सर्वांत महत्त्वाच्या मूल्यांची प्राणप्रतिष्ठा केली. ह्या नव्या जीवनमूल्यांना त्यांनी धम्म म्हटलं. बाबासाहेबांनी एका धर्माचा त्याग करून दुसरा धर्म स्वीकारला असं झालं नाही तर निखळ प्रज्ञा आणि करुणेचं त्यांना जिथं अपूर्व मिश्रण आढळलं, त्या तत्त्वज्ञानाचा त्यांनी स्वीकार केला. अंधश्रद्धांवर आधारलेल्या जीवनपद्धतीकडून प्रेम आणि निर्मळ बुद्धीच्या बळावर चालणाऱ्या जीवनपद्धतीचा त्यांनी स्वीकार केला. ह्या बुद्धिनिष्ठ जीवनपद्धतीचं नाव 'धम्म' असं आहे. बुद्धीला न पटणाऱ्या आचारांना ह्यात स्थान नाही. धम्मात प्रार्थना, तीर्थयात्रा, कर्मकांड, विधी, यज्ञ यांना स्थान नाही असं बाबासाहेबांनी स्पष्ट लिहून ठेवलं आहे. कल्पनेने निर्माण केलेल्या त्या देवाच्या दारी समान असण्याला काही अर्थ नाही. समान असायला हवं ते माणसाच्या दारी. माणसाच्या विकासासाठी माणसांनी एकत्र यायला हवं असतं.

ज्या शोषित समाजात चैतन्य उत्पन्न करणं, ही अशक्य कोटीतली गोष्ट वाटत होती, त्या समाजावर दया करणं, त्यांच्या दु:खाकडे पाहून सहानुभूतीने अश्रू ढाळणं यापलीकडे समाजातल्या नेत्यांची दृष्टी ज्या काळात जात नव्हती, अशा समाजाला तुम्हाला माणसासारखं स्वतंत्रपणाने जगायचा अधिकार ही कुणाच्या मेहरबानीने मिळायची गोष्ट नाही. तो तुमचा हक्क आहे आणि संघर्षाची तयारी ठेवून तो तुम्हाला मिळवावा लागेल असा ठाम विचार मांडणारे बाबासाहेब हे सामाजिक शोषणाच्या पाळामुळाशी जाऊन कुदळ चालवणारे भारतातले पहिले क्रांतिकारक म्हणायला हवेत. त्या आधीच्या अत्यंत उदार मनाच्या विचारवंतांच्या देखील 'समान' ह्या कल्पनेला अनेक कारणांनी मर्यादा पडलेल्या होत्या. एक तर आपल्या देशात 'समाज' ह्या कल्पनेपेक्षा जन्मसिद्ध जात हीच कल्पना अधिक प्रबळ आहे. अशा जात नावाच्या कुंपणात जे उदारमनाचे विचारवंत लहानाचे मोठे झाले, तिथल्या रूढी-अंधश्रद्धा यांतून निर्माण झालेल्या अमानुष कौटुंबिक जीवनाची त्यांना झळ लागली होती. त्या अनिष्ट रूढींविरुद्ध ती माणसं त्वेषाने उठतही होती; पण गावकुसाबाहेर जगणाऱ्यांच्या दु:खाची तीव्रता ही अत्यंत भयानक होती. सामाजिक समतेची जाणीव झालेल्या त्या थोर विचारवंतांच्याही कल्पनेपलीकडील होती. एका माणसाने स्वत:च्या वर्णवर्चस्वाच्या, धनवर्चस्वाच्या आधारावर दुसऱ्या माणसाला किती यातना भोगायला लावावे हे फक्त भोगणाऱ्यालाच ठाऊक होते.

पूर्वजन्म, प्रारब्ध वगैरे कल्पना डोक्यात जबरदस्त दहशती घालून इतक्या ठोकून बसवल्या होत्या की त्याविरुद्ध काही उद्रेक होऊ शकतो ही कल्पनाही करण्याची शोषित समाजात कुवत उरली नव्हती. गावकुसाबाहेर राहणाऱ्याला गावातला माणूस ठाऊक होता तो आपल्याला रक्त फुटेस्तोवर कष्ट करायला लावून मोठा उपकार केल्यासारखा. शिळ्या भाकरीचा तुकडा टाकणारा. आपल्या सावलीलासुद्धा अपवित्र

मानणारा असा एक हुकुमशहा एवढंच आणि गावातल्या माणसाच्या लेखी गावकुसाबाहेर राहणारा माणूस म्हणजे दारोदारी झाडलोटीपासून ते मलमूत्राची घाण उपसण्याची 'नियतं कर्म कुरु' ही साक्षात भगवंताची आज्ञा पाळल्याशिवाय गत्यंतर नसलेला आणि बरेचसे कष्ट आणि भूतदयेपोटी घातलेली भीक एवढ्यावर जगणारा एक मनुष्य, देहधारी प्राणी एवढंच ठाऊक असायचं. अशा ह्या उन्मत्ताच्या टाचेखाली रगडल्या जाणाऱ्या माणसाला माणुसकीच्या प्राथमिक हक्कासाठी लढणारा सैनिक म्हणून उभं करणं हे एक दिव्य होतं. बाबासाहेबांनी ते करून दाखवलं. मला जर कुणी भारतातल्या सामाजिक क्रांतीतला माझ्या मनावर ठसलेला सर्वात महत्त्वाचा क्षण कुठला असं विचारलं तर मी सांगीन की, महाडच्या चवदार तळ्याच्या सत्याग्रहाला जाण्यासाठी आपल्या झोपडीबाहेर एका विलक्षण निर्धाराने जी पहिली पावलं पडली तो क्षण. त्यातलं प्रत्येक पाऊल स्वत:ला मानवतावादी म्हणवणाऱ्या प्रत्येकानं एका महान् क्रांतीचं पाऊल मानून, आपले सारे अहंकार विसरून डोकं टेकवण्यासारखं पाऊल होतं.

मला नेहमी वाटतं की, चवदार तळ्याचं पाणी सर्वांना वापरायला द्यायची घोषणा म्हणजे 'बाबासाहेबांनी आंधळ्या रूढी पाळणाऱ्या अमानुषांना निखळ सुंदर माणसं बनण्याची दिलेली एक सुवर्णसंधी होती.' रूढीग्रस्त करंट्यांना ह्या कल्पनेमागची महानताच कळली नाही. पण ज्यांना अंधारापेक्षा प्रकाशाचीच भीती वाटते, त्यांच्यापुढे चूल पेटवण्यातही अर्थ नव्हता. ह्या सत्याग्रहाच्या यशापयशाबद्दल राजकारणशास्त्रज्ञांनी काहीही कौल दिला असला तरी एक गोष्ट निर्विवादपणे मान्य केली पाहिजे. ती म्हणजे आपल्या दु:खांना आपण गर्जना केल्याच्या ताकदीने वाचा फोडू शकतो हा आत्मविश्वास त्यांनी दलित समाजात निर्माण केला. हा आत्मविश्वास हे ह्या सत्याग्रहाचं सर्वात मोठं फलित आहे. आज आपण ज्याला विद्रोही दलित साहित्य म्हणतो, त्याच्या निर्मितीमागची शक्तीही बाबासाहेबांनी जागवलेल्या ह्या आत्मविश्वासातून लाभली आहे असं मला वाटतं.

ज्या वेळी ह्या अनुभूतीचं दर्शन मला दलित कवितेतूनच, आत्मचरित्रांतून किंवा कथांतून प्रथम घडायला लागलं त्या वेळी आजवर 'समाज' हा शब्द किती संकुचित अर्थाने आपण वापरीत होतो, याची जाणीव होऊन मी शरमिंदा झालो. आपल्याच देशातल्या एका प्रचंड मनुष्यसमाजाचे हे भयानक जीवन आपल्याला इतक्या तीव्रतेने स्पर्शच करून गेले नाही याची खंत माझ्या मनात दलित साहित्याने उत्पन्न केली. मी अनेकदा यापूर्वी दलित साहित्याबद्दल माझी वैयक्तिक प्रतिक्रिया कृतज्ञतेची आहे असं म्हटलं आहे. याबद्दल स्वत:वर कडकलक्ष्मीसारखे आसूड ओढून घेण्यासारखा हा नाटकी प्रकार आहे, अशा स्वरूपाची टीकाही माझ्यावर झाली आहे. आजही 'उचल्या' काय, किंवा भीमराव गस्ती, शरणकुमार लिंबाळे यांची पुस्तकं काय, आजवर सर्वार्थाने नागवल्या गेलेल्या ज्यांच्या जीवनाची मला पुसट अशी सुद्धा ओळख नव्हती, त्या माणसांशी माझे नाते जुळवतात. 'तळागाळा'चा उच्चार राजकीय

पुढारी पुष्कळदा करतात; पण हा तळ काय, गाळ काय, ह्याचं मनाला जखमी करून सोडणारं दर्शन हे दलित साहित्य घडवते. विद्रोही कवितेतले जळत्या निखाऱ्यासारखे शब्द कुठल्या वेदनेतून फुलले आहेत याचं चित्र स्पष्टपणाने डोळ्यांपुढे उभं राहिलं. बाबासाहेबांनी ह्या द्वेषाची मीमांसा केली होती. ते म्हणाले होते,

'I had injustice, tyranny, pompousness and humbug and my hatred embraces all those who are guilty of them. I want to tell my critics that I regard my feeling of hatred as a real force.' हा द्वेष ही माझी शक्ती आहे, अशा शब्दांत त्यांनी आपल्या विद्रोहाच्या भाषेचं वर्णन केलं होतं. क्षणभर मला वाटलं ह्या उद्‌गारामागून मला केशवसुतांच्या ओळी ऐकू येताहेत. 'गाठ मारूनी वैराची गोफण केली छान । कठिण शब्द ह्या धोंड्यांनी करितो हाणाहाण !' कवितेतून उमटलेला हा त्वेष एका वृंदगायनासारखा चारी दिशांना जाऊन भिडला. त्या कथा आणि कवितासाहित्याने बी कवींना अभिप्रेत असलेले नवे जिव्हाळेही जोडले; कारण हा लढा कुठल्या एका जातीविरुद्ध नव्हता, एका अमानुष वृत्तीविरुद्ध होता. माणसामाणसांत जिव्हाळा उत्पन्न करणं हे कलेचं फार मोठे कार्य आहे.

आपला अनुभव दुसऱ्याला ऐकण्यासारखा वाटावा, त्याच्या मनाला स्पर्श करून त्या अनुभवाने आपली, त्या वाचकाची, श्रोत्याची किंवा प्रेक्षकाची जवळीक निर्माण व्हावी ह्या इच्छेपासून कुठलाही कलावंत मुक्त झालेला नाही. सदैव निरपेक्ष वृत्तीने जगलेला तुकोबासुद्धा 'ज़ाझीया जातीचा मज मिळो कोणी' म्हणतो. इथे जातीचा ह्याचा अर्थ माझ्या वृत्तीचा असाच आहे. साहित्यकलांचा सारा प्रपंचच एकाने दुसऱ्याचे अस्तित्व मानूनच केलेला आहे. अगदी दुर्बोध अशा प्रकारची कविता लिहिणारा कवीसुद्धा त्याला स्वत:ला दुर्बोध वाटणारी अनुभूती छंदाचं भान ठेवून कवितेतून प्रकट करतो आणि काहीही प्रकट केलं, मग ते प्रकटणं शब्दांतलं असो, सुरातलं असो की रंगरेषांतलं असो, ती अभिव्यक्ती ऐकणारी; पाहणारी किंवा वाचणारी दुसरी व्यक्ती असल्याची, तिच्या अस्तित्वाची अप्रत्यक्ष कबुलीच देत असतो. 'स्वान्त:सुखाय' म्हणणारे कलावंतसुद्धा स्वत:बरोबरच जी सुखदु:खाची कथा-कविता फक्त आपल्या स्वत:पाशी दडून राहायला हवी ती मासिकातून छापून आणतात, त्यांचा संग्रह करतात. रेडिओतून फक्त स्वत:साठी लिहिलेले ते गाणे हजारोंनी ऐकावे म्हणून गातात किंवा गाववून घेतात. ह्या साऱ्या कलानिर्मितीच्या मुळाशी निर्मितीच्या वेळी लाभणाऱ्या सुखाइतकीच दुसऱ्याशी संवाद साधण्याची प्रेरणा आहे.

अशा वेळी ज्या मानवी समाजात आपण जगतो, ज्या मानवी समाजातले असंख्य घटक आपले जीवन सुसह्य करतात, त्या समाजाशी आपली बांधिलकी नसल्याचे हे लोक कसं सांगतात तेच मला कळत नाही. आता कुणाचीही कसलीही बांधिलकी उरली नाही असं म्हणण्याची अवस्था जेव्हा माणूस मरतो आणि मुडदा

होऊन पडतो त्याचक्षणी होऊ शकते. एरवी त्याने कितीही मान्य करावयाचे टाळले तरी सामाजिक बांधिलकीतून त्याची सुटका नाही. मानवी आयुष्याचा सारा प्रवास एकाच क्षणी व्यक्ती म्हणून आणि समष्टीचा एक अंश म्हणून चालू असतो. प्रश्न पुष्कळदा बांधिलकीचा नसतो. धर्मसत्ता, राजसत्ता किंवा अर्थसत्ता स्वत:च्या ताब्यात राहावी यासाठी आपल्या हाती असलेल्या बळाच्या जोरावर व्यक्ती आणि समाज ह्यांच्यात त्या बांधिलकीचे नियम जेव्हा लादले जातात त्यावेळी प्रश्न येतो. सत्ताधीशांच्या हातचं व्यक्तींना खेळणं करणारे, त्यांना दास म्हणून जगायला भाग पाडणारे जुलमी कायदे करणं, असल्या कायद्यांचं पालन करणं एवढाच त्या बांधिलकीचा अर्थ केला जातो. जीवनाचा प्रवास सुखाने चालावा म्हणून खुषीने हातात हात घालून स्वीकारलेली ही बांधिलकी नसते. इथे सगळ्यांचे हात स्वार्थी सत्तेला उपयुक्त ठरणाऱ्या बेड्यांत अडकवलेले असतात. असल्या बेड्यांत धर्माच्या नावाखाली आलेल्या बेड्या ह्या सर्वात अभेद्य असतात. समाजाला सदैव भयग्रस्त अवस्थेत ठेवणे हे दुसऱ्यावर गाजवण्याच्या सत्तेलाच जे जीवनात अग्रक्रम देतात अशा सत्तापिपासू लोकांना आवश्यक असतं. मग त्यासाठी पाप-पुण्य, स्वर्ग-नरक, हेवन-हेल, जन्नत-जहन्नम ह्या कल्पना लोकांच्या मनात खोल रुजवल्या जातात.

किंबहुना देव हा सुद्धा माणसाला नाना प्रकारच्या शिक्षा देणाऱ्या दुष्ट कोतवालाच्या स्वरूपातच उभा केला जातो. त्याला पुजलं नाही, नमस्कार केला नाही तर तो परीक्षेत नापास करण्यापासून, तापाने फणफणायला लावण्यापर्यंत एकाहून एक कडक शिक्षा करील हे लहानपणापासून मनावर ठसवण्यात यायला लागतं. देवाने शिक्षा करायच्या गोष्टींची यादी त्या त्या पुजाऱ्याच्या, पाद्र्याच्या किंवा मुल्लाजीच्या सोयीप्रमाणे वाढतच जाते. त्याविरुद्ध प्रश्न विचारणे हेच महापाप ठरवल्यामुळे प्रश्नच मिटतो आणि जिथे प्रश्न मिटवला जातो तिथे ज्ञानाचे दरवाजेही मिटवले जातात. किंबहुना ज्ञानाचे दरवाजे मिटवावे म्हणूनच प्रश्न विचारण्यावर बंदी येते. सत्ता टिकवायची असेल तर प्रथम माणसाच्या विचाराची चक्रं थांबवणं हे कार्य करावं लागतं. ह्या चक्राला गती देण्याचा जो कोणी प्रयत्न करून परंपरा, धर्म, संस्कृती ह्य नावाखाली आंधळेपणाने पाळल्या जाणाऱ्या आचारांविरुद्ध प्रश्न विचारील त्याला कशा-कशा प्रकारचे हाल भोगावे लागले त्याची मानवी इतिहासात कितीतरी उदाहरणे आहेत. हे हाल भोगणारे महात्मे एकच गुन्हा करीत होते तो म्हणजे आंधळपणाने पाळल्या जाणाऱ्या रूढींविरुद्ध सत्ताधीशांना जाहीरपणाने प्रश्न विचारीत होते. बंद पाडून ठेवलेल्या विचारचक्राला गती देण्याचा प्रयत्न करीत होते. जी गोष्ट बुद्धीला स्वीकारावीशी वाटली नाही तिला जाहीर नकार देत होते.

या समाजाने धर्माच्या नावाखाली आपल्यासाठी निमूटपणाने कष्ट उपसणारा शूद्र नावाचा वर्ण निर्माण केला, त्याला मानाने जगण्याची हिंमत राहू नये म्हणून

अस्पृश्य ठरवून, चतुष्पादांच्याहीपेक्षा हीन अवस्था भोगायला लावली, त्या धर्मात मी राहणार नाही हे बाबासाहेबांनी जाहीर केलं, ज्या आचरण पद्धतीत फक्त आंधळ्या रूढी पाळण्याचा धर्म मानला जातो तो धर्म सोडला आणि बुद्धाची 'धम्म' ही आचारविचारसरणी स्वीकारली. दैवी चमत्कार, ईश्वर, ब्रह्मसायुज्य, आत्मा, यज्ञयाग, काल्पनिक अनुमान, माणसाच्या पूर्वजन्मातल्या कृत्यांनी ह्या जन्मातलं स्थान निश्चित होणं असल्या गोष्टी त्यांनी स्पष्टपणाने नाकारल्या. खुद्द बौद्ध धर्मातल्या महायान पंथात प्रार्थना, पूजा, नवस असल्या गोष्टींचा प्रवेश झाला होता. त्यामुळे त्या पंथातल्या सनातनी मंडळींनीही बाबासाहेबांना बौद्धधर्मीय म्हणून स्वीकार करताना कमी खळबळ केली नाही. पण त्यांचे 'धम्म' परिवर्तन म्हणजे खुर्चीच्या लोभाने केलेले पक्षांतर नव्हते. त्यांच्या असामान्य प्रज्ञेतून आणि प्रचंड व्यासंगातून आणि दुष्ट कल्पनांचे बळी ठरलेल्या आपल्या बांधवांविषयीच्या अपार करुणेतून त्यांनी हा धम्म स्वीकारला होता. त्यांचा बुद्ध हा निर्भय मनाने प्रत्येक विचारज्ञानाग्नीतून तावून सुलाखून नंतर स्वीकारा असे अनुयायांना सांगणारा मानवी इतिहासातला पहिला धम्मसंस्थापक होता. हा बुद्ध भक्ताकडून आंधळ्या उपासनेची मागणी करणारा नव्हता. नवसाला पावणारा नव्हता, की पूजेवर प्रसन्न होऊन 'भक्ता, तुला हवा तो वर माग' म्हणणाराही नव्हता. मी सांगतो म्हण ऐका म्हणणारा हा देव नव्हता. नुसतं 'मामनुस्मर' म्हणणारा नव्हता. अनुयायांना स्वतः विचार करा हे सांगणारा नेता होता. आंबडकरांनी स्वीकारला तो हा बुद्ध आणि बुद्धिप्रामाण्य मानणारा त्याचा धम्म; कारण बाबासाहेबांना स्वर्गात आपल्याला राहायला जागा कुठे मिळेल याची चिंता नव्हती. तसले व्यवहार करणाऱ्या देवाची स्तुतिस्तोत्रं गायची त्यांना गरज वाटली नाही. कारण निर्वाणाच्या त्यांना कल्पनेत स्वर्ग ह्या कल्पनेलाच जागा नव्हती. 'विकारापासून मुक्ती' म्हणजे निर्वाण ही त्यांची धारणा होती. त्यांचं निर्वाण 'निर्दोष जीवनाशी' निगडित होतं. जीवनातली ते जी नैतिकता मानीत होते, तिचा संबंध माणसामाणसांतल्या इहलोकातल्या परस्पर व्यवहाराशी होता.

त्यांचा धम्म दैवी योगायोगाची तमा बाळगत नव्हता. प्रज्ञा आणि करुणा यांवर अधिष्ठित असलेली सामाजिक बांधिलकी मानीत होता. गांधीजींच्या बाबतीत He spiritualised Politics म्हटलं जातं. बाबासाहेबांच्या बाबतीत He radically humanised Politics असं म्हणायला हवं आणि म्हणूनच ज्याला आपण दलित साहित्य म्हणतो त्याचं अधिष्ठानसुद्धा मानवी जीवनात प्रज्ञा आणि करुणा ह्यांनाच सर्वश्रेष्ठ मानणारं असायला हवं ! हे अधिष्ठान बाबासाहेबांनी दलित जीवनाला दिलं म्हणून नेहमीच्या बोलण्यातही ही बाबासाहेबांची प्रेरणा आहे असं म्हणतो. प्रज्ञेला त्यांनी प्राधान्य दिल्यामुळे ह्या साहित्याला निर्भयतेला लाभणारे तेज आलं. ह्या साहित्यिक प्रकटनाच्या सत्याला विलक्षण प्रकाश लाभला. त्या प्रकाशात दलित जीवनाचं जे वाचकाला भेदक दर्शन झालं, त्या विद्रोहाच्या कवितांमधून हजारो रणशिंगे वाजावी

अशा ताकदीचं वृंदगायन ऐकायला येऊ लागलं. त्यामुळे साहित्य, कला, सौंदर्य, जीवन, समाज ह्या सगळ्याच रूढ कल्पनांना हादरे बसायला लागले. त्यातून पूर्वापार चालत आलेल्या साहित्य समीक्षेच्या कल्पना पुन्हा एकदा नीट तपासून पाहण्याची गरज भासायला लागली. केशवसुतांच्या हाती स्वप्राणांनी फुंकायची ती तुतारी आली असती तर काय घडलं असतं याचा अंदाज यायला लागला. शब्दकळेतल्या कोरीव, रेखीव, सुखकारक, नादमधुर गीतांची जागा एका तांडवाने घेतली. एखादे बलाढ्य सैन्य उभे राहावे आणि आघाडीच्या तुकडीन प्रतिपक्षावर बाणांचा वर्षाव करावा तसं युद्ध सुरू झालं.

धर्म परंपरा आणि ग्रंथ
समूळ बदलून जावेत
उकळतं डांबर आणि खडी टाकून
सूर्यावरून रोड रोलर फिरवावा
त्या किटट् काळोखात
मंदिरं दिसो नयेत
धर्मग्रंथांची अक्षरं दिसो नयेत
माणसांचा लख्ख प्रकाश पडावा
अन् माणसंच माणसं म्हणून गळ्यात पडावीत

हा सूर ज्या कंठातून उमटला तो कवी एका माणुसकी नाकारलेल्या जगाचा संतप्त रहिवासी होता. त्याच्या सुराशी तितकाच प्रखर संवाद उमटवणारा ध्वनी आला—

फुलांशी खेळणाऱ्या वयात मी निखाऱ्याशी खेळलोय
या जहरी वाऱ्यांना पिऊन मी वादळ झालो,
तर ते तुम्हाला चालेल का ?

शरसंधानासारखं हे शब्दसंधान होतं. एका नव्या त्वेषाने पेटलेल्या कवींनी आणि कथा-आत्मकथा-कादंबरीकारांनी ह्या प्रतिमासृष्टीतून वास्तवाचं जे दर्शन घडवंल; ते साहित्यात अभूतपूर्व असं होतं; कारण ते लिहिण्यामागची आंबेडकरी प्रेरणाच अभूतपूर्व होती. त्या प्रेरणेचा पूर्वज शोधायचाच झाला तर चार्वाकाचा कृतज्ञतापूर्वक उल्लेख करावा लागेल. ती प्रेरणा संपूर्ण जडवादी होती. भाबड्या श्रद्धेला ठोकरणारी होती. परंपरा, संस्कार, संस्कृती ह्या नावाखाली माजू दिलेली अंधश्रद्धेची कोळिष्टकं झटकून वैयक्तिक आणि सामाजिक जीवन स्वच्छ करण्याच्या ध्येयाने पुढे सरसावली होती. ह्या सैन्याच्या हाती एकच शस्त्र होतं, ते म्हणजे शब्द. माणसाला अंतर्बाह्य बदलून टाकणारं इतकं प्रभावी हत्यार दुसरं कुठलंही नाही. जिथे धर्म, वर्ण नि वर्ग ह्या शक्ती माणसाच्या छळासाठी अन्याय्य रीतीने वापरल्या जातात, तिथे जेव्हा त्या प्रवृत्तीचा नाश करायला शस्त्र म्हणून

जेव्हा शब्द वापरले जातात, त्याक्षणी दलित साहित्याचा जन्म होतो. त्या साहित्यिकाचा जन्म कुठल्या जातीत कुठल्या धर्मात झाला ह्याचा इथे काहीही संबंध नाही. शोषण, उपेक्षा, जन्मावरून उच्चनीच भेद ठरवणाऱ्या रूढी ह्यांचा बीमोड करायला उठलेलं हे साहित्य फक्त माणुसकीला मानतं. मग तो विद्रोह स्त्री-मुक्तीविषयक असो, स्पृश्यास्पृश्य भेदाविरुद्ध असो, आदिवासींच्या पिळवणुकीबद्दल असो, भटक्यांच्या जीवनातल्या यातनांबद्दल असो, नरकाची दहशत आणि स्वर्गाची भुरळ घालून फसवणाऱ्या बुवा-बाबांबद्दल असो, ह्या अनिष्ट गोष्टींशी विद्रोहाची भूमिका घेऊन जे साहित्य उभं राहतं ते दलित साहित्य म्हणून दलित शब्दाची व्याप्ती लक्षात न घेणाऱ्यांना दलित संमेलन हा सवता सुभा वाटतो; पण ही विचारसरणी नवी नाही. 'माणसाला माणूस म्हणून प्रतिष्ठा मिळाली पाहजे' हा विश्वव्यापी विचार घेऊन लढलेल्या आंबेडकरांना हिंदुसमाजातल्या अस्पृश्यांचे पुढारी म्हणून एका कुंपणात टाकून देण्यात आले होते. त्यांच्या प्रेरणेने निर्माण झालेल्या साहित्यालाही अशाच प्रकारचं लेबल लावून त्यामागील व्यापकता आकुंचित करण्यात आली तर त्यात नवल नाही. बहुजन हिताय, बहुजन सुखाय हीच मुळी या साहित्याची मूळ प्रतिज्ञा आहे. अशावेळी बहुजनांच्या हिताचा विचार साहित्यात डोकावला की ती कलाच राहिली नाही म्हणणं म्हणजे ह्या निर्मितीमागल्या प्रेरणेलाच नकार देण्यासारखं आहे. वास्तवाशी इमान राखून तिथे पदोपदी जाणवणाऱ्या अन्यायाविरुद्ध आवाज उठवणे ह्या ध्येयाने प्रेरित झालेले हे साहित्य जन्मजातच दुय्यम दर्जाचे असा साहित्यिक हिशेब मांडणाऱ्यांना दलित साहित्य हा शब्द खटकणारच.

एक तर माणसाने माणसावर चालवलेल्या अन्यायाची दखल घेणं हे साहित्याचं कामच नाही असं मानणारा एक वर्ग आहे. दुसरा एक वर्ग आहे त्याला ह्या अन्यायाची आणि भीषणतेची जाणीवच नाही. तो आपल्या सुखलोलुप जीवनात दंग आहे आणि तिसरा आणि फार मोठा असा एक वर्ग आहे, त्याच्यावर धर्मरूढी, परंपरा ह्यांचा इतका जबरदस्त पगडा आहे की ह्या क्षणीही त्यांच्या ह्या आचरणाविरुद्ध कुणी जरासा आवाज उठवला की तो दडपून टाकायला ही मंडळी आपल्या सर्वशक्तीनिशी उभी राहतात. ह्या शक्तींनी आपल्या देशातच नव्हे जगभर ते थैमान मांडले आहे. ते दहशतीचे वातावरण उभे केले आहे. त्यांचे स्वरूप मी आपल्याला सांगायला हवं असं नाही. ह्या परंपरावादी शक्ती जरा खुट्ट झालं की पटकन एकत्र येतात. पुराणातल्या मायावी राक्षसांकडे असायच्या तशा सिद्धी यांच्यापाशी आहेत. संघर्ष दुबळा करण्याच्या नाना प्रकारच्या युक्त्या त्यांच्यापाशी आहेत. जनमानसावर प्रचंड प्रभाव पाडू शकणारी प्रचारमाध्यमं त्यांच्या हाती आहेत. संतप्त कलावंताच्या हातातली मशाल त्याला कळू नये अशा रीतीने काढून घेऊन त्या हातात निशिगंधासारखे फुलांचे गुच्छ देण्याची किमया सत्तेवरच्या मंडळींना साधलेली आहे. अशा वेळी ह्या धोक्यापासून सदैव सावध राहण्यासाठी समान विचाराच्या माणसांनी एकत्र येणं आवश्यक आहे. एकमेकांनी

भेटावं, कथा-कविता-संगीत ह्यांचा आस्वाद घेण्यात काही वेळ घालवावा ह्यात गैर असं काहीच नाही. पण मला आपल्या संमेलनाचा मुख्य हेतू 'आत्मपरीक्षण' हा असावा असं वाटतं. उपेक्षेच्या समान वेदनेनं आपल्याला एकत्र आणलेलं आहे. ह्या आत्मपरीक्षणाला नुसतं साहित्यसमीक्षेच्या मापात मोजून चालणार नाही; कारण दलित साहित्य हा फुरसदीच्या वेळी वाचायचा प्रकार नाही. दलित जीवनाशी जुळलेला व त्या जीवनापासून अलग होऊ न शकणारा असा हा साहित्यप्रकार आहे. जीवनाशी संबधित अशा राजकीय, आर्थिक, सामाजिक, धार्मिक प्रत्येक घडामोडीशी लिप्त असा हा प्रकार आहे. अमक्यापासून अलिप्त, तमक्यापासून अलिप्त ही चैन ह्या जीवनाला परवडण्यासारखीच नाही. अशावेळी त्यातली मुख्य दक्षता बाळगली पाहिजे ती म्हणजे आंबेडकरप्रणीत जीवनाच्या निखळ बुद्धिनिष्ठ तत्त्वज्ञानापासून आपण ढळत तर चाललो नाही याबद्दलची. अशी शंका येण्यासारख्या गोष्टी घडताना दिसत आहेत. इतक्या जोमाने फेकून दिलेलं परंपरेच्या आंधळ्या पालनाचं, पूजाअर्चा, तीर्थयात्रा, नवससायास ह्या कल्पनांचं जोखड आपण आपल्या मानेवर चढवून घेणार आहोत की काय अशी शंका दलित जीवनाचा बारकाईने अभ्यास करणाऱ्या विचारवंताच्या मनात उत्पन्न होऊ लागलेली आहे. एक भिक्षुकशाही जाऊन दुसरी भिक्षुकशाही आली एवढाच ह्या परिवर्तनाचा अर्थ होईल. हाकणारा धनगर वेगळा, आपली अवस्था मुकी बिचारी कुणी हाका अशा मेंढरांसारखीच होईल.

मित्रहो, माणसावर आंधळ्या परंपरेने चिकटवलेलं कुठलंही लेबल न पाहता नुसतं माणूस म्हणून प्रेम बाळगणारी फौज आजही संख्येने अतिशय लहान आहे. निसर्गातल्या आजही अनेक न कळलेल्या गुढांचा बुद्धीच्या निकषावर घासून मी शोध घेईन. त्याचे कर्तृत्व देवावर सोपवून मोकळा होणार नाही, या विचाराने जगणाऱ्यांची संख्या तर त्याहूनही कमी आहे. खरं तर जगात खरे अल्पसंख्यांक नीतिमान नास्तिक हेच आहेत. अशा वेळी बाबासाहेबांच्या नावाने देवळं उभी राहू लागली. दीक्षाभूमीवर पीरमलंगाच्या भरतात तशा जत्रा भरू लागल्या तर ख्रिस्त बुद्धासारखा अंधश्रद्धावाल्यांनी विज्ञाननिष्ठांचा पराभव केलेला पाहावा लागेल. अशा वेळी लोककवी वामनदादांच्या कमालीच्या साध्या पण तितक्याच परिणामकारक अशा दोन ओळी मला आठवतात. त्यांनी म्हटलंय— 'जेथे समाज सारा एकरूप आहे । तेथे खराच माझ्या बाबांचा स्तूप आहे ॥' बाबासाहेबांसारखा ग्रंथप्रेमी आजच्या काळात लाखात एखादा झाला असेल. पण जीवनातला त्यांचा प्रवास मात्र ग्रंथाकडून ग्रंथाकडे असा झाला नाही. ग्रंथाकडून जीवनाकडे आणि जीवनाकडून ग्रंथाकडे अशी त्यांची परिक्रमा चालली होती. अशी जीवनातून प्रेरणा घेऊन पुन्हा जीवनालाच सार्थ करणारे साहित्य निर्माण करायची प्रेरणा लाभावी, ह्यासाठी ह्या साहित्य संमेलनाचा प्रपंच आहे असे मी मानतो.

❑❑❑

बुद्ध हा भारतीय अस्मितेचा उदात्त आविष्कार

ग. त्र्यं. माडखोलकर

'बौद्ध साहित्याचे वेगळे असे खास संमेलन भरविण्याची गरज का वाटावी,' असा आक्षेप या संमेलनावर घेण्यात आलेला आहे. मला वाटते महाराष्ट्रातील साहित्य संमेलने आणि त्यात होणाऱ्या साहित्य चर्चा याच्या स्वरुपाचा या आक्षेपकांनी थोडा काळजीपूर्वक विचार केला, तर त्यांना या संमेलनाची आवश्यकता खात्रीने पटेल.

बुद्धाचे चरित्र आणि तत्त्वज्ञान याचा अभ्यास, संशोधन आणि चिंतन गेली शंभर वर्षे महाराष्ट्रात अव्याहत सुरू आहे. त्याचा प्रथम थोडा तरी आढावा घेतल्याशिवाय, आपल्याला आज कोणत्या प्रकारचे बौद्ध साहित्य निर्माण करणे आवश्यक आहे. याची यथार्थ कल्पना येणार नाही, महाराष्ट्रामध्ये बुद्ध आणि त्याचा धम्म यावर जे हे साहित्य उत्पन्न झाले, ते अंशतः इंग्रजीत आणि अंशतः मराठीत आहे. हे साहित्य (१) अनुवादित (२) ऐतिहासिक (३) संशोधनात्मक आणि (४) प्रतिपादन अशा चार प्रकारात विभागता येईल. अनुवादित साहित्यात-धर्मपद, जातक कथा, बुद्धाचे चरित्र आणि त्याचा धम्म याचा परिचय, पाली भाषेतील निवडक ग्रंथातल्या काही भागाचे अनुवाद करून देणारे साहित्य मोडते. ऐतिहासिक साहित्यात बुद्धाचे चरित्र, बौद्ध धर्माचा इतिहास इत्यादी साहित्याचा समावेश होतो. संशोधनात्मक साहित्य या दोन्ही प्रकारच्या साहित्याच्या मानाने अधिक वादग्रस्त असून वैद्य, राजवाडे, चान्दोरकर, केतकर यांच्यासारख्या महाराष्ट्रातील विख्यात संशोधकांनी ते उत्पन्न केलेले असल्यामुळे, त्याला साहजिकच महत्त्व प्राप्त झालेले आहे. प्रतिपादन साहित्यात-बुद्ध आणि त्याचा धम्म याची श्रेष्ठता लोकांच्या मनावर बिंबविण्याच्या उद्देशाने लिहिलेल्या साहित्याची गणना होते. या साहित्याच्या निर्मितीत कै. न. चिं. केळकर, कै. वा. गो. आपटे, प्रा. चिं. वै. राजवाडे, प्रो. डॉ. पु. वि. बापट, प्रो. ना. के. भागवत, प्रा. चिं. वि. जोशी प्रभृती विद्वान ग्रंथकार प्रमुख आहेत. त्यांच्या साहित्याने महाराष्ट्रातील सुशिक्षित समाजाला बुद्धांचे चरित्र

बौद्ध साहित्य संमेलन,
नागपूर १९६२

आणि तत्त्वज्ञान याची ओळख करून देऊन मराठी वाचकवर्गात आदरयुक्त जिज्ञासा निर्माण केली. या ग्रंथकारांप्रमाणेच भांडारकर, तेलंग आणि टिळक या तीन महापंडितांनीही बुद्धाच्या चरित्रावर आणि तत्त्वज्ञानावर केव्हा संशोधनपर, केव्हा चर्चात्मक लिखाण लिहून त्याच्या व्यासंगाला चालना दिलेली आहे.

गेल्या शंभर वर्षातील बौद्ध साहित्याच्या या निर्मात्याचे मेरुमणी म्हणूनच खरोखरी ज्याचे वर्णन करावे लागेल असे एकमेव ग्रंथकार जर कोणी महाराष्ट्रात झाले असतील, तर ते प्रो. धर्मानंद कोसंबी हे होत. आधुनिक महाराष्ट्रात बौद्ध धर्माचा त्यांच्यासारखा तपस्वी प्रतिपादक दुसरा झालेला नाही. भगवान बुद्धाप्रमाणेच त्यांच्यावरील श्रद्धेने प्रेरित होऊन त्यांनी ऐन तारुण्यात गृहत्याग केला. बुद्धाच्या जीवनाने परिपूत झालेल्या सर्व पवित्र स्थळांचे त्यांनी दर्शन घेतले. जगातील प्रमुख बौद्ध राष्ट्रांत संचार करून त्या त्या राष्ट्रातील बौद्ध ग्रंथांचा आणि साहित्याचा व्यासंग केला व अमेरिकेसारख्या पाश्चात्य राष्ट्रातील विद्यापीठात, तेथील अध्यापकांबरोबर बौद्ध ग्रंथांचे संशोधन आणि संपादन केले. आपल्या या धर्मजिज्ञासेबद्दल प्रो. कोसंबी यांनी स्वत:च असे उद्गार काढलेले आहेत की, ''बुद्धावर माझी अधिकाधिक श्रद्धा जडत चालली. प्रपंचाचा जसजसा वीट येत गेला, तसतशी माझी श्रद्धा दृढ होत गेली. माझे सर्वस्व बुद्ध आहे असे वाटू लागले. कितीही संकटे येवोत, कितीही विपत्ती भोगाव्या लागोत, बुद्धोपदेशाचे ज्ञान मला झाले, म्हणजे माझ्या जन्माचे साफल्य झाले,असे मला वाटू लागले.'' या त्यांच्या उद्‌गारावरून त्यांच्या धर्मजिज्ञासेच्या तीव्रतेची जशी कल्पना येते, तशीच त्यांच्या ग्रंथ रचनेला कारणीभूत झालेल्या श्रद्धेच्या गूढतेचीही जाणीव होते. पण आश्चर्य हे की बुद्ध आणि त्यांचे तत्त्वज्ञान या दोहोंवर असलेली त्यांची नितांत श्रद्धा बुद्धाच्या चरित्रातील आत्युक्ती, विसंगती, तर्कच्युती इत्यादी वैगुण्यांचे विश्लेषण करण्याच्या आणि ती सर्व वैगुण्ये वगळून नव्या मौलिक दृष्टीने त्यांचे चरित्र लिहिण्याचा त्यांच्या या निर्धाराच्या आड मात्र कधीच आली नाहीत. बुद्धाचे चरित्र काय आणि तत्त्वज्ञान काय या दोहोंचेही संशोधन आणि विवरण त्यांनी स्वतंत्र बुद्धीने केलेले आहे. माजी बडोदा संस्थानचे अधिपती कै.राजर्षी सयाजीराव महाराज गायकवाड यांच्या आश्रयाने आणि प्रोत्साहनाने त्यांनी बौद्ध धर्मावर जे ग्रंथ लिहिले व आपल्या नागपूरच्या 'नवभारत ग्रंथमाले' साठी त्यांनी बुद्धाच्या चरित्रावर दोन भागात जी ग्रंथरचना केली, ती यांची बौद्ध धर्मावरील ग्रंथसंपदा सखोल पांडित्य आणि मौलिक संशोधन यांनी परिपूर्ण केलेले आहे; पण केवळ एवढेच कार्य त्यांनी केलेले आहे असे मात्र नाही, तर प्रो. चिं. वै. राजवाडे, प्रो. डॉ. पु. वि. बापट, प्रा. चिं. वि. जोशी, प्रा. ना. के. भागवत त्यांच्यासारखे बौद्ध धर्माचे व्यासंगी शिष्य ग्रंथकार तयार करून, महाराष्ट्रातील विद्यापीठात बौद्ध साहित्याच्या अध्यापनाची उज्ज्वल परंपराही निर्माण केली.

डॉ. आंबेडकर यांनी सहा वर्षापूर्वी जे धम्मचक्र प्रवर्तन आपल्या या नागपूर

शहरात केले, त्यामुळे निर्माण झालेल्या नव्या मराठी बौद्ध समाजाच्या दृष्टीने, गेल्या शंभर वर्षात उत्पन्न झालेले हे निरनिराळ्या प्रकारचे बौद्ध साहित्य कितपत उपयुक्त आहे, याचाही विचार आपण अगदी नि:स्पृहतेने करणे आवश्यक आहे, असे मला वाटते. या साहित्यात जे निव्वळ अनुवादित साहित्य आहे, त्याच्या अनुवादाच्या सरसतेबद्दल म्हणा किंवा अचूकपणाबद्दल म्हणा जरी कदाचित मतभेद झाला,तरी त्याचा उपयोग आजही होण्यासारखा आहे, असे म्हणावयाला मला शंका वाटत नाही. ऐतिहासिक आणि संशोधनात्मक असे जे साहित्य वैद्य, चांदोरकर, राजवाडे, केतकर प्रभृती संशोधकांनी लिहिलेले आहे, त्याबद्दल मात्र असे म्हणता येणार नाही. एक तर, गेल्या पस्तीस वर्षात झालेल्या संशोधनामुळे बुद्धाचे चरित्र आणि त्याचे तत्त्वज्ञान याच्यावर जो नवीन प्रकाश पडलेला आहे, त्यामुळे या संशोधकांनी काढलेली अनेक अनुमाने आणि प्रमेये ही गतार्थ होऊन बसलेली आहेत व दुसरे असे की केवळ वैदिक आणि चातुर्वर्णाच्या अभिनिवेशाने यापैकी काही संशोधकांनी बुद्धाबद्दल म्हणा किंवा त्यांच्या तत्त्वज्ञानाबद्दल म्हणा जी भरमसाठ विधाने केलेली आहेत, ती पूर्वग्रह म्हणून ताज्य ठरतात. राहता राहिले प्रतिपादक साहित्य ! ते फारसे नाहीच व जे काही ते बदललेल्या परिस्थितीत आकर्षक आणि उपयुक्त वाटण्यासारखे नाही. या बाबतीतील आणखीही एक महत्त्वाची गोष्ट ध्यानात घ्यायला हवी ती ही की, १९५६ साली डॉ. आंबेडकर यांनी धर्मचक्रप्रवर्तन करण्यापूर्वी हे जे चार प्रकारचे मराठी बौद्ध साहित्य निर्माण झालेले होते, ते केवळ ऐतिहासिक आणि तात्त्विक बुद्धीने निर्मिलेले होते. महाराष्ट्रात त्या वेळी बौद्ध धर्माचे अनुयायी जमेस धरण्याजोगे नव्हते व त्यामुळे बौद्ध धर्म हा मराठी समाजातील भरीव लोकसंख्येच्या रोजच्या आचरणातला एक प्रमुख जागृत धर्म आहे या दृष्टीने त्याच्या व्यवहाराकडे पाहाण्याची गरज अजिबात नव्हती. अर्थात बौद्ध धर्माच्या दैनंदिन आचरणासंबंधी लोकांना शास्त्रोक्त माहिती देणारे आणि मार्गदर्शन करणारे असे अधिकृत धार्मिक साहित्य या काळात प्राय: मुळीच उत्पन्न झाले नाही. म्हणूनच शेवटी मी असे नि:शंक म्हणू शकतो की, बुद्धाचे चरित्र आणि त्याचा धर्म यांचे चिंतन आणि चर्चा जरी महाराष्ट्रात गेली शंभर वर्षे चालू असली व त्यांतून काही अंशी विचारप्रवर्तक असे तात्त्विक आणि ऐतिहासिक साहित्य जरी निर्माण झालेले असले,तरी डॉ. आंबेडकर यांच्या धर्मचक्र प्रवर्तनामुळे उदयाला आलेल्या नव्या वर्धिष्णू बौद्ध समाजाला त्याचा फारसा उपयोग होण्याची शक्यता दिसत नाही. म्हणून माझ्या समजुतीने आपल्या या संमेलनापुढील सर्वात महत्त्वाचा निकडीचा प्रश्न जर कोणता असेल, तर तो बौद्ध धर्मातील नित्याच्या धर्माचरणावर सुबोध आणि सुलभ पुस्तके ताबडतोब तयार करण्याचा आहे.अशी काही पुस्तके पुणे आणि नागपूर या दोन्ही ठिकाणी प्रसिद्ध झालेली माझ्या पाहाण्यात आहेत; पण मला ती पुस्तके सर्वसामान्य साक्षर स्त्रीपुरुषांची वाचनक्षमता ध्यानात घेऊन तयार केलेली आहेत, असे

काही वाटले नाही. त्याचप्रमाणे त्यांची भाषा आणि मुद्रण ही दोन्ही सदोष असल्याचेही माझ्या अनुभवाला आले. रोजचे धर्माचरण, धर्मविधी, संस्कार, सण आणि त्या बरोबरच नित्यपाठात असणे शक्य असलेले धर्मग्रंथ यांची संहिता अधिकृत आणि मुद्रणशुद्ध असली पाहिजे. अशी संहिता तयार करण्यासाठी म्हणजेच अशा प्रकारच्या नित्योपयोगी धार्मिक पुस्तकाचे लेखन, संपादन आणि प्रकाशन करण्यासाठी, बौद्ध धर्मातील तज्ज्ञांची समिती स्थापन होणे अवश्य आहे. त्याशिवाय अखिल महाराष्ट्रातील बौद्ध जनतेला मान्य, पाठ्य आणि आचरणीय वाटेल अशी धार्मिक पुस्तकांची संहिता आणि रचना होणे अशक्य आहे, असे मला तरी वाटते. असल्या बाबतीत वैयक्तिक प्रयत्न हे गोंधळ उत्पन्न करायला मात्र कारण होतील. कोणत्याही नवोदित वर्धिष्णू धर्माला त्याच्या रोजच्या आचरणातील धर्मग्रंथांच्या बाबतीत धर्माविषयी असा गोंधळ मुळीच परवडण्यासारखा नाही. म्हणून या परिषदेने बौद्ध धर्मातील धर्माविषयी, संस्कार, व्रते, सण वगैरे विषयींची अधिकृत सर्वमान्य संहितेची पुस्तके तयार करण्यासाठी समिती नेमणे इष्ट आहे, असे मला वाटते. महाराष्ट्रीय मराठी ख्रिस्ती समाजासाठी बायबल सोसायटीने ज्याप्रमाणे अधिकृत संहितेची सुलभ धार्मिक पुस्तके प्रसिद्ध केलेली आहेत, तशा प्रकारचा उपक्रम जर आपल्या या परिषदेने केला, तर महाराष्ट्रातील नवोदित बौद्ध धर्माला एकवाक्यता आणि स्थिरता यावयाला फार मदत होईल. धार्मिक पुस्तके प्रसिद्ध करण्याचे आज सुरू असलेले वैयक्तिक प्रयत्न हे तत्कालिक गरज भागविण्याच्या दृष्टीने सोईचे वाटले, तरी प्रमाण धार्मिक साहित्य लोकांच्या हाती देणे, हाच धर्माचरणाचा आणि धर्मप्रसाराचा सर्वात सोपा उपाय होय.

संस्कृत, पाली, सिंहली, ब्रह्मी, चिनी, तिबेटी इत्यादी भाषांत जे बौद्ध साहित्य आहे, त्यातील महत्त्वाचे निवडक ग्रंथ तरी निदान मराठी भाषेत आणणे आवश्यक आहे. आता ही गोष्ट खरी की, बौद्ध धर्माचे बहुतेक सर्व साहित्य पाली आणि संस्कृत या दोन भाषांतच असून, इतर भाषांतील साहित्य हे प्राय: अनुवादरूपच आहेत. तथापि, पूर्व आणि आग्नेय आशियातील बौद्ध धर्माचे आजचे स्वरूप, त्या त्या देशात उत्पन्न झालेले पंथोपंथ आणि त्याचे साहित्य यांची माहिती होण्याइतपत तरी त्या त्या देशातील भाषात असलेल्या बौद्ध साहित्याचा अवश्य तेवढा भाग मराठीत येणे जरूर आहे. आज स्थिती अशी आहे की प्रा. धर्मानंद कोसंबी, प्रा. चिं. वि. जोशी, प्रो. के. ना. भागवत प्रभृतींनी काही पाली भाषेच्या पंडितांनी जे काय बौद्ध साहित्य मराठीत अनुवाद करून आणले आहे. तेवढेच फक्त लोकांच्या पुढे आहे. पण बौद्ध साहित्याचा पाली आणि संस्कृत या दोन भाषांतील अफाट विस्तार ध्यानात घेतला असता, समुद्रातून कावडी भरून आणाव्यात तशा मराठीत आणावयाचे म्हटले, तरीसुद्धा ती कामगिरी एकट्यादुकट्या व्यक्तीला मुळीच परवडणार नाही. त्यासाठी बायबल सोसायटीसारखी संस्थाच खरोखरी स्थापन करावी लागेल. अशा संस्थेला सरकार

आणि विद्यापीठे या दोघांचेही आर्थिक सहाय्य काही प्रमाणात मिळेल हे निश्चित, पण अशा प्रकारची सोसायटी स्थापन करण्याची जबाबदारी महाराष्ट्रातील बौद्ध समाजाच्या गुरूंना आणि नेत्यांना आपल्या हिंमतीवर उचलणे हेच योग्य होईल. किंबहुना ते त्यांचे कर्तव्य आहे असे मी म्हणतो. निवडक बौद्ध धर्म साहित्याचे अनुवाद जरी प्रसिद्ध करावयाचे झाले. तरी त्या अनुवादाची पद्धती, परिभाषा, संहिता, संपादन इत्यादी कामे ही बौद्ध धर्माच्या तज्ज्ञांकडून झाली पाहिजेत व ती तशी व्हावयाची म्हणजे बौद्ध धर्माच्या नेत्यांनीच या कार्यांत पुढाकार घेतला पाहिजे. त्याशिवाय बौद्ध धर्मविषयीच्या ऐतिहासिक आणि धार्मिक प्रमाण ग्रंथांचे प्रकाशन आणि प्रसार महाराष्ट्रात होणार नाही.

बौद्ध साहित्याच्या महाराष्ट्रातील व्यासंगाला आणि निर्मितीला पायाशुद्ध शास्त्रीय वळण लावण्याच्या दृष्टीने आणखी एक महत्त्वाची गोष्ट होणे आवश्यक आहे. ती गोष्ट म्हणजे बौद्ध तत्त्वज्ञान आणि साहित्य याचे अध्ययन, अध्यापन आणि संशोधन करण्यासाठी महाराष्ट्रातील विद्यापीठात 'चेअर' म्हणजे 'अध्यासन' स्थापन करणे ही होय. डॉ.भांडारकर आणि प्रा.कोसंबी यांच्या प्रयत्नाने मुंबई विद्यापीठाच्या उच्च अभ्यासक्रमांत पाली भाषेला स्थान मिळाल्यामुळे, बौद्ध साहित्याच्या व्यासंगाची परंपरा महाराष्ट्रात सुरू झाली ही गोष्ट खरी, पण नव्या परिस्थितीत तेवढ्याने भागणार नाही. पन्नास वर्षापूर्वी मुंबई विद्यापीठात ज्या वेळी पाली भाषेचा प्रवेश झाला, त्या वेळी एक प्राचीन मृतभाषा आणि त्या भाषेतील एका लुप्त धर्मपंथाचे साहित्य याचा हौसेने अभ्यास करण्याची सोय झाली. एवढेच काय पण, महाराष्ट्रातील एका सुसंघटित जागृत जनसमाजाने आता बौद्ध धर्माची दीक्षा घेतलेली आहे व त्यामुळे पालीभाषा आणि तिच्यातील बौद्ध साहित्य यांच्या व्यासंगाला जिवंत महत्त्व प्राप्त झालेले आहे. इतकेच नव्हे, तर महाराष्ट्रातील लोक-समाजाच्या एका प्रमुख घटकाने बौद्ध धर्म स्वीकारल्यामुळे, त्या धर्माच्या शास्त्रोक्त अध्ययनाला चालना देण्याची जबाबदारी महाराष्ट्रातील विद्यापीठे आणि सरकार यांच्यावर येऊन पडलेली आहे. कारण आता पाली ही प्राचीन मृत भाषा राहिलेली नसून, महाराष्ट्रात नव्याने उदय पावलेल्या बौद्ध धर्माची ती जिवंत भाषा होऊन बसलेली आहे व तिच्यातील साहित्य हे एका लुप्त धर्माचे साहित्य राहिलेले नसून, महाराष्ट्रातील विद्यापीठे आणि सरकार या दोघांनीही डॉ. आंबेडकर यांच्या धर्मचक्र प्रवर्तनामुळे उत्पन्न झालेली ही नवीन परिस्थिती ध्यानात घेऊन, पालीभाषा आणि बौद्ध साहित्य यांच्या अध्ययन, अध्यापनाकडे आता अधिक अगत्याने लक्ष पुरविले पाहिजे. अशी 'चेअर'स्थापन करावयाला अर्थातच पाच, सहा लाख रुपये तरी लागतील. पण आपल्या परिषदेने आणि अखिल महाराष्ट्रातील बौद्ध समाजाच्या प्रातिनिधिक संस्थांनी युनिव्हर्सिटी ग्रँटस कमिशनकडे जर अशा प्रकारचे अध्यासन स्थापन करण्यासाठी आर्थिक सहाय्याची मागणी केली, तर ते मिळणे मुळीच कठीण नाही. मग नागपूर विद्यापीठासारख्या गरीब विद्यापीठालासुद्धा बौद्ध साहित्याचे अध्यासन निर्माण करणे

सोपे जाईल. अशा प्रकारचे अध्यासन नागपूर आणि मुंबई या महाराष्ट्रातील दोन विद्यापीठात स्थापन झाल्यास, बौद्ध तत्त्वज्ञान आणि साहित्य यांच्या अध्ययनाला, अध्यापनाला आणि संशोधनाला चालना मिळून, नव्या बौद्ध पंडितांची परंपरा महाराष्ट्रात उत्पन्न होईल व त्यामुळे बौद्ध धर्माच्या पुनरुज्जीवनाला आणि प्रसाराला तेज चढेल.

'बौद्ध धर्माचे पुनरुज्जीवन' हा जो शब्दप्रयोग मी योजिला आहे, त्याचे मर्म आपल्या ध्यानांत येईल अशी माझी खात्री आहे. महाराष्ट्रात बौद्ध धर्म हा पाहुणा नाही; तर वैदिक आणि जैन या दोन धर्माप्रमाणे त्याचेसुद्धा महाराष्ट्र हे प्राचीन काळी घर होते. याची साक्ष देणारी शेकडो लेणी, विहार आणि स्तूप कोल्हापूरपासून नागपूरपर्यंत पसरलेल्या सह्याद्री आणि सातपुडा या दोन पर्वतराजींच्या कुशीत आजही आपल्या दृष्टीस पडतात. इतकेच नव्हे, तर एका कुटुंबात जसे अनेक भाऊ नांदताना दिसावेत, त्याप्रमाणे सह्याद्रीच्या किंवा सातपुड्याच्या एकाच कुहरात हिंदू आणि बौद्ध लेणी एकमेकांशेजारी खोदलेली आपल्या नजरेस पडतात. म्हणूनच मी म्हणतो की बौद्ध धर्म हा महाराष्ट्राला नवीन नाही. महाराष्ट्रांत पाहुणा नाही. डॉ. आंबेडकर यांच्या धर्मचक्र प्रर्वतनामुळे तो आपल्या जुन्या घरी पुन्हा परत आला आहे; एवढेच ! पण त्याच्या या पुनरागमनाने आणि पुनरुज्जीवनाने भारतातील बौद्ध धर्मावर काय परिणाम होईल हे आज सांगणे खरोखरीच कठीण आहे. धर्माच्या इतिहासात आपण एक घटना वारंवार अशी पाहातो की, ज्यावेळी एखाद्या धर्माला कोणत्याही कारणामुळे ग्लानी येते; त्या वेळी अचाट कर्तृत्वाचा धर्मपुरुष त्या धर्मात निर्माण होऊन तो त्या धर्माला नवीन वळण देतो. या त्याच्या कर्तबगारीमुळे धर्माचे पुनरुज्जीवन होत खरे, पण त्याबरोबरच त्याच्या नावाचे शक आणि पंथही त्या धर्मात निर्माण होतो. भारतात बौद्ध धर्माचे पुनरागमन आणि पुनरुज्जीवन घडवून आणण्याच्या बाबतीत डॉ. बाबासाहेब आंबडेकर यांनी जी अलौकिक कामगिरी केली व आपल्या स्वतःच्या कृतीनुसार बौद्ध धर्माची पुनर्घटना केली, ती त्यांच्या कार्याची स्वाभाविक परिणती आहे, असेच मी समजेन. किंबहूना डॉ. आंबेडकर यांच्या बौद्ध धर्मावरील नव्या भाष्यामुळे तो धर्म जर अधिक बुद्धिप्रधान आणि प्रवृत्तीपर झाला, तर त्या धर्मात बाबासाहेबांनी घडवून आणलले हे इष्ट परिवर्तन इतिहासात चिरस्मरणीय होऊन बसेल. त्या दृष्टीने बौद्ध धर्माला त्यांनी लावलेले नवीन वळण आणि त्यावर केलेले नवीन भाष्य ही दोन्ही मराठी जनतेला विशद करून सांगण्याची जबाबदारी शिरावर घ्यावयाला आपल्या या बौद्ध साहित्य परिषदेने आता उत्साहाने पुढे आले पाहिजे.

शेवटी एकच गोष्ट मला आपल्याला नम्रतेने पण आग्रहपूर्वक सांगणे आवश्यक वाटते ती ही की, भगवान बुद्धाने आपल्या धर्माला 'मध्यम मार्ग' असे जे नाव दिलेले आहे व या मार्गाचे दिग्दर्शन जनतेला करण्याच्या बाबतीत प्रज्ञा आणि करुणा यांना जे अग्रस्थान त्याने आपल्या धर्मात दिलेले आहे, ते ध्यानात घेऊन आपण सर्वांनी या

भारतभूमीत बंधुभावाने आणि सहिष्णुतेने एकमेकांशी वागण्यातच त्यांच्या उपदेशाचे साफल्य आहे. आपण वैदिक असू, जैन असू, बौद्ध असू, लिंगायत असू, महानुभाव असू, कबीरपंथ असू किंवा शीख असू; पण आपण सगळे या एकाच भारतभूमीचे संतान, एकाच भारतीय संस्कृतीचे प्रसव आणि एकाच भारतीय राष्ट्रीयत्वाचे अधिकारी आहोत, ही गोष्ट सतत ध्यानात ठेवली पाहिजे. भगवान बुद्ध आणि डॉ. आंबेडकर या दोघांनाही आपल्या भारतीयत्वाचा, भारतीय परंपरेचा आणि भारतीय राष्ट्रीयत्वाचा नितांत अभिमान होता व राष्ट्रपती डॉ. राधाकृष्णन यांनी म्हटल्याप्रमाणे भगवान बुद्ध हा भारतीय अस्मितेचा सर्वात उदात्त आविष्कार म्हणूनच जगात गौरविला गेलेला आहे. सारांश, आपण सगळे कोणत्याही धर्मपंथाचे असलो, तरी भारतीय संस्कृतीचे सहोदर संतान आहोत. याच एकात्मतेच्या जाणिवेने एकमेकांशी सहकार्याने वागले पाहिजे. भगवान बुद्ध आणि डॉ. आंबेडकर या दोघांच्याही शिकवणुकीचे रहस्य भारतीय संस्कृतीवरील निष्ठेतच आहे.

❒❒❒

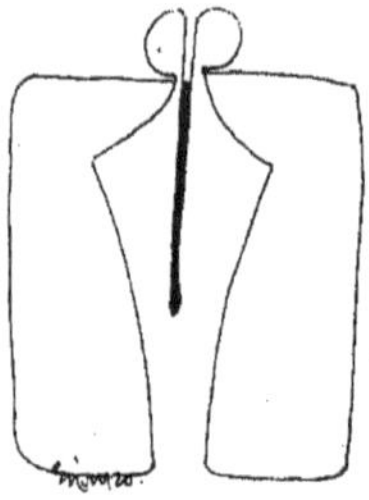

बंडाचा इतिहास म्हणजे दलित साहित्य

दादासाहेब रुपवते

मराठी साहित्याचा इतिहास फारसा जुना नाही. दलित समाजात जन्मलेले संतकवी सोडल्यास इतरांचे साहित्य अगदी अलीकडचे आहे. याला दोन प्रकारची कारणे संभवतात.

पहिले कारण हे की, देशातला इतिहास म्हणजे दुसऱ्याचे सारे सर्वस्व दडपून त्यावर उभारलेली इमारत होय. खोटा इतिहास लिहिण्यात या देशाचा हात कोणीच धरू शकणार नाही. आपल्या विरोधकांची संस्कृती, इतिहास यावर वरवंटा फिरवून, खोट्या व भोंदू विधानांना आपल्या इतिहासाची (?) पाने भरण्यासाठीच या देशाच्या मातब्बर वर्गाने आपली लेखणी झिजवली. यामुळे दलितांचे सारे साहित्य उजेडात येऊ शकत नाही. त्याला भूमिगत करण्यात आले आहे.

दुसरे कारण, दलितांना 'अक्षर शत्रू' ठेवण्यात हिंदू संस्कृतीने आपल्या संस्कृतीचा कसून वापर केला आहे. अस्पृश्यांनी ज्ञानार्जन करू नये, म्हणून हिंदू धर्माच्या मूलभूत धर्मग्रंथातच आज्ञा देऊन ठेवल्या आहेत. संस्कृत बोलल्यास जीभ कापण्याची व ज्ञान ऐकल्यास कानात शिश्याचा तप्त रस ओतण्याची शिक्षा या देशातील कर्मठ धर्माने सांगून ठेवली. एका वर्गाला ज्ञानाचा मक्तेदार बनविण्याची किमया या देशाने शोधून काढली. ज्ञान हे प्रवाहासारखे जीवनदायी व मुक्त असावयास हवे. पण येथे ज्ञानाला तुंबवून धरण्यात आले. असा देश व धर्म जगाच्या पाठीवर शोधून सापडावयाचा नाही.

ज्ञान मिळू न दिल्यामुळे अर्थातच साहित्याची निर्मिती दलितजन करू शकले नाहीत. या विचित्र समाज व्यवस्थेविरुद्ध दलित समाजाने सातत्याने बंड उभारले. या बंडाचा इतिहास म्हणजे दलितांचे साहित्य !

कोणत्याही समाजाला स्वोद्धार करावयाचा असल्यास समाज-मनातच क्रांती घडावी लागते. मनाचे इंजिन धावल्याशिवाय, त्याच्यातील इंधन पेटल्याशिवाय आगगाडीच्या

बौद्ध साहित्य संमेलन,
सोलापूर १९६४

डब्याची साखळी धावू शकत नाही. हीच गोष्ट मानवी मन व समाज चळवळ याची आहे. कोणतीही चळवळ करण्यासाठी प्रथम समाजाची मनोभूमिका तयार करावी लागते. मनातील क्रांतीच समाजाच्या कृतीत उतरते. मनोभूमिका करण्याचे काम म्हणजे कोकणातल्या भात शेतीत राब घालण्यासारखे आहे. चुकीच्या विचारांचे किडे, दुष्ट रूढींचा पालापाचोळा काढून टाकून नवीन विचारांचा राब घालावा लागतो. हे काम ज्या ज्या आयुधांनी करता येते, त्यात साहित्याचे स्थान अटळ व अढळ आहे.

परमपूज्य बाबासाहेबांनी हे ओळखले होते. आमच्या जलसाकरांना ते या दृष्टीनेच प्रोत्साहन द्यायचे. 'पुढाऱ्यांच्या कित्येक भाषणाने जो परिणाम जनमनावर होतो, त्याच्या कित्येकपट काम सामाजिक जलशाच्या एका कार्यक्रमाने होऊ शकतो, असे बाबासाहेब म्हणायचे. कला व साहित्याचे सामर्थ्य बाबासाहेबांनी जाणले होते.

'कलेसाठी कला' की, 'जीवनासाठी कला' हे भांडण दलित समाजाच्या जीवितात, क्रांतिप्रवण बनलेल्या जनसमूहाच्या पुनरुत्थानात येऊच शकत नाही. जगण्यासाठी, स्वाभिमानासाठी, स्वातंत्र्यासाठी धडपडणाऱ्या, स्वत:ला 'मुक्त' करून जगत्मुक्तीचा घोष करणाऱ्या समाजपथकाला, आपल्या जवळील सर्व हत्यारे आपल्या या ध्येयसिद्धीसाठी वापरावी लागतात. प्रलयात सापडलेल्या माणसाला आपल्या सुटकेसाठी खंबीर मनाने, तेजस्वी सामर्थ्याने व सारे बळ एकवटून पराकोटीचे प्रयत्न करावे लागतात. आपले सारे कसब व शक्ती त्या हेतूने समुच्चित करावी लागते. मश्गुल होऊन गुलगुलीत व गुलाबी स्वप्ने रंगवून, माणसे जगू शकत नाहीत. रोम जळत असताना व्हायोलिन वाजवणारा नीरो 'राखेचे काव्य' करील, पण जीवनाच्या दृष्टीने ती अक्षरश: 'काव्याची राख' ठरेल.

'समाजोन्नतीसाठी कला' या ध्येयाने प्रेरित होऊन वाङ्मयीन दौऱ्यात उतरणाऱ्या मंडळीत साहित्य गुणांनी परिप्लुप्त असे लेखन करणारे लोक कमी सापडतात आणि ते सहाजिकही आहे. 'ध्येयासाठी कला' किंवा 'जीवनासाठी कला' या विचाराच्या कलाकारांना ध्येय-साधन व कलात्मकता यांचा संयोग साधावा लागतो. हा संयोग साधणे म्हणजे अवीट गोडीचे 'श्रीखंड' बनविणेच आहे. कधी साखर जादा होईल तर कधी आबंटपणा जादा येईल. जातिवंत कलाकाराला हे पाकशास्त्र जमते. 'कलेतून प्रचार' हा ध्येयवाद प्रत्यक्षात उतरविणे सोपे नाही.

दलित समाजातील बहुतेक साहित्यिकांना हा ध्येयवाद बऱ्याच अंशाने साध्य झालेला दिसतो. परमपूज्य बाबासाहेब आंबेडकरांनी जे क्रांतिकार्य आरंभिले, ते आमच्या आधुनिक साहित्यिकांचे स्फूर्तीस्थान, भक्तीस्थान ठरले. हे क्रांतिकार्य पुरे करण्यासाठी आम्ही आमचे सर्वस्व पणाला लावणे जरूर झाले आहे. जळी, स्थळी, काष्ठी, पाषाणी आम्हाला समाजाचा उद्धार, उद्धार आणि उद्धार दिसला पाहिजे. कोणतीही क्रांती त्याच वेळी यशमंदिरापर्यंत पोहोचते की, ज्या वेळी क्रांतीसाठी तयार करावयाच्या लोकमनात

प्रथम क्रांती घडते. ही मानसिक क्रांती घडविण्यात आमचे साहित्यिक योग्य भूमिका बजावू शकतील. सर्व क्षेत्रांतील आमच्या साहित्यिकांनी यासाठी उभे ठाकले पाहिजे. पुढे आले पाहिजे. जनसेवेच्या, मानव मुक्तीच्या मंदिरात आपल्या कलेची पूजा त्यांनी बांधली पाहिजे.

❑❑❑

समाज जीवनातील संघर्ष विचारात घेऊनच वाङ्मय निर्मिती करावी.

घन:श्याम तळवटकर

आज ज्या कालखंडात हे संमेलन होत आहे तो कालखंड मानवी समाजाच्या जीवनात प्रचंड घडामोडी घडविणारा कालखंड आहे. जगातील सर्व गांजलेली, पिडलेली जनता न्याय, समता, स्वातंत्र्य व सुखसमृद्धीचे जिणे व शांतता यासाठी झगडत असून दुसऱ्या बाजूने तिला जगातील प्रतिगामी शक्ती दडपून टाकण्याचा निष्फळ प्रयत्न करीत आहे. जगात आज पुरोगामी शक्तीचे सामर्थ्य दिवसेंदिवस वाढत आहे व प्रतिगामी शक्तीचे सामर्थ्य कमी होत आहे. हजारो वर्षे गुलामगिरीच्या शृंखलांनी जखडलेला आपला दलित समाज बाबासाहेबांनी दिलेल्या प्रेरणेने जागृत होऊन स्वातंत्र्याचे व सन्मानाचे जीवन जगण्याच्या इर्षेने तो सर्व प्रकारच्या विषमतेविरूद्ध लढण्यास सज्ज झाला आहे. तो शैक्षणिक, सांस्कृतिक, सामाजिक व राजकीय क्षेत्रांतील सर्वांगीण प्रगतीच्या दिशेने भरधाव पुढे जात आहे. आजचे हे साहित्य संमेलन हे त्याच्या पुरोगामी वाटचालीचे गमक आहे.

या प्रसंगी साहित्या संबंधीच्या प्रचलित कल्पना काय आहेत याची जाणीव करून घेणे अगत्याचे आहे. साहित्य म्हणजे मानवी जीवनातील वेगवेगळ्या अवस्थांत विचारांचा व भावनांचा अविष्कार. ह्या अविष्कारात सौंदर्य निर्मिती होते. हा अविष्कार होताना मानवी जीवनातील चिरंतन मूल्ये व्यक्त होत असतात. म्हणजे जीवनातून साहित्य निर्माण होते व साहित्यातून जीवनाचे मूल्यमापन होते. याचाच अर्थ जीवन हे साहित्याचा मूलाधार होय.

साहित्याच्या हेतूविषयी वेगवेगळ्या लोकांच्या वेगवेगळ्या कल्पना आहेत. काहींच्या मते साहित्याने केवळ मनुष्याच्या जीवन कलहात विरंगुळा उत्पन्न करणे हाच त्याचा मूळ हेतू; तर काहींच्या मते साहित्य ही जीवनाची प्रेरक शक्ती आहे. माझ्याही मते जीवनाची प्रेरक शक्ती हाच साहित्याचा खरा हेतू होय. कारण जीवनात संघर्ष आहे. या संघर्षाने जीवनाविषयीची आस्था शाबूत ठेवण्यास साहित्य सहाय्यक होते. व्यक्तीच्या

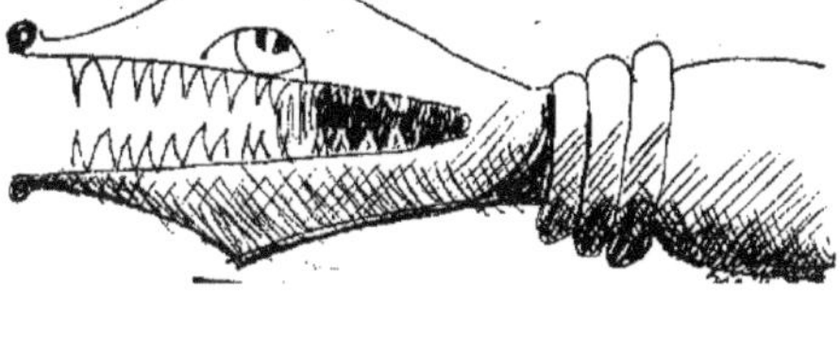

बौद्ध साहित्य संमेलन,
अहमदनगर १९६५

जीवनात जसे हे घडते तसेच ते समाजजीवनातही घडते; कारण व्यक्ती व्यक्ती मिळूनच समाज बनलेला असतो आणि त्यामुळे व्यक्तीच्या जीवनातील संघर्ष हा समाजाच्या जीवनातील संघर्ष ठरतो. हा संघर्ष सतत चालू असतो व या संघर्षातूनच मानवी जीवनाचा विकास सारखा होत असतो. हा विकास साधण्यासाठीच साहित्य निर्मितीची आवश्यकता असते. या दृष्टीने मराठी साहित्याकडे पाहिले असता काय दिसते ? त्याचा थोडक्यात परामर्ष घेणे आवश्यक आहे.

मराठी साहित्याची सुरूवात मुकुंदराज व ज्ञानेश्वर यांच्यापासून झाली असे मानले जाते. ज्ञानेश्वरांनी भगवद्गीतेवरील आपले भाष्य 'भावार्थ दीपिका' या नावाने मराठीत लिहिले. त्याच ग्रंथाला 'ज्ञानेश्वरी' असे म्हणतात. मराठी साहित्यात या ग्रंथाचे स्थान अद्वितीय आहे. ज्ञानेश्वराच्या अगोदर सातव्या शतकात होऊन गेलेल्या शंकराचार्यांच्या गीतेवरील टीकेचा आधार घेऊन ज्ञानेश्वराने तेराव्या शतकात ही ज्ञानेश्वरी लिहीली. त्यांनी स्पष्टच म्हटले आहे की 'भाष्यकारातु वाट पसुतु' हा ग्रंथ लिहिला आहे.

शंकराचार्यांनी सातव्या शतकात बौद्ध धर्माच्या समतावादी विचारसरणीविरूद्ध हिंदू धर्माच्या गूढवादी तत्त्वज्ञानाचा प्रसार करण्यासाठी गीतेवरील भाष्य लिहिले. त्यात वर्णव्यवस्थेचा पुनरपी पुरस्कार करून सृष्टीत दिसणारे भेद म्हणजे केवळ एक भ्रम आहे, ती माया आहे असे प्रतिपादन ब्रह्म हेच चिरंतन व सत्य असे तत्त्व असल्याचे सांगितले. 'ब्रह्म सत्यं जगन्मिथ्या' हा त्यांचा सिद्धांत.

हेच तत्त्वज्ञान सामान्यजनापर्यंत नेऊन पोचविण्यासाठी, ते लोकाभिमुख करण्यासाठी ज्ञानेश्वरांनी आपला ग्रंथ संस्कृतात न लिहिता प्राकृत भाषेत लिहिला. वेदांताचे तत्वज्ञान सांगताना तत्कालीन बहुजन समाजात प्रचलित असलेल्या बौद्ध धर्माच्या नीतितत्त्वांची दखल घेणे ज्ञानेश्वरास भाग पडले. बौद्धधर्मातील अहिंसा म्हणजे मानवी जीवनात माणसाने माणसाशी कसे वागावे या संबंधीचे नीतितत्त्व. शंकराचार्याने अहिंसेचे नीती तत्त्व सांगण्यासाठी ओव्या लिहिल्या आहेत. ज्ञानेश्वरातील दैवी संपत्तीचे वर्णन नीतीवर दिलेला भर होय !

यावरुन ज्याप्रमाणे ज्ञानेश्वराने आपल्या ग्रंथात इच्छेने अगर अनिच्छेने बौद्ध नीती तत्त्वाचा पुरस्कार केला आहे, त्याप्रमाणे आपल्या ग्रंथाकरता प्राकृत भाषेचा अवलंब करून त्याने बुद्धाचेच अनुकरण केले आहे. बुद्धाने आपला धर्म बहुजनांसाठी पाली या प्राकृत भाषेतच सांगितला. समाज जीवनाचा प्रभाव साहित्यावर कसा पडतो व साहित्यातून समाज जीवन कसे व्यक्त होते, ते वरील विवेचनावरून दिसून येते.

ज्ञानेश्वरीतून प्रेरणा घेऊन संतकवींनी जी वाङ्मय निर्मिती केली, त्यामध्येही प्रामुख्याने नीतितत्त्वावरच भर दिलेला आहे. या संतांच्या कार्याविषयी बोलताना डॉ. बाबासाहेब आंबेडकर यांनी एका ठिकाणी असे उद्गार काढले आहेत की, ''संतांची चळवळ ही नैतिक पुनरुत्थानाची चळवळ होती.''

संतांच्या या चळवळीच्या निमित्ताने निर्माण झालेल्या वाङ्मयात दलितांबद्दल

व्यक्तिगत भूतदयेचा दृष्टिकोण व्यक्त झालेला आहे. समाजातील विषमता नष्ट करण्याचे सामर्थ्य त्यांच्या वाङ्मयात नव्हते. भक्तीच्या प्रांगणातच समानता ते निर्माण करु शकले. एकनाथाने दलितांच्या जीवनाचे अध्यात्मिक रुपकासाठी का होईना, वाङ्मयात चित्रण केले.

संतांच्या या मालिकेत ज्या समाजाच्या निरनिराळ्या थरातील संतकवी आहेत, त्याप्रमाणेच महाराष्ट्रात चोखामेळा, सोयराबाई, बंकामहार व निर्मला इतर प्रदेशात, तिरवलूवर, रोहिदास वगैरे दलित वर्गातील संत कवी यांची गणना होते. या दलित वर्गातील संत कवींचे वाङ्मय हे त्यांनी समाज जीवनात अनुभवलेल्या दु:खाचा, अंत:करणाच्या उमाळ्याचा आविष्कार आहे. अशाच प्रकारची वाङ्मय निर्मिती करणारे दलित वर्गातील अनेक संतकवी या कालात होऊन जाणे स्वाभाविक आहे. परंतु अस्पृश्यतेसारख्या विषमतेमुळे त्यांना आपले वाङ्मय जतन करून ठेवण्याची संधी मिळाली नाही.

या संत वाङ्मयाचा काळ १३ व्या शतकापासून १७ व्या शतकापर्यंत गणला जातो. संत कालानंतर मोरोपंत, वामन पंडित, मुक्तेश्वरवादी संतकवींची वाङ्मय रचना झाली. परंतु त्या वाङ्मयाचा बहुजन समाज जीवनाशी संबंध नाही.

समाज जीवनाशी खराखुरा संबंध जोडणारे संत किंवा शाहिरी वाङ्मय होय. शाहिरी वाङ्मय हे बहुजन समाजाचे पुरातन कालापासून चालत आलेले वाङ्मय होय. या प्रकाराचे साहित्य निर्माण करणारे महाराष्ट्रात गाजलेले अनेक दलित शाहीर आज अज्ञात आहेत. परंतु त्यांची काव्यसंपदा बहुजन जनतेने आपल्या उराशी बाळगली आहे. विद्यमान शाहिरात अत्यंत श्रेष्ठ दर्जाचे शाहीर अण्णाभाऊ साठे यांचा या ठिकाणी मी गौरवपूर्ण उल्लेख करु इच्छितो. केवळ शाहिरीच नव्हे तर वाङ्मयांच्या निरनिराळ्या क्षेत्रांत त्यांनी प्रभावी साहित्य निर्मिती केली. हे दलित वर्गाला अभिमानास्पद आहे.

आधुनिक वाङ्मयात समाज जीवनाचे चित्र रेखटणारे वाङ्मय दिवसेंदिवस मोठ्या प्रमाणात निर्माण होत आहे. दलित वर्गाच्या जीवनावरही वाङ्मय निर्मिती झाली आहे. तिचे दोन भाग पडतात. एक दलितेतर साहित्यिकांनी लिहिलेले दलित वाङ्मय व दुसरे दलित वर्गीयातील साहित्यिकांनी दलितांसंबंधी लिहिलेले वाङ्मय. दलितेतर साहित्यिकांनी दलितांविषयी सहानुभूतीच्या व दयेच्या दृष्टीकोनातून लिहिलेले आहे. कारण दलित वर्गीयाचे जीवन त्यांनी अनुभविलेले नसल्यामुळे त्या जीवनाचे यथार्थ चित्रण दलित वर्गातीलच साहित्यिक करू शकतील.

यासाठी नवोदित दलित वर्गीय साहित्यिकांना माझे असे आग्रहाचे सांगणे आहे की त्यांनी समाजजीवनातील संघर्ष विचारात घेऊनच वाङ्मय निर्मिती करावी. आज दलित जनतेने बौद्ध तत्त्वज्ञानाचा स्वीकार करून नव जीवनाची उभारणी करण्याची उमेद बाळगली आहे. ती नव साहित्य निर्माण करण्यासाठी प्रेरक ठरेल यात शंका नाही. या स्थित्यंतराची जाणीव करून घेणे हाच या साहित्य संमेलनाचा मुख्य उद्देश आहे.

❑❑❑

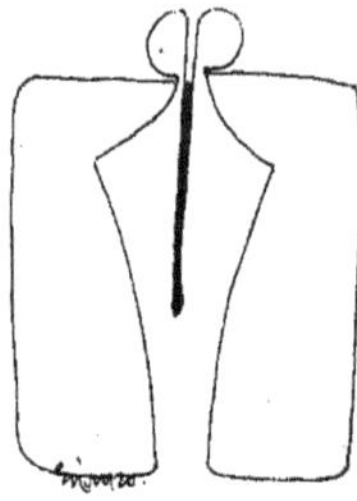

साहित्यिकांनी बंडखोर बनायला हवे

म. ना. वानखेडे

आजपर्यंतच्या साहित्यात दलितांची उपेक्षाच झाली. प्राचीनतम संस्कृती असणाऱ्या या भारतात आपल्या समाजाचे अंतरंग ओळखू शकणारा साहित्यिक निर्माण झाला नाही. ही मोठी खेदाची गोष्ट आहे. रामायण आणि महाभारत म्हणजे आपल्या भारतीय संस्कृतीचा ठेवा मानला जातो. ही अक्षर महाकाव्ये जरी असली, तरी त्यातही आपल्या समाजाचे जीवन आढळून येत नाही. ही महाकाव्ये एकांगी, वर्गवारी दृष्टीतून लिहिलेली आहेत. ज्या रामाने शंबूकला मारले, तो राम आपला आदर्श कसा ठरू शकतो ? ज्या महाभारतात गीता आहे आणि ज्या गीतेत समाज-विघातक तत्त्वांचा उपदेश आहेत. ते महाभारत आपणास वंदनीय का ठरावे ? संस्कृत वाङ्मयातसुद्धा आपले जीवन नाही आणि ते आपल्यासाठी नाही. कनिष्ठ वर्गाच्या पात्राच्या मुखात संस्कृत भाषेचा विटाळ होतो, म्हणून प्राकृत भाषा घातलेली आहे. मराठीतील संत वाङ्मय केवळ पारमार्थिक आहे. वेदान्त धर्माचीच पताका ज्ञानेश्वरांनी उचलून धरली. तुकाराम, चोखामेळा यांनी सुद्धा सामाजिक प्रश्नाला हात घातला नाही. वैयक्तिक आणि देवाविषयीचे मनोगतच त्यांनी व्यक्त केले. एकनाथांनी एका महाराच्या पोराला उचलून घेतले म्हणून सर्व समाजाचा उद्धार झाला असे नाही. महानुभव वाङ्मय अवैदिक असले, जाती न मानणारे असले, तरी त्याने सामाजिक जीवन ढवळून काढले नाही. उलट महानुभाव हीच एक जात बनली. रामदासांनी उघड ब्राह्मण धर्माचा पुरस्कार केला. 'ब्राह्मण वेद मूर्तिमंत । ब्राह्मण तोचि भगवंत' असे म्हणून ब्राह्मण पूजनानेच उत्तम गती मिळते असे त्यांनी सांगितले, 'जरी ब्राह्मण मूढमती । तरी तो जगद्वंद्य' असे ब्राह्मणांना उचलून धरले आणि 'अत्यंज शब्दज्ञाता बरवा । परी तो नेऊन काय करावा ।' अशा प्रकारे अस्पृश्यांना पायदळी तुडविले. महाराष्ट्र धर्माच्या या प्रणेत्यांना सामाजिक समतेची आच जाणवली नाही. त्यांच्या भूतदयावादी दृष्टीमुळे समानतेवर आधारलेला नवा

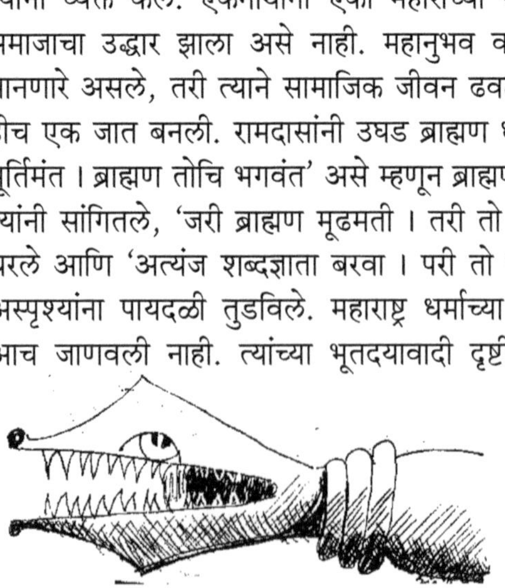

बौद्ध साहित्य संमेलन,
भुसावळ १९६७

समाजदेह निर्माण होऊ शकला नाही. उलट तो कर्मकांडाच्या आहारी गेला. चातुर्वर्ण्याची समाज मनावरची पकड दृढ झाली.

शाहिरी आपण निर्माण केली. तमाशा हे आम्हा दलितांच्या अभिव्यक्तीचे साधन होते. तमाशा ही कला आम्ही निर्माण केली. पण आज प्रसिद्ध पावलेल्या शाहिरी वाङमयात आपणास मुळीच स्थान नाही. आधुनिक मराठी साहित्यात मध्यमवर्गीय, पांढरपेशी अशा ब्राह्मण समाजाचे चित्रण आहे. कारण लेखक हा त्याच वर्गातील होता. त्यांना काही प्रमाणात स्त्रियांचे दु:ख जाणवले. हरिभाऊंनी स्त्री परवशतेचे चित्रण 'पण लक्षात कोण घेतो ?' मध्ये केले. देवलांनी 'शारदा'-मध्ये 'आम्ही गायी जातीच्या । नाही आम्हा वाचा ।' अशा प्रकारे स्त्रियांच्या दु:खाला त्यांनी वाचा फोडली; पण त्यांना आम्हा दलितांची वेदना जाणवली नाही.

१९३० ते ४० या दशकात जे ग्रामीण साहित्य पहिल्यांदा निर्माण झाले, त्यातही आपले जीवन तर नाहीच. उलट त्यातील ग्रामीण जीवनही खरे नाही. शहरात बसून रोमँटिक चष्म्यातून बघितले ते ग्रामीण जीवन आहे.

वाङ्मयाचा संबंध जीवनाशी निकटचा आहे. पण ह्या लेखकांच्या जीवनाकडे पाहाण्याचा दृष्टिकोण वर्गवादावर आधारलेला आहे. जीवनाचे वास्तव दर्शन या मराठी लेखकाला झाले नाही. साम्यवादाने प्रेरित झालेले मराठी वाङ्मय किंवा गांधीवादाने प्रेरित झालेले मराठी वाङमय यात सुद्धा आपले जीवन नाही. या मानवतावाद्यांच्या साहित्यातील हरिजनोद्धारात आईची माया नाही. दायीची भूतदया आहे आणि भूतदया स्वाभिमानाला डिवचणारी असते.

दुसऱ्या महायुद्धोत्तर काळातील मराठी साहित्यात नव साहित्याचा जो प्रवाह आला, त्यात जीवन दर्शनापेक्षा अभिव्यक्तीच्या, तंत्रवादाच्या वैचित्र्यावरच अधिक भर देण्यात आलेला आहे.

आजही आपल्या मराठी साहित्यिकांना आपल्या समाजाचे दर्शन होत नाही. शंकरराव खरात, अण्णाभाऊ साठे हे मात्र आपल्या आणि आपल्याच जीवनाचे दर्शन साहित्यातून घडवीत आहेत, ही अभिमानाची गोष्ट आहे. आपल्या समाज जीवनाचे चित्रण घडविणाऱ्या साहित्याचा भवितव्याला हा फार मोठा आशेचा किरण वाटतो. आपल्या जीवनाला साहित्यात्मक अभिव्यक्तीची ही तर नुकतीच सुप्रभात झाली आहे. पुढची जबाबदारी आम्हा सर्वांची आहे.

समाज आणि जीवन यांचा निकट संबंध आहे. साहित्य हे जीवनाचे अंग आहे. अंतिमत: साहित्य समाजापासून वेगळे राहू शकत नाही. चांगल्या साहित्य कृती, आशय आणि अभिव्यक्ती हे एकमेकांपासून वेगळे असू शकत नाहीत. साहित्य कृतींचे परीक्षण करताना सोयीसाठी असे भेद केलेले असतात. हे जीवनदर्शन जेवढ्या प्रमाणात प्रमाणिक, उत्कट आणि सामर्थ्यपूर्ण असेल, तेवढ्या प्रमाणात ते आपोआप कलारूप

धारण करू शकते. समाज-मनावर संस्कार करण्याचे फार मोठे सामर्थ्य साहित्यात असते. समाज-जीवनाला सावरण्याचे, प्रेरणा देण्याचे, एवढेच नव्हे तर समाजक्रांती करण्याचे सामर्थ्य साहित्यात असते. साहित्य नवसमाज निर्मितीची क्रांती घडवू शकते. आज आपल्या बौद्ध समाजात मानवी स्वातंत्र्यासाठी क्रांतीपर्व सुरू झाले आहे. असामान्य कोटीतील महापुरुष डॉ. बाबासाहेब आंबेडकरांनी आपल्या आयुष्याची अमोल किंमत देऊन या क्रांतिचक्राला गती दिली आहे. अस्पृश्यता म्हणजे मानवी संस्कृतीतील एक आश्चर्य आहे. अस्पृश्यता म्हणजे मानवतेवरील कलंक आहे. अस्पृश्यता म्हणजे बुद्धीहीनतेचा कळस आहे. अस्पृश्यता म्हणजे मानवी मनाला जडलेला एक महारोग आहे. शतकानुशतके अमानुषतेच्या दरीत खितपत पडलेल्या अस्पृश्य समाजात बाबासाहेबांनी स्वाभिमान निर्माण केला. आपल्यातील अस्मिता जागृत केली. अखिल मानवजातीला उपकारक अशी मानवतावादी, बौद्ध मानव दृष्टी त्यांनी दिली. भगवान गौतम बुद्ध म्हणजे जगाला एकत्र गुंफणारा एक दुवा, विश्वाचा अखंड विश्वास. जगापुढील एक अंतिम पर्याय. अशा या दोन महापुरुषांपुढे क्रांतिप्रवण झालेल्या आपल्या समाजाला साह्यकारी उपयुक्त आणि प्रेरक ठरेल, अशा प्रकारचे साहित्य आपण बौद्धजनांनी निर्माण केले पाहिजे. आपल्या बौद्ध समाजक्रांतीतील साहित्यिकांनी आपला हा वाटा जबाबदारीने उचलला पाहिजे.

साहित्य क्रांतीला प्रेरक ठरू शकते. या संबंधीची जगाच्या इतिहासांतील दोन ठळक उदाहरणे सांगता येतील.

१) १० मे १७७४ ते ५ ऑक्टोबर १७८९ च्या दरम्यान झालेल्या फ्रेंच राज्यक्रांतीत रूसो, व्होल्टेअर यांच्या वाङ्मयाचा बराच वाटा होता. त्यांनी केलेल्या नवसमाज निर्मितीच्या क्रांतीतील स्वातंत्र्य, समता आणि बंधुता ही तत्त्वचर्चा पुढे सर्व समाजानेच घेतली. आपली लोकशाही या तत्त्वावरच आधारलेली आहे.

२) ऑक्टोबर १९१७ च्या दरम्यानच्या रशियन क्रांतीला जगप्रसिद्ध लेखक टॉलस्टॉय, मॅक्झिम गोर्की, डोस्टोव्हस्की यांचे क्रांतिकारक विचार कारणीभूत झाले होते. क्रांतिनंतरही मायकॅव्हास्की, लॉक वगैरेचा नवसमाज स्थिर करण्यात बराच हात होता.

या दोन उदाहरणाप्रमाणेच बौद्ध साहित्यिकांनी आपले नवसमाज निर्मितीचे ध्येय साकार करण्यासाठी मोठ्या जिद्दीने पुढे गेले पाहिजे.

समाजाच्या धारणेत साहित्याचा फार मोठा वाटा असतो. साहित्य ही एक समाजाची गरज आहे. समाजजीवनात परिवर्तन घडवून आणण्यात साहित्य मोलाचे कार्य करीत असते. ज्यू समाजाच्या धारणेला बायबलच्या जुन्या कराराने, तसेच ख्रिश्चन समाजाच्या धारणेला नव्या कराराने फार मोठी प्रेरणा दिली आहे. हा बायबल ग्रंथ नुसता धार्मिक ग्रंथ नव्हे. साहित्यिक मूल्ये त्यातही आहेत. त्याप्रमाणे आपल्या नव्या समाजाच्या धारणेसाठी डॉ. बाबासाहेब आंबेडकर यांनी 'बुद्ध आणि त्याचा धम्म'

महान ग्रंथ आपल्या आयुष्याच्या शेवटी लिहिला. वाङ्मयीन मूल्यही त्याला आहे. आपल्या बौद्ध समाजक्रांतीतील प्रेरक हा महान् ग्रंथ आहे. हा महान् ग्रंथ आपल्या बौद्ध साहित्य परंपरेचे मूलस्त्रोत आहे. टी. एस. इलियट यांनी आपल्या 'टॅड्रिशन अँड इंडिव्हिज्युअल टॅलँट' या लेखात म्हटले आहे. 'चांगल्या लेखकाला परंपरेचा वारसा लागतो.' त्याप्रमाणे बौद्ध दृष्टीच्या परंपरेचा वारसा आपण बौद्ध साहित्यिकांनी घेतला पाहिजे.

या ठिकाणी हे लक्षात घेतले पाहिजे की, कायदा, राज्यशास्त्र, समाजशास्त्र यासारख्या विविध ज्ञानक्षेत्रात निष्णात असलेल्या बाबासाहेबांना साहित्याचीही आवड होती. इंग्रजी व मराठी साहित्याचा त्यांचा अभ्यास होता. संत साहित्य वाचले होते. तसेच हरिभाऊंचेही साहित्य त्यांनी वाचले होते. ज्ञानेश्वर, मुक्तेश्वर यांचे केवळ भाषावैभव त्यांना आवडत होते. बाबासाहेबांनी दिनांक २१-४-४० रोजी 'अशा प्रमोद' या साप्ताहिकाचे संपादक ह. वि. देसाई यांना जी मुलाखत दिली आहे. त्यावरून बाबासाहेबांचा साहित्याविषयीचा दृष्टिकोण लक्षात येतो. त्या मुलाखतीत बाबासाहेबांनी सांगितले, "मनोरंजनासाठी कधीही काहीही वाचले नाही. वाचत नाही. कथा-वाङ्मयांपेक्षा इतर Solid वाङ्मय मी वाचले आहे. शिकण्यासाठी मी वाङ्मय वाचतो, मनोरंजनासाठी नव्हे." Which instructs me, amuses me ! राजकारणानंतर आवडीचे काम म्हणून I would do literary work . याच मुलाखतीत बाबासाहेबांनी 'एक स्वतंत्र कादंबरी लिहिणार आहे' अशी मनिषाही व्यक्त केली होती. बाबासाहेबांना कलेचा आवड होती. व्हायोलिन शिकण्याचा त्यांनी प्रयत्न केला. चित्र काढण्याचा हव्यास त्यांना होता. शिल्पकलेचीही त्यांना दृष्टी होती. बाबासाहेबांच्या या कलेच्या आवडीनिवडीचे अभिसरण आपण आपल्या समाजात केले पाहिजे.

आज पाश्चात्य वाङ्मयात साधारणात: तोचतो आशय हाताळल्यामुळे, त्या वाङ्मयात जिवंतपणा असा आढळत नाही. विषय शोधण्यासाठी साहित्यिक अश्लीलतेकडे, कामुकतेकडे वळलेले आहेत. पण आपणास विषयांचा तुटवडा नाही आणि विषय शोधण्यास आपल्या समाजाच्या बाहेरही जाण्याचीही गरज नाही.

पाश्चिमात्यांच्या अनुकरणातून आजच्या मराठी लेखकांचा कलही लैंगिकतेकडे आणि वैफल्यवादाकडे वळला आहे, पण त्याचे मूळ कारण म्हणजे त्यांची जीवनमूल्येच ढळलेली आहेत. हिंदू समाजाची मायथॉलॉजी आज लुळी पडली आहे. सबंध समाजाच्या एकात्मकतेला त्यामुळे तडा जात आहे, त्यासाठी स्वत:चे असे नवे 'रामायण' आणि 'महाभारत' निर्माण करायला हवे.

पाश्चात्य साहित्यामधील एक उदाहरण देता येईल.टी. एस्. एलिएटची 'Waste-land' ही वैफल्यपूर्ण कविता ख्रिश्चन आणि पाश्चिमात्य मायथॉलॉजीच्या चौकटीत बसविली आहे. त्या मायथॉलॉजीच्या आधारावर माणसात विश्वास निर्माण करण्याचा अट्टाहास ती कविता करते. मानव विद्येच्या दृष्टीने मायथॉलॉजीवर समाजाची श्रद्धा

बरीचशी अवलंबून असते. ती एक समाजाचा आधार असते. आज आपल्या भारत देशात हिंदू मायथॉलॉजी ही आपली गरज भागवू शकत नाही. यासाठी आपण प्रतिक्रियात्मक असा जातक-कथांचा आधार घेतला पाहिजे. जातक-कथा आणि आजचे जीवन यांचा समन्वय शोधायला हवा.

निग्रो आणि बौद्ध समाज यांची सामाजिक स्थिती सारखीच आहे. आजपर्यंत कुचंबणा सहन केलेला; परंतु आज अगदी जागृत झालेला हा निग्रो समाज आहे. अमेरिकन साहित्यात निग्रोंना स्थान होते. परंतु हास्यास्पद असे स्थान होते. मार्क ट्वेनच्या 'हकलबेरी फीन' या कादंबरीतील नायकाला निग्रो मनुष्याची सतत सोबत आहे. वुइल्यम फॉकनरच्या कादंबऱ्यांत निग्रोची तुलना ख्रिस्ताशी केलेली आढळते. या सर्व निग्रो समाजाच्या दर्शनात त्याची समानतेची धडपड व त्यांच्यावर होणारा प्रचंड द्वेष कोठे आढळत नाही. १९३० च्या दशकात रिचर्ड राइट या निग्रो लेखकाने चिडून 'द नेटिव्ह सन' नावाची कादंबरी लिहिलेली आहे. निग्रोंना दडपल्यामुळे कसे दुष्परिणाम होतात याचे समर्पक चित्रण या कादंबरीत त्यांनी केलेले आहे. अलीकडे जेम्स बाल्डविन या निग्रो लेखकाने आपल्या कादंबऱ्यांतून मुख्यत: निग्रोंच्या प्रश्नांना वाचा फोडली आहे. आपल्याकडे मात्र निग्रोंच्यासारखे साहित्य आपण निर्माण केलेले नाही. बाबासाहेबांच्यानंतर आपल्या समाजातील गाऱ्हाणी, त्वेष, चीड, अन्याय यांना वाचा फोडणारे सामर्थ्यपूर्ण साहित्य आपण कोठे निर्माण केलेले आहे ?

आम्हा बौद्धजनांना जीवनाचे एका विशिष्ट अशा दिशेने आकलन झालेले आहे. जीवनाकडे पाहण्याची आपली दृष्टी निश्चित झालेली आहे. साहित्यनिर्मिती म्हणजे या जाणिवेचे जीवन जगण्यातला एक अपरिहार्य भाग आहे. दु:ख बौद्ध दृष्टीचे एक मूळ आहे. हे दु:ख अनंत आणि अनेक पदरी आहे. स्वातंत्र्य, समता, आणि बंधुता याविना होणारी मानवी मनाची कुचंबणा, विवंचना अपरिमित आहे. या दु:खाचे निवारण होऊ शकते; पण त्यासाठी ईश्वर, आत्मा, कर्मकांड किंवा पापपुण्य यासारख्या खुळचट आणि अपरिपक्व कल्पनांच्या आहारी जाणाऱ्या भावविवशतेची आवश्यकता नाही. येथे बुद्धीप्रामाण्यवाद आहे. प्रत्यक्ष प्रमाण आहे. विज्ञानाच्या कसोटीला उतरेल असे जीवनाचे वास्तवदर्शन अपेक्षित आहे. तसेच जीवन हे अनित्य आहे. जीवनात बदल असतो, जीवन हे गतिमान आहे, यावर बौद्ध तत्त्वाची श्रद्धा आहे. सर्वात महत्त्वाचे वैशिष्ट्य म्हणजे अखिल प्राणिमात्राविषयीची अखंड करुणा, मानवतेची विश्वव्यापक करुणा हे जीवनाचे जसे मूलस्त्रोत आहे. तसेच साहित्याची जी प्रेरणा आहे, ही प्रेरणा केवळ बौद्ध समाजापुरतीच मर्यादित नाही. अखंड विश्वात्मक कल्याणाची धारणा तिच्या मुळाशी आहे. जीवनाच्या या अंतिम जाणिवेचा साहित्यात्मक आविष्कार जेवढ्या प्रमाणात आपले बौद्ध साहित्यिक सामर्थ्यपूर्ण प्रत्ययकारी आणि परिणामकारक असा करतील, तेवढे इतर साहित्यिक करणार नाहीत. आज काळाची चाहूल बदलली

आहे. आजवर उच्चवर्णीय म्हणवून घेतलेल्यांना संस्कृतीचे धडे देण्याची वेळ आलेली आहे. ही बौद्धदृष्टी केवळ हिंदुत्त्वाच्या विरोधातून, अभावात्मक अशी निर्माण झालेली नाही; तर मानवमात्राच्या कल्याणातून भावरूप विधायक अशा स्वरूपाची ती आहे.

बौद्ध साहित्यिकांनी जीवनाविषयीची बौद्धदृष्टी जोपासली पाहिजे. ही बौद्धनिष्ठा म्हणजे प्रचार नव्हे किंवा बौद्धवादही नव्हे. साहित्याची परिणती कल्पकतेतच असते. आणि कल्पकतेला कोणत्याही प्रकारचा बौद्ध दृष्टीचा विरोध नसून तो पोषक असाच आहे. बौद्धदृष्टी म्हणजे अनुभव देणारी एक मनाची पातळी आहे आणि अनुभूतीच्या गुणधर्मानुसार, सामर्थ्यानुसार तिचा आविष्कार होतो. त्याला अनुरूप असे कलात्मक रूप प्राप्त होते.

बहुतेक आपले बौद्ध साहित्यिक ग्रामीण जीवनातून आलेले आणि त्याच वातावरणात वावरणारे आहेत. तरी त्यांनी आपल्या ग्रामीण समाजाचे चित्रण करताना शहरी संस्कृतीचे कलम त्यावर होऊ नये. सरमिसळ करू नये. ग्रामीण जीवनाकडे केवळ भूतदयेने पाहू नये. ग्रामीण समाज अशिक्षित असेल; पण तो सुशिक्षितांपेक्षाही सुसंस्कृत असू शकेल. त्याचे असे स्वतंत्र आणि सर्वस्पर्शी जीवन आहे. त्यांची अशी स्वत:ची संस्कृती आहे. भाषा आहे. त्यांची भाषा जास्त अर्थवाहक आहे. नागरी भाषेपेक्षा अर्थघनता तिच्यात अधिक आहे. त्या भाषेतून जीवनाचे जेवढ्या प्रमाणात प्रत्ययकारी दर्शन घडते, ते नागरी भाषेहून यत्किंचितही कमी नसते. ग्रामीण भाषा अशुद्ध नसते. ग्रामीण जीवनाचे रेखाटन ढोबळमानाने करता कामा नये. त्यांच्या भाषेतल्या काही लकबी आणि राहणीमानातल्या काही तऱ्हा म्हणजे ग्रामीण जीवन नव्हे, तर त्यातील थरथरणारे नेमके चैतन्य साहित्यिकाला टिपता आले पाहिजे. भूतदयेच्या भावनेने ग्रामीण जीवनाकडे पहाण्याची दृष्टी बदलली पाहिजे.

नागरी वातावरणात वावरणारा जो बौद्ध समाज आहे, त्याचा ग्रामीण जीवनाशी संबंध नंतर तुटतो. त्याचा असा स्वतंत्र वर्ग मग बनू शकतो. स्वत:च्या संस्कृतीचा विसर त्याला पडू लागतो आणि बाह्यरंगानुरूप तो बदलू लागतो. बौद्ध समाजाला हा एक धोका आहे, हे लक्षात ठेवले पाहिजे.

साहित्यिकांवर फार मोठी जबाबदारी आहे. बाबासाहेबांनी सर्व जीवन समाजासाठी त्यागिले आहे. बाबासाहेबांचे हे समर्पण व्यर्थ जाता कामा नये. या टांगत्या तलवारीचे स्मरण झाले पाहिजे. सुशिक्षित वर्गांनी ग्रामीण जनतेची प्रगती घडवून आणण्यात नेतृत्व केले पाहिजे. तसेच इतर समाजात वावरताना आपल्या अशा संस्कृतीचा ठसा परिणामकारकतेने उमटवला पाहिजे. आपल्यातील अस्मितेने आणि करुणेने इतर समाजाला जिंकले पाहिजे. या सर्व बौद्ध जीवनातील घडामोडींचा साद-पडसाद साहित्यिकात उमटायला पाहिजे. बौद्ध साहित्य परिषदेला असे कितीतरी प्रकारचे उपक्रम योजिता येतील. बौद्ध जनांच्या साहित्याला सर्व प्रयत्नांनी संघटित केले पाहिजे. आपली अशी

साहित्याची परंपरा अखंडपणे सुरू केली पाहिजे. साहित्याचा सर्व विचार-परामर्ष झाला पाहिजे. आपल्या बौद्धनिष्ठेचे असे साहित्यशास्त्र निर्माण झाले पाहिजे. सृजनशील साहित्याबरोबर इतर साहित्यालाही संघटित केले पाहिजे. समग्रपणे 'भीमभारता' ची किंवा 'भीमयाना' ची निर्मिती केली पाहिजे. या सर्व कामात अडचणी असतानासुद्धा चिकाटीने, एकनिष्ठेने साहित्य परिषदेने हा सर्व नवा प्रपंच उभा केला पाहिजे. बौद्ध साहित्य परिषदेतर्फे अभ्यासवर्ग काढले पाहिजेत. साहित्याला वाहिलेली मासिके काढली जावीत. परीक्षावर्ग काढले जावेत. त्यासाठी क्रमिक पुस्तकांची निर्मिती पाहिजे. बौद्ध समाजात बौद्ध समाजक्रांतीचे व्यवस्थित अभिसरण होईल अशी साहित्य निर्मिती आणि साहित्याचा प्रचार आणि प्रसार झाला पाहिजे.

आपल्या बौद्ध समाजक्रांतीतील साहित्य निर्मिती हे एक अंग आहे. भगवान गौतम बुद्ध आणि डॉ. आंबेडकर हे आपल्या क्रांतीचे प्रवर्तक आहेत. त्यांच्या संदेशाशी आपण प्रामाणिक राहिले पाहिजे. आपल्या मार्गात जेवढ्या अडचणी येतील, तेवढी आपली जिद्द वाढली पाहिजे. आपला समाज आणि आपला देश आज फार मोठ्या आणीबाणीच्या संक्रमण अवस्थेतून जात आहे. आज आपल्या देशातील राजकीय जीवन दोलायमान अवस्थेत आहे. सामाजिक समतेचा पुरस्कार करणाऱ्या पुरोगामी नेतृत्वाची आज आपली गरज आहे. आपली नवसमाज निर्मितीची क्रांती केवळ आपल्यापुरतीच नाही, तर सबंध देशाच्या स्वातंत्र्यासाठी आणि अभिवृद्धीसाठी आहे. नवभारताच्या निर्मितीसाठी आहे. यासाठी आपल्या कर्तव्यात आपण तसूभरही मागे राहता कामा नये. लोकशाहीला पोषक असा एकसंध समाज निर्माण करण्यासाठी बौद्ध धर्माचा सर्व भारतीयांनी स्वीकार करायला हवा. तरच स्वातंत्र्य, समता आणि बंधुतेचे आपले ध्येय साकार होईल. त्यासाठी नव्या जाणिवेने, नवा मानव, नवा समाज, नवा भारत निर्माण करण्यासाठी सर्व भारतीयांनी सिद्ध व्हायला पाहिजे. त्यासाठी प्रत्येकाने बंडखोर बनायला हवे.

❑❑❑

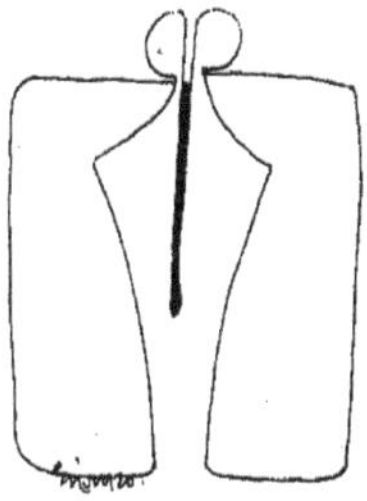

उच्चवर्णिय साहित्यिकांनी अन्यायमूलक समाजव्यवस्थेविरूद्ध बंड का केले नाही ?

वसंत राजस

ज्या समाजाला ज्ञानाची व मानवी जीवनाची सर्व दालनं कायमची बंद होती, ज्यांची मनं मरगळली होती, जीवनं भंगली होती आणि प्रतिभा गंजली होती, ज्यांना समाजात कुत्र्या-मांजराएवढेही स्थान नव्हते व त्यांचे साधे माणुसकीचे हक्कही नाकारण्यात आले होते, शूद्र हा केवळ वरिष्ठ वर्गाची सेवाचाकरी करण्यासाठीच जन्माला आला आहे, त्याला अन्य कोणताच अधिकार नाही; अशी स्वार्थी व ढोंगबाजीची शिकवण देणाऱ्या सनातनी, रूढीवादीनी हेकेखोर हिंदू धर्मानं ज्यांच्या जीवनाची माती केली. त्याच मातीचं सोनं करून, त्यात अस्मिता प्रज्वलित केली, गेली हजारो वर्षे ध्येयहीन, कर्तृत्वहीन व माणुसकीनं राहिलेल्या दलितांच्या अंध:कार जीवनात प्रकाश निर्माण केला, अशा त्या किमयागारापुढं आदरानं मान लवते. मृतवत झालेला तोच दलित आज प्रतिभेची मशाल घेऊन जमिनीत गाडलेला आणि दडलेला आपला इतिहास, संस्कृती व साहित्य यांच्या शोधार्थ 'हम भी कुछ कम नही' हे सर्व जगाला दाखविण्यासाठी आपली शस्त्रे पाजळून पुढे सरसावला आहे. नव्हे तर आपली स्वतंत्र साहित्य संस्था स्थापून, मराठी सारस्वतात आपलं एक वैशिष्ट्यपूर्ण स्थान निर्माण केलं आहे. वाङ्मय प्रांतात पाऊल टाकलं आहे आणि याही क्षेत्रात एक चमत्कार घडविला आहे, हे पाहून कुणाला नवल वाटणार नाही ?

दलित व बौद्धांविषयी वरिष्ठ वर्गाच्या मनात पूर्वीप्रमाणं अजूनही फार मोठी अढी नी घृणा आहे. हिंदूंनी जाती निर्मून अस्पृश्यांची धार्मिक, सामाजिक व आर्थिक क्षेत्रात जशी कोंडी केली, तशीच साहित्यातही केली होती. तीच दांभिक व जातीयवृत्ती पांढरपेक्षा साहित्यिकातही होती आणि आजही आहे. त्यामुळे मराठी वाङ्मयात आम्हा दलित व बौद्ध साहित्यिकांची नी साहित्याची उपेक्षाच केली जात होती. जेव्हा आमच्यावर होणारा अन्याय, उपेक्षा व साहित्यातील भ्रष्टाचार नष्ट करून, आमच्या जीवनाच्या

बौद्ध साहित्य संमेलन,
सातारा रोड, १९६८

व्यथा आणि उपेक्षा यांचा आवाज उठविण्यासाठी आम्हाला स्वतंत्र साहित्य संस्थेची आवश्यकता होती. महात्मा फुले आणि डॉ. बाबासाहेब आंबेडकरांच्या प्रभावी न प्रखर चळवळीतून दलित समाजात, बुद्धीवादी, विचारवंत, कलावंत आणि प्रतिभावान साहित्यिकांची एक नवी पिढी निर्माण झाली. त्यांनी दलितांच्या कथा व व्यथा समजून घेतल्या. त्या चिंतनातून व विचार-मंथनातून जीवनासंबंधीचे विचार, नव्या कल्पना, न्याय्य हक्कांची पूर्तता नी कर्तव्याची जाणीव या सुप्त शक्तीनं पेट घेतला आणि विचाराची ठिणगी पडली. अशा वेळी वरील विचारानं भारावलेली साहित्यिक मंडळी एकत्र आली आणि त्यांनी १९५० साली मुंबई येथे 'दलित साहित्य संघाची' स्थापना केली. पुढं १९५३ साली संस्थेला 'महाराष्ट्र दलित साहित्य संघ' असं व्यापक नाव देण्यात आलं.

ध्येयवादानं प्रेरित झालेल्या मंडळींनी मराठी मुलखातील पददलित या उपेक्षित समाजाला जागविण्यासाठी आणि महाराष्ट्राच्या मातीत दडलेला इतिहास व साहित्य प्रकाशात आणण्यासाठी, संस्थेच्या कार्याचा प्रचार नी प्रसार केला. रणपिसे, अडसूळ यांनी अनेक कष्ट सोसून प्रतिकूल परिस्थितीतही एक तप संस्थेचा रथ नेटानं पुढं नेला. परंतु १९५७ नंतर कार्याला नवं वळण लागलं आणि कार्याला मूर्त स्वरूप प्राप्त झालं. १९५८ साली मुंबई येथे या संस्थेचं पहिलं ऐतिहासिक साहित्य संमेमलन पार पडले नी त्याचे पडसाद साऱ्या महाराष्ट्रात उमटले. त्याचे बरेवाईट परिणाम दलितांची प्रतिभा जाळून, त्या राखेच्या ढिगाऱ्यावर हजारो वर्षे ज्ञानाची मक्तेदारी घेऊन बसलेल्या उच्चवर्णियांवर झाल्याशिवाय राहिली नाही. त्यामुळे मराठी वाङ्मयकारात खळबळ माजून क्रियाप्रतिक्रिया व्यक्त झाल्या.

साहित्य संमेलन वर्षावर्षाला भरतात. त्या ठिकाणी साहित्याच्या अंगोपांगावर साधकबाधक चर्चा होते. त्यावर खूप बोललं जातं आणि लिहिलंही जातं, पण याचं प्रयोजन तरी काय आहे ? यामुळं मानवी जीवनाचे मूलभूत प्रश्न सुटू शकतात काय ? त्यातून मानवी कल्याण साधते काय ? त्यापासून साहित्य निर्मितीला प्रेरणा मिळते काय ? असे अनेक प्रश्न उभे राहतात. पण या प्रश्नांची समर्पक उत्तरं देणं सोपं नसलं तरी साहित्य संमेलन ही मानवी कर्तृत्वाला व जीवनाला उत्तेजक असतात. साहित्यिक व वाचक यांच्या विचारांची देवाणघेवाण होऊन स्नेह वाढतो. साहित्याची अभिरुची कळते आणि मनाची उंची वाढते. ज्या समाजाला साहित्य आहे, त्याचा भविष्यकाल उज्ज्वल असतो आणि त्याचा आविष्कार साहित्यातून होतो. हे आजमावण्यासाठी साहित्य संमेलनं भरविणं आवश्यक आहे असं मला वाटतं. पण आपण दरवर्षी पाहातो की, प्रत्येक साहित्य संमेलनात भाषेचा, शुद्धलेखनाचा, प्रचलित राजकारणाचा, वाङ्मयासंबंधीचा आणि नेहेमीचा गरजणारा व गाजणारा अश्लीलतेचा असे ठराविक ठराव येतात; परंतु धार्मिक वा सामाजिक समतेचा व मानवी कल्याणाचा ठराव का येत

नाही ? बरं ठराव पास होतात, पण पुढं काय ? प्रत्येक वर्षी हा प्रश्न येतोच ! अशी मराठी साहित्य संमेलनाची परंपरा नी तऱ्हा आहे. केवळ शब्दांचा कीस काढणं व मुद्दे सोडून प्रतिपक्षाला गुद्दे मारणं हा नेहेमीचाच प्रकार आहे. इतकंच काय तर असे अजबही ठराव येतात की, ज्यांचा साहित्याशी काही संबंध नाही. १९०९ साली बडोदे येथे झालेल्या महाराष्ट्र साहित्य परिषदेच्या साहित्य संमेलनात 'जुन्या ऐतिहासिक कागदपत्रांचे व पेशव्यांचे दप्तर तपासावे, ते न केल्यास राष्ट्राची मोठी हानी होईल.' असा ठराव पास झाला आणि राजवाडे यांनी थोरल्या माधवराव पेशव्यापासून दुसऱ्या बाजीरावाच्या कारकीर्दीपर्यंतचे कागद व दप्तर व रोजनिशा तपासून त्याचा सहाशे पानांचा एक खंड लिहिला आणि तो महाराष्ट्र साहित्य परिषदेनं प्रकाशित केला. तेव्हा हा जर साहित्याचा विषय असेल; तर मुसलमानांचं वा इंग्रजांचं दप्तर तपासण्याचा ठराव का येऊ नये ? हा एक इतिहासाचा भाग होऊ शकेल. पण त्यानं कोणतं वाङ्मय समृद्ध होऊ शकेल ? साहित्यिकांपुढं मानवी जीवनातील समृद्ध वाङ्मय निर्माण करून ते जीवन सुखी करणं हे उद्दिष्ट असलं पाहिजे.

साहित्य म्हणजे एक विशिष्ट तंत्रानं रेखाटलेलं मानवी जीवन. समाजजीवनाचं प्रतिबिंब. पण हे मराठी साहित्यात दिसतं का ? वाङ्मय हा राष्ट्राच्या तेजस्वीपणाचा व नीतिमत्तेचा पाया आहे. मानवाच्या हृदयात उदात्त विचार नी उत्कृष्ट भावनांचा प्रादुर्भाव वाङ्मयानंच होतो. वाङ्मय विचारधन पुरवितं आणि मानवी मन घडवितं. मानवाला अधोगतीतून प्रगतीकडे, निष्क्रियतेतून कर्तव्याकडे, विकारातून विचाराकडे, विषमतेकडून समतेकडे नेतं आणि मानवी जीवन समृद्ध करतं, तेच खरं वाङ्मय, परंतु आजवर मराठी साहित्यात हे घडलंय का ? याचा विचार करताना असं दिसून येतं, आजवर बहुतेक साहित्यिकांनी सत्य सोडून असत्याचाच पाठपुरावा केलेला आहे. मानवी जीवनाच्या मूलभूत तत्त्वज्ञानाकडे डोळेझाक करून त्यावर कृत्रिम व ढोंगी तत्त्वज्ञानाचा मुलामा चढविलेला आहे. मानवी जीवनातील अन्याय, असत्य, अज्ञान, अंधःश्रद्धा आणि विषमता याविरुद्ध बंड करून; समता, स्वातंत्र्य, करुणा व बंधुत्व याचा पुरस्कार करणारे समृद्ध वाङ्मय निर्माण करण्याऐवजी, नेभळट, फसवं व मारक वाङ्मय लिहून समाजाला ढोंगी तत्त्वज्ञान शिकविलं आहे. जे वास्तव नाही ते वाङ्मय निर्मून पांढरपेशांनी वाङ्मयात स्वर्गाचा नरक बनविलेला आहे, असं म्हटलं तर ते अतिशयोक्तीचं ठरणार नाही. कारण 'सत्यं शिवं सुंदरम्' हा वाङ्मयाचा आत्मा आहे. या तिन्ही गुणांनी युक्त असलेलं वाङ्मयच श्रेष्ठ वाङ्मय होय, पण मराठी वाङ्मयात याचा विपर्यास दिसतो. त्यात मानवी जीवनाचा शोध, बोध नी वेध घेतलेला नसतो. मराठी वाङ्मयाला सौंदर्याचा साज आहे, पण सत्य व शिव हे औषधी गुण त्यात नसल्यामुळं शेवटी सौंदर्य ही मराठी साहित्याला आलेली सूजच ठरणार आहे.

वाङ्मयाची मूळ बैठक सत्यावर आधारित असली पाहिजे. त्यात सत्यं, शिवं,

सुंदरम्‌ची प्रतिमा दिसली पाहिजे. हा वाङ्‌मयाचा प्राण सोडून कोणालाही वाङ्‌मय निर्माण करता येणार नाही आणि केलंच तर ते अक्षर वाङ्‌मय ठरू शकणार नाही. वाङ्‌मयात जीवनासंबंधीच्या भावनांच्या, कल्पनांच्या व सौंदर्याच्या विविध छटा अवश्य उमटल्या पाहिजेत, पण त्या अनुभूती नी वास्तवतेतून. परंतु आमचे मराठी वाङ्‌मयकार नेमके हेच विसरतात आणि केवळ कल्पनेनं सुंदर, नटवं व फसवं साहित्य निर्माण करतात. कौटुंबिक जीवनातील सुखदुःखं रंगविण्यावर आजचा साहित्यिक भर देतो. पण ही दुःखं ज्या विषम समाजरचनेमुळं व धार्मिक ढोंगबाजीमुळं निर्माण झाली, त्या दुःखण्यावर कोणी फारसं लिहित नाही. मर्मावर बोट ठेवीत नाही. अलीकडं वाङ्‌मयात व्यापारी वृत्ती निर्माण झालेली आहे. जे विकतं ते पिकविण्याकडे आणि लोकांना जे रुचतं ते रचण्याकडं आजच्या पांढरपेशा साहित्यिकांचा विशेष करून कल आहे; परंतु असलं वाङ्‌मय मानवी जीवन उन्नत व समृद्ध करू शकेल काय ? यामुळं भारतीय संस्कृती विकास पावेल काय ? हा महत्त्वाचा प्रश्न आहे.

या देशातील मानवी जीवन विषमतेनं, दुःखानं, स्वार्थानं नी द्वेषानं बरबटलेलं आहे. याला हिंदू धर्माची शिकवण कारणीभूत आहे. आपला धर्म, संस्कृती, भाषा आपलं समाजातील स्थान, इंग्रजी राजवट व राजकीय चळवळ इत्यादी बाबतीत आजवरच्या साहित्यिकांनी पुढाकार घेतलेला आहे. आपली लेखणी व प्रतिभा खर्च केली. परंतु त्याच उच्चवर्णीय साहित्यिकांनी या देशातील अन्यायमूलक समाजव्यवस्थेविरुद्ध आणि धार्मिक ढोंगबाजीविरुद्ध का बंड केलं नाही ? आपली प्रतिभा का खर्ची घातली नाही ? कारण एकच. तेही त्याच परंपरेतील, रूढींचे गुलाम व जुन्याचेच पुरस्कर्ते असल्यानं ते परिस्थितीवर मात करू शकले नाहीत. तरी पण काहींना त्याविरुद्ध आवाज उठविण्याचा प्रयत्न केला. त्यावर लिहिलं, बोललं पण वृत्तीप्रमाणं त्यांची कृती घडली नाही, त्यामुळे ते प्रयत्न मध्येच विरून गेले.

मुकुंदरायापासून पेशवाईच्या अखेरच्या शाहिरापर्यंत १२ ते १८ व्या शतकात निर्माण झालेलं जुनं वाङ्‌मय आणि इंग्रजी काळापासून आजपावेतो निर्माण झालेलं नवं वाङ्‌मय असे मराठी वाङ्‌मयाचे दोन भाग पडतात. यात बराच वेगळेपणा आहे. जुन्या वाङ्‌मयात शंकराचार्यांचा अद्वैत व अस्तिकवाद हा प्रमुख आहे. त्याचप्रमाणं ज्ञानेश्वर, मुक्तेश्वर, एकनाथ, तुकाराम, मोरोपंत, रामदास इत्यादी संत कवींनी व साहित्यिकांनी रामायण, महाभारत नी भागवत वगैरे पुराणातील गोष्टीवर भर देऊन, तीच तीच आख्यानं घेऊन वाङ्‌मय निर्माण केलं. प्रकार वेगळा, पण विषय तोच होता. त्यातून भक्तिमार्गी संतवाङ्‌मय निर्माण झालं. त्यानंतर संतवाङ्‌मय निर्माण झालं. त्यानंतरच्या काळात आपटे, गडकरी, भांडारकर, आगरकर, फुले आदींच्या पुरोगामी साहित्याचा समाज जीवनावर चांगलाच परिणाम झाला. त्यांच्या वाङ्‌मयात सामाजिक विषय व सुधारणांचा आशय होता. तरीदेखील त्यांनी विशेषतः (आगरकर-फुले सोडून) मध्यम

व पांढरपेशावर्गावर लिहिलं, पण १९५० पासून मराठी वाङ्मयात नवकथा व नवकाव्य असे दोन नवे प्रवाह निर्माण झाले. त्यांची ठराविक विषयाची साचेबंदीची कोंडी पुढं 'रत्नाकर' मासिकानं फोडली. त्यामुळं भाषेला व कथेला नवा आकार प्राप्त झाला. 'यशवंत' मासिकानंही तेच कार्य केलं. त्या काळात लघुकथेला तंत्राची प्रतिष्ठा प्राप्त झाली. तेव्हा 'कथेसाठी तंत्र की तंत्रासाठी कथा', आणि पुढं 'कलेसाठी कला की जीवनासाठी कला' हे वाद माजले आणि खूप गाजले. अशा प्रकारे हे मराठी वाङ्मय अनेक वळसे घेत घेत चाललेलं आहे.

ज्याप्रमाणे उच्चवर्णियांनी दलितांना क्षुद्र ठरवून गावाबाहेर हजारो वर्षे दूर ठेवले, त्याचप्रमाणे साहित्य क्षेत्रातसुद्धा त्यांना दूर ठेवले. हा समाज वाङ्मयातही उपेक्षेचाच विषय बनला होता. पण १९२७ च्या अस्पृश्यांच्या मुक्तिसंग्रामानं आणि डॉ. बाबासाहेब आंबेडकरांच्या क्रांतिपर्वानं दलितांची प्रतिभा स्फुरण पावली. त्याद्वारे त्यांनी आपल्यावर होणाऱ्या अन्यायाविरुद्ध साहित्यातून आपला आवाज उठविला. 'जोहार मायबाप जोहार, मी संत घरचा महार, उस डोंगा परि, रस नव्हे डोंगा, काय भुललाशी वरलिया रंगा' अशा शब्दातून चोखामेळ्यानं प्रथम आवाज उठविला.

अलीकडं पांढरपेशा वर्गातील लेखकांनी आपल्या कथा-कादंबऱ्यांतून दलित व बौद्धांच्या, आदिवासींच्या व इतरांच्या जीवनावर खूप लिहिलं आहे; पण ते काल्पनिक, विसंगत आणि विकृत असं आहे. वरिष्ठ वर्गातील लेखकांनी दलितांच्या जीवनावर लिहू नये असं आमचं म्हणणं नाही. त्यांनी जरूर लिहावं, परंतु ते अनुभूती व त्यांच्या जीवनाची जाणीव घेऊन. पण तसं घडत नाही. कारण त्या लेखकांना दलितांच्या जीवनाचा अनुभव नसतो, असतो तो कल्पनेचा विलास. केवळ कल्पनेनं ते दलितांचं जीवनचित्र रंगवितात. त्या कारणानं त्यांच्या वाङ्मयात वस्तुस्थितीचा विपर्यास असतो.

डॉ. बाबासाहेब आंबेडकरांचं सर्व साहित्य लक्षात घेता असं दिसून येतं की, त्यामध्ये विषयाचे गाढ संशोधन, मूलभूत तर्कशुद्ध मांडणी, असत्यावर प्रखर टीका, शास्त्रशुद्ध युक्तिवाद आणि मानवी जीवनाचा शोध, बोध नी वेध घेतलेला आहे. बुद्धिवादाच्या प्रचंड सामर्थ्यानं विषयाच्या मूळ गाभ्यालाच हात घालणे हा त्यांचा पिंड होता. आपल्या वाङ्मयाद्वारे समृद्ध मानवी जीवन घडविणे हा त्यांचा स्थायिभाव होता. इतरांप्रमाणे विषयाचे खंडण व मंडण करताना मुद्दे सोडून प्रतिस्पर्ध्याला गुद्दे मारण्याची त्यांना सवय नव्हती. विषयाचा यशस्वी शेवट करणं ही त्यांच्या धारदार व प्रभावी लेखणीची किमया होती. म्हणूनच बाबासाहेबांनी आपल्या विचारांतून, लेखणीतून व वाणीतून शहामृगाप्रमाणं जळमटांच्या रेतीत तोडं खुपसून बसलेल्या नी बुरसटलेल्या विचारसरणीच्या पोटभरू लेखकांची लेखणी बोथट केली. त्या अहंमन्य साहित्यिकांची वाणी लुळी पाडली आणि मानवी जीवनाचा आविष्कार घडविणारे वाङ्मय लिहून वाङ्मयात 'आपला' आंबेडकरी साहित्य-संपद्राय निर्माण केला. भारतीय समाज व

राजकारणात एक आंबेडकरवाद निर्माण केला.

माझ्या दलित व बौद्ध साहित्यिक बंधूभगिनींनो ! तुमच्यावर आता फार मोठी जबाबदारी आहे. आपण आता एका नव्या व बदलत्या युगात वावरत आहात. संक्रमणावस्थेतून जात आहात. तुम्ही समाजाचे रखवालदार आणि साहित्याचे शिलेदार आहात. तेव्हा साहित्यिक म्हणून तुम्हावर जी जबाबदारी आहे, ती तुम्ही योग्य रीतीने पार पाडली पाहिजे. हे करताना तुम्ही जे पाहिले, अनुभवले व बुद्धीला पटले त्यावरच वास्तवतेतून लिहा. वाचकांच्या बुद्धीला पटेल आणि अंत:करण पेटेल असे लिहा. तुमचे वाङ्मय नुसत्या भावना व कल्पनेपेक्षा बुद्धीला पटले पाहिजे आणि साहित्य गुणांनी नटले पाहिजे. तसेच वाचकांना आपलेसे वाटले पाहिजे. तुमची साहित्य चळवळ जितकी स्वहिताची तितकीच राष्ट्रहिताचीही आहे. ही चळवळ बाबासाहेबांच्या कर्तृत्वातून आणि स्फूर्तीच्या उन्मेषातून निर्माण झाली आहे. शून्यातून जन्म पावली आहे. त्यासाठी तपश्चर्या, संशोधन, शास्त्रशुद्ध विचारसरणी, ऐतिहासिक आधार व सात्विक अधिष्ठान बरोबर घेऊन, कालमानाचे समाजजीवनाचे आणि मानवी स्वभावाचे अचूक चित्रण करणे हे तुमचे महत्त्वाचे कार्य आहे. तुम्ही कथा, कादंबऱ्या लिहा, कविता व पोवाडे गा, परंतु त्यासाठी लिहिलेला नी उच्चारलेला प्रत्येक शब्द समाजाचे भले करील याची काळजी घ्या. जे अजून कोणी सांगितले नाही, लिहिले नाही अशा विषयावर लिहा; पण आपल्या साहित्यात तुम्ही ब्राह्मणी वा पांढरपेशा साहित्यिकांची नक्कल करू नका. केवळ सौंदर्यवादाला बळी न पडता, समाज जीवनाचे बुद्धीवादी व वास्तववादी दृष्टिकोणातून निरीक्षण करून गुणदोषात्मक असे चित्र रेखाटा. कर्तृत्वातून नेतृत्व निर्माण करा. मानवाच्या पहिल्या अवस्थेत मानवी जीवनात धर्माचं जे स्थान होतं, तेच स्थान आज साहित्याला आहे, हे आपण समजून व उमजून घेतले पाहिजे.

राजकारणासाठी, व्यक्तिवादासाठी व वैयिक्तिक स्वार्थासाठी आपल्या साहित्याचा बळी देऊ नका. तसे करणे हा साहित्यातील भ्रष्टाचार आहे आणि त्यात स्वत:चा नाश आहे. म्हणून साहित्यिकांनो, सावधान ! सध्या समाजात चाललेल्या राजकारणाच्या धुळवडीत पडून अंगाला रंग आणि कपाळाला गंध लावून तुमची प्रतिभाशक्ती नी लेखणी बोथट करू नका. स्वत:स वेठीस व प्रतिभा गाठीस बांधून कुणाकडं गहाण ठेवू नका. आणि सर्वात महत्त्वाची गोष्ट म्हणजे आपल्या बुद्धीवर व प्रतिभेवर विकारांची जळमटं चढणार नाहीत याची काळजी घ्या. आपली साहित्यसंस्था राजकारणापासून अलिप्त ठेवा. बऱ्या-वाईटाची पारख करा आणि कोणाच्या स्तुतीची, निंदेची वा मानापमानाची पर्वा न करता निष्ठेने, जिद्दीने, तळमळीने, एकदिलाने आणि समाजाच्या भवितव्याच्या जाणिवेने साहित्य लिहा.

❒❒❒

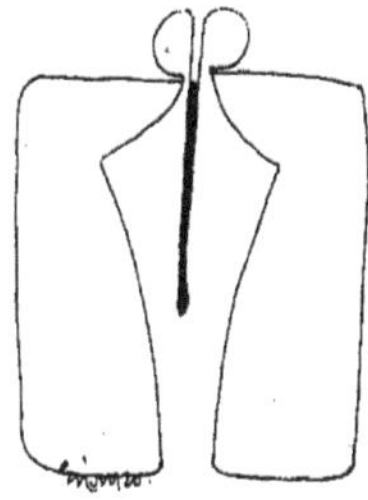

क्रांतीचे सामर्थ्य मराठी साहित्यात आहे काय ?

रतनलाल सोनाग्रा

महाराष्ट्राने शिवछत्रपतीच्या काळात सामाजिक समतेचा प्रयत्न केला; पण पेशव्यांच्या काळात पुन्हा विषमतेचे युग सुरू झाले. अस्पृश्यांचा अमानुष छळ झाला. महाराष्ट्राचा इतिहास हा काही सम्राटांचा आणि पेशव्यांचा इतिहास नाही. सामान्य मराठी माणूस कसा जगत होता हे पाहाणं खऱ्या इतिहासकाराचे कर्तव्य आहे.

'साहित्यात समाजाचे प्रतिबिंब असते' असे म्हणणे प्रचलित असले तरी ते प्रतिबिंब वास्तव असेल असे सांगता येत नाही. त्याचप्रमाणे केवळ प्रतिबिंब असले तर साहित्यकाराची प्रेरणा, प्रज्ञा आणि प्रतिभा काय करते ? नुसत्या प्रतिबिंबाने परिस्थिती दिसेल, सहृदयांना हळहळ वाटेल; पण मानवी मनात विराट परिवर्तन घडविण्याचे, त्याला उदात्त करण्याचे जे सामर्थ्य साहित्यात आहे. त्याचे काय ? साहित्यात प्रचंड शक्ती आहे. व्हॉल्टेअर अन् रूसोच्या साहित्यानं फ्रेंच राज्यक्रांती घडवली. कार्ल मार्क्सच्या लेखणीनं अर्ध्या जगाला हादरा दिला. 'स्टो' च्या एका कादंबरीने अमेरिकेत यादवी युद्धाची ठिणगी पेटवून दिली. अमेरिकन गुलामांच्या जीवनावर 'स्टो' या लेखिकेने अत्यंत सुंदर कादंबरी लिहिली. अमेरिकेत ती अपार लोकप्रिय झाली अन् गुलामाच्या जीवनाबद्दल सर्वसामान्य जनतेला अपार सहानुभूती निर्माण झाली. एकदा अब्राहम लिंकनची श्रीमती स्टो हिच्याशी भेट झाली. तिला पहाताच अब्राहम लिंकन म्हणाले, 'एवढ्याश्या चिमुकलीनं अमेरिकेत क्रांतीची ज्वाला पेटवली तर !' एका महान् नेत्याने साहित्याच्या सामर्थ्याची कबुली दिली ! हे सामर्थ्य मराठी साहित्यात आहे काय?

मराठी साहित्याची परंपरा उज्ज्वल आहे. मुकुंदरायाच्या विवेकसिंधू पासून ते कवी यशवंतांच्या छत्रपती शिवरायपर्यंत साहित्य समृद्ध होत गेलेले आहे. साहित्याच्या या सर्व निर्माण-प्रक्रियेत प्रत्येक साहित्यकाराची श्रेष्ठता सिद्ध करण्यासाठी प्रबंध लिहिले तरी ते अपूर्णच होतील. इतके सर्व असूनही बौद्ध साहित्य परिषदेचा हा प्रपंच

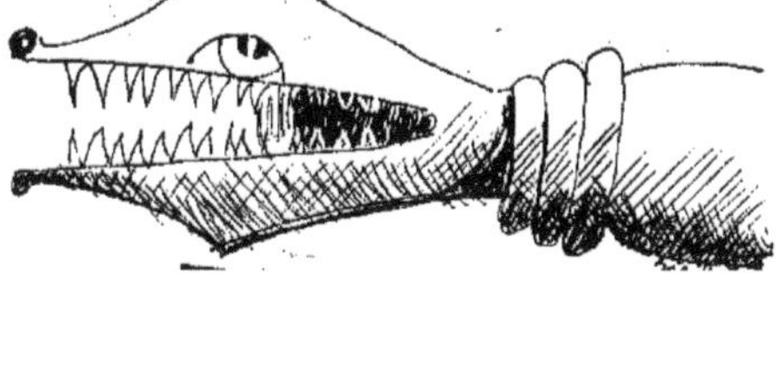

बौद्ध साहित्य संमेलन,
बेळगाव, १९६९

कशासाठी ? तेच तर आपणाला पाहावयाचे आहे. मराठी साहित्याचे पहिले मानकरी संतकवी आहेत. चक्रधर, ज्ञानेश्वर, एकनाथ, तुकाराम ही संत कवींची परंपरा पूजनीय आहे. पण त्यांचे साहित्य कालांतराने पाठांतराचे, पूजेचे आणि संप्रदायाचे साहित्य बनले. ज्ञानेश्वरी पाठ असणे आणि त्यातील ओळीचा वेगवेगळा अर्थ लावणे हेच भाष्यकाराचे काम झाले. केवळ मराठी भाषेत भगवद्गीता आणली म्हणून छळ सोसणारे ज्ञानेश्वर समाधिस्त झाले. तुकारामाच्या गाथा इंद्रायणीत बुडाल्या. एकनाथांच्या भागवतापेक्षा त्यांच्या गौळणीच डोळे मोडीत चालू लागल्या ! कीर्तनकारांची सोय झाली. संतांच्या साहित्याने, पिडलेल्या, गांजलेल्या व नाडलेल्या समाजाला अध्यात्मिक दिलासा दिला अन् भक्तांना प्रत्येक जातीला एकेक संत वाटून मिळाला ! संतांनी जातीभेद मोडण्याचा प्रयत्न केला; पण भक्तांनी आपापला संत उचलून घेतला. शिंप्यांनी 'नामदेव' घेतला. सोनारांनी 'नरहरी' उचलला. माळ्यांनी 'सावता माळ्याला' भाजीमळ्यात बसवला. चांभारांनी 'रोहिदास' उचलला. इतकी सगळी संतमंडळी होऊनही जातिभेद मात्र वाढत राहिला. पददलित संतांनी आपले आर्त उद्‌गार आपल्या वाणीतून व्यक्त केले. संत चोखामेळा, संत बंका, कर्ममेळा, सोयरा, रविदास, तिरूवल्लर, नंदगार, सक्कनैर आणि क्रांतीदूत कबीर यांनी समतेचे दर्शन घडविले. उच्चवर्णीय संतांचे साहित्य हे समाज परिवर्तनाचे साहित्य झाले नाही. ती समाजपुरुषाच्या जखमेवर सहानुभूतीने घातलेली फुंकर होती अन् पोथी पंडितांना पोट भरण्याची ढेकर होती.

मुक्तेश्वर, वामन पंडित, मोरोपंत या पंतकवींनी आपल्या भाषा-प्रभुत्वाने काव्य-शारदेची उपासना केली. महाभारताची आख्याने आणि प्रसंग आपल्या कलात्मक शैलीने रंगविले. त्यांच्या कुशाग्र बुद्धिमत्तेबद्दल आणि अप्रतिम काव्यकौशल्याबद्दल कौतुकाची भावना निर्माण होते. पण पंत-कवींना सर्वसामान्य माणसाकडे पाहाण्याची आवश्यकता नव्हती. त्यांचे साहित्य त्यांच्याच बौद्धिक विलासाकरिता होते. असे म्हणतात की, एका कवीने असं काव्य लिहिले की एका बाजूने सुलट वाचले तर रामकथा अन् दुसऱ्या बाजूने वाचले तर कृष्णकथा.... त्याच्या या अलौकिक काव्य कसरतीबद्दल आदर वाटणे स्वाभाविक आहे. पण हे सर्व 'स्वान्त सुखाय' होते. ती एक बौद्धिक कसरत होती. त्यात सहानुभूतीचा ओलावा नव्हता तर किचकट काव्य-कल्पनांचा गिलावा होता. सामान्यांचे-दलितांचे, त्यांच्या सुखदु:खांचे, जीवनाचे दर्शन त्यात होणे अशक्यच होते. नव्हे ते त्यांचे कार्यच नव्हते.

संत-पंत आणि तंत-पंतांच्या नंतर महाराष्ट्राचे सामाजिक जीवन विस्कळीत झाले. सुखासीनांच्या हाती सत्ता केंद्रित झाली. गरीब समाज चिरडला जात होता. त्यांच्या जीवनाचे शोषण करून राजवाड्यात शृंगाराच्या मैफली जमू लागल्या. या शाहिरांनी शृंगाराची उधळण केली. सरस्वतीला मथुरेची गौळण बनविली. त्यांना समाज पेटवायचा नव्हता. जागृत करायचा नव्हता; तर शृंगाराच्या मद्यात झिंगवायचा

होता. शृंगारदर्शन हे पौरुषाचे लक्षण आहे. पण हा शृंगार पौरुषाचा नव्हता तर पराभूतांचा होता. एखादाच अगिनदास शाहिर समाजाला खडसावू शकत होता. संपन्न, समृद्ध, समर्थ, समाजात शृंगाराचा-लावणीचा बहर आला असता; पण रावबाजीच्या विषम, अवरूद्ध, असमर्थ काळात लावणी नाचली ती चार भिंतीच्या आत. गरीबांची पिळवणूक चालूच होती. रयतेची लूट होतच होती. अस्पृश्यांची सावली पडल्याने आंघोळी चालू होत्या. पददलितांच्या गळ्यात मडकी आली. साहित्य, काव्य, कला हे शब्द होते फक्त सत्ताधिशांसाठी. लोकजीवन थिजलं होतं. माणुसकी मरायला टेकली होती.

इंग्रजी राज्य आले. नवीन सुधारणा आल्या. साहित्यातील नवी क्षितिजे दिसू लागली. समाजातील दु:खांना वाचा फुटली. चिपळूणकर, टिळक, परांजपे, यांनी राष्ट्रीय विचारांचे उद्‌बोधन केले. मराठीतील पहिली कादंबरी बाबा पद्‌मनजी यांनी 'यमुना पर्यटन' म्हणून लिहिली. या युगातील सर्वात महत्त्वपूर्ण घटना म्हणजे महात्मा फुले यांचा उदय. महात्मा फुले महाराष्ट्राचे आद्य क्रांतिकारक होते. सामाजिक समता आणि न्याय यासाठी त्यांनी सतत संग्राम केला. महात्मा फुले यांच्यासारखा क्रांतिकारक द्रष्टा युगायुगातून एखादाच येतो. त्यांनी दलितांची दु:खे ओळखली. त्यांच्या वेदना आणि संवेदना जाणल्या. पुराणपंथी, प्रतिगामी आणि परावलंबी सनातन्यांना त्यांनी धारेवर धरले. प्रचंड विरोधातून सामान्याला अन्यायाविरुद्ध झगडण्याची शक्ती दिली. समाजवादाचे, नव्या जगाचे विचार पसरू लागले. देशभक्तीची आंदोलने सुरू झाली.

दलित साहित्य म्हणजे काय? जन्माने दलित असलेल्यांनी लिहिलेले, की दलिताविषयी सहानुभूतीने लिहिलेले साहित्य? या प्रश्नाचा उहापोह केला तर अपवादात्मक उदाहरणे देऊन व्याख्येची अडचण होईल. दलितांच्या जीवनाचे दर्शन घडविणारे, त्यांना माणुसकीने जगण्याची संधी देणारे, माणसाच्या मनातील करुणा जागृत करणारे जे जे साहित्य ते दलित साहित्य. तसं पाहिलं तर वाल्मिकी आणि व्यास देखील पददलितांचे साहित्यकार आहेत. एक कोळी अन् दुसरा कोळिणीचा पुत्र. त्यामुळे साहित्यिकांची पूर्वपरंपरा देखील आपलीच आहे. अभिजात वर्गाची नाही. क्रौंच पक्षाची तडफड पाहून त्याच्या कारुण्यातूनच साहित्याचा पहिला अंकुर फुटला. म्हणूनच जे साहित्य मानवी मनात करुणा निर्माण करतं. जीवनाविषयी आस्था निर्माण करतं, माणसाला पशुत्वातून देवत्वाकडे नेत, तेच दलित साहित्य-बौद्ध साहित्य!

दलितांचे साहित्य तुलनेने फारच कमी आहे, पण ज्यांना जगण्यासाठी सतत संघर्ष करावा लागतो. त्यांच्याकडून साहित्याची विपुल निर्मिती कशी होणार? पिढ्यान्‌पिढ्या ज्यांचा जन्म राबण्यात गेला, त्यांनी लेखणीचे लालित्य कसे दाखवावे? तरीही त्यांचा प्रयत्न मोलाचा आहे. खऱ्याखुऱ्या जीवनातून येणारा आहे. त्यांची अनुभूती आंतरिक आहे. त्यांची अभिव्यक्ती प्रामाणिक आहे. आमचे साहित्य खूप निर्माण झाले आहे. पण ते छापले गेले नाही, प्रकाशित झाले नाही.

एक बौद्ध भिक्षू होता. त्याचे वय सत्तरीच्या आसपास होते. जपानी भाषेत त्याला भगवान बुद्धाच्या ग्रंथाचा अनुवाद करायचा होता. त्यासाठी दहा हजार रुपये खर्च होणार होता. त्याने दहा वर्षात परिश्रम करून दहा हजार रुपये जमवले. दुर्दैवाने त्या गावात त्यावर्षी दुष्काळ पडला. ग्रंथाच्या अनुवादाचे काम लांबणीवर पडले. त्याने तो निधी दुष्काळग्रस्तांना वाटून टाकला. पुन्हा दहा वर्षात त्याने दहा हजार रुपये जमा केले. पुन: निसर्गाची लहर फिरली अन् गावात महापूर आला. त्याने ती रक्कम पूरग्रस्तांना वाटून टाकली. लोकांनी त्याची वेड्यात गणना केली. पुन्हा त्याने निधी जमा केला. आता तो नव्वद वर्षाचा वृध्द झाला होता. त्या वर्षी मात्र काहीच आपत्ती आली नाही. ग्रंथाचा अनुवाद पूर्ण झाला. पण त्या ग्रंथावर लिहिले होते, 'तिसरी आवृत्ती' (Third Edition). लोकांनी विचारले, ''पहिल्या दोन आवृत्त्या कोठे आहेत ?'' भिक्षू म्हणाला, ''त्या दिसत नाहीत; पण त्याच महत्त्वाच्या आहेत.''

दलितांचे साहित्य देखील असेच आहे. समाजाच्या धारणेसाठी दलित समाजाने आपले रक्त आणि घाम दिला आहे. साहित्य निर्मात्याचे जीवन फुलवले आहे. त्याच्याच परिश्रमावर साहित्याचे नंदनवन फुलत आहे. आम्ही साहित्य जगत होतो आणि आता लिहिण्याचा प्रयत्न करीत आहोत. आमचे 'दृश्य साहित्यच महत्त्वाचे आहे. ते रक्ताने, अश्रूने आणि परिश्रमाच्या स्वेदबिंदूंनी लिहिले गेले आहे.'

चातुर्वर्ण्याच्या विषारी विचारांनी, जातीयवादाच्या गलिच्छ डबक्यांनी भारताला सर्वत्र अध:पतित करून टाकले. अद्यापही पुरीचे शंकराचार्य या विचाराचा पुरस्कार करण्याची हट्टाग्रही घोषणा करतात. कालचक्राची गती रोखण्याचा हास्यास्पद प्रयत्न पाहिला म्हणजे त्यांची कीव कराविशी वाटते. आज आपण आर्थिक समतेची घोषणा करीत आहोत. भांडवलशाही समाज रचनेविरुद्ध लढत आहोत; पण सांस्कृतिक क्षेत्रातील ही भांडवलशाही, हुकूमशाही अद्यापही मुखवटे लावून हिंडत आहे. मराठी साहित्यात पददलितांचे व बौद्धांचे चित्रण नाही, नव्हे ते या पांढरपेशा मध्यमवर्गीय साहित्यिकांनी अनुभवले नाही. म्हणूनच त्याच त्या अनुभवशून्य प्रेमकथा, तेच उसने शब्द. साहित्य समाजाच्या तळापर्यंत गेले पाहिजे. जोपर्यंत दलितवर्गाचे खरेखुरे दर्शन साहित्यात घडत नाही, तोपर्यंत या साहित्याच्या पोकळ प्रदर्शनाला अर्थच नाही ! आपल्या वेदनांना आपणच आकार द्यायला हवा. आपल्या आक्रोशाची अभिव्यक्ती आपणच करू शकणार आहोत !

डॉ. बाबासाहेब आंबेडकरांनी धर्मचक्र प्रवर्तन केले. त्यांच्या अनुयायांनी बुद्धिवादी बौद्धधर्माचा स्वीकार केला. हजारो वर्षांची दडपलेली जनता पुन्हा उत्साहाने उभी राहिली. या महान घटनेवर एखादे महाकाव्य का लिहिले जाऊ नये ? डॉ. आंबेडकरांच्या उदात्त, दिव्य जीवनावर कादंबरी का लिहिली जाऊ नये ? पण तथाकथित साहित्यिकांकडून ते होणार नाही म्हणून आपण हे आव्हान स्वीकारले पाहिजे !

❑❑❑

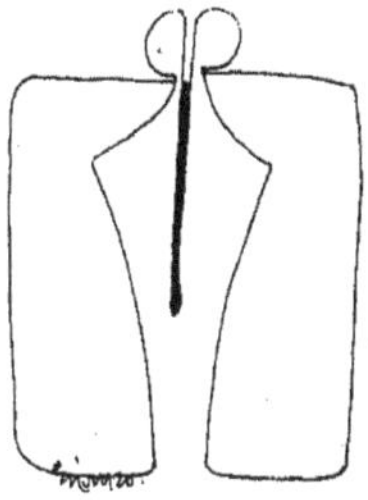

साहित्यातही कडक जातियता पाळली जाते.

नामदेव ढसाळ

मागासवर्गीय म्हणजे कोण याचा उलगडा होणे अगत्याचे आहे. माझ्या मते आजकाल ज्यांना नवबुद्ध, हरिजन, गिरीजन, भटक्या आणि विमुक्त जमाती, शिवाय इतर मागासलेले असे ज्यांच्यासंबंधी म्हटले जाते, अशा साऱ्यांचा मिळून जो एक बहुजन समाज होतो, तो मागासवर्गीयच्या कक्षेत येतो.

असा समाज महाराष्ट्रात किती आहे ? ज्यांना केवळ मागासवर्गीय म्हटले जाते, त्यांचीच ही संख्या पहा. १९६५-६६ साली महाराष्ट्र राज्याच्या समाज कल्याण खात्याने एक अहवाल प्रसिद्ध केला आहे. त्यातील आकडेवारी अशी आहे की, ३ कोटी १ लक्ष लोकांत मागासवर्गीयांचे ९४ लक्ष ७४ हजार प्रमाण जवळ जवळ एकतृतियांश आहे. महाराष्ट्रात एकतृतियांश असलेल्या अशा या लोकांत ज्याला वाङ्मय म्हणता येईल असे कधी काळी काही होते काय आणि आता आहे काय, याही प्रश्नाचा मागोवा आपण धावतेपणाने घेत जाऊ या.

आर्य या देशात येण्यापूर्वी दस्यू या नावाची जमात इथे राज्य करीत होती. ते पराजित झाल्याने शूद्र झाले. हा प्रागैतिहासिक सामाजिक इतिहासाचा भाग सोडून रामायण-महाभारताच्या पुराण काळात आपण आलो, तर रामायणात कुठेतरी शंबूक ऋषी आणि शबरी आढळते. कृष्णाने तर जंबावती नावाच्या चांडालकन्येला आपली राणी केल्याचा उल्लेख पाली अट्ठकथेत विस्ताराने आला आहे. त्यानंतर संस्कृतमधील मृच्छकटिकम् हे नाटक रचणारा शूद्रक हा इ.स. २४८ मधील आभीरवंशीय राजा शूद्र असावा असे काही विद्वानाचे मत आहे. पुढे इसवी सनाच्या सातव्या-आठव्या शतकात मराठी बोली भाषेत येऊ लागल्याचा पुरावा इ. स. ७६३ मधील चिकुर्डे येथील शिलालेखाने सिद्ध होतो. मराठी ही मुळातच सामान्य बायाबापड्यांची भाषा आणि मराठीत ज्ञानेश्वरी लिहिली याबद्दल ज्ञानेश्वरांचा छळ 'शके बाराशे बारोत्तरे' मध्ये झाला.

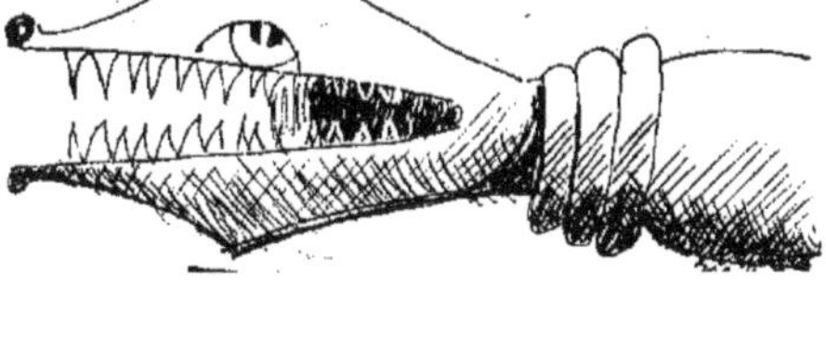

बौद्ध साहित्य संमेलन,
कोल्हापूर १९७०

'ज्ञानदेवे रचिला पाया । तुका झालासे कळस' अशा या संत कवींनी रचलेल्या मंदिराला चोखा मेळा या महार कवीने स्वत:च्या जीवनाचाही एक महत्त्वाचा दगड बसविला आहे. 'ऊस डोंगा परि रस नोहे डोंगा । काय भुललासी वरिलिया रंगा' अशा शुद्ध भक्तीची दिशा या चोखामेळ्यानेच दाखवून दिली आहे. महाराष्ट्राबाहेर उत्तरेत रोहिदास चांभार, दक्षिणेत हरळय्या चांभार, कक्क्या ढोर, चैन्नया महार आणि मादिगा या संत भक्तांनी चौदा-पंधराव्या शतकात मानवी भावना शब्दांकित केल्या होत्या.

हा इतिहास पुराणांचा जुना काळ सोडून दिला आणि गेल्या शंभर वर्षाच्या अलीकडच्या काळावरच आपण नजर टाकली, तर मराठीचे लावणी वाङ्मय त्या वेळच्या महारा-मांगांनीच जोपासले, हे कुणालाही कबूल करावे लागेल. मराठी भाषेत एक जुनी म्हणच आहे की 'बामणा घरी लिव्हणं, कुळवाड्या घरी दाणं आणि महारा-मांगा घरी गाणं'. खास मराठी भाषेचे गाणे फोफावले ते महारा-मांगाच्या घरीच. अलीकडच्या लावणी-रचनेत पठ्ठे बापूराव कुलकर्णी यांचे नाव फार घेतले जाते. पठ्ठे बापूरावांचा जन्म १८६८ साली रेठरे बुद्रुक इथे झाला. त्यानंतर तीस वर्षांनी पठ्ठे बापूराव लोकांना ऐकू येऊ लागले. पण पठ्ठे बापूरावांच्या बापाच्या पिढीत सांगली जिल्ह्यातील पेड सावळज गावच्या उमा आणि बाबाजी या दोन मांग कवींनी 'मोहन बटाव' हा जो वग रचला, तो मराठी भाषेच्या काव्यात साहित्याच एक उत्कृष्ट नमुना आहे. याची दखल मराठीच्या एका तरी मान्यवर साहित्यिकाने आजपर्यंत घेतली आहे काय ? याच उमाजीचा मुलगा तात्या सावळजकर इ. स. १९०० च्या सुमाराला मुंबईत पठ्ठे बापूरावाबरोबर तमाशा फडाचे सामने देत होता.

मागासवर्गीय साहित्यिक कलाकारांच्यादृष्टीने गेल्या शंभर वर्षाचे चार कालखंडच करावे लागतात. १८७० ते १८९५ हा उमा-बाबाजीचा मोहन बटाव वगाचा कालखंड होता. १८९५ ते १९२० हा तात्या सावळजकर, कवी भाऊ फक्कड आणि शिवा संभा कौलापूरकर या कवी तमासगिरांचा काळ मानावा लागेल. १९२० ते १९४५ हे डॉ. भीमराव रामजी आंबेडकरांच्या उदयाचा कालखंड आहे. या कालखंडात दलित वर्गीय साहित्यिकांनी लावणी, छक्कड भेदिक यांचा भेद करून मराठीच्या गद्यांत प्रवेश केला. प्रकांडपंडित डॉ. आंबेडकर यांचे अनेक वैचारिक ग्रंथ देश-विदेशात प्रकाशित झाले. 'मूकनायक' साप्ताहिक निघाले आणि शेवटच्या १९४५ ते १९७० या कालखंडात कै. अण्णाभाऊ साठे, शंकरराव खरात, ना. रा. शेंडे असे नामवंत साहित्यिक शिलेदार आपापल्या प्रदेशात तेजाने तळपू लागले.

एकोणिसाव्या शतकाच्या शेवटच्या दशकात मुंबईच्या एल्फिस्टन थिएटरात दलितवर्गीय कवी-शाहिरांचे लढत-झगडे होत असत. त्यातल्या २८ जून १८९८, ७ मे १८९९ आणि १६ सप्टेंबर १९०४ च्या भेदिक जंगी लढतीच्या जाहिराती माझ्याकडे आहेत. त्यातल्या एक-दोन जाहिरातीचे नमुने मी आपणापुढे सादर करतो.

ते असे आहेत.

'रविवार ता. ७ मे १८९९ रोजी रात्रौ ग्रांटरोड एल्फिस्टन थिएटरांत आगऱ्या म्हार पेठ नेरलेकर, तुरेवाला कृष्ण्या म्हार कलगीवाला, राघ्या म्हार इंदुरीकर या तिघांची, गणापासून मुजऱ्यापर्यंत चालीला चाल, सुराला सूर, सोंगाला सोंग अशी मोठी जंगी लढत.'

पुढील १९०४ च्या जाहिरातीत मजकूर असा आहे: *'म्हार सक्या देगावकर नामांकित राघ्या संसाराची लावणी, प्रेक्षक हो, हा सक्या देशावरील मोठमोठ्या शहरी फार नावाजलेल्या असून त्याच्या गंमती सरस होतात.'*

होय, पण देशावर नावाजलेल्या या कवीचा नामोल्लेख मात्र कृष्ण्या, राघ्या, सक्या अशा बेइज्जतीने केला आहे. एक श्रीधर कृष्ण कुलकर्णी लावण्या रचू लागताच, त्याचा पठ्ठे बापूराव म्हणून उदोउदो होतो. न्यायरत्ने आणि साहित्यसम्राट त्यांना कौतुकाचा पुरस्कार देतात, पण त्याहीपूर्वी ज्याला मराठी काव्यात श्रीधर कवीच्या तोडीला बसवावे लागेल असे वनाचे वर्णन आपल्या मोहना बटाव या वगात करणाऱ्या उमा-बाबाजी मांगाचे नाव केवळ चौकशी म्हणून तरी कुणी मराठीचा साहित्यिक घेतो काय ?

इतक्याहूनही नामोल्लेख करायचाच झाला तर तो कसाऱ्याचा. दुसरा नमुना खुद्द पठ्ठे बापूराव यांनीच आपल्या सवंगड्याची म्हणून एक लावणी केली आहे, तो पहा:

बाळ्या मांगाचा, काळ्या भंग्याचा, भांग्या म्हराचा गे
धोंड्या कवठ्याचा, कोंड्या कुसगांवचा, पांड्या कुरकुंभचा गे
म्हाद्या चांभार, साध्या कुंभार, दाद्या लोहाराचा गे
यंद्या पिंजारी, बंद्या वंजारी, गेंद्या उकलवाराचा गे

अशी एक दोनच नव्हे, शेकडो उदाहरणे देता येतील. कुणी असाही प्रश्न करील की, ''महाराष्ट्रात 'मराठी साहित्य संघ' ही साहित्यिकांची मान्यवर संस्था असताना, पुन्हा हा दलित साहित्यिकांचा वेगळा संसार कशासाठी ?'' या प्रश्नाचे उत्तर म्हणून महाराष्ट्रातील आजच्या सर्व साहित्यिकांना मला उलट एक प्रश्नच विचारायचा आहे. निदान गेल्या पंचवीस-तीस वर्षांत मागासवर्गातील अनेक लेखक, कवी, समीक्षक, साहित्यिक म्हणून थोडीफार तर मान्यता पावले. यातल्या किती साहित्यिकांना तुम्ही महाराष्ट्र शारदेच्या दरबारात मानसन्मानाने बोलावलेत ? मोलाने मोजून दाखवता येईल असे ज्याच्या साहित्य संसारात विशेष काही नाही अशी सुद्धा माणसे शारदेच्या दरबारातील महत्पदावर तुम्हाला चालतात. मात्र तो तुमच्याच गावातील, तुमच्याच कंपूतील पाहिजेत. ज्या क्षेत्रात जातियतेला थारा नाही, त्या साहित्याच्या क्षेत्रातही कडक जातीयता पाळली जात आहे; याचा आम्हाला संतापसुद्धा येऊ नये काय ? वेदविद्येचा अधिकार नसलेल्या काळात, आमच्या एका पिढीने अपमान आणि हालआपेष्टा सोसत

शिक्षण घेतले. त्यानंतर शाळेच्या पायरीखाली जोडे पायतणाजवळ बसून, लांबून फेकलेल्या रुळांचा मार खात आम्ही श्री गणेशाय केले. आणि केवढ्या आशेने साहित्यिक होण्याचा आटापीटा करून आम्ही या सरस्वतीच्या मंदिराशी आलो. पण आमची तुम्हाला शिवाशिवसुद्धा नको आहे ! गेल्या तीस-पस्तीस वर्षात या हजारो वर्षे पददलित राहिलेल्या वर्गात अनेक विचारवंत आणि साहित्यिक निर्माण झाले. बारा वर्षे झाली हा साहित्य संघ चालला आहे; पण या बारा वर्षात या दलितवर्गीय साहित्यिकांनाही जवळ बोलवावे अशा भावनेचा घाम महाराष्ट्रातील एकाही साहित्यिकाला कधी फुटला नाही ! उलट अनुल्लेखाने मारण्याचाच जाणीवपूर्वक प्रयत्न जिथे-तिथे केला जातो आहे. दलितवर्गात जन्म घेतलेल्या साहित्यिकांना ती पूर्वीची आणि ही आताची वागणूक महाराष्ट्र शारदेच्या दरबारात मिळते आहे, म्हणून हा वेगळा प्रपंच मांडणे भाग पडले आहे.

स्वातंत्र्याच्या वर्षी जन्मलेली पिढी आज महाविद्यालयीन शिक्षण घेऊन तारुण्यात वावरते आहे. या पिढीच्या बालपणापासून देशात पुष्कळच सामाजिक आणि राजकीय उलाढाली झाल्या आहेत. साऱ्यांचेच जीवन ढवळून निघत आहे. साहित्याचा संबंध मानवी जीवन आणि भावना यांच्याशी असतो. हे जीवन आणि भावना यांच्यावर उलटे-सुलटे परिणाम करणारे अनेक कायदे-अनेक घटना घडताहेत. सर्वांचे जीवन सुखी करण्याचे शेकडो प्रयत्न होत आहेत. त्यातले काही असफल झाले, तरी सफल झालेली काही कमी नाहीत. या सफल प्रयत्नांचे प्रत्यंतर तुम्ही मागासवर्गीयांच्या शिक्षणात पाहू शकाल. आजकाल दलित वर्गातील पुष्कळ तरुण सुशिक्षित होऊन माना-सन्मानाच्या पदावरसुद्धा विभूषित होत आहेत. मागे अशिक्षित भाईबांधव, काके-मामे आणि पुढे गिरगाव-सदाशिव पेठेतील उच्चभ्रू समाज यांच्या मधल्या अवघड खिंडीत उभी असलेली ही पिढी आहे. पुष्कळ वेळा मागच्याशी मिलाफ होत नाही आणि पुढचे हाताशी धरीत नाहीत, अशी एक नवीच समस्या आजकालच्या सुशिक्षित दलितवर्गीय तरुण पिढीसमोर आहे. पण समस्यांनी कोणत्याही काळात कुणालाही सोडलेले नाही. किंबहुना हे बदल घडत असताना त्या अधिकच उग्र रूप धारण करून पुढे येणे साहजिकच आहे. समस्या आहेत म्हणून बावरून जाणे, पळ काढणे हे कमकुवतपणाचे लक्षण आहे. किंबहुना समस्यांशी सामना देणे म्हणजेच जीवन घडवणे. हे जीवन घडवीत असताना तुमच्या भावनांना जे हेलकावे बसतात, त्यांचे सत्य चित्रण तुम्ही तुमच्या कथा, काव्य, नाटके यातून केले पाहिजे. स्वत:च्याच अंत:करणात खोल शिरा, अंतर्मुख व्हा. आधी स्वत:च्याच नजरेला विशाल मानवतेचे पंख लावा, स्वत:चा घरसंसार, शेजारीपाजारी यांच्या भावनेच्या गाभाऱ्यात छोटी छोटी उड्डाणे मारा, सुरवातीच्या या छोट्या भराऱ्याच पुढे विशाल मानवतेचे अंतराळात तुम्हाला घेऊन जातील. असे झाले तरच तुमच्या कृती शतकाशतकांची वाटचाल करीत पुढे सरकतील.

आजपर्यंत जगातील कोणत्याही भाषेच्या वाङ्मयाचे ठोकळमानाने चार विभाग पडत होते. कथा, कादंबरी, काव्य आणि नाटक हे ते चार विभाग. अलीकडच्या विज्ञानयुगात या चारही वाङ्मय प्रकारांच्या तंत्रात आमूलाग्र बदल घडत आहेत. कथा म्हटल्यानंतर तीत कथा-घटनेचे बीज असले पाहिजे, असा आजपर्यंतचा समज. पण गेल्या काही वर्षात जीत काहीच घडत नाही, अशा कथा लिहायचे एक नवेच तंत्र पुढे येत आहे. तसाच प्रकार कादंबरी लिहिण्याचे नवनवे प्रकार उत्पन्न होत आहेत. स्फूट कवितांचा काळ मागे पडला. नवकाव्य, क्षणकाव्य नी कणिकांचा काळ पुढे आला आहे. नाटकांनी तर फिरती, सरकती रंगभूमी घेण्याचे नवेच अंग स्वीकारले आहे. उद्या उडती रंगभूमी आली तरीही आश्चर्य मानू नका. आजपर्यंत दुर्लक्षित झालेल्या दलितवर्गीय साहित्यिकांनी या नवनवीन तंत्राचा बारकाईने अभ्यास करून तो आत्मसात करण्याकडे स्वत:चे लक्ष वळवले पाहिजे.

त्याचबरोबर या रूढ वाङ्मय - विज्ञान युगाचे दोन नव्याच प्रकारांची भरती केली आहे. याचीही दखल घ्या. ते प्रकार म्हणजे नभोवाणीसाहित्य आणि चित्रपट साहित्य. नभोवाणीसाठी केवळ आवाजाच्या माध्यमातून प्रभावी ठरणारे लेखन कसे करावे आणि चित्रपटासाठी कॅमेरा-रेकॉर्डिंग यांच्या चाळणीतून यशस्वी ठरणारे साहित्य निर्माण करण्याचे तंत्र कोणते याचाही अभ्यास आमच्या नवतरुण साहित्यिकांनी अवश्य केला पाहिजे. मी तर असे म्हणतो की, मागासवर्गातील साहित्यिकांनो, आता मागे राहू नका, इतरांपेक्षा तुम्हीच पुढे चला.

पण पुढे पाऊल टाकताना सखोल अभ्यासाचे बळ तुमच्या पायात इतके असले पाहिजे की कुणाही तथाकथित उच्चवर्णियांच्या तुलनेत तुम्हाला उभे केले तर तुम्हीच काकणभर सरस ठरावे, साहित्यात राखीव जागा कोणी देत नाही. ज्याचा त्याचा नंबर स्वत:च्या लायकीवरच लागायचे हे क्षेत्र आहे. म्हणून खरे अक्षर साहित्य जिथे पिकते, ती भूमी ओळखा आणि तीत उभे राहा. वाङ्मयीन मूल्यांच्या अभ्यासाची आधी पूर्वमशागत करा. भावनात्मक निरीक्षणाचे बीज त्या भूमीत पेरा.

ज्या वर्गात आम्ही जन्माला आलो, त्या मागासवर्गाला वाङ्मय, साहित्य ही काय चीज असते हे माहीतच नाही. चार पैसे मिळवायचे सोडून, काहीतरी खुळ्यासारखे भांडत बसतो. अशी कुचेष्टा आणि हेटाळणी मागून होत असते आणि पुढचा समाजही आम्हाला काहीच किंमत द्यायला तयार नाही. मनस्वास्थ्याला आवश्यक अशी निदान पुरेशी सधनता, अभ्यासाची शक्यता, साधने आणि वातावरण नाही. पण तरीही हे दारिद्र्याचे सतीचे वाण, आव्हान म्हणून स्वीकारा. आपणापैकी कुणा एखाद्याला तरी आज ना उद्याचा काळ या भिकेच्या वाटीत असे काही टाकील की ते सर्वांना पुरून उरेल.

❑❑❑

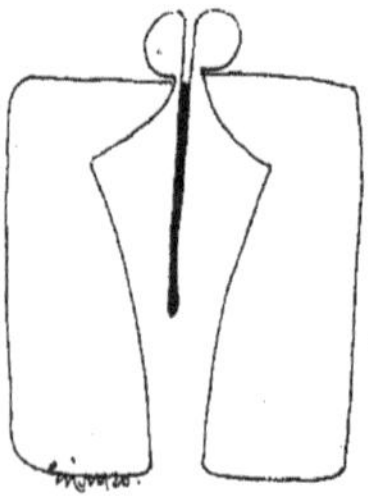

इथे ज्यांनी बंड करून उठावे ते बंड करून उठले नाहीत.

बाबूराव बागूल

आपण माझ्यावर खूप प्रेम करता हे मी अनेक ठिकाणी अनुभवले आहे. पण मी देखील अगदी तुकारामाप्रमाणे तुमच्यावर प्रेम करतो आहे. माझ्या लेखनाचे नायकत्व मी तुम्हाला दिलेले आहे. तुमचे चरित्रगायन करण्याचे मी ठरविले आहे. कारण तुमचे गीतगायन कोणीच केले नव्हते. तुमचे चरित्रगायक नव्हते म्हणून नव्हे; तर ज्यांनी गावे त्यांचे गळे स्वतंत्र नव्हते. माझा गळा, माझा आवाज मात्र स्वतंत्र आहे. म्हणून मी तुम्हाला गायचे ठरविले आहे. कारण या दुर्दैवी देशात तुमचा आणि माझा जन्म एकाच तुरुंगात झालेला आहे. बाबासाहेब येण्यापूर्वी आपण एकाच काळोखाचे कैदी होतो. एकाच दुःखात खितपत होतो. आपणाला आज प्रकाश मिळाला आहे. परंतु अस्पृश्यता गेलेली नाही, दुःख संपलेले नाही आणि म्हणून दलित साहित्यही संपणार नाही. अस्पृश्यतेशी आणि दास्याशी, विषमतेशी आणि दुःखाशी दलित साहित्याचे वैर आहे. जोपर्यंत अस्पृश्यता, दास्य हे या देशात असेल, या जगात असेल तोपर्यंत दलित साहित्य आहे हे निश्चित आहे. माणसाच्या मुक्तीचा पुरस्कार करणारे, माणसाला महान् मानणारे, वंश, वर्ण आणि जातीश्रेष्ठत्वाला कठोर विरोध करणारे जे साहित्य असते ते दलित साहित्य असते. मागे एकदा आमच्या मित्राने आम्ही वंशवादी आहोत अशी आम्हाला शिवीगाळ केली होती. पण आम्ही निक्षून सांगतो आहोत की, आम्ही वंशवादी असू कसे ? वंश आणि वर्णश्रेष्ठत्वाच्या खांडववनात आम्ही भाजून निघालो आहोत. या देशातील वर्ण किंवा वंशवाद किती भयंकर असतो याचा आम्हाला अनुभव आहे आणि म्हणून त्याचा आम्ही विरोध करतो. हा विरोध आजचा नव्हे. डॉ. बाबासाहेबांनी चळवळ सुरू केली तेव्हापासून आम्ही वर्ण आणि वंशवादाच्या विरोधी आहोत. त्याचे शेकडो पुरावे आहेत.

आम्ही तुच्छतावादी नाही. आमच्या अल्पस्वल्प लेखनात कुठल्याही जातीविरुद्ध

बौद्ध साहित्य संमेलन,
महाड १९७१

प्रचार केलेला आढळत नाही. एकंदर सामाजिक, मानसिक व वैचारिक व्यवस्थेविरुद्ध आम्ही आहोत. उलट अत्यंत अवघड कार्य आम्हाला करावे लागत आहे. अनेक सुधारकांना, विचारवंतांना त्यांचे शत्रू दिसत होते. त्यांनी ज्यांना शत्रू लेखले होते ते त्या त्या कालखंडात बरोबरही होते. मार्क्सवाद्यांना आणि समाजवाद्यांना त्यांचे शत्रू दिसतात. अनेक राजकीय पक्षांना त्यांचे विरोधक शत्रू दिसतात, पण आमचा शत्रू तर अदृश्य आहे. तो ग्रंथात आहे, भाषेत आहे, शब्दांत आहे, विचारांत आहे, तो मनात आहे. प्रचंड आणि सर्वव्यापी असूनही अदृश्य असलेल्या शत्रूबरोबर आमचे युद्ध सुरू झालेले आहे.

हे युद्ध तसे फार पूर्वीपासून ब्रिटिशसत्ता इथे प्रस्थापित झाल्यापासून सुरू झाले आहे. अनेक हिंदू समाज सुधारकांनी ह्या माणसाच्या अदृश्य शत्रूविरुद्ध हल्ले केले आहेत. पण हे हल्ले हवे तेवढे जोरदार नव्हते. कारण हे लढे देणाऱ्या लोकांचे लक्ष फार मर्यादित होते. हिंदू कुटुंबांची-त्यांतल्या मध्यमवर्गीय हिंदू कुटुंबांची-सुधारणा त्यांना करायची होती. कौटुंबिक सुखात वाढ होईल अशी व्यवस्था त्यांना आणायची होती. ती आणण्यासाठीही त्यांना छळ सहन करावा लागला. पण तो त्यांनी सहन केला आणि त्यातूनच सुधारणेचा रथ पुढे गेला. सामाजिक पुनर्रचनेचा विचार थोडे बळ घेऊन उठला.

मोठ्या खेदाने कबूल करावे लागते की, आमच्या सुधारकांनी संपूर्ण भारतीय समाजाचा विचार कधीच केला नाही. त्या विचारासाठी एकही सुधारक युरोपातील सुधारक जसे फाशी गेले, आगीत जाळले गेले, देशोधडीला लागले, पण तसे इथे झाले नाहीत. इथे सुधारणेला प्रतिकूल नसणारी सत्ता होती. हिंदू-मुसलमानांची सत्ता असली तरी कदाचित त्यांना देहदंड सोसावे लागले असते. परंतु सत्ता अनुकूल असूनही कोणीही समाजसुधारणांना संपूर्ण समाजपुनर्रचनेचा, अस्पृश्यता नष्ट करण्याचा विचार मांडलेला नाही. का मांडला नाही ? कारण त्यांची जातिनिष्ठा हेच त्याचे कारण आहे आणि जातीबहिष्काराचे भय आहे. त्यांना आहे ती व्यवस्था हवी आहे. कारण त्या समाजरचनेने त्यांना हवे तेवढे सर्व दिलेले होते. ज्यांना सर्व मिळालेले असते ते सर्वंकष बंडाचे विचार कसे मांडू शकतील....आजही डॉ. बाबासाहेब आंबेडकर यांच्याप्रमाणे प्रखर विचार कोणीही मांडलेले नाहीत.

भारतीय असंतोषाचे जनक असलेले लोकमान्य टिळक आणि त्यांच्याबरोबरीचे अनेक नेते बहिष्काराला वचकून वागले आहेत. बहिष्काराला शरण गेलेले आहेत. हा आपल्या भारतीय नेतृत्वाचा विशेष आहे कारण आपले नेतृत्व अजूनही इतरांना संधी आणि शिक्षण न मिळाल्यामुळे मर्यादित आहे. हिंदू संस्कृती आणि धर्म तर सर्वांना संधी आणि शिक्षण देण्याच्या कट्टर विरोधी आहे. राष्ट्रीय चळवळीचा इतिहास पाहिला तर जसजशी संधी आणि शिक्षण मिळाले, तसतसे त्या त्या जातीजमातींचे नेतृत्व

उदयाला आले आणि ते एकमेकांविरुद्ध लढले. ते लढू नयेत असे एकाही प्रारंभीच्या नेत्याने केले नाही. सर्वांचा विकास होईल, उद्धार होईल असे कधी मांडले नाही. सर्वसंग्राहक गांधीवादही याला अपवाद नाही. डॉ. बाबासाहेब आंबेडकरांच्या नेतृत्वाखाली जसजसा अस्पृश्य एकवटू लागला तसतसा राष्ट्रीय सभेत अस्पृश्यतेचा प्रश्न अधिक प्रमाणात उठू लागला. इतिहासातही असेच घडले आहे. अनेक वेगवेगळ्या धर्मांची, जमातींची इथे आक्रमणे झाली पण त्या आक्रमकांना या समाजात एवढाही बदल करण्याची इच्छा झाली नाही. कारण या हिंदू समाजाची रचनाच अशी आहे की तिथे सामान्याला किंमतच नाही. त्याला माणूसच मानले जात नाही. आणि बाकीच्यांना जगण्याचे अधिकार आहेत. सुव्यवस्थित बांधलेल्या किल्ल्यात शिरावे आणि सुरक्षित राहावे तसेच आक्रमकांचे झाले आहे. ते आले, गादीवर बसले आणि त्यांना आधीच घडवून ठेवलेले सेवक मिळाले. त्यांच्या गादीकडे धनाचे ओघ लागले. हिंदू समाजाची रचना ही राज्यसत्तेला थोडाही त्रास पडू नये अशीच आहे. धर्म ही राजाला विष्णूचा अंश म्हणून मान्यता देऊन गेलेली आहे. हिंदूंची अनेक तत्त्वे ही सरंजामशाहीला पोषक अशीच आहेत. म्हणून अस्पृश्यतेची ओळख, अनुभव नसणाऱ्या सत्तेनेही तिला आहे तशीच राहू दिली. कारण शोषकाची सर्वोत्तम व्यवस्था अस्पृश्यतेच्या उत्पादकांनी करून ठेवली होती. ती सत्तेला तर हवीच असते.

आम्ही म्हणत असतो की, हिंदू धर्म हा सामंतशाही व्यवस्थेतून जन्मलेला, सामंतशाही व्यवस्था बळकट करणारा आणि सामंतशाही मनोवृत्तीचे पोषण करणारा आहे. सामंतीव्यवस्थेत स्त्रीला आणि गुलामाला काहीही स्थान नव्हते. हिंदू धर्मातही त्यांना काहीही स्थान नव्हते.

त्यांना स्थान प्राप्त करून देण्यासाठी कोणीदेखील प्रयत्न केला नाही. हिंदू संतांच्या कामगिरीचा आज खूप गौरव केला जातो, पण हिंदू संतांनी स्त्री-शूद्रांसाठी एवढीही चळवळ केली नाही. उलट स्त्रीबद्दल अत्यंत ओंगळवाणा प्रचार केला. मोक्षाच्या मार्गातील तिला धोंड मानली. तिच्याबद्दल तुच्छता, किळस निर्माण होईल असेच ते बोलत राहिले. अस्पृश्यांना त्यांनी अपवित्रच मानले आणि एकानेही अस्पृश्यतेला टिकवून धरणाऱ्या तत्त्वांची चिकित्सा केली नाही. उलट त्यांचा पुरस्कारच केला. आपल्या सुंदर आणि सामर्थ्यशाली शब्दांतून हे विष घरोघरी, मनोमनी पोहोचते केले आणि माणसे मोडून टाकली. एकाही संताने कर्मवादाला, पुनर्जन्माला आव्हान दिले नाही. आत्मा, स्वर्ग, नरक ही काय भानगड आहे असे विचारले नाही. भोवतालचे दु:ख हे परमेश्वराने दिले आहे की सामंतशाहीच्या रचनेमुळे आले आहे हे पाहिले नाही. तसे हे संतलोक राज्यसत्तेशी बांधलेले नव्हते. आता जसे काही संत धनसत्तेची, राज्यसत्तेची चाकरी करतात तसे ते चाकर नव्हते. परंतु आपल्या कुशल आणि क्रूर समाज रचनाकारांनी अशी काही रचना केली होती की, ती संतांनी बिनतक्रार मान्य

केली आणि खूप कठोरपणाने स्त्री-शूद्रांची निंदा केली. स्त्रीला तर त्यांनी कमालीचे हिडीस, ओंगळवाणे चितारून ठेवले आहे.

जेव्हा पुनर्जन्म, कर्मवाद आणि मनुस्मृतीचे कायदे ते मान्य करतात तेव्हा ते सामंतशाही व्यवस्थेचा आणि अस्पृश्यतेचा पुरस्कार करीत असतात.

अनेक संत आले, त्यांच्याबरोबर त्यांनी निवडलेले देव आले, पण समाज जसाच्या तसाच राहिला. अस्पृश्यतेला एवढाही धक्का लागला नाही. जसे वरिष्ठ वर्गातील संतांनी, विचारवंतांनी अस्पृश्यतेचा प्रश्न कधी हाताळला नाही तसाच अस्पृश्यांनीही अस्पृश्यतेविरुद्ध एकदाही उठाव केला नाही. बाबासाहेब येईपर्यंत अस्पृश्य समाज त्यांच्यावरील गुलामगिरी बिनतक्रार मानीत होता. त्याच्यावरील गुलामगिरी ही जमातीवर आणि धार्मिक, सांस्कृतिक आणि दंडसत्ता ज्यांच्या हाती आहे त्यांनी निर्माण केलेली आहे असे त्यांना कधी कळलेच नव्हते. तर ती स्वर्गातील फौजदारांनी त्यांना बहाल केलेली आहे असेच ते मानीत होते. गतजन्मी पाप केले आहे म्हणून हा जन्म आहे असेच त्यांचे अज्ञान त्यांना पटवून देत होते आणि पुढला जन्म चांगला मिळावा म्हणून सारे बिनतक्रार सहन करीत होते.

त्याने एवढेही बंड करू नये म्हणून समाजरचनाकारांनी त्याला सत्ता, संस्कृती, शिक्षण आणि शत्रूपासून दूर ठेवले होते आणि जर माणसाला असे नैसर्गिकपणे जगायला भाग पाडले तर तो माणूस असूनही माणूस राहत नाही. माणूस हा निसर्गाचा छोटासा आकार आहे. निसर्ग सतत गतिशील आहे. सृजनशील आहे. माणूसही सतत गतिशील आणि सृजनशील असला पाहिजे. माणसाचे शरीर आणि आतील शक्ती सृजनासाठी धडपडत असतात आणि त्यांना जर तसे सृजन करायला मिळाले नाही तर त्या गंजून जातात. माणूस जनावर बनतो. आळसाच्या प्रचंड भाराखाली चिरडला जातो. मी अनेक वर्षे गावागावांतून फिरतो आहे. मानवी शरीर धारण केलेली पण मुर्दाड बनलेली माणसे मी पाहिली आहेत. मानवी शक्तीचा, उत्साहाचा, श्रमाचा, बुद्धीचा, नालस्तीच्या निष्ठुरपणाने झालेला आणि होणारा संहार पाहून मी भडकून जातो. पण भडकून उपयोग काय ? ज्यांनी ही करणी केली त्यांना थोडेबहुत औदार्य मिळाले असेल. शांतपणाने लुटीवर जगता आले असेल, कारण त्यांच्या सुखसमृद्धीला विरोध करणारे त्यांनी असे विष देऊन गारद केले होते. पण त्यांच्या गारद होण्याने प्रतिकारच गारद झाला होता. परकी आक्रमकांचा विजय झाला होता.

केव्हा केव्हा तो निर्मिती करायला मिळावी, अंगातील शक्ती प्रगट करता यावी, माणूस म्हणून जगण्यातील, हातात हत्यारे घेऊन लढण्यातील मौज चाखता यावी म्हणून परकीय सत्तेला सामील झाला होता. मुसलमानांची ताकद वाढविणारे, ब्रिटिश कंपनीचे सैनिक होऊन लढणारे लोक अस्पृश्यच होते. पण ते फार थोडे होते. इथल्या निष्ठुर व्यवस्थेने मात्र तो संहार अजूनही थांबविलेला नाही. आदिवासी आणि भटके

लोकांची प्रचंड ताकद अजून कुजते आहे. कामक्रोधात ती व्यक्त होते. माणसाची आपल्या देशाएवढी निर्दय नासाडी जगाच्या पाठीवर कोणी केली नसेल.

भारतीय आणि जगात असलेल्या दासप्रथा यात केवढा तरी फरक आहे. कारण भारत सोडून जगातील गुलामांनी बंडे केलेली आहेत. मार्क्स म्हणतो त्याप्रमाणे भारत सोडून बाकीच्या जगाचा इतिहास हा वर्गकलहाचा इतिहास आहे. पण भारतीय पुढाऱ्यांनी मात्र हे बंडच मोडून टाकले होते. दु:खाला कारण स्वर्गातील देव आणि दैव अथवा गतजन्माचे पाप केल्यामुळे इथे ज्यांनी बंड करून उठावे ते बंड करून उठले नाहीत. आणि त्यामुळे भारतीय जीवन, माणसे सडून गेली.

ब्रिटिश इथे येईपर्यंत संपूर्ण भारतीय जीवन असेच होते. ब्रिटिशांबरोबर यंत्रयुग आले. नवे विचार आले आणि थोडीशी खळबळ होऊ लागली, पण तळगाळ शांतच होता. अजूनही परंपरेने चिरडून टाकलेला केवढा तरी जनविभाग शांत आहे. बाबासाहेब आले आणि खालचे खवळून उठले. या खळबळीतून आणि बाबासाहेबांच्या विचारांतून दलित साहित्य जन्माला आले.

दलित साहित्य म्हणजे सूडवाद्यांचे साहित्य नाही. दलित साहित्य विद्वेष पसरविणारे साहित्य नाही. दलित साहित्य माणसाच्या महतीचा आणि मुक्तीचा प्रथम पुरस्कार करते आणि तसेच ती एक ऐतिहासिक गरजही आहे. म्हणून स्वत:ला वेगळे नाव धारण करते. दलिताने लिहिलेली आणि अमेरिकेतील कोणा एकाने लिहिलेली कविता कविताच असू शकते. ती चांगली-वाईट नंतर ठरू शकते. पण ती कविताच असू शकते, हे जसे खरे आहे, तसे हे नाव का धारण केलेले आहे. त्याला दोन कारणे आहेत. एक कारण तुम्ही आहात आणि दुसरे कारण आजपर्यंतचे भारतीय साहित्य आहे. आणि हा देश आहे.

तुम्ही कसे आहात याचा आपण आधी विचार केला पाहिजे. तुम्ही आंबेडकरी आंदोलनातील आग प्राशून अग्निमय झालेले आहात. या गावी जो चवदार तळ्याचा सत्याग्रह झाला, त्या वेळी बाबासाहेबांनी तुमच्या त्या सभेची फ्रेंच राज्यक्रांतीच्या राष्ट्रीय सभेशी तुलना केली होती. समता, स्वातंत्र्य आणि बंधुभाव व्यक्त करणारे ठराव तुम्ही मंजूर केले होते. तसेच १७ ठराव क्रांतिकारक फ्रेंच राष्ट्रीय सभेने १७८९ साली केले होते.

महाडच्या या सभेत बोलताना बाबासाहेब म्हणाले होते की, 'या क्रांतीला युरोपच्या इतिहासकारांनी नाव ठेवले होते. पण मी त्या क्रांतीला नावे ठेवू शकत नाही. कारण त्या क्रांतीतून आलेल्या विचाराने युरोपच्या भाग्योदयाचे दरवाजे उघडले. युरोपचे कल्याण झाले.' तसेच या सभेने या देशाचे कल्याण होईल असे बाबासाहेब म्हणाले होते. आणि तुम्हाला क्रांतिकारक मानले होते.

तुम्ही क्रांतिकारक आहात. बाबासाहेबांच्या चळवळीतून तुम्ही खूप काही नाकारण्याचे शिकला आहात. तुम्ही खूप नाकारून गेला आहात. तुम्ही अनेक रूढीरिवाज, संकेत, देव आणि धर्म नाकारला आहे. ही नाकारण्याची शक्ती कमी नाही. ती मोठमोठ्या

विचारवंतांनादेखील पेलविता आलेली नाही.

मोठमोठे समाजसुधारक बहिष्काराला घाबरून गेले होते. खुद्द लोकमान्य टिळकांनी लोकमतापुढे नमून स्वत:ला शुद्ध करून घेतले होते. पण तुम्ही माणसाला मोडून काढणारे किती संकेत जाळून भस्म केले. अगदी चळवळीच्या सुरुवातीलाच तुम्ही अपूर्व धाडस दाखविले होते. ज्या मनुस्मृतीपुढे सर्व शासकांनी आणि मरणाला आपल्या डोळ्यांनी बघणाऱ्या संतांनी मस्तक झुकविले होते, ती मनुस्मृती तुम्ही याच गावी अग्नीच्या मुखी दिली होती आणि सबंध भारतात खळबळ उडवून दिली होती.

अनेक अर्थाने तुम्ही मोठे आहात. मार्क्स ज्या क्रांतिकारकाचे वर्णन करतो त्या वर्णनाप्रमाणे तुम्ही आहात. आणि भगवान बुद्धाच्या व्याख्येतही तुम्ही सहज समाविष्ट झालेले आहात.

तुम्हात युग निर्माण करण्याची शक्ती आहे हे आम्हाला पटले आहे. म्हणून आम्ही तुमचे नाव आमच्या साहित्याला धारण केले आहे. कारण तुम्ही पुढे जाणार आहात. आज या घडीला सर्व जनसमूहाने- राष्ट्राने- भविष्याच्या मुठीतील भव्य घ्यायला पुढे जायला हवे, परंतु आज आपणाला असे दिसते आहे की, अनेक संस्था, अनेक राजकीय पक्ष आणि व्यक्ती इतिहासाकडे पळत आहेत. इतिहासातील नायकाकडून प्राण आणि प्रेरणा घेत आहेत. इतिहासातील युद्धे आणि वैर उकरून काढीत आहेत. हे भविष्याकडे पाठ फिरवून मागे जाणे जिवंतपणाचे लक्षण ठरू शकत नाही. कारण भविष्य काळावर त्यांचा विश्वास नाही. भविष्यकाळावर जर त्यांनी विश्वास टाकला तर त्यांचा वर्गीय अहंकार नष्ट करावा लागेल. त्यांना त्यांचा तो वर्गीय अहंकार टाकायचा नाही, म्हणून ते इतिहासाकडे पळत आहेत. आणि तुम्ही मात्र पुढे जात आहात, प्रकाश शोधीत आहात.

तुमच्या पायाखाली वर्तमान आहे. आणि डोळ्यांपुढे भविष्यकाळ आहे. तुमचा इतिहास हा माणसाला मुक्ती देणारा इतिहास आहे. तुमचा आदर्श डॉक्टर बाबासाहेबांप्रमाणे ज्ञानपूजक आहे आणि करुणेचा सागर भगवान बुद्ध आहे.

या देशात माणसाचा भयंकर अवमान झालेला आहे. माणसांचा एका व्यवस्थेने कोंडी करून मुडदा पाडलेला आहे. आणि म्हणून दलित साहित्य माणसाला केंद्र करते. माणसाच्या स्वातंत्र्याचा प्राणपणाने उच्चार करते. माणसाला महान मानते आणि देवधर्माला माणसाहून लहान मानते. माणूस म्हणजे महाकाव्य ! माणसाच्या भावना म्हणजे महान ऋतू ! माणसानेच हे जग नटविले आहे. आणि माणसाचेच हात प्रगतीचे रथ होत असतात. माणसाच्याच कष्टाळू करकमलांतून क्रांत्या जन्म घेत असतात, असा आमचा विश्वास आहे. म्हणून हे युग आम्हाला आमचे युग वाटते. कारण या युगाने माणसाला मुक्ती दिली आहे.

माणूस आमच्या विचाराचा केंद्र असल्यामुळे माणसाला खुनी, व्यभिचारी, पापी मानणारा आणि मुंगीला महान लेखणारा प्रकार आम्हाला तुच्छतावादी वाटतो.

तुच्छतेचा आम्हाला प्रचंड अनुभव आहे. ही तुच्छता माणसाचा अवमान करते आणि वर्ण, जातिव्यवस्थेचा पुरस्कार करते. ही विचारधारा मांडणारे लेखक एके काळी ज्यांनी तुच्छता निर्माण केली त्याच वर्गातून आलेले आहेत.

या महाड गावी १९२७ साली माणसाचा केवढा दिव्यभव्य संताप प्रगट झाला होता. त्या दिव्यभव्य संतापाचे एकाही मराठी लेखक-कवीने चित्रण केलेले नाही. त्या संतापातून प्रकाश जन्म घेत होता. मुक्ती अवतरत होती. पण एकाही वर्तमानपत्राने त्याची दखल घेतली नाही. 'महार माटे' म्हणून ज्यांचा आम्ही गौरव करतो, त्या महार माट्यांनीदेखील त्या संतापाची अवहेलनाच केलेली आहे. भगवान बुद्धाएवढेच महान् असलेल्या त्या महाडच्या युद्धावर एकही कादंबरी नाही ! असे का व्हावे ? या प्रश्नाचे उत्तर शोधीत असताना असे आढळून येते की, मराठीचा लेखकवर्ग हा फार हिंदू आहे आणि तो फार हिंदू असल्या कारणाने गावाजवळच्या महार, मांगवाड्यात तो कधी डोकावला नाही. तो फक्त डॉ. केतकरांनी म्हटल्याप्रमाणे सदाशिवपेठी वाङ्मय लिहीत राहिला.

हिंदुत्ववाद्यांच्या चळवळी वाढल्या तेव्हा मुसलमानांच्या विरुद्ध लिहू लागला आणि गांधीवादी चळवळीने जोर पकडला. हिंदू-मुसलमान ऐक्याची, अस्पृश्यतेच्या उच्चाटनाची चळवळ जेव्हा लोकमान्यता पावली तेव्हा मात्र काही कादंबऱ्यांतून उपनायक, नायिका ह्या अस्पृश्यांतून येऊ लागल्या. पण त्या पुष्कळ अंशाने खोट्या होत्या. आणि मध्यमवर्गीय होत्या. 'काळाराम मंदिर सत्याग्रह' आणि असेच अनेक लढे अस्पृश्यांनी दिले पण ते साहित्यात अवतरले नाहीत.

ते न अवतरण्याचे कारण लेखक अनुभव घ्यायला भीतात आणि वाचकालाही दचकून असतात. ज्या बहिष्काराला अनेक सुधारक पुढारी घाबरले होते, त्याच बहिष्काराला लेखक घाबरत असतात काय ? की त्याच्यावर अगदी लहानपणापासून झालेले तुच्छतेचे संस्कार त्यांना महारवाड्यात जाऊ देत नाहीत ?

हे संस्कारच त्यांना रोखीत होते हेच आम्हाला खरे वाटते. कारण मराठी कादंबरीतील आणि नाटकातील स्त्री ही पारंपरिक आहे. जुन्या शास्त्रपुराणांतील स्त्रियांप्रमाणेच ती लेखकांनी उभी केलेली आहे, कारण तसे दाखविल्याशिवाय लेखकाला समाधान मिळणार नसते. दलित साहित्याने मात्र हे संस्कार झुगारले आहेत. म्हणून माणसाचे त्याच्या सुखदु:खाचे, वासना-भावनांचे ठसठशीत चित्र होऊ शकेल. दु:खाला आणि ज्याला अद्याप मराठीने प्रेमकरुणेने आलिंगन दिले नाही, त्या अनेक बहिष्कृतांना ते मराठीत आणतील. मराठी केवळ सदाशिव पेठेतील माणसांशी न राहता अनेक माणसाने गजबजून जाईल. अनेक शब्द आणि प्रतिभा मराठीत येतील आणि मराठी साहित्य खूप खूप माणसाचे होईल.

❐❐❐

दलित साहित्यिकांनी बंडाचे निशाण उभारावे

गं. बा. सरदार

दलितमुक्ति आंदोलनाची सांस्कृतिक आघाडी असे दलित साहित्याचे स्थान आहे व यातच त्याचे खरे बळ आहे. डॉ. बाबासाहेब आंबेडकरांनी दलित चळवळीचा प्रारंभ केल्यापासून, त्यांची तत्वप्रणाली आधारास घेऊन पदे, पोवाडे, कथा, वग, लेख आदी साहित्य निर्माण होत आलेले आहे. या साहित्याची कामगिरी नि:संशय मोलाची आहे. पण गेल्या दशकामध्ये दलित साहित्याच्या इतिहासात एक नवे पर्व सुरू झाले आहे. तरुण दलित लेखकांनी या काळात एक वेगळाच निर्णायक पवित्रा घेतला आहे. त्यांनी क्रांतीकारक विद्रोहाचा मार्ग निवडलेला आहे. एका दलित कवीने म्हटल्याप्रमाणे:

''दोन रस्ते आयुष्याचे, आयुष्य दोन रस्त्यांचे,
एक रस्ता भूकमारी आणि लाचारीचा,
तडजोडीचा, आणि स्वत:ला विकण्याचा
दुसरा रस्ता विद्रोहाचा, सरळसोट सत्तेवर जाण्याचा,
जग बदलण्याचा आणि स्वत:लाही बदलण्याचा.''

या नवोदित दलित साहित्यिकांच्या लेखनामध्ये न्यूनगंड, दुबळेपणा, अगतिकता यांचा लवलेशही नाही. त्यांच्या शब्दाशब्दातून जिवंतपणाचा प्रत्यय येतो. त्यांच्या अदम्य आत्माविष्कारात एक विलक्षण जिद्द दिसून येते. स्वतंत्रपणे आकार घेण्याचे सामर्थ्य दिसते. हे मोठे आशादायक चिन्ह आहे. या लेखकांमध्ये वाङ्मयीन दृष्टी आहे. त्याबरोबरच त्यांच्या ठिकाणी सामाजिक बांधिलकीही आहे. योग्य दिशा लाभल्यास व सर्व बाजूंनी सतत विकास होत राहिल्यास, या साहित्याचा एकंदर मराठी साहित्यावर दूरगामी परिणाम घडून आल्याखेरीज राहणार नाही.

गेल्या दशकात उदयास आलेली दलित साहित्यिकांची पिढी स्थूलमानाने स्वातंत्र्योत्तर काळात शिकून तयार झालेली आहे. समाजस्थितीबद्दलही त्यांची प्रतिक्रिया

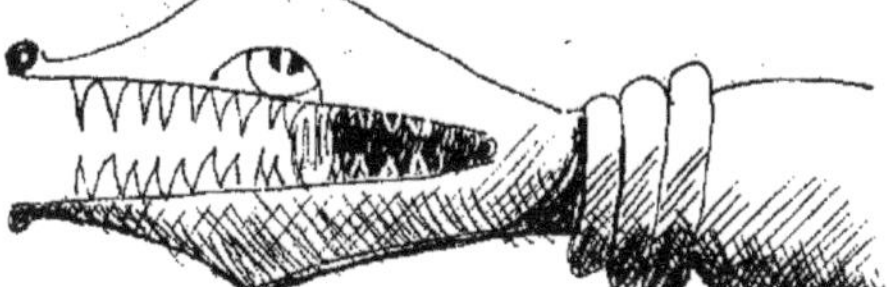

दलित साहित्य संमेलन,
मुंबई १९७८

एवढी तीव्र व दाहक का याची कारणे सर्वच विचारवंतांनी व साहित्यिकांनी समजून घेण्याची आवश्यकता आहे. स्वातंत्र्यप्राप्तीनंतर स्वतंत्र लोकसत्ताक भारतात आपल्याला चांगले दिवस येतील, ही सर्वसामान्यांची आशा गेल्या तीस वर्षात प्रत्यक्षात फलद्रूप झाली नाही. भारतीय राज्यघटना अंमलात येऊन संसदीय लोकशाहीची वाटचाल सुरू झाली, परंतु एक सर्वंकष जीवनपद्धती म्हणून समाजात लोकशाही रुजली नाही. सत्ता हे समाजपरिवर्तनाचे साधन आहे याचा सर्वच पक्षांना व धुरिणांना विसर पडला. तीस वर्षानंतरसुद्धा गरीब जनतेचे दारिद्र्य कायम राहिले. दलितांची दुर्दशा तर विचारायलाच नको. भारतीय संविधानामध्ये अस्पृश्यता नष्ट केल्याचे घोषित करण्यात आले. अस्पृश्यतापालन हा कायद्याने गुन्हा ठरवण्यात आला. पण धार्मिक संस्कार, सामाजिक रूढी, जातीय अहंकार आणि वर्गीय हितसंबंध हे कायद्याच्या बंधनापेक्षा बलवत्तर ठरले. घटनापरिषदेतील भाषणामध्ये डॉ. आंबेडकरांनी इशारा दिलेला होता की, जोपर्यंत सामाजिक व आर्थिक विषमता नाहीशी होत नाही, तोपर्यंत आज आपण स्थापन करीत असलेली राजकीय लोकशाही संकटात सापडण्याचा धोका सदैव राहील. त्यांच्या या इशाऱ्याच्या सार्थतेचे प्रत्यंतर नुकतेच आपल्याला आलेले आहे आणि केवळ योगायोगाने आपण त्या संकटातून बचावलो आहोत.

दलित तरूण या उद्वेगजनक परिस्थितीमुळे स्वाभाविकपणेच अस्वस्थ आहेत. वाढत्या अत्याचारांचा व अनेकविध अन्यायांचा प्रतिकार कसा करायचा हा प्रश्न त्यांच्यासमोर आ वासून उभा आहे. निवडणुकांच्या राजकारणाची निष्फळता त्यांना मनोमन पटली आहे. सध्याची सामाजिक चौकट आमूलाग्र बदलल्याखेरीज हे सारे प्रश्न सुटणे अशक्य आहेत, याची जाणीव त्यांना झाली आहे. पिढ्यान्‌पिढ्या अंधाराच्या विळख्यात जगत आलेल्या दलित तरुणाला आता प्रकाशाची ओढ लागली आहे. अवमानित जिणे न जगण्याचा निश्चय करून माणुसकीचा माथा उन्नत करण्याची गीते तो मुक्तकंठाने गात आहे.

''शब्दांची पूजा करीत नाही,
मी माणसांसाठी आरती गातो
ज्यांच्या गावात सूर्य नाही,
त्यांच्या हातात उजेड देतो.''

आणि सर्वकष क्रांतीची ओढ लागलेला हा दलित साहित्यिक म्हणत आहे:

''आता तुम्हीच प्रकाशाचे पुंजके व्हा
अन् क्रांतीचा जयजयकार करा,
आणि अणुस्फोटाचाही झाला नसेल
असा प्रचंड स्फोट करू या
दलितांची सत्ता साऱ्या जगावरती स्थापू या.''

याच काळात एकंदर मराठी साहित्य अनेक प्रतिभावंत लेखकांच्या लेखनाद्वारे विस्ताराने व गुणवत्तनेही विकसित होत आले आहे. परंतु हे साहित्य उच्चवर्णीय पांढरपेशा मनोवृत्तीच्या पाशातून मुक्त होऊ शकलेले नाही. देशातली परिस्थिती झपाट्याने बदलत आहे. शतकानुशतके कुचंबलेले थर बंधमुक्त होत आहेत. त्यांच्या व्यथावेदनांची व आशाआकांक्षांची समरसतेने दखल घेण्याची वृत्ती या साहित्यात आढळून येत नाही. त्यांच्या अनुभवाच्या गाभ्याला हात घालण्याची कुवत त्यांच्या लेखणीमध्ये नाही. एकीकडे आत्यंतिक व्यक्तिवाद व दुसरीकडे पुनरुज्जीवनवाद या दोन प्रवृत्त्यांमध्ये बहुतांशी बंदिस्त झालेल्या मराठी वाङ्मयाच्या प्रांगणात, स्वत:च्या ज्वलंत जाणीवा आणि ध्येयवाद यांना स्थान नाही असे वाटून दलित साहित्यिकांनी बंडाचे निशाण उभारले तर ते स्वागतार्हच मानायला हवे.

दलित लेखकांची साहित्याविषयीची भूमिका दलित साहित्याच्या या जन्मप्रक्रियेशी सुसंगत अशी आहे. साहित्याकडे ते समाजपरिवर्तनाचे एक प्रभावी साधन म्हणून पाहतात. साहित्याकडून निरागस आनंदाची त्यांना अपेक्षा नाही. याचे कारण निरागसतेचा अनुभव जीवनामध्ये त्यांना कधी आलेलाच नाही. साहित्यकृतीचा अलिप्तपणे आस्वाद घेण्याकरिता आवश्यक असे स्वाथ्य त्यांना अभावानेच लाभलेले आहे. दारिद्र्य व उपासमार, अन्याय आणि अत्याचार यांची शल्ये सतत सलत असणाऱ्या समाजातील या संवेदनशील तरुणांना केवळ कलावादाची उपपत्ती मानवण्यासारखी नाही.

''मला आनंदच देत नाही कुठली कला,
सृष्टीच्या नाना लीला
मी असूच कसा शांत समतोल
छळतात सारी शास्त्रे-पुराणे-वेदांत
गळा आवळणारे नाना धर्मपंथ.''

या काव्यपंक्तीतून आत्यंतिक कलावादाला दलित साहित्यिक का विरोध करतात हे स्पष्ट होते.

मनुष्याचे मनुष्यत्व हिरावून घेण्याऱ्या प्रस्थापितांशी संघर्ष ही दलित साहित्याची प्रेरणा आहे. मनुष्यमात्राच्या नैसर्गिक हक्कांची सर्रास पायमल्ली करणाऱ्या सांस्कृतिक परंपरेच्या संदर्भात विद्रोह हे त्याचे एक प्रमुख प्रेरक तत्त्व आहे. डॉ. आंबेडकर हे या लेखकांचे स्फूर्तिस्थान आहे.

आंग्लाई आणि ब्रह्माणाई यांच्याविरुध्द दुहेरी झगडा डॉ. आंबेडकरांनी लढवला. आज परिस्थिती भिन्न आहे. खाजगी मालकी व शोषण, निर्घृण स्पर्धा व नफेबाजी यांवर आधारलेली अर्थव्यवस्था आणि चातुर्वर्ण्य, जातिभेद कर्मसिद्धांत व जन्मसिद्ध अधिकार सांगणारी धर्मसंस्था, यांच्याविरुद्धचा दुहेरी झगडा आज दलितांसमोर आहे. सामाजिक संबंधांना जेव्हा धर्माचे वैचारिक अधिष्ठान लाभते तेव्हा एकीकडे वरिष्ठांची न्यायबुद्धि

नष्ट होते, तर दुसरीकडे कनिष्ठांची विचारशक्ती मारली जाते. म्हणूनच आर्थिक तसेच सांस्कृतिक अशा दोन्ही आघाड्यांवर संघर्ष करणे आणि नव्या जाणीवा व मूल्ये जनमनात रुजवणे, याची दलित साहित्यिकांना निकड वाटली तर नवल नाही.

ज्या साहित्याच्या मुळाशी संघर्ष व क्रांतिकारक परिवर्तन या प्रेरणा असतात त्याला एक आगळेच सामर्थ्य लाभते. ध्येयवादी लेखक जेव्हा आपल्या साहित्यात आपले जीवनसत्त्व ओततो, तेव्हा त्याचे शब्द शस्त्रापेक्षाही धारदार व परिणामकारक होतात. प्रत्यक्षात सामुदायिक कृतीच्या द्वाराच समाजात नव्या नव्या प्रवृत्ती जन्म घेत असतात. या प्रवृत्तींचा वेध घेणे, त्यांना शब्दरूप देणे, त्यामागील प्रेरणांची लोकांना ओळख करून देणे, अस्फुट व अलक्षित असणाऱ्या लोकांच्याच प्रेरणा त्यांच्या प्रत्ययाला आणून देणे, हे साहित्याचे कार्य असते. आंदोलनातील त्या त्या क्षणाचा उत्साह लोकांना प्रत्यक्ष कृतीमध्ये सहभागी होण्यास प्रवृत्त करतो. पण चळवळ संपताच हा उत्साह अल्पावकाशात ओसरतो. म्हणून सामुदायिक आंदोलनात जन्मणाऱ्या नव्य प्रेरणांना लेखक शब्दरूपात चिरस्थायित्व देत असतो. विशेषत: ललित लेखकाच्या साहित्यातून या चिरस्थायी रूपातील प्रवृत्ती लोकांच्या अंत:करणाला जाऊन भिडतात, त्यावर आपला खोल ठसा उमटवतात. या दृष्टीने जातिवंत साहित्यिकाचा आपल्या माध्यमावर दृढ विश्वास असला पाहिजे. साहित्योपासना हे एक व्रत म्हणून त्यांनी अंगिकारले पाहिजे.

आणखी एक गोष्ट दलित लेखकांनी आवर्जून लक्षांत घेण्याची गरज आहे. वास्तवात मूलगामी परिवर्तन कसे घडून येते ? त्यातून ध्येयसिद्धी कशी होते ? या प्रश्नांचा त्यांनी शोध घेतला पाहिजे. स्वातंत्र्य, समता व बंधुभाव या तत्त्वत्रयीचा आग्रह धरून निरनिराळ्या देशांतील तत्त्वचिन्तकांनी आधुनिक युगात नवसमाजनिर्मितीचा ध्येयवाद जोपासला आहे. अशा आदर्श समाजाचे स्फूर्तिदायक चित्र जेव्हा डोळ्यांपुढे उभे राहते, तेव्हा कोणाही सुसंस्कृत व प्रगमनशील माणसाच्या चितवृत्ती मोहरून येतात. त्याचबरोबर वास्तवातील कुरूपता व निर्घृणता, क्षुद्रता व स्वार्थांध वृत्ती यांच्याकडे लक्ष गेले की, त्याची आपल्याला अतिशय चीड येते, अशा दुर्दम्य भावनोत्कटतेखेरीज क्रांतिकारी विद्रोही साहित्य निर्माण होऊ शकणार नाही हे खरे परंतु क्रांती हे एक शस्त्र आहे. अन्यायाबद्दल कितीही चीड आली, तरी तेवढ्याने अन्यायकारक परिस्थिती बदलत नाही. त्यासाठी भावनेला शास्त्रशुद्ध ज्ञानाची, वस्तुनिष्ठ विचारांची जोड हवी. सभोवतालच्या वास्तवाचे सतत चिंतन व विश्लेषण करून त्याची घडण आणि विकास यांचे नियम दलित लेखकांनी अवगत करून घेतले पाहिजेत. वास्तवाच्या गतितत्त्वाचा अचूक वेध घेता आल्याखेरीज त्यातील जीर्णांश निपटून काढता येत नाही. त्याला नवा आकार देता येत नाही. शिवाय, यासाठी आवश्यक असलेली साधनसामुग्री ही वास्तवातूनच हस्तगत करावी लागते. वास्तवात अंतर्भूत असलेल्या नियमांच्या आणि त्यातून उपलब्ध होणाऱ्या साधनसामुग्रीच्या साहाय्याने त्यावर ताबा

मिळवायचा हेच विज्ञाननिष्ठेचे खरे रहस्य आहे. या दृष्टीने आपल्या सामाजिक जीवनातील निरनिराळ्या प्रवाहांच्या परस्पर-संबंधांची आपली समज अधिकाधिक निर्दोष, प्रगल्भ व परिपूर्ण व्हावी म्हणून साहित्यिकांनी नेहमीच प्रयत्नशील असले पाहिजे.

साहित्यिकांनी ज्ञानसाधना केली पाहिजे असे म्हटले म्हणून त्यांच्या कल्पकतेचे व प्रतिभेचे महत्त्व यत्किंचितही कमी होत नाही. ललित वाङ्मयात प्रतिभेचे स्थान अनन्यसाधारण आहे. ती नसेल तर लेखनातील कलात्मकताच संपुष्टात येईल. मात्र क्रांतिकारक धारणेच्या ललित लेखकांनी केवळ स्फूर्तीवर किंवा भावनेच्या तीव्रतेवर विसंबून चालणार नाही. आपले वाङ्मय अधिकाधिक सकस व्हावे, त्यात तोचतोपणा न येता ते निरंतर विकसनशील राहावे, म्हणून ललित लेखकांनी अनेक विषयांचा अभ्यास सतत चालू ठेवला पाहिजे. प्रत्येक विषयाचा स्वतंत्रपणे अभ्यास करणे ललित लेखकांना शक्य होणार नाही. ते त्यांचे कामही नव्हे मात्र निरनिराळ्या सामाजिक प्रश्नांचे वेगवेगळ्या दृष्टींनी परिशीलन करणारे ग्रंथ त्यांना सहजपणे वाचावयास मिळाले पाहिजेत. या दृष्टीने दलित समाजांतील लेखकांनी ललित वाङ्मयाप्रमाणे विचारप्रधान वाङ्मयाच्या निर्मितीकडेही लक्ष पुरवले पाहिजे. वैचारिक लेखन करू इच्छिणाऱ्या लेखकांनी मात्र आपला व्यासंग शास्त्रशुद्ध व अद्ययावत ठेवण्याची दक्षता घेतली पाहिजे. या बाबतीत डॉ. बाबासाहेब आंबेडकर यांचा उज्ज्वल आदर्श सर्वांच्या समोर आहे. राज्यशास्त्र, अर्थशास्त्र, समाजशास्त्र, इतिहास, कायदा इत्यादि अनेकविध विषयांचा त्यांचा गाढ व्यासंग होता. मराठी भाषेचा व साहित्याचाही त्यांनी अभ्यास केला होता. जुने संत-वाङ्मय आणि आगरकर-टिळकांच्या सारख्या आधुनिक श्रेष्ठ साहित्यिकांचे ग्रंथ त्यांनी तत्परतेने वाचले होते. या अशा ज्ञाननिष्ठेमुळेच त्यांच्याविषयी त्यांच्या विरोधकांना आदर वाटत होता. या संदर्भात येथे एक विचार आपल्यापुढे मांडावासा वाटतो. आपला जुना इतिहास, साहित्य, धर्मग्रंथ यांनी शूद्रातिशूद्रांवर इतका अन्याय केला आहे की, ते आजच्या समतातत्त्वाच्या युगात कशासाठी वाचायचे असा प्रश्न पुष्कळदा उपस्थित केला जातो. उच्चवर्णियांचे वर्चस्व टिकवून धरण्यासाठी जुन्या धर्मग्रंथांनी दलित समाजावर अनेक दुष्टपणाचे निर्बंध लादले आहेत. अशा ग्रंथांना नाकारणे आणि त्यांतील जुलमी व पक्षपाती दृष्टिकोनाचा धिक्कार करणे योग्यच आहे. डॉ. आंबेडकरांनी महाडच्या परिषदेत मनुस्मृती जाळली. तेव्हा आपल्याला सर्व बाजूंनी दारिद्र्यात व दैन्यावस्थेत खितपत ठेवण्यास जो धर्मग्रंथ कारणीभूत झाला, त्याचा त्यांना निषेध करायचा होता. तरी देखील त्यांनी मनुस्मृतिसकट सर्व हिंदु धर्मग्रंथांचे कसोशीने परिशीलन केले होते. सत्यान्वेषणासाठी आवश्यक असणाऱ्या पूर्वग्रहरहित वस्तुनिष्ठ ऐतिहासिक दृष्टीची महती त्यांनी आपल्या ''हू वेअर दी शूद्राज'' या ग्रंथाच्या उद्बोधक प्रस्तावनेत निःसंदिग्धपणे प्रतिपादन केली आहे.

While it is true that a non-Brahmin scholar free from the inhibitions of the Brahmin scholar, he is likely to go to the other extreme and treat the whole literature as a collection of fables and fictions fit to be thrown on the dung heap not worthy of serious study. This is not the spirit of an historian. As has been well said, an historain ought to be exact, sincere, and impartial, free from passion, unbiased by interest, fear, resentment or affection; and faithful to the truth, which is the mother of history, the preserver of great actions, the enemy of oblivion, the witness of the past, the director of the future. In short they must have an open mind, though it may not be an empty mind, and readiness to examine all evidence even though it be spurious.

या परिच्छेदातून व्यक्त होणारा दृष्टिकोन हा डॉ. आंबेडकरांच्या निखळ ज्ञाननिष्ठेचा निदर्शक आहे. हे ज्ञानच जुन्या समाजव्यवस्थेवर कठोरपणे प्रहार करण्यास त्यांना उपयोगी पडले आहे. कोणत्याही ग्रंथांचा आपण जेव्हा अभ्यास करतो, तेव्हा त्यातील विचारसरणी आपण स्वीकारली असे होत नाही. उलट त्यांनी पोसलेल्या जुन्या रूढीबद्ध जीवनसरणीचे चिवट अवशेष नष्ट करण्यासाठीच अशा अभ्यासाची गरज आहे हे आपण ओळखले पाहिजे. इतिहासाकडे पाठ फिरवून नव्हे, तर त्याचे काटेकोर परीक्षण करूनच आपण त्यामधून निर्माण झालेल्या प्रतिगामी प्रवृत्तींना, संस्थांना व सिद्धांतांना मूठमाती देऊ शकतो; नवा इतिहास घडवू शकतो.

विज्ञाननिष्ठा हे आधुनिक काळातील पुरोगामी विचारप्रणालीचे व्यवच्छेदक लक्षण आहे. विज्ञानाच्या प्रांतात जसे नवे शोध लागतात, तसे अनेकदा जुने सिद्धांत मागे पडतात. पण सत्यान्वेषणाच्या पद्धतीत बदल होत नाही, ती कायम राहते. या वैज्ञानिक पद्धतीतच मानवी प्रगतीचे रहस्य साठवलेले आहे. संशोधनाच्या क्षेत्रात तर तिचे महत्त्व निर्विवाद आहे. परंतु तिच्या योगाने समग्र जीवनाकडे पाहण्याचा एक विशिष्ट दृष्टिकोन प्राप्त होतो आणि या दृष्टीचा अंगिकार केल्याखेरीज सामाजिक वास्तवाचे साकल्याने व सम्यक रीतीने आकलन होत नाही. समाजपरिवर्तनाच्या प्रेरणेने लेखन करणाऱ्या साहित्यिकांनी विज्ञाननिष्ठा आणि मूल्यभाव यांचा परस्पर संबंध समजून घेतला पाहिजे. विज्ञान दृष्टी देते, प्रकाश देते, पण कोणत्या मूल्यांच्या जोपासनेसाठी, कोणत्या उद्दिष्टाच्या परिपूर्तीसाठी विज्ञानशक्तीचा वापर करायचा याचा निर्णय अखेर माणसांनाच करावा लागतो. लेनिन, चर्चिल, नेहरू व आंबेडकर हे सर्व विज्ञाननिष्ठ खरे; पण त्यांची मूल्य प्रणाली एक नव्हती. विज्ञानशक्ती आणि विज्ञानदृष्टी यांतील फरक आपण ध्यानात घेतला पाहिजे, त्याबरोबर विज्ञाननिष्ठेला कोणत्या मूल्यभावाची जोड द्यायची, याचाही विचार आपण केला पाहिजे.

लेखकाचा अनुभव हा अर्थपूर्ण व आशयघन असेल, तर त्याच्या अभिव्यक्तीची

स्वभावत:च त्याला ओढ असते आणि मग आशयाला अनुरुप असा आकृतिबंध त्याला आपल्या स्वत:च्या कल्पकतेने सिद्ध करता येतो, प्रत्येक साहित्यकृती हा एका अर्थी एक नवा प्रयोग असतो, एक स्वतंत्र शोध असतो. म्हणून कोणतीही साहित्यकृती जसजशी आकार घेऊ लागते, तसतशी तिच्या निर्मात्याला आपल्या मनातील आशयाची अधिकाधिक स्पष्टपणे ओळख पटते. प्रत्येकाने आपली आविष्कारपद्धती आपणच शोधून काढली पाहिजे. एखाद्या प्रतिभासंपन्न लेखकाला अमाप लोकप्रियता लाभली की त्यांच्या रचनातंत्राचे अनुकरण करण्याचा इतरांना मोह होतो. अशा तऱ्हेने कोणत्या तरी बाह्य साच्यात आपला लेखनविषय कोंबून बसवण्याचा प्रयत्न केला, तर असे लेखन कृत्रिम व नि:सत्व बनण्याचा धोका संभवतो. पंडित नेहरूंनी आपल्या ''The Discovery of India'' या ग्रंथात इमर्सनचा एक परिच्छेद उद्‌धृत केला आहे. त्यातील ''Insist on yourself, never imitate'' या वचनसूत्राचे ललित लेखकांनी नेहमीच स्मरण ठेवले पाहिजे. त्याखेरीज त्यांच्या साहित्यातील चित्रण सुस्पष्ट व रेखीव, जीवंत व प्रत्ययकारी होणार नाही.

दलित लेखक सामजिक बांधिलकी मानतात, साहित्याच्या स्वायत्ततेचे तत्त्व त्यांच्या या भूमिकेला पोषक आहे. या तत्त्वाला कोणत्याही प्रकारे बाधा येऊ नये, म्हणून साहित्यिकांनी सदैव जागरूक राहिले पाहिजे. सामाजिक जीवनाची राजकारण, अर्थकारण, शिक्षण, साहित्य इत्यादि अंगे परस्परांशी निगडित आहेत. त्यांचा एकमेकांवर काही ना काही खास नियम होतच असतो. तरी देखील प्रत्येक क्षेत्राच्या विकासाचे काही खास नियम असतात. त्याप्रमाणे साहित्य क्षेत्रातील व्यापारही काही नियमानुसार घडत असतात. हे नियम आत्मसात करण्याची साहित्यसेवकांनी दक्षता घेतली पाहिजे. यांचा अर्थ, त्यांनी परंपरागत नियमांनी वा संकेतांनी स्वत:ला बांधून घेतले पाहिजे असा नाही. कलावस्तूतच तिला अभिनव रूप देणारे नियम अंतर्भूत असतात. त्याचा शोध घेऊन त्यानुसार ललित लेखकांनी आपले साहित्य निर्माण केले पाहिजे.

साहित्याचे क्षेत्र स्वायत्त व स्वयंशासित असले पाहिजे. राजकारण, अर्थसत्ता, धर्म यांसारख्या दुसऱ्या कोणत्याही क्षेत्राचे त्यावर आक्रमण होणे इष्ट नाही. साहित्याची लोकाभिमुखता व सामाजिक जबाबदारी ही त्याच्यावर कोणी बाहेरून लादण्याची गोष्ट नाही. लेखकांनी स्वयंस्फूर्तीने त्याचे भान राखले पाहिजे. साहित्य व्यक्तिनिष्ठ का समाजसापेक्ष हा प्रश्न निरर्थक आहे. साहित्यकृती ही लेखकाच्या व्यक्तित्त्वाचे रंगरूप घेऊन प्रगट होते यात शंका नाही. परंतु लेखकाच्या व्यक्तित्वाची घडणच मुळी विशिष्ट सामाजिक वातावरणात झालेली असते. त्यामुळे कोणतेही साहित्य हे समाजनिरपेक्ष असू शकत नाही. व्यक्ती आणि समाज याचे हे नाते अतूट आहे. सामाजिक ऋणानुबंधाची जाणीव जेव्हा लुप्त होते, तेव्हा साहित्याची वाढ खुंटते आणि ते अत्यंत संकुचित आणि एकांगी बनते. साहित्यिकाची बांधिलकी एका मूलभूत क्रांतिकारक जीवननिष्ठेला

असते. राजकीय पक्षोपक्षांच्या तात्कालिक धोरणातील डावपेचांशी आणि त्यातून निर्माण होणारे आग्रह व अभिनिवेश त्यांच्याशी त्याला काही कर्तव्य नसते. साहित्यिक या नात्याने तो एका वेगळ्या पातळीवर वावरत असतो. सामाजिक क्रांतीच्या लढ्यात वृत्तपत्रीय प्रचारात्मक वाङ्मयाचीही आवश्यकता आहेच. परंतु त्याची व कलात्मक साहित्याची पातळी एक नाही. ललित लेखक व्यक्ती म्हणून एखाद्या पक्षाच्या भूमिकेशी व कार्यक्रमाशी सहमत होऊ शकेल; परंतु साहित्यनिर्मितीच्या क्षणी मात्र त्याची दृष्टी तात्कालिक राजकीय व्यवहाराच्या मर्यादा ओलांडून मुळाशी असणाऱ्या सामाजिक जाणिवांवर व प्रवृत्तीवर केन्द्रित झालेली असेल.

दलितांच्या विद्रोही साहित्याची चळवळ जेव्हा अधिक प्रभावी व आक्रमक होईल, सामान्यजनांना कार्यप्रवण व प्रतिकारक्षम बनविण्याचे सामर्थ्य जेव्हा तिच्या अंगी येईल, तेव्हा समाजातील प्रस्थापितांच्या ठेकेदारांना तिची दखल घ्यावी लागेल. प्रथम ते या चळवळीचे कौतुक करतील. वडीलकीच्या नात्याने आशीर्वाद देऊन त्यांच्या विद्रोहाची धार कमी करण्याची खटपट करतील. वस्तुतः अशा तऱ्हेची कौतुकाची भावना ही दलित साहित्याला कमीपणा आणणारी आहे. म्हणून तिच्याबद्दल उदासीन राहणे हेच श्रेयस्कर. मात्र बरोबरीच्या नात्याने कुणी सहकार्याचा हात पुढे केला, तर त्याचे स्वागत केले पाहिजे. दलित साहित्यिकांना प्रस्थापिताच्या प्रतिनिधींच्या विरोधाला तोंड द्यावे लागेल. हा विरोध दोन प्रकारचा असणार हे उघड आहे. सत्ता, संपत्ती आणि सामाजिक प्रतिष्ठा यांच्या साह्याने दलित लेखकांची कोंडी करून त्यांच्यावर सरळ सरळ दडपण आणणे हा एक प्रकार. हा प्रकार शहरी भागात उघडपणे मोठ्या प्रमाणावर अवलंबिला जाण्याची शक्यता कमी आहे. दुसरा मात्र अधिक संभावितपणाचा म्हणूनच जास्त घातक आहे. तो म्हणजे पैसा, प्रतिष्ठा, अधिकार व कीर्ती यांचे प्रलोभन दाखवून दलित साहित्यिकांना निष्प्रभ करून टाकणे हा होय. आपल्यासारख्या गरीब देशात अशा मायावी प्रलोभनापासून सातत्याने दूर राहणे फार अवघड आहे. येथे क्रांतिकारक प्रवाह क्षीणबल आहेत, एवढेच नव्हे, तर ते अनेकशः विभागलेले आहेत. त्यामुळे सांस्कृतिक क्षेत्रात काम करणारा लेखक एकाकी पडतो. प्रस्थापिताशी झगडताना पदोपदी त्याला मानसिक आधाराची वाण भासते. मुळातच हा विषम संघर्ष. एका बाजूला सत्ता, संपत्ती यासारखी यच्चयावत लौकिक साधने आणि दुसऱ्या बाजूला फक्त दुर्दम्य ध्येयनिष्ठा व नीतिधैर्य. आपली भूमिका काळाच्या प्रवाहाशी सुसंगत आहे आणि मानवतेच्या उज्ज्वल भवितव्याशी ती निगडित आहे, तेव्हा आपल्याला आज ना उद्या यश मिळणार हा विश्वास क्रांतिकारक लेखकांच्या कर्तव्यनिष्ठेला प्रोत्साहक व पोषक ठरतो.

"Watch and pray, that ye enter not into temptation, the spirit indeed in willing. but the flesh is weak." असा येशू ख्रिस्तांनी आपल्या शिष्यांना उपदेश केला होता, किती झाले तरी आपण स्खलनशील मानव आहोत.

आपल्या उच्चतर नैतिक भूमिकेपासून आपले चित्त विचलित होऊ नये, म्हणून वारंवार आपण कठोर आत्मपरीक्षण केले पाहिजे.

''आभाळातून पडत असतात उजेडाची सार्वभौम युगे
आपण आपल्यालाही जरा तावून सुलाखून घेऊ !''

या दलित कवीच्या उद्‌गाराचाही हाच इत्यर्थ आहे. दलित साहित्याच्या आणि एकंदर-मुक्तीच्या आंदोलनात आपले साथीदार कोण आणि विरोधक कोण, याचा विवेक तारतम्याने करण्याची आज विशेष गरज आहे. संपूर्ण मतैक्य असेल, तरच एकत्र काम करता येईल असे मानून चालणार नाही. पांढरा आणि काळा या दोन टोकांच्या मध्ये अनेक पांढऱ्या काळ्या रंगाच्या संमिश्र छटा असतात आणि प्रत्यक्ष व्यवहारात त्यातून निवड करावी लागते. मूलगामी सर्वंकष सामाजिक परिवर्तन घडून आल्याखेरीज आपला कोणताच प्रश्न पूर्णपणे सुटला असे होणार नाही. समग्र क्रांतीचे हे कार्य फार मोठे व लांब पल्ल्याचे आहे. स्थितीशील प्रवृत्तीच्या संघटनात मतभेद होण्याचे काही कारण नाही. क्रांतिकारक चळवळीत मात्र विचारमंथनाला, विचारसंघर्षाला वाव असतो. या दृष्टीने मतभेद हे एका अर्थी जिवंतपणाचे लक्षण आहे. परंतु ते अवास्तव न ताणता, वेगवेगळ्या पुरोगामी प्रवाहांची एकजूट कशी साधता येईल आणि टिकवता येईल हा सध्यातरी आपल्यापुढील यक्षप्रश्न आहे. त्याचा गंभीरपणे विचार करण्याची निकड आहे.

समाजक्रांतीच्या झेंड्याखाली कष्टकरी जनतेतूनच असंख्य लोक येणार हे उघड आहे. परंतु गेल्या तीस वर्षात समाजाच्या सर्वथरांतून एक नवा मध्यमवर्ग उदयास आला आहे. या वर्गाला आधुनिक शिक्षणाचा लाभ झालेला आहे. त्यातूनच बंडखोर नेते पुढे येतात आणि संधिसाधू पुढारीही निर्माण होतात म्हणून निष्ठावंत कार्यकर्त्यांनी आपले समानधर्म सर्वत्र शोधले पाहिजेत. त्यासाठी केवळ जन्माची कसोटी पुरी पडणार नाही. या बाबतीत महाड सत्याग्रहाच्या वेळी ब्राह्मणेतर पुढाऱ्यांची अट अमान्य करताना डॉ. आंबेडकरांनी काढलेले उद्‌गार खचितच उद्‌बोधक ठरतील. ''आमचा कटाक्ष ब्राह्मण्यावर आहे. ब्राह्मण लोक आमचे वैरी नसून, ब्राह्मण्यग्रस्त लोक आमचे वैरी आहेत असे आम्ही जाहीर समजतो. या भावनेने प्रेरित झाल्यामुळे ब्राह्मणग्रस्त ब्राह्मणेतर हा आम्हाला दूरचा वाटतो व ब्राह्मण्यरहित ब्राह्मण आम्हास जवळचा वाटतो. आमच्या मनाची ठेवण अशा तऱ्हेची असल्यामुळे आम्ही योजलेल्या सत्याग्रहात हरेक व्यक्तीस मुभा आहे. मग ती व्यक्ती कोणत्याही जातीतील असो.''

दलित साहित्याने प्रारंभीच लोकांचे लक्ष वेधून घेतले आहे. कादंबरी, नाटक, कथा, साहित्यसमीक्षा अशा वेगवेगळ्या प्रकारांनी यापुढे त्याची द्रुतगतीने वाढ झाली पाहिजे. या साहित्याने काही अपेक्षा निर्माण केल्या आहेत. त्या पूर्ण करण्याची जबाबदारी दलित लेखकांवर आहे. पुनरुज्जीवनवादी प्रवृत्त्या सध्या विविध स्वरूपात डोके वर काढत आहेत. ❑❑❑

दलित साहित्याला टिकवण्याचे सर्वंकष प्रयत्न झाले पाहिजेत.

कुमुद पावडे

भारताच्या साहित्येतिहासाला पाच हजार वर्षांपूर्वी रुजलेल्या आर्यसंस्कृतीचा आधार आहे. जेते आर्यांनी जित अनार्यांवर जबरदस्तीने लादलेल्या अनिष्ट सत्ता, संपत्ती व संस्कृतीच्या बंधनाचा दाखला देणारा हा इतिहास आहे. मूळच्या एतद्देशीय रहिवाशांना दास बनवून दस्यूंच्या, दैत्यांच्या, असुरांच्या, दानवांच्या, अतिरेकी, एकांगी, फसव्या कल्पना साहित्याद्वारा प्रसृत करण्याऱ्या सत्तापिपासू मनोवृत्तींचा भरभक्कम आसरा आहे. सत्तेच्या जोरावर मूळच्या लोकांना गुलाम बनवून पद्धतशीरपणे तळागाळात गाडून ठेवण्याचं कसब हे नेहमीच सत्ताधीशांना अवगत असते. मग ही सत्ता धार्मिक असो, आर्थिक असो, सामाजिक असो की राजकीय. असे करताना स्वातंत्र्य, समता व न्याय हे मानवी हक्कदेखील ह्या गुलामांना नाकरण्याचा अपराध करीत असतानादेखील ही मंडळी जराही कचरत नाहीत. उत्तर वेदकाळात जित दासांना 'शूद्र' वर्ण गणण्याची प्रक्रिया घडली आणि ज्या ज्या शूद्राची म्हणजे जितदासांची अस्मिता अन्यायाविरुद्ध झुंजली त्यांच्या त्यांच्या माथ्यावर अस्पृश्यतेचा कलंक थापून गावकुसाबाहेर त्यांना हाकलण्यात आले. मनुकाळात, स्मृतिकाळात ह्या व्यवस्थेला अत्यंत निर्घृण व मानवतेला लांच्छनास्पद असे रूप प्राप्त झाले. एक माणूस दुसऱ्या माणसाच्या दर्शनानेदेखील विटाळला जाऊ लागला. त्याच्या सावलीचादेखील स्पर्श रस्त्यावरील धुळीला होणे अपराध ठरू लागले. त्याच्या थुंकीने माती भ्रष्ट होऊ लागली आणि त्यासाठी कमरेला झाडू व तोंडाला मडकं अशी अवस्था पुण्याच्या शनवारवाड्यावर इंग्रजाचं निशाण फडकवणाऱ्या १८१८ सालापर्यंत ह्या महाराष्ट्रातदेखील होती.

इंग्रजी राजवटीच्या आगमनानंतर विचारस्वातंत्र्याचे लोण आणि स्वातंत्र्य, समता, बंधुभाव व न्याय ह्या तत्त्वमूल्यांच्या जागतिक पुरस्काराची जाण संवेदनशील व सद्सदविवेबुद्धिनिष्ठ विचारवंतांपर्यंत पोहोचली. बाळशास्त्री जांभेकर, लोकहितवादी,

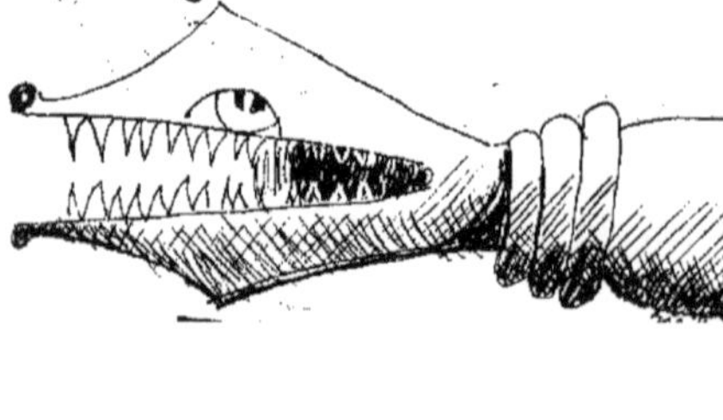

अस्मितादर्श लेखक-वाचक मेळावा
उस्मानाबाद १९८०

म. जोतिराव फुले, रानडे, कर्मवीर विठ्ठल रामजी शिंदे, गोपाळ गणेश आगरकर इत्यादी बुद्धिवादी विचारवंत हिंदुधर्मप्रणीत स्त्री व शूद्र विषमतेवर तडाखे हाणण्यास सज्ज झाले. अर्थातच लेखणीच्या आधारे हे पुरोगामी विचारवंत परंपराभिमान्यांच्या साचेबंद कर्मकांडपर दुष्ट रूढी व परंपरावर तुटून पडू लागले. म. जोतिराव फुले तर लिहून, बोलूनच थांबले नाहीत तर एखाद्या योद्ध्याच्या कणखर आवेशातून विषमता कृतीने नष्ट करण्यास सज्ज झाले. ह्या कर्मवीरपणात कोल्हापूरच्या शाहू छत्रपतींनी, बडोद्याच्या सयाजीराव महाराज गायकवाडांनी, कर्मवीर विठ्ठल रामजी शिंदे ह्यांनी अस्पृश्यता, स्त्रिया व बाकीच्या समाजसुधारणांत त्यांची तळी उचलून धरली व महर्षी कर्वे यांनी ब्राह्मणवर्गातील निराधार स्त्रियांचा व स्त्री शिक्षणाचा प्रश्न, जो जोतिरावांनी प्रथमत: हाताळलेला होता तो पुढे उकल होईस्तोवर रेटत नेला; परंतु कृतिशील सुधारक कर्मवीरांमध्ये हक्कासाठी संघर्ष करण्याची धमक होती; परंतु केवळ लेखणीबहादूर विचारवतांमध्ये समतापुरस्कारात दयेची, कणवेची व सहानुभूतीची बाजू होती. क्वचित ख्रिस्ती धर्मांतराची भीतीदेखील बळकट होती.

बाबा पद्मनजी किंवा पंडिता रमाबाई ह्यांच्यासारख्या विद्वान ब्राह्मणवर्गातील व्यक्तीदेखील जेव्हा ख्रिस्तीधर्मीय झाल्या त्या वेळेस सर्वांच्याच मनात अस्वस्थता निर्माण झाली व जेव्हा टीचभर पोटाच्या खळगीसाठी वणवण भटकणारे लोक, कोरभर भाकरीसाठी आक्रोश करणारे 'जीव,' निसर्गदत्त पाणी इत्यादींना धर्मामुळे पारखे होणारे मनुष्यप्राणी व जनावरापेक्षाही हीन ठरवले गेलेल्या मानवसमुदायांनी मानवतावादाचा, समतेचा ख्रिस्ती धर्म स्वीकारला तर नवल कोणते होते ? कारण उच्चवर्णीयांच्या सांडपाण्याच्या व शौचाच्या दुर्गंधीने त्या गावकुसाबाहेरचा परिसर टाकावू बनलेला होता, तोच त्यांच्या निवाऱ्याची जागा ठरलेला होता. घोटभर पाण्यासाठी तासन्‌तास ताटकळत बसण्याची रोजच वेळ येत होती आणि त्यासाठी लाचार बनणे आवश्यक झालेले होते. लाजिरवाणी, घृणास्पद अस्पृश्यता त्यांच्यावर थोपली गेली होती. त्यांना बरोबरीनं वागवणारा, माणूस समजणारा 'आकाशातला बाप' जास्त जवळचा वाटला, तर त्यात बिघडले कुठे होते ? आणि ख्रिस्ती धर्माने अनेक अस्पृश्य आदिवासींना शिक्षण, राहणीमान, जीवनसमृद्धी बहाल केलेली होती. शिवाय त्यांच्या विषमतेचा प्रश्न त्वरित सुटलेला होता. परंतु त्या उभारीनं ह्या धर्मांतरितांनी ह्या विषमतेविरुद्ध आवाज उठवायला पाहिजे होता, ते ते करू शकले नाहीत. कारण भारतबाह्य धर्म त्यांनी स्वीकारलेला होता. तेव्हा त्यांना हिंदूधर्मावर बोलण्याचा काही अधिकार नाही, अशी आक्रमक भूमिका परंपरावाद्यांनी घेतल्याबरोबर हे लोक घाबरूनही गेलेले असावेत.

पंडिता रमाबाईंवर खुद्द लोकमान्य टिळकानी 'केसरी'मधून त्या प्रकारे झोड उठवलेली होती. तो एकूण प्रकारच विलक्षण उद्वेगजनक आहे. यानंतर धर्मांतराची जगाच्या इतिहासात विक्रमी नोंद ठेवणारी घटना, १४ ऑक्टोबर १९५६ साली बौद्ध

धर्माची, बाबासाहेब आंबेडकरांच्या नेतृत्वाखाली घडली. बौद्ध धर्मात देखील समतेचा पुरस्कार होता; परंतु ख्रिस्ती धर्मातील 'आकाशातील बाप' ह्या धर्मात नव्हता आणि विचाराची मुक्त देण ह्यात होती. प्रज्ञेच्या जोरावर करुणा, मैत्रीच्या मार्गाने जीवनाकडे बघण्याचा व जीवन जगण्याचा मार्ग ह्यात बुद्धाने सांगितलेला होता. समता, स्वातंत्र्य, बंधुभाव व न्याय ह्या तत्त्वमूल्यांची बांधिलकी स्वीकारणाऱ्या बुद्धिवादी माणसाला ह्या धर्मातून बरंचसं काही मिळणार होतं आणि ज्या महामानवाने हा मार्ग चोखाळलेला होता, तो माणुसकीच्या हक्कासाठी संघर्ष करणारा समर्थ सेनानी होता. आपल्या हक्कासाठी शिक्षण घेऊन संघटित होण्याचा व संघर्ष करण्याचा महामंत्र आपल्या तळागाळातल्या, दडपलेल्या बांधवांना दिला. ह्या महामंत्राच्या शिकवणीतूनच आजचे दलित साहित्य जन्माला आले. दलित साहित्यामागची प्रेरणाच लोकशाही सदनशीर मार्गाने आपली संघर्षाची भूमिका सामाजिक न्यायासाठी, विकासाच्या समान संधीसाठी आहे. जे आम्हाला येथील धर्माने, संस्कृतीने नाकारले ते आम्ही आमच्या बळावर प्राप्त करून घेऊ ही धमक निर्माण करण्यामध्ये आहे. ह्या धमकीसाठी, ह्या हिमतीसाठी जी अस्मिता निर्माण व्हायला पाहिजे होती, ती अस्मिता व ती धमक दलित साहित्यातून वारंवार प्रकट होताना दिसते.

रक्तात पेटलेल्या अगणित सूर्यांनो
किती दिवस सोसायची ही घोर नाकेबंदी ?
मरेपर्यंत राहायचे का असेच युद्धबंदी
ती पाहा रे, ती पाहा, मातीची अस्मिता
आभाळभर झालीय्
माझ्याही आत्म्याने झिंदाबादची गर्जना केलीय,
रक्तात पेटलेल्या अगणित सूर्यांनो
आता या शहराशहराला आग लावीत चला

(नामदेव ढसाळ - गोलपीठा. पृ. १३)

ह्या अस्मितेने मेलेल्यात देखील जीव आला
आज स्मशानंच उठून बसलीत
खडकांच्या छातीवर खोदीत
उद्याचा इतिहास

(बापूराव जगताप - 'अस्मितादर्श' दिवाळी अंक, १९७९)

समाज व साहित्य ह्यांचा अन्योन्यसंबंध अयुतसिद्ध आहे. अयुतसिद्ध म्हणजे एकाशिवाय दुसऱ्याचे नसणे. ज्या समाजात व्यक्ती वावरते त्या समाजातील माणसाशी असलेले संबंध, ह्या समाजातील भौतिक परिस्थिती ह्याचे सर्व छाप तिच्या जीवनावर कळत नकळत उमटतच असतात. साहित्यिक हा प्रथम मानव व्यक्ती असतो आणि

नंतर साहित्यिक. ह्या समाजातून तो आपले अनुभव, संस्कार ग्रहण करतो आणि नंतर तो आपल्या शब्दार्थातून अभिव्यक्त करतो. त्यानं कितीही प्रयत्न केला तरी तो समाजापासून अलिप्त राहू शकत नाही. लेखणीच्या आधारे तो एक तर वास्तववादी चित्रण करतो किंवा त्याच्या कल्पनेनुसार जग व त्यातील माणसे कशी असावीत ह्याचं चित्रण करतो. यावर ॲरिस्टॉटलचे म्हणणे असे की, एकतर तो समाजातील त्याच्या संबंधात येणारी माणसे जशी आहेत तशी रंगवतो किंवा आहेत त्यापेक्षा वाईट. एवढं मात्र खरं की त्याच्या ह्या चित्रणातून एक दिशा किंवा बाजू समाजासमोर येत असते. साहित्य हे समाजाभिमुख असलेच पाहिजे. त्या त्या काळच्या अस्तित्वात असलेल्या समाजजीवनाचे बहुविध चित्रण त्याच्या साहित्यकृतीमधून होतच असते. आणि हे आजकालचे नाही, पुरातनकाळापासून चालत आलेले आहे. आपले आदर्श, आपली जीवनमूल्ये, आपली समाजव्यवस्था किंवा आपली राज्यव्यवस्था टिकविण्यासाठी जसे साहित्याने लेखणीच्याद्वारे मौखिक परंपरेतून कार्य केले तसेच जाचक झालेले, अवांच्छित बनलेले बदलण्यासाठी देखील कार्य केले. स्त्री व अस्पृश्य ह्यांच्या बाबतीत म. फुल्यांनी जी कृतिशील भूमिका घेतली, त्यातूनच आजच्या समाजाने घडण घेतली. शाहू महाराज, छत्रपती सयाजीराव महाराज गायकवाड, महर्षी विठ्ठल रामजी शिंदे, महर्षी कर्वे इत्यादींनी फुल्यांना कृतिशीलच साथ दिली. समाज परिवर्तनासाठी जनजागरण करणाऱ्या म. फुल्यांच्या 'आसूडा' सारख्या लेखणीनं प्रसवलेली भाषा विष्णू कृष्ण चिपळूणकरांना ओबडधोबड व कलाहीन वाटली. फुल्यांचा अशिक्षितपणा त्यांच्या चेष्टेचा विषय झाला. पण मराठी भाषेच्या या शिवाजीच्या पल्लेदार, संस्कृतप्रचूर व कलावादी शिष्ट भाषेत फुल्यांच्या बोरीबाभळीच्या भाषेचं तेज नाही, हे निश्चितच.

भरजरी रेशमी पैठणी नेसलेल्या हिऱ्यामोत्यांच्या बहुमूल्य आभूषणांनी नटवलेल्या, पायांत सोन्याची रुणझुणती पैजणं घालून मिरवणाऱ्या कोमल, सुंदर राजकन्येप्रमाणे चिपळूणकरी भाषा मोहवून जाते खरी; परंतु हातात चाबूक घेऊन उभ्या असलेल्या काळ्यासावळ्या, कसदार व मजबूत शरीराच्या ग्रामचंडिकेची सर तिला कधीच येत नाही. आजही जोतिरावांच्या भाषेत जी ताकद आहे, सामर्थ्य आहे आणि तिचा असर जो जनसमूहावर पडतो ती ताकद चिपळूणकरी भाषेची आहे काय ? माणसे उठविण्याची, पागल करण्याची, ध्येयवेडे करण्याची किमया जी फुल्यांना साधलेली होती, ती अजबच नाही काय ? मराठी भाषेच्या परंपराभिमानी असलेल्या या शिवाजीच्या अनुयायांनी खऱ्या शिवाजीच्या वारसाला शूद्र ठरवून जीवनातून उठविण्याचा जो चंग बांधला, धर्ममार्तंडांच्या भूमिकेलाच पाठिंबा दिला, त्यावरून या सीमित स्वातंत्र्याभिमानी देशभक्तांना स्वातंत्र्य, समता व बंधुभाव आणि न्याय या मूल्यांची खरोखरच उकल झाली होती काय ?

आजही स्वातंत्र्य मिळून ३०-३२ वर्षे झालेली आहेत; पण या तत्त्वमूल्यांचा

स्वीकार आमच्या मराठी साहित्यिकांनी केलेला आहे का ? साहित्यिक संख्येचा विचार केल्यास आजही ८० टक्के साहित्यिक परंपरेच्या मोहापायी आंधळ्याप्रमाणे वागत आहेत. अजूनही स्त्रीत्यागात व स्त्रीपावित्र्यात भारतीय संस्कृती अमर ठरते. अजूनही स्वामीसाठी चितेवर चढणाऱ्या साध्वीचे वर्णन डोळ्यांत पाणी आणते. विल्यम बेंटिकने सतीची चाल बंद केली होती की नाही संभ्रम पडतो. राजा राममोहन राय, ईश्वरचंद्र विद्यासागर ह्या दुष्ट प्रथेविरुद्ध संघर्षाला उभे राहिले होते की नाही हा प्रश्न पडतो. विल्यम बेंटिकच्या अगोदरचा जमाना असता तर आजही आमच्या तरुणी ही वर्णने वाचून आपखुशीने (ज्या जबरदस्तीने रूढी म्हणून जात असत) चितेवर चढून स्वामिनीप्रमाणेच साहित्यात अमर झाल्या असत्या. परंतु आज केवळ तात्पुरत्या रडतात आणि थोड्या वेळाने लहानलहानशा कुरापती काढून नवऱ्याशी भांडतातदेखील. आपल्याच वर्गातील स्त्रियांना देवत्व बहाल करून नेहमीसाठी चांगले इमानदार गुलाम करणारा हा वर्ग साहित्यातूनच आपले आदर्श जनमानसात रुजवत असतो.

या सर्व परिस्थितीला तोंड देण्यासाठी पुन्हा जनजागरणाची प्रक्रिया होऊ लागली आहे आणि सध्याच्या या प्रक्रियेचे श्रेय दलित साहित्याकडे जाते. ज्याला गुलाम बनविण्यात आले त्याने गुलामगिरीतून मुक्त होण्यासाठी संघर्षास सज्ज झाले पाहिजे हे स्वत:च्या उदाहरणातून दलित साहित्याने जगाला दाखवून दिलेले आहे. दलितांप्रमाणेच या देशातील अन्यायपीडित घटक स्त्री होय आणि तिच्यातदेखील जागृती निर्माण करण्याचे व आत्मविश्वास निर्माण करण्याचे श्रेय दलित साहित्याला आहे.

नेहमीच्या पारंपरिक चाकोरीतून वाहणाऱ्या विचारप्रवाहात एखादा नवा विचारप्रवाह येऊन मिसळतो तेव्हा तो प्रवाह आणणाऱ्या व्यक्तीचे कौतुक होतं व तो विचार प्रचलित विचारप्रवाहात बेमालूमपणे मिसळून जातो; पण जेव्हा नव्या विचारप्रवाहांच्या पाठीमागे अनेक व्यक्तींची सामूहिक चळवळ उभी राहते तेव्हा तो विचार आपले वेगळेपण धारण करतो. उदाहरणार्थ, मराठी साहित्यातच संतसाहित्याचा, आध्यात्मिक समतेचा नवविचार उत्पन्न झाला; परंतु संतसाहित्य म्हणून त्याचा वेगळाच विभाग करावा लागला. तसेच स्वातंत्र्यानंतर, बाबासाहेबांच्या वैचारिक जागृतीनंतर, त्यातही धर्मांतरानंतर व बौद्ध विचारसरणीच्या स्वतंत्रपणाने पिढ्यान्‌पिढ्या माणुसकी व समता नाकारलेल्या जनसमूहात चेतना निर्माण झाली. त्या चेतनेतून अस्मिता आणि अस्मितेतून एक चळवळ व्यक्तिसमूहाच्या रूपात उभी राहिली. मराठी साहित्यात एकसूरीपणा, गतिहीनता होती. त्यात या चळवळीच्या रूपाने गतिमानता आली. 'माणूस' आणि त्याची व्यक्तिगत प्रतिष्ठा ह्या चळवळीचा केंद्रबिंदू होता. ही प्रतिष्ठा कुल, रूप, जात, धर्म, श्रीमंती, विद्वत्तेवर आधारित नव्हती, तर ती प्रतिष्ठा केवळ 'माणूस' या एका मूल्यावरच आधारलेली होती.

ही विचारसरणी प्रस्थापित मराठी साहित्याशी विसंवादी होती आणि म्हणून

मराठी साहित्याला तिच्या वेगळेपणाच्या विभागाची नितांत गरज भासली. मराठी साहित्याला ह्या जीवनाची दखल घेण्याची गरज भासली नाही. समाजव्यवस्थेत तळागाळाशी गाडलेल्या किड्यांपेक्षाही हीन जीवन जगणाऱ्या लाखो लोकांच्या दु:खाशी, व्यथेशी, वेदनेशी, भुकेशी विषमतेमुळे अपमानित, त्रस्त संवेदनेच्या चित्रणाची गरज वाटली नाही; परंतु त्या पीडित जनसमूहाला मात्र आपलं हे घृणित जीवन नाकारण्याची जिद्द आंबेडकरी विचारप्रेरणेने दिलेल्या अस्मितेतून प्रदर्शित करण्याची इच्छा झाली आणि त्यातून दलित सहित्याचा जन्म झाला. अंधकारमय जीवनात, ह्या विषमतेच्या नरकमय कोंडवाड्यात मी का राहावं ? दलित साहित्यिक विचारू लागला-

अंधाराने सूर्य पाहिला तेव्हा
शब्द हुंकारले
नरकाच्या कोंडवाड्यात किती दिवस
राह्यचं आम्ही
न-नष्टचर्येच्या गटारात
सडत होतो आम्ही अगतिक किड्यासारखे
आजपर्यंत

(नामदेव ढसाळ, गोलपीठा, पृ. ६)

दलित साहित्यातून उफाळलेला विद्रोह जो या साहित्याचे व्यवच्छेदक लक्षण आहे. तो स्थितिशील मराठी ललित साहित्याला मानवणारा नव्हता आणि म्हणून दलित साहित्याचा विभाग संत साहित्याप्रमाणेच आपल्या वैशिष्ट्याने वेगळा झाला. काही लोक दलित साहित्याच्या व्याख्येबद्दल जी बुद्धिभेदाची भूमिका घेतात ती आम्हाला मंजूर नाही. 'केवळ दलितांनी केवळ दलितांसाठी लिहिलेले साहित्य म्हणजे दलित साहित्य होय.' ह्यावरील भाष्यातदेखील गल्लत केली जाते. प्रथम दलित कोण हे ठरवावे लागेल. 'दलित' म्हणजे फक्त समाजव्यवस्थेत अस्पृश्य जे आहेत तेच का ? दलित म्हणजे तुडवला गेलेला, चिरडला गेलेला. या देशातील अन्यायी समाजव्यवस्थेत ज्याला धर्मव्यवस्थेने कायमचे मोडण्याचा प्रयत्न केला व विकासाच्या समान संधीपासून त्याला दूर ठेवले आहे, असा जनसमूह; परंतु या जनसमूहात विद्रोह करण्याची क्षमता हवी. ह्या विद्रोहाला प्रज्ञेचे अधिष्ठान हवे व ह्याची प्रवृत्ती करुणा व मैत्रीच्या मार्गाने व्हावी. ह्या सर्वांची बैठक या जनसमूहात निर्माण झालेली अस्मिता असून कुठेही लाचारी नाही तर आत्मविश्वासाचा चांगुलपणा असला पाहिजे. 'दलित' या शब्दाचा मूळ अर्थ 'दबलेला,' आजच्या दलित साहित्याने नाकारलेला आहे. दलित साहित्यिक दबावाच्या विरुद्ध उठावाला सज्ज झाला आहे, तो लाचारीच्या, विषमतेच्या काळोखात राहणार नाहीय. त्याच्या बापजाद्यांनी जे निमूटपणे सहन केलं ते तो कदापिही सहन करणार नाही.

आजकाल 'दलित' शब्दाचा अर्थ जात्यर्थक अर्थानेच लावण्याचा एक विचार

जोरात वर येत आहे. काही दलित साहित्यिक अशा प्रकारच्या विचारप्रसारणास कारणीभूत आहेत. हे लक्षात ठेवले पाहिजे, की जातीमुळे आम्ही पिढ्यान्‌पिढ्या गारद झालो तोच जातीयवाद आम्हाला स्वीकारता येणार नाही; कारण जातीयवादाचा संकुचितपणा माणसाची प्रज्ञा गोठवून टाकतो. आम्ही पुन्हा त्याच त्या विषमतेचा अंधार निर्माण करणाऱ्या जातीय व्यवस्थेत गुंतणार नाही किंबहुना आम्हाला भेटलेल्या सूर्याने आमचा जो अंधकार नष्ट करून आम्हाला प्रकाशाचे यात्रिक केले, आमची आता नैतिक जबाबदारी ही आहे की जे कोणी अंधकारात चाचपडत आहेत, त्यांचे मार्गदर्शक बनून त्यांना 'अत्तदीपोभव' असा संदेश देऊ या. नागपूरच्या दलित साहित्य संमेलनाच्या अध्यक्षपदावरून डॉ. वानखेडे यांनी उच्चारलेल्या शब्दांची व्याख्या केवळ बौद्ध किंवा मागासवर्गीयच नव्हे तर जे जे पिळले गेलेले श्रमजीवी आहेत, ते सर्व 'दलित' या व्याख्येत समाविष्ठ होतात. 'बाबासाहेबांनी निर्माण केलेली लोकशाही घटना वाचविण्यासाठी त्यांच्या शब्दांचा विचार केला की दलित म्हणजे सामाजिक व आर्थिक विषमताग्रस्त जनसमूह एकत्र केले पाहिजेत ही जाणीव तत्काळ होते. घटनेच्या प्रारंभी बाबासाहेबांनी म्हटलेले होते, २६ जानेवारी, १९५० रोजी आम्ही राजकीय समता प्रस्थापित करू शकलो, परंतु जोपर्यंत आर्थिक समता व सामाजिक समता प्रस्थापित होणार नाही, तेव्हा ह्या विषमतेने ग्रस्त झालेले लोक आम्ही उभा केलेला लोकशाहीचा डोलारा उद्ध्वस्त करून टाकतील' तेव्हा 'समता' शब्दाचे मोल बाबासाहेबांच्या लेखी किती होते हे यातून दिसून येते. तेव्हा समता वाढविणारे अर्थ शब्दांचे निर्देशित व्हावे. शब्दांचा गोंधळ दिशाभूल करणारा ठरू नये. तेव्हा जातीय अर्थ लावण्याची मानसिकता दलित साहित्याला विनाशकारी आहे.

दुसरे असे की मार्क्सवाद, बुद्धवाद, फुलेवाद व आंबेडकरवाद इत्यादी वादांच्या भरीला पडून आम्ही आमची शस्त्रे एक दुसऱ्या विरुद्धच पारजत असतो. पहिल्या मुद्द्यात म्हटल्याप्रमाणे सामाजिक समतेबरोबरच आर्थिक समतादेखील बाबासाहेबांच्या मते आवश्यक आहे. आर्थिक समता निर्माण करण्याचा बाबासाहेबांचा मार्ग लोकशाहीचा आहे व अहिंसेचा आहे. सामाजिक समतेच्या मार्गातदेखील तीच अपेक्षा आहे. बाबासाहेबांनी बुद्ध आणि कार्ल मार्क्सचं बऱ्याच ठिकाणी साम्य दाखवून एका (रक्तपाती) मार्गाच्या बाबतीत त्या दोघांत विरोध दर्शविलेला आहे. कम्युनिस्ट आर्थिक समता प्रस्थापित करण्यासाठी रक्तपाताचा मार्ग अवलंबतात हे खरे आहे तितकेच ते निंदनीय आहे. मानवतेचा संहार केव्हाही सुसंस्कृत व समतावादी मनाला पटू नये. शिवाय माणसाचे दुःख केवळ आर्थिक विषमतेतूनच निर्माण होते असं नाही; तर दुःख प्रकृतीतून-भौतिकतेतूनदेखील निर्माण होते. भौतिकतेत जन्ममरणाबरोबरच समाज, धर्म, संस्कृती इत्यादी विषमतेतून निर्माण होणाऱ्या दुःखाचा अंतर्भाव होतो.

सामाजिक समता आम्ही जेव्हा मागू लागतो, सामाजिक न्यायाची जेव्हा आम्ही

कास धरू लागतो आणि तेही लोकशाहीच्या, मनपरिवर्तनाच्या मार्गाने आम्ही जाऊ लागतो तरी रक्तपात घडतोच. माणसं मारली जातात आणि ही माणसं आमची असतात. विषमता मिटवू इच्छिणारे पण विषमतेलाच बळी पडलेले असतात; कारण परंपरांनी आंधळी बनलेली विषमतावाद्यांची मनं बदलणं या देशात तरी शक्य नाही. कारण समतावाद्यांपेक्षा त्यांची संख्या जास्त आहे. रक्तपाताचा मार्ग आम्ही अवलंबिला नाही तरी ते अवलंबितात आणि सध्या देशाच्या निरनिराळ्या भागांत दलित कत्तलीच्या ज्या घटना घडत आहेत, त्यांवरून सामाजिक साम्यवाद आणू इच्छिणाऱ्याला देखील रक्तपाताला तोंड द्यावे लागतेच. आता रक्तपात मुकाट्याने होऊ द्यायचा की मनपरिवर्तनाची दिशा हाताळायची ? माणसं मारण्याची प्रक्रिया एका बाजूने पद्धतशीरपणे होत आहे, तेव्हा माणूससंहार मुकाट्याने बघत बसायचा का ? व्हिएतनामी जनतेनं दिलेला कौल याबाबतीत पुरेसा उद्‌बोधक आहे. वर्षानुवर्षे लढत आहेत ते आणि ते म्हणतात की अन्यायविरुद्ध लढण्याचे व स्वसरंक्षण करण्याचे तंत्र आम्ही बुद्धमार्गातून उचलले आहे.

बुद्धमार्गानेच आर्थिक साम्यवाद आम्ही स्वीकारला तर बिघडला कुठे ? श्रमजीवींची राज्यसत्ता निर्माण झाली तर वाईट काय आहे ? कारण मजूर, कामगार, शेतमजूर इत्यादी श्रमजीवी बव्हंशी आमचेच लोक आहेत. उत्पादनाची कोणती साधनं आम्हाला उपलब्ध झालेली आहेत ? बाबासाहेबांनीदेखील शेतीचे व कारखान्यांचे राष्ट्रीयीकरण झाले पाहिजे हे म्हटलेलेच होते. मूलभूत अधिकाराच्या, अंतर्गत खाजगी मालमत्तेच्या प्रश्नांबाबत बाबासाहेबांना हिन्दू कोडबिलासारखा विरोध सहन करावा लागला व त्यांचे काहीएक ऐकून घेतले नाही ही वस्तुस्थिती आहे. ह्याचे कारण ह्या देशाच्या लोकशाहीत धर्माचे पुरोहित, भांडवलदार व जमीनदार ह्यांचाच भरणा आहे. ते कधीच आर्थिक व सामाजिकदृष्ट्या तळच्या माणसाला वाव देतील अशी अपेक्षा करता येणार नाही. खासगी मालमत्ता नष्ट करण्याचा आमचा प्रश्न येतोच कुठे ? पिढ्यान्‌पिढ्या आम्ही भुके कंगाल लोक आहोत. चोरों की बस्तीमें कंगालों को डर काहेका ? असा विचार केला की ह्या निरर्थक वादात आम्ही पडून आमची चळवळ नष्ट करू नये असे वाटू लागते. या देशात आर्थिक, सामाजिक व राजकीय समता बुद्ध, कबीर, फुले, आंबडेकर ह्यांच्याच मार्गाने यावी. टिटोने स्वीकारलेला कम्युनिझम त्याच्या पद्धतीचा होता, रशियन किंवा चिनी पद्धतीचा नाही. कारण वरील चार विचारवंतांनी या देशाची नाडी ओळखलेली आहे. या देशातील रोगाचं निदान करणारे ते प्रवीण चिकित्सक आहेत हे लक्षात ठेवावयाला हवे, अर्थ ही प्राथमिक गरज आहे. तिची उणीव पूर्ण झाल्याशिवाय तुम्ही साहित्य, धर्म, तत्त्वज्ञान, संस्कृती यांच्याकडे जाऊ शकत नाही.

ना कुछ देखा भाव भजन में ना कुछ देखा पोथी में
कहै कबीर सुनो भाई सन्तो जो देखा सो रोटी में

अन्न, वस्त्र, निवारा ह्या माणसाच्या मूलभूत गरजा; पण त्यादेखील आमच्या पूर्ण होत नाहीत. आमच्यातील दोन-चार माणसं सुस्थितीत आली ह्याचा अर्थ असा होत नाही की मुंबईसारख्या औद्योगिक शहरातील झोपडपट्ट्यांमध्ये किड्यामुंगीचं जीवन जगणारी आमची माणसं एकदम उत्कर्षाला, वैभवाला चढली. वैभवाच्या गोष्टी तर आमची सुस्थितीतील माणसंदेखील करू शकणार नाहीत. जेमतेम १०-१५ वर्षांत पोटापाण्याला लागलेली माणसं आहेत. वस्तुस्थिती नजरेआड करून मुळीच चालणार नाही. दारिद्र्यपीडित उपाशी बांधवांसाठी आपल्याजवळ काय योजना आहेत ? केवळ त्यांची दशा वर्णन करणारे शब्दच ना ? आणि शब्दांच्या घोळात आम्ही आमच्या दलित, पीडित भुकेल्या बांधवांना तर विसरतोच, पण आम्ही साहित्य चळवळ देखील क्षीण करून जातो आणि दुसरे असे की, मार्क्सवादाचा विरोध करीत आम्ही मनूच्या जवळ जाऊन बसतो. आपण लक्षात ठेवायला हवे की या देशाचा भयानक शत्रू मनू आहे. त्याच्या धार्मिक, सामाजिक, आर्थिक व राजकीय अडसरांनी आमच्या सर्व वाटा रोखलेल्या आहेत. आमचा हा भयानक शत्रू निरर्थक वादाच्या पायी आम्ही मित्र बनवू लागलो. जे कालबाह्य ठरेल ते आम्ही स्वीकारायला हवे. नामांतर आंदोलनानंतर महाराष्ट्रातील कम्युनिस्टांनादेखील आपला आर्थिक साम्यवादाचा सिद्धान्त पुनर्विचारित वाटू लागला आणि वर्गवाद + वर्णवाद अशी भूमिका म्हणजे आर्थिक समता व सामाजिक समता ह्यांवरच त्यांना यावे लागले. आणीबाणी काळात सरळसरळ मार्क्सवाद्यांनी लोकशाहीची तळी उचलून धरली व हुकूमशाहीला डावलले. बदलत्या परिस्थितीत आपणही आपल्या निर्णयांच्या दिशा आपल्या मार्गदर्शकाने दर्शविलेल्या समर्थ भाष्यासहित डोळसपणे स्वीकारायला पाहिजे.

तिसरी गोष्ट, दलित साहित्याने ललित साहित्याची स्थितिशीलता ग्रहण केली की आमची साहित्य चळवळ कायमची संपली हे आम्ही लक्षात ठेवायला पाहिजे आणि म्हणून आम्ही प्रस्थापित न बनवण्याचा प्रयत्न केला पाहिजे. बुद्ध म्हणतो त्याप्रमाणे सारे क्षणिक आहे, परिवर्तनशील आहे. परिवर्तन हा जीवनाचा मूळ गाभा दलित साहित्याने नेहमीच स्वीकारला पाहिजे; त्यामुळे नवनिर्मितीच्या लाटा पुन्हा पुन्हा येत राहतील. नवं जे निर्माण होईल त्यामुळे जुन्याशी विसंवाद घडेल. जुन्या-नव्याचं द्वंद्वदेखील होईल. घाबरण्याचे कारण नाही. द्वंद्व जिवंतपणाचे लक्षण आहे; परंतु नवे उदारपणे व डोळस प्रज्ञेने स्वीकारावे. त्याला समूळ नष्ट करण्याची भूमिका ही घातक ठरेल.

चौथी गोष्ट म्हणजे दलित साहित्य चळवळीने समाजपरिवर्तनाची दिशा चोखाळली पाहिजे. त्यासाठी साहित्याद्वारे कार्यक्रम आपल्याला हाती घ्यावे लागतील. हे कार्यक्रम लोकशिक्षणाचे असावेत. समर्थपणे लोक उभे करणे, विचारप्रवृत्त करणे इत्यादी कार्यक्रम व्यापकपणे हाती घ्यावे लागतील. उदाहरणार्थ, नामांतर चळवळीत जे समतावादी व्यापक पण संपूर्ण महाराष्ट्राला हादरा देऊन नवदिशा दाखवून गेले, अशा प्रकारच्या

व्यापक कार्यक्रमांच्या वाटरेखा आपल्याला आखाव्या लागतील. 'दलितांचे प्रश्न फक्त दलित सोडवतील' ही संकुचित, एकांगी, अतिरेकी भूमिका आपल्याला स्वीकारता येणार नाही. तुम्ही आंबेडकरवादी आहात का मग आमच्यात या असे म्हणणारे महाभाग पाहिले की नामांतरविरोधक जी संकुचित, एकांगी भूमिका धारण करतात तीच नेमकी भूमिका संकुचित जातीयवादी दलित स्वीकारतात. बाबासाहेबांच्या अनेक चळवळींत त्यांच्यासोबत समतावादी दलितेतर मंडळी होती आणि महाड सत्याग्रहाच्या वेळी बाबासाहेबांनी केशवराव जेध्यांना दिलेलं उत्तर प्रसिद्धच आहे. ब्राह्मणग्रस्त दलित व ब्राह्मणेतर मला चालणार नाहीत; परंतु ब्राह्मण्यत्यक्त ब्राह्मणदेखील माझ्या चळवळीत सामील होतील. यावरून समतावादी विचाराच्या मंडळींची बाबासाहेब किती कदर करीत होते हे दिसून येते.

दलित साहित्य चळवळीला सर्वांत मोठा धोका निर्माण करणारी व घातक गोष्ट कोणती असेल तर व्यक्तिवाद व अहंकारी व्यक्तिगत प्रतिष्ठा ह्या हव्यासापायी दलित साहित्यिकांत क्षुद्र विसंवाद निर्माण होऊन खालच्या पातळीची स्पर्धा निर्माण झालेली आहे. मनाने व शरीरानेदेखील हे साहित्यिक दूर तर होऊ लागले; परंतु एक दुसऱ्याचे तोंड बघायचे नाही ह्या निर्धारापर्यंत जाऊ लागले. त्यातून थिल्लर, पोरकट, खालच्या पातळीवरची टीका जेव्हा केली जाते तेव्हा दुःख झाल्याशिवाय राहत नाही. ह्या टीकेचा थर जेव्हा मी विचारात घेते त्या वेळेस बुद्ध धर्मांतराने मानसिक थर उंचावण्याची प्रक्रिया खरंच घडली का किंवा धर्मांतरापूर्वी आम्ही जे होतो तेच आहोत का हा प्रश्न पडतो.

दलित साहित्याने ललित साहित्याच्या कलावादी सौंदर्यमीमांसेची पर्वा करण्याची गरज नाही. दलित साहित्य चळवळ जी जोमाने उभी राहिली, तिला टिकवण्याचे सर्वकष प्रयत्न झाले पाहिजेत. त्यासाठी आपण संकुचितपणाचा व व्यक्तिगत प्रतिष्ठेचा हव्यास टाकून देऊन एका व्यासपीठावर आले पाहिजे. विचारांचं आदानप्रदान व्हावं, हे होत असताना वैचारिक संघर्षदेखील घडतील; परंतु त्या संघर्षांना माथाफोडीचं स्वरूप प्राप्त होऊ नये.

❑❑❑

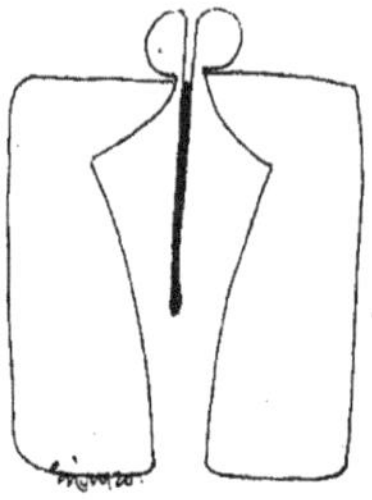

सामाजिक क्रांतीच्या गरजांचे समग्र चित्र दलित साहित्यात प्रकट झाले पाहिजे.

तर्कतीर्थ लक्ष्मणशास्त्री जोशी

अखिल भारतीय दलित साहित्य संमेलन ही घटना भारताच्या व महाराष्ट्राच्या सांस्कृतिक इतिहासातील अर्थपूर्ण घटना आहे. दलितांनी निर्माण केलेले किंवा दलित वर्गाच्या संदर्भात निर्माण झालेले साहित्य म्हणजे दलित साहित्य होय, अशी जास्तीत जास्त व्यापक व्याख्या लक्षात घेऊन या प्रसंगी चर्चा करणे हे युक्त व उचित ठरेल. दलित साहित्याचा उदय ही युगांतरसूचक अशी घटना आहे. दलितांनी स्वत:च्या, दलित जीवनाच्या संदर्भात साहित्यनिर्मितीच्या उद्योगाला लागावे, ही नव्या युगाची सूचक अशी लक्षणीय घटना ठरते. सॉक्रेटीसाने माणसाला आदेश दिला आहे की, भोवतालचे दृश्य विश्व जाणण्याचा जो खटाटोप माणूस करतो, त्या खटाटोपापेक्षा माणसाने स्वत:ला अगोदर जाणून घ्यावे हे अधिक चांगले.

ज्याचा स्वयंप्रकाश कायम धुकाळलेला, असा मागील युगाचा दलित माणूस आणि आत्मदीप झालेला नवा दलित माणूस ही अगदी वेगळी, निराळी माणसे होत. १९ व्या शतकापर्यंतचा मागील युगातला भारतीय दलित वर्ग आत्मप्रकाशाला युगानुयुगे गमावून बसला होता. त्याची पारतंत्र्याची जाणीव अगदी क्षीण होती. पारतंत्र्याची दु:खे व यातना स्पष्ट जाणिवेच्या, विवेक बुद्धीच्या, चिंतनशील विवेचकतेच्या कक्षेत शिरतच नसत; तो बिनतक्रार सहन करी. अन्यायमय समाजरचनेचे हे परिणाम आहेत याची जाणीव नुकतीच या २० व्या शतकात त्याला येऊ लागली आहे. मागील युगातील क्षीण जाणिवेमुळे वैचारिक प्रतिक्रियाच त्याच्यात निर्माण होऊ शकली नाही. दारिद्र्य, दैन्य, दु:ख, यातना व पतन यांचा सामाजिक कार्यकारणभाव समजू लागलेला, विषम समाजरचनेच्या सर्वांगीण पतनास जबाबदार धरणारा हा नवा दलित आहे. हा प्रत्ययशील, चिंतनशील व अन्तर्मुख झालेला दलित आपल्या प्रखर व उत्कट जाणिवेला उत्कृष्ट शब्दशैलीत व्यक्त करू लागला आहे. परंपरागत विषम समाजरचनेची मीमांसा त्याला समजू लागली आहे.

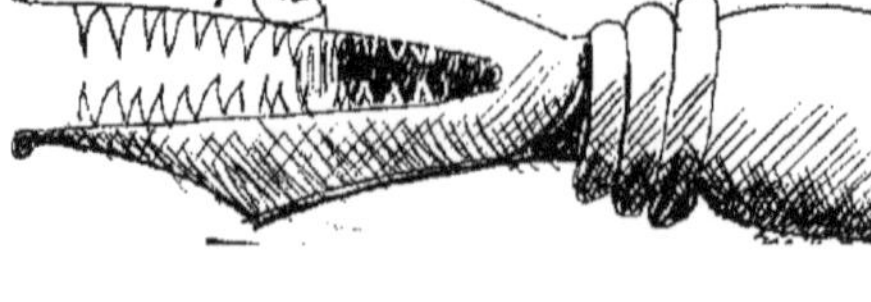

दलित साहित्य संमेलन,
अमरावती १९८१

त्यामुळे त्याचे साहित्य हे प्रक्षोभ व संघर्ष व्यक्त करू लागले आहे. त्या साहित्याला जीवनाच्या अंतरंगाचा वेध घेण्याची ताकद येऊ लागली आहे. त्याचे वास्तविक, सामाजिक अस्तित्व भीषण स्वरूपात साहित्याच्या रंगभूमीवर नीट आरूढ होऊ लागले आहेत. त्यामुळे हे दलिताचे साहित्य सर्वांचे साहित्य म्हणून मान्यता पावू लागले आहे.

दलित साहित्य हे सर्वांचे, दलित आणि स्वतंत्र अशा सर्व माणसांचे साहित्य आहे. अनुभवप्रवाह आणि विचारप्रवाह जोपर्यंत व्यक्तिगत केवळ मनोमनीच राहतो, तोपर्यंत ती केवळ खाजगी बाब होते. हे दोन्ही प्रवाह सातत्याने वाहत राहिले, क्षणोक्षणी स्वत:चे रूप व दिशा बदलत राहिले तरी त्यांना स्थिर व व्यक्त करणारी शक्ती म्हणजे शब्द होय. आपल्या अंत:स्थ वैयक्तिक अनुभवांचे आणि विचारांचे मूर्त स्वरूपात पुन्हा बाह्य जगात अवतरण शब्दाने घडते. शब्द हा आकाश, प्रकाश यांसारख्या बाह्य विषयांप्रमाणे सार्वजनिक असतो. माझे घर, मी लावलेला वृक्ष किंवा वेल, मी रेखाटलेले रंगीत चित्र किंवा घडविलेली मूर्ती, मी माझ्या श्रमाने कसलेली शेती, मी गायलेले संगीत हे सर्व माझे खाजगी असले, तरी ते सार्वजनिक अनुभवाचा व विचाराचा विषय बनते, तसेच आपल्या अंत:स्थ अनुभवाचे आणि विचारांचे शब्दरूप प्रकटीकरण होय. अनुभव किंवा कसलीही मानवी जाणीव ही स्पष्ट आणि उत्कट असेल, तर ती मानवी मनाच्या किंवा मेंदूच्या कप्प्यांमध्ये संस्कार व स्मृती यांच्या रूपाने मुख्यत: शब्दस्वरूपात साठविली जाते. अशी स्थिरावलेली जाणीव शब्दरूपाने बाहेर आली, म्हणजे ती सार्वजनिक बनते. तिला कल्पनाशक्तीचे म्हणजे प्रतिभेचे साहाय्य मिळाले म्हणजे तिच्यातून जो आकृतिबंध तयार होतो, त्यास साहित्य वा कला असे नाव प्राप्त होते. अनुभवातून तर्कशक्तीच्या व शब्दसामर्थ्याच्या साहाय्याने विचारप्रवाह निर्माण होतो. त्या विचारप्रवाहाची शब्दरूपाने निर्मिती मोठ्या प्रमाणात होऊ लागली म्हणजे तर्कशक्ती त्याला व्यापक व सुसंगत रूप देते. यातूनच तत्त्वज्ञान व विज्ञान यांची निर्मिती होऊ लागते.

ललित साहित्य किंवा वैचारिक साहित्य किंवा वैज्ञानिक साहित्य हे सामाजिक सहकार्याचे फलित असते. कारण भाषा ही सामाजिक शक्ती व सामाजिक निर्मिती असते. दलितांच्या अनुभवाला आणि विचाराला मानवी संस्कृतीच्या विकासाच्या प्रक्रियेमध्ये अद्वितीय महत्त्व आहे. कारण जीवसृष्टीमध्ये मानव हा सर्वश्रेष्ठ आणि जीवशक्तीचा कळस ठरला, याचे कारण तो परिस्थितीच्या बंधनांतून इतर जीवांपेक्षा अधिक कुशलतेने मुक्त होत गेला आणि पुढेही सर्वबंधांतून मुक्त होऊ शकेल अशी योग्यता त्याला प्राप्त झाली आहे. ही योग्यता म्हणजे त्याच्या स्वातंत्र्याचा अधिकाधिक विस्तार करण्याची शक्ती. दलित मनुष्य व दलित वर्ग म्हणजे ज्याच्या स्वातंत्र्याच्या सामर्थ्यावर बंधने आली आहेत असा मनुष्य. या बंधनांचा समग्र अर्थ समजणे ही सर्व माणसांची गरज आहे. संकटात सापडलेल्याचा अनुभव हा संकटात नसलेल्यांना मार्गदर्शक ठरत असतो. आजाऱ्यांची दु:खे निकोप व निरोगी माणसांना योग्य इशारा देत असतात. दलितांच्या जीवनाचा अर्थ जर कळला

नाही, तर जीवनाचे सर्वांगीण ज्ञान होणे शक्य नाही. अर्धवट ज्ञान हा मोठा धोका ठरतो. त्या त्या समाजातील वा राष्ट्रातील शोषित व दलित वर्गाचे अस्तित्व मानवी विकासाची गती त्या समाजात व राष्ट्रात कुंठित झाल्याचे व स्वातंत्र्यमूल्याचे अवमूल्यन झाल्याचे उदाहरण होय. ज्या समाजात स्वातंत्र्य गमावलेले वर्ग राहतात, त्या समाजाला मानवतेचे माहात्म्य समजले नाही व म्हणून तो संपूर्ण समाजच स्वातंत्र्य गमावून बसण्याची शक्यता असते. कारण त्या समाजाच्या जीवनमूल्यांमध्ये वा भावविश्वात स्वातंत्र्याचा प्रकाशाला अनिर्बंध अवकाश मिळत नाही असे निश्चित होते. मानवाला जर कसला मोठा धोका असेल, तर तो स्वातंत्र्य गमावण्याचा. स्वातंत्र्य गमावलेला माणूस हा स्वरूपापासून च्युत (alienated) झालेला असतो असे कार्ल मार्क्स सांगतो. निसर्गाने मानव म्हणून घडविलेला प्राणी मानवतेपासून च्युत कसा झाला, याचे निश्चित आकलन दलितांच्या ललित साहित्यात होण्याची अधिक शक्यता असते. त्यात मूळच्या शुद्ध मानवाचा दडपलेला आवाज ऐकू येतो. बंधनाच्या भयानक, असह्य वेदनांचा प्रत्यय येतो.

दलित साहित्याच्या आविष्कारात अनुभवाच्या विविध आणि वैचित्र्यपूर्ण कक्षा व्यक्त झालेल्या दिसतात. पुढे रस्ता बंद आहे, आता यापुढे एकही पाऊल टाकणे शक्य नाही. या अगतिकमध्येच खितपत पडून सहन करीत राहिले पाहिजे किंवा विव्हळत, कंठशोष होईपर्यंत आक्रंदन करीत, वा थकेपर्यंत व मूर्च्छा येईपर्यंत बोलत राहिले पाहिजे, अशी अमर्याद वैफल्याने आणि खोल निराशेने भरलेली भावना एका बाजूने व्यक्त झालेली असते. दुसऱ्या बाजूने माणूस हा नैसर्गिक जीवतत्त्वाच्या अपरंपार सामर्थ्याचे प्रतिक आहे, आदिमानव हा घोर व दारुण परिस्थितीशी संग्राम करून जेव्हा विजयी झाला, तेव्हा संस्कृतीची निर्मिती करू शकला, हे मनात बिंबल्यामुळे मनुष्याच्या व समाजाच्या पूर्णतेचे कल्पित चित्र डोळ्यासमोर ठेवून आत्मविश्वासाने उत्थान पावून रणझुंजारासारखे विद्रोही वाङ्मय निर्माण करू लागला आहे. मार्ग दिसत नाही पण सापडेल, अशी आशा त्याच्या मुळाशी आहे. अथांग नदी तरून जाऊ, गगनभेदी शिखराचा डोंगर चढून जाऊ, निबिड अरण्यात संकटांना तोंड देत मार्ग काढू अशी ती आशा असते. व्यापक सत्याचा शोध घेत आदर्श मानवाचा मार्ग निर्माण करू अशी ती आशा असते. त्यात अपयश आले तर आम्ही दलितच नष्ट होऊ असे नाही, तर सर्वच स्वतंत्र वरिष्ठ वर्गही कोलमडून, अगतिक होऊन अवनतीच्या गर्तेत कायम अडकून पडतील; अशी जाणीव त्या आशेच्या मुळाशी असते. इतिहासात अनेक संस्कृती वाढल्या, कालांतराने अडखळल्या, पडल्या आणि नष्ट झाल्या असे विश्वेतिहास सांगतो. कारण त्यांना समाजातील गुलामगिरीच्या संस्था संपविता आल्या नाहीत, ज्या टिकल्या त्यासुद्धा कशातरी टिकल्या- अशी जाणीव या दलित साहित्यातून व्यक्त होऊ शकते.

जेव्हा जेव्हा सामाजिक परिवर्तन, सुधारणा आणि क्रांती घडून आली, तेव्हा तेव्हा त्याच्या पाठीशी वैचारिक परिवर्तन किंवा वैचारिक क्रांती घडून आली आहे.

सामाजिक क्रांतीची प्रक्रिया सुरू होते अंतरंगातून आणि बाहेरच्या नवीन संस्थाच्या निर्मितीतून. अंतरंगातून उद्‌भवतो विचार; त्यात नवी कला व नवे तत्त्वज्ञान यांचे अधिष्ठान तयार होते; वैचारिक क्रांतीची प्रक्रिया सुरू होते. भारतात वैचारिक क्रांतीचा पाया भक्कम न झाल्यामुळे सामाजिक क्रांतीची प्रक्रिया कुंठित होत चालली आहे. प्रतिक्रांतीची अशुभ चिन्हे दिसू लागली आहेत. अशा या संभ्रमावस्थेत सामाजिक क्रांतीच्या गरजांचे सर्वांगीण समग्र चित्र दलित साहित्यात अधिक चांगल्या रीतीने प्रकट होणे आवश्यक आहे.

परंपरेविरुद्ध बंड नवनिर्मितीच्या उत्कट गरजेतून उत्पन्न होते. परंपरेविरुद्ध बंड म्हणजे परंपरेपासून संपूर्ण विच्छेद नव्हे. मानवी संस्कृतीचा इतिहास असे सांगतो, की आदिमानवापासून आधुनिक मानवापर्यंत माणसाची जी सर्वांगीण प्रगती झाली आहे, तिच्यात परंपरेतील कालबाह्य जे जे असते, ते ते नष्ट होत जाते व चिरंतन मूल्यांचे शुद्धीकरण व विवरण होत राहते अशी द्विविध प्रक्रिया सुरू होते. परंपरेतील काय ठेवायचे व काय घालवायचे याचा विवेक करावा लागतो. परंपरेत माणसाच्या प्रगतीकरता आवश्यक टिकाऊ आणि अनावश्यक कालबाह्य व टाकाऊ यांचे मिश्रण असते. आदिमानव दगडाची हत्यारे वापरत होता. धातुनिर्मितीची प्रक्रिया सापडल्यावर ती अश्मांची हत्यारे मागे पडली. परंतु दगडांचा किंवा अश्मांचा उपयोग निराळ्या रीतीने मनुष्य करू लागला. झाडांच्या साली आणि प्राण्यांच्या त्वचा किंवा कातडी यांचा मनुष्य प्रथम वस्त्र म्हणून उपयोग करीत होता. लोकर, कापूस, सूत काढण्याची व विणण्याची कला प्राप्त झाल्यावर वृक्षांच्या व प्राण्यांच्या त्वचा यांचा निराळ्या तऱ्हेने उपयोग मनुष्य करू लागला. घर्षणाने अग्नीची उत्पत्ती आणि दळण्याचे व वाहनाचे चाक निर्माण करण्याचे कौशल्य माणसाला हजारो वर्षांपूर्वी प्राप्त झाले. यंत्रयुग आले परंतु घर्षणाने अग्नी उत्पन्न करण्याचे आणि दळण्याचे व वाहनाचे चाक हे कायम राहिले आहे. कालबाह्य टाकावे लागते व चिरमूल्यांचे अस्तित्व राखावे लागते. लेखनकला सापडल्यापासून मानवी ज्ञानसंपत्ती सुरक्षित झाली व ज्ञान वाढत राहिले. मानवी संस्कृतीत अनेक स्थित्यंतरे झालेली आहेत, परंपरेमध्ये मोठे बदल झाले आहेत; परंतु लेखनकला शिल्लक राहिली आहे. भूतकाळाला शब्दांच्या विश्वात वर्तमानकालपर्यंत बांधून ठेवण्याची कला लेखनकला होय. या लेखनकलेचे मुद्रणकलेत रूपांतर झाल्याबरोबर वैचारिक लोकशाही निर्माण झाली. कोणीही आपला विचार कोणालाही सांगावा, असे साधन माणसाच्या हाती आले. ही क्रांती होऊन पाचशे वर्षे झालीत.

दलित साहित्य हे विशेषत: स्वातंत्र्योत्तर काळामध्ये निर्माण होऊ लागले आहे. डॉ. बाबासाहेब आंबेडकरांसारखे काही अपवादात्मक पंडित व विचारवंत सोडल्यास दलितांनी निर्मिलेले साहित्य स्वातंत्र्योत्तर काळातीलच आहे आणि ते मुख्यत: दलित साहित्याच्या आकृतिबंधाच्या रूपाने प्रकट होत आहे. उच्च सांस्कृतिक जीवनाकडे

आणि सरस्वतीच्या उपासनेकडे दलित लेखक वळला याचे मुख्य श्रेय डॉ. आंबेडकर यांना जाते. हल्ली ज्या मागासलेल्या वर्गांमध्ये बौद्धिक संस्कृतीच्या उच्च मूल्यांचे आकर्षण वाढत आहे, त्यांना सांस्कृतिक जीवनात महत्त्वाचे स्थान लाभणार यात शंका नाही. कारण उच्च बौद्धिक मूल्य हे मानवी जीवनाच्या विकासाचे लक्षण आहे. एकदा या सांस्कृतिक मूल्यांचा ओढा लागला म्हणजे माणसाच्या सार्वजनिक प्रगतीची द्वारे हळूहळू परंतु निश्चितपणे उघडली जातात. ऐहिक, सांसारिक, भौतिक गरजांची तरतूद व्हावीच लागते त्यात शंकाच नाही. परंतु कष्ट आणि हालअपेष्टा सोसूनही जीविताच्या उच्च मूल्यांची साधना दलित वर्गातील काही माणसे करू लागली आहेत.

विसाव्या शतकाच्या अखेरच्या या कालखंडातील बौद्धिक प्रवृत्तींना फार अनुकूल अशा तऱ्हेची विश्वसंस्कृतीची परिस्थिती लाभली आहे. एक नवी विश्वसंस्कृती निर्माण होण्याची गरज मानवी विश्वाला भासू लागली आहे. जगातील भूतकाळापासून चालत आलेल्या भिन्न-भिन्न, दूरदूरच्या राष्ट्रीय संस्कृती आधुनिक दळणवळणांच्या वेगवान साधनांनी कोणत्याही देशातील माणसाच्या दृष्टिपथात येत आहेत; म्हणून साहित्याला आवश्यक असलेल्या अनुभवाच्या कक्षा कोणत्याही एका देशापुरत्या मर्यादित राहिलेल्या नाहीत. जगातील सर्व शोषित व दलित जनतेचे अनुभव स्थानिक, प्रांतीय दलितांच्या अनुभवांशी तुलना करून अभ्यासता येतात; आणि हेही लक्षात येते, की आपले प्रश्न हे नुसते स्थानिक प्रश्न नाहीत, हे एका अर्थी वैश्विक प्रश्न आहेत आणि ते मानवी इतिहासाशी व सामाजिक, धार्मिक परंपरांशी निगडित आहेत.

ललित साहित्याच्या मुळाशी जीवनाची समीक्षा किंवा भाष्य असते. आपले जीवन परंपराबद्ध आहे, म्हणून परंपरेचे तत्त्वज्ञान, समाजात रुढ असलेल्या श्रद्धा, समाजरचनेच्या मुळाशी असलेली धार्मिक संघटना या सर्वांच्या क्रियाप्रतिक्रियांचा पडसाद साहित्यामध्ये स्पष्टपणे उमटला तरच ते साहित्य अर्थपूर्ण होऊ शकते. ते बुद्धीची आणि मनाची पकड घेऊ शकते. परंपरेची समीक्षा व नव्या आदर्शांचे निरूपण सामाजिक क्रांतीच्या विचारसरणीचे घटक म्हणून लक्षात घ्यावेच लागते.

भारतीय दलित वर्गाच्या साहित्यात प्राचीन भारतीय परंपरेतील दोन प्रतिमा उद्धृत केलेल्या आढळतात. भारतीय समाजरचनेतील बहुजन समाजाच्या बंधनाचे आणि दास्याचे दारूण चित्र या दोन प्रतीककथांमध्ये म्हणजे पुराणकथांमध्ये स्पष्टपणे प्रत्ययास येते. या समाजरचनेचा पाया अन्यायाचा कसा आहे, याच्या सूचक विलक्षण दोन प्रतिभा म्हणजे शंबूक आणि एकलव्याची कथा. महाभारताच्या आदिपर्वात एकलव्याची आणि शंबुकाची कथा रामायणाच्या उत्तरकांडात आली आहे. हे दोन्ही ग्रंथ म्हणजे भारतीय संस्कृतीच्या विशाल आणि भव्य कृती म्हणून निर्विवादपणे मानल्या जातात. सामाजिक अन्याय-न्यायाचे रूप घेऊन युगानुयुगे इथल्या सामान्य जनांना छळत आहेत, याच्या समर्पक चिरस्थायी प्रतिमा एकलव्य व शंबूक यांच्या कथांच्या रूपाने या

महान् ग्रंथांनी दिल्या आहेत. दयेचे सागर असलेले येथील साधुसंतही या दोन्ही महाकाव्यांच्या प्रेमाने मुग्ध बनलेले आहेत; हेही लक्षात घेतले पाहिजे. चातुर्वर्ण्य संस्था ही गुणकर्मविभागश: निर्माण झाली, ती मानवी वास्तव स्वभावास अनुसरून निर्माण झाली म्हणून ती आदर्श व न्याय्य आहे, असे समर्थन या विसाव्या शतकापर्यंत अनेक भारतीय सामाजिक तत्त्वचिंतकांनी केले आहे; परंतु एकलव्याची किंवा शंबुकाची कथा या स्वाभाविक गुणकर्मांच्या तत्त्वांना इतिहासात कशी कायम मूठमाती भारतीयांनी दिली याचा उत्तम पुरावा आहे. एकलव्य हा एक निषाद राजाचा पुत्र होता. त्या निषाद राजाचे नाव हिरण्यधनु. एकलव्याला जन्मत:च अचूक लक्ष्यवेधाचे तंत्र अवगत होते. कौरव पांडवांचे गुरू, धनुर्विद्येचे आचार्य द्रोणाचार्य यांच्याकडे एकलव्य हा धनुर्विद्येच्या अध्ययनार्थ शिष्य म्हणून शरण आला. एकलव्य हा निषादपुत्र म्हणजे अंत्यजपुत्र; त्याला शिष्य म्हणून विद्या प्रदान करण्याचे द्रोणाचार्यांनी नाकारले. हा स्वयंप्रज्ञ कुमार एकलव्य परत आपल्या पिताजींच्या भव्य वनराजीमध्ये जाऊन विविध प्रकारचे शरसंधान स्वत:च्या मनानेच शिकला. गुरूशिवाय खरी विद्या येत नाही अशी त्या युगाची श्रद्धा. म्हणून द्रोणाचार्यांची मृण्मय मूर्ती उभी करून तिला एकलव्य प्रतिदिनी धनुर्विद्येचा आरंभ करताना प्रणाम करी. थोड्या काळाच्या अवधीत तो अद्वितीय वेधपटू झाला. त्याच कालावधीत द्रोणाचार्यांनी कौरव, पांडव व इतर क्षत्रिय राजपुत्र धनुर्विद्येत पारंगत केले. त्यात अर्जुन स्वभावत: मेधावी आणि प्रज्ञावंत असल्यामुळे सर्व शिष्यांमध्ये उत्तम ठरला. द्रोणाचार्यांनी म्हटले, की याच्याशिवाय अधिक उत्तम शिष्य असू शकत नाही. एके दिवशी द्रोणाचार्य सर्व शिष्यांना सोबत एक कुत्रा आणि शिकारीची सामग्री बरोबर घेऊन एका महावनात गेले. तेथे एकलव्य अचानकपणे हिंडत होता. हा कौरव-पांडवांचा कुत्रा या बलाढ्य कृष्णवर्णीय महापुरुषावर हल्ला करण्याच्या इराद्याने भुंकू लागला. एकलव्याने त्या कुत्र्याच्या तोंडामध्ये त्यांचे भुंकणे बंद करण्याकरिता, मात्र जखम होणार नाही अशा बेताने, क्षणात सात बाण सोडून त्या कुत्र्यांला कुंठित करून परत पाठीमागे हटवले. कौरव-पांडवांनी हा विलक्षण चमत्कार पाहून ही सगळी हकीकत आचार्य द्रोणांना सांगितली. ही हकीकत सांगत असतानाच एकलव्याला द्रोणाचार्यांचे दर्शन झाले. त्याने त्यांच्या पुढे लोटांगण घातले आणि म्हणाला, की आपणच माझ्या धनुर्विद्येचे गुरू आहात. द्रोणाचार्यांच्या लक्षात आले, की आपला शिष्योत्तम अर्जुन याच्यापेक्षा एकलव्य धनुर्विद्येत आगळा आहे. अर्जुनावर नितांत प्रेम होते; एकलव्याचा उत्कर्ष या श्रेष्ठ ब्राह्मणाला सहन झाला नाही आणि त्याने एकलव्यापासून गुरुदक्षिणा मागितली. एकलव्याने द्रोणाचार्य हा लोभमोहाने भारलेला खोटा माणूस आहे हे लक्षात न घेता आपण सांगाल ती गुरुदक्षिणा देतो म्हणून प्रतिज्ञा करून बसला. या पक्षपाती, निर्घृण गुरूने त्याच्या उजव्या हाताचा अंगठा कापून मागितला. एकलव्याने आपणच दिलेल्या शब्दाचे पावित्र्य राखण्याकरिता म्हणजे वाचिक सत्याच्या प्रतिष्ठेकरिता

स्वत:चे म्हणजे स्वत:च्या धनुर्विद्येचे मर्मस्थान असलेला अंगठा त्वरित कापून गुरूचरणी ठेवला आणि परतला. हा अतिशूद्र निषाद भगवान बुद्धाच्या आर्यसत्याचा वीर्यपारभितेचा आदर्श होता. त्याच्यापुढे द्रोणाचार्य, हस्तिनापुराच्या राजपुत्रांना श्रेष्ठ आचार्य शूद्रद्वेषाने भरलेला हिणकस माणूस ठरला. या देशातील वर्णव्यवस्थेचे तत्त्व दाखवायला गुणकर्माविभागश: आणि प्रत्यक्ष कृतीमध्ये नेमके उलटे. गुणकर्माने, बलाने एकलव्य अर्जुनापेक्षाही श्रेष्ठ, पण त्याला अतिशूद्राचे स्थान हा हस्तिनापुराच्या राज्यामधील आचार्यांनी दिले. याचा अर्थ असा की, ही गुणकर्माविभागश: म्हणून पंडितांनी नावाजलेली चातुर्वर्ण्य व्यवस्था भारतात कधीच अस्तित्वात नव्हती. कारण राजगुरू व राजे यांनाच ती मान्य नव्हती. सत्याचा विजय ज्या राज्यात होतो असे म्हणतात त्याला आदर्श राज्य वा रामराज्य म्हणतात. तेथेही गुणकर्माविभागश: व्यवस्था मान्य नव्हती. उदा. शूद्राच्या ठिकाणी तपाची गुणवत्ता असूनही वेदविद्येचा अधिकार शूद्रांना नव्हता. ही गोष्ट समजू शकते. परंतु तपश्चर्येचा अधिकार शूद्रांना प्राचीन चातुर्वर्ण्य व्यवस्थेत नव्हता, ही गोष्ट रामायणाच्या उत्तरकांडातील शंबुकाच्या कथेवरूनच प्रथम लक्षात येते. रामायणातल्या या कथेला वगळले तर शूद्राला तपश्चर्येचा अधिकार नाही असे धर्मशास्त्रात कोठेही म्हटले नाही. तप हा सर्व वर्णांचा धर्म म्हणूनच सांगितला आहे. ही कथा चातुर्वर्ण्यातील आणि विशेषत: रामराज्यातील अन्यायाची, विवेकशील विचारवंतांच्या अंगाला शहारे आणणारी कथा आहे. ती अशी:

लंकाधिपती रावणाचा पराभव केल्यावर सीतेसह राम अयोध्येला आले, राज्याभिषेक झाला, प्रजेचे परिपालन होऊ लागले. काही दिवसांनी राज्यातील एक वृद्ध द्विज पाच वर्षाच्या मृत बालकाचे शव घेऊन राजद्वारी आला. त्या मृत बालकाकडे पाहात, रडत, स्वत:ची छाती बडवत त्या मृत बालकाला उद्देशून म्हणाला की, ''आता मी आणि तुझी आईसुद्धा या तुझ्या शोकामुळे लवकरच मरून जाऊ. ही पुत्रविरहाची आपत्ती माझ्यावर येण्याचे काही कारण दिसत नाही. कारण मी कधीही हिंसा केली नाही किंवा असत्य भाषण केले नाही.'' रामराजास उद्देशून म्हणाला, ''एखाद्या राज्यात जेव्हा अकाली मृत्यू होतो त्यास राजाचे पाप कारण होत असते, म्हणून हे रामराजा, या मृत बालकाला जिवंत करणे हे तुझे कर्तव्य ठरते. तुझ्या राज्यात हा बालमृत्यू झाला आहे, याचा अर्थ राज्यात पाप घडत आहे.'' या द्विजाचा हा आक्रोश ऐकून रामराजाचे हृदय दु:खोद्वेगाने संतप्त झाले. वसिष्ठ-वामदेवादी मंत्र्यांना बोलावून आणले. त्यांची सभा भरली. सभेपुढे त्या द्विजाच्या आक्रोशाचे कारण सांगितले गेले. या सभेत नारदमुनीही उपस्थित होते. नारदमुनी उभे राहिले आणि म्हणाले, 'रामा, हल्ली द्वापारयुग सुरू झाले आहे. मागील त्रेतायुगात स्थापन झालेली चातुर्वर्ण्य व्यवस्था ढासळू लागलेली दिसते. त्यामुळे या युगाचा क्षय जवळ आला आहे. असत्य आणि अधर्म वाढू लागला आहे. कोणीतरी शूद्र तुझ्या राज्यात मोठे तप आचारीत आहे. हीनवर्णाला म्हणजे शूद्राला

तपश्चर्येचा अधिकार नाही. राज्यात असा अधर्म होऊ लागला म्हणजे तो राजाच नरकात जातो. त्या तपस्वी शूद्राला हुडकून काढ. त्याला देहदंड कर म्हणजे हा मृतबालक पुन्हा जिवंत होईल.' हे नारदाचे वाक्य ऐकल्यावर रामराजाने त्या मृत बालकाचे शव तेलाच्या बुदल्यात जपून ठेवण्यास सांगितले. ते शव बिघडू नये म्हणून अनेक सुगंधी औषधे त्यात घातली आणि ते शरीर बिघडू नये याची काळजी घ्यावयास सांगितले. नंतर रामराजाने आपल्या पुष्पक विमानाला मनातल्या मनात म्हटले की, हे यशस्वी अंतरिक्षयाना, इकडे ये. ते पुष्पक विमान हा इशारा मिळाल्याबरोबर रामराजाच्या जवळ येऊन उभे राहिले. मी सेवेकरिता सिद्ध आहे असे प्रणामपूर्वक पुष्पक विमान म्हणाले. त्या विमानात बसून पूर्व, पश्चिम, उत्तर या तिन्ही दिशांमध्ये गुन्हेगार कुठे सापडतो हे पाहण्याकरिता रामराजाने विमानयात्रा केली; परंतु गुन्हेगार मिळाला नाही. अखेर राहिलेल्या दक्षिण दिशेस जनस्थानात म्हणजे नाशिकच्या परिसरात हा नारदांनी सांगितलेला शूद्र मुनी दीर्घकाल तपश्चर्या करीत राहिलेला आढळला. त्या तपोवृद्ध शूद्रासमोर जाऊन दाशरथी रामाने स्वत:चा परिचय करून देऊन प्रश्न विचारला की, 'ही तपश्चर्या तू कशाकरिता चालविली आहेस ? तुला स्वर्ग मिळवायचा आहे काय ? तू कोण आहेस ? ब्राह्मण, क्षत्रिय, वैश्य की शूद्र ?' त्या तपस्वीने मान खाली वाकवून उत्तर दिले, 'माझा शूद्र जातीत जन्म झाला आहे. त्या तपाच्या योगाने मला शरीरासह देवलोकी जायचे आहे. देवत्व प्राप्त करून घ्यावयाचे आहे. मी शूद्र, माझे नाव शंबुक आहे.' हे वाक्य ऐकताक्षणीच रामाने लकाकणारे खड्ग म्यानातून उपसले व त्या तपस्व्याचे शिर धडापासून वेगळे केले. आणि त्याच क्षणी तो इकडे अयोध्यामध्ये तैलपात्रात ठेवलेला मृत बालक जिवंत होऊन उभा राहिला. ही शंबुकाची घटना दक्षिण भारतातील अगस्त्य आश्रमाजवळ घडली. हा आश्रय दंडकारण्यात म्हणजे महाराष्ट्रात होता.

अनेकांना प्रश्न पडतो की ही कथा वाल्मिकी-रामायणात का यावी ? वाल्मिकी मुनी हा मुळात अंत्यज; तपश्चर्येने द्विजश्रेष्ठ झाला. कित्येकांच्या मते तो धिवर म्हणजे कोळी, मच्छीमार होता व कित्येकांच्या मते तो चांडाळ होता. स्वामी रामदासांनी अनेक ठिकाणी वाल्मिकी मुनींचा अंत्यज म्हणूनच उल्लेख केला आहे. दाशरथी रामाच्या कालखंडात झालेल्या वाल्मिकीने रामायण काव्य लिहून कुश व लव या दोन रामपुत्रांना आपल्या आश्रमात शिकविले असे रामायणातच सांगितले आहे. वाल्मिकी अतिशूद्र असून तपश्चर्येने रामराज्यातच महर्षि पदास प्राप्त होतो हे जर खरे असेल तर त्याच राज्यात शूद्राने तप करणे हे महापातक ठरते असे म्हणणे हे अत्यंत विसंगत आहे. परंतु ऐतिहासिक दृष्टीने ही विसंगती टळते. ही शंबुक कथा रामायणाच्या उत्तरकांडामध्ये वर्णिलेली आहे. उत्तरकांड हे ऐतिहासिक दृष्ट्या मूळच्या वाल्मिकी-रामायणामध्ये नव्हते. मूळ वाल्मिकी-रामायण युद्धकाण्डापर्यंतचे. या कालखंडातील चातुर्वर्ण्य व्यवस्था ही जातिबद्ध संस्था बनली नव्हती. त्या काळात एकाच गोत्रप्रवर्तकात ऋषीच्या कुळात

चारी वर्णांचे व्यवसाय चालत. उदा. अंगिरस, अंबरीश व योवनाश्व हे क्षत्रिय होते, त्यांचा वंश पुढे ब्राह्मण बनला. शौनकगोत्र हे ब्राह्मण; परंतु या गोत्रामधून चातुर्वर्ण्य उत्पन्न झाले असे हरिवंशात म्हटले आहे. ही केवळ अपवादात्मक उदाहरणे नाहीत. गर्ग, राभ, हारित, मुद्‌गल, कपि, कण्व हे क्षत्रिय ब्राह्मण बनले असे वायुपुराणात म्हटले आहे. चातुर्वर्ण्य व्यवस्था हीसुद्धा हळूहळू निर्माण झाली आहे. प्रथम गणसंस्था (tribe) या रूपात समाज राहात; त्याचेच श्रमविभागाने रूपांतर होत असे. ब्राह्मण, क्षत्रिय, वैश्य किंवा शूद्र या संज्ञा वंशदर्शक (race) नाहीत. या संज्ञा व्यवसायदर्शक आहेत. याचे स्पष्ट व निश्चित उदाहरण म्हणजे भारतातील सर्व प्रांतातील ब्राह्मण हे एकवंशीय किंवा क्षत्रिय एकवंशीय किंवा वैश्य एकवंशीय किंवा शूद्र एकवंशीय असे मुळीच सांगता येणार नाहीत. तेलंगी ब्राह्मण व काश्मीरी ब्राह्मण यांच्यात एक विशेष प्रकारचे आचारसाम्य आहे, पण वंशसाम्य नाही. प्राचीन काळी हिंदुस्थानात लहान लहान पुष्कळ राष्ट्रे होती. ही राष्ट्रे प्रथम गणसंस्थेच्या रूपात होती. या गणराज्यांचा निर्देश व त्यांचे वर्णन त्रिपिटकात, महाभारतात आणि प्राचीन शिलालेखांमध्ये आढळते कौटिलीय अर्थशास्त्रातही गणराज्यांचा उल्लेख आहे. ती गणराज्ये राजशासित नव्हती. ही राज्ये नंतर झालेल्या राजांनी जनतेत फूट पाडून जिंकली आणि आपल्या राज्यांत सामील करून घेतली. हे फूटपाडीचे तंत्र कौटिलीय अर्थशास्त्रामध्ये स्पष्ट करून सांगितले आहे. वर उल्लेखिलेला एकलव्य हा निषाद राजाचा पुत्र होता. याचा अर्थ निषादांचे राज्य होते. यवन, मागध, वैदेहक, पारशव, निषाद, अंबष्ठ, आभीर, आयोगव, माहिष्य, पुलिंद, शबर इ. संकरजातींची नावे म्हणून स्मृतिग्रंथात उल्लेखिलेली सापडतात. मूळची ती विशिष्ट प्रदेशांची व प्रदेशात राहणाऱ्या मनुष्यगणांची नावे आहेत. उदा, मगध म्हणजे मगध प्रदेशातील लोक. आभीर म्हणजे एक प्रदेश किंवा त्यातील लोक. धर्मशास्त्रातील संकर जातींची नावे संकर-सूचक नाहीत. संकर म्हणजे दोन वर्णातील स्त्रीपुरुषांच्या संभोगातून निर्माण झालेली प्रजा. अशा तऱ्हेच्या संकर-सूचक संज्ञा संकर जातींच्या वर्णनात आढळत नाहीत.

चार वर्णांच्या श्रमविभागणीची कल्पनासुद्धा फार अस्पष्ट आणि गोंधळाची आहे. उदा, वैश्य आणि शूद्र यांचे व्यवसाय एक आहेत. त्यांत कोणत्याही तऱ्हेची संगती वर्णभेदाशी लावता येत नाही. शेतकरी, विणकर, सुतार, लोहार, तांबट, रंगारी इ. व्यवसाय हे वैश्यांचे की शूद्रांचे ? विणकर हे वस्त्र विणतात आणि विकतात. ते द्विजशुश्रूषा कर्म करीत नाहीत. शूद्र म्हणजे परंपरेने ज्याचा उपनयन संस्कार होत नाही तो. सुतार, लोहार, तांबट, रंगारी या अर्थी शूद्र होत. द्विजशुश्रूषा करणाऱ्या व्यक्ती कोणत्याही काळी संख्येने थोड्याच असणार. इतर जे शेकडो उत्पादक व्यवसाय आहेत, त्यांचीच समाजाला म्हणजे लोकसंस्थेला जीवनार्थ आवश्यकता असते. हिंदू समाजातील तथाकथित शूद्र वर्णातच बहुतेक सगळे धनोत्पादक व्यवसाय आणि तत्संबंधी सेवा अंतर्भूत

झालेल्या दिसतात. त्यामुळे वैश्य आणि शूद्र असा वर्णभेद प्रत्यक्ष सापडणे कठीण आहे. दुसरे असे की, ब्राह्मण, क्षत्रिय व वैश्य हे द्विज होत व शूद्र अद्विज. द्विज म्हणजे ज्याचा उपनयन संस्कार होतो तो. गेली हजारो वर्षे स्वत:ला क्षत्रिय व वैश्य म्हणविणाऱ्या अनेक भारतीय जातीजमातींनी उपनयनसंस्कार सोडला आहे, किंवा मुळातच हा संस्कार करीत नसावेत. वेदांचे अध्यापन करण्याचा अधिकार हे ब्राह्मण वर्णाचे लक्षण हिंदूंच्या काही जमातींमध्ये सापडते आणि त्यांनाच ब्राह्मण हे मानदर्शक वंशपरंपरागत पद लावले जाते. परंतु वेदाध्यापनाकरिता वेदाध्ययन करावे लागते, असे वेदाध्ययन करून वेदाध्यापन करणारे आचार्य आज ब्राह्मण जातींमध्ये किती असतील ? लाखात एक किंवा अर्धा असेल किंवा नसेल. अलीकडे लाखातही सापडणे कठीण ! गेल्या शतकात व त्याच्यापूर्वीच्या मध्ययुगात शेकडा एखादा मिळत असेल कदाचित. म्हणून जात या नात्याने त्या त्या जातींची म्हणजे वर्णाची कर्तव्ये बजावणारे ब्राह्मणही अत्यल्प होते आणि क्षत्रिय त्यापेक्षाही अत्यल्प होते. चातुर्वर्ण्य दृष्टीने हिंदू समाजाचे स्वरूप हे कायमच अस्पष्ट असे राहिले. चातुर्वर्ण्य संस्था तिच्या व्यवस्थित स्वरूपात आज (नवव्या शतकात) अस्तित्वात नाही, असे आद्य शंकराचार्य आपल्या ब्रह्मसूत्र भाष्यात सांगतात आणि तेही अलिप्तपणे सांगतात. त्यात त्यांना खेद वाटतो असे दिसत नाही.

महाभारतकालीसुद्धा चातुर्वर्ण्य हे व्यवस्थित स्वरूपात या देशात नांदत नव्हते; ही गोष्ट महाभारतात अनेक ठिकाणी विस्ताराने वर्णिलेली आहे. उदा, वनपर्वान्तर्गत अजगर उपपर्वातील नहुष-युधिष्ठिर संवाद लक्षात ठेवण्यासारखा आहे, तो असा:

पांडव वनवासात असताना हिमालयातील एका महावनात शिकार करीत भीम एकटाच हिंडत होता. त्याला एका प्रचंड अजगराने वेढले आणि हळूहळू गिळण्यास सुरुवात केली. अजगर आणि भीम यांची झटापट सुरू झाली. बराच वेळपर्यंत ती सुरू होती. भीम लवकर परत आला नाही म्हणून पांडव चिंताग्रस्त झाले. स्वत: राजा युधिष्ठिर भीमसेनाच्या शोधाकरिता वनात हिंडला. अखेरीस हा अजगर बनलेला नहुष जेथे भीमाला पकडून विळखा घालून पडला होता, तेथे युद्धिष्ठिर आला. त्या अजगराच्या तावडीतून बलाढ्य भीमाला स्वत:ची सुटका करता आली नाही, हे पाहून युधिष्ठिराने त्या अजगराला प्रार्थना केली की, "या माझ्या प्रिय बंधूला तू मुक्त कर. मी तुला वाटेल तो आहार देतो." त्या अजगराने ती प्रार्थना अमान्य केली. तो म्हणाला, "माझ्या तावडीत जो सापडेल तो माझा आहार. मला दुसरे काहीच पंसत नाही." युधिष्ठिरासारखा सम्राट इतकी गयावया करून प्रार्थना करतो म्हणून त्या अजगरानेच भीमसेनाला सोडण्याकरिता युधिष्ठिराला पर्याय सांगितला. "माझे काही प्रश्न आहेत, त्यांची उत्तरे देशील तर तुझ्या या भावाला मुक्त करतो." असे तो अजगर म्हणाला. त्या महासर्पाने दोन प्रश्न टाकले. "ब्राह्मण कोणाला म्हणावे ? आणि ज्ञानाचा मुख्य विषय काय ? म्हणजे काय जाणले असताना अंतिम सत्य गवसले असे होईल ?" युधिष्ठिराने या

दोन्ही प्रश्नांचा उत्तरे दिली ती अशी, ‘‘सत्य, दान, क्षमा, शील, दया, तप आणि लाजलज्जा हे गुण ज्याच्यात दिसतील तो ब्राह्मण होय. परब्रह्म हे खरे वैद्य म्हणजे ज्ञेय होय. ज्याचे ज्ञान झाले असताना मानव शोकमुक्त होतो, असे सुखदुःखरहित तत्त्व म्हणजे परब्रह्म होय. हे सर्पा, यासंबंधी तुला काय म्हणायचे आहे ?’’ सर्प म्हणाला, ‘‘अरे सत्य, दान, शांती, दया, तप, अहिंसा हे गुण शूद्रातही आढळतात.’’ त्यावर युधिष्ठिराने म्हटले की, ‘‘होय, शूद्रात ही लक्षणे असतील आणि ब्राह्मणात ही लक्षणे नसतील तर शूद्र शूद्र नव्हे व ब्राह्मण ब्राह्मण नव्हे. ही लक्षणे नसलेला शूद्र होय व ही लक्षणे असलेला ब्राह्मण होय.’’ त्यावर सर्पाने लगेच म्हटले की, ‘‘आचरणावरूनच जर ब्राह्मण ठरवायचा असेल तर, कृती नसेल तर जाती नाही, असेच म्हटले पाहिजे.’’ यावर युधिष्ठिराने उत्तर दिले की, ‘‘हे महासर्पा, मनुष्यजातीत ब्राह्मण इ. चार वर्ण म्हणजे चार जाती निश्चित करणे अशक्य आहे. सर्व माणसे सर्वांच्या ठिकाणी अपत्ये निर्माण करतात. कोणताही एक वर्ण कोणत्याही दुसऱ्या वर्णाच्या स्त्रीच्या ठिकाणी संतती निर्माण करू शकतो, म्हणून जात वेगळी अशी निश्चित करणे अशक्य आहे. अशी कोणतीही माणसे कोणतीही भाषा बोलू शकतात; भाषाभेद हा जन्मसिद्ध गुण नसतो; जन्माने आणि मरणाने सर्वच सारखे. म्हणून वेदामध्ये म्हटले आहे की, यज्ञप्रसंगी ‘आम्ही जे कोणी आहोत ते यज्ञ करीत आहोत.’ असे ऋत्विजांनी म्हणावे. याचा अर्थही वेदातच सांगितला आहे की, कुणी सांगावे, आम्ही ब्राह्मण आहोत की अब्राह्मण आहोत ? ‘जे कोणी’ याने सूचित केले की खरी जात कळत नाही म्हणून आचरण हेच मुख्य होय, जात व्यर्थ होय. हे नागराजा, सगळीकडे वंशांचा संकर झालेला आहे व होत असतो.’’ त्यावर हा सर्पराज म्हणाला : ‘‘दान, सत्य, अहिंसा आणि प्रियभाषण ही माणसाच्या अंतिम सद्‌गतीला कारण होतात. सत्य, इंद्रियदमन, तप, दान, अहिंसा हीच खरी सद्‌गतीची साधने होत; जाती नव्हे किंवा कुळही नव्हे.’’ असे म्हणून त्या महासर्पाने भीमसेनाला विळखा काढला, त्याला मोकळे केले आणि अगस्त्य ऋषीच्या शापाने प्राप्त झालेला अजगरदेह टाकून नहुषराजा दिव्य शरीर धारण करून स्वर्गात निघून गेला.

एकलव्याची कथा आणि शंबूकाची कथा यांच्याशी महाभारतातील वनपर्वांतर्गत अजगर पर्वातील ह्या अजगर-युधिष्ठिर संवादाची तुलना करून पाहता भारतीय हिंदूंच्या समाजरचनेचे रहस्य एकलव्य व शंबूक यांच्या कथांनीच अधिक उलगडता येते. एकलव्य स्वाभाविक गुणांनी क्षत्रिय होता. त्याचा तेजोवध आचार्यांनी केला. याचा अर्थ असा की, महाभारतकालीन आर्यांनी स्वभावगुणांनी क्षत्रिय असलेल्या आर्येतर जमातींना दडपून टाकले. शंबूकाची कथा असे सूचित करते की, स्वभावगुणांनी ब्राह्मणाची पात्रता असलेल्या आर्येतर जमातींच्या बौद्धिक व मानसिक विकासाला आर्यांनी बंधन घातले. अजगर युधिष्ठिर संवाद हा महाभारतावर भगवान बुद्धाने प्रवर्तित केलेल्या धर्मचक्राचा

म्हणजे विचारक्रांतीचा प्रभाव पडल्याचे सूचक आहे. मज्झिमनिकायात सांगितले आहे, की आश्वलायन हा ब्राह्मणकुमार आणि भगवान बुद्ध यांची जी चातुर्वर्ण्यासंबधी विशेषत: ब्राह्मण वर्णाच्या श्रेष्ठत्वासंबंधी चर्चा झाली, त्यात सर्व वर्ण म्हणजे पर्यायाने सर्व माणसे एकाच जातीची आहेत; घोडा आणि गाढव याप्रमाणे भिन्न जातीची नाहीत, कारण घोडा आणि गाढव यांच्यापासून जी संतती होते, तिला घोडाही म्हणता येत नाही व गाढवही म्हणता येत नाही. तसे मानव-संततीचे नसते. चारी वर्ण जन्मत: सारखेच आहेत. चार वर्ण म्हणजे चार जाती नव्हेत. त्यात चांगला माणूस आणि दुराचारी माणूस, शीलवान आणि दु:शील एवढाच भेद असतो. वर्णभेद म्हणजे जातिभेद हा खरा नाही. मनुष्यातील जातिभेद नैसर्गिक नाही, असे वसिष्ठाला आणि भारद्वाजाला भगवान बुद्धाने सांगितले. वनपर्वांतर्गत अजगर युधिष्ठिर संवाद व वसिष्ठ-बुद्ध संवाद यात एक मौलिक फरक आहे, तो असा: अजगर व युधिष्ठिर हे आर्यांचे मुळात ईश्वराने म्हणजे प्रजापतीने निर्माण केलेले शुद्ध वंश गृहीत धरून त्यांचा सर्वत्र संकर झाला आहे, शुद्ध चातुर्वर्ण्य नष्ट झाले आहे असे मानतात. उलट वसिष्ठाला भगवान बुद्ध सांगतात, की मुळातच माणूस समान आहे. वर्णभेद व्यवसायभेदापासून तयार होतो. येथून तेथून माणूस एकच. माणसाला त्याच्या आचरणानेच सद्‌गती प्राप्त होते. भगवान बुद्धाच्या विचारक्रांतीचा परिणाम भारताबाहेरील पूर्वेकडच्या, दक्षिणेकडच्या आणि उत्तरेकडच्या अनेक राष्ट्रांच्या संस्कृतीवर झाला. कारण ते मानवतावादी विश्वव्यापी आंदोलनावर होते.

साहित्य हे सामाजिक क्रांतीचे साधन म्हणून निर्माण व्हावयाचे तर हे ध्यानात घेणे आवश्यक आहे की, आज मानवी समाजात जे प्रश्न विश्वव्यापी क्रांतीला आडवे येत आहेत, अडचणी उत्पन्न करीत आहेत, त्यात वंशवाद हा महत्त्वाचा प्रश्न आहे. भारतीय समाजक्रांतीलाही वंशवादालाच पर्याय असलेला जातिवाद आडवा आहे. या विसाव्या शतकातील उजव्या हुकुमशाहीच्या तत्त्वज्ञानात वंशवाद हा एक महत्त्वाचा घटक आहे. या वंशवादाची चिकित्सा मानवी ऐक्याच्या स्थापनेच्या बाजूला असलेल्या मानवतावादी जीवविज्ञान्यांनी जीवविज्ञानाच्या अनुसारे चालविलेली आहे. वॅडिग्टन, ज्यूलियन हक्स्ली इत्यादी जीवविज्ञानाच्या पंडितांनी असा निष्कर्ष काढला आहे की, जीवविज्ञानात ज्या प्राणिजाती वेगवेगळ्या दिसतात परंतु वस्तुत: नसतात, त्यांच्या ऐक्याची कसोटी एकच आहे. ज्या प्राण्यांच्या भिन्न भिन्न गटांमध्ये अंगसंग होऊन प्रजा उत्पन्न होते; व ती प्रजा आपला प्राणिवंश सातत्याने चालविण्यास समर्थ असते ते भिन्न भिन्न गट एकजातीय होत; परंतु ज्या प्राणिजातीमधील मादी व नर यांचा अंगसंग होऊन उत्पन्न झालेली प्रजा वंश पुढे चालविण्यास असमर्थ म्हणजे नपुंसक ठरते ते दोन प्राणिवर्ग भिन्नजातीय होत. अंगसंगाने उत्पन्न झालेली प्रजोत्पादनक्षम प्रजा ज्या भिन्न दिसणाऱ्या जातींच्या स्त्रीपुरुषांमधून निर्माण होते त्या भिन्न दिसणाऱ्या जाती तत्त्वत: एकाच जातीच्या असतात, मात्र ह्या नवीन उत्पन्न झालेल्या प्रजेपासून उत्पन्न झालेल्या

प्रजेमध्ये स्वाभाविक गुणांचा अपकर्ष झालेला नसला पाहिजे. या एकजातीयतेच्या सामान्य निकषावरून मनुष्यजातीमध्ये ते काळे, गोरे, पिवळे इ. भौगोलिक भेदांमुळे उत्पन्न झालेले भिन्न भिन्न वंश दिसतात ते जीवविज्ञानाच्या दृष्टीने एकजातीयच ठरतात. कारण या काळ्या, गोऱ्या, पिवळ्या किंवा अन्य प्रकारच्या मानवी गटांमध्ये लैंगिक संबंध घडून ज्या प्रजा शतकानुशतके उत्पन्न होत आहेत, त्या प्रजाही आपला वंश सातत्याने टिकवून धरतात, असा अनेक शतकांचा इतिहास सांगतो. त्याचप्रमाणे वंशसंकराने गुणापकर्षही झालेला दिसत नाही.

मानवी संस्कृतीचा विकास होण्याची महत्त्वाची दोन कारणे विश्वेतिहासाचे अवलोकन केल्यास लक्षात येतात. (१) जीवनार्थ संघर्षात यशस्वी होण्याकरिता स्वत:च्या प्रयत्नाने नवे नवे शोध करणे. ते पृथक पृथक मानव समाज स्वत:च्या जीवनार्थ संग्रामात यशस्वी होण्याकरिता भोवतालच्या परिस्थितीचा अर्थ समजून घेऊन कार्यकारणभाव लक्षात घेऊन तिच्यात परिवर्तन घडवून आणतात आणि अशा रीतीने आपले सांस्कृतिक विश्व निर्माण करतात; विस्तारतात. मनुष्यप्राणी भोवतालच्या निसर्गात स्वत:चे विश्व निर्माण करूनच या जगात जगू शकतो. नुसत्या निसर्गाच्या साह्याने इतर प्राणिविश्व जगू शकते. इतर प्राणिविश्व स्वत:ची साधने निर्माण करून जगते हे जरी खरी असले तरी जुनी निरुपयोगी साधने टाकून नवी निर्माण करण्याची प्रतिभा किंवा प्रज्ञा इतर प्राणिजातींत नसते; ती मानवात आहे (२) भिन्नभिन्न संस्कृतीचे आदान प्रदान. जे भिन्न भिन्न मानवी समाज आपल्या वेगवेगळ्या संस्कृती निर्माण केल्यानंतर अनेक कारणास्तव स्थलांतर करून एकमेकांजवळ येऊन संघर्ष आणि सहकार करीत राहू लागतात, त्यांच्यामध्ये सांस्कृतिक आदान-प्रदान घडत असते आणि संघर्ष कमी होत जातो. या सांस्कृतिक आदान-प्रदानामुळे संस्कृतीचा विकास होतो. या आदान-प्रदानप्रकियेमध्ये हे भिन्न प्रदेशीय मानववंश अपरिहार्यपणे अंगसंग करून प्रजोत्पादन करीत राहतात; म्हणजे त्यांच्यात एका अर्थी वंशसंकर होत असतो. संस्कृति-संगम व वंश-संगम यांची प्रक्रिया मानववंशांच्या सांस्कृतिक विकासाच्या प्रक्रियेशी समांतर चाललेली असते. भिन्न भिन्न प्रदेशांत भिन्न भिन्न रंगरूपाने मानववंश निर्माण झाल्यानंतर वाहतुकीची साधने आणि स्थलातंराची गरज यामुळे एकत्र सहवास करू लागतात आणि एकमेकांत मिसळून जातात. ज्या ज्या राष्ट्रांमध्ये व समाजांमध्ये संस्कृती वाढली, विकसित झाली त्या त्या राष्ट्रांच्या व समाजांच्या इतिहासात भिन्न भिन्न मानवी वंशांचा संकर अपरिहार्यपणे झालाच आहे. काही थोड्या वन्य जातिजमाती सोडल्या तर जगातील सगळ्या, गेल्या पाचहजार वर्षांतील संस्कृतींच्या परिसरात विविध मानववंशांचा संकर झालाच आहे.

एक जीवविज्ञानी ख्रिश्चन धर्मगुरू, मानववंशशास्त्रज्ञ पीर तीलहार्द दी चारदिन (Picre Theilhard de Chardin) यांनी लिहिलेल्या 'मानव हे एक दृश्य' (The Phenomcnon of Man) या ग्रंथात या संबंधी म्हटले आहे की, या पृथ्वीवर

जीवोत्पादनक्षम व जीवपोषक भौतिक साधनांचे मंडल आहे. या मंडलाच्या आत जीवशक्तीचे मंडल आहे. या मंडलात सगळ्या प्राणीजाती व वनस्पतीजाती जगत असतात. या जीवशक्तीच्या मंडलान्तर्गत मनुष्य जातीच्याही भोवती मनोमंडल आहे. हे मनोमंडल माणसांनीच तयार केलेले आहे. मनुष्यजातीच्या जगण्याला जीवनार्थ कलहात टिकण्याला आवश्यक असे हे मंडल आहे. मनोमंडल म्हणजे मानवाचे सांस्कृतिक विश्व. भिन्न भिन्न मानववंश एकत्र आले की ते मनोमंडलाची शक्ती आदान-प्रदानाने वाढवीत असतात. हे होत असतानाच वंशसंकरही अपरिहार्यपणे घडत असतो आणि मनोमंडलाच्या वाढीस तो आवश्यक ठरतो.

आजची मानव समाजाची प्रगती ज्या ज्ञानविज्ञानांनी आणि ध्येयवादाच्या योगाने झालेली आहे त्यांची पार्श्वभूमी आत्मसात करूनच आजच्या अद्ययावत साहित्याची व विशेषतः ललित साहित्याची निर्मिती व्हावयास पाहिजे. या पार्श्वभूमीची तर दलित साहित्याला जास्तीत जास्त आवश्यकता आहे; कारण यापुढील सामाजिक क्रांतीचे नेतृत्व जगातील सर्व दलित वर्गांकडे येणे मानवी भवितव्याच्या दृष्टीने आवश्यक आहे.

अलीकडे आंबेडकरवाद व मार्क्सवाद यासंबंधी चर्चा चालते. डॉ. आंबेडकर, मार्क्स इ. श्रेष्ठ क्रांतिदूतांनी दलितांच्या विचारसरणीमध्ये व ध्येयवादामध्ये फार महत्त्वाची भर घातली आहे यात शंका नाही; परंतु स्वतः मार्क्सनेच असे म्हटले आहे, "देवाला स्मरून सांगतो की, स्वतः मार्क्स हा मार्क्सवादी नाही." तसेच डॉ. आंबेडकर यांनी स्वतः जे जे विचार सांगितले त्या विचारांना स्वतःच्या नावाची मर्यादा घातली नाही. कोणताही मनुष्य पूर्ण नसतो. माणसाचा पूर्ण सत्याकडे प्रवास सुरू आहे, ह्या सत्याचे पथिक मार्क्स, आंबेडकर इ. असतात. ते काही मर्यादेपर्यंत त्या मार्गामध्ये साथ देऊ शकतात. मानवी इतिहासामध्ये अशा तऱ्हेचे पथप्रदर्शक अनेक थोर प्रज्ञावंत होऊन गेले आहेत, आणि होतीलही. म्हणून समाजक्रांतीच्या ध्येयाने प्रेरित झालेल्या दलित वीरांनी आपल्या मनाला कोणत्याही एका व्यक्तीच्या विचारसरणीच्या मर्यादा घालून घेऊ नये. आपल्या विचारसरणीत त्या व्यक्तीचे ऋण मात्र जरूर मान्य करावे. त्याबद्दल सतत कृतज्ञ रहावे. कारण समाजक्रांतीचा हा संग्राम केवळ एका समाजापुरता किंवा राष्ट्रापुरता नाही आणि तसा राहून तो यशस्वी होणार नाही.

प्रबोधनयुगापासून म्हणजे १४ व्या शतकापासून तो २० व्या शतकातील पश्चिमी साम्राज्यशाहीच्या अंतापर्यंतच्या काळात मानवी इतिहासामध्ये फार मोठ्या वेगाने घडामोडी होत आहेत. या घडामोडींतील युगप्रेरणा देणारे साहित्य व कला यांची मूल्ये आत्मसात करणे आवश्यक आहे. अनेक राजसिंहासने कोलमडून पडली. समर्थ धर्मपीठे हतबल झाली, याचे कारण पीडित, शोषित व दलित यांच्याबद्दलच्या जाणिवा, मानवी स्वातंत्र्य व समता यांबद्दलचे आदर्श, साहित्याच्या व कलेच्या क्षेत्रात प्रकट होत होते. भारतामध्ये स्वातंत्र्योत्तर कालात दलिताचे ललित साहित्य निर्माण होऊ लागले

आहे. त्या साहित्याला नव्या नव्या शाखा फुटत आहेत. त्यांची शब्दसमृद्धी स्वाभाविक व अस्सल जीवनाचे भावविश्व घडविणारी आहे; परंतु दलितांचे राजकारण मात्र जुळलेले दिसत नाही. भारतीय राजकारणात पक्षफुटीचा दोष बळावला आहे. तो दलितांच्याही राजकारणात शिरला आहे. म्हणून राजकारणाकडे दुर्लक्ष करून चालणार नाही. व्यापक दृष्टीने राजकारणाचे चिंतन व मनन साहित्यातही प्रतिबिंबित होणे आवश्यक आहे.

हे दलित साहित्य सर्वांचेच साहित्य आहे कारण दलित हा ज्या वरिष्ठ वर्गांच्या सामाजिक जीवनाचा घटक आहे, त्या वरिष्ठांनाही नैतिकसत्याचा प्रकाश देण्याचे कार्य हे साहित्य करू शकते. कारण मानवी उच्च जीवनमूल्ये जेव्हा नष्ट होतात तेव्हा वरिष्ठ वर्गही भ्रष्ट जीवनाचा भागीदार होतो. विशेषत: भारताच्या सर्वच दलित वर्गांना भावनांच्या आणि विचारांच्या क्षेत्रात सामंजस्य मिळवून देण्याचे कार्य हे साहित्य करू शकते.

आज महाराष्ट्रात काही दलित जमातींनी बुद्ध धर्माची ध्वजा उभारली आहे. त्यांची अशी अपेक्षा आहे की, सगळे भारतीय दलित या ध्वजाखाली एकत्र येऊन संघटित होतील; परंतु बुद्ध धर्माच्या ध्वजाखाली अनेक जमाती आज एकत्र जमण्यास तयार नाहीत, हीही वस्तुस्थिती दृष्टिआड करता येत नाही. कोणताही सहृदय विचारवंत हा बुद्धाच्या संदेशाचे मन:पूर्वक स्वागत करू शकतो. अत्यंत प्राचीन काळात दोन हजार वर्षांपूर्वी पृथ्वीच्या मोठ्या पृष्ठभागावर भगवान बुद्धाच्या संदेशाचे स्वागत झाले असे इतिहास सांगतो; परंतु या चिकित्सक बुद्धिवादी युगाच्या संदर्भात सगळ्या दलित जमाती या ध्वजाखाली येतीलच असे नाही. परंतु त्यांची एकजूट होईलच अशी अपेक्षा धरता येईल आणि समाजक्रांतीचा संघर्ष पुढे नेण्याचे कार्य साहित्याच्या द्वारे करता येईल.

दलित साहित्याला फार मोठे भवितव्य आहे. कारण या विसाव्या शतकाच्या अखेरच्या विज्ञानाच्या सार्वत्रिक विजयाच्या कालखंडात विज्ञान आणि तंत्रज्ञान यांच्या योगाने सर्व मानवी विश्वाचा आर्थिक पाया सर्वांच्या समृद्धीकरिता निर्माण होण्याची निश्चितता दिसत आहे. त्याकरिता मानवी मनामध्ये समतेचा आदर्श जागविणे हे या साहित्याचे मुख्य कार्य आहे.

हे साहित्य पुढे येत असता दलितांचे विविध क्षेत्रांत विविध मागण्यांच्या पूर्तीकरिता आवश्यक असे संघर्ष चालू झाले आहेत. ह्या संघर्षांचा खराखुरा प्रारंभ डॉ. बाबासाहेब आंबेडकरांनी केला. आता ते देशव्यापी होत आहेत. ह्या संघर्षांमध्ये दलित वर्ग वेगळा पडत नाही, त्याला वरिष्ठ वर्गाच्या प्रतिनिधींचाही उत्कृष्ट सहकार लाभत आहे. अशा लहान-मोठ्या संघर्षामध्ये क्रांतीच्या शिक्षणाची संधी प्राप्त होत असते. काही संघर्ष यशस्वी होतील, काही होणार नाहीत; परंतु क्रांतीच्या शक्तीचा विकास होण्यातच त्यांची सफलता आहे.

❑❑❑

हिंदू समाजात एकी व समानता कधीही निर्माण होणार नाही.

भाई माधवराव बागल

अनेकांनी समाजावरचे राजकीय, सामाजिक, धार्मिक व आर्थिक अन्याय व जुलूम दूर करण्यासाठी जीव धोक्यात घातला आहे. सत्तावानांच्याकडून छळ सोसला आहे व प्रसंगी बलिदानही केले आहे.

क्रांतिसिंह नाना पाटीलांनी खेडवळ भाषेने सातारा जिल्ह्यात क्रांती घडवून आणली व प्रतिसरकार निर्माण केले. ब्रुनो धार्मिक जुलूम घालवण्यासाठी हसत सुळावर चढला. हुतात्मा भगतसिंग, सुखदेव व राजगुरूंनी देशोद्धारासाठी प्राणार्पण केले.

डॉ. आंबेडकरांनी आपल्या अस्पृश्य जमातीचे हाल भोगून, त्या हालांतून त्यांची मुक्तता करावी म्हणून त्यांना जागृत केले. त्यांची एकजूट केली व हिंदु धर्माची जोखडातून त्यांना व स्वतःला मुक्त केले. स्वाभिमानी बनविले व अस्पृश्यांना गुलामगिरीत टाकणारी मनुस्मृती जाळून टाकली व नवस्मृती भारताला व जगाला दिली.

आजच्या संमेलनामागे ही शक्ती व स्फूर्ती उभी आहे. त्याच शक्तीने माधवराव बागलांना अंथरूण फेकून तुमच्याकडे खेचून आणले.

मी गांधीचा भक्त होतो. पण गांधीची आंबेडकरांशी तुलना करता आता मला आंबेडकरच श्रेष्ठ वाटतात.

म. गांधीच्या 'करेंगे या मरेंगे' या हाकेसरशी भीती टाकून मी मरायला तयार झालो. लोकशाही व स्वातंत्र्यासाठी राजेशाहीच्या एकतंत्री जुलूमाविरुद्ध बंदुकीच्या समोर उभा राहिलो. अंगावर गोळी घातली त्यांच्या समोर उभा राहिलो. महात्मा गांधीजीची आज्ञा म्हणून चरखा चालवला. खादी वापरली. स्वतः गावात फिरून खादी विकली. वाळवे तालुक्यास व सातारा जिल्ह्यात पायी जाऊन चरखा संघ स्थापन केले. खादीची आवश्यकता पटवावी म्हणून 'महात्माजींची कामधेनू' नावाचे पुस्तक लिहिले.

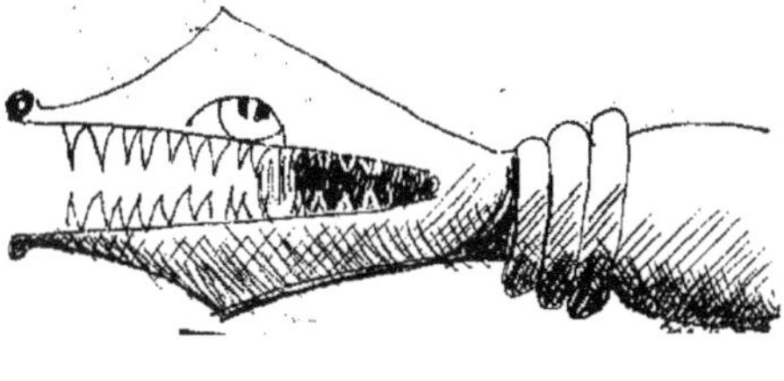

दलित साहित्य संमेलन,
अहमदनगर १९८२

त्यावेळी इंग्लंडला परदेशी कापडामुळे जाणारा पैसा अशाने का होईना कमी करता आला. पण आता आपले सरकार आल्यानंतर त्यांनी कापडाच्या गिरण्या ताब्यात घेऊन कपडा स्वस्त करावा असे वाटल्याने खादी वापरणे सोडून दिले. खादी भरभरीत असते. लवकर मळते, भट्टीत टिकत नाही. भट्टीशिवाय कपडे वापरले की माणूस गबाळा दिसतो. खादीविक्रीचे दुकान सरकारला (सबसिडी) नुकसान भरपाई देऊन चालवावे लागते. सरकारी अधिकाऱ्यांना बरे वाटावे म्हणून बाहेर खादी व कोटाच्या अगर सदऱ्याच्या आत गिरणीचे कापड घालून स्वत:ला व ऑफिसरला फसविले जाते. देशी गिरण्यांचे मालक अफाट पैसा मिळवतात. त्या जोरावर निवडून येतात व तेच सरकार बनवतात. सरकारची पॉलिसी ते ठरवतात. म्हणजे आता गोऱ्यांची सत्ता गेली व काळ्यांची आली असे झाले आहे. गांधीजींनी भारताला स्वातंत्र्य मिळवून दिले किंवा ते जागतिक परिस्थितीमुळे ब्रिटिशांना द्यावे लागले. कारण जर्मनीचा सर्वाधिकारी हिटलर युरोपातील एकामागून एक देश पादाक्रांत करू लागला होता. म्हणून इंग्लंडला भारताचे सहाय्य घेणे भाग पडले. नाही तर गांधीच्या अहिंसा धर्माने ब्रिटिशांच्या मशीनगन्स व रिव्हॉल्वर्स बंद पाडल्या म्हणणे हास्यस्पद ठरेल.

काहीही असो, भारत स्वतंत्र झाला व गांधीजी हे अनभिषिक्त राजे झाले.

पण गांधीजींनी भारतीय जनतेला अंधश्रद्धेतून मुक्त केले नाही. सामाजिक, धार्मिक, आर्थिक व राजकीय विषमता घालविली नाही.

स्वत:ही अंधश्रद्धेतून मुक्त झाले नाहीत व ज्या गीतेने विषमता निर्माण केली, चार वर्णाश्रमधर्म निर्माण केले. त्या गीतेला माझी माता म्हणून गौरवू लागले.

त्यांचा आतला आवाज हे गूढ अनाकलनीय होते. त्याला बुवाबाजीचाच प्रकार नाही कां म्हणता येणार ?

गांधीजींच्या आचारांत व विचारांत पूर्ण विसंगती आढळते.

गांधीजी अस्पृश्यांच्या वसाहतीत जाऊन राहिले. पण अस्पृश्यांच्या जीवनाशी व महत्त्वाकांक्षेशी समरस होऊ शकले नाहीत.

ते वर्णाश्रमधर्माची आवश्यकता प्रतिपादन करीत.

ज्या वर्णात मनुष्य जन्मला असेल त्या वर्णातच रहाणे उचित. त्याने उच्च वर्णियांचे गुण संपादन केले असतील तर तो उच्चवर्णियांत जाऊ शकेल. याचा अर्थ ते पुनर्जन्म व पूर्वजन्म मानत होते असा स्पष्ट होतो. ही सर्वस्वी अशास्त्रीय दृष्टी होय.

विठ्ठल रामजी शिंदे महात्माजींच्याकडे जाऊन म्हणाले, 'महात्माजी ज्या देवालयात अस्पृश्यांना जाण्यास बंदी केली आहे, तेथे आम्ही सक्तीने जाणार आहोत.'' त्यावर गांधीजी म्हणाले, ''अशी देवालये उद्ध्वस्त करावीत,'' हे ऐकून विठ्ठल रामजींना फार आनंद झाला व ते म्हणाले, ''मग महात्माजी आपणच आता पुढारीपण घ्या.'' त्यावर गांधीजी म्हणतात. ''ती वेळ अद्याप आलेली नाही.''

आमच्या साहित्य संमेलनाच्या चालकांनी दलित या शब्दात सर्व जातीच्या बेकारांचा समावेश केला आहे की काय मला माहीत नाही. पण ब्राह्मण दरिद्री व भिकारी ब्रह्मणेतर, मराठा हे एकाच सदरात टाकता येणार नाही.

ब्राह्मण जातीचा भिकारी अन्नासाठी कोणा हिंदूच्या घरी गेला तर घर मालकीण त्याला माजघरात नेऊन जेवायला वाढील. मराठ्याला सोप्यात वाढील व अस्पृश्य गेला आणि तो घरासमोरचा गटार व रस्ता झाडून गावचे आरोग्य सांभाळणारा असला तरी उंबरठ्याच्या आत तर राहू देच पण दारात उभं राहून घरातले उरलेले खरकटे वरून त्याच्या ओट्यात टाकील.

भारतातला बेकार व इंग्लंडातला बेकार हे एकाच साच्यात घालता येणार नाहीत. भारतातल्यासारखे ते दरिद्री नाहीत. यंत्रयुगामुळे तेथील श्रीमंती व गरिबी दोन टोकाला गेली आहे. श्रीमंती अस्मानाला जाऊन भिडली आहे, तर गरिबी खोल दरीत जाऊन पडली आहे.

मार्क्सने भाकीत केले की हा बहुसंख्य अपंग भिकारी क्रांती घडवून आणील. ती क्रांती लेनिनने रशियात घडवून आणली.

भारतातील बेकारी भयानक आहे. ती आर्थिकदृष्ट्या सुधारली तरी ती जाणारी आहे. भारतीय बेकार राजकीयदृष्ट्या, आर्थिकदृष्ट्या, सामाजिकदृष्ट्या पिळला गेला आहे व अपमानीत आहे.

मनू, कृष्ण व राम यांनी स्वत:लाच देव बनवून अस्पृश्यांना कायमचे गुलामगिरीत डांबून टाकले आहे. मनूने तर अस्पृश्यांना जनावराहूनही खालचा दर्जा दिला आहे इतर हिंदूंचा संपर्कही लागू नये म्हणून गावकुसाबाहेर हाकलून दिले आहे.

"अस्पृश्य हे जनावरांपेक्षाही हीन आहेत, त्यांची छाया पडली तरी प्रायश्चित्त घ्यावे असे धर्मग्रंथ सांगते. हीन जातीच्या व्यक्तीला उपदेश करू नये. जर एखाद्या ब्राह्मणाने शूद्राला उपदेश केला तर सर्व ब्राह्मणांनी त्या ब्राह्मणावर सामाजिक बहिष्कार टाकावा. जर शूद्राने वेदमंत्राचे श्रवण केले तर त्याच्या कानात शिस्याचा तप्त रस टाकावा. त्याने वेदमंत्र उच्चारला तर त्याची जीभ छाटावी आणि जर संपूर्ण वेदमंत्र शिकला तर त्याचे कुऱ्हाडीने तुकडे करावेत. ब्राह्मण, क्षत्रिय आणि वैश्य यांच्या बरोबर एका आसनावर बसण्याची, एका शय्येवर झोपण्याची आणि एकाच रस्त्याने चालण्याची इच्छा व्यक्त केली तर त्याला कडक शिक्षा करावी. तापलेल्या सळयांचे डाग अशा शूद्राच्या कंबरेवर द्यावेत व त्याचे दोन्ही कुल्ले छाटून गावाबाहेर हाकलावे. यज्ञयागात धनधान्याची कमतरता पडली तर शूद्राची लूटमार करावी, त्याच्याकडे मागू नये." असे हिंदूधर्म सांगतो.

हिंदूधर्म शास्त्रानुसार शूद्र हा जन्मजात गुलाम आहे. ब्राह्मणांची गुलामी करण्यासाठीच विधात्याने त्याची निर्मिती केली आहे.

गांधीजी राहिले अस्पृश्य वस्तीत, पण ओढा उच्च वर्णियांकडे. निवडणुकीत हिंदूंचे बहुमत राहवे म्हणून स्वतंत्र मतदार संघाच्या आंबेडकरांच्या मागणीला प्राणपणाला लावून विरोध केला.

याच गुलामगिरीच्या गर्तेतून ज्वालामुखी बाहेर पडला तो डॉ. आंबेडकर हा होय.

धर्म भावनेमुळे नियतीवाद बळावतो. प्रारब्धवादाचा पगडा मनावर बसतो. मनुष्याचे भवितव्य नियतीच्या आधीन असे समजतो व कर्तृत्वहीन होतो म्हणून बुद्धिवादाच्या कसोटीला उतरेल तेच मान्य करा, असा बाबासाहेबांनी उपदेश केला.

गांधीचे मानसपुत्र जवाहरलाल नेहरू वैचारिकदृष्ट्या गांधींशी समरस नव्हते महात्मा गांधीच्या पत्नीला प्रणाम करायला ते गेले असताना 'मा' म्हणाल्या "देव तुझं कल्याण करो." त्याबरोबर नेहरू म्हणतात. "मा, कुठे आहे देव तो ?"

गांधीजींनी यंत्राला विरोध केला. तो नेहरूंनी व राष्ट्रानेही मान्य केला नाही. यंत्रविरोधामुळे जगातील प्रगत व धनाढ्य राष्ट्रांच्या बरोबरीला भारत आला नसता. हा उपदेश आजच्या पंतप्रधान इंदिराजींनीही मान्य केला नाही.

गांधीजींनी आंबेडकरांच्या स्वतंत्र मतदार संघाच्या मागणीला प्राणपणाला लावून विरोध केला. ते या उपोषणात जिवास मुकले, तर हिंदू अस्पृश्यांची कत्तल करतील, म्हणून आंबेडकरांनी नाइलाजाने संयुक्त मतदार संघास मान्यता दिली. संयुक्त मतदार संघामुळे अस्पृश्यांचा खरा प्रतिनिधी निवडून येणे दुरापास्त झाले आहे.

त्यालाही ज्या सवलती देण्यात आल्या आहेत त्याला आज विरोध होत आहे. अस्पृश्यांचे खून पडत आहेत. विद्यार्थ्यांनीही पूर्ण विचार न केल्यामुळे उठाव केला आहे.

या विरोधात ब्राह्मणमान्य सर्व पक्ष व जाती सामील झाल्या आहेत. दुःखाची गोष्ट त्यात एका संघटनेचे नाव धारण करून मराठाही सामील झाला आहे.

पण हिंदू समाजात एकी व समानता कधीही निर्माण होणार नाही. त्यात कृष्णाने व मनूने कायमची पाचर मारून ठेवली आहे. चार वर्ण पाडले ते कृष्णाने. मनूने तर अस्पृश्यांना जनावरांइतकाही दर्जा दिला नाही.

आंबेडकरांनी या जातीव्यवस्थेला मनोऱ्याची उपमा दिली आहे. त्याला चार मजले आहेत. वरच्या मजल्यात ब्राह्मण, खाली क्षत्रिय, त्याखाली वैश्य, तळाला कष्टकरी शूद्र. त्याने शेती करून सर्वांना पोसायचे. यातल्या गुणांची वाढ केली तरी त्याला या जन्मी वरच्या वर्णात जाता येणार नाही. फार तर पुढच्या जन्मी तो वरच्या वर्णात जाऊ शकेल.

हेच विचार गांधीजींनी मांडले आहेत.

डॉ. आंबेडकर म्हणतात, हिंदूधर्माने कोणाचे कल्याण केले असेल तर देवाच्या

दलालांचे !! जात हे हिंदूंच्या हानीचे मूळ कारण आहे. डार्विनने सिद्ध केले आहे की देहापासून आत्मा निराळा नाही. देहाचीच 'डेव्हलमेंट' आत्म्यात झाली आहे. ज्यास बुद्धिवादाने चालावयाचे आहे व ज्यास बुद्धिवादी धर्म पाहिजे त्यांना गीतेतील अनेक अध्यात्मविषयक प्रश्न व देवताविषयक प्रश्न बुद्धीने सिद्ध करण्यास मार्कंड्याचे आयुष्यही पुरणार नाही. गीतेची मांडणी पौराणिक पद्धतीची आहे. त्यात तर्कशुद्धता नाही. धर्माने लोकांवर वजन कसे मारावे एवढ्याचीच फार काळजी घेतली आहे. जुन्या चाली, जातिभेद अस्पृश्यता इत्यादिकांचा आधार हिंदूधर्म होय.

अस्पृश्यतेमुळे होणारे सर्व हाल-अपमान आंबेडकरांना जन्माबरोबरच भोगावे लागले आहेत ते जगातील सर्वश्रेष्ठ विद्वान म्हणून मान्यता मिळेपर्यंत ! त्यांनी इंग्लंड व अमेरिकेच्या युनिव्हर्सिटीच्या पदव्या मिळविल्या. करण्याची अधिकारपद मिळविले. भारताचे कायदेमंत्री झाले व भारताचे घटना तयार करण्याची जबाबदारी त्यांच्यावर टाकली गेली.

आंबेडकर गावी जात असताना गाडीवानाला त्यांची दया आली. त्याने त्यांना आपल्या गाडीत घेतले. पण ते महार जातीचे आहेत असे समजताच गाडीतून खाली उतरविले. त्यांचे सामान रस्त्यावर फेकून दिले. गाडी विटाळली असे समजून ती धुवून काढली. तहान लागली म्हणून पाणी मागितले तेव्हा त्यांना गटार दाखविले.

शाळेतील इमारतीत इतर विद्यार्थ्यांबरोबर मास्तराने बसू दिले नाही. बाहेर बसून कानावर पडतील ते शब्द ऐकून समाधान मानून घ्यावे लागले. संस्कृत ही देवभाषा अस्पृश्यांच्या मुखी गेल्यास विटाळते म्हणून संस्कृत घेण्यास मनाई केली. म्हणून त्यांना पारशी घ्यावी लागली. पण संस्कृत स्वतःच्या श्रमाने प्राप्त करून घेऊन संस्कृताचे पंडित झाले. सर्व धर्मग्रंथांचा अभ्यास करून त्यातला ब्राह्मणी कावा उघडकीस आणला. विल्सन कॉलेजमध्ये प्रोफेसरशिप मिळविली. पण तेथील प्राध्यापकांनी त्यांच्यासाठी ठेवलेल्या डेऱ्यांना शिवू दिले नाही. इंग्लंडहून शिकून आल्यानंतर बडोद्याच्या सयाजीराव महाराजांनी त्यांना मोठी नोकरी देण्याचे ठरविले. तोपर्यंत त्यांना दुसऱ्या अधिकारावर ठेवले. पण तेथील शिपाई त्यांच्या टेबलाजवळ न जाता त्यांचे दप्तर लांबून फेकून देऊ लागला. हा अपमान सहन न होऊन ती नोकरी सोडली व सार्वजनिक कार्यासाठी आयुष्य घालवण्याचे ठरविले. निवडणुकीत निवडून आले. पुढे कायदेमंत्री झाले व भारत सरकारने भारताची घटना तयार करण्याची जबाबदारी त्यांच्यावर सोपविली. त्यांनी इतर देशांच्या घटनांचा अभ्यास करून निर्दोष घटना तयार केली व नव्या जगाची नवस्मृती सरकारच्या स्वाधीन केली. स्त्रियांनाही वारसा हक्क मिळावा म्हणून वारसा हक्काचा कायदा तयार केला; पण राजेंद्रबाबूंनी तो अमान्य केल्यामुळे नेहरूंनी माघार घेतली. म्हणून नाराज होऊन राजीनामा दिला व जनसेवेला वाहून घेतले.

अस्पृश्यांना कायमच्या गुलामगिरीत ठेवणारी मनुस्मृती महाड या गावी जाळून

टाकली व आपल्या सात लाख अस्पृश्यांना बरोबर घेऊन बुद्ध धर्माचा स्वीकार केला.

त्यांनी आपल्या समाजाला वाणीने व कुंचल्याने जागृत केले व संघटित केले.

त्यांची 'मूकनायक' व 'जनता' ही साप्ताहिके आमच्या 'हंटर' साप्ताहिकास भेट म्हणून येत होती.

त्यांनी शेवटचा ग्रंथ 'बुद्ध आणि त्याचा धम्म' हा लिहिला आणि त्याच दिवशी पहाटे, ६ डिसेंबर १९५६ रोजी निर्वाणपदी केले. आंबेडकर मरून अमर झाले. केशवसुत म्हणतात त्याप्रमाणे 'अधिमरण अमरपद मग येते.' उगवत्या सूर्याप्रमाणे त्यांची कीर्ती भारतातच नव्हे तर जगाला व्यापून राहिली आहे.

माधवराव बागल प्रथम गांधीचा भक्त होता; पण त्यांची अस्पृश्यांबरोबरची वागणूक पाहून व वैचारिक विसंगती पाहून तो आता आंबेडकरांना आपले मार्गदर्शक मानतो व त्यानेही हिंदूधर्माचा त्याग करून बुद्ध धर्माचा स्वीकार केला आहे.

बुद्ध हा आग्रही नव्हता. त्याने स्वत:ला कृष्ण, राम, मनूप्रमाणे स्वत:ला ईश्वर करून घेतले नाही. मला माना असा आग्रह धरला नाही. जे पटेल तेच माना ही मुभा ठेवली आहे.

कृष्ण म्हणतो, वर्णाश्रम धर्म मीच केले आहेत, मी जे जे सांगतो त्यावर नि:संकोचपणे विश्वाव ठेवा. 'श्रद्धावान लभते ज्ञानम्' तरच तुम्हाला ज्ञानाचा लाभ होईल. खरं म्हणजे जे आपल्याला पटले नसते, अनुभवाला येत नसते ते केवळ दुसऱ्याने सांगितले म्हणून विश्वास ठेवल्यास त्याची केव्हाही प्रगती होणार नाही. कोणत्याही शाखांची वाढ ही शंकेखोर वृत्तींनीच झाली आहे. या वृत्तीला कृष्णाने 'मी ईश्वर आहे मी सांगतो त्यावर विश्वास ठेवा नाही तर नरकात जाल' अशी भीती घालून ठेवली आहे.

रामदासाने नंतर आपल्या श्लोकांनी ती पुन: घट्ट केली. रामदास म्हणतो - "गुरु तो सकलासी ब्राह्मण । जरी तो झाला क्रियाहीन । तरी तयाशीच शरण, अनन्य भावे असावे ।" या आज्ञेविरुद्ध आमच्या केशवराव जेधे व जवळकरांनी बंड केले व जेध्यांनी शिक्षा भोगली. जवळकरांची वकिली डॉ. आंबेडकरांनी करून त्यांना सोडवून घेतले. पण दुर्दैव, आपल्या लाभ धारण करणाऱ्या मराठ्यानेच त्याविरुद्ध चळवळ करून राखीव जागेच्या सवलतीला विरोध केला.

बरे ही हिंदूधर्मवाल्यांची एकी कशी करणार ? एखाद्या ब्राह्मणाला विचारले तुझी जात कोणती तर नुसतं ब्राह्मण म्हणून चालणार नाही. ब्राह्मण पण कोण ? देशस्थ, कोकणस्थ, शेणवी की प्रभु ?.....बरे हा लक्ष मराठा. पण कोण ? शहाण्णव कुळीचा ? सात कुळीचा, पाच कुळीचा की लेकावळा ? हे जुळले तरच लग्न होणार. यांनी राखीव जागेसाठी भांडावं !'

औरंगाबाद विद्यापीठाला आंबेडकरांचे नाव द्यावे, कारण औरंगाबादला त्यांना

शिक्षणाचे केंद्र बनविले होते. स्पृश्यांना बंदी नव्हती. स्पृश्य- अस्पृश्य विद्यार्थी एका ठिकाणी शिकले तर त्यांच्यातील कडवेपणा सहवासाने नाहीसा झाला असता. या मागणीला महाराष्ट्राच्या विधिमंडळाने एकमताने मान्यताही दिली होती. पण यशवंतरावजी चव्हाणांचे मानसपुत्र शरदराव पवारांनीच विरोध करून ठराव पुन: विनाकारणच जनमताला टाकला. या मागणीसाठी देशातून अस्पृश्यांचे मोर्चे निघाले. माधवराव बागलाने कोल्हापूरहून निघालेल्या मोर्चाला पाठिंबा दिला. पण यशवंतरावजींच्या मानसपुत्रानेच शरदराव पवार या त्या वेळच्या मुख्यामंत्र्यानेच त्याला पाठिंबा न देता तो लोकांच्या मतावर सोपवला. या मागणीसाठी देशातून अस्पृश्यांचे मोर्चे निघाले तर त्यांना आगगाडीतून, बसमधून पोलीसांनी बाहेर काढले. त्यांना लाठीने झोडपून काढले व तुरुंगात टाकले. तुरुंगातही त्यांचा छळ केला. हिटलरच्या कॉन्सेंट्रेशन कँपची आठवण करून दिली व या कृत्याने चिरंजीव झाले.

यावेळी यशवंतरावजी मुख्यमंत्री असते तर ही मागणी खात्रीने मान्य झाली असती. यशवंतरावजी महाराष्ट्राचे मुख्यमंत्री असताना भारतातील सर्व राज्यांच्या अगोदर नवदीक्षीत बौद्धांना व अस्पृश्यांना सवलती देण्याचे जाहीर केले. यशवंतरावजींची पददलितांच्या समस्या सोडवण्याची मूळदृष्टी, तळमळ व शुद्ध हेतू पाहूनच भारतीय पक्षनेत्याने व नवदीक्षीत बौद्ध जनतेने नागपूर येथे १६ डिसेंबर १९६० रोजी दीक्षाभूमी मैदानावर खासदार दादासाहेब गायकवाड यांचे अध्यक्षतेखाली प्रचंड सत्कार केला. ती भूमीही पुढे त्यांच्या मालकीची झाली.

यशवंतरावजींनी गुलामी पद्धतीची महार वतनी पद्धत रद्द केली व आंबेडकरांच्या हयातीत त्यांना यश मिळाले नाही ते यशवंतरावजींनी आपल्या आमदानीत अस्पृश्यांच्या पदरात टाकले. त्यांनी त्या जमिनी रयतावा करून त्यांच्याच मालकीत ठेवल्या. त्यामुळे त्यांच्या इच्छेप्रमाणे त्यांना त्या विकता येतील अगर आपल्याकडे ठेवता येतील.

यशवंतरावजींनी आंबेडकर जयंतीची सुटी दिली. पार्लमेंटसमोर आंबडेकरांचा स्टॅच्यू (पुतळा) उभा करणाऱ्या समितीचे स्वत: अध्यक्ष झाले.

नुकत्याच झालेल्या माणगाव परिषदेत सभापती गवई यांनी आणखी काही वर्षे राखीव जागेच्या सवलती अस्पृश्यांना ठेवाव्यात अशी इच्छा प्रगट केली. खुद्द आंबेडकरांनाही त्या कायमच्या ठेवायला नको होत्या.

या राखीव जागेच्या सवलतींबद्दल आपले विचार छत्रपतींच्या कानावर घालावेत म्हणून सांगलीचे प्रसिद्ध वकील अभ्यंकर महाराजांच्या भेटीस आले होते. महाराज चौकडीत बसून बाहेर निघाले होते. त्यांनी अभ्यंकरांना चौकडीत घेतले व विचारले, 'अभ्यंकर का आला होता ?' तेव्हा अभ्यंकर म्हणाले, 'महाराज आपण योग्य माणसांना व हुशार विद्यार्थ्यांना स्कॉलरशिप व नोकऱ्या द्या पण जात पाहून सवलती देऊ नका, महाराजांनी काहीच उत्तर दिले नाही. ते आपली चौकडी घोड्याच्या तबेल्यात घेऊन

गेले. ती घोड्यांना चंदी देण्याचीच वेळ होती. महाराजांनी हरभरे आणायला सांगितले व जमखान्यावर टाकायला लावले. सर्व घोडी धावत आली. सशक्त व निरोगी होती ती पुढे सरकली. अशक्त, रोगी व लंगडी होती ती मागेच राहिली. त्यांना काहीच मिळाले नाही. हे दाखवून महाराज अभ्यंकरांना म्हणाले, 'म्हणून मी अशक्तांना, लंगडी व रोग्यांना हरभरे तोबऱ्यात घालून देतो. याच दृष्टीने मी अस्पृश्यांकडे पाहतो. हजारो वर्षे त्यांना ब्राह्मणांनी ज्ञानसंपादनापासून दूर ठेवले आहे. त्यांना खास सवलती व स्कॉलरशीप्स दिल्या नाहीत तर ते कधीच पुढे येणार नाहीत,' अभ्यंकर निरुत्तर झाले.

माझ्याकडे एक गृहस्थ आले व म्हणाले, आम्ही ही संस्था काढली आहे व ती राजकारणापासून सर्वस्वी अलिप्त ठेवली आहे. 'आर्ट ऑफ आर्ट सेक' म्हणून मधे एक खूळ निघालं होतं. पण कोणताही विषय इतर विषयांपासून सर्वस्वी अलिप्त ठेवताच येणार नाही.

अंत:करण कवीचे असल्याशिवाय दु:खितांचे हाल निवारण्यासाठी प्रयत्न करणार नाही. कित्येक कवींनी चित्रकारांनी राजकीय, सामाजिक व धार्मिक अन्याय व जुलूम कमी करण्यासाठी प्राणार्पण केले आहेत.

सर्वोदय हे अध्यात्म्याचे अर्धनग्न रूप आहे. सर्वोदय समाजावादाचा मोठा अडथळा आहे. निरीश्वरवाद वैज्ञानिक समाजवादाचे अविभक्त अंग आहे. नीतिशास्त्र सामाजिक विज्ञान आहे. आध्यात्मिक चमत्कार हे जनतेला लुबाडण्याचे, ठगीचे उत्कृष्ट साधन आहे.

नेहरू जयप्रकाशांबद्दल म्हणतो - 'स्वत:ला समाजवादी म्हणणारा हा गृहस्थ अध्यात्म्याच्या शक्तीबद्दल कसे बोलू शकतो.' तीच गोष्ट विनोबांची ? यांनी ग्रामदानाची मोहीम काढून जमीनदारांना वाचवले. जमीनदारांनी व सावकारांनी शेकट्यातल्या व गबाळ जमिनी देऊन स्वत:चा गौरव करून घेतला. आपला भाव वाढवून घेतला. गांधीजींनी ट्रस्टीशीपची कल्पना पुढे ठेवून क्रांतीला पुढे ढकलले. या सर्वांहून मार्क्स हा खरा संत होय.

धर्म ही अफू आहे असे मार्क्सने सांगून लोकांना बजावले. त्याची अंमलबजावणी महात्मा फुल्यांनी व शाहू महाराजांनी केली. पोवाडे, लावण्या, जलसे या साधनांनी ब्राह्मण्याचे व ब्राह्मणांचे कावे उघडकीस आणले व खेडुतांस जागे केले.

पुतळेही प्रचाराचे एक साधन आहे. ज्यांना वाचता येत आहे त्यांना चरित्रग्रंथांचा उपयोग नाही. पुतळ्यामुळे पाहणाऱ्यात जिज्ञासा निर्माण होते. ते त्या व्यक्तीची माहिती मिळवितो म्हणून पुतळ्यांची आवश्यकता आहे. खुद लेनिनने अशा पुतळ्याचे उद्घाटन केले आहे.

❑❑❑

दलितांच्या चळवळी जेव्हा तीव्र होतात तेव्हा दलित साहित्य जन्माला येते

दया पवार

जवळ जवळ आज सर्वच क्षेत्रात दलित चळवळ ही दुहीने ग्रासलेली आहे. राजकारण, धर्मकारण, समाजकारण या सर्वांना दुहीने छिन्नविच्छिन्न केले आहे. सांस्कृतिक चळवळीतही हे दुहीचे गढूळ पाणी शिरले याचे आपल्या इतकेच मलाही दुःख होते. आंबेडकर चळवळीत दरेक माणूस तसा ग्रेट असतो. त्याची मानसिकता तशी प्रखर बुद्धिवादी असते. अनेक कर्मकांडाची लंचाडं त्याने फेकून दिलेली असतात. पण हा माणूस जेव्हा समूहात येतो तेव्हा त्याच्यातील रचनात्मक आणि विधायक ताकद वाळूच्या ढिगाऱ्यासारखी होते. ती लगेच कोसळते. दलित समाजात मध्यंतरी आपण प्रति बाबासाहेब आहोत अशी एक लाट आली होती. त्यामुळे बाबासाहेबांसारखा पेहराव करणे, त्यांच्यासारखं बोलण्याचा सराव करणे, त्यांच्यासारखे फोटो काढून घेणे इ. बालिश प्रकार झाले. प्रेतयात्रेतही ही मंडळी सुटात येत. या पाठीमागे व्यक्तिगत अहंकाराची लागण दिसते. नेमका हाच प्रकार वेगळ्याप्रकारे दलित साहित्यातही घुसला. दलित चळवळीचे केवळ आपण भाष्यकार आहोत. आपणच तिला दिशा दिली, आपण निर्माण केलेले गुरुपण-त्याचे पीठ- चिल्यापिल्यांची मागे शिष्यपरंपरा- आपल्या पुढे कुणी जाऊ शकत नाही या अहंकाराने ग्रासलेले मन हे समाजवादी व लोकशाही प्रक्रियेची तोंडाने कितीही भाषा करीत असले तरी हे मन संरजामशाहीतलेच आहे हे खुशाल समजावे. प्रतिष्ठा, अहंकार आणि सत्तास्पर्धा यामुळे दलित चळवळीच्या अंगांना काजळीने ग्रासले आहे. आपणास आपले शत्रू गवसत नाही. आपणच आपले शत्रू. ही कीड सर्वच दलित चळवळ खाऊन टाकील की काय ही भीती वाटते. अनेक प्रसिद्ध दलित लेखक-कवी समाजातील मान्यवर अशा वेगवेगळ्या व्यासपीठावर हौसेने जातात तेव्हा यांना डावे किंवा उजवेही चालतात. पण आपल्याच चळवळीतील व्यासपीठावर जाण्यास मात्र आपले अहंकार आडवे येतात. एकमेकांबद्दल ॲलर्जी

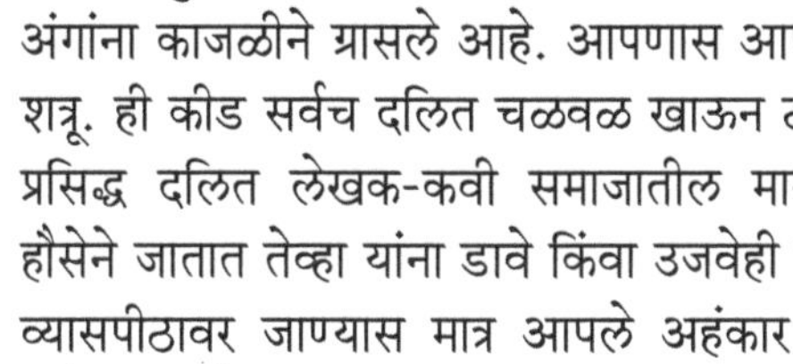

अस्मितादर्श लेखक वाचक मेळावा, सोलापूर १९८३

वाटते. पाटील माझ्याशी बोलला त्याचेच कौतुक तो सांगत असतो. आपसातील भाईबंदांच्या किळसवाण्या यादवीचा काळ पुन्हा नवे पेहराव घालून धुडगूस घालत आहे की काय याचे भीषण चित्र डोळ्यासमोर सरकत असते. म्हाताऱ्यांच्या चळवळी मोडीत निघाल्या असे म्हणणाऱ्या तरुणांनाही आपली संघटना एकसंध ठेवता येत नाही हे कबुल करायला हवे. कुणाला हा साहित्यबाह्य विचार वाटेल. पण दलितांच्या चळवळी जेव्हा तीव्र होतात तेव्हाच कसदार असे साहित्य जन्माला येते हेही पँथरसारखी संघटना जेव्हा तीव्र होती तेव्हा प्रगट झाले आहे.

दलितांच्या सांस्कृतिक क्षेत्रात अनेक छोट्यामोठ्या संस्था महाराष्ट्रात कार्यरत आहेत. एके काळी केवळ मुंबई, औरंगाबाद, नागपूर येथे सुरू असलेली चळवळ आज महाराष्ट्रातील जिल्ह्याजिल्ह्यांत पसरली आहे. एखाद्यानं मोहोळावर दगड भिरकवावा आणि त्यातून भणभण मधमाशा पसराव्यात तशी नवी पिढी लिहू लागली आहे. अमरावतीचे 'सिद्धार्थ साहित्य संघ', नागपूरची 'मुक्तिवाहिनी', मुंबईची 'बौद्ध साहित्य परिषद,' औरंगाबादची 'मिलिंद साहित्य परिषद', पुण्याचा 'समता रंगमंच' आणि 'चक्रायू' या सर्वांना एकत्र जोडण्याचा दुवा 'अस्मितादर्श' आणि दलित साहित्य संसदेने अंमलात आणावा आणि मराठी साहित्याच्या क्षेत्रात कार्य करणाऱ्या चार प्रादेशिक संस्था महाराष्ट्रात जशा आहेत आणि या संस्थांचे प्रतिनिधित्व करणारी महामंडळासारखी संस्था जशी आहे, तसे या सर्व संस्थांचे वेगळेपण कायम ठेवूनही फेडरेशन उभे करता येईल.

सांस्कृतिक आणि साहित्यिक जाणीवा व्यक्त करणारी चळवळ तशी एकदम सुरु होत नाही. १९२० सालापासून डॉ. बाबासाहेब आंबेडकरांनी महाराष्ट्रात जाणिवेच्या पातळीवर जे सर्वंकष बंड नि वैचारिक आंदोलन दलित समाजाच्या ठायी उत्पन्न केले, त्याच्या एका अविष्कारातून दलित साहित्याचा जन्म झाला. पण गेल्या पंधरा वर्षातच ही चळवळ का फोफावली ? अर्थात् त्यापूर्वी कुणी लिहीत नव्हते असे काही नाही. पण त्या लेखनाला चळवळीचे स्वरूप नव्हते हे कुणीही मान्य करील. काही समीक्षक मराठी साहित्यात 'मर्ढेकरी' संप्रदाय सुरू झाल्यापासनू दलित साहित्याचा जन्म सांगतात तर कुणी मराठीतील 'लिट्ल मॅगझिन' या चळवळीला हे श्रेय देतात. तर अलीकडे एका पुरोगामी कवीने दलित साहित्याच्या जन्माची नाळ अण्णाभाऊ साठे व अमरशेख यांनी केलेल्या 'लोकनाट्य कलापथका' शी जोडली आहे. दलित चळवळीचे ऐतिहासिक भान नसले की अशा गफलती सतत दिसत असतात.

दलित साहित्याची वेगळी चूल कशाला.....साहित्य हे इथून तिथून एकच असते.....अशी हाकाटी सातत्याने चालूच असते. दलित लेखकांनी आपल्याभोवती एक वर्तुळ आखून घेतले तर आम्ही त्यापेक्षा मोठे वर्तुळ आखून त्यांना आत घेऊ असाही सूर काढला जातो. खरे म्हणजे हिंदू धर्माची जी सहिष्णुपूर्ण व्याख्या केली

जाते, त्याच्यात ही कृती चपखल बसते. डॉ. बाबासाहेब आंबेडकरांनी जेव्हा बौद्ध धर्म घेतला होता तेव्हा त्यांच्या बाबतीतही म्हटले गेले होते की बाबासाहेबांची उडी शेवटी कुंपणातच पडली. बौद्ध धर्म घेण्याच्या वेळी त्यांची जी क्रांतिकारक जाणीव या पाठीमागे होती ते लक्षात न घेता 'सब भूमी गोपाल की' या न्यायाने त्यांचा क्रांतिकारक विचार डावलण्याचा प्रयत्न केला गेला. तीच सनातन वृत्ती मोठ्या वर्तुळाची भाषा करणाऱ्यांच्या मनात दिसते. मोठ्या वर्तुळाची भाषा करून तेही आपला परंपरेचा अहंकार विसरायला तयार नाहीत. 'तुम्ही-आम्ही एक व्हा पण कठड्याला हात लावू नका' हाच बोध दलित लेखकांनी घ्यायचा काय ? भारतातील समाजमनाचे वास्तव तसे बदलले नाही. तोच गावगाडा, त्याच रूढीकल्पना, त्याच गावाबाहेरच्या वस्त्या, राखीव जागेबद्दल तीच जुनी जळमटे असे सर्व भीषण वास्तव असताना साहित्यात मात्र वेगळेपण दाखवू नये हा डोळ्यावर पट्टी बांधण्यासारखा प्रकार नाही काय ? पूर्वी संतांनीसुद्धा असाच उपदेश केला. झाडे भिन्न भिन्न असली तर अग्नीसमोर समान असतात तशा जाती वेगवेगळ्या असल्या तरी देवासमोर सारख्या असतात.

दलितांना त्यांच्या सामाजिक परिस्थितीमुळे जे बंड करावे लागले, जो संपूर्ण नकार परंपरागत व्यवस्थेविरुद्ध घेतला. त्यांच्या जाणीवा बाकीच्या मराठी लेखकापेक्षा भिन्न पडत गेल्या. १९३५ च्या आगेमागे डॉ. बाबासाहेब आंबेडकरांनी महाराष्ट्रात बंड उभारले. या कालखंडात जन्माला आलेली दलितांची नवी पिढी १९६७ च्या सुमारास जीवनाच्या उंबरठ्यावर आली होती. हा तरुण सुशिक्षित झाल्यामुळे जादा संवेदनशील झाला. दुःखाचे अनेक पदर त्याच्या ध्यानी येऊ लागले. तो जसा मध्यमवर्गात दाखल होत होता त्या प्रमाणात जुन्या पांढरपेशी वर्गाशी जाणिवेच्या पातळीवर अटळ संघर्ष सुरू झाला. समाजातील जडणघडण, जातिव्यवस्था, एखाद्या मडक्याच्या उतरंडीसारखी, एकजात नेमकी दुसऱ्या जातीच्या तोंडावर बसलेली ! त्यामुळे गुदमरलेली अवस्था. अस्पृश्यतेतील भीषणता. तिचं दारूण हीन-दीन स्वरूप. गेल्या काही वर्षात विकेंद्रीकरणाच्या नावाखाली झेड. पी., साखर कारखाने, बँका, सोसायट्या यातून अष्टभुजा देवीसारखा नवा मातलेला धनिक सत्ताधीशांचा वर्ग. यांच्यामुळे खेड्यापाड्यात होणाऱ्या दलितांवरील अनन्वित अत्याचार. केवळ बाबासाहेबांचे नाव विद्यापीठाला देण्याच्या प्रश्नावरून सत्ताधारी व विरोधकांचेही उघडे पडलेले पितळ. राखीव जागेच्या प्रश्नावरून सर्वत्र उठलेला पोटशूळ. गुजरातचे अराजक. आज शहरात सुखवस्तू म्हणून डोळ्यात सलणारा दलितांचा मध्यमवर्ग. त्यांच्या दारावर केव्हाही माथेफिरुंची थाप पडेल अशी भयाकुल अवस्था. आज दलित खेड्यातून हुसकला जातोय. त्याची परंपरागत हाडकीहाडवळ्याची जमीन हिसकावली जाते. आपला गावगाडा सोडून शहरात यावे तर तो झोपडपट्टीत कोंडला जातोय. या अशा प्रकारचे भेदक नवे दर्शन फक्त आज तरी दलित कलावंतांना स्वच्छपणे दिसू लागले आहे. याशिवाय आपले वाङ्मयात होणारे

दर्शन हे खूपच विकृत, भाबडे, अनुकंपेने अथवा आकसाने चितारलेले दिसते. आजही ही प्रक्रिया थांबली नाही. अलीकडे दलित विषयांवर जी नाटके आली आहेत ती पाहिली तर याची प्रचिती येते. मार्क्सवादातून जे पुरोगामी वाङ्मय बाहेर येत होते तेही त्याला आपले खरे चित्रण वाटत नव्हते. त्या हिंदू परंपरागत मनोवृत्ती अथवा भांडवलदार मजूर हेच भडक द्वंद्व पाहायला मिळते. भारतातील चातुर्वर्ण्याचे खरे भीषण स्वरूप इथल्या मार्क्सवादी मंडळीच्या कधी ध्यानीच आले नाही. त्यांची चळवळ खऱ्या अर्थाने कलावंतांची स्वयंस्फूर्त चळवळ होऊ शकली नाही. या सर्व विचारातून दलित लेखकांनी आपली स्वत:ची अस्मिता रक्षण करणारी चळवळ निर्माण केली. दलित लेखकाची जाणीव ही अन्य वर्गीय लेखकाच्या जाणिवेपेक्षा भिन्न स्वरूपाची आहे. जाणिवेच्या दृष्टीने कोण कोठे उभे आहे, भूतकाळाकडे पाहण्याचा त्यांचा दृष्टिकोन काय आहे. यामुळेच जाणिवेची भिन्नता स्पष्ट होते. आपले आकलन आपणाला गवसणारा जीवनाचा गर्भितार्थ व आपले दु:ख भिन्न आहे. दलित साहित्य म्हणजे केवळ आर्थिक व सामाजिक लढा नाही तर सांस्कृतिक नीतिमूल्याचा लढा आहे. सामान्य माणसाला प्रचलित समाजव्यवस्थेत असुरक्षित वाटते आहे. अभावग्रस्त समाजात तो जन्माला आल्यामुळे तो आजही भयकंपित आहे. पण साहित्यात या जीवघेण्या भयाचे मात्र चित्रण नाही. दलित साहित्याने प्रथमच त्याला स्वत:शी गाठ घालून दिली आहे. त्यामुळे जे अनुभवविश्व दडलेले होते त्याचे सामर्थ्य त्याला दिसू लागले. आपल्या भोवतालचा निसर्ग, बोलीभाषा, तेथील माणसांचे रंगरूप, आशानिराशांचा क्रूर खेळ, ठायी ठायी होणारी तुच्छता याचा 'अपमान बोध' त्याला होऊ लागला. फुल्यांना अभिप्रेत असलेल्या खऱ्या क्रांतिकारक अर्थाने डी-क्लास होणे म्हणजे काय याबद्दल त्याची जाणीव तीव्र होऊ लागली. दलित कवी कविता करताना देशाच्या राष्ट्रीय प्रवाहात मिसळत नाहीत. तर देशासंबंधी दुजाभाव व्यक्त करतो. देशाला 'माझा' म्हणत नाही असे म्हणून करून त्याला 'राष्ट्रविघातक' अशा पंक्तीत बसवले जाते. 'मला मातृभूमी नाही' असे दु:खविव्हल स्वरात डॉ. बाबासाहेब आंबेडकर म्हणाले आणि दुसरीकडे घटना सादर करताना देशाच्या सुरक्षिततेसाठी रक्ताचा शेवटचा थेंब असेपर्यंत लढले !' या पाठीमागची मानसिकता जर आपण लक्षात घेतली तर दलित कवितेला न्याय मिळू शकेल. अनेक दलित कवींच्या कवितेतून राष्ट्राच्या सीमा सुरक्षित ठेवण्यासाठी दलित सैनिकांच्या तुकड्या आज सीमेवर सज्ज आहेत असे विचार व्यक्त होतात. पण त्याबरोबरच माझी नेमकी सीमा कोणती याबद्दलही तो संभ्रमित आहे. कारण गावाकडे गाव आणि उपेक्षित वस्त्या यांच्या आजही सीमा ठरलेल्या आहेत. स्वातंत्र्यानंतर उदयाला आलेले कवी आणि त्यापूर्वी ध्येयवादाने भारलेले कवी, भाबडी मानवता, प्रेम, निसर्ग इत्यादी कल्पनायुक्त रचना आणि त्यानंतर प्रखर वास्तवतेच्या दाहकतेने जीवनाचा सारा संदर्भ समजून घेणारे कवी यांच्या जाणीवा आणि रचना यात कमालीचे

वेगळेपण दिसून येते. स्वातंत्र्याआधी केवळ छंदात लिहिणारे कवी यांना केवळ वाचकांचे मनोरंजन करायचे होते. भाबडा आणि स्वप्नरंजनात्मक असा ध्येयवाद सांगायचा होता. त्यामुळे तिला नकळत पसरटपणा, ठिसूळपणा आला; ती टांग्याच्या घोड्यासारखे झापडे लावून एका दिशेने धावणारी वाटते. सत्य, शिव, सुंदर म्हणून ते ज्या जमिनीच्या तुकड्यावर साईसारखे आयुष्य जगले त्याच्यातूनच त्यांना त्या प्रेरणा मिळत गेल्या. सूर्य, चंद्र, तारका, प्रेम, फुले, समुद्र, कातरवेळ या विषयांना दलितकवी सामोरे जात नाहीत म्हणून काही मंडळी खंत व्यक्त करतात. पण जेव्हा गुलाबाच्या बागा जळत असतात तेव्हा सुगंधाचा शोक तरी का करावा असे प्रामाणिकपणे वाटते. सामाजिक वास्तवतेला सामोरे न जाता कवींनी आत्म्याला सामोरे जावे हा उपदेश विनोद वाटतो.

सुरवातीच्या काळातील मान्यवर कवितासंग्रह सोडले तर अलीकडे प्रसिद्ध झालेले दलित कवितेचे संग्रह न वाचताच दलित कवितेसंबंधी आरोप केले जातात. पावसाचे पाणी जेव्हा मुसळधार वाहात असेल तेव्हा ते आपल्याबरोबर किनाऱ्याची सर्व घाण घेऊन जात असते. सुरवातीच्या दलित कवितेच्या लोंढ्याबद्दल या प्रकारे सांगता येईल. नामदेव ढसाळांच्या कवितेत जो भावनांचा प्रचंड ओघ आहे त्याच्यातील शिवराळ भाषा ही अनेकांना केवळ धक्का देण्यासाठी लिहिली असेच वाटले. पण आपणाला जे जीवनाचे आकलन कवितेतून सांगावेसे वाटते ते सांगण्यास प्रचलित मराठी ग्रांथिक भाषा ही अपुरी वाटणे आणि ज्या सहजतेने एखादा कवी दृष्टांत किंवा प्रतिमा वापरतो आणि त्यामुळे त्याची कविता नवी होते, तोच गर्भितार्थ ढसाळांच्या शिव्यांच्या पाठीमागे आहे. अशा कवितेचे नको तेवढे पीक आले हेही घडले आहे. हे मान्य करावयास हवे. पण त्यानंतरची दलित कविता या अनुकरणातून सुटलेली दिसते. थुईथुई पाऊस पडावा आणि मातीच्या गर्भापर्यंत पाणी झिरपत जावे अशी आज दलित कविता लिहिली जात आहे.

अलीकडे प्रसिद्ध झालेल्या सर्वच कवींचा येथे विचार करणे शक्य नाही. परंतु काहींचा उल्लेख करावासा वाटतो. नुकताच ज्योती लांजेवार यांचा 'दिशा' नावाचा कवितासंग्रह प्रकाशित झाला आहे. त्यात त्या 'हे आवाज' या कवितेत म्हणतात:

''हे आवाज कसले येत आहेत ?
पाण्यातले मासे तर रडत नाहीत ?''

किंवा बापूराव जगताप 'निळ्या पहाडा' च्या कवितेत म्हणतात:

''निळे सूर्य उगवतील तेव्हा
आम्ही झोपलेलो असू
आमच्याच उबदार प्रकाशात''

तसेच अलीकडे प्रसिद्धीला आलेले शरणकुमार लिंबाळे यांचा 'उत्पात' हा कवितासंग्रह वैशिष्ट्यपूर्ण आहे. ही कविता दलितांची अंतर्गत मानसिकतेची चिरफाड करणारी

आहे. उपहासाच्या अंगाने आपलीच आपण टवाळी करावी असा धाडसी सूर आहे, आपला नायक किंवा नायिका या केवळ उदात्त, विद्रोही असे एका रंगात न चितारता माणसाच्या ठायी परिस्थितीमुळे आलेली अगतिकताही येते. एकिकडे तो शूरही असतो पण दुसरीकडे जगताना तो शेपूटही घालत असतो असे निर्भीड चित्रण ते करतात. लढ्यात लढणारा कार्यकर्ता आणि परिस्थितीच्या रेट्यामुळे अगतिक झालेले मन हे दोन्हीही वास्तव आहे. आपल्या नायक किवां नायिकेचे हरलेपण मांडणे म्हणजे विद्रोही जाणीव मागे खेचणे असे त्यांना वाटत नाही.

जवळजवळ सर्व साहित्यिक स्वत:ला आंबेडकरीवादी समजतात. पण एखाद्या तत्त्वज्ञानाची लेखनप्रक्रियेला मदत होते किंवा तत्त्वज्ञान नसेल तर काय घडते याचा कुणी फारसा विचार करत नाही. लेखकाच्या ठायी जर तत्त्वज्ञान नसेल तर सर्व अंगांनी होणारे माणसाचे शोषण हे त्याला दिसूच शकणार नाही. पण तत्त्वज्ञान हे अनुभवाच्या पाठीमागे एखाद्या प्रकाशझोतासारखे असावे की ज्यामुळे आपला अनुभव, त्याचे कंगोरे स्वच्छ दिसू शकतील. मराठी लेखकांच्या ठायी लहानपणापासून हिंदू धर्माची मानसिकता असल्यामुळे घटना कशा घडतात याचा थांगपत्ता शोधला जात नाही. मनुष्य हा सृष्टीच्या अथवा नियतीच्या हातातले बाहुले आहे, संकटाची किंवा सुखाची मालिका ओसंडते त्याला कुठेतरी 'प्रारब्ध' जबाबदार आहे असाच दृष्टिकोन दिसतो. कथा-कादंबरीतले नायक टेरिलन कपड्यातले असू द्यात किंवा विज्ञानामुळे भौतिक सुखे उपभोगताना दिसू द्यात पण त्यांचे चरित्रचित्रण रामायण-महाभारताशिवाय वेगळे दिसत नाही. त्यादृष्टीने लेखकांपाशी जडवादी दृष्टिकोन असेल तर त्याला घटनेच्या कार्यकारणभावाचा शोध लागू शकतो. ज्योत जळताना एक जरी दिसत असली तरी एका प्रकाशाच्या बिंदूतून दुसरा प्रकाशाचा बिंदू आकाराला येत असतो. तसेच आयुष्यात घडणाऱ्या घटनांचेही सांगता येते. पण आपल्या अनुभवाला सामोरे जाताना वा नवा अर्थ काढताना अनेक घोटाळे होतात. साहित्यात व्यक्त केलेला अनुभव, त्यातील प्रसंगापात्रे हे वास्तवतेतील न राहता 'इझम्' च्या आहारी गेल्यामुळे लेखक जादा उंचीने चितारतो. क्रांतिकारक रोमँटिसिझमची डूब दिली जाते. लेखकाच्या डोक्यात क्रांती असते. त्यामुळे एका रंगानेच ती पात्रे रंगण्याचा धोका संभवतो. अशा लेखकांना साहित्यातून फक्त घोषणावजा संकेतच मिळतो. त्यामुळे विद्रोह नकाराच्या नावाखाली बटबटीतपणा निर्माण होतो. दलित साहित्यिकांनी हे धोके टाळायला हवेत. मुळात विद्रोहाची अनेक रूपे असू शकतात. थंडगार पाण्यात सुरुंग पेरलेला असला तर वरवरचे दिसत नाही पण त्याची दाहकता निश्चित असते. आपल्या साहित्यात वीर नायक नाही. नायक दुबळ्या मनोवृत्तीचा आहे. पण या नायक-नायिकेचे 'हिरोपण' नासवणाऱ्या समाजव्यवस्थेकडे लेखक घेऊन जातो याकडे दुर्लक्ष होते. मानवी मन, माणसानेच माणसाचे केलेले हैवानपण आणि चळवळी का कोसळतात याचे नकारात्मव

चित्रण आले तर या नकारापाठीमागे पॉझिटिव्ह विचार आहे, याचा सूज्ञ वाचकाला बोध होतो. कोणत्याही साहित्यप्रकाराची जेव्हा घटना (कॉन्स्टिटय़ूशन) होते तेव्हा या चळवळीत पुढे जाण्याची प्रक्रियाच क्षीण होते, हे समजण्यास हरकत नाही. त्या दृष्टीने अलीकडची दलित कथा ही शहाणी झाल्यासारखी वाटते. योगीराज वाघमारे, अर्जुन डांगळे, अभिताभ, पांडुरंग कदम, वामन होवाळ इत्यादी नवे दलित कथाकार अभ्यासण्यासारखे आहेत.

आज मराठीत तरी एकूण आस्वादाची प्रक्रिया एक नाही. सांस्कृतिक बेटे वेगवेगळी असल्यामुळे आस्वादप्रकिया भिन्न होते आहे. अलीकडे दलित आत्मचरित्राचे तशी कमालीची गाजली. पण त्या आत्मचरित्राच्या पाठीमागे जो सामाजिक विचार आहे तो सतत डोळ्याआड केला गेला. व्यक्ती आणि तिचा अनुभव या घाण्याभोवतीच तो फिरवला गेला. मध्यमवर्गाला नवे अनुभवविश्व म्हणून तो सनसनाटी वाटला. त्याच्यातील थोडाफार सेक्स चाटून गेला आणि याच्यावरच रण माजले. तर दलितांतील पांढरपेशी वाचक आपल्या भूतकाळामुळे अस्वस्थ झाला. त्याची त्याला लाज वाटू लागली. उकिरडे काय उपसता ? असाही सवाल त्यांनी निर्माण केला. खरं म्हणजे तो नुसता भूतकाळच नाही तर आज दलितांतील फार मोठा जनसमुदाय हेच गुहा-जीवन जगतो आहे. दलितांतील पांढरपेशी वाचकाला याची लाज का वाटावी ? त्यापेक्षा ज्या भव्य दिव्य संस्कृतीच्या गप्पा मारणाऱ्या व्यवस्थेला खरी म्हणजे याची लाज वाटायला हवी. एखादे आत्मचरित्रात्मक पुस्तके लिहून हे लेखक आता संपले आहेत म्हणून हाकाटी चालू आहे. पण हेच प्रश्न 'रणांगण' किंवा 'स्मृतिचित्रे' या संदर्भात उपस्थित केले जात नाहीत. दलित लेखकांचे आत्मचरित्र घेऊन त्यांच्यात 'उजवे-डावे' म्हणण्याचा प्रघात चालू आहे. पण ते जर मराठी भाषेत लिहिलेले आहे तेव्हा त्यांची तुलना एकूण मराठीतील आत्मचरित्राशी का बरे गेली जात नाही ? हे गूढ कळू शकत नाही. काहींना तर ही आत्मचरित्रे खोटीही वाटतात. सातासमुद्रापलीकडची आत्मचरित्रे की जे आयुष्य त्यांनी कधीच पाहिलेले नसते ती मात्र त्यांना खरी वाटतात. परंतु गावकुसाबाहेरचे विश्व मात्र त्यांना दिसू शकत नाही. या दृष्टिभ्रमाला काय म्हणावे ?

केवळ पंधरा वर्षात दलित साहित्याचा झपाटा पाहिला म्हणजे विरोधकही दिङ्मूढ होतो. हा वेगळा बाज मांडला नसता तर मराठीचे केवढे मोठे नुकसान झाले असते. साहित्यिक जगात मराठीला एवढे सन्माननीय स्थान केवळ दलित साहित्याने मिळवून दिले. ही कोणाला अतिशयोक्ती वाटायला नको. हे जसे दलित साहित्याच्या बाबतीत आहे तसे उपेक्षितांच्या अनेक दुर्लक्षित कलाकृतींबद्दलही सांगितले जाईल. साहित्यातच हा वेगळेपणा नसतो तर संगीत, चित्रकला, शिल्पकला यातही सांस्कृतिकदृष्ट्या वेगळेपण घडू शकते हे नीग्रोचे जॅझ संगीत, त्यांची शिल्पं, चित्रकला अथवा त्यांची काळी रंगभूमी (ब्लॅक थिएटर) यांनी हे सिद्ध केले आहे. पिकासो जेव्हा युद्धविरोधी

नवी चित्रकला निर्माण करतो तेव्हा त्याच्या ठायी जीवनाचा मूल्यगर्भ नवा विचार असतो हे सहज लक्षात येईल. तेव्हा आजची दलित रंगभूमी ही बाल्यवस्थेत आहे म्हणून तिला हसण्याचे काहीच कारण नाही. नाटक हे कमालीचे प्रभावी माध्यम आहे आणि जनमानसात ते प्रचंड खळबळ उडवू शकते यावर आमचा विश्वास आहे. मराठी रंगभूमीवर दलितांचे जीवन जे येत आहे त्याची आज प्रत अस्सल आहे काय ? श्रीखंडपुरीच्या जेवणानंतर जसा चटणीचा स्वाद हवा असतो तेवढाच रुचीपालट म्हणून या प्रकाराकडे बघितले जाते. झुंज, सूर्यास्त, पुरुष किंवा अलीकडे आलेले कन्यादान ही नाटके दलितांच्या व्यामिश्र जीवनाला न्याय देतात काय ? हिरवी काच डोळ्यापुढे धरली म्हणजे भगभगीतपणाही हिरवा दिसतो तो हा प्रकार वाटतो. या दृष्टीने अरुणकुमार इंगळे यांचे 'कायरं' हे नाटक तपासण्यासारखे आहे. त्या नाटकात दलितांतील अनेक पातळीवर होणारा अंतर्गत कलह, माणसाच्या आदिमतेकडे जाण्याचा शोध आणि या माणसांना हैवान बनवणारी संस्कृती याचेच भेदक दर्शन होते. माणसे अशी होतात का ? याचा शोध घेतला तरी केवळ भडक प्रसंग घेऊन आपण जेवढे जाज्ज्वल्य नाटककार आहोत ही शेखी मिरवण्यात अर्थ नाही. 'कन्यादान' चा प्रकार मात्र थोडाफार वेगळा आहे. दलित आणि दलितेतर या संस्कृतीच्या संघर्षाचा तोंडवळा या नाटकाला आहे. 'महार' नायक आणि त्याची पुरोगामी ब्राह्मण प्रेयसी या द्वंद्वातून नाटक पुढे सरकते. दलित नायक दारू पितो, बायकोला मारतो. याचे समर्थन दलित नायक सांगतो की माझा बाप माझ्या आईला मारत होता म्हणून मी तुला मारतो. ही कारण परंपरा समजू शकत नाही. रक्तसंकरानेच या देशातील जातीपाती कोसळू शकतात हे मत नाटक पाहून कमालीचे निकालात निघते. दलित मंडळी संस्कारहीन आहेत. त्यांना चारित्र्य नाही असा समज नायकाचे वागणे पाहिले म्हणजे होतो. माणसांमध्ये बऱ्यावाईटाचे मिश्रण असते. तो चांगलाही नसतो आणि वाईटही नसतो. चांगला माणूसही कधी हिंसक होईल ही कन्यादान लिहिण्यापाठीमागची भूमिका असली, तरी नाटकात दोन सरळसरळ जातीय रंग घेतल्यामुळे दलितांची बाजू कमालीची काळी दिसते आणि ब्राह्मण परिवार हा श्रोत्यांच्या सहानुभूतीचा विषय होतो. 'पुरुष' नाटकातही ब्राह्मण परिवार हा सहानुभूतीचा विषय झाला आहे. दोन्ही नाटकांचे लेखक वेगवेगळे असूनही सूर मात्र एकच कसा जुळून आला. हे कोडे उलगडत नाही.

सुरवातीची दलित कथा किंवा कविता दोन रंगात होती. काळा-गोरा एवढाच रंग त्यातून व्यक्त होई. तशी आजची काही दलित नाटके त्या पठडीत बसतात. इंटिमेंट थिएटरच्या हव्यासापायी काही दलित नाटके केवळ कसरतीचेही प्रयोग करीत आहेत. तमाशा किंवा जलसे या अंगाने जर दलित कलावंतांनी शोध घेतला तर दलित नाटकाचा प्रभावी आविष्कार होऊ शकतो. प्रा. दत्ता भगत, प्रेमानंद गज्वी, दुपारे, प्रा. अचलखांब, भि. शि. शिंदे, टेक्सास गायकवाड, रामनाथ चव्हाण, अविनाश डोळस,

भीमराव त्रिभुवन, सुरेश मेश्राम, इत्यादी लेखकांनी दलित रंगभूमीच्या वाढीसाठी महत्त्वाचे कार्य केले आहे.

दलित साहित्यात स्त्री-लेखिका या बोटांवर मोजण्याएवढ्याच आहेत. कुमुद पावडे यांचा अपवाद वगळता सर्वच कवयित्री आहेत. सुगंधा शेंडे, हिरा बनसोडे, ज्योती लांजेवार या त्या कवयित्री सांगता येतील. कुमुद पावडे यांचे वैचारिक लेखन आणि त्यांचे 'अंत:स्फोट' हे आत्मलेखनपर साहित्य मोलाचे आहे. दलित साहित्य चळवळीत पुरुषाच्या तोलामोलाने जादा संख्येने स्त्रिया चळवळीत का येऊ शकल्या नाहीत, याचा गांभिर्याने विचार व्हावा. लहानपणी खेड्यापाड्यात जात्यावर दळताना दलित स्त्रियांनी अतिशय रसाळ अशा वेगळ्या जाणिवेची गीते गातांना मी ऐकलेली आहेत. निग्रो स्त्रियांच्या 'ब्ल्यूज' या पारंपारिक गीतात त्यांच्या दु:खांना आणि अश्रूंना वाट मोकळी करून देण्यात आली ती आज तेथे अमोल धन म्हणून जतन करण्यात आली आहे. अनेक गायकांनी ती जनमानसाच्या ह्रदयात बसवली. तसे संशोधन आज खेड्यापाड्यातून झाले तर फार मोठा दुर्मिळ ठेवा सापडू शकेल. आजची सुशिक्षित दलित-स्त्री नव्या दलित मध्यमवर्गाच्या पुरुष-प्रधान संकृतीतही गुलाम आहे असे म्हटले तरी वावगे होणार नाही. साहेबी मनोवृत्ती जोपासणारा हा वर्ग आपल्या बायकोस हवे तेवढे स्वातंत्र्य देतो असे दिसत नाही. एखाद्या दलित लेखकाने आपल्या लेखनात आपल्या आयुष्याचा पसारा मांडल्यामुळे त्यांच्यावर दुगाण्या झाडल्या जातात. जर स्त्रीलेखिकेने आपले खरेखुरे आत्मचरित्र लिहिले तर तिचा नवरा, भाऊ, बाप किंवा नातेवाईक आज तरी समजून घेण्याच्या मन:स्थितीत आहेत काय ? जसा एखादा नवा लेखक अनेक पातळीवर स्वत:ला घुसळून घेतो, विचाराच्या मंथनातून जातो तसं दलित स्त्रीलेखिकेला आज तरी चार भिंतीच्या आतच कोंडल्या गेल्यामुळे शक्य होत नाही. नोकरीवर गेली तरी तिच्या अर्थार्जनापेक्षा वेगळे महत्त्व दिले जात नाही. अमृता प्रीतम म्हणाल्या होत्या की, ''घराला किचन, बेडरुम, ड्रॉइंगरुम असू शकते. स्त्रीला सुरवातीच्या दोन खोल्यातच राहावे लागते. कुणी पाहुणे रावळे आले तरच ड्रॉइंगरुममध्ये शोभेसाठी बोलविले जाते. पण या तिन्ही रुम्सच्या पलीकडे स्त्रीला चौथी रुम हवी आणि ती मेंदूच्या कप्प्यात हवी हे जसे सर्वच स्त्रियांना अभिप्रेत आहे. तेव्हा हाच न्याय दलित स्त्रीलाही लावला जावा.'' दलित स्त्री मानसिक बंधनातून मुक्त झाली तर दलित साहित्यामध्ये फार मोठी भर स्त्रीलेखिका घालू शकतील. दलित जीवनात स्त्रियांनी जो प्रचंड दु:खाचा पहाड छातीवर झेलून जी पुरुषांबरोबर वाटचाल केली तिला इतिहासात तोड नाही. तिच्या संदर्भात दलित कविता म्हणते :-

''तशी तू साधी सुधी, जुनेरात माखलेली
वादळात तू उभी- उन्मळून न पडलेली !
काळ किती ग निष्ठूर - चिखलासारखे तुडवले !

मला वाटले - मीच भोगले,
तू हुंदक्यात रिचवले !''

मराठीत एक आहे. लेखकांच्या कलाकृतीबरोबर समर्थ असे समीक्षकही त्यांना लाभत गेले. पण दलित साहित्याच्या बाबतीत असे धाडसाने म्हणवत नाही. त्यामुळे सांस्कृतिक बेटांमध्ये विभिन्नता असल्यामुळे कलाकृती चुकीच्याच मार्गांनी तपासली जाते, तेव्हा लेखकाला समीक्षेच्या क्षेत्रातही लुडबूड करण्याची तीव्र इच्छा होत असते. दलित साहित्यात सुरुवातीपासूनच सर्वच कवी-लेखकांनी ही जबाबदारी स्वीकारली आहे. सूर्य हा शाश्वत आहे पण जेव्हा रात्र होते तेव्हां सूर्य दिसत नाही. सर्वत्र अंधार असतो. हे सत्य नाही काय ? अशावेळी एखाद्याने प्रकाशाची ठिणगी पेटवली तर त्याला अधिकार नाही काय ? आजवर आपल्या देशातील मोठा समुदाय अंधारयुगात जगत आहे. त्यांच्या आयुष्याला सूर्यग्रहण लागलेले आहे. त्यांनी मुक्तीचा मार्ग शोधताना नव्या चळवळी बांधल्या. आगेकूच केली. यात चूक काय ? या पुरोगामी चळवळीत जाती, हुकूमशाहीची बीजे असतात असे म्हणणाऱ्यांना काय म्हणावे ? खरे म्हणजे या देशात अनादिकालापासून धर्माच्या नावाखाली समूह गुलाम केले गेले. आजही या पुनरुज्जीवनवादी मंडळींचे अवशेष ठायी ठायी दबा धरून बसलेले दिसतात. आपल्या पायाखाली काय जळते हे न पाहता ज्या शोषित दलितांची नव्या मुक्तीची पहाट येऊ पाहते आहे त्यांना नेस्तनाबूत करणे आणि धार्मिक पुनरुज्जीवनवादी हुकूमशाही प्रवृत्तींना वाट करून देणे हे सुरू आहे. सामाजिक बांधिलकी नको असे म्हणणारेच दुसऱ्या अर्थाने सामाजिक बांधीलकीचाचा विचार मांडतात. हे मांडताना मात्र त्यांचा पेहराव विचारवंतांचा असतो. या संदर्भात मला एक गोष्ट आठवते:

''एक राजाराणी होती. राणीला गुडघेदुखी झाली. अनेक प्रकारे औषधोपचार करून राणीचा आजार बरा होत नाही. वैद्य सांगतात-राणीच्या गुडघ्याला मानस-सरोवराच्या हंसाचे रक्त चोळले तर राणीचा रोग बरा होईल. राजा सैन्याला आदेश देतो. दुसऱ्या दिवशी पहाटे सैन्य आपापली हत्यारे घेऊन मानस सरोवरांकडे कूच करतात. सरोवराच्या कडेला पांढरेशुभ्र हंस बिसतंतूचा फराळ करीत असतात. हंस जेव्हा दूरवरून येणारे सैन्य पाहतात तेव्हा ते भुर्रकन उडून सरोवराच्या मध्यल्या बेटावर जाऊन बसतात. सैन्य हात हलवत परत जातं. अनेकदा जाऊनही त्यांना हंस सापडत नाहीत. शेवटी ते व्यूहरचना बदलतात आणि मग गाफील हंस त्यांना सहजच सापडतात. आपल्या झोळीत हंसाची मान मुरगाळून टाकणं त्यांच्या हातचा मळ असतो. हंस त्या दिवशी का सापडतात ? राजाचे सैन्य सैनिकाच्या पोषाखात नसतात. लढाईची हत्यारेही त्यांच्यापाशी नसतात. त्या वेळी ते साधूच्या वेषात असतात.'' हुकूमशाहीची ही बीजे सामान्य माणसांना अशी भुरळ टाकूनच येतात. हा जगभरचा इतिहास आहे.

❏❏❏

मराठी साहित्यात दलितांच्या जीवनातील अस्सलपणा, जीवंतपणा नाही.

शंकरराव खरात

डॉ. बाबासाहेब आंबेडकर यांनी मुक्या दलित समाजाला वाचा दिली. बोलके केले आणि मूक ठेवलेला, तोंड बांधलेला दलित समाज बोलू लागला. दलित साहित्यिक बोलू लागले, लिहू लागले आणि मीही बोलू लागलो, लिहू लागलो, म्हणूनच मी आज आपल्यापुढे साहित्य संमेलनाचा अध्यक्ष म्हणून भाषण करण्यासाठी उभा आहे. डॉ. बाबासाहेब नसते तर मी ही आज तुमच्यासमोर उभा दिसलो नसतो, दलित साहित्यिकही दिसले नसते. हे मी खरं सांगतोय.

अर्थात् आज जळगांव मुक्कामी ५८ व्या अखिल भारतीय मराठी साहित्य संमेलनाचा अध्यक्ष करण्याचे आपणा सर्वांचे श्रेय आहे, त्यात आपण सर्व जळगावकरांनी, जळगाव जिल्हावासियांनी मला हा मान दिला, हा माझा सन्मान केला, याबद्दल मी आपला सर्वांचाच अत्यंत आभारी आहे.

याच भागातील, जळगांव परिसरातील 'आसोदे' गावच्या सुप्रसिद्ध कवयित्री बहिणाबाई यांनी उत्स्फूर्त काव्य लिहून मराठी वाङ्मय समृद्ध केले. विशेषत: त्यांच्या रसरशीत, टवटवीत अशा चिरंतन काव्याने मराठी साहित्यात नवा प्रवाह आणला, क्रांती केली. त्या बहिणाबाईंना मी वंदन करतो. त्यांना माझे शतश: प्रणाम आहेत. 'मानसा मानसा, कधी होशील मानूस ?' हे त्यांचे शब्द मी माझ्या काळजावर कोरून ठेवलेले आहेत.

साहित्य संमेलनाच्या ५८ व्या वर्षात आज जळगावच्या साहित्य संमेलनासाठी माझी निवड करून, आपण मराठी साहित्याच्या क्षेत्रात एक ऐतिहासिक स्वरूपाचे, सामाजिक परिवर्तनाच्या दिशेने एक पुढचे पाऊल टाकलेले आहे. एक निष्ठावंत साहित्यिक म्हणून मला निवडून दिल्याने आजच्या प्रसंगाने-समारंभाने माझा एक साहित्यिक म्हणून सन्मान केला हे खरेच ! त्यातच मी दलित साहित्यिक असल्याने

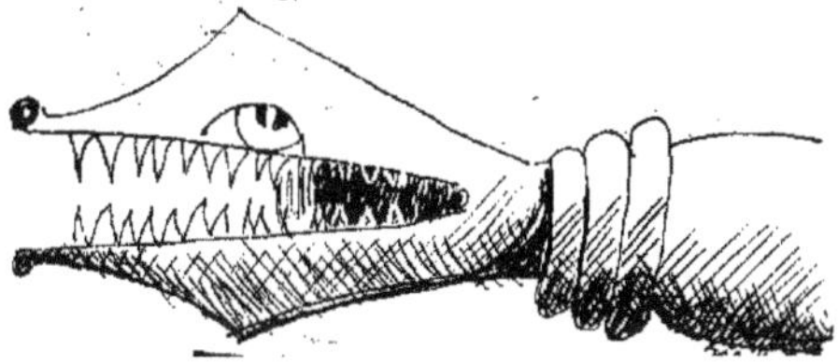

अ. भा. मराठी साहित्य संमेलन,
जळगाव १९८४

शतकानुशतके, वरिष्ठ समाजाकडून दडपल्या गेलेल्या, शोषण केले गेलेल्या उपेक्षित अशा दलिताच्या जखमी मनोवेदनेवर थोडीशी फुंकर मारल्यागत होईल असे मला वाटते.

मी आपल्याला आताच सांगितले की, डॉ. बाबासाहेब आंबेडकर भारतीय क्षितिजावर गर्जत आले आणि मुका असलेला दलित समाज बोलू लागला. दलित साहित्यिकही उघडपणे बोलू लागले.

....पण तेराव्या शतकातील संत चोखोबा लोकांपुढे आले. ते आपल्या अभंगवाणीतून उच्चवर्णियांना आपल्या कडक भाषेत म्हणाले,

'वेदाशी विटाळ, शास्त्राशी विटाळ । पुराणे अमंगळ विटाळाची ।।'

त्याच अभंगात संत चोखोबा शेवटी म्हणतात-

'जन्मता विटाळ मरता विटाळ । चोखा म्हणे विटाळ आदि अंती ।।'

त्या कालखंडाचा विचार करता संत चोखोबाच्या या वाणीत मोठा अर्थ दिसतो. दैनंदिन जीवनात अस्पृश्यतेमुळे जी शिवाशिव, विटाळ पाळला जातो, त्यावर त्यांनी हा हल्ला केला आहे. 'विटाळ' या भावनेत काहीच अर्थ नाही, हे त्यांनी तर्कशुद्ध पद्धतीने सर्वांना ओरडून सांगितले की, 'विटाळ, शिवशिव, अस्पृश्यता मानू नका. 'आदि- अंती' विटाळच आहे.'

संत चोखोबाच्या पत्नी साध्वी सोयराबाई यांनीही अस्पृश्यता मानणाऱ्यांना आपल्या अभंगवाणीतून सवाल केला आहे-

'देहासी विटाळ म्हणती सकळ । आत्मा तो निर्मळ शुद्ध बुद्ध ।।
देहीचा विटाळ देहीच जन्मला । सोवळा तो झाला कवण धर्म ।।
म्हणूनी पांडुरंगा वानितसे थोरी । विटाळ देहांतरी वसतसे ।।'

याप्रमाणे सोयराबाईंनी विटाळ, शिवाशिव या मनोभावनेवर टीका करून त्यांनी शास्त्रीय पद्धतीने सर्वांनाच सवाल करून सडेतोड उत्तर दिले आहे,

'देहीचा विटाळ देहीच जन्मला । सोवळा । तो झाला कवण धर्म ॥' असा सवाल करून त्या चोखोबाला साथ देतात.

संत चोखोबाचा मुलगा कर्ममेळा मात्र आपल्या अभंगातून उघड उघड बंडखोरीचीच भाषा करून देवालाच सवाल करतोय,

'आमची केली हीन याती । तुला का न कळे श्रीपती ।।
जन्म गेला उष्टे खाता । लाज न येइ तुमच्या चित्ता ।।'

अशी ते बंडखोरीची भाषा करून देवालाच जाब विचारतात.

त्याला कारण अस्पृश्यतेमुळे त्यांचा जीवनात होणारा छळ, त्यांच्यावर होणारे सामाजिक अन्याय, याला चिडून संतप्त होऊन तो अशी कडक भाषा करतो. आपल्या बापापेक्षा तो चढाईची भूमिका घेतो.

परंतु १३ व्या शतकातील या थोर दलित संतावर त्या कालखंडातील सामाजिक परिस्थितीच्या बंधनात निश्चित मर्यादा लादल्या होत्या, हे उघडच आहे. प्राप्त परिस्थितीचे त्यांच्या बोलण्या-वागण्यावर बंधन आल्याने त्यांना शेवटी प्राप्त परिस्थितीला शरण जावे लागले, ही दुर्दैवी घटना आहे. या दलित संताचेच काय, पण त्याचेच समकालीन थोर संत महात्मेही परिस्थितीला, परंपरागत विचारसरणीला शरण गेलेले दिसतात. त्यात संत चोखोबा, त्यांची कुटुंबीय मंडळी ही तर दलितच होती. त्यांचे सर्व जीवनच गावावर अवलंबून असले पाहिजे.

पुन्हा मूळ मुद्द्यावर येऊन सांगावयाचे म्हणजे डॉ. बाबासाहेब आले आणि त्यांनी आपल्या विद्रोही वाणी-विचारातून आपल्या बंडखोरीच्या कृतिकार्यामुळे दलितांना बोलके केले, आम्ही बोलू लागलो. खरे तर डॉ. बाबासाहेब महान् साहित्यिक. त्यांची मोलाची ग्रंथसंपत्ती लेखणी-वाणीतील विचारधन यांचा विचार करता, त्यांच्या जीवनकाळात, तेच साहित्य संमेलनाचे अध्यक्ष व्हावयास पाहिजे होते. मराठी साहित्यिकांनी त्यांना निमंत्रण देऊन, त्यांना हा मान द्यावयास पाहिजे होता; परंतु त्यांच्या काळातील साहित्यिकांना, त्यांच्यासारखा हिमालयागत उत्तुंग साहित्यिक, महान् विचारवंत दिसलाच नाही, याची खंत माझ्या मनाला सतत असते. पण आज त्यांच्याच विचाराच्या, त्यांच्या कट्टर अनुयायाला हा मान मिळत आहे, हेही मराठी साहित्याच्या जगतात सामाजिक परिवर्तनाचे एक पाऊल उचलले गेले आहे असे मला वाटते.

दलितांना दास्यात, गुलामगिरीत ठेवणाऱ्या रूढी, परंपरा, धर्मशास्त्रे यांना नकार देण्याचा क्रांतिकारक विचार डॉ. बाबासाहेब आंबेडकर यांनी दिला. या विद्रोही नकाराच्या विचाराबरोबरच समता, बंधुत्व, स्वातंत्र्य व न्याय अशा श्रेष्ठ मूल्यांवर आधारलेला नवसमाज निर्माण करण्याचा मूलगामी विचारही दलितांना दिला. स्वाभिमानाने जगण्याचा, आत्मोद्धार करण्याचा, स्वयंप्रकाशित होण्याचा विचार त्यांनीच दलितांना दिला. डॉ. बाबासाहेबांच्या या मूल्यांमुळे क्रांतिकारी विचारांतून, त्यांच्या विद्रोही बंडखोरीच्या जीवनकृतीतून दलित साहित्याचा जन्म झाला; म्हणून तेच खरे दलित साहित्याच्या प्रेरणा आहेत. दलित साहित्याला मूळही डॉ. बाबासाहेबांच्या प्रेरणांचा आधार आहे, असे मी मानतो. माझ्या साहित्य-लेखनातील प्रेरणा या त्यांच्याच विचार-सिद्धांताच्या व कृतिकार्याच्या आहेत.

मला असाही प्रश्न विचारण्यात येतो की, तुम्ही स्वत:ला दलित साहित्यिक म्हणवून घेता का ?

याला माझे उत्तर उघडच आहे,

माझा जन्म दलित समाजात झाला. हा दलित समाज शतकानुशतके सर्व दृष्टींनी दडपला गेलेला, पिळला गेलेला असून त्याच्यावर सतत अन्याय, अत्याचार होत आलेले आहेत. त्या समाजाचा एक प्रतिनिधी म्हणून मी 'दलित जाणिवे' तून माझे

साहित्य लिहिले. लिहीन. माझ्या वाङ्मयीन कलाकृतीतून -कथा, कादंबरी, ललित लेख व आत्मकथा यांतून - दलितांचे वास्तव, अस्सल जीवनानुभव मी प्रामाणिकपणे लिहिलेले आहेत. तसेच माझ्या वैचारिक लेखनाचाही तोच पाया आहे.

दलित समाजातून वेगवेगळ्या स्तरांतील समाजाच्या म्हणजेच अस्पृश्य, आदिवासी, भटक्या-विमुक्त जमाती, झोपडपट्टीवाले, फूटपाथवाले यांच्या जीवनातील व्यथा-वेदना, आशा आकांक्षा, त्यांचा माणुसकीसाठी चालेला मुक्तिसंग्राम, यांना मी त्यांच्याच जगलेल्या, भोगलेल्या व पाहिलेल्या जीवनाच्या आधारे, माझ्या वाङ्मयीन कलाकृतीत स्थान दिले आहे; लिहिलेले आहे. ते खरे दलित साहित्य आहेच, म्हणून मी स्वत:ला दलित साहित्यिक समजतो.

मी व्यवसायाने वकील-ॲडव्होकेट होतो. त्याचबरोबर डॉ. बाबासाहेब आंबेडकरांच्या नेतृत्त्वाखालील राजकारणात व समाजकारणात माझ्या आयुष्याचे दीड-एक तप मी खर्ची घातले. त्या काळात मी दलित, आदिवासी, भटक्याविमुक्त जमाती, बौद्ध व भूमिहीन मजूर यांच्या प्रश्नांवर वारंवार वृत्तपत्रांतून, मासिकांतून लेख लिहिले होते. त्यातच माझ्या वकिली व्यवसायाच्या काळात माझ्यापुढे अनेक प्रकारचे, वेगवेगळ्या मनोपिंडाचे लोक आले, मला भेटले. ते आपापले प्रश्न घेऊन माझ्यापुढे येत होते. त्यांतील काही आपापल्या विलक्षण जगात आपले जीवन जगत होते. त्यातच 'दलित फेडरेशन' या राजकीय पक्षाचा संघटक सचिव म्हणून काम करताना मला दलितांचे प्रश्न, विशेषत: महाराष्ट्रातील दलितांचे प्रश्न, त्यांच्या व्यथा, त्यांच्या आशा-आकांक्षा, जाणून घेता आल्या, समजल्या. मीही त्यांच्या प्रश्नांनी एकरूप झालो होतो.

अशा जगात वावरत असतानाच त्या काळात दलितांच्या जीवनावरील दलितेतर-मध्यमवर्गीय लेखकांच्या काही कथा, कांदबऱ्या माझ्या वाचनात अधून मधून येत होत्या. त्या मी जेव्हा बारकाईने वाचू लागलो तेव्हा मला समजू लागले, कळू लागले की, मध्यमवर्गीय लेखकांनी लिहिलेल्या साहित्यात कथा, कादंबरी, नाट्य यांत मला दलितांच्या व्यथा-वेदना, आशा-आकांक्षा दिसत नव्हत्या. त्यात दलितांच्या मुक्तीसाठी चाललेला संघर्ष, लढा दिसत नव्हता. त्यांच्या कथा, कादंबऱ्या, नाट्यातील अनुभव कोरडे-कोरडे, काल्पनिक, उथळ वाटत होते. त्यांच्या साहित्यात मला दलितांच्या जीवनानुभवाचा अस्सलपणा, जिवंतपणा दिसत नव्हता. त्यांच्या साहित्यात मला दलितांचा जीव, दलितांच्या जीवनाचा तळ, खोली दिसत नव्हती. त्यांच्या मध्यमवर्गीय साहित्यिकांच्या वाङ्मयातील शब्दाशब्दांतून चित्रित केलेले कथा-कादंबरीतील अनुभव माझ्या काळजाला भिडत नव्हते, मला ते काल्पनिक वाटत होते. मी दलित म्हणून भोगलेल्या, जगलेल्या माझ्या अनुभवांना ते पटत नव्हते.

त्यांच्या कथा-कादंबऱ्यांत दलितांच्या जीवनातील अस्सल, सच्चे अनुभव नसल्याने त्या जीवनस्पर्शी न होता, त्या उथळ वाटतात. त्यात वास्तव-अनुभवापेक्षा

कल्पनेचा पायाच अधिक दिसतो. त्यात दलितांची जिवंत अस्मिता, दलित जाणीव, दलितांचा नकार व विद्रोही भूमिका दिसत नाही, असे मला वाटते.

म्हणून मी ठरविले की, आपणच आता दलितांच्या जीवनातील जिवंत अनुभव ललित वाङ्मयाच्या रूपात लिहावेत. आपणच अस्पृश्य, दलित म्हणून भोगलेले, जगलेले, अनुभवलेले व पाहिलेले सत्य जीवन लिहावे व वाचकांपुढे मांडण्याचा प्रयत्न करावा.

त्यातून वाचकाला दलितांचे खरे जीवन, खरे अंतरंग, त्यांच्या जीवनाची खोली, त्यांच्या आशा-आकांक्षा, त्यांचा माणुसकीसाठी चालेला संघर्ष कळण्याला मदत होईल. याच अंतरीच्या ऊर्मीने, मनातील उसळत्या भावनेने मी ललित वाङ्मयाकडे वळलो. माझी पहिली कथा 'रामूची पडीक जमीन' आचार्य अत्रे यांच्या 'नवयुग' च्या दिवाळी अंकात प्रसिद्धी झाली. ही एका दलिताची 'विद्रोही' कथा होय. ही माझ्या 'सांगावा' या कथासंग्रहात 'डाव' नावाने प्रसिद्ध झालेली आहे. माझी ही कथा अनेक साहित्यिक मित्रांना आवडली. त्यानंतर मी ललित वाङ्मय, कथा-कादंबरी लेखनाची वाटचाल करू लागलो.

मला माझ्या जीवनात वेगवेगळ्या स्तरांवर वेगवेगळ्या जगात विलक्षण, अद्‌भुत अनुभव आले. त्याचबरोबर एक गोष्ट खरी की, मी खेडेगावच्या गावगटाच्या, गाववेशीच्या बाहेरील 'महारवाड्यातले' दैनंदिन जीवन भोगले आहे. मी ते प्रत्यक्षात जगलोही आहे. ते जगत-भोगत मी वाढलो. तसेच गावकुसाच्या आतल्या जीवनाचाही मला पुरेपूर अनुभव आला. त्यातही मी जगलो-वाढलो आहे. त्याच अनुभवाच्या, अनुभूतीच्या आधारावर मी माझ्या गावातील बारा बलुतेदारांच्या जीवनावर कथा लिहिल्या. त्यांतले बलुतेदार माझ्या गावातील माझ्या जवळचे, सलगीचे. त्यांची मुलं माझ्या खेळामेळातली. त्यांच्याच जीवनाचे गाठोडे या कथेच्या रूपात वाचकांपुढे सोडले. या बलुतेदारांच्या मुलांबरोबर मी गावच्या कुराणात, रानावनात शिकारी खेळलो. गावच्या, गाव-शिवेवरच्या जत्रा-उरसात रात्र रात्र उजेडात घालविली. या रोजच्या गावकीतलाच मी बलुतेदार जातीतल्या सोबत्यांत पूर्ण रमलो होतो. त्यांच्याचपैकी एक झालो होतो. विशेष म्हणजे माझ्या गावात महार म्हणून गावची कामं करताना, बैत्यांची कामं करताना या बलुतेदारांच्या जीवनाचे मला अंतरंग कळले. त्याच्यावर मी कथा लिहिल्या. खरे तर या बलुतेदारांच्या व्यथेमागे एक एक मोठी कथा आहे.

नंतर पुढच्या सालच्या 'नवयुग' च्या दिवाळी अंकात, 'माणुसकीची हाक' या नावाची एक कादंबरी महार-बलुतेदारांच्या गावकीच्या महार-जीवनावर लिहिली. (ती पुस्तकरूपाने अजून प्रकाशित झाली नाही.) रयतेच्या व सरकारी गावकीच्या कामात महार कसा भरडला जातो, याची वास्तव कथा सांगितली आहे. त्यात मला माझ्या वडिलांच्या बरोबर केलेल्या गावकीच्या कामाचा पुरेपूर अनुभव होताच, तोच कांदबरीचा

आधार.

पूर्वीच्या काळी गावचा महार दोन घरचा चाकर असे. एक रयतेचा व दुसरा सरकारी गावकीचा. म्हणजेच माझे वडील रयतेच्या घरात मयत झाले तर मढ्याची लाकडे, गोवऱ्या मसणवटात टाकून, मयताचा सांगावा घेऊन जावे लागत होते आणि त्याच वेळात जर का वरचा अंमलदार गावाला आला, तर त्याच्या तैनातीला, सेवेला महार गावकामगाराला हजर राहावे लागत होते.

मी शाळेत असताना माझा लहान भाऊ आजाराने मयत झाला. त्याला मातीआड करून आल्यावर थोड्याच वेळात माझे वडील मुलाच्या मृत्यूचं सगळं दुःखं गिळून गावातली मुलं वाचविण्यासाठी गावात 'डागदार' येणार म्हणून गावात दवंडी द्यावयाला गेला.

त्यातच गावच्या महारांच्या कामाची यादी निश्चित नव्हती. वास्तविक सरकारी-बिनसरकारी कचेऱ्यांच्या कामाची यादी, वेळ, काळ निश्चित असतो; पण माझे वडील व इतर गावकीच्या महारांप्रमाणे गावकीच्या गावगड्याला जनावरागत-बैलागत कायमच जुंपलेले दिसायचे आणि तेही उपाशीपोटी. हे मी डोळ्यांनी बघत असे.

बरं, या रयतेच्या, गावकीच्या-गावगाड्याला कामाला काय वेळकाळ तरी ! बारान्‌बारा चोवीस घंटे, त्यांच्या दारात कामाची हाक आली की, 'हाय जी मालक ! सरकार !' असं म्हणून गावकीच्या महारानं पायरीजवळ खडा उभं राहिलं पाहिजे. माझ्या वडिलानं तर गावकीचं काम सतत केलं. कधी थंडीवारा म्हटला नाही की, ऊन पावसाची तक्रार केली नाही. गाड्यावर जुंपलेल्या बैलागत थंडीवाऱ्यात, ऊन पावसात गावकीची कामं केली. मग ते गावकीचं टपाल पोहोचवायचं काम असो की ठाण्याच्या खजिन्यात भरणा पोहोचवायचा असो.

-तुम्हाला सांगतो की, अशा रातच्या अंधाराच्या अडचणीच्या वेळी मीही माझ्या वडिलांच्या बरोबर सोबतीला राहिलोय. गावच्या चावडीवर दिवसा-रात्री बसून जागल्याची कामंही केलीत.

अशा गावगाड्यातली कामं माझ्या आईनं केलीत; कारण, अशी गावकीची कामं कुणी करावीत, याची माणसंही निश्चित ठरलेली नव्हती. अशा ऐन घायटीच्या वेळी वडील दुसऱ्या कामात अडकल्याने, मी स्वतःही गावकीच्या महारगाड्याबरोबर आत्महत्त्या केलेल्या बेवारशी माणसाचं प्रेत झाडाचं सोडून शेवटी त्याला डबरा खोदून पुरण्यापर्यंत कामं केलीत.

पण गावगाड्यात अशा दलितांचे जीवन त्यांच्या जन्मानं, जातीनं व धंद्यानं उद्ध्वस्त करून त्याला गुलाम करून टाकलं होतं. त्याला अदृश्य माणूस (Invisible Man) म्हणून ठेवलं होतं.

असं हे गावगाडीतल्या गावकीच्या महाराचं 'बॉन्डेड लेबर' बंदिस्त मजुरासारखं

गुलामगिरीतलं जीणं होतं; म्हणूनच या महार गावकीच्या वतनपद्धतीला, 'महारवतन' म्हणजे विसाव्या शतकातील गुलामगिरी आहे, असे डॉ. बाबासाहेब आंबेडकर म्हणत.

वास्तविक हाच गुलामगिरीत जगणारा महार व इतर दलित वर्ग प्राचीन काळी याच भूमीचा मालक होता. या भूमीचा भूमिपुत्र होता. याच भूमीचा 'राजा' होता. महाराष्ट्र हे 'महारांचे राष्ट्र होते, (यावर माझा एक स्वतंत्र ग्रंथ प्रसिद्ध होणार आहेच) असाच विचार महाराष्ट्रातील काही मान्यवर विद्वान, संशोधक व पाश्चिमात्य संशोधकांनीही मांडलेला आहे.

याच महार समाजाची, दलित समाजाची संस्कृती मोठी होती, लोककला मोठी होती आणि संगीतकलाही मोठी होती. ती आजही टिकून राहिलेली आहे.

अशा या जीवनातील अनुभवाच्या आधारावर मी माझं ललित लेखन केलेलं आहे. माझं ललित वाङ्मय हे माझ्या जीवनाच्या आत्मकथेचाच एक भाग आहे. माझ्या कथा-कादंबरीतील माणसे माझ्या जीवनात आलेली आहेत. मीही त्यांच्या जीवनाशी समरस झालेलो आहे. मग ती बलुतेदार असोत वा तडीपारमधले विमुक्त असोत किंवा गावशिवमधले भटके असोत किंवा झोपडपट्टी, फूटपाथवरची पात्रे असोत; माझ्या माहितीतली चांगली सगळी सगळीच माणसे ! ती माझ्या घरी आलेली आहेत, राहिलेली आहेत ! मीही त्यांच्या घरी पालावर गेलो आहे, मुक्काम केलेले आहे. त्यांच्या जीवनातील अस्पृश्यता, दारिद्र्य, अज्ञान मी पाहिले आहे. त्यांनी सांगितलेल्या त्यांच्या व्यथा, वेदना माझ्या काळजाला भिडल्या आहेत. एकदाच नाही तर पुन्हा पुन्हा. खरं तर ते आणि मी जीवाभावानं एकच झालो होतो. त्यांच्या त्या जीवनातील वेदनांना, आशाआकांक्षाना मी माझ्या कथाकादंबरीतून वाट काढून दिलेली आहे.

मी आपल्याला सांगितलेच की मी मुख्यत: दलितांतील सर्व थरांतील समाजाच्या, वर्गांच्या जीवनावर माझे साहित्य लिहिलेले आहे, हे खरेच; त्यामुळे आजचे दलित साहित्यिकाचे साहित्य पाहून असा प्रश्न उभा केला जातो की आज दलित साहित्याची जरुरी आहे काय ? कशासाठी हे दलित साहित्य ?

अर्थात हे प्रश्न नवे नाहीत. दलित साहित्याच्या जन्मापासूनच हे दलित साहित्यिकांना पुन:पुन्हा विचारले जात आहे. या प्रश्नांना आघाडीच्या सर्वच दलित साहित्यिकांनी, दलितेतर विचारवंत समीक्षकांनी पुन:पुन्हा उत्तरे दिलेली आहेत. त्यांच्या नावाची यादी सांगून व त्यांनी या विषयासंबंधी लिहिलेली पुस्तके व लेखातील उत्तरे (उद्‌धृत करून) सांगून आपला वेळ घेऊ इच्छित नाही. नागपूर येथे विदर्भ साहित्य संघात साहित्यासंबंधी बोलताना डॉ. बाबासाहेब आंबेडकर म्हणाले होते, 'उदात्त जीवनमूल्ये व सांस्कृतिक मूल्ये आपल्या साहित्य प्रकारातून आविष्कृत करा. आपलं लक्ष आकुंचित, मर्यादित ठेवू नका. ते विशाल बनवा. आपली वाणी चार भिंतींपुरती राखू नका. तिचा विस्तार होऊ द्या. आपली लेखणी आपल्या प्रश्नापुरतीच बंदिस्त करू

नका. तिचं तेज खेड्यापाड्यातील अंधार दूर करील, असे प्रवर्तित करा. आपल्या या देशात उपेक्षितांचे, दलितांचं फार मोठं जग आहे, हे विसरू नका. त्यांचं दुःख, त्यांच्या व्यथा नीट समजावून घ्या आणि आपल्या साहित्याद्वारे त्यांचे जीवन उन्नत करण्यास झटा. त्यातच खरी मानवता आहे.'

दलित साहित्य का पाहिजे, याचं उत्तर डॉ. बाबासाहेबांच्या या विचारात आहे.

दलित साहित्य का पाहिजे ? या प्रश्नाचे उत्तर आणखीन थोडं विस्तारानं सांगायचं म्हणजे आपण भारतीय समाजव्यवस्थेतील वास्तव डोळसपणे पाहिले म्हणजे याचे उत्तर आपोआपच मिळेल.

भारतीय समाजव्यवस्थाच उच्च-नीच, श्रेष्ठ-कनिष्ठ अशा जातीय पद्धतीवर आधारलेली आहे; म्हणून भारतीय समाजव्यवस्था व पाश्चिमात्य समाजव्यवस्था यांत मूलतः फरक आहे. भारतीय समाजव्यवस्था जातीय पद्धतीवर (कास्ट सिस्टीम) आधारलेली आहे. पाश्चिमात्य समाजपद्धती वर्गपद्धतीवर (क्लास सिस्टीम) आधारलेली आहे. भारतातील जातीय पद्धतीच्या समाजव्यवस्थेत जन्माला आलेला व वाढलेला साहित्यिक जेव्हा आपल्या वास्तव अनुभवाला प्रामाणिकपणे आकाररूप देतो, त्याप्रमाणे त्याच्या वाङ्मयीन कलाकृतीत त्याच्या अनुभवाचा आशय येतो. त्या आशयाला आकाररूपही येते. जातीय समाजव्यवस्थेमुळे कलाकृतीच्या अनुभवाचा आशय महाराष्ट्रात व भारतातही जातिविशिष्ट आहे.

अशाच जातीय पद्धतीच्या समाजव्यवस्थेतील दलित साहित्यिक आपल्या अनुभवाला आकार-रूप देणार; त्यामुळे वेगवेगळ्या जातिलेखकांनी आपापल्या अनुभवाचा वेगवेगळा आशय घेऊन, वेगळ्याच रूपात (फॉर्ममध्ये), वेगळ्याच आदर्शाने (नॉर्ममध्ये) येणे स्वाभाविक आहे, अपरिहार्य आहे. साहित्याला जेव्हा वास्तवाचा आधार असतो, तेव्हा ते वेगवेगळ्या स्वरूपात येणारच !

प्रत्येक जातीच्या समाजाच्या जीवनातील अनुभव, भावविश्व, संघर्ष भिन्न व वेगवेगळे आहेत हे वास्तव आहे, याचा विसर पडता कामा नये.

आपल्या देशात दलित, आदिवासी, विमुक्त-भटक्या जमाती व इतर मागासलेला वर्ग, भूमिहीन मजूर, झोपडपट्टीत राहणारे, फूटपाथवर राहणारे असे लोक मोठ्या प्रमाणात आहेत. त्यांचे हे अस्तित्व मान्य केल्यावर, त्यांच्या जीवनावरील साहित्य-दलित साहित्य हे आपोआपच त्यांच्या वेगळेपणात, वेगळ्या संवेदनांत जन्माला येणारच आणि त्याचे वेगळेपणही साहित्याच्या आशयात वेगळेपणात राहणार हे आपल्याला नाकारता येणार नाही; म्हणून या देशाच्या समाजव्यवस्थेत असा मोठा दलित वर्ग आहे, म्हणून दलित साहित्य जन्माला येणार व त्याचे अस्तित्वही स्वतंत्र (जातिविशिष्ट) असे राहणार हे स्वाभाविक आहे.

त्यातच आतापर्यंतच्या काही पांढरपेशा -मध्यमवर्गीय लेखकांच्या साहित्यात

दलितांचे खरे जीवन, त्यांच्या वेदना, आकांक्षा, संघर्ष आलेच नाहीत. दलित समाजाचे जीवन चित्रित करण्याचा त्यांनी प्रयत्न केला; पण त्यांच्या साहित्याला वास्तवाचा खरा आधार नाही. दलितांच्या जीवनातील अनुभवाची जाणीव, दलित जाणीव या मध्यमवर्गीय लेखकांना नसल्यामुळे दलितांच्या जीवनाचे वास्तव दर्शन त्यांच्या साहित्यात होत नाही. त्यात दलितांच्या जीवनातील श्रद्धा, निष्ठा, आशा, आकांक्षा दिसत. (त्यांच्या दलितासंबंधीच्या साहित्यात जातिविशिष्टाच्या अनुभवाचा आधार नव्हता व नाही व ते निरीक्षण व सहानुभूती यांवर आधारलेले होते, म्हणून ते दलित साहित्य होऊ शकत नाही.)

गावकुसाबाहेर राहणाऱ्या दलितांच्या जीवनाकडे खऱ्या अर्थाने मध्यमवर्गीय लेखकांचे लक्षच गेले नाही. अदृश्य (Invisible) माणसाच्या दुःखाचा हुंदका जगाला सांगितला नाही, अदृश्य माणसाला जगापुढे आणले नाही. दलितांना दलित म्हणून ठेवणाऱ्या प्रस्थापित रूढी, परंपरा, शास्त्रे यांविरुद्ध आपला आवाज मध्यमवर्गीय साहित्याने उठवला नाही.

दलित साहित्य हे दलितांच्या जीवनाचा एक अविभाज्य, अभंग असा भाग आहे. दलित साहित्यातील कथा, कादंबरी, काव्य, नाटक व आत्मकथा ही तळागाळातील जीवनातून निर्माण झालेली आहे. दलितांचे विशिष्ट दुःख आहे. ते विशिष्ट दुःख मध्यमवर्गीय लेखकांना कळणार नाही. त्यांचे जीवनच दुःख आहे आणि त्या दुःखातून मुक्तीचा मार्ग दलित साहित्य शोधत आहे. दलित साहित्य अदृश्य असलेल्या दलित समाजाला उघड करण्याचे कार्य करीत आहे.

म्हणूनच दलित साहित्याने 'माणूस' हा केंद्रबिंदू मानून माणसाच्या मदतीला, प्रतिष्ठेला, माणसाच्या स्वातंत्र्याला महत्त्वाचे स्थान दिले आहे. माणसाची दास्यमुक्ती हाच त्याच प्रकट जाहीरनामा आहे. दलित साहित्य हे 'मी' चा शोध आहे. मी कोण आहे ? या समाजात माझे काय स्थान आहे ? याचा शोध घेत आहे. म्हणूनच दलित साहित्याचे अस्तित्व आहे व अस्तित्व पाहिजे आहे. दलितांची दुःखे, आशा-आकांक्षा, मुक्तिसंग्राम मराठी साहित्यात खऱ्या अर्थाने आलाच नाही, म्हणून दलित साहित्याचे अस्तित्व आहे. भारतीय समाजव्यवस्थेत जोपर्यंत जातिभेद आहेत, तोवर जातिविशिष्ट साहित्य निर्माण होणार आहे; (त्यामुळे दलित साहित्य जातिविशिष्ट राहणार आहे.) दलित साहित्याचे अस्तित्व राहणार आहे.

-असे हे दलित साहित्य मराठी साहित्यात एक प्रचंड प्रवाह, किंबहुना भारतीय साहित्यात एक वेगळाच प्रवाह, आपल्या स्वतंत्र अशा जाणिवेच्या अस्तित्वाने घेऊन येत आहे; त्यामुळेच दलित साहित्य हे नागर साहित्य व ग्रामीण साहित्यापेक्षा वेगळे आहे.

दलित साहित्य दलितांच्या दास्यमय जीवनातील दुःखाच्या वेदना सांगत आहे.

जीवनातील दु:ख, अन्याय, अत्याचारांनी चिडून, समाजजीवन, प्रस्थापित परंपरेविरुद्ध, गुलामगिरी-दास्याविरुद्ध, अस्पृश्यतेविरुद्ध, उच्चनीच अशा जातिव्यवस्थेविरूद्ध, वर्णाश्रम-धर्माची महती सांगणाऱ्याविरुद्ध दलित साहित्य आपला आवाज उठवीत आहे. समतेचा नवसमाज निर्माण करण्याची त्यांची महत्त्वाकांक्षा आहे. आपले भवितव्य घडविणाऱ्या भविष्यकाळाकडे त्यांची दृष्टी आहे.

आजही अस्पृश्यता ठाण मांडून बसलेली आहे. आजही दलितांवर अन्याय, अत्याचार होतात. दलित आजही शोषित आहेत, पीडित आहेत, म्हणूनच दलित साहित्याचे अस्तित्व आहे. यासाठीच दलित साहित्य पाहिजे आहे असे माझे मत आहे. असेच विचार दलित साहित्यिकांनी पुन:पुन्हा आपल्या भाषणात, लेखात व पुस्तकात मांडले आहेत, तेही महत्त्वाचे आहेत. साहित्यिकांनी, रसिकांनी हे विचार वाचले पाहिजेत. त्यावरून त्यांना दलित साहित्य का पाहिजे हे कळेल.

दलित साहित्य सामाजिक बांधीलकी मानते. दलित साहित्याचा जीवनाशी निकटचा संबंध आहे. दलित साहित्याचा जन्मच जीवनातून झालेला आहे. दलित साहित्यिक जे जीवन भोगतो, जगतो व अनुभवतो त्याच जीवनानुभवाला त्याच्या कलाकृतीत आकार देतो, म्हणून दलित साहित्य हे जीवनवादी आहे. वास्तविक दलित साहित्यिकच काय, पण सर्वच कला या जीवनातून जन्माला येतात. वाङ्मय कला ही जीवनावर आधारलेली अहे. जीवनाचा स्पर्श झाल्याशिवाय साहित्य निर्मिती होऊच शकत नाही. मग तो दलित साहित्यिक असो, वा दलितेतर साहित्यिक असो. लेखकाच्या अनुभवातून, भावानुभवातून कलाकृतीची अभिव्यक्ती होते, अविष्कार होतो. या आविष्काराला, वाङ्मयीन कलेला आपण नाव देतो कथा, कादंबरी, काव्य वा नाटक. कोणत्याही साहित्याच्या कलाकृतीत जीवनाचे अस्तित्व हे मूळ असते. त्यातून वाङ्मय कलाकृतीचा जन्म होतो.

जीवनातून निर्माण होणारी साहित्यकलाकृती म्हटली की, त्यात जाणिवा आल्या, आशय आला, त्याला घाट-आकार आला. साहित्यिक कलावंत हा त्याच्या अनुभवाला जसा आकार देईल, रूप देईल तसा त्याला आकार येईल. असेही म्हटले जाते की, कुठलेही साहित्य हे व्यक्तीचं जीवन, त्याचे समाजजीवन व मानवी जीवन या तीन प्रवाहांच्या संगमातून ललित साहित्य निर्माण होते.

साहित्यिक हा दैनंदिन जीवनातील सुख-दु:ख, राग-द्वेष, चीड-संताप, विद्रोह-संघर्ष अशा जीवनात जगतो, असे जीवन अनुभवतो. तेच जीवन त्याच्या साहित्य कलाकृतीतही आविष्कृत होते. साहित्यकला ही अशी समाजजीवनाच्या अंतरंगाशी, आतील ताणतणावाशी एकरूप झालेली असते. त्यातून निर्माण होणारी कलाकृती ही जीवनवादी, जीवनाशी बांधीलकी मानणारी असते; म्हणून दलित साहित्य हे सामाजिक बांधीलकी जीवनाशी बांधीलकी मानते.

मध्यमवर्गातील साहित्यिकांचे वास्तव्य हे संकुचित असते. बंदिस्त खोलीसारखे असते. ते आपल्याच बंदिस्त खोलीत- विचारात बसून जीवनाकडे, प्रश्नाकडे पाठ फिरवून बसतात; म्हणूनच ते खऱ्या-मोठ्या समाजापासून दूर राहतात. त्यामुळे ते माणसाच्या आशा-आकांक्षांना, त्यांच्या संघर्षांना महत्त्व न देता शैलीला, आकृतिबंधाला आधिक महत्त्व देतात; म्हणूनच गेल्या पन्नास-पाऊणशे वर्षांच्या मध्यमवर्गीय साहित्यिकांच्या अनुभवविश्वात काहीही बदल झालेला नाही. त्यांच्या अनुभवाचीच एक जात बनली. त्यामुळे त्यांच्या वाङ्मयात तोचतोचपणा भरून राहिलेला आहे. म्हणून ते निर्जीव वाटते. अशाच याच मध्यमवर्गीय साहित्यिकांना त्यांच्या वाङ्मयात आलेला तोचतोचपणा पाहून ते लैंगिक विकृती, पलायनवाद, शून्यवाद अशा नव्या मार्गांचा आश्रय घेताना दिसतात. पण त्यांचे प्रयोगही केविलवाणे वाटतात. अशा प्रयोगांमुळे त्यांचे साहित्य व समाजजीवन यांत अंतर पडले आहे. दुरावा निर्माण झालेला आहे. असे लेखक आपल्याच वर्तुळात फिरत असल्याने त्यांनी साहित्याची वाढही रोखली आहे, असे मला दिसते.

हे विचारात घेता, दलित साहित्य हे जीवनाभिमुख आहे, ते सामाजिक बांधिलकी मानणारे आहे; म्हणूनच आशावादी आहे, परिवर्तनवादी आहे. ते समाजाशी अंतर्बाह्य नाते ठेवून आहे. असे हे दलित साहित्य जीवनाचा अभंग भाग बनलेले आहे.

दलित लेखकाची कलाकृती ही व्यक्तीची असली तरी ती शेवटी व्यक्तीच्या जातिसमूहाची बनते. दलित कलाकृतीत आविष्कृत झालेला जीवनदर्शन हे त्या व्यक्तीचे राहत नसून ते जीवनदर्शन त्याच्या जातिसमूहाचे बनते. ते व्यक्तिनिष्ठ राहत नाही, ते समूहाचे बनते. दलित व्यक्ती जे दुःख भोगते, ते दुःख त्याच्या जातिसमाजाचेच असते. त्यात व्यक्तीही समाजात विलीन होऊन, समाजरूप, जातिरूप बनते. व्यक्ती ही व्यक्ती राहत नाही, ती समाज बनते. त्या व्यक्तीचे सुखदुःख बनते. त्या व्यक्तीच्या आशा-आकांक्षा त्याच्या त्या समाजाच्याच आशा-आकांक्षा बनतात; त्यामुळे दलित लेखकाची कलाकृती ही वास्तववादी, जीवनाभिमुख असते. खरे तर दलित साहित्य हे जीवनाचे भाष्य करते.

दलित साहित्याने मराठी साहित्याच्या पुढे काही प्रश्न निर्माण केलेले आहेत. त्यांतील महत्त्वाचा प्रश्न म्हणजे दलित साहित्याने मध्यमवर्गीय साहित्य समीक्षेलाच आव्हान दिलेले आहे. दलित साहित्य हे आशावादी, परिवर्तनवादी आहे. दलित साहित्य हे सामाजिक बांधिलकी मानते. अशा वेगवेगळ्या भूमिकांवर दलित साहित्याने मराठी साहित्यापुढे प्रश्न निर्माण केलेले आहेत; त्यामुळे मराठी साहित्यात वादळ निर्माण केलेले आहे.

विशेषतः दलित साहित्याने मध्यमवर्गीय समीक्षेला, समीक्षेच्या कसोट्यांनाच आव्हान दिलेले आहे. 'दलित साहित्याचे मूल्यमापन वाङ्मयीन कसोट्यांवर केले

जाईल,' असे जेव्हा मध्यमवर्गीय समीक्षक म्हणतो, तेव्हा पुढे असे अनेक प्रश्न निर्माण होतात की-

१) या वाङ्मयीन कसोट्या कोणत्या ? २) या वाङ्यमयीन कसोट्या कशा निर्माण झाल्या ? ३) त्या वाङ्मयीन कसोट्या भारतीय वाङ्मयातून जन्माला आल्या का, पाश्चात्य वाङ्मयातून त्या आयात केल्या ? ४) वाङ्मयीन कसोट्या कालमानाप्रमाणे बदलतात का ? का त्या चिरकाल-चिरंतन स्वरूपाच्या आहेत ? ५) वाङ्मयीन कसोट्या जर बदलल्या तर त्या कुठल्या काळात, कुठल्या परिस्थितीत बदलतात ? ६) समीक्षकांच्या साहित्यमूल्यमापनाच्या कसोट्या 'साचा', 'माप' तयार करून तर ठेवलेल्या नाहीत्न ना ? जर तो 'साचा,' 'माप' तयार असेल तर त्या कसोट्यांचा 'साचा' कोणता ? आणि त्या कसोट्यांचा साचा असेल, तर कोणत्या कसोट्या साहित्याचे मूल्यमापन करतात ?

असे एक का अनेक प्रश्न समोर निर्माण होतात. त्यांची उत्तरे मध्यमवर्गीय समीक्षकाला द्यावी लागणार आहेत. नाहीतर दलित साहित्याविरुद्ध पांढरपेशानिर्मित कसोट्यांची ढाल उपयोगी पडणार नाही, याचा विचार त्या समीक्षकांना करावा लागेल.

वास्तविक मध्यमवर्गीय समीक्षक ज्यांना शुद्ध वाङ्मयीन कसोट्या म्हणतात, त्या शुद्ध कसोट्या नसून, त्या मध्यमवर्गीय कसोट्या असतात; असे अनेकदा उघड होते. साहित्य हे जीवनाचा एक भाग आहे. साहित्य हे माणसाच्या अनुभवातून निर्माण होते. खरं तर साहित्य कलाकृतीचा जन्म प्रथम होतो. त्यानंतरच समीक्षेचा-टीका-मूल्यांचा जन्म होतो. हे मूलत: विचारात घेऊनच दलित साहित्याची समीक्षा करावी लागेल. मध्यमवर्गीय समीक्षकाला दलित साहित्याच्या मूळ गाभ्याशी, मूळ आत्म्याशी एकरूप व्हावे लागेल. दलित साहित्याच्या कलाकृतीच्या तळामुळाशी, त्यांच्या दलित जाणिवेशी समरस व्हावे लागेल. दलित साहित्याची मूळ प्रेरणा, प्रवृत्ती व प्रकृती समीक्षकाला जाणून, समजून घ्यावी लागेल. दलित लेखकाचे जीवन, त्याच्या सभोवतालचे जीवन, वातावरण, दलित लेखकाच्या अंतर्मनातील ताणतणाव व त्याच्या दलित समाजाच्या अंतर्मनातील ताणतणाव हे सर्व समीक्षकाला समरसतेने समजून, उमजून घ्यावे लागेल. तेव्हाच दलित साहित्याची समीक्षा अर्थपूर्ण होऊ शकेल. अगोदरच ठरविलेल्या, बनवलेल्या वाङ्मयीन कसोट्यांच्या 'साच्या'त, मापात बसवून दलित साहित्याचे मूल्यमापन करता येणार नाही.

मध्यमवर्गीय समीक्षकाला दलित लेखकाची संवेदनशीलताच समजली नाही, समजत नाही. आपल्या संवेदनांतून दलित साहित्यिक आपली जिवंत, रसरशीत उत्कट अशी कलाकृती निर्माण करतो. ती कलाकृती त्याच्या अनुभवाचा उत्कट आविष्कार ठरते. हीच दलित साहित्याची खरी कसोटी आहे.

आजकाल दलित रंगभूमी, दलित नाट्य अ‍ॅकॅडमी, दलित थिएटर, दलित

रंगमंच अशा संघटनांतील दलितांतील नाट्य कलावंतांनी प्रामुख्याने दलित लेखकांची नाटके रंगभूमीवर आणलेली आहेत. इतर दलित साहित्याच्या तुलनेने पाहता एकूण दलित नाटककार व त्यांची नाटके कमी दिसतात. वास्तविक दलित नाट्य झपाट्याने, वेगात पुढे यावयास आजचा काळ अनुकूल आहे.

मराठेशाहीत दलित शाहिरांची शाहिरी गाजली. दलित शाहिरांची शाहिरी ही संगीतासह संवाद करते, अभिनय करते. तो एकपात्री नाट्यप्रयोगच म्हणा ना ! अशा दलित शाहिराची दलित नाट्याला परंपरा मिळू शकते. त्याचप्रमाणे मराठेशाहीतील व तत्पूर्वीच्या काळातही तमाशा व लावणीकारांची परंपरा आजपर्यंत चालत आलेली आहे. दलित लावणीकारांच्या, लावणीतील संवादात्मक खटके 'सवाल-जबाब' हे लावणी वाङ्‌मयात प्रसिद्ध आहेत. दलित तमासगीर, अभिनयासह तमाशा फडात याच सवाल-जबाबातून रंगवून हजारो प्रेक्षकांना जागीच खिळवून ठेवण्याची किमया करतो व आजही करीत आहे. मात्र दलित तमासगीर लावणीकार, वगकार, फार्सकार कलावंतांनी सामाजिक स्वरूपाचे, आर्थिक प्रश्नावरील वगनाट्य तमाशा फडात, कनातीत बहारदारपणे वठवून दाखवलेले आहे. ते हजारो प्रेक्षक चित्त एकवटून असे वगनाट्य, फार्स पाहत ऐकत बसलेले असतात.

दलित सोंगाड्याचा उत्स्फूर्त विनोद प्रसिद्ध आहे. दलित वगकाराचे वग व वगनाट्यही प्रसिद्ध आहे. वगनाट्य हे मुक्तनाट्य आहे. हे दलित तमासगिरांचे मूळ वैशिष्ट्य आहे.

डॉ. बाबासाहेब आंबेडकरांच्या प्रारंभीच्या कालखंडातील सामाजिक व राजकीय चळवळीचा प्रचार व प्रसार प्रभावीपणे दलित समाजातील सामाजिक जलसेकारांनीच केला. या सामाजिक जलसेकारांनी आपल्या सामाजिक जलशात फार्स, मुक्तनाट्य (सामाजिक प्रश्नावर) प्रभावीपणे केलेले आहे. किसन फागुजी बनसोडे हे नाट्यकलेच्या अर्थाने पाहिले दलित नाटककार होते. मध्यमवर्गीय नाटककारांनी निर्माण केलेल्या कोंडीतून बाहेर पडून दलित नाट्याला आपला स्वतंत्र मार्ग काढावा लागला. त्यासाठी दलित नाट्याला परंपरा मोठी आहे. त्यातून दलित नाट्याने आपले नाट्य वेगळ्या रूपात (फॉर्ममध्ये) वेगळ्या आशयाने मुक्तनाट्य उभे करावे लागेल. मग ते दलित मुक्तनाट्य गावच्या चावडीत किंवा शहरातील चौकातही उभे करता येईल. तीच खऱ्या अर्थाने उघडी रंगभूमी (ओपन थिएटर) होऊ शकेल. जत्रा-उरुसात उघड्यावर पलित्याच्या टेंभ्याच्या उजेडात उभा राहणारा दलितांचा गावरानी तमाशा हा उघड्या रंगभूमीचा प्रकार होय. अशा नवीन फॉर्मच्या रूपास दलित नाट्याने आपलेसे केल्याशिवाय मराठी नाट्याची कोंडी त्याला फोडता येणार नाही. अशी ही कोंडी फोडण्यास दलित नाट्यास मोठ्या परंपरेचा आधार आहे, असे मला वाटते.

प्रत्येक कलेच्या क्षेत्रात विशिष्ट काळानंतर आपोआप मर्यादा (Limitaions)

येतात, प्रश्न पुढे उभे राहतात. दलित साहित्याच्याही पुढे असे काही प्रश्न उभे राहण्याची शक्यता आहे. अर्थात दलित साहित्याचे वयोमान सुमारे तीस एक वर्षांचे आहे. साहित्यप्रवाहाच्या जीवनात तसा हा काळ कमीच आहे. दलित साहित्याचा प्रवाह आताच कुठे जोरदारपणे आपल्या वाटेने, वळणाने चालला आहे. त्याच्या चालीला, गतीला विशिष्ट स्थळी, विशिष्ट स्थानकावर यायला, अद्याप आणखी कालावधी लागणार आहे. तेव्हा त्याचे स्वयंप्रकाशित स्वरूप अधिक प्रकर्षाने, अधिक तेजाने उजळून निघेल. या दृष्टीने विचार करता दलित साहित्यापुढे पडणाऱ्या मर्यादा, त्याच्यापुढे येणारे प्रश्न यांचा आत्मशोध घेणे आवश्यक आहे.

कलावंत आपली कलाकृती निर्माण करता करता काही काळानंतर आपोआप नकळत आपणच आपल्या कोंडीत अडकून पडतो. त्यातच तो गुंततो. अशा परिस्थितीत कलावंताने स्वत:भोवतीच्या कोंड्या चिंतनशील मनाने फोडण्याने त्याला पुढचा मार्ग खुला होतो. मग त्याच्या हातून वेगळ्या घाटाची, रंगाची, गंधाची कलाकृती निर्माण होऊ शकते. या दृष्टिकोनातून दलित साहित्याने विचार केला पाहिजे.

दलित साहित्याचे अनुभव व त्यातून निर्माण होणारी अभिव्यक्ती यांत काही काळानंतर ‘तोचतोचपणा’ येण्याची शक्यता असून त्यातून ते साहित्य एकमुखी होण्याची दाट शक्यता असते, भीती असते, याची जाणीव आता दलित साहित्यिकांनी ठेवली पाहिजे.

अर्थात् दलित साहित्यिक तोचतोचपणा निर्माण होणारी कोंडी फोडण्याचा आपल्या नवीन वाङ्मयीन कलाकृतीद्वारे प्रयत्न करीत आहेत. ‘व्यक्ती तितक्या प्रकृती’ प्रमाणे ज्याच्या त्याच्या व्यक्तिमत्वातून, त्याच्या त्याच्या मनोपिंडाप्रमाणेही दलित साहित्य निर्माण झाले आहे व होत आहे. आता दलित साहित्यिकांतही अंतर्मुखता आलेली आहे; त्यामुळे ते आणि त्यांच्यातील नवी पिढी या सखोल, उत्कृष्ट, रसरशीत आणि कलात्मक असे वाङ्मय लिहू लागले आहेत. तरीदेखील त्यांच्यापुढे येणाऱ्या मर्यादांना (लिमिटेशन्स) त्यांना तोंड द्यावे लागणार आहे. आपली कलाकृती ताजी, टवटवीत कशी राहील आणि ती चिरंतन, चिरकालीन कशी टिकेल या दृष्टीने पावले टाकावी लागतील, असे मला वाटते.

त्यातच दलित लेखक हे वेगवेगळ्या पोटजातीच्या समाजाच्या थरांतून आलेले आहेत. ते आपापले अनुभव लिहीत आहेत. ते त्यांना लिहू द्या. त्यांचे सर्व जीवनानुभव वाङ्मयात येऊ द्या. तोचतोचपणा येण्याच्या भीतीने त्यांचे वेगवेगळे जीवनानुभव लिहिण्याची ऊर्मी, स्फूर्ती याला पायबंद बसू नये. त्यांना त्यांच्या वाटेने, वळणाने जाऊ द्या; त्यामुळेच मराठी साहित्य त्यांच्या आशयाने, त्यांच्या मायबोलीने समृद्ध हो द्या.

आज मराठी साहित्यात नागर साहित्य, ग्रामीण साहित्य, दलित साहित्य अशी वेगवेगळी दालने दिसतात. आजच्या समाजव्यवस्थेत ही दालने अपरिहार्य आहेत.

नागरी साहित्य हे मूळ मध्यमवर्गीय अनुभवावर आधारलेले आहे. त्यांच्यात निर्माण झालेल्या प्रश्नांना त्यांच्या अनुभवातून स्थान मिळते. नागर साहित्यिकांची लेखणी ग्रामीण जीवनातील प्रश्नांकडे वळली नाही आणि ज्यांची वळली त्यात वास्तवतेपेक्षा कल्पनेचाच अधिक पाया दिसतो; म्हणून आज ग्रामीण भागातील जीवनात वाढलेल्या, ग्रामीण जीवनाचा अनुभव घेतलेल्या ग्रामीण लेखकांची पिढी आपल्या वास्तव अनुभवाला साहित्य कलाकृतीचे रूप देऊ लागली आहे. जातीय पद्धतीच्या समाजव्यवस्थेत जन्माला आलेला, वाढलेला साहित्यिक जेव्हा आपल्या वास्तव अनुभवाला प्रामाणिकपणे वाङ्मयीन रूप-आकार देतो, तेव्हा नागर-ग्रामीण व दलित अशांचे वेगवेगळ्या रूपांत (फॉर्म्सर्मध्ये) व आदर्शांत (नॉर्म्सर्मध्ये) येणे, रूपांतर होणे अपरिहार्य असते.

जातीय पद्धतीच्या समाजरचनेत जसजसा बदल होत जाईल, तसतसा समाज समपातळीत येऊ शकेल आणि त्याबरोबर त्यांच्या वाङ्मयीन आविष्कारातही बदल होत जाईल आणि वाङ्मयातील वेगवेगळ्या प्रवाहांतील अंतरही कमी कमी होत जाईल असे मला वाटते.

आज झपाट्याने काळ बदलत आहे. बदलत्या काळाबरोबर समाजव्यवस्थेतही बदल होत आहेत. विशेषत: औद्योगिक क्रांतीने यांत्रिक युगाच्या वेगवान रेट्याने जातीय व्यवस्थेच्या समाजरचनेवर सारखे आघात होत आहेत. या होणाऱ्या आघातांमुळे जातीय पद्धतीतून वर्गपद्धतीचा जन्म होऊ लागला आहे. यांत्रिकीकरणाच्या आघाताने जात लयाला जाऊन, त्यातून नवा वर्ग निर्माण होत आहे, याचे प्रत्यंतर शहरीकरण झालेल्या समाजात अधिक दिसते. शहरात जातीऐवजी वर्ग निर्माण होत आहेत. कामगारवर्ग, मजूरवर्ग असे वर्ग प्रामुख्याने पुढे येत आहेत. या वर्गांत त्यांच्या दैनंदिन जीवनातल्या प्रश्नांमुळे वर्गीय प्रश्न निर्माण होत आहेत. ते सोडविण्यासाठी वर्गीय भूमिकेतून वर्गीय लढ्याची पुढची पावले टाकली जात आहेत. अशा वर्गांतून निर्माण होणारा साहित्यिक लेखक, आपल्या अनुभवांना वाङ्मयीन आकार देतात, तो नागर, ग्रामीण, दलित यांचे अस्तित्व विसरून वर्गीय भावनेतूनच आपले साहित्य निर्माण करील आणि आपले मूळचे अस्तित्व तो विसरून जाईल. त्यामुळे नागर, जातीय, दलित हे प्रवाह आपोआप वर्गीय दृष्टीमुळे, वर्गीय भावनेमुळे एकमेकांजवळ येतील असे दिसते.

जमिनीच्या संबंधात झालेल्या वेगवेगळ्या कायद्यांनी ग्रामीण भागातही नवीन वर्ग निर्माण होऊ लागला आहे. जमिनीच्या संबंधातील कायद्यांच्या अंमलबजावणीमुळे ग्रामीण भागात जमिनीचे कूळ, जमिनीतला भूमिहीन मजूर व जमिनीचा मालक असे आर्थिक पायावर आधारलेले वर्ग आज पुन्हा येत आहेत. हे वर्ग आपापले आर्थिक प्रश्न वा जमिनीच्या संबंधातील प्रश्न सोडविण्यासाठी वर्गीय भावनेतूनच एकत्र येतात. त्यासाठी वर्गीय दृष्टीतून संघर्ष करतात, लढे देतात. अशा जमिनीच्या कायद्यांचा,

वर्गीय दृष्टीच्या संघर्षाचा ग्रामीण भागातील खेड्यातील जातिव्यवस्थेवर आघात होत आहे. विशेषत: गावाला एकच विहिरीचा पाणवठा, गावाचा पाझर तलाव, गावाला आलेला तळ्याच्या पाण्याचा पाट, कालवे, मोठ्या गावात म्युनिसिपालिटीने नळाने केलेला पाणीपुरवठा, गावची एकच स्मशानभूमी या अशा नवीन योजनाबद्ध सुधारणांमुळे स्थानात घट्ट बसलेली जात शिथिल होत आहे. स्थानातील 'जात' कमी होत आहे आणि त्याचबरोबर ग्रामीण भागात वेगवेगळ्या मार्गांनी आलेल्या यांत्रिक सुधारणांमुळे, यांत्रिकीकरणामुळे मनातील जातही कमी कमी होत चालली आहे. आजचे यांत्रिक युग व ग्रामीण भागातील नवे कायदे, जातीय पद्धतीचा समाजाला कार्यपद्धतीकडे रेटत नेत आहेत. अर्थात् ग्रामीण भागातील या प्रक्रियेला अधिक वेग, आधिक गती येणे आवश्यक आहे.

ग्रामीण भागात निर्माण होत असलेल्या नवीन वर्गातून लेखक निर्माण झाले तर ते आपल्या साहित्य कलाकृतीतून आपल्याला जीवनातील अनुभवाचा आकार देतात, देत राहणार. अशा साहित्यिकांमुळे व साहित्यामुळेही नागर, ग्रामीण व दलित साहित्यप्रवाह एकमेकांच्या जवळ येतील. कालांतराने एकमेकांत मिसळतील असे मला वाटते. मी मराठी साहित्याच्या वेगवेगळ्या क्षेत्रांत दीर्घकालीन साहित्यसेवा केलेली आहे. कथा, कादंबरी, ललित लेख व वेगवेगळ्या विषयांवर मी वैचारिक स्वरूपाचे लेखनही केलेले आहे. माझ्या दीर्घकालीन साहित्यसेवेत खऱ्या साहित्यिकाची श्रद्धा-निष्ठा आहे. माझ्या जीवनात साहित्यसेवेला मोठे स्थान असून, साहित्यलेखन हा माझ्या जीवनाचा एक भाग आहे. एक साहित्यिक म्हणून, 'आयडेंटिटी,' ओळख जपण्याचा, सांभाळण्याचा मी माझ्या जीवनात आटोकाट प्रयत्न केला आहे. अशी मी मराठी साहित्याची दीर्घकालीन सेवा केली आहे, म्हणूनच एक साहित्यिक म्हणून इथे होणाऱ्या अध्यक्षपदाच्या निवडणुकीसाठी उभे राहण्याचा निर्णय मी घेतला आणि मी निवडूनही आलो, याचे श्रेय मी आपल्याला दिले आहेच.

आता माझ्या निवडीने दलित साहित्य व इतर नागर व ग्रामीण साहित्य यांच्यात समन्वय साधला जाईल का ? यांच्यातील अंतर कमी होईल का ? असेही प्रश्न आहेत.

मला साहित्यिक मतदारांनी मते देऊन या साहित्य प्रवाहातील अंतर कमी झाले पाहिजे, हे नागर, ग्रामीण व दलित साहित्यप्रवाह एकमेकांच्या जवळ आले पाहिजेत, त्यांच्यात समन्वय साधला पाहिजे, अशीच त्यांची इच्छा मला दिसते, ती बरोबर आहे. अर्थात् आजच्या काळाच्यादृष्टीने काळाच्या ओघात दलित साहित्यनागर, साहित्य व ग्रामीण साहित्य यांतील अंतर कमी व्हावे का यांच्या समन्वयाची आज गरज आहे, असेच मला वाटते. ते माझ्या निवडीने होणार असेल तर मी त्याचे स्वागतच करीन. मी आताच आपल्याला सांगितले की, औद्योगिकरणामुळे शहरीकरणात जातिपद्धतीवर

आघात होऊन, वर्गपद्धती येत चालली आहे. त्याचबरोबर ग्रामीण भागातही यांत्रिकीकरणाच्या प्रवेशाने व जमिनीच्या संबंधात आलेल्या कायद्यांमुळे परंपरागत जातींच्या चौकटीवर आघात होऊन, नवीनच वर्ग निर्माण होत आहेत. ही औद्योगिकरणाची प्रक्रिया, यांत्रिकीकरणाचा प्रभाव पडून नवीन वर्ग निर्माण होत आहेत; त्यामुळे वेगवेगळ्या साहित्यिक प्रवाहात आपोआप समन्वय साधू शकेल. अर्थात् या प्रक्रियेत वेग व गती पाहिजे आहे असे मी आपणास अगोदरच सांगितलेले आहे.

नागर, ग्रामीण व दलित साहित्य ह्यामध्ये समन्वय साधण्यासाठी दलित साहित्याकडे पाहण्याची दृष्टी बदलणे जरूर आहे. दलित साहित्याकडे आज वाङ्मयबाह्य दृष्टिकोनातून पाहिले जाते. तसेच दलित वाङ्मयाकडे पूर्वग्रहदूषित दृष्टीने पाहण्याची दृष्टीही बदलणे जरूर आहे. दलित साहित्यिकांची संवेदना समजून घेतली पाहिजे. दलित साहित्याकडे 'दलित जाणिवे' तून पाहिले पाहिजे. दलित साहित्य व दलित साहित्यिकांना त्यांच्या मूळ भूमिकांसह समजून घेतले पाहिजे. ही अशाच स्वरूपाची पावले टाकल्यास या साहित्यप्रवाहात एकमेकांबद्दल जवळीक निर्माण होऊ शकेल, असे मला वाटते.

आपल्या मराठी मुलखात मला दोन संस्कृती दिसतात. एक लोकपरंपरा असलेली लोकसंस्कृती आणि दुसरी राजसंस्कृती. लोकसंस्कृती म्हणजे या भूमीतल्या मूळ भूमिपुत्रांची, इथल्या मूळ रहिवाशांची, म्हणजेच दलितांची संस्कृती, ही लोकसंस्कृती होय. या लोकसंस्कृतीने लोककला दिल्या. त्यांत लोकसंगीत, लोकनाट्य व लोककला हे दिले. या लोककला दलितांच्या जीवनातून आलेल्या आहेत. या लोककला वेगवेगळ्या कालखंडांत आलेल्या राजपरंपरांमुळे कधी दडपल्या जात होत्या, तर कधी त्या बहारून वर येत होत्या. असे हे दलित लोककथेतील कोंब धुमारे फुलून वर आले तेव्हा मराठी साहित्याला नवी झळाळी, नवं तेज आलं होतं. तेव्हा तेराव्या शतकात दलित कवी व पुढच्या काळात दलित शाहीर पुढे आले. त्यांनी मराठी साहित्यात भर घातली. १९ व्या शतकात महात्मा जोतिबा फुले आले. त्यांनी आपल्या विचारवाणीने व कृतिशील पावलांनी मराठी जीवनाला, साहित्याला वेगळाच प्रकाश दिला. विसाव्या शतकात डॉ. बाबासाहेब आंबेडकर आले. त्यांनी आपल्या विचार-सिद्धांतांनी व ग्रंथसंपत्तीने साहित्यात मोलाची भर घातली. स्वातंत्र्योत्तर काळात दलित साहित्यिक जन्माला आले आणि त्यांनी मराठी साहित्यात एक वेगळाच प्रवाह सुरू केला.

अशा या दलित लोककलेतील साहित्य धुमाऱ्यांनी, उमललेल्या नव्या पालवीने त्या त्या काळात मराठी साहित्याला वेगळीच झळाळी दिली आहे.

दलितांच्या लोकसंस्कृतीतून, लोककलेतून अशी झळाळी आली की, ती झळाळी मध्यमवर्गीय परंपरा आत्मसात करण्याचा प्रयत्न करते. हे आजच्या मध्यमवर्ग साहित्यकलेत प्रकर्षाने दिसून येते. ती साहित्यकलेत, नाटकात, संगीतात, मुक्तनाट्यात

चांगली गोष्ट आहे. विशेषत: लोकनाट्य, लोकसंगीत, मुक्तनाट्य, नवकाव्य या दलितांच्या लोककला आहेत. आज त्या लोककला मध्यमवर्गीय साहित्याने आत्मसात केल्या आहेत; त्यामुळेच मध्यमवर्ग व दलितवर्ग या लोककलांमुळे एकमेकांच्या जवळ आल्या आहेत. त्यांच्यात या कलांमुळे जवळीक निर्माण झालेली आहे. भावी काळात या लोककलांतून या वर्गावर्गांत जवळ येण्याचे सामंजस्य अर्थपूर्ण होईल अशी मी आशा करतो. अशा काळात विशिष्ट जातीचे (समाजाचे) बंधन दूर ठेवून व्यापक जीवनाशी बांधिलकी शोधली पाहिजे. भावी कलाविष्काराची ही दिशा राहील असे मी भाकित करतो. भावी काळात हे दोन प्रवाह जीवनाचाच्या शोधात एकत्र येतील असा माझा विश्वास आहे. मला हे वाटते म्हणून मी आशावादी आहे.

आता दलितांतील वेगवेगळे थर आपापले अनुभव कथा, काव्य, कादंबरी व आत्मकथेतून लिहू लागतील.

ग्रामीण भागात शिक्षणाचा प्रसार होत आहे. शिक्षण घेऊन नवी पिढी निर्माण होत आहे. ही नवी पिढी आपापल्या जीवनानुभवाला साहित्यात आकार देत आहे. त्यातून नवे अनुभव, नवे जीवन आपल्यापुढे येत आहे. त्यात त्यांच्या आशा-आकांक्षा प्रतिबिंबित होऊ लागल्या आहेत.

झोपडपट्टीत राहणारा लेखक आपले अस्सल जीवनानुभव लिहून आपल्यापुढे ठेवत आहे.

असा हा नव्या जाणिवेने, नव्या दृष्टीने लिहिणारा नवीन लेखक वर्ग पुढे झपाट्याने येत आहे.

यातील लेखकांचे साहित्य, कोणते टिकाऊ ? कोणते टाकाऊ ? कोण ठरविणार ?

असा मोठा प्रश्न निर्माण होतो; म्हणून अशा नवीन लेखक वर्गाने टीकाकारांची तमा न बाळगता लिहावे, भरपूर लिहावे, त्यानेच मराठी वाङ्मय समृद्ध होणार आहे असे माझे मत आहे. एवढेच मी वेगवेगळ्या प्रवाहांतून येणाऱ्या नवीन लेखकांना माझ्या स्वानुभवातून सांगतो की त्यांनी लिहावे; भरपूर लिहावे.

❒❒❒

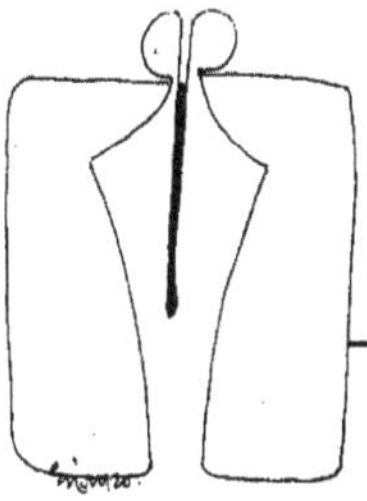

दलित साहित्यासंदर्भात परंपरागत साहित्यशास्त्राची पुनर्मांडणी करावी लागेल

भालचंद्र फडके

पुण्यात अखिल भारतीय साहित्य सम्मेलनाच्या व्यासपीठावर दलित साहित्याने विद्रोहाची गर्जना केली होती. या पुणे शहरात न्यायमूर्ती रानडे यांनी मराठी ग्रंथकार सभेचे निमंत्रण जोतिराव फुल्यांना पाठवले होते. मराठी ग्रंथकार सभेस जे पत्रोत्तर पाठवले त्याला आज शंभर वर्षे पुरी झाली. (पाहा ज्ञानोदय, ११ जून १८८५) ही विद्रोहाची पहिली रणभेदी जोतिरावांनी फुंकून महाराष्ट्र दणाणून सोडला. त्यांनी लिहिले, "माझ्या घालमोठ्या दादा, ज्या गृहस्थांकडून एकंदर सर्व मनुष्याच्या मानवी हक्काविषयी वास्तविक विचार केला जाऊन ज्यांचे त्यास ते हक्क त्यांच्याने खुशीने व उघडपणे देववत नाहीत व चालू वर्तनावरून अनुमान केले असता पुढेही देववणार नाहीत, तसल्या लोकांनी उपस्थित केलेल्या सभांनी व त्यांनी केलेल्या पुस्तकातील भावार्थाशी आमच्या सभांचा व पुस्तकांचा मेळ मिळत नाही. कारण त्यांच्या पूर्वजांनी आम्हावर सूड उगवण्याच्या इराद्याने आम्हास दास केल्याचे प्रकर्ण त्यांनी आपल्या बनावट धर्मपुस्तकात कृत्रिमाने दडपले. याविषयी त्यांच्यातील जुनाट खल्लड ग्रंथ साक्ष देत आहेत. यावरून आम्हा शूद्रादीअतिशूद्रास काय विपत्ती व त्रास सोसावे लागतात हे त्यांच्यातील उंटावरून शेळ्या वळणाऱ्या ग्रंथकारास व मोठ्यामोठ्या सभास्थानी आगंतुक भाषण करणारास कोठून कळणार ? हे सर्व त्यांच्या सार्वजनिक सभेच्या उत्पादकांस जरी पक्के माहीत होते, तरी त्यांनी फक्त त्यांच्या व आपल्या मुलाबाळांच्या क्षणिक हितासाठी डोळ्यांवर कातडे ओढून त्याला इंग्रज सरकारातून पेन्शन मिळताच तो पुन: अट्टल जात्याभिमानी, अट्टल मूर्तिपूजक, अट्टल सोवळा बनून आपल्या शुद्रादीअतिशूद्रास नीट मानू लागला व आपल्या पेन्शनदात्या सरकारने बनविलेल्या कागदाच्या नोटीसलासुद्धा बोट लावण्याचा विटाळ मानू लागला. अशीच का शेवटी ते सर्व आर्य ब्राह्मण या हतभाग्य देशाची उन्नती करणार ! आता यापुढे आम्ही शूद्र लोक,

अस्मितादर्श लेखक वाचक मेळावा,
पुणे १९८५

आम्हास फसवून खाणाऱ्या लोकांच्या थापांवर भुलणार नाही. त्यांच्यात मिसळल्याने आम्हा शूद्रादिअतिशूद्रांचा काही एक फायदा होणार नाही.''

आज विसाव्या शतकात फुले-आंबेडकरांचा वैचारिक वारसा घेऊन दलित साहित्याने विद्रोही पवित्राच घेतला आहे, नाही का ? विद्रोहाची प्रवृत्ती सनातन आहे, सर्वत्र आहे. नव्हे, समाजाची गतिशीलता विद्रोही प्रवृत्तीमुळेच कायम राहते. मानवी जीवनाच्या विविध क्षेत्रांत विद्रोही प्रवृत्ती वारंवार उसळत असतात. भाषा, साहित्य आणि सांस्कृतिक क्षेत्रात त्या उसळत राहणे अपरिहार्यच आहे. 'अध्यात्मविद्येचा सुकाळु' करावा म्हणून श्रीज्ञानदेवांना लोकभाषेचा स्वीकार करावा लागला. त्यांच्या बंडखोरीचा गौरव आम्ही केला. 'अशी असावी कविता फिरून, तशी नसावी कविता फिरून, सांगावया कोण तुम्ही कवीला ?' असे बजावणाऱ्या बंडखोर केशवसुतांना आम्ही आधुनिक कवींचे कुलगुरु म्हणून गौरवले. मर्ढेकरांच्या 'काही कविता' प्रसिद्ध झाल्या तेव्हा त्यांनीही काव्यातील संकेतांविरुद्ध, काव्यकल्पनांविरुद्ध बंडखोरी पुकारली होती. गंगाधर गाडगीळ यांचे कथालेखन ही मराठी कथेच्या क्षेत्रातील बंडखोरीच होती. प्रस्थापित चाकोरी सोडून वेगळ्या वाटेने जाणारे लेखक, वेगळा आशय व्यक्त करणारे लेखक, वेगळ्या शैलीने लिहिणारे लेखक, वेगवेगळी वाङ्मयरूपे (forms) निर्माण करणारे लेखक आमच्या आदराचे विषय झाले आणि असे झाल्याशिवाय साहित्यात 'चैतन्य' निर्माण होत नाही असे आपण एकीकडे म्हणणार आणि दलित साहित्याने विद्रोही भूमिका घेतली तर ही भूमिका कलात्मकतेला बाधक आहे असं म्हणत राहणार.

माझा नम्र दावा असा आहे की, अस्पृश्यतेशी आणि दास्याशी, विषमतेशी आणि अन्यायाशी, उपेक्षेशी आणि दुःखाशी निकराचा लढा देण्यासाठी विद्रोही, निषेधवादी भूमिका घेण्याशिवाय दलित साहित्याला दुसरा पर्यायच नव्हता. मराठी साहित्यात 'वाङ्मयीन बंडखोरी' अनेकवेळा झालेली आहे. आशय, अभिव्यक्ती आणि शैली यापैकी कुठल्या तरी एका अंगाने किंवा कधी तिन्ही अंगांनी बंडखोर प्रवृत्ती उफाळून आलेली आहे. लघु अनियतकालिकांची चळवळ एका अर्थाने वाङ्मयीन बंडखोरीच होती. दलित साहित्याची प्रकृतीच विद्रोही आहे. दलित साहित्याचा आशय ज्या कथा, कविता, कादंबरी, नाटक, आत्मकथन इत्यादी वाङ्मयप्रकारातून व्यक्त होतो आहे, तो मूलतः खूपच प्रक्षोभशील आणि बहुपरिमाणयुक्त आहे. विषमतेवर आधारलेली समाजव्यवस्था नाहीशी करून त्याऐवजी स्वातंत्र्य, बंधुता, समता व सामाजिक न्याय यावर आधारलेली समाजव्यवस्था निर्माण झाल्याशिवाय दलित जाती-जमातींचे 'दलितत्व' संपणार नाही. साहित्य 'दलित' नसते; पण दलितांचे साहित्य असू शकते; कारण दलित जाती-जमाती येथील प्रस्थापित धर्मव्यवस्थेतून व समाजव्यवस्थेतून जन्मलेल्या आहेत. तुम्ही श्रेणीबद्ध समाजव्यवस्था चालू ठेवणार, उच्चनीच भाव पोसत राहणार आणि 'दलित' साहित्य असे म्हणू नका असा आग्रह धरीत राहणार. हे कसे

काय जमणार ? विद्रोह आणि विध्वंस ही एक वाट आहे. हे कुणी नाकारीत नाही. पण जरा विवेक आणि विलिनीकरण या वाटेकडे वळूया असा उपदेश अलीकडे आवर्जून केला जातो. सतत संताप आणि शाप यांचा वर्षाव करीत असल्यामुळे साहित्य कंटाळवाणे व एकसुरी होईल आणि ही गोष्ट कलेला, साहित्याला मारक होईल असे म्हणणे समजू शकते. पण दलित साहित्यातून व्यक्त होणाऱ्या प्रक्षोभाला 'फॅशनेबल प्रक्षोभ' असे संबोधून त्याची कुचेष्टा करणे कितपत न्याय्य ठरेल ? दलित साहित्याच्या विद्रोही भूमिकेचा अन्वयार्थ नीट समजावून घेतला पाहिजे. जे विद्रोही साहित्य असते त्यात अन्यायकारक प्रवृत्तींना व परंपरांना लाथाडण्याची वृत्ती असते, सर्वांगांनी होणाऱ्या शोषणाविरुद्ध, जातिप्रथांविरुद्ध सूड घेण्याची हाक असते. खोल आणि वाहत्या जखमांचे दर्शन असते. जळजळीत संताप, चीड असते. दलित साहित्याची प्रकृतीच विद्रोहाची आहे. हा विद्रोह दुस्तरी आहे. एक तर मराठी साहित्यातील विषमता पोसणाऱ्या परंपरांविरुद्ध, वाङ्मयीन संकेताविरुद्ध, लेखनाच्या भाषेविरुद्ध आणि अपुऱ्या वाङ्मयीन निकषाविरुद्ध आहे व दुसरा येथील वर्णव्यवस्थेविरुद्ध आहे.

वस्तुतः आपल्या सामाजिक व सांस्कृतिक जीवनात 'विषमते'चा, असमतोलाचा संचार तीव्र प्रमाणात आहे. यांचे 'निर्मूलन' केले पाहिजे असे सर्वजण निदान म्हणतात. पण प्रत्यक्षात मात्र जातीय अहंकार पोशीत राहतात. आपण आपापल्या वर्गीय, जातीय, क्षेत्रीय, सांस्कृतिक कोशात जगत आहोत व या जगण्याची घृणाही वाटत नाही. ज्यांना घृणा वाटते त्यांना परिवर्तनवादी विचारसरणी स्वीकारावी लागते. दलित साहित्याचे नाते या परिवर्तनवादी तत्त्वज्ञानाशी आहे. हे नाते समजून घेतल्याशिवाय दलित लेखकांच्या 'संवेदनशीलते'चा अन्वयार्थ लक्षात येणार नाही. तसेच या नव्या संवेदनशीलतेने नवी शैली, नवी भाषा निर्माण केली आणि मरगळलेल्या मराठी साहित्याला जे आव्हान दिले ते लक्षात येणार नाही. मग दलित साहित्याचे वेगळेपण वृत्त्यात्मक की रूपात्मक ? हे लेखन साहित्य पदवीला पोचते काय ? दलित लेखक विशिष्ट जातीतूनच पुढे का येत आहेत ? ते वर्गीय जाणिवा जोपासत नाहीत काय ? यासारख्या प्रश्नांची चर्चा करण्याचे कारण पडले नसते.

दलितांच्या व्यथा-वेदना यापूर्वी मराठी साहित्यात व्यक्त झाल्या नव्हत्या. 'जगण्या'तून वाट्याला आलेला भोग, दुःखे, प्रश्न, चिंता मांडून मराठी साहित्याचे जीवनानुभवक्षेत्र विस्तृत केले. ही अनुभव-विस्तृतता अंतर्निष्ठा आहे. मराठी साहित्यातील साचेबंद अनुभवांची कोंडी दलित साहित्याने फोडली. डॉ. बाबासाहेब आंबेडकरांच्या तत्त्वज्ञानातून प्रेरणा घेऊन घडलेल्या लेखकांनी प्रस्थापित समाजव्यवस्थेविरुद्ध आवाज उठवला, इत्यादी मते आता सर्वमान्य होत आहेत हे शुभचिन्ह आहे. पण तरीही परंपरा नाकारणारे दलित सांकेतिकतेच्या आवर्तात सापडून चाकोरीबद्ध झाल्याचा कुणा तरी अडाणी माणसाला शोध लागतो. तर एकाने म्हटले आहे की दलित साहित्याच्या

चळवळीने विशिष्ट प्रेरणा, कर्तृत्व आणि बांधीलकीची भूमिका स्वीकारून आपले स्वरूप संकुचित करून टाकले व साहित्यात 'दलितशाही' निर्माण केली, अशी टीका केली आहे. विषमताधिष्ठित समाजव्यवस्थेला विरोध करणारी, मानवी मूल्यांचा आग्रह धरणारी, संघर्षातून व्यवस्थेकडे जाणारी, रूपवादी भूमिका नाकारणारी चळवळ जनमानसात रुजत चालली आहे. ग्रामीण साहित्याची चळवळ, पुरोगामी साहित्याची चळवळ आपापल्या भूमिका मांडत आहेत. आग्रहाने सांगत आहे की दलित साहित्याने आपल्या व्यापक चळवळीत सामील व्हावे.

वस्तुत: प्रत्येक चळवळीने आपापले व्यासपीठ वेगळे ठेवले व आपल्या भूमिकांप्रमाणे वाटचाल केली तर काही बिघडणार नाही. कारण 'यांनी इथे यावे, त्यांनी तिथे जावे' अशा आग्रहातून परिवर्तनवादी साहित्य चळवळी आपापसात झुंजून आपल्या कार्यशक्ती संपुष्टात आणण्याचा धोका आहे. दलित जाती-जमातींनी काय किंवा शेतमजुरांनी काय किंवा दारिद्र्यरेषेखाली जगणाऱ्या बहुजन समाजाने किंवा आदिवासी भटक्या जमातींनी किंवा सर्व स्त्रियांनी किंवा श्रमिकांनी फक्त आपलेच भाषण झाले आहे, उपेक्षा झाली आहे अशी भूमिका घेऊन चालणार नाही. कारण तसे सर्व बहुसंख्य वर्गाचे शोषण व्हावे अशीच येथील समाजव्यवस्था आहे. स्वातंत्र्यानंतर भारतातील लोकशाहीने, डॉ. आंबेडकर म्हणाले त्याप्रमाणे, 'एक माणूस-एक मूल्य' स्वीकारलेले नाही. त्यामुळे या बहुसंख्य वर्गाच्या वाट्याला भीषण दारिद्र्य, घोर अज्ञान, जाचक गुलामगिरी, परंपरागत अंधश्रद्धा, धर्मगत समजुती आल्या आहेत म्हणून आज तरी सर्वात एक समान धागा दिसतो आणि तो म्हणजे परिवर्तनाच्या आकांक्षेचा. आपल्याला हवे आहे ते परिवर्तन माणसाचे, त्याने निर्माण केलेल्या राजकीय, सामाजिक संस्थांचे आणि त्याच्या भोवतालच्या वास्तवाचे. पण या दोन्ही परिवर्तनाचा वेग सारखा नाही. माणसाचे बाह्यविश्व जितक्या झपाट्याने बदलत जाते तितक्या गतीने त्याचे अंतर्विश्व बदलत नाही असा अनुभव आहे. ऐहिक समृद्धीने भरलेल्या वास्तवात जगणाऱ्या माणसाला आपले अंतर्विश्व उजाड, उद्ध्वस्त झाल्याचा अनुभव येतो. पण ज्यांच्या भोवतालचे वास्तवच अभावग्रस्त आहे त्यांच्या अंतर्विश्वात झेपावण्याची दुर्दम्य मनीषा आहे. याची संगती कशी लावायची ?

गावकुसाबाहेर असलेल्या वस्तीत जगणाऱ्या दलित लेखकाच्या रस-रूपगंधादी संवेदनाचे विश्व आणि पांढरपेशा ब्राह्मण कुटुंबातील लेखकाच्या रस, रुप, गंधादी संवेदनाचे विश्व एकाच स्वरूपाचे असेल काय ? प्रत्येक लेखक विशिष्ट संस्कृतीत जगत असतो, वाढत असतो. त्याचे विशिष्ट जीवनादर्श, लेखनादर्श असतात. त्याने एक मूल्यविचार स्वीकारलेला असतो आणि आलेल्या अनुभवांची व्यवस्था त्याने आपल्या मूल्यविचारांनुसार व जीवनादर्शानुसार लावलेली असते. अनुभव घेणे व अनुभव व्यक्त करणे या दोन्ही क्रिया प्रत्येक लेखकाच्या संवेदनस्वभावानुसार घडणे

अटळ नाही काय ? आत्मनिरपेक्ष पातळीवरून अनुभवांचा स्वीकार करण्याचा प्रयत्न लेखक करतो हे जसे लक्षात ठेवणे जरूर आहे, तसे हेही लक्षात ठेवले पाहिजे की अनुभव चिंतनशीलतेने संस्कारित होतो. 'स्वतंत्रतेचे स्तोत्र' ही स्वातंत्र्यवीर सावरकरांची कविताच पाहा. जयोऽस्तुते जयोऽस्तुते असा आरंभ असलेल्या कवितेमागे सावरकरांची जी संवेदनप्रकृती आहे आणि 'पंधरा ऑगस्ट एक संशयास्पद महाकाय भगोष्ट, स्वातंत्र्य कुठल्या गाढवीचं नाव आहे ?' या निमित्त १५ ऑगस्ट १९७१ कवितेमागे नामदेव ढसाळांची जी संवेदनप्रकृती आहे, त्याचे स्वरूप एकच आहे काय ? एक जण स्वातंत्र्याचे स्वप्न पाहात होता ते पुरे झाले म्हणून पुन: तीच कविता 'स्तोत्र' म्हणून गायली गेली. त्याच्या उलट ज्याला देशाने, स्वातंत्र्याने काहीच दिले नाही; उलट नैराश्य, दैन्य, दास्य, छळच त्याच्या पदरात टाकले त्याची कविता कुणी 'स्तोत्र' म्हणून गाईल ? त्यात व्यक्त केलेले 'सत्य' स्वीकारून अंतर्मुख होईल ? ढसाळांचा 'कंचा मूलभूत अर्थ स्वातंत्र्याचा ?' ह्या प्रश्नाचे उत्तर स्वातंत्र्यानंतरच्या पस्तीस वर्षात मिळाले ? मला आठवतं एका दलित साहित्य संमेलनात त्र्यंबक सपकाळे म्हणाले होते: 'वळ अजून आहेत ते बुजलेले नाहीत. वळ बुजवणारी समाजव्यवस्था निर्माण होऊ शकलीच नाही.'

प्रत्येक लेखकाची जशी एक जीवनदृष्टी असते तशी तो ज्या कालखंडात लिहितो त्याचीही एक जीवनदृष्टी असते आणि त्यांच्यात काही नाते असते असे प्रभाकर पाध्ये म्हणतात ते मला योग्य वाटते. टी.एस. इलियटचेही वचन आहे की, 'The passions of a poem are somehow related to the passions of the society that produces it.' म्हणजे कवितेतील विकार आणि भावना यांचे तिला निर्माण करणाऱ्या समाजातील विकार-भावनांशी नाते असते. द्रौपदीचे वस्त्रहरण करणाऱ्या दु:शासनाचा निषेध व द्रौपदीचा धावा ऐकून भक्ताची लाज राखणारे भगवान श्रीकृष्ण महाभारत कथेत आढळतात. पण हा महाभारत कथेचा संस्कार घेऊन आलेले ज्योती लांजेवारांचे मन दलित स्त्रीवर होणाऱ्या अत्याचाराने संतप्त होते. त्याचे नाते या समाजाने भोगलेल्या यातनेशी आहे, उसळून उठलेल्या संतापाशी आहे.

तसे पाहिले तर दलित लेखकांनी कथा, कविता, कादंबरी, आत्मचरित्र, ललितगद्य, नाटक इत्यादी पारंपरिक वाङ्मयीन रूपे स्वीकारलेली आहेत. मात्र या वाङ्मयीन रूपांना जी ताकद दलित लेखकांना देता आली आहे, ती कोणी नाकारीत नाही. दलित लेखकांची आत्मकथने म्हणजे दु:खभोगाच्या अभंग गाथा ! दगडू मारुती पवार याच्या वाट्याला आलेलं दु:खाचं बलुतं भारतीय समाजव्यवस्थेने पदरात बांधले आहे. जीवनात वाट्याला आलेले बालपणाचे भयानक व खडतर असे अनुभव नागडेउघडे चितारले आहेत असे प्रल्हाद सोनकांबळे सांगतात. 'जे भोगलं, जे जगलो, अनुभवलं, पाहिलं ते ते तसंच लिहीत गेलो' असे 'उपरा'कार मान्यांचे म्हणणे आहे.

या सर्व 'आत्मकथा'त लेखकांनी थेट काळजाला भिडणारे निवेदन केलेली आहेत. 'आत्मकथा' निवेदन केल्यावर कॅथार्सिस किंवा भावनांचे विरेचन होते. आपल्याच अनुभवांकडे 'तटस्थ' पाहणे तसे अवघड आहे. आपण भोगलेला यातनामय गतकाळ साक्षात करावा ही प्रेरणा त्यामागे आहे. यातनामय गतकाळ कशाला सांगावा ? या गतकाळाशी नाते जोडून पुढे चालू नये काय ? लिंबाळे यांच्या पत्नीने तर सरळ म्हटले, 'हे सर्व कशाला लिहिता ? याचा उपयोग काय ? हे लोकांनी वाचलं तर मुलांचं काय ? त्यांना कोण स्वीकारणार ?, प्रत्येकाला जगलेलं आयुष्य असतं, पण त्यात सांगण्यासारखं असतं का ? दलित लेखकाचं 'जगणं'च वेगळं ! जे सोसलं त्याचा सूर होतो. या 'आत्मकथा' गतकाळाचा पट जर मांडू शकल्या नसत्या तर ऐतिहासिक दस्तऐवजाला समाज मुकला असता. येथील समाजव्यवस्थेने कोणता अन्याय केला, कसा छळ केला त्याचे निवेदन करणे हा मुक्तिलढ्याचा एक भाग आहे. कारण या सर्व आत्मकथा एकच प्रश्न विचारीत आहेत : हे असे का ? आणि आता हे चालू देणार नाही, या 'निवेदना'मागे सत्यकथनाची प्रेरणा तर आहेच. पण या देशाच्या न लिहिलेल्या इतिहासात आमचे स्थान काय त्याचा शोधही आहेच. शोषणाची जाणीव झाल्याशिवाय तो लिहायला प्रवृत्त झालेला नाही. या आत्मकथा दलितांच्या वाट्याला आलेल्या भुकेचे दाहक चित्रण करतात, जीवनात जो संघर्ष करावा लागला तो कल्पित नाही तर तो न संपलेला सामाजिक संघर्ष आहे. या सर्व आत्मकथा आपल्या अनुभवांची भाषा घेऊन सजीव झालेल्या आहेत. या सर्व आत्मकथांतून स्त्रीची प्रतिमा कोणती उभी राहते याची चर्चा होऊ लागली आहे. स्त्रीची प्रतिमा शोधणारे काही निष्कर्ष काढण्याची घाईही करू लागले आहेत. आपल्या बहिणी व इतर जातीतील मुली शाळेत जात नाहीत याची दलित पुरुषांना खंत वाटत नाही. कुठल्याही प्रकारचे शिक्षण अथवा कला अंगात नसताना नवऱ्याचा दरिद्री संसार रेटणे या बायकांच्या नशिबी आले आहे याची खंत वाटत नाही. दलित स्त्रीने वेश्याव्यवसाय हा करायचाच ही त्यांच्या व सवर्ण पुरुषांची समजूत दिसते, दलित समाजाला वैद्यकीय मदत घेणे अज्ञातच दिसते, दलित स्त्रिया गलिच्छ राहतात- असे काही निष्कर्ष एका विदुषीने नोंदवले आहेत. सामाजिक वास्तवाचे अज्ञान तर या निष्कर्षामागे आहेच. पण दलितांच्या वाट्याला आलेली दुःखे या विषमताधिष्ठित, शोषणाधिष्ठित समाजव्यवस्थेत आहेत याचे आकलन नीट झालेले दिसत नाही. स्त्रीकडे पाहण्याचा एकूण समाजाचा दृष्टिकोन बदलणे जरूर आहे. दलित स्त्री आपल्या दुःखाला वाचा फोडण्यासाठी लिहू लागेल तेव्हा वेगळेच दर्शन घडेल. आंबेडकरांच्या चळवळीत पुरुषाबरोबर स्त्रियाही भाग घेतात, वेळ पडली की बंडखोरी करतात, अन्यायाविरुद्ध निर्भयपणे झुंजतात हे नीट समजावून घेतले पाहिजे.

दलित कवितेची, आत्मकथनाची चर्चा विस्ताराने होऊ लागली आहे. कधी ती

दलिताच्या लेखनाला नाकारत असते. त्याला वाङ्मयाचा दर्जा द्यायला तयार नसते. दलित लेखनाच्या आकलनात कमी पडलो आहोत यामुळे नकळत अवमानित जाणीव दलितेतरांनी होत असावी किंवा लेखन काळजाला भिडते हे सरळ कबूल करण्यात वाचकाचा अहंकार दुखत असावा. मग असे वाचक त्या लेखनावर राग काढीत असावेत. अर्थात् खूप वाचक प्रामाणिकपणे आपला प्रत्यय व्यक्तही करीत असतात. विशेषतः दलित साहित्याचा समावेश मराठी भाषेच्या पाठ्यपुस्तकात करण्याचे धोरण आम्ही जाणीवपूर्वक अवलंबल्यामुळे अनेक शिक्षकांना शिकवणे अडचणीचे होते. साहित्यातील विविध प्रवाहांचा परिचय शालेय अभ्यासक्रमात व्हायला पाहिजे ही भूमिका स्वीकारली तर मराठी साहित्याच्या जोरकस प्रवाहांचीही ओळख करून देणे अपरिहार्य ठरते. महाराष्ट्रात आज शिक्षणाचा प्रचार सर्व थरांत होतो आहे. त्यामुळे एके काळी मराठी साहित्याचा वाचकवर्ग पांढरपेशा वर्गातील होता, तो आज समाजाच्या विविध स्तरांतून पुढे येऊ लागला आहे. या उगवत्या, नव्या वाचकवर्गाचे भान ठेवायला पाहिजे. त्यामुळे पाठ्यपुस्तकात दलित साहित्याचे उतारे समाविष्ट केल्यावर या उगवत्या वाचकांनी त्याचे स्वागत केले; पण त्यांचे अध्यापन प्राधान्याने ज्या वर्गातील शिक्षकांच्या हातात आहे त्यांनी दलित साहित्य म्हणजे हिंदू धर्माला शिव्या, दलित साहित्य अश्लील आहे अशी मते मांडायला सुरुवात केली. असा विरोध होणे हेही अटळ आहे. आता तर 'दलितांनी साहित्यनिर्मिती जरूर करावी, पण हे साहित्य शालेय किंवा विद्यापीठ अभ्यासक्रमात समाविष्ट करू नये. कारण कोवळ्या वयातील विद्यार्थ्यांवर काय परिणाम होईल त्याचा विचार केला पाहिजे' असा एक मतप्रवाह निर्माण झाला आहे. पारंपरिक वाङ्मयात अभिरुचीला धक्के देणारी शब्दकळा व अर्थकळा दलित साहित्याच्या निमित्ताने नव्या विद्यार्थ्यांसमोर येऊ लागली आहे. त्याचे स्वागत पुष्कळ शिक्षक मुक्तपणे करू शकत नाहीत हीही बाब विचारात घ्यावी लागेल.

१९६७ सालापासून दलित साहित्याचा प्रभाव विशेषेकरून जाणवत गेल्यामुळे 'दलित साहित्या'ला नकार देणारेही दलित साहित्याचे साहित्याच्या निकषांवर मूल्यमापन करा, असे आग्रहपूर्वक सांगू लागले. पण या आग्रही मंडळींना 'दलित' हे पद जातिवाचक नसून 'मूल्यवाचक' आहे हे कळत नाही. 'अस्मितादर्श' या नियतकालिकातून आणि सुगावा, दवंडी, प्रबुद्ध भारत, आम्ही, निकाय, सिंहगर्जना, जयभीम, जातक, समुचित इत्यादी अनेक नियतकालिकांतून पारंपरिक साहित्यमूल्यांना नकार देण्याची भाषा सुरू झाली.

कलास्वरूपशास्त्र किंवा सौंदर्यशास्त्र ही मूल्यविषयक तत्त्वज्ञानाची शाखा आहे. त्यापेक्षा साहित्यशास्त्र वेगळे आहे. एखादे लेखन साहित्य पदवीला केव्हा पोचते ? साहित्याची चर्चा निर्मितीच्या व आस्वादाच्या अंगाने कशी करता येईल ? साहित्याचे लक्षण कोणते, साहित्य निर्मितीमागच्या प्रतिभाव्यापाराचे स्वरूप काय ? साहित्याचे

प्रयोजन एक की अनेक ? साहित्यातून व्यक्त होणाऱ्या अनुभवाचे नेमके रूप कोणते ? त्या अनुभवाची मूल्यवत्ता कोणत्या वैशिष्ट्यांवर अवलंबून आहे ? साहित्यानुभव हा अन्य कलानुभवापेक्षा कोणत्या दृष्टीने वेगळा आहे ? इत्यादी अनेक प्रश्नांची चर्चा साहित्यकार करीत आहेत. मला वाटते, दलित साहित्याच्या संदर्भात परंपरागत साहित्यशास्त्राची नव्याने मांडणी करण्याची गरज प्रथम आहे.

दलित साहित्याने 'परिवर्तना'शी बांधीलकी स्वीकारली आहे. तोही पारंपरिक साहित्यशास्त्राने टीकेचा विषय केला आहे. विशेषत: 'कलावादी' मंडळींना वाटते की सामाजिक बांधीलकी म्हणजे कलेवर आघात, सामाजिक बांधीलकी म्हणजे प्रचार ! कलेचे कार्य समजावून न घेता जीवनवादी कलेच्या गळ्यात 'सामाजिक बांधीलकी'ची लोढणी बांधतात असा त्यांचा आक्षेप आहे.

दलित साहित्याने 'परिवर्तना'ला एक मूल्यविचार म्हणून स्वीकारलेले आहे. कारण आहे तीच समाजव्यवस्था चालू ठेवली तर दलितांची दु:खे वाढत जाणार म्हणून दलित साहित्याची चळवळ ही परिवर्तनाची चळवळ आहे. या 'चळवळी'ला गतिमान करण्यासाठी हजारो, लाखो वचनबद्ध मने हवीत. ती मने घडवण्याचे ऐतिहासिक कार्य 'अस्मितादर्श' यासारख्या नियतकालिकांना करावे लागणार.

दलित साहित्याचा एक नम्र अभ्यासक म्हणून जे मनात आले ते समोर मांडले. कोणताही वैचारिक प्रवास तटस्थ राहून करता येत नाही. तात्त्विक भूमिका घ्यावीच लागते. या भूमिकेला बळ मिळाले ते बाबासाहेबांच्या विचारातून आणि दलित जाती-जमाती, आदिवासी इत्यादी दुर्बल गटांच्या बरोबर काम करतानाही बळ मिळाले. सतत वाटत आलं की आपलंही आयुष्य प्रकाशाकडे धावत रहावं. ठेचा खात, अपमान सोसत, अवहेलना सहन करीत, उपेक्षेचे घाव सोशीत निघालो. अधूनमधून प्रकाशाची किरणे अंगावर आली. जगण्याला आधार मिळाला. डॉ. आंबेडकरांचे तत्त्वज्ञान व त्याचे बळ घेऊन अवतरलेले साहित्य हाही जगण्याला एक आधार होता. दलित साहित्याची चळवळ सतत पुढे चाल करीत आहे. या चळवळीत आपण कुठेतरी बरोबर आहोत यासारखे दुसरे समाधान नाही.

❑❑❑

ज्या साहित्यात दलितांचे चित्रण नाही त्याला आमचे साहित्य कसे म्हणावे ?

दत्ता भगत

मराठी नाट्यपरंपरा देवलांना पहिले आधुनिक नाटककार आणि त्यांच्या 'शारदा'ह्या नाटकाला पहिले आधुनिक नाटक मानते. हे नाटक इ. स. १८८५ साली सादर झाले. ह्या नाटकात देवलांनी बाला-जरठ विवाहाचा प्रश्न हाताळला आहे. हा त्या काळातील सामाजिक प्रश्न आहे. ह्या नाटकाच्या निमित्ताने पहिल्यांदाच मराठी रंगमंचावर सामाजिक समस्येला वाव मिळाला. देवलांनी त्यासाठी प्रथमच स्वतंत्र आणि काल्पनिक कथानकाची योजना केली. म. जोतीराव फुल्यांनी बरोबर तीस वर्षे आधी स्वतंत्र आणि काल्पनिक कथानकाचा आश्रय घेऊन धर्माच्या नावाखाली चालणारे शोषण 'तृतीय रत्न' ह्या नाटकात दाखवून दिले. १९७९ पर्यंत हे नाटक उपलब्धच नव्हते. आता उपलब्ध झाले आहे. पण अजूनही नाट्यवाङ्मयाच्या इतिहासकारांनी त्यांचे नाव उच्चारण्याचीसुद्धा जरुरी वाटत नाही.

मराठी नाट्यपरंपरा देवलांना जसे पहिले 'आधुनिक नाटककार' मानते तसे विष्णुदास भाव्यांना 'पहिले' नाटककार मानते. हा मान 'स्वयंवर' नाटकाला दिला जातो. खरे तर 'स्वयंवर' नाटक हा 'दशावतारी' खेळ आहे. स्वत: भावे ह्यांच्यापासून तो आजच्या नाट्यसमीक्षकांपर्यंत सर्वांनाच हे मत मान्य आहे. 'दशावतारी' खेळ ही एक लोककला आहे. मग ह्याला नाटक का मानायचे ? नाटकाचे गुण तिथे बीजरूपात आहेत म्हणून. पण नाटकाचे गुण बीजरूपात जिथे आहेत ती 'दशावतारी खेळ' ही एक लोककला आहे. मग अन्य लोककलांना नाटक का मानायचे नाही ? तमाशाला नाटक का मानायचे नाही ? 'स्वयंवर' या नाटकाची संहिता उपलब्ध आहे आणि अन्य लोककलांची अशी संहिता उपलब्ध नाही म्हणून का ? तसे असेल तर 'श्री लक्ष्मी नारायण कल्याणम्' ह्या संहितेला पहिले नाटक का मानू नये ? ह्या नाटकाचे लेखक शाहूराजे तंजावरकर ह्यांना पहिले नाटककार का मानू नये ? 'श्री लक्ष्मी

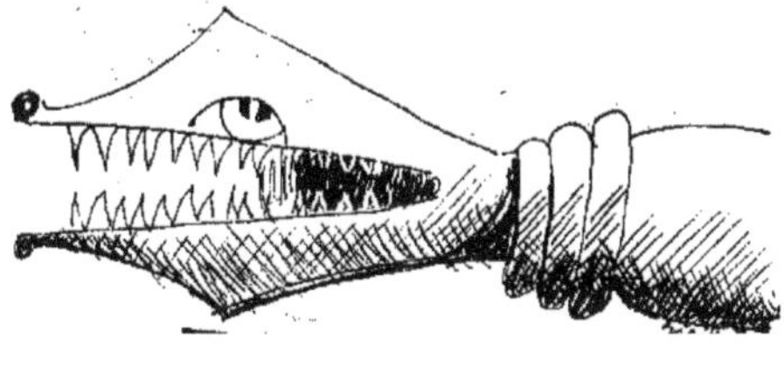

**दलित नाट्य संमेलन,
बीड १९८६**

नारायण कल्याणम्' ही संहिता 'स्वयंवर' ह्या नाटकापूर्वी १०० वर्षे आधी लिहिली गेली आहे.

'श्री लक्ष्मी नारायण कल्याणम्' असो की 'स्वयंवर' असो, ह्या दोन्ही संहिता पद्यमय आहेत. 'तृतीय रत्न' नाटकाचे असे नाही. तिथे संवाद आहेत, पात्रांची ये-जा आहे, नेपथ्य आहे आणि विशेष म्हणजे आपण जे लिहीत आहोत ते 'नाटक' आहे ह्याचीही स्पष्ट जाणीव म. फुले ह्यांना आहे. ह्यापूर्वी ही जाणीवही कुठे दिसून येत नव्हती आणि रचनेतही वैशिष्ट्ये दिसून येत नाहीत. म्हणून म. फुले हे मराठीतले पहिले 'आधुनिक' नाटककार तर आहेतच; पण 'पहिले' नाटककारही आहेत असे मी मानतो. ह्या व्यासपीठावरून हे मत जबाबदारीने मांडताना मला आनंद होतो आहे.

ह्यानंतर मी तमाशा आणि जलसा ह्या दोन परंपरांकडे वळतो. तमाशा, जलसा आणि दलित रंगभूमी ह्या तिन्ही कलाप्रकारांनी दलितांनी जतन केले आहे. तमाशा आणि जलसा ह्यात रचनेचा आंतरिक संबंध आहे; तर जलसा आणि दलित रंगभूमी ह्या दोहोंचा आंबेडकरी चळवळीशी संबंध आहे. त्यामुळे तमाशा, जलसा आणि दलित रंगभूमी ह्यात एक विकासाचा क्रम आहे असे माझ्या काही मित्रांना वाटते; मला मात्र असे वाटत नाही.

तमाशा ह्या लोककलेत नाट्य ह्या कलाप्रकाराची बीजे आढळून येतात. शाहीरांची कवने सादर करणारा वर्ग हा महार, मांग, गवळी, घिसाडी असा अठरापगड जातीचा होता. आज कवनकारांची नावे इतिहासकाराला माहीत आहेत; पण ही कवनं सादर करणाऱ्या फडकऱ्यांची नावे मात्र इतिहासकारांना माहीत नाहीत, ही खंत आयु. भि. शि. शिंदे ह्यांनी व्यक्त केली आहे. एवढेच नाही तर ह्याबाबतच्या उदासीनतेमागे कळत नकळतपणे का होईना वर्णसिद्ध अहंकाराची जाणीव आहे असाही एक आरोप करण्यात येतो. मी या आरोपाचा पुनरुच्चार करण्याऐवजी लोककलांवर प्रेम करणाऱ्या माझ्या संशोधक मित्रांनी इकडे थोडे लक्ष द्यावे अशी विनंती करतो.

याच ठिकाणी एका महत्त्वाच्या बाबीकडे आपले लक्ष वेधून घेऊ इच्छितो. मराठी रंगभूमीवर संगीत नाटकाला फार मोठी प्रतिष्ठा आहे. देवल, किर्लोस्करांपासून ते गोखले, परांजपे यांच्यापर्यंत संगीत नाटकाच्या लेखकांची एक परंपरा आहे. बाळकोबा नाटेकरांपासून ते अजित कडकडे ह्यांच्यापर्यंत गायक नटांची परंपरा आहे. तशी पं. बाळकृष्णबुवा इचलकरंजीकरांपासून ते थेट जितेंद्र अभिषेकीपर्यंत संगीत दिग्दर्शकांची परंपरा आहे. नाट्यसंगीताच्या अशा या जडणघडणीत शास्त्रीय संगीताचा फार मोठा वाटा आहे. ह्या नाट्यसंगीताचा एक मोठा चाहता वर्ग, अभिमानी वर्ग महाराष्ट्रात पसरलेला आहे. या नाट्यसंगीताच्या जडणघडणीत पारशी रंगभूमीवरील उडत्या चालींचाही संस्कार कसा झाला आहे हे आमचे इतिहासकार सांगतात. कीर्तनातल्या कटावांचा आणि फटक्यांचा कसा संस्कार झाला आहे हेही आमचे इतिहासकार

सांगतात. पण मराठी लावणीचा अल्पसा का होईना पण अत्यंत मोलाचा वाटा आहे हे सांगण्याचे त्यांना विस्मरण का व्हावे हे कळत नाही.

मित्रहो, अनेकांना न रुचणारे हे विधान तुम्हाला केवळ धक्का द्यावा ह्यासाठी मी करीत नाही. माझ्या विधानाच्या पुष्टीसाठी मी दोन पुरावे देऊ इच्छितो.

पहिला पुरावा, अहिताग्नि राजवाडे ह्यांच्या आत्मवृत्तातच आहे. हा गृहस्थ जसा विद्वान म्हणून प्रसिद्ध होता तसा अस्पृश्यता निवारणाचा विरोधकही होता. बालगंधर्वांबद्दल फारशी आस्था नसणारा, पण बाळकोबा आणि किर्लोस्कर ह्यांच्यावर विलक्षण प्रेम करणारा होता. त्या प्रेमापोटीच अहिताग्नि म्हणतात, 'बाळकोबा आणि अण्णा हे दोघे तमाशातल्या तसमासगिरांच्या लावण्या ऐकून येत व त्यातील एक सूर व दुसरा शब्द लक्षात घेऊन त्यावरून पदे बसवीत.'

१८९८ साली एल्फिन्स्टन थिएटरमध्ये सत्या-राध्या महार धापरीकर तुरेवाला आणि तुकाराम-राध्या इंदुरकर ह्यांच्यात जो अतिशय गाजलेला चौरंगी सामना झाला त्याची जाहिरात आज उपलब्ध आहे. पुण्याचे आर्यभूषण किंवा मुंबईचे एल्फिन्स्टन ही त्या काळातल्या उच्चभ्रूंच्या करमणुकीची ठिकाणे आहेत, हे आपण लक्षात घेतले पाहिजे. तेव्हा तमाशा पाहण्यासाठी बाळकोबा किंवा अण्णा ह्यांना चोरून जाण्याची सुद्धा आवश्यकता नाही.

अहिताग्नि आपल्या आत्मवृत्तात लावणीवरून तयार करण्यात आलेल्या नाट्यपदांचीही काही उदाहरणे देतात.

'श्रीरंग गोपिकोत्संग धरूनि करी रंग हरि हा बाई' आणि 'ये अशी, बैस मजसरशि उगिच का भिशी, नाही कुणी दुसरे' ह्यातील लावणी कोणती आणि नाट्यगीत कोणते ? पहिले पद लावणी आहे आणि दुसरे पद 'शापसंभ्रम' नाटकातल्या पुंडलिकाच्या तोंडी असलेले नाट्यगीत आहे.

माझा दुसरा पुरावा, परिस्थितीजन्य पुरावा आहे. जो प्रेक्षक देवल-किर्लोस्करांच्या नाटकाला १८८५च्या सुमारास मिळाला त्या प्रेक्षकांचे १०-१५ वर्षांपूर्वीचे रंजनाचे आदर्श कोणते होते ? कुठं जायचा तो ? बावनखणीतले सगळे शाहीर आश्रित कोणाचे होते ? पेशव्यांच्या ह्या शाहीरांना बिदागी कोण देत असे ? पेशवे, सरदार, जहागीरदार किंवा देशमुख, सरदेशमुख हा वर्ग जसा सत्तेत आहे तसा योगायोगाने धर्मदृष्ट्याही श्रेष्ठ आहे. ह्या उच्चवर्णीय श्रीमंताच्या रंजन-रसिकतेचा मानदंड लावणी किंवा पोवाडा आहे. स्वत: अहिताग्नि ह्यांना आपण ब्राह्मण असल्याचा एक स्वाभाविक अहंकार आहे आणि ते तमाशा पाहण्यासाठी आर्यभूषण थिएटरमध्ये त्यांच्या लहानपणी जात असत हे मोकळ्या मनाने सांगतात. लक्ष्मण घिसाडी आणि लक्ष्मण तुरेवाला ह्यांच्या लोकप्रिय चालींचे अनुकरण करून मेळ्यातील पदांची आणि रचना करीत असू असेही त्यांनी म्हटले आहे. ह्या काळातले एक विद्वान प्राचार्य दररोज रात्री बावनखणीत

जात असत आणि त्यांचे विद्यार्थी त्यांना महाविद्यालयात घेऊन जाण्यासाठी त्यांचे सोवळे आणि घागरभर पाणी बावनखणीत नेऊन देत असत अशी एक आख्यायिका आहे. अशी अनेक उदाहरणे देता येतील. हा उच्चवर्णीय श्रीमंत वर्ग पेशवाईच्या अस्तानंतर काहीसा गरीब झाला. आधुनिक शिक्षणामुळे हळूहळू सगळ्याच एतद्देशीय संस्कृतीबद्दल त्यांच्या मनात तुच्छता निर्माण होऊ लागली. पण त्याच वेळेस पाश्चात्य संस्कृतीशी सरळसरळ शरणागती पत्करावयास त्याचे अहंकारी मन तयार नव्हते. संपूर्ण पाश्चात्य पोषाख केल्यानंतर पुणेरी पगडी हवीच, अशी मानसिकता असणारा वर्ग किर्लोस्कर-देवलांचा प्रेक्षक आहे. शास्त्रीय संगीताचा अभिमान बद्धीला विरंगुळा देणारा असला तरी रसिकतेचे पोषण लावणीने केलेले. म्हणूनच बंदेअली यांच्याकडे तयार झालेल्या बाळकोबाने लावणीच्या चालीचे कलम त्यावर केले; अण्णा किर्लोस्करांनी अनुरूप गीतरचना केली आणि आमचे नाट्यगीत तयार झाले.

नाट्यगीत फक्त महाराष्ट्रातच आहे असे नाही. ते आंध्र, कर्नाटक, आणि गुजराथ प्रांतातही आहे. पण इतर प्रांतांप्रमाणे महाराष्ट्रातल्या नाट्यसंगीताचे सुगम संगीत का झाले नाही याचाही या संदर्भात विचार करणे भाग आहे.

नाट्यसंगीताच्या जडणघडणीत त्याच्या उगमाशीच लावणीचे नाते कितपत होते याचा तपशीलवार शोध घेणे अवघड आहे. दोन्ही परंपरांमधील चाली ज्यांच्याजवळ शिल्लक आहेत, त्यालाच हे समप्रमाणात दाखवता येईल. दलित रंगभूमीवर असा एक संशोधक मित्र योगायोगाने उपलब्ध आहे. माझे मित्र रुस्तुम अचलखांब यांनी ही जबाबदारी स्वीकारावी अशी विनंती मी त्यांना करतो.

नाट्यसंगीत आणि लावणी या दोन्हीचा नातेसंबंध दाखवताना लावणीकारांबद्दल कृतज्ञता व्यक्त करावी हा जसा माझा हेतू आहे, तसाच वर्णवर्चस्वाच्या जाणीवेमुळे उद्‌भवलेला आमच्या अभिजात रसिकतेचा करंटेपणाही गळून पडावा हाही आहे.

तमाशा रंगभूमीनंतर मी जलशाकडे वळतो. बाबासाहेब आंबेडकरांचा विचार हजारो लोकांपर्यंत पोचवावा ही जलशाची प्रेरणा आहे. अस्पृश्यांनी शिकावे, त्यांनी महारवतन सोडून द्यावे, आधुनिक शिक्षण घ्यावे हा बाबासाहेबांचा उपदेश जलसेकारांनी जनतेपर्यंत पोचवला. तमाशे सादर करणारे बहुतेक सगळे शाहीर दलित होते. बाबासाहेबांच्या हाकेला 'ओ' देऊन ते चळवळीत उतरले. तमाशामुळे गीतरचना, संवादचातुर्य, विनोद, अभिनय, संगीताची जोड या सगळ्याच बाबतीत ते तयार होते. पारंपरिक तमाशाची प्रेरणा फक्त सोडून द्यायला हवी होती. ती प्रेरणा मूलत: अध्यात्माची होती. पेशवाईत त्यात रंजनाचा पदर मिसळलेला होता. आंबेडकरांच्या अनुयायी दलितांनी जलशाची रचना करताना प्रथम या प्रेरणेचा त्याग केला. त्यामुळे श्रीकृष्ण आणि राधा यांच्या बतावणीचा प्रवेश आपोआप रद्द झाला. गणपतीच्या नमनाची जागा भीमाच्या नमनाने घेतली. गवळणी हद्दपार झाल्या, पण मावशीचे पात्र शिल्लक ठेवले. परंपरेनं

चालत आलेल्या तमाशात मावशी गवळणींच्या शीलसंरक्षणाचा अपयशी प्रयत्न करीत असे. श्रीकृष्ण आणि भक्त यांच्या मीलनाला अडसर घालते. असे हे सनातनी मनोवृत्ती असणारे पात्र जलसेकारांनी प्रतिगामी दलितांचे प्रतिनिधित्व करण्यासाठी वापरले. श्रीकृष्णाचं पात्र अनावश्यक ठरलं; पण तमाशातला सर्वसंचारी सोंगाड्या मात्र जलसेकारांनी उचलला. मूळ तमाशातल्या सोंगाड्यात उपहासाची सुप्त शक्ती होतीच. शाहीरांनी सोंगाड्याच्या या सुप्त शक्तीचा जास्तीत जास्त वापर करून घेतला. गर्दीला नाही म्हटले तरी रंजन हवेच असते. नृत्य, बतावणी ह्या बाबी वजा केल्यानंतर निर्माण करणारी रंजनाची पोकळी जलसेकरांनी सोंगाड्यामार्फत उपहासगर्भ विनोदाने भरून काढली. त्याचबरोबर आंबेडकरी विचाराच्या वहनाचीही जबाबदारी त्यांची सोंगाड्यावरच टाकली. दलितांच्या विकासाआड येणारे अगर त्यांचे शोषण करणारे भट-जोशाचे पात्र तमाशात नव्हतं, ते जलशात आले. या पात्राच्या पूर्वजाचा शोध घेता येतो. म. फुले यांच्या 'तृतीय रत्न' या नाटकात तो भेटतो. तसाच शेजारी चालू असणाऱ्या सत्यशोधकी जलशातही हा भेटतो. प्रेरणा बदलली म्हणजे रचनेचे स्वरूपही कसे बदलते हे समजावे एवढ्यासाठीच मी हा विस्तार केला.

या जलशाची वाङ्मयीन गुणवत्ताही मुळातून पाहण्यासारखी आहे. भीमराव कर्डकांचे पुस्तकरूपाने उपलब्ध असणारे जलसे संदर्भासाठी वापरता येतील. आयु. भि. शि. शिंदे यांनी आपल्या अध्यक्षीय भाषणात 'करकंबकर जलसा मंडळा'ने सादर केलेल्या 'माजा दाम्या झाला परदान' या जलशातील एका प्रसंगाचा अतिशय चांगला परिचय करून दिला आहे. सोंगाड्याचं काम करणाऱ्या मारुती साळवे सोलापूरकराच्या संवादचातुर्याची चुणूकही त्यातून कळते. अलीकडे डॉ. गंगाधर पानतावणे यांनी किसन फागुजी बंदसोडे, शाहीर घेगडे, वामन कर्डक, केरुबुवा गायकवाड इत्यादी शाहीर जलसेकारांचा परिचय करून देताना त्यांच्या रचनेतील वाङ्मयीन गुणवत्ता मराठी वाचकांसमोर ठेवली आहे. त्यासाठी मी वेगळी जागा अडवणार नाही. जलसेकारांच्या संदर्भात मी या ठिकाणी थोडा वेगळा मुद्दा मांडू इच्छितो.

मित्रहो, भारतीय स्वातंत्र्याचा लढा आमचे स्वातंत्र्यसैनिक आणि आंबेडकरी चळवळीतले स्वातंत्र्यसैनिक या दोहोंचा मिळून होता. एक गटाने सत्तांतरासाठी शक्ती पणाला लावली, त्यासाठी तुरुंगवास पत्करला, प्रसंगी हौतात्म्य पत्करले. हे स्वातंत्र्यसैनिक चळवळीत उतरले तेव्हा समाजाने त्यांचा गौरव करून त्यांना मानसिक धैर्य दिले, संरक्षण दिले. शासनासाठी लढा देताना समाज त्यांच्या पाठीशी उभा राहिला. दुसऱ्या गटात जलसेकार येतात. ते चळवळीत उतरले तेव्हा त्यांचे दुहेरी नुकसान झाले. आंबेडकरांच्या आदेशामुळे वतने सोडली, त्यामुळे उपासमार सुरू झाली आणि सवर्णीय माणसाचा अहंकार दु:खावल्यामुळे त्यांच्यावर गावातून हद्दपार व्हायची पाळी आली. या दुहेरी नुकसानीमुळे अनेक दलित देशोधडीला लागले. मी यांनाही स्वातंत्र्यसैनिकच

मानतो. आपल्या समाजानंही त्यांना स्वातंत्र्यसैनिकच मानले पाहिजे असा आग्रह धरतो. या जलसेकारांच्या त्यागाचा, त्यांच्या कष्टमय जीवनाचा आणि अव्यभिचारी निष्ठेचा कुणी विचार करणार आहे की नाही ? नाशिकचे भीमराव कर्डक, रेणापूर (ता. लातूर) येथील बाबूराव घोडके, मानखेड (ता. अहमदपूर) येथील भारत कांबळे, दर्जो बोरगाव येथील मधुकर निवृत्ती धावरे, मुळात सांगली-कोल्हापूरकडील पण आता डिलाइल रोडला राहणारे शाहीर कांबळे, आपल्या बुलंद आवाजाची हजारो श्रोत्यांवर मोहिनी घालणारे बाबूराव मेश्राम आणि लोकमान्य वामनदादा कर्डक असे कितीतरी जेलसेकार वाईट परिस्थितीत जगत आहेत. यांचे कोणतेच ऋण आमच्या जनतेला मान्य नाही का ? यांची दखल घेण्याची शासनाला आवश्यकताच वाटत नाही का ?

तमाशा आणि जलसा ह्या दोन पूर्वपरंपरांचा मी थोडक्यात परिचय करून दिला. तमाशा आणि जलशातलं प्रेरणात्मक निराळेपण मी सांगितलं. जलशाच्या जडणघडणीत तमाशानं जलशाला काय दिलं हेही मी सांगितलं. जलसा आंबेडकरी विचाराच्या वहनासाठी जन्मला. त्यामुळे त्याचे स्वरूप नेहेमीच साधन म्हणून राहिले. चर्चा, युक्तिवाद आणि उपहास ह्या अंगानेच जलशाचा विकास होणे क्रमप्राप्त होते. तिथून आपण आता थोडे पुढे येऊ.

स्वतंत्र भारताच्या पहिल्या मंत्रिमंडळात बाबासाहेबांचा समावेश झाला. घटना समितीचे अध्यक्षपदही त्यांना मिळाले. दलितांसाठी बाबासाहेबांना जे जे हवे होते त्यासाठी आवश्यक त्या कायदेशीर तरतुदी करण्यात त्यांना यश मिळाले. व्यावसायिक शिक्षण, नोकऱ्या आणि राजकारण ह्या तिन्ही क्षेत्रांत दलितांना राखीव जागा मिळाल्या. अस्पृश्यता निवारणाचा कायदा अस्तित्वात आला. 'एक माणूस एक मत' ह्या न्यायामुळे सत्तेत सहभागी होण्याची संधी मिळाली आणि समाजात समतायुगाचा आरंभ झाला. दलित चळवळीने अर्धी लढाई जिंकली.

परिणामी आमचे जलसेकार समाधानाने सुखावले. स्वातंत्र्यसैनिक सुखावले तसे. जयंती आणि धर्मचक्रप्रवर्तनाच्या कार्यक्रमात ते रमू लागले. जलशाची पोकळी त्यांनी गायनाच्या कार्यक्रमांनी भरून काढली.

बाबासाहेबांच्या चळवळीतला कार्यकर्तासुद्धा ह्या सीमेवर थोडासा सुखावला. संयुक्त महाराष्ट्राच्या चळवळीत तो उतरला. काही कार्यकर्ते कामगार चळवळीशी जोडले गेले. इथे जलशाची आवश्यकता होती. शाहीर अमरशेख आणि अण्णाभाऊ साठे ह्यांनी जलसा कलापथकाच्या स्वरूपात जगवला.

आंबेडकरी विचारांचे वाहन म्हणून जन्माला आलेला जलसा स्वातंत्र्योत्तर काळात काहीसा क्षीण झाला. पण आंबेडकरांचे अनुयायी आंबेडकरी विचारांपासून दूर जात आहेत हे लक्षात आल्याबरोबर गायनाकडे वळलेल्या जलसेकरांनी आपल्या गीतांच्या माध्यमातून आग ओकायला सुरुवात केली. एकीच्या संदेशासाठी रान उठवले.

बाबासाहेबांच्या अनुयायांच्या मनावर जमा झालेली आळसाची राख फुंकून देऊन त्यांच्या आतल्या तप्त इंगळाला जागवण्याचे उद्योग केले. वामनदादा कर्डक अशा शाहीरांचे आणि जलसेकारांचे प्रतिनिधित्व करणारे एकांडे शिलेदार आहेत.

१९६०-६५च्या सीमेवर बाबासाहेबांचा तरुण अनुयायी प्रौढतेकडे झुकला. १९४७ साली जन्मलेला दलित तारुण्यात पदार्पण करीत होता. ह्या दोन्ही पिढ्यांना सभोवतीचे सामाजिक वास्तव खूपच जाचक वाटू लागले. हिंदू माणसाच्या परंपराप्रिय अशा दुटप्पीपणाची आच दोन्ही पिढ्यांना जाणवू लागली. सत्तेतला वाटा राखीव जागांपुरता मर्यादित म्हणून निष्प्रभ आहे हे लक्षात येऊ लागले. दलित नेता अनुयायांकडे वळला. अनुयायांच्या स्पर्धेत हळूहळू तो लाचारीकडे वळला. इकडे नित्य व्यवहारामध्ये विषम वागणूक देणारा माणूस समता चळवळीच्या रेट्याने थोडा जागरूक झाला होता. विषमतेच्या जाहीर समर्थनामुळे आपण प्रतिगामी ठरू या भीतीपोटी व्यवहारातला परंपरावाद त्याने आपल्या मनात बंद केला. पण याच प्रतिमेचा सत्तास्पर्धेत उपयोग होतो हे लक्षात आल्यावर परंपरावादाचा उपयोग तो अत्यंत कौशल्याने करू लागला. दलिताचा शत्रू अदृश्य रूपात वावरू लागला.

कायदा अनुकूल आहे, शासन सवलती देण्यास वचनबद्ध आहे आणि अवतीभवतीचा समाजही दलितांच्या हक्कांना तोंडी मान्यताच देतो आहे. मग विषमता का ? दलित तरुणांच्या मनात असंतोषाचा डोंब उसळू लागला. व्यवहारातली विषमता पुढे मागे केव्हातरी जाईल, कायद्यावर दलितांनी समाधान मानावे असे हिंदू माणसाला वाटू लागले. पण त्याऐवजी दलित आपल्या परंपरांना खिजवतो आहे याची चीड हिंदू माणसाच्या मनात निर्माण होऊ लागली. शत्रू तर दिसू नये आणि दगडांचा वर्षाव तर चोहोबाजूंनी व्हावा अशा एका विलक्षण अवस्थेत तरुण दलित सापडला. या तरुण दलितांचे भांडण एका बाजूला तडजोड करणाऱ्या प्रौढ दलितांबरोबर सुरू झाले; तर दुसऱ्या बाजूला वर्णव्यवस्थेवर पुन: स्थिर होऊ पाहणाऱ्या परंपरावाद्यांशी सुरू झाले. ह्यातून पँथर्सचा उदय झाला. माझे मित्र त्र्यंबक सपकाळे, ह्यांनी 'जरा कळ काढा थोडी' ह्या कवितेत जणू पँथर्सचेच जातक सांगितले आहे. पँथर्सच्या उदयाची मीमांसा एवढ्याचसाठी की दलित कवितेच्या जडणघडणीत पँथर्सचा फार मोठा वाटा होता हे आपल्या लक्षात यावे.

इकडे हा तरुण दलित शाळेत आणि महाविद्यालयात शिक्षण घेत होता. ज्या साहित्याचा तो क्रमिक पुस्तकातून अभ्यास करीत होता त्यात त्याला त्याचे चित्र कुठेच जाणवत नव्हते. आपण देव मानीत नाही; पण क्रमिक पुस्तकात मात्र 'अजाण आम्ही तुझी लेकरे' आपण अंधश्रद्धा सोडली तर इथं अंधश्रद्धेचे पोषण करणारे घडे. चातुर्वर्ण्य आम्ही निषेधार्ह मानले, पण इथे तर चातुर्वर्ण्याचे समर्थन असणारे ग्रंथ साहित्य म्हणून अभ्यासायचे.

क्रमिक पुस्तकाच्या बाहेर जाऊन वाचन करावे म्हटले तर तिथेही तेच. एवढा

मोठा चवदार तळ्याचा प्रसंग, काळाराम मंदिराचा सत्याग्रह आणि सहा लाख दलितांचे एकाच मैदानात धर्मांतर ! पण कुठं एखाद्या कवीच्या संवेदनक्षम मनावर एखादा नाजुक तरी तरंग निर्माण झाला का ?

परंपरागत साहित्याला त्यातल्या विषमतेच्या समर्थनासह आदर्श मानण्याची सक्ती. दलितांच्या चित्रणाचा अभाव असणाऱ्या मराठी वाङ्मयाला आपले म्हटले पाहिजे ही सारस्वतपुत्रांची अपेक्षा आणि प्रत्यक्ष वर्तमान जीवनात होणारा कोंडमारा ह्यामुळे दलित कवितेत विद्रोह जन्म घेतो. ही कविताच दलित साहित्यातल्या सर्व वाङ्मयप्रकारांचे उगमाचे ठिकाण आहे. ह्या विद्रोहाच्या बुडाशी एक जीवघेणी वेदना आहे. 'मी कोण ?' जगातल्या सर्वच अमर साहित्याच्या मुळाशी असलेला हा प्रश्न.

मी कोण ? इतिहासातले माझे कोण ? वर्तमानातले माझे सहप्रवासी कोण ? माझे वेगळेपण कशात आहे ? माझ्या अस्तित्वाचे नेमके स्वरूप कोणते ? माझे स्वत्व कशात आहे ? हेच चिरंतन प्रश्न दलित कवी, कथाकार आणि आत्मकथाकारासमोर आहेत. दलित नाटककारांच्या लेखनामागचा मूळ झरा हाच आहे. यालाच वेगळ्या भाषेत 'आत्मशोध' म्हणता येईल. या आत्मशोधाचे 'कारण' आंबेडकरी विचार आहे याबाबत आपल्या मनात कुठेही संदेह राहता कामा नये.

हे प्रश्न दलितांच्या मनात निर्माण झाले ते दलितांच्या लढ्यामुळे आणि लढ्यातून. दारं खिडक्या बंद करून आपणच कोषात गुरफटून घेऊन स्वत:ला विचारलेले हे प्रश्न नाहीत. आयात केलेल्या विचारांच्या बौद्धिक मंथनातून निर्माण झालेले हे प्रश्‍न नाहीत, तर जीवनाचा गुंता सोडवताना निर्माण झालेले हे प्रश्न आहेत. भोगाच्या भागाकारातून उरलेली शिल्लक म्हणजे हे प्रश्न आहेत. जगण्याचा दणकट जिद्दीमुळे सोसाव्या लागणाऱ्या यातनांमधून जन्मलेले हे प्रश्न आहेत. म्हणूनच इथे अनुभवाचा जिवंतपणा आहे.

ह्या अनुभवाचे दुसरे वैशिष्ट्य म्हणजे ह्यात आढळून येणारा सामाजिक संदर्भ. हा संदर्भ आणायचा म्हणून आलेला नाही. तो अटळ आहे. दलित अनुभवाच्या आविष्काराचा कॅनव्हास समाज आणि संस्कृती आहे. सुप्त मनातली विकृती नव्हे किंवा आयात करण्यात आलेली 'जगण्याची सक्ती'ही नव्हे. हा साहित्याचा हिणकसपणा नव्हे, सकसपणाच होय.

स्वत्वाचा हा शोध दलित साहित्याचा आणि रंगभूमीचा मूलाधार आहे. ह्या शोधाचा संदर्भ जात आणि चातुर्वर्ण्य ह्यावर आधारलेला समाज आहे. हा शोध घेण्याची प्रेरणा आम्हाला डॉ. बाबासाहेब आंबेडकरांनी दिली. ही प्रेरणा घेऊन आम्ही कृतिप्रवण झालो की चळवळ जन्माला येत. आणि ह्या शोधातून जन्माला येणारे ठसठसते दु:ख शब्दांत ओतले म्हणजे साहित्य जन्माला येते. बाबासाहेब एकदा म्हणाले होते, 'मला इंजिनियर हवेत, डॉक्टर हवेत, वकील हवेत आणि सर्वांत जास्त

निकड मला साहित्यिकांची आहे. ती उणीव भरून काढण्यासाठी वेळ लागेल; पण धर्मधारणा करण्यासाठी मला साहित्यिकांची अत्यंत जरूर भासेल. शासन आणि प्रशासन ह्यांच्या सहस्त्र हातांच्या कवेतही कधीच न येऊ शकणारा मानवी जीवनाचा एक भाग आहे, तो म्हणजे माणसाचे मन. पण प्रतिभाशाली लेखकाच्या तळव्याहूनही लहान असणाऱ्या हृदयाला मात्र माणसाचे हे मन घडवता येते, वाढवता येते. तोडताही येते आणि जोडताही येते. ह्या हृदयात हे सामर्थ्य निर्माण होते 'करुणे'मुळे' बाबासाहेबांच्या डोळ्यासमोरची धर्मधारणा ह्या करुणेवरच उभी आहे.

म्हणून मी आता सारांशरूपने सांगेन की, आंबेडकरी विचार आत्मसात केल्यामुळे प्राप्त होणाऱ्या जीवनविषयक दृष्टिकोणाच्या आधारे स्वत:ला आणि स्वत:भोवतीच्या वास्तवाला जाणून घेण्याच्या उत्कट इच्छाशक्तीचा शब्दरूप आविष्कार म्हणजे दलित नाटक. दलित नाटक आंबेडकरी विचारांच्या प्रचारासाठी जन्मले नाही, तर आंबेडकरी विचाराच्या साक्षात्कारासाठी जन्मले आहे. आंबेडकरी विचारांची चळवळ हे आमच्या जीवनाचे ईप्सित आहे. आंबेडकरी साहित्य हे ह्या चळवळीचे अपरिहार्य असे फलित आहे. आंबेडकरी चळवळीपासून हे साहित्य वेगळे करण्याचा प्रयत्न केला तर ते सुकून जाईल. दलित नाटकातला जिवंतपणा हा चळवळीमुळे आणि चळवळींतून जन्मलेला आहे. पण त्याचा आस्वाद सर्वच समाजाला डोळस करणारा आहे. म्हणून हे नाटक सार्वभौम आहे. त्याचे हे सार्वभौमत्व आपणला जपायला हवे. अशी ही आमची दलित रंगभूमी आमच्या जिवंतपणाचे, सुसंस्कृततेचे, वेदनेचे, व्यथेचे आणि उद्याच्या स्वप्नांचेही भारमापक आहे. दलित लढा देत आहेत तो केवळ दलितांना मुक्त करण्यासाठी नाही; दलितांना, बिगर दलितांना, सर्व माणसांनाच मुक्त करण्यासाठी ! माणसांचा एक गट गुलाम करून नव्हे; तर माणसाला गुलाम करणाऱ्या सर्वच व्यवस्थांना मोडीत काढून अशा चळवळीत शस्त्र म्हणून केवळ रंगभूमीचा वापर करणे बरोबर नाही.

मित्रहो, माझ्या ह्या विवेचनाला अधिक सुस्पष्ट करण्यासाठी मी काही प्रश्न विचारणार आहे. माझे मित्र डॉ. चंद्रकांत शिरोळे ह्यांनी सांगावे—'स्मारक' ह्या नाटकातल्या मास्तरच्या मनाचे प्रयोजन काय ? ते पात्र वजा केले तर नाटकाचे काय होईल ? माझे मित्र मधुसुदन गायकवाड 'म्युलैटो' नाटकातल्या बर्टची भूमिका अत्यंत तडफेने करतात. कर्नल नॉरवुडनं त्याला खरं म्हणजे काय कमी केलेलं असते ? मग सगळे काही असूनही बर्टची तडफड कशासाठी ? नॉरवुड त्याला बरोबरीची वागणूक द्यायला तयार नव्हता का ? काय कमी होतं बर्टमध्ये ? ह्या शोधातूनच तर आपण त्याच्या दु:खापर्यंत पोचतो. बर्टची मागणी न्याय्य असूनही कोरानं का थरारून उठावं ? विजया शिरोळेनी ह्या प्रश्नांचं उत्तर द्यावं. 'थांबा, रामराज्य येतंय' आपण पाहिलं असेल. त्यात अखेर पोतराज म्हणतो : 'तू त्या देवमानसाला वाचविलं न्हाईस. तू खरी माय न्हवंस !' असं म्हणून देवीपूजेच्या बंधनातून मोकळा होणारा पोतराज कसा अभिनय करतो हे जगन्नाथ

भिंगारे ह्यांनी सांगावं आणि त्याने तो तसाच का करावा हे नाट्य-दिग्दर्शक प्रकाश त्रिभुवन ह्यांनी सांगावं. खोबणीतले डोळे काढून घेतल्यानंतर अखेरच्या श्वासापर्यंत जयभीम असा उच्चार करीत राहणारे 'काळोखाच्या गर्भात' ह्या नाटकातले पात्र काय सुचवते ? जगायचं तर ताठपणे जगावं हा आणि एवढाच आंबेडकरी संदेश देते, की मूल्यासाठी ताठपणे जगणाऱ्याला एवढी जबर किंमत मोजावीच लागते आणि त्यातच माणसाच्या जीविताची धन्यताही असते हा परिणाम नाटककाराला साधायचा आहे ? ह्या प्रश्नांचं उत्तर अविनाश आंबेडकरांनी द्यावं किंवा टेक्सास गायकवाडांनी द्यावं. दलित रंगभूमीवरील अनेक नाटकांतील उदाहरणे घेऊन मी माझे विवेचन अधिक स्पष्ट करू शकेन. पण विस्तारभयापोटी मी इथेच आवरते घेतो.

दलित नाटकाचे मला जाणवले तसे वेगळेपण मी स्पष्ट केले. परंतु नाटकाच्या सादरीकरणातही हे वेगळेपण संभवते का ? ह्या प्रश्नाचे उत्तर देता येईल एवढा माझा अभ्यास नाही किंवा प्रत्यक्ष रंगभूमीवरचा अनुभव नाही. याबाबत अधिकारी मंडळींनी आपले विचार मांडावेत.

अशा या दलित रंगभूमीवरचा 'युगयात्रा' हा एक दुवा आहे. प्राचार्य चिटणीस यांच्या 'युगयात्रा' या नाटकाआधी शंभर वर्षे दलित नाटक नाही. नाते आहे ते १८५५ मधील 'तृतीय रत्न' या नाटकाशी. युगयात्रा या नाटकानंतर जवळपास १०-१५ वर्षे चाचपडणे. पण १९७० नंतर मात्र महाराष्ट्रात एकाच वेळी अगदी कानाकोपऱ्यातून दलित रंगभूमी दीर्घ झोपेतून जागी व्हावी तशी जागी झाली.

'तृतीय रत्न' आणि 'युगयात्रा' ह्या दोन नाटकांच्या मध्ये सवर्णीयांनी दलितांच्या प्रश्नावर लिहिलेली १०-१२ नाटके आहेत. कोल्हटकरांचे 'मूकनायक', सावरकरांचे 'उ:शाप' ही त्यातली काही उदाहरणे होत. सावरकरांनी 'चोखोबा'चा प्रश्न जात किंवा वर्णव्यवस्थेच्या संदर्भात पाहिला नाही. तो राष्ट्रवादाच्या संदर्भात पाहिला. कोल्हटकर हे सुधारक होते. फुल्यांचा अपवाद वगळल्यास सर्व सुधारकांनी आपल्या देशातील जातीचा नेहेमीच एक परिशिष्ट म्हणून विचार केला आहे. कोल्हटकर याला अपवाद नाहीत.

इथे केवळ दलितेतर नाटककारांच्याच बाबतीत नाही, तर एकूणच सुधारणावादाबाबत मला जरा वेगळं सांगायचंय. ह्या देशात बोलके सुधारक आणि कर्ते सुधारक असे दोन गट होते असे मला वाटत नाही. मला एक गट अशा सुधारकांचा दिसतो ज्यांनी वर्णव्यवस्थेचा धिक्कार केला, तर दुसरा गट असा दिसतो ज्यांनी जात आणि वर्ण ह्याविषयीच्या कन्सेप्टस बदलून वर्णव्यवस्थेला धक्का न देता सुधारणा सांगितल्या. मला पहिल्या गटात बुद्ध दिसतात, बसव दिसतात, गुरू गोविंद दिसतात आणि अगदी अलीकडे म. फुले, आगरकर आणि आंबेडकर दिसतात. दुसऱ्या गटात आद्य शंकराचार्य, वारकरी संत, स्वामी दयानंद सरस्वती, गांधी आणि सावरकर

दिसतात. जात आणि वर्णव्यवस्थेचा धिक्कार करीत ज्यांनी सुधारणा घडवून आणण्याचे उद्योग केले त्यांच्या शक्तीचा संकोच होत होत अशा अनुयायांचा एक लहानसा गट तेवढा समाजात शिल्लक राहिला, ज्याची वाट चुकली नाही, पण शक्तीच मर्यादित झाली. दुसऱ्या गटाने आपल्या विचारांशी परंपरा सुसंगत करून घेण्याचा प्रयत्न केला. हा प्रयत्न मात्र लोकप्रिय झाला. सुधारणेचा रथ थोडा पुढे सरकला. पण ह्या पद्धतीत परंपरावाद्यांची एक नकळत सोय झाली. त्यामुळे नेत्यांच्या मृत्यूनंतर त्यांच्या अनुयायांनी विचारांशी परंपरा सुसंगत करून घेण्याऐवजी आपल्याला आवडणाऱ्या परंपरेला आधुनिक विचारांचे अधिष्ठान शोधायला सुरुवात केली. गांधी-आंबेडकरांच्या विरोधाचे खरे ठिकाण हे आहे असे मला वाटते. मी हा फरक एवढ्यासाठी सांगितला की बव्हंशी दलितेतर साहित्यिकांचा दलितविषयक अनुभव ह्या ठिकाणी दलित संवेदनशीलतेच्या विरुद्ध जातो असे मला वाटते.

ह्याचकाळात दलितांनीही दलित विषयांवर नाटके लिहिली आहेत. आयु. तांबे ह्यांचे 'प्रेमप्रताप' अर्थात म्हाराची सून, नामदेव व्हटकरांचे 'वाट चुकली', मा. आ. कारंडे ह्यांचे 'संगीत जयबौद्ध', अण्णाभाऊ साठ्यांचे 'अकलेची गोष्ट' अशी काही उदाहरणे सांगात येतील. विदर्भात तर दीनबंधू नाटककार म्हणूनच ओळखले जातात. ज्ञानेश्वर विद्यालय, लातूर ह्या शाळेतील सिरसाट गुरुजींनी आतापर्यंत नाही म्हटले तरी २०-२५ नाटके सादर केली आहेत. बारकाईने शोध घेतला तर आणखी अनेक नावे पुढे येतील. ह्या सर्व नाटककारांचा एक कालखंड म्हणून विचार करणे अत्यंत अवघड आहे. एकतर मी ह्या सर्वांची नाटके पाहिली नाहीत किंवा ह्या सर्वांची नाटके मला वाचण्यासाठीही उपलब्ध झाली नाहीत. पण जेवढी वाचली त्याआधारे सांगता येईल. ह्या मंडळींच्या डोळ्यासमोर आदर्श म्हणून जलसा नाही. देवल, गडकरी यांचे नाटक कितीही प्रभावी असले तरी ग्रामीण प्रेक्षकांच्या मनाची पकड घेईल याची खात्री नाही. ह्या प्रेक्षकाला हवे घटनाप्रधान नाटक. म्हणून या नाटकाचे नाते कौटुंबिक नाटकाच्या परंपरेशी आहे. बोधात्मक परिणाम हा या नाटकाचा हेतू आहे. 'नरबळी', 'काळोखाच्या गर्भात' किंवा 'तनमाजोरी' या नाटकांत जो स्पष्ट विद्रोह जाणवतो तो इथे फारसा जाणवत नाही.

पण या काळात नागपूरच्या प्रयत्नांकडे वेगळ्या दृष्टीने पाहावे लागते. घनवटे रंगमंदिरात महाबोधी सोसायटीचे वाचनालय चालायचे. त्या काळात डॉ. एम. बी. नियोगी यांची तरुणांपुढे बौद्धिके होत असत. सीताबर्डीच्या आनंदनगरमधील अनेक तरुण ही बौद्धिकं ऐकण्यासाठी इथं येत असत. त्यातल्याच एका प्रभाकर जीवने नावाच्या तरुणानं 'बुद्धलीला सारसंग्रह' या कोसबींच्या ग्रंथाद्वारे 'चांडालिका' नावाचे नृत्यनाटक लिहिलं आणि सादर केलं. 'जगाच्या कल्याणा' या नावाचं तीन अंकी नाटक लिहिलं. कोरेगावच्या विजयस्तंभाची हकीकत त्या वेळच्या 'विविधवृत्तात'

आलेली होती, त्या आधारे एक नाटिका लिहिली. प्रभाकर जीवने यांनी हाताळलेले विषय लक्षात घेतले म्हणजे या नाटकांचा मूलाधार आंबेडकरी बंडखोर विचार असावा हे चटकन लक्षात येतं. महाराष्ट्रातल्या सुप्रसिद्ध विदुषी प्रा. कुमुद पावडे, प्रसिद्ध संशोधक वसंत मून या नाटकांमधून काम करीत असत. जयंत वैरागडे, तुळशीदास तिरपुडे, शिवशंकर जीवने ही त्यावेळी काम करणाऱ्या आणखी काही कलावंतांची नावे होत. ही नाटके १९५० ते ५५ च्या दरम्यान झाली.

ह्या नंतर मी दलित रंगभूमीवरील काही आरोपांकडं वळतो. त्यापैकी पहिला आणि महत्त्वाचा आरोप एका प्रश्नातून सूचित होतो. तो प्रश्न असा की, 'दलित रंगभूमी आहे कुठं ?' ह्या प्रश्नाचे उत्तर मी प्रश्नात देतो. 'मृत्युपंथाकडे वळलेल्या तथाकथित मराठी रंगभूमीलाच पाहण्याची ज्यांची कुवत नाही त्यांना दलित रंगभूमी दिसावी कशी ?'

१९८४-८५चा महाराष्ट्रातल्या रंगभूमीचा आढावा सुभाष इनामदारांनी घेतला आहे. त्यात त्यांनी वर्षभरात आलेल्या हिट आणि हॉट नाटकांची संख्या (नवीन) चाळीस सांगितली आहे. करमणूक करणाऱ्या नाटकांची संख्या नऊ सांगितली आहे आणि दर्जेदार नाटकांची संख्या नऊ सांगितली आहे. पैकी 'सविता दामोदर परांजपे' आणि 'सखी प्रिय सखी' ह्या दोन्ही दंतकथा आहेत. 'चित्कार' मेलोड्रामा आहे. 'पोलिसनामा' फार्सिकल अंगाने जाते. 'सोयरीक' सई टच असणारे रंजन आहे. शिल्लक राहिली चार नाटके. पैकी 'वादळ माणसाळतंय' हे बाबा आमट्यांच्या जीवनावरचे व्यक्तिप्रधान नाटक. अशा रीतीने वर्षभरातल्या जवळपास अठ्ठावन्न नवीन नाटकांत केवळ तीन नाटके वर्तमान जीवनाच्या समस्या मांडणारी. त्यातही 'तांदुळ निवडता निवडता' विनोदी पद्धतीने जाणारे. तेव्हा 'वाडा चिरेबंदी' आणि 'पडघम' ही केवळ दोन नाटके वर्तमानातल्या प्रश्नांना गांभीर्याने हात घालणारी. ह्या एवढ्या भांडवलावर आमची मराठी रंगभूमी अखिल भारतीय आहे असे फक्त आपणच म्हणू धजावे. तरी पण 'नाट्यवेड्या सुशिक्षित प्रेक्षकांनी नाट्यकलेच्या कलणाऱ्या डोलाऱ्यास थोडासा टेकू दिला' असे अभिमानाने सांगावे, हा केवढा मोठा भ्रम ! आणि अशा रंगभूमीच्या मदतीसाठी आमच्या शासनाने धावत जाऊन ७०-८० लाख रुपयांचा खर्च करण्याचा निर्धार करावा हे त्या भ्रमाहून थोर असे औदार्य आहे. कामगार रंगभूमी, नागर अनागर नाट्यस्पर्धा आणि दलित रंगभूमी ह्यांचा उल्लेखही न करता जे अ. भा. मराठी रंगभूमीचा आढावा सादर करू शकतात त्यांच्या आत्मकेंद्रित्वाला आणि अल्पसंतुष्टपणाला दुरूनच जयभीम करणे चांगले. मित्रहो, आपणाला असं आत्मसंतुष्ट राहून चालणार नाही. 'खादाड असे माझी भूक; चतकोराने मला न सुख' असं म्हणणाऱ्या केशवसुतांच्या कुळातील आपण आहोत. तेव्हा असा समीक्षकांच्या पद्धतीने आपण विचार करू लागलो तर आपण उपाशीच राहू.

दुसरा आरोप : दलित रंगभूमीची चर्चा खूप होतेय, नाटकं मात्र नाहीत. ही तक्रार जिज्ञासेपोटी आहे असं गृहीत धरतो आणि पुराव्यादाखल महाराष्ट्रातल्या दलित रंगभूमीचा थोडक्यात आणि सुचेल तेवढा आढावा सादर करतो.

माझ्या माहितीप्रमाणं मुंबई, पुणे, नगर, नाशिक, नांदेड, औरंगाबाद, अकोला, अमरावती, चंद्रपूर, नागपूर ह्या मोठ्या शहरांतून, तर संगमनेर, जामखेड, आष्टी, आंबेजोगाई या लहानशा गावांमधून दलित रंगभूमी चळवळीच्या रूपात अस्तित्वात आहे.

पुण्याच्या रंगभूमीने 'काळोखाच्या गर्भात', 'जळवा', 'देशाचे मारेकरी', 'झाडाझडती' इत्यादी महत्त्वाची नाटकं सादर केली आहेत. 'पिसाळलेली भुतं' हे बालनाट्य सादर केलं आहे. आयु. भि. शि. शिंदे, टेक्सास गायकवाड, प्रकाश खुडे, शिल्पा मुंब्रीसकर इत्यादी कलावंत या संस्थेचे आधारस्तंभ आहेत.

या संस्थेचे मुखपत्र 'दलित रंगभूमी' याच नावाने प्रसिद्ध होत असून नवनव्या नाटककारांचा शोध ही संस्था घेत आहे. रमेश गायकवाड आणि शांतिराज गायकवाड हे दोन नाव घेण्याजोगे लेखक या व्यासपीठामुळे पुढे आले आहेत.

'साक्षीपुरम' हे नाटक लिहिणारे रामनाथ चव्हाण, 'पोतराज' सादर करणारे पुण्याच्या प्रतिभा थिएटर्सचे संपत जाधव आणि रमेश शिंदे, बालनाट्य सादर करणारे सूर्यकांत तावडे, अण्णाभाऊ रंगमंचाचे वसंत लोंढे हे सर्व कलावंत दलित रंगभूमीच्या चळवळीला लोकांपर्यंत पोहोचवण्याचे काम करीत आहेत. पुण्याच्या या चळवळीने दलित नाटकांचा एक स्वत:चा असा प्रेक्षक निर्माण केलेला आहे, याचा मी अनुभव घेतला आहे.

मुंबईचे प्रेमानंद गज्वी आता व्यावसायिक रंगभूमीवर उतरले आहेत. 'तनमाजोरी' नाटक नाना पाटेकरांच्या भूमिकेमुळे अत्यंत लोकप्रिय होत आहे. 'देवनवरी'ला नाट्यस्पर्धेत अनेक पारितोषिके मिळाली आहेत. 'घोटभर पाणी' या एकांकिका संग्रहाला राजमान्यता मिळाली आहे. माझ्या माहितीप्रमाणे अलीकडच्या काळात ज्याच्या एकांकिकेचे हजारो प्रयोग झाले असतील असा प्रेमानंद गज्वी ह्यांच्याशिवाय दुसरा नाटककार नसावा. अगदी अलीकडे 'संबोधि' संस्थेचे जगदीश मोरे, हाटे आणि भोसले हे कार्यकर्ते दलित नाटकाच्या निर्मितीकडे वळले आहेत.

कथाकथन करणाऱ्या आघाडीच्या लेखकांमध्ये आज वामन होवाळांचं नाव घेतलं जातं. त्यांच्या कथनात एकपात्री नाट्य असतं. त्याचं कारण वामनरावांची सुरुवात नाटकापासून झाली आहे. शाहीर अमरशेखांच्या कलापथकाने 'जपून पेरा बेणं', 'नाम्या म्हणे मी उपाशी' आणि 'आंधळ्यांची वरात' ही त्यांची वगनाट्यं खूपच गाजलीत. शेवटच्या दोन नाट्यांचे अनुक्रमे 'उपोषण' आणि 'वसुली' ह्या दोन नावांनी ते कथन करीत असतात. वगनाट्यातील विनोद हा मुख्यत: उपहासावर उभा असतो. होवाळांच्या कथनात उपहासाबरोबरच पात्रांच्या वर्तनातील विसंगतीचेही दर्शन होत

राहते. हे सामर्थ्य घेऊन ते नाटकाकडे वळले, तर दलित रंगभूमीला एक निराळे वळण मिळेल याची मला खात्री आहे.

नाशिकच्या हिंदुस्थान एरोनॉटिक रिक्रिएशन क्लबच्या वतीने आणि आता 'उन्मेष' ही स्वतंत्र नाट्यसंस्था निर्माण करून आयु. एम. जी. वाघ लेखक आणि दिग्दर्शक म्हणून पुढे येत आहेत. 'मृगजळ', 'शरण मी बुद्धाला', 'वणवा', 'बंडलबाज', 'भूमिहीन' अशी त्यांनी लिहिलेल्या आणि दिग्दर्शित केलेल्या नाटकांची नावे आहेत. जोशी-अभ्यंकर खून खटल्यातले आरोपी आमच्या न्यायसंस्थेला दोषी आढळतात. त्यांना शिक्षा होते. पण दलितांचे खून करणारे अनेक आरोपी मात्र निर्दोष सुटतात, असे का ? ह्या प्रश्नाने अस्वस्थ होणाऱ्या नायकाची व्यथा 'भूमिहीन' या नाटकात येते. 'पक्षीमित्र', 'डिम्पल बोलू लागली' यासारख्या बालनाटिकाही विशिष्ट दृष्टिकोण डोळ्यासमोर ठेवून त्यांनी लिहिल्या आहेत. प्रकाश गायकवाड, सी. के. गायकवाड, सौ. निर्मला वाघ, सौ. चेतना देवकर, प्रकाश जाधव इत्यादी नाशिककर कलावंत आणि तंत्रज्ञ स्थानिक पातळीवर सर्वांच्या परिचयाचे आहेत. सी. टी. देवकर या तरुण लेखकाने सुशिक्षित दलितांच्या अपप्रवृत्तीवर बोट ठेवणारे 'वादळातील नौका' या नावाचे नाटक नुकतेच सादर केले आहे. 'अथं मनुस जगनं हं' या नाटकाचे सहदिग्दर्शक आयु. भगवान हिरे हे एक गुणी कलावंत आहेत. 'सोन्याचा दात नसलेला कर्ण' ह्या नावाचे एक नाटक लिहून ते आता लेखनाच्या क्षेत्रात उतरले आहेत.

अकोल्याचे सुप्रसिद्ध नाट्यदिग्दर्शक राम जाधव यांचे मनमाड येथील बंधू जगदीश जाधव यांनी आठ-नऊ वर्षापूर्वी 'तोडी शृंखला या' ह्या नावाचे नाटक लिहून कामगार स्पर्धेत सादर केले आणि खूप पारितोषिके मिळविली.

अरुणकुमार इंगळे यांनी लिहिलेल्या आणि सोलापूरच्या 'प्रज्ञा' रंगमंचाच्या वतीने सादर होणारे रेवण शाबदे दिग्दर्शित 'कायरं' हे नाटक प्रेक्षकांना दलित अन्यायाचा एक जळजळीत अनुभव देऊ शकतं. कुलदीप धुमाळे यांनी लिहिलेला आणि जामखेडच्या सिद्धार्थ साळव्यांनी दिग्दर्शित केलेला 'सूडाचा खेळ' मी पाहिला आहे, तो अजून विसरलो नाही.

संगमनेरच्या 'नवनिर्माण' संस्थेचे संस्थापक चंद्रकांत पवार हे स्वत: लेखक, दिग्दर्शक आणि अभिनेतेही आहेत. आजचा सुशिक्षित दलित एका बाजूला पांढरपेशा मनोवृत्तीने आणि दुसऱ्या बाजूला जुनाट अंधश्रद्धांच्या अनुकरणाने चुकीच्या मार्गावर चाललेला आहे, असे मध्यवर्ती सूत्र घेऊन त्यांनी 'डेंजर्स अँड व्हाइट सर्कल' या नावाचे नाटक सादर केले आहे. ह्याशिवाय 'आकांत', 'आक्रोश' आणि 'वड' ह्या एकांकिकाही त्यांनी सादर केल्या आहेत. संगमनेरच्याच डॉ. सोमनाथ मुटकुळ्यांनी 'संग्राम' थिएटर्सची स्थापना करून 'शापित' ही एकांकिका नुकतीच सादर केली आहे.

अमरावतीचा 'विप्लवी नाट्यमंच' दोनच वर्षापूर्वी स्थापन झालेला. प्रा. बी.

रंगराव हे ह्या नाट्यमंचाचे आधारस्तंभ आहेत. शहरी दलितांच्या प्रश्नावर त्यांनी 'शहर' हे पथनाट्य सादर केले आहे, तर शंबुकाच्या मुक्तीची कथा 'शंबूक' ह्याच नावाने सादर केली आहे. सत्येश्वर मोरे, वसंत शेंडे, संजय खडसे ही तरुण मंडळी नामांतर दंगलीवर आधारित 'सूर्यासक्त' हे नाटक सादर करीत आहेत.

चंद्रपूरचे हेमंत आणि हेमचंद्र खोब्रागडे बंधू ह गेल्या आठ-दहा वर्षांपासून त्या भागात क्रियाशील आहेत अ. भा. सा. संमेलनाचे चंद्रपूर येथील व्यासपीठ उपलब्ध न झाल्यामुळे 'सूर्यास्त' ह्या त्यांच्या नाटकाचा प्रयोग हेमंत खोब्रागडे ह्यांनी सभामंडपाबाहेर केल्याचे स्मरते. हेमचंद्र खोब्रागडे ह्यांनी 'विसाव्या शतकावर' आणि 'कालचक्र' ही त्यांची दोन नाटकं बल्लारशा नाट्यस्पर्धेत सादर करून बक्षिसं मिळविली आहेत. 'अंधाऱ्या सावल्या' आणि 'विध्वसंक माणसं' ह्या त्यांच्या दोन एकांकिकापैकी 'विध्वंसक माणसं' ह्या सकस हस्तलिखिताचं मी वाचन केलं आहे.

नागपूर हे दलितांच्या सांस्कृतिक चळवळीचे प्रमुख केन्द्र आहे. कमलाकर डहाट, इ. मो. नारनवरे, अमर रामटेके, प्रभाकर दुपारे, विलास पाटील, सौ. कमल अडकिणे, कमलाकर बनसोडे ही १९६५ नंतर रंगभूमीच्या क्षेत्रात उतरलेली मंडळी. 'पँथर्स थिएटर', 'मुक्तकला नाट्यसंस्था', 'नवचैतन्य रंगमंच' अशी काही इथल्या संस्थांची नावं सांगता येतील. प्रभाकर दुपारे आणि त्यांचे मित्र माझ्या माहितीप्रमाणे गेल्या दहा वर्षांपासून पथनाट्याच्या चळवळीत आहेत. १९५०च्या सुमारास नाटके सादर करणाऱ्या आनंदपुऱ्यातील मंडळींशी ह्या तरुणांचा सांधा नसावा असे मला वाटते. दलितांच्या तरुण मनावर पँथरचा पुरेसा प्रभाव होता. प्रभाकर दुपारे ह्यांचे 'उत्सव' आणि 'साता समुद्रापलीकडे' ह्या दोन्ही पुस्तकातील लेखन पँथर्सच्या विचाराने प्रभावित आहे. इ. मो. नारनवरे ह्यांची 'विद्रोहाचे पाणी पेटले आहे' ही एकांकिका 'दलित रंगभूमी' ह्या पुस्तकात आता समाविष्ट करण्यात आली आहे. 'आमचं ते नाटक नसतंच साहेब. आमचं असतं ते जीवन. कलेतून सादर होणारं खरंखुरं जीवन. बघायचं असेल तर आपण याच !' असं सांगणारा नाटकातला लेखक म्हणजे जणू स्वत: इ. मो. नारनवरेच. कमलाकर डहाट ह्यांचं लेखन मी 'अस्मितादर्श' मधून वाचलंय. संकेत थिएटर्सचं 'स्त्री १९८०' पाहून मी अस्वस्थ झालो होतो. नागपूरवर स्वतंत्र लेख लिहिता येईल एवढी माहिती माझ्याजवळ आहे.

कुणाला अतिशयोक्ती वाटेल, पण १९६०-६५च्या सुमाराला साहित्याच्या क्षेत्रात अवतरलेल्या ह्या 'दलित वाङ्मयीन प्रवृत्ती'चे उगमस्थान औरंगाबाद आहे, ही एक वस्तुस्थिती आहे. औरंगाबाद हे दलितांच्या सर्व सांस्कृतिक चळवळीचं ऊर्जाकेन्द्र आहे असं माझं मत आहे.

मिलिंद महाविद्यालयातील बोधिमंडळ हा अलीकडच्या काळातला दलित रंगभूमीचा उगमबिंदू आहे. ह्याच मंडळाने १९५५ मध्ये प्राचार्य चिटणीसांचे 'युगयात्रा' हे नाटक

सादर केले. 'तृतीय रत्न' ह्या नाटकाशी बरोबर शंभर वर्षांनंतर 'युगयात्रा' या नाटकाने आपले आशयात्मक नाते जोडले. युगायुगांपासून चालत आलेली दलितांच्या मुक्तीची यात्रा हे या नाटकाचे मध्यवर्ती सूत्र. दलित थिएटरचे प्रमुख मार्गदर्शक प्रा. त्र्यंबक महाजन आणि आज न्यायमूर्ती असणारे भालचंद्र वराळे हे त्या नाटकातले कलावंत, डॉ. म. ना. वानखेडे दिग्दर्शक, डॉ. भालचंद्र फडके नभोवक्ता आणि प्रेक्षकांत स्वत: बाबासाहेब ! दलित रंगभूमीच्या इतिहासातला हा अत्यंत महत्त्वाचा नव्हे, सोनेरी क्षण होय. सहा लाख प्रेक्षकांसमोर सादर झालेलं मराठीतलं पहिलं नाटक.

मी तिसऱ्या आरोपाकडे वळतो. ह्या रंगभूमीवरच्या नाटकांना कलात्मक यश कितपत साधतं ? ह्या प्रश्नाचंही उत्तर मी प्रश्न विचारून देऊ इच्छितो. आमच्या आधुनिक शिक्षणाचा आरंभ १८२७ पासून झाला. सर्व वाङ्मयप्रकारातले लेखन इ. स. १८२३ पासून यायला सुरुवात झाली. त्यानंतर पाऊणशे वर्षांत भरपूर लिहिले गेले. या पाऊणशे वर्षातले कलात्मक किती ? अवघ्या २५-३० वर्षातल्या ह्या चळवळींकडून आपण कुठल्या कलात्मकतेची अपेक्षा करीत आहात ?

इथेच मी आणखी एका प्रश्नाचा विचार करणार आहे. गेल्या दहा-बारा वर्षात 'झुंज', 'सूर्यास्त', 'लोककथा ७८', 'कन्यादान', 'पुरुष' अशी काही दलित प्रश्नांवरची दलितेतर नाटककारांची नाटके व्यावसायिक रंगभूमीवर आली आहेत. ह्या नाटकांना दलित नाटकं मानायचं की नाही ? ह्या सर्वच नाटकांना लागू पडेल असं उत्तर देणं काहीसं अवघड आहे. उदा॰ 'लोककथा ७८' ह्या नाटकात दलित जीवनातला संघर्ष आहे, पण अगदी स्थूल रूपात. पण नाटक अतिशय यशस्वी आहे. ह्या यशात तज्ज्ञांचा वाटा आहे. इतर नाटकांचे तसे नाही. इतर नाटकांना लागू पडेल असे सर्वसाधारण विवेचन मी करतो.

विभक्त कुटुंबापेक्षा एकत्र कुटुंब चांगले. त्याच्या आड नवशिक्षित सून येते म्हणून ती वाईट. शिक्षणामुळे असे घडले म्हणून कॉलेज शिक्षण वाईट. म्हणून शाळेत न रमणारा, वरवर व्रात्य दिसणारा, पण आई-वडील, गुरुजन ह्यांच्याबद्दल पूज्यभाव असणारा तरुण चांगला, असा भाबडा विचार करण्यात समाज रमला होता. तेव्हा त्या समाजाच्या रंजनाची गरज बाळ कोल्हटकरांनी अचूक ओळखली. त्यातून कौटुंबिक नाटक उदयाला आले. कालपरत्वे समाजाच्या रंजनाच्या गरजाही बदलत असतात. कोल्हटकरांच्या प्रेक्षकांच्या जीवनात आता बराच बदल झालेला आहे. तो थोडासा समाजाभिमुख झाला आहे. आपल्या कुटुंबाबाहेरचे जग तो वर्तमानपत्र, रेडिओ, टी. व्ही. ह्यातून न्याहाळू लागला आहे. त्यातून त्याची काही आवडती मतं तयार झाली आहेत. उदा॰ आज ब्राह्मणांची पीछेहाट चालू आहे, सत्तेपुढं शहाणपण चालत नसतं, सत्तेतला मराठा माणूस मग्रूर आणि भ्रष्ट आहे, देशात उद्या मुसलमान सत्तेवर येणार आहेत, दलितांचे लाड फार चालू आहेत, दलितांची तोंडपाटीलकी व्यासपीठापुरतीच

आहे, स्वतः मुक्तीची भाषा वापरणारा दलित घरात बायकोचा छळ करीत असतो. इत्यादी. ह्या आवडत्या कल्पनांची अपेक्षापूर्ती होते तिथे रंजन होतेच. 'सूर्यास्त' आणि 'पुरुष' ह्या नाटकांमध्ये रंजनाचे असे सामर्थ्य आहे. कोल्हटकरी नाटकाचा कालानुरुप सुधारून वाढविलेला अवतार म्हणजे 'सूर्यास्त' आणि 'पुरुष' ही नाटके होत. असो. हा विषय स्वतंत्र लेखाचा आहे. मी स्वतः दलितेतर नाटककारांना सुद्धा दलित नाटक लिहिता येईल, असे मानतो. 'स्मारक' आणि 'धर्मांतर' ह्या दोन्ही नाटकांचा मी ह्यापूर्वीही उल्लेख केला आहे.

'दलित नाटक भडक आहे.' हा दलित नाटकावरचा आणखी एक महत्त्वाचा आरोप. ह्या आरोपाचे खंडन करतानाच 'दलित नाटकाचे भवितत्व काय ?' ह्या प्रश्नाच्या उत्तरापर्यंत आपण पोहोचणार आहोत.

दलित नाटक भडक आहे हे मत मला मान्य नाही. ज्या अर्थाने दलित नाटक भडक आहे असं म्हटलं जातं, त्या अर्थाने मराठीतली अर्ध्याहून अधिक नाटकं भडक आहेत. कौटुंबिक नाटकांचा मानदंड म्हणून 'वाहतो ही दुर्वांची जुडी' हे नाटक ओळखले जाते, तर 'रायगडाला जेव्हा जाग येते' हे नाटक ऐतिहासिक नाटकांचा आदर्श मानले जाते. 'लोककथा ७८' हे दलित प्रश्नावरचे तर 'सूर्यास्त' हे राजकारणावरचे कधीही गाठतो आली नाही असे म्हटले जाते. ह्या सर्व नाटकांतील भडकपणाची ठिकाणं मी सप्रमाण दाखवू शकेन.

भडकपणाची कारणे दोन. पहिले - अभिव्यक्ती पद्धतीचे रूढ संकेत अमान्य करणे आणि दुसरे- लेखकाने स्वतःच नाटकात हस्तक्षेप करणे.

पैकी पहिल्या कारणाची दलित नाटककारांनी पर्वा करता कामा नये. अभिव्यक्ती पद्धतीचे शिष्टसंमत असे संकेत असतात. ह्या संकेतांचा जन्म सांस्कृतिक संदर्भातून होत असतो. हाच संदर्भ भडकपणाच्या मोजपट्ट्याही ठरवीत असतो. ह्या मोजपट्ट्यांच्या बाहेर जाणारी अभिव्यक्ती असली म्हणजे नाटक भडक जाणवते. उदा. प्रिय नातलगाच्या मृत्यूनंतर रडायचे कसे, ह्याबाबतचे त्या त्या समूहाचे संकेत असतात. तो मोडला तर प्रेक्षकांना नाटक भडक वाटेल. असल्या जाणिवांची आपण पर्वा करण्याची आवश्यकता नाही, कारण हा रसिकतेचा तोडकेपणा आहे.

भडकपणा येण्याचे दुसरे कारण मात्र महत्त्वाचे आहे. त्याचा आपण गंभीरपणे विचार करायला पाहिजे. खरे तर मी दलित नाटकात भडकपणा आहे हे मान्य करायला तयार नाही. पण दलित नाटकात व्यक्त होणारे सामाजिक वास्तव एकपदरी आहे, ही मात्र माझी खंत आहे.

आमच्या नाटकातील सामाजिक वास्तव एकपदरी आहे. त्याचे मूळ आमच्या नाट्यविषयक भूमिकेत आहे. चळवळ आणि नाटक ह्यातील भेदरेषा आपणाला नीट कळलीच पाहिजे. कार्यकर्ता आणि कलावंत ह्यातला फरक आम्हाला कळलाच पाहिजे.

याचा अर्थ कलावंत म्हणजे कुणीतरी अलौकिक असतो असे मुळीच नाही. उलट ह्याच अंबाजोगाई शहरात 'कार्यकर्ता हा कलावंत असू शकत नाही.' अशी भूमिका आपल्या अध्यक्षीय भाषणात माडगूळकरांनी घेतली होती, तेव्हा मी तिला परिसंवादातून कडवा प्रतिकार केला होता. कार्यकर्त्याजवळ दु:खाची उत्तरे असतात, प्रवासाची एक गती असते आणि वेगाला एक दिशा असते. ही रेडिमेड उत्तरे नाटकात मांडणे एवढेच नाटककराचे कार्य नाही. हाच कार्यकर्ता किंवा त्याचा अनुयायी तयार उत्तरांच्या संदर्भात जीवन पडताळून पाहातो म्हणाला की तो प्रश्नांच्या एका वेगळ्याच व्यूहापर्यंत सरकत जातो. हे त्या कार्यकर्त्यांचं जीवनाला पडताळून पाहाणं, तपासून घेणं जितक्या अधिक पातळ्यांवरून तो करेल तितकी तो जीवनाची गुंतागुंत तुमच्यासमोर ठेवील.

एक उदाहरण घेऊन मी माझा मुद्दा स्पष्ट करतो.

हजारो वर्षात दलितांना जे कधी मिळालेच नव्हते ते बाबासाहेबांच्या परिश्रमामुळे मिळू शकले म्हणूनच समतेच्या युद्धात दलित उतरले. परंतु ह्या लढाईत परंपरेने चालत आलेली प्रतिष्ठा, जन्मसिद्ध श्रेष्ठत्व आणि राजकीय सत्ता सवर्णीयांना थोडीबहुत का होईना गमावणे भाग होते. कायदेशीर तरतुदीमुळे हे गमावण्यावर शिक्कामोर्तब झालेला आहे. नाकारलेले मिळविण्यासाठी आम्ही तयार होणं स्वाभाविक आहे. पण असलेले गमावण्यासाठी इथला सवर्ण अंशत: का होईना तयार का झाला ? त्याचे एक उत्तर हे असेल की, इंग्रजांशी केलेल्या तडजोडीमुळे तयार झाला. दुसरे उत्तर असे असेल की नाइलाजामुळे तयार झाला. तिसरे उत्तर असे की कायद्याने गमवायचे होते ते व्यवहारात मात्र गमवावे लागणार नव्हते अशी खात्री त्याला होती, म्हणून धूर्तपणाने तो तयार झाला. चौथे उत्तर असे असेल की त्याला दलितांचे हक्क पटले होते म्हणून तो तयार झाला होता. पाचवे उत्तर असेही असू शकेल की तो काहीतरी गमावण्यासाठी तयार झाला असं जे मी विधान केले आहे तेच भ्रामक आहे. ह्याखेरीज आणखीही काही उत्तरं संभवतील. ह्या उत्तरांपैकी माझे उत्तर अगर मत अमूक अमूक आहे असं कुठंही म्हटलेलं नाही. पण बाबासाहेबांच्या संघर्षाचं चित्रण जर करायचं असेल, तर इतक्या विविध दिशेनंच आपणास विचार करणं भाग आहे. त्याखेरीज त्या संघर्षाची गुंतागुंत आम्ही प्रत्ययकारी करू शकणार नाही. दलित लेखक हा लेखकही आहे आणि कार्यकर्ताही. जीवनातले उत्कट दु:ख त्याला अपरिहार्यपणे क्रियाशील बनवते. ह्या वेदनेच्या प्रपातामुळे एवढा धीर धरणे त्याला अशक्य असते. त्यामुळे वेदना टोकदार करीत नेण्याकडे त्याचा कल अधिक असतो. म्हणूनच त्याला इतर वाङ्मयसामर्थ्य लक्षात आले आहे. त्यामुळे वेदनेचा प्रपात क्षणभर अडवून त्या वेदनेचे अंतरंग न्याहाळणे आणि सर्व गुंतागुंतीसह त्या वेदनेचा प्रत्यय आपल्या कार्यकर्त्यांना देणे हे कार्य आज ना उद्या त्याला करावेच लागणार आहे.

❒❒❒

दलित साहित्य हे स्वातंत्र्य आणि समतेच्या आत्मभानातून निर्माण झाले.

रावसाहेब कसबे

आज आपल्या देशात कधी नव्हते एवढे जीवन अस्थिर झालेले आहे. धर्म, भाषा, प्रादेशिक अस्मिता, महापुरुष, स्वार्थी हितसंबंध अशा गोष्टी आपल्या देशात अराजक माजविण्याची साधने बनत आहेत. अशा संकुचित हत्यारांच्या वापरातून जे अराजक जन्मते त्यातून सम्यक क्रांती होत नसते. त्यातून फॅसिझमच्या उदयाचाच धोका अधिक संभवतो. फॅसिझम ही केवळ एक राजकीय हुकुमशाही नसते तर माणसाला एक यंत्र समजून त्याच्याकडून यंत्राप्रमाणे हवे ते आणि हवे त्या प्रकारे काम करून घेणारी प्रत्यक्ष कृती असते. ती बोलणारांची तोंडे शिवणारी, लिहिणारांचे हात बांधणारी आणि छातीवर बंदूक रोखून हवे तेच आणि हवे तेवढेच बोलायला व लिहायला भाग पाडणारी दंडुकेशाही असते. माणसात निसर्गतःच असणारी जिज्ञासा ही जगातील सर्वच तत्त्वचिंतनाची जननी आहे. फॅसिझम या जिज्ञासेचाच एक नंबरचा शत्रू असतो. फॅसिझम केवळ जिज्ञासेतून उगविणारे नवविचारांचे कोंब तलवारीने छाटतो. असे नाही, तर तो माणसाला सतत एका भयग्रस्ततेत ठेवून त्याची सर्जनक्षमताच मारून टाकणारे एक षडयंत्रही असतो.

आपण सर्वजण या ठिकाणी जे जमला आहात ते कोणी कलावंत म्हणून तर कोणी वाङ्मय आणि कलेचे रसिक म्हणून. आपल्या क्रांतीची स्वप्ने पाहणाऱ्यांची संख्याही मोठी आहे, याची मला जाणीव आहे. ज्या भूभागावर मानवी अस्तित्वाचाच प्रश्न सतत भेडसावीत आहे अशा भयग्रस्त वातावरणात तिथली कला, वाङ्मय आणि संस्कृती यांची मुक्त आणि निकोप विकास कसा होणार ही आपल्या सर्वांच्या दृष्टीने खरी चिंतेची बाब आहे. आपण सर्वजण जीवनाचा कप्पेबंद विचारच मुळी करीत नाहीत. आपण जीवनाचा सामग्ऱ्याने विचार करणारे असल्यामुळे सामाजिक, सांस्कृतिक आणि राष्ट्रीय प्रश्नांबद्दल आपण कधीच उदासीन नसतो. आपल्या जीवनाचा कप्पेबंद

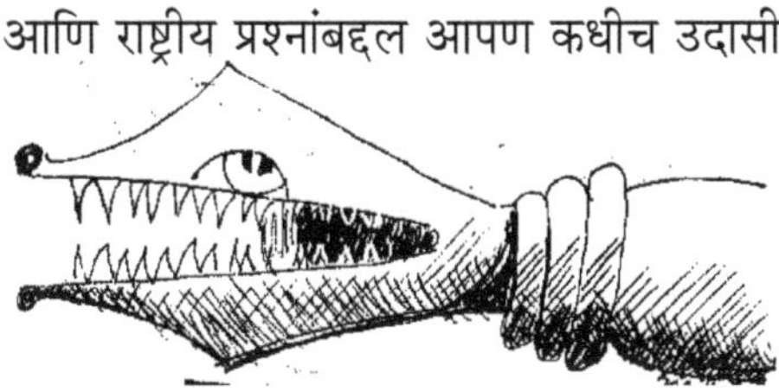

दलित साहित्य संमेलन,
सोलापूर १९८७

विचार करणाऱ्यांनी आपण वाङ्मयबाह्य प्रश्नांचाही विचार करतो म्हणून अनेकदा टीका केली. परंतु आपण जीवनाचे कोणतेच क्षेत्र अस्पृश्य मानले नाही आणि त्या त्या क्षेत्रात काम करणाऱ्या व्यक्तीचे या व्यासपीठावर स्वागत करण्यात कोणतेही हितसंबंध आड येऊ दिले नाहीत.

दलित साहित्याची भूमिका या व्यासपीठावरून पूर्वसूरींनी विस्ताराने मांडलेली आहे. डॉ. बाबासाहेब आंबेडकरांच्या प्रेरणेने सुरू झालेल्या या वाङ्मयीन चळवळीच्या भूमिकेचे डॉ. म. ना. वानखेडे आणि बाबूराव बागूल हे आद्य भाष्यकार होत. त्यांनी मांडलेल्या भूमिकेची मी पुनरुक्ती करणार नाही परंतु आपल्याला आज सुद्धा एक गोष्ट अवश्य सांगितली पाहिजे ती ही की, आम्ही साहित्य आणि समाज यांच्या परस्पर संबंधांचा नेहमीच गांभीर्याने विचार करीत आलो आहोत. म्हणूनच आमच्या समीक्षेत वाङ्मयाच्या कलात्मकते इतकाच समाजाच्या व्यवस्थेचाही (Social System) विचार प्रभावी असतो. कोणत्याही प्रकारच्या शोषणावर उभी असणारी समाजव्यवस्था तिच्यातील सामान्य माणसाला कमी अधिक प्रमाणात पशुपातळीवर जीवन जगायला भाग पाडीत असते. माणूस म्हणून असलेले त्याचे स्वत्वच ती नष्ट करीत असते. अशा स्वत्वहीन, पशुपातळीवरील माणसाला साहित्यनिर्मिती तर सोडाच, परंतु अस्तित्वात असलेल्या साहित्याची रसिकतेने आस्वाद कसा घेता येईल ? म्हणून कोणत्याही कलेची निर्मिती आणि तिच्या आस्वादाला ज्या समाजव्यवस्थेत कृत्रिम स्वरूपाच्या वर्गीय, जातीय आणि लैंगिक मर्यादा पडतात ती व्यवस्थाच आम्हाला मान्य नाही. यासाठी तर आम्ही भारताच्या इतिहासात सामान्य माणसाला बाबासाहेबांनी दिलेल्या 'सामाजिक पुनर्रचनेच्या' (Social Reorganisation) तत्त्वाचा जाहीर पुरस्कार करतो. सर्व प्रकारच्या कलांच्या सामर्थ्याची आम्हाला मनोमन जाणीव आहे. कला कोट्यवधी जनसमुदायावर प्रत्यक्ष जीवनाइतक्याच समर्थपणे प्रभाव पाडू शकतात याचेही आम्हाला भान आहे. म्हणून तर वाङ्मयीन व्यवहार हा तर सर्व व्यवहारांसारखा समाजातल्या प्रत्येक माणसाला आपापल्या नैसर्गिक प्रकृतीप्रमाणे करता आला पाहिजे असे आम्हाला वाटते.

डॉ. बाबासाहेब आंबेडकरांच्या तत्त्वज्ञानाबद्दल आणि त्यांच्या महान् कार्याबद्दल अलीकडे विविध स्तरावर जोरात चर्चा सुरू झाली आहे. या चर्चेचे स्वागत करणाऱ्यापैकी आणि तिच्यात सहभाग घेणाऱ्यांपैकी मीही एक सामान्य लेखक आहे. आतापर्यंत बाबासाहेबांना केवळ भारतीय अस्पृश्यांचे मुक्तिदाते म्हणून जातीच्या मर्यादेत अडकविले जात होते. आपल्यापैकी काही जणांनाही ते केवळ आपलेच असावेत, त्यांच्यावर इतरांनी अजिबात हक्क सांगू नये असे वाटते. म्हणून ते सुद्धा बाबासाहेबांना जातीच्या सजविलेल्या मखरात कोंबून त्यांना शुद्ध ठेवण्याच्या धडपडीत आहेत. त्यासाठी ते समविचारी चळवळी आणि व्यक्तींचा आक्रमकपणे उपमर्द करतात. आम्ही बाबासाहेबांचा संदेश एका जातीच्या अथवा पोटजातीच्या पुरता मर्यादित मानीत नाही. बाबासाहेबांचा

संदेश आणि त्यांचे कार्य अखिल मानव जातीसाठी आहे असे आम्ही मानतो. मला वाटते, बाबासाहेब हे केवळ एका जातीचे मुक्तिदाते की भारतातल्या सर्व शोषितांचे आणि स्त्रियांचे मुक्तिदाते हा वाद आता निकराला आलेला आहे. जातीयवादी मग ते घरातील असोत की बाहेरील यात मी फरक करीत नाही. त्यांचा मला माझ्या 'झोत'च्या वादळात आणि आता 'आंबेडकर आणि मार्क्स'च्या चर्चेत गुणात्मकदृष्ट्या सारखाच अनुभव आला आहे. या जातीयवादी शक्तींनी गतेतिहासात जी आव्हाने उभी केलेली आहेत आणि आज करीत आहेत, त्याविरुद्ध वैचारिक क्षेत्रात लढाई केली जाईल. परंतु ही लढाई वैचारिक आहे. वैचारिक लढाई लढण्याची एक सुसंस्कृत शिस्त बाबासाहेबांनी आम्हाला लावून दिलेली आहे. आम्ही हा लढा त्या शिस्तीने आणि सुस्कृंतपणेच लढू आणि आत्मविश्वासपूर्वक जिंकू. बाबासाहेबांच्या काळातील लढाई सरळ मुख्य शत्रूशी होती. परंतु हा शत्रू मोठा हुशार आहे. या ऐतिहासिक संघर्षात त्याची दमछाक झाल्यामुळे तो आमच्या विरुद्ध लढण्यासाठी काही बारगीर धाडीत आहे. विविध ठिकाणच्या दंगलींचे तपशील आपल्याला त्याची साक्ष देतील. बारगीरांच्याकडे आजपर्यंत दुर्लक्ष झाल्याने ते खऱ्या लढय्यांचा आव आणीत आहेत. अलीकडे हे बारगीर आपले उपद्रवमूल्य (Nuisance Value) सिद्ध करून आपले स्थान टिकवू पहात आहेत. उपद्रवमूल्य एखाद्याला अपघाताने उच्चस्थानी विराजमान करू शकते परंतु ते उच्चस्थान अबाधित ठेवू शकत नाही. म्हणून हे बारगीर जशी मैदानात युद्धाची शिस्त पाळीत नाहीत, तशीच वैचारिक लढाईचीसुद्धा शिस्त पाळीत नाहीत. त्यांच्या लिहण्या-बोलण्यात आणि वागण्यात म्हणूनच असंस्कृत आणि अहंमन्य भाव आहेत. म्हणून ही लढाई तर लढावीच लागेल. पहिल्यांदा ती बारगीरांच्या बरोबर लढावी लागेल याचे दुःख असले तरी आम्हा सर्वांकडून ती यशस्वीपणे लढली जाईल याची मी आपणास ग्वाही देतो.

भारतीय समाजात आपल्या जाती-पोटजातींचा अहंकार बाळगणारी काही जणांची विकृत मनोवृत्ती आजचीच आहे असे नाही. बाबासाहेब आंबेडकरांच्या काळातही ती होती आणि त्यांनाही तिच्या विरुद्ध संघर्ष करावा लागला होता. भंडारा येथील लोकसभेच्या पोटनिवडणुकीत तर आपल्यातीलच पोटजातीच्या अहंकारांचा परिणाम त्यांच्या पराभवात परिणत झालेला दिसतो. आज जर कोणी याच जुन्या खेळाचे सांस्कृतिक जीवनात पुनरुज्जीवन करणार असेल तर जनता त्याविरुद्ध संघर्ष करील. याच सोलापूर शहरात दिनांक १ जानेवारी १९३८ ला बाबासाहेब आंबेडकरांनी मांग समाजाच्या अधिवेशनात आपली भूमिका स्पष्ट केली होती. समस्त मांग समाजाला मार्गदर्शन करतांना ते म्हणाले होते की, "माझे कार्य केवळ महारांच्यासाठी नाही तर ते सर्वच दबलेल्या वर्गांसाठी आहे." त्याच सोलापूर शहरात आज हे संमेलन होत आहे याचा आणि या संमेलनाचे अध्यक्षपद आपण मला एकमताने दिले याचा म्हणूनच आनंद वाटणे साहजिक आहे.

प्रसिद्ध बौद्ध दार्शनिक 'असंग' आपणास सांगतात की, या जगातील सर्व वस्तू या हेतुच्या (Causes) आणि आवश्यकतांच्या (Conditions) संयोगातून तयार होत असतात. त्यांना त्यांचे स्वत:चे असे स्वतंत्र अस्तित्व नसते. जेव्हा हा संयोग विसर्जित होतो तेव्हा त्याचा परिणाम म्हणून त्या वस्तूचा विनाश ठरलेला असतो. असंगांचा हा अनित्यतेचा सिद्धांत बाबासाहेबांनी स्वीकारलेला आहे. त्यामुळेच त्यांनी सजीव प्राणीमात्रांच्या अनित्येचे वर्णन 'Being is becoming' असे केलेले आहे. सचेतन सृष्टीच्या आणि सामाजिक संस्थांच्या उदय, विकास आणि अस्ताचे विवेचन वैज्ञानिक दृष्टीने करणे हे आपल्यापुढील फार मोठे आव्हान आहे. बौद्ध तत्त्वज्ञानाने या दृष्टीने फार मोठी परंपरा विकसित केलेली आहे. याकडे अद्याप आपले लक्ष गेलेले दिसत नाही. मार्क्सवादी विचार परंपरेकडे सुद्धा आपण कर्मठ दृष्टीने पहात असल्यामुळे तीसुद्धा कालौघात विकसित होत असलेली एक विचारधारा आहे याचे आपणास भान रहात नाही. आपल्यातील अनेकांना बुद्ध, मार्क्स, फुले आणि बाबासाहेब यांच्या काही सुट्या वचनांचे फार आकर्षण वाटते. महापुरुषांची पूजा बांधण्यासाठी अशा शब्दप्रामाण्यवादी भूमिका घेणे सोपे असले तरी महापुरुषांचे विचार कृतिप्रवण करण्यासाठी शब्दप्रामाण्यवादी भूमिका झुगारून देऊन त्यांच्या विचारांच्या विकासाचा शोध घेणे आवश्यक असते. बौद्ध परंपरेत सौत्रांतिक, वैभाषिक, योगाचार, माध्यमिक आणि या व्यतिरिक्तही अनेक संप्रदाय आहेत. बाबासाहेबांनी आपल्या बौद्ध धम्माला तर 'नवायन' असे संबोधिले होते. या सर्वच संप्रदायांनी बौद्ध तत्त्वज्ञानाचा विकास केलेला आहे. आज भदंत आनंद कौसल्यायन करीत असलेली मांडणी माझ्या दृष्टीने फार मोलाची आहे. कार्ल मार्क्सनंतर खुद्द एंजल्सपासून ते बोटोमोरसारख्या समाजशास्त्रज्ञांपर्यंत मार्क्सवादी चिंतन परंपरेचाही विकास झालेला आहे. या सर्व ज्ञान-विज्ञानाच्या प्रकाशात आपल्याला 'माणसाचा' विचार करावयाचा आहे. कारण आम्ही माणसाला केंद्र मानून इतर सर्व बाबींचा विचार करणारे लोक आहोत. जात, धर्म आणि व्यवस्था ही माणसांची निर्मिती आहे आणि ती समाजविकासाच्या प्रक्रियेत विशिष्ट परिस्थितीत आणि विशिष्ट कारणांनी निर्माण झालेली आहे असे आम्ही मानतो, आणि ती परिस्थिती बदलण्याचे, ती कारणे नष्ट करण्याचे सामर्थ्य फक्त माणसातच आहे असा आमचा माणसावर दुर्दम्य विश्वास आहे. म्हणून तर आम्हाला परिवर्तनाची स्वप्ने पडतात.

साहित्य संमेलने जशी उत्सव म्हणून भरावीत तशीच ती आत्मटीकेचे मुक्त व्यासपीठेही असावीत. सर्वच साहित्यप्रकारांच्या विकासाच्या दृष्टीने या दोन्हीही गोष्टींना मी महत्त्व देतो. दलित साहित्याचे एकोणीसशे सत्तरमध्ये जे अभूतपूर्व स्वागत झाले त्याला वाङ्मयेतिहासात तोड नाही. त्या अपूर्व स्वागताचा परिणाम आत्मसंतुष्टतेत झाला की काय असे आता वाटू लागले आहे. कारण आपले अनेक कलावंत अनुकरणाच्या चक्रव्यूहात अडकून एकसूरी बनलेले दिसतात. आपल्या अनेक मित्रांनी त्याही काळात

दबकत दबकत काही इशारे दिले होते. काही मौलिक सूचनाही केल्या होत्या. परंतु या आत्मसंतुष्ट वृत्तीने वास्तवाचा विसर पाडला आणि आपल्या निर्मितीत केवळ कलेच्या दृष्टीनेच नव्हे तर जीवनाच्या सर्वस्पर्शी अनुभवाच्या दृष्टीनेही अवरुद्धता आली. वाङ्मयनिर्मितीत निर्माण झालेली ही कोंडी कशी फोडायची हा आपल्यासमोर आज सर्वात महत्त्वाचा प्रश्न आहे. त्यासाठी जसे वास्तव न्याहाळावे लागेल तशीच तत्त्वविचारांची बैठकही विकसित करावी लागेल. हे काम जोखमीचे आहे. परंतु ते कर्तव्यभावनेने आणि जबाबदारीच्या जाणिवेने करणाऱ्यांना कोणाचीही भीती वाटू नये. विचारांची मांडणी आणि त्यांची चिकित्सा, या चिकित्सेतून नवी मांडणी असा विचारांचा विकास होत असतो. पाश्चात्य विचारवंत विसाव्या शतकाला 'Age of Criticism' म्हणतात. म्हणून या शतकात प्रत्येक सामाजिक संस्थेला स्वत:च्या चिकित्सेला सामोरे जावे लागेल. ज्यांना फक्त शब्दांचे फुलबाजे उडवायचे असतात आणि निरर्थक वाक्यांची आतशबाजी करावयाची असते ते हे जोखमीचे काम करणे शक्य नाही. त्यांनी फक्त आपले अहंकार कुरवाळीत उपहासगर्भ वृत्तीने स्वत:ला सोडून बाकी सर्वांचा अधिक्षेप करण्याचे व्रत अंगीकारावे ही आपल्या देशातल्या एकूणच प्रबोधनाच्या चळवळीची शोकांतिका आहे. परंतु सर्जनशील कलावंत यातूनही मार्ग काढतील याबद्दल मला अजिबात संदेह नाही. म्हणूनच मला दलित साहित्यावरील आजवरची टीका मोकळ्या मनाने समजावून घ्यावीशी वाटते आणि तिच्यातून मार्ग काढण्याचे आपणा सर्वांना आवाहन करावेसे वाटते.

आपले गेल्या वीस वर्षातील दलित साहित्य हे स्वातंत्र्य आणि समतेच्या भानातून निर्माण झालेले असल्यामुळे ते अटळपणे हिंदू धर्म आणि त्याची मान्यता असलेल्या जातीसंस्थेविरुद्धची प्रतिक्रिया ठरले. म्हणून दलित साहित्यिकांचे शब्द जेव्हा विद्रोहाचे शस्त्रलेणे लेवून आले तेव्हा भल्या भल्यांना घाम फुटला. काही समविचारी मित्रांनी त्याची विविध भाषांमध्ये भाषांतरे करून त्यांच्यासाठी जगाचे द्वार मुक्त केले. हा विद्रोहच इतका अस्सल होता की, शिव्यासुद्धा कशा बेमालूमपणे कलात्म होऊन जात हे समीक्षकांनाही नीट उमगत नसे. दलित साहित्याची समीक्षा करताना त्यांची कशी भंबेरी उडत होती हे आपण पाहिले आहे. परंतु कला म्हणजे एखाद्या हरदासाचे परंपरेने ठरलेले तेच ते प्रवचन नव्हे की शिवाजी किंवा विवेकानंदावर दिली जाणारी तीच ती भाषणेही नव्हेत. तिला विविधांगी उत्स्फूर्त नाविन्याची आवड असते आणि तिला नित्यनूतन स्पर्शांचा आणि शब्दांचा सोस असतो. त्यानेच ती प्रफुल्लीत होते. हा स्पर्श मुलायम नसला, धसमुसळा असला तरीही तिच्या गालावरच्या रक्तिम्याने ती अधिक आकर्षित दिसते. परंतु त्याच त्या शब्द आणि स्पर्शाने तिच्या साऱ्या संवेदनाच गोठून जातात. ती एखाद्या थंड गोळ्यासारखी होते. आपले ठेवणीतील शब्द आणि सतत वापरामुळे बुळबुळीत झालेल्या प्रतिमा तिच्यावर काडीचाही परिणाम

करीत नाहीत. आपल्या देशातील एकेकाळची समृद्ध असलेली संस्कृत भाषा आपण आज मृतप्राय होताना पहात आहोतच. कलेची आराधना करावी लागते याचे आपल्यापैकी अनेक कवींना भानच नाही. ते तर शिव्यांचा भडिमार करीत तिच्यावर सूड उगवायला निघालेले आहेत. जोपर्यंत यात नाविन्य होते तोपर्यंत त्याचे कौतुकही झाले. चळवळ उभारणीसाठी त्याची कदाचित सुरुवातीला आवश्यकताही असेल, परंतु आज त्याचा पुनर्विचार व्हावा असे मात्र मनोमन वाटते.

साधारणत: पंधरा वर्षापूर्वी बाबासाहेबांनी स्थापन केलेल्या पीपल्स एज्युकेशन सोसायटीच्या एका सचिवांनी मला विचारले होते की, "जिला तुम्ही दलित विद्रोही कविता म्हणता ती मी माझ्या मुलामुलींना कशी वाचून दाखवू ?" त्यावेळी मी त्यांना काही निवडक कविताच वाचून दाखवा असा सल्ला दिला आणि येत्या दहा वर्षात हा प्रश्न तुमच्यासमोर राहणार नाही. असे म्हणालो होतो. पण तो प्रश्न मिटलेला दिसत नाही. अलीकडे काही वर्षात तर मराठी भाषेतील कवी हा टवाळी आणि उपेक्षेचा विषय झालेला आहे. सामान्य माणसांनी त्याचा धसकाच घेतलेला दिसतो. आजही एखादा दलित कवी त्याच्या कवितांचे बाड घेऊन समोर बसला की, मी माझ्या कुटुंबियांकडे अपराधी भावनेने पहात असतो. परंतु त्यांच्या कविता ऐकल्यानंतर त्यांच्याकडे बघताना तर या अपराधी भावनेचे रंग अधिक गडद होतात. त्यांची कविता "भडव्यांनो, हरामखोरांनो, तुमच्या सतरापिढ्या तर आमच्या पिढ्यान्‌पिढ्या, डोळ्यातील आग, हातातील मशाली आणि कमरेवरच्या तलवारी, उगवते सूर्य आणि मावळता अंधार" या पलीकडे जात नाही. या कवींची कवितेवरील निष्ठा मी तकलादू कशी म्हणू ? यात कवींचा काहीही दोष नाही. हा दोष अनुकरणातून आलेला आहे आणि हे अनुकरण जात आणि धर्माच्या उगम व विकासातले बारकावे, व्यक्ती आणि समाज व संस्कृती यांचे नाते यांची ज्या प्रमाणात नव्या पिढीला स्पष्टता यायला हवी व त्यादृष्टीने जे वैचारिक वाङ्‌मय निर्माण व्हायला हवे होते ते न झाल्याचा एक परिणाम आहे. म्हणून यात दोष असलाच तर तो या तरुण कवी लेखकांचा नाही, तर त्यांना दृष्टी देणाऱ्या आणि वैचारिक लेखन करणाऱ्या लेखकांच्या मर्यादांचा आहे. म्हणून मी स्वत:लाही या संदर्भात निर्दोष मानू शकत नाही. कवींकडे बघतांना अपराधी भावनेचे रंग गडद होतात ते यामुळेच.

डॉ. बाबासाहेब आंबेडकरांनी धर्माला एक सामाजिक संस्था मानले आणि धर्मसंकल्पनेचा कसकसा विकास होत गेला हे स्पष्ट केले. याकडे आपले जावे तितके लक्ष गेलेले दिसत नाही. आपल्यावर जातिसंस्था लादणारांनी नेमकी या उलट भूमिका घेतली होती. ते धर्माला मूळ घटक मानीत होते. एकदा धर्म मूळ घटक मानला की त्याने जातिसंस्थेला दिलेली मान्यता अपरिवर्तनीय आहे असे मानणे भाग पडते. समाजविकासाच्या प्रक्रियेत जातिसंस्थेची निर्मिती, एक सामाजिक संस्था म्हणून धर्माची

निर्मिती, जातीसंस्थेला धर्माने दिलेली मान्यता आणि तिचे झालेले अपरिवर्तनीय रूप, ब्रिटिश साम्राज्यशाहीने जातीत नव्या वर्गाच्या उदयाचे रोवलेले बियाणे, बाबासाहेबांनी जातिसंस्थेविरुद्ध केलेला महान् संघर्ष आणि त्याची आज दिसत असलेली फलश्रुती, त्याचप्रमाणे स्वातंत्र्योत्तर भारताची अर्थनीती आणि त्यातून बदललेले सामाजिक स्तर, आणि आज जीवनाला व्यापून टाकणारी स्पर्धा यांचा आपण जितक्या खोलात जाऊन विचार करू तितकी आपल्या ज्ञानानुभवाची क्षितिजे विस्तीर्ण होतील. आज या अनुकरणप्रियतेतून आलेल्या साचलेपणाला ही क्षितिजे विस्तीर्ण करण्यापलीकडे दुसरा काही पर्याय आहे असे मला दिसत नाही.

आपल्या अनुभवांची क्षितिजे विस्तीर्ण होत नाहीत कारण आपण स्वत:च त्यांना कृत्रिम स्वरूपाच्या मर्यादा घालून घेतल्या आहेत. त्यात आपली पृथगात्मता टिकविण्याच्या उद्देशाने काही आग्रहही ठाम केले आहेत. ही क्षितिजे विस्तीर्ण व्हायची असतील तर गत आणि वास्तविक जीवनाकडे बघण्याची दृष्टीच विकसित केली पाहिजे. आतापर्यंत आपण या जीवनाकडे जातीच्या सामूहिक दृष्टीने पाहिले. त्यामुळे तर अनुभवात साचेबंदता आली. अनुकरणाचे दुसरे नाव साचेबंदता आहे. आज या जीवनाकडे आपण जातीने बद्ध केलेल्या 'माणसाच्या' दृष्टीने पाहिले तर जीवनाचे विराट आणि आश्चर्यचकित करणारे अगणित पदर आपल्या दृष्टीच्या टप्प्यात येतील. असे झाले तर गेल्या दोन तपांमध्ये आपण जी निर्मिती केली तिला उल्लंघून पुढे जाता येईल. आपली कथा अण्णाभाऊ साठे, शंकरराव खरात, बाबूराव बागूल यांच्यापासून सुरू झाली पण ती वामन होवाळ किंवा योगीराज वाघमारे यांच्या पलीकडे सरकायलाच तयार नाही. आपली कविता दया पवार, त्र्यंबक सपकाळे, यशवंत मनोहर, केशव मेश्राम, नामदेव ढसाळ, वामन निंबाळकर, अर्जुन डांगळे, प्रल्हाद चेंदवणकर, भीमसेन देठे, बबन चहांदे, भाऊ पंचभाई, राम दातोंडे, लहू कानडे, ज्योति लांजेवार, प्रकाश खरात यांनी सर्व सामर्थ्यानिशी सजविली हे खरे आहे, परंतु तीसुद्धा प्रकाश जाधव यांच्या 'दस्तखत' पुढे जात नाही. आपल्या कादंबरीने तर खरोखरच 'सूड'ची मर्यादा ओलांडली नाही. आपल्या रंगमंचावर तर कधी भडक रंग तरी असतात किंवा अंधार तरी. आपल्या नाट्यक्षेत्रात प्रेमानंद गज्वीसारखा एखादा गंभीर प्रकृतीचा नाटककार आणि पुण्याचे भि. शि. शिंदे सोडले तर नाव घ्यावी अशी नाट्यकृती जन्मतच नाही. एकांकिकेत दत्ता भगत सोडले तर नाव घ्यावे असे बोटावर मोजता येतील एवढेच कलावंत आहेत. वैचारिक लिखाणात डॉ. यशवंत मनोहर, डॉ. गंगाधर पानतावणे, अरुण कांबळे, ताराचंद्र खांडेकर इ. सारखे मोजकेच विचारवंत दिसतात. आपले आत्मकथनपर लेखन मात्र श्रेष्ठ दर्जाचे झाले आणि अजूनही होण्याची शक्यता मला दिसते. कारण माझ्या मते दया पवार, लक्ष्मण माने, प्र. इ. सोनकांबळे, माधव कोंडविलकर, शरणकुमार लिंबाळे, नानासाहेब झोडगे इ. लेखकांनी जीवनाकडे जातीच्या

प्रातिनिधिक दृष्टीपेक्षा जीतबद्ध व्यवस्थेतील माणसाच्या दृष्टीने पाहून लेखन केल्याचा तो परिणाम आहे. ज्या आत्मनिवेदनांना ही दृष्टी लाभली नाही ती फसलीत. खरं म्हणजे,

''डोळ्यात तेल घालून भोवताल पहा
नजरेतील क्षितिजे सांभाळा आणि ध्यानात ठेवा
माती ज्यांच्याजवळ आपली मनोगते मांडते
त्यांचा विचार उजेडाच्या युगासाठी कळस होत असतो.''

(उत्थानगुंफा)

या यशवंत मनोहरांच्या कवितेच्या ओळीच ती दृष्टी स्पष्ट करून जातात. येथून पुढे येणाऱ्या पिढीचे काम कितीही अवघड असले तरी त्यांच्यासाठी या साहित्यिकांनी समर्थ वारसा निर्माण करून ठेवला आहे. या वारशाचा उपयोग अनुकरणासाठी होता कामा नये तर त्याचा विविधांगी विकास करण्यासाठी व्हावा एवढीच इच्छा आहे.

या पृथ्वीतलावर मानव अस्तित्वात आल्यापासून तो आपल्या उघड्या डोळ्यांनी आजूबाजूच्या असीम निसर्गाशी संवाद करीत आहे. कारण त्याला प्रज्ञेची अमूल्य देणगी मिळालेली आहे. बाबुराव बागुलांनी आपल्या कवितेत या माणसाचे सामर्थ्य अचूक शोधले आहे. ते म्हणतात,

''हे प्रज्ञावंत प्रलयंकारी माणसा,
साऱ्या विश्वाचे नामकरण तू केलेस
आणि सर्वांना गळा भरून हाक मारलीस
हे सूर्या, हे चंद्रा, हे शून्या
हे संख्ये, हे मुंगी आणि हे पर्वता
आणि तुझ्या हाकेप्रमाणे ते झाले
आताही असेच होईल तू हाक मार,
ते तुझे होऊन येतील.''

माणसाचा आपल्या प्रज्ञेच्या सहाय्याने या निसर्गातील गूढतेला उकलविण्याचा प्रयत्न अनंत काळापासून चालू आहे. जोपर्यंत माणसात सर्जनक्षमता आहे, तोपर्यंत हा शोध सतत चालू रहाणारा आहे. निसर्गातील गूढतेच्या अमर्याद स्वरूपामुळे तर माणसाला आपल्या मर्यादांचे भान आले. या मर्यादांच्या भानानेच त्याला आपल्या उन्नयनाच्या स्वातंत्र्याचाही अनुभव दिला. परंतु माणसाचा या विश्वाशी असणारा संबंध जसजसा विकसित होत गेला तसतसा माणसाने कवटाळलेल्या जुन्या श्रद्धांचा निरास होत गेला आणि नवनव्या श्रद्धा तो कवटाळू लागला. परंपरा आणि परिवर्तन यांचे हे द्वंद्वात्मक नाते आपण नीट समजावून घेण्याची वेळी आलेली आहे. कारण मानवी जीवन या परंपरा आणि परिवर्तनाच्या अविरत वाहणाऱ्या प्रवाहातून विकसित झाले आहे. या प्रवाहातच मानवी मूल्ये निर्माण झाली आणि त्यांचा विकासही झाला. या मूल्यांच्या

आणि संकल्पनांच्या विकासाकडे ऐतिहासिक दृष्टीने पाहिले गेले नाही तर माणूस इतिहासाचा गुलाम तरी होईल अथवा इतिहासाचा शत्रू तरी होईल.

भारतीय माणसाची सर्वात मोठी कमजोरी ही आहे की, तो इतिहासाचा गुलाम किंवा शत्रू यांपैकी एक होणे पसंत करतो. त्यासाठी तर तो वास्तवाला नेहमीच शब्दबंबाळ करीत असतो. या शब्दांच्या जंजाळातून वास्तव शोधणे फार कठीण आहे. हा शब्दजंजाळ कधी गूढ, आत्म-अनात्माचा, द्वैत-अद्वैताचा किंवा विशिष्ठाद्वैताचा असतो. या शब्दजंजाळात जनमानसातील भावनांचा जीव ओतण्यात आपल्याइतके पटाईत दुनियेत आणखी कोणीही नाही. म्हणूनच आपण 'जय शिवाजी जय भवानी' सारख्या घोषणा जन्माला घातल्या आणि त्या देत देत गोरगरिबांची घरे जाळली. 'इस्लाम धोक्यात आहे' अशी आवई उठवून राष्ट्रीय ऐक्याला बाधा आणली. गांधीजीप्रणीत 'रामराज्याचा' घोष करून इतिहासाची चाके उलटी फिरवली. मार्क्सवादाला 'अंतिम सत्य' मानून त्याची पोथी बनविली आणि बाबासाहेबांचा शब्द हाच 'शेवटचा शब्द' मानून त्यांचा देव्हारा सजविला. भारतीय माणसाच्या इतिहासाभिमुखतेमुळे त्याने साऱ्या देवांना आणि महापुरुषांना परिवर्तनाचे प्रेरणास्त्रोत बनविण्याऐवजी त्या सर्वांना माणसा-माणसात, जाती-जातीत आणि धर्मा-धर्मात उपद्रव देणाऱ्या शक्ती बनविल्या आहेत. त्यांच्याकडून स्वतःला उपद्रव होऊ नये, परंतु दुसऱ्याला मात्र तो व्हावा यासाठी ध्वनिक्षेपकावर मोठमोठ्याने प्रार्थना आणि आरत्या म्हटल्या जात आहेत. उरूस भरविले जात आहेत, आणि नवसही केले जात आहेत. इतिहासाबद्दलची, देव आणि महापुरुषांबद्दलची एवढी विकृत दृष्टी क्वचितच कुठे सापडेल. तरीही आपण आत्मगौरव करून घेण्यात धन्यता मानतो. साऱ्या जगाला अध्यात्माचा संदेश देण्याची भाषा करतो. जगाच्या गुरूपणावर हक्क सांगू पहातो. भारतीय समाज हा वैशिष्ट्यपूर्ण समाज आहे असे जे म्हटले जाते त्याचा हा असा अर्थ आहे.

माणसाने इतिहासाचा गुलाम होणे अथवा त्याचा वैरी होणे या एकाच नाण्याच्या दोन बाजू आहेत. गुलामीही इतिहासभिमुख झाल्याशिवाय स्वीकारता येत नाही तसेच वैरत्वही. या दोन्हीही प्रकारच्या भावनांतून निर्माण झालेले साहित्य एकसूरी आणि प्रातिनिधीक स्वरूपाचेच होणार. प्राथमिक अवस्थेतल्या माणसांच्या साऱ्या कलाच सामूहिक आहेत. कारण इतिहास हा सुट्या व्यक्तीचा नसतो तर तो समूहाचा असतो म्हणूनच समूहातील व्यक्तीचाही असतो. हा समूह जातींचा, वर्गाचा, किंवा विशिष्ट भूप्रदेशावरील समाजाचाही असू शकतो. पुन्हा तो सर्वांचा सारखा असत नाही त्यात सुप्त वैरही असू शकते. त्या त्या काळातले कलावंतसुद्धा महापुरुषांप्रमाणेच आपापल्या युगाची इच्छा अभिव्यक्त करीत असतात.

संत ज्ञानेश्वर म्हणतात,

''सांधै शूद्रगृही आघवी । जन्है पक्वान्ने आथि बरवी ।

तिये द्विजे केवि सेवावी । दुबळा जऱ्है ।। ज्ञानेश्वरी'' /३. ३१६

किंवा एकनाथ म्हणतात,

> **''अत्याजांचा विटाळ ज्यासी । गंगास्नाने शूद्धत्व त्यासी**
> **परि ते अत्यंजासी । अनुपयोगी ।।''** ए. भा. /२८-१९१

या उलट नामदेव ढसाळ म्हणतात,

> **''मी तुला शिव्या देतो, तुझ्या ग्रंथाला शिव्या देतो**
> **तुझ्या संस्कृतीला शिव्या देतो, तुझ्या पाखंडीपणाला शिव्या देतो**
> **मी हे सारं काही बोलणार नव्हतो, पण माझे हात जागे झालेत.''**
> (गोलपिठा/पृ. २१)

किंवा प्रल्हाद चेंदवणकर म्हणतात,

> **''म. फुले-आंबेडकरांनी**
> **तुमचे अकौन्टस् ऑडिट केलेत**
> **ग्रंथा-ग्रंथांच्या पानांवरचे फ्रॉड्स**
> **सगळे डिटेक्ट केलेत.''** (ऑडिट/पृ. ३१)

यावरून संत कविता काय की दलित कविता काय त्यांचे सामर्थ्य हे आपापल्या युगांच्या इच्छांच्या अभिव्यक्तीत दिसते. म्हणून संत साहित्य केवळ साहित्य राहिले नाही तर ती दीर्घकाळ एक सामाजिक शक्ती बनली हा महाराष्ट्राचा अनुभव आहे. याच कारणासाठी दलित साहित्यही एक सामाजिक शक्ती बनू शकेल. आजचे युग इतके व्यामिश्र बनलेले आहे की, कलावंतांच्या प्रतिभेला तत्त्वचिंतनाचे, इतिहासकार आणि समाजशास्त्रज्ञांच्या दृष्टीचेही अंकुर फुटणे आवश्यक आहे. त्याने इतिहासाला वर्तमान समजावून घेण्याची एक गुरुकिल्ली मानूनच त्याच्यावर प्रभूत्व मिळविले पाहिजे आणि त्या दृष्टीनेच त्याची उकल करून घेतली पाहिजे. विविध समाजाच्या तौलनिक अभ्यासाने तर हे अधिक स्पष्ट होईल.

प्रत्येक समाजातल्या येणाऱ्या प्रत्येक पिढीला आपापला वर्तमान समजावून घेण्यासाठी इतिहासाचे भांडार हा एक अमोल ठेवा आहे. त्याचा उपयोग कलानिर्मितीत या दृष्टीने होऊ शकतो, परंतु त्यासाठी ऐतिहासिक दृष्टी प्राप्त करावी लागेल. या दृष्टीतून जन्माला आलेली कला वर्तमानाचे भान देते आणि भविष्याभिमुख बनविते. आपल्या देशातील लोकांना ऐतिहासिक दृष्टी कधी मिळालीच नाही. त्यामुळेच हिंदू पुराणकथांनी आणि रामायण-महाभारताने भारतीय मनावर निर्विघ्नपणे राज्य केले. यात आश्चर्य मानण्याचे काहीच कारण नाही. मी स्वत: रेडिओ फार क्वचित ऐकतो. रेडियोवर असेच एकदा राजीव गांधींचे एकविसाव्या शतकाच्या तयारी संबंधीचे आवाहन चालू होते. मी ते ऐकत असतानाच माझा इयत्ता दुसरीत शिकणारा मुलगा रोहित माझ्याजवळ आला आणि मला त्याचा अभ्यास घ्यायचा आग्रह करू लागला. मला

मुलाचा असा अभ्यास घ्यायचा फार कंटाळा आहे. मी त्याला म्हणालो, ''जरा थांब, मी राजीव गांधींचे एकविसाव्या शतकाला सामोरे जाणारे विचार ऐकतोय.'' त्या बिचाऱ्याला यातले काय कळणार ? समोरच्या माणसाला गप्प करण्यासाठी त्याला काही कळणार नाही असेच शब्दबंबाळ बोलावे लागते. परंतु त्याने हट्टच धरला आणि मला म्हणाला, ''पहिल्यांदा रेडिओ बंद करा आणि माझ्या पुस्तकातील 'कृष्णजन्म' हा धडा मला शिकवा.'' त्याचा हट्ट बघून मी त्याला म्हणालो, मी रेडिओही ऐकतो आणि तुला धडाही शिकवितो. तो खूष झाला आणि त्याने मला त्याचा तो धडा काढून दिला. मी त्याला वाचून दाखवू लागलो, ''कंस हा मथुरेचा राजा होता. त्याच्या बहिणीचे नाव देवकी. देवकीचे लग्न वसुदेवाबरोबर झाले. लग्नाची वरात चालली असतानाच आकाशवाणी झाली, ''कंसा, सावध रहा. देवकीचा आठवा मुलगा कृष्ण तुला ठार मारणार आहे.'' हा परिच्छेद वाचून मी त्याला प्रश्न विचारला, ''कंसाला कोण ठार मारणार होते ?'' ''कंसाला देवकीचा आठवा मुलगा कृष्ण ठार मारणार होता.'' त्याने शाळेत शिकविल्याप्रमाणे पूर्ण वाक्यात उत्तर दिले. मी पुढचा प्रश्न विचारला, ''कृष्ण कंसाला का ठार मारणार होता ?'' तो उत्तरला, ''कृष्ण कंसाला ठार मारणार होता, कारण तशी आकाशवाणीच झाली होती.'' या आमच्या प्रश्नोत्तरात राजीवजींचे एकविसावे शतक रेडियोतून कधी संपले आणि त्यानंतर गणपतीची आरती कधी लागली याचा मला पत्ताच लागला नाही. ज्या देशात बालमने याप्रमाणे जाणीवपूर्वक घडविली जातात, ज्याला आमच्या राज्यशास्त्रात राजकीय सामाजिकरणाची Political Socialisation ची प्रक्रिया म्हणतात, त्या देशातील माणसांच्या मनावर राज्य कोणाचे चालेल हे समजून घ्यायला कोणत्याही प्रकारच्या आकाशवाणीची गरज नाही. म्हणूनच आज सर्व भारतीय धर्मग्रंथांची आणि त्यांच्या प्रभावातून निर्माण झालेल्या ललित साहित्याची वाङ्मयीन निकषांबरोबरच ऐतिहासिक दृष्टीतूनही समीक्षा होण्याची नितांत गरज आहे. ज्या वाङ्मयीन प्रवाहाला विचारवंत मुख्य प्रवाह म्हणतात आणि दलित या साहित्याने ज्या प्रवाहात विलीन होण्याचा सल्ला देतात, तो प्रवाह अंधश्रद्धा आणि सडक्या रूढींनी इतका दूषित झाला आहे की, त्याच्या शुद्धीकरणासाठी अनेक कोटींची एक पंचवार्षिक योजनाच आखावी लागेल.

या तथाकथित मुख्य प्रवाहात विलीन होण्याच्या संदर्भातली दया पवारांची एक अतिशय सुंदर कविता आहे.

''मागील पाणी गढूळ आलं
पुढच्या पाण्यानं किती जपावं
हा हा म्हणत वणवा आला
एका झाडानं किती टकरावं
सणाणत गोळ्या चालून आल्या
पंखानं आभाळ किती किती तोलावं

धारदार सुळ्यांच्या दरवाज्याला
हत्ती जसे चिपा होतात
तसं आपण हसत मरावं.''

(मरण, 'कोंडवाडा')

ही त्यांची पंधरा वर्षांपूर्वीची कविता आहे. गेल्या पंधरा वर्षांत मराठी साहित्यक्षेत्रात बऱ्याच घटना घडल्या आहेत. याची जाणीव ठेवली तर आपण आता एकाकी नाही आहोत. आपल्याला हा निर्णायक लढा यशस्वी करण्यासाठी ज्यांची फार मोठी मदत होईल असे प्रवाह मराठी साहित्य जगतात चळवळ म्हणून आकारत आहेत.

ब्रिटिश साम्राज्याच्या उदयापूर्वी वाङ्मयीनदृष्ट्या भारतीय बहुजन समाज हा तर गोठलेला हिमालय होता. त्याला लोकसाहित्याची परंपरा होती तरी तिच्यात अपवादात्मकच भर पडत होती. परंतु हा गोठलेला हिमालय विसाव्या शतकातील विविध विचारसूर्यांच्या प्रखर तेजाने आताशा वितळू लागला आहे. त्यातून एक ना दोन असे अनेक प्रवाह शुद्ध रूपात वाहण्यासाठी धडपडत आहेत. या प्रवाहाखालची माती सामंतशाहीची असल्याने ते दूषित होण्याची भीती अधिक आहे, कारण सरंजामदारी पद्धत शिष्टशासित समाजपद्धत असली, तरी तिच्यातील माणसामाणसातील नाती काव्यरम्य भावनांच्या धाग्याने विणलेली असतात. आज भांडवलशाहीने ती भावनात्मक वीण नंग्या स्वार्थाने ओरबाडून काढलेली असली तरी पारंपरिक मनाला हे जुने भावनात्मक नाते सहजासहजी सोडत नाही. जोपर्यंत ग्रामीण साहित्याची चळवळ नव्हती, परंतु ग्रामीण साहित्य निर्माण होत होते तोपर्यंत ग्रामीण साहित्यिक ब्राह्मणी साहित्याचे अनुकरण करुन त्याच साहित्याचा इतिहास घडवित होते. परंतु जेव्हापासून ग्रामीण आणि जनवादी चळवळी सुरू झाल्या तेव्हापासून तिथेही अनेक प्रश्नांची टोके धारदार होऊ लागली आहेत. ग्रामीण साहित्याची भूमिका आणि दलित साहित्याची भूमिका यांतील अंतर वेगाने कमी होऊ लागले आहे. या दृष्टीने प्रा. मा. रा. लामखडे यांनी दलित आणि ग्रामीण साहित्याला एकत्र आणणारी ग्रामीण साहित्य संमेलने पुणे व अहमदनगर जिल्ह्यात भरविण्याचा केलेला प्रयत्न मला अतिशय मोलाचा वाटतो. अशा प्रयत्नांतूनच हे अंतर अधिक वेगाने कमी होईल परंतु काही तत्त्वचिंतनात्मक तर काही सौंदयशास्त्रासंबंधीचे आग्रही मतभेद आड येतात. या मतभेदांच्या जागांची व्यापक रूपात चर्चा झाली पाहिजे. त्यातूनही मार्ग निघेल. कॉ. शरद पाटील यांनी 'मराठी साहित्यातील यादवी व संघर्ष' हा त्यांचा अतिशय महत्त्वाचा पेपर 'सत्यशोधक मार्क्सवादी'च्या सप्टें. १९८६ च्या अंकाचे संपादकीय म्हणून प्रसिद्ध करून या चर्चेचा पाया घातला आहे. प्रसिद्ध बौद्ध पंडित 'दिग्नाग' ज्या प्रमाणशास्त्राची त्याच्या सौत्रांतिक विज्ञानवादात मांडणी करतो ती मांडणी या सर्वांना मान्य होईल की काय यावर विद्वज्जनांनी पान्हा न चोरता आणि कोणतेही पूर्वग्रह न ठेवता मुक्तपणे चर्चा करावी.

आज जे नवनवीन कवी-लेखक लिहीत आहेत. त्यांना मान्यतेचे फार आकर्षण आहे. अर्थात ते कोणत्याही कलावंतात असतेच. अगदी प्रखर कलावाद्यालासुद्धा ते असतेच. परंतु गुलामी पत्करून मिळविलेली क्षणिक मान्यता पुढे स्वत:लाच दाहक वाटू लागते. म्हणून आज सांस्कृतिक मूल्यांच्याच पुनर्विचाराची व त्यांची नव्याने मांडणी करण्याची वेळ आली आहे. आपल्यापुढे दलित, ग्रामीण वा जनवादी साहित्याने तथाकथित मुख्य प्रवाहात मिसळण्याचा प्रश्न नाही. तर प्रश्न मुख्य प्रवाहाच्या निर्मितीचा आहे.

विसावे शतक हे जसे चिकित्सेचे शतक आहे, तसेच ते गतिमानता आणि अभिसरणतेचेही शतक आहे. या शतकाला आपण आपल्या संघटित शक्तीनिशी सामोरे गेलो तर नवा इतिहास घडेल. तसे झाले नाही तर एकविसाव्या शतकात इतिहासाची चाके उलटी फिरलेली दिसतील. इतिहास एकटा माणूस घडवीत नसतो तर संघशक्तीच्या सहाय्यानेच तिचा एक अविभिन्न भाग म्हणूनच तो प्रत्येक माणूस घडवित असतो. त्यासाठी त्याचा अंत:करणात प्राणीमात्रांबद्दल ममत्व असावे लागते. त्याला स्वत:तील दुर्गुणांची आणि उणिवांची जाणीव असावी लागते. त्याचप्रमाणे शब्दप्रामाण्य झुगारून या विश्वात अस्तित्वात असणाऱ्या अनंत सत्यांचा तो शोधयात्रीही बनावा लागतो. या सर्वांची जाणीव आपल्यात जागृत व्हावी.

❒❒❒

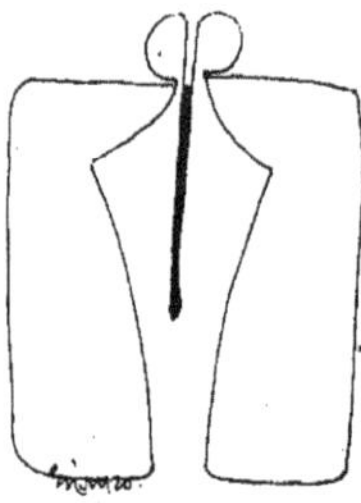

उन्मत्त टाचा आणि ह्या टाचांखाली चिरडलेले श्वास यांची संस्कृती भिन्न असणारच

यशवंत मनोहर

गेली पंचवीस वर्षे माझ्या भल्याबुऱ्या कुवतीनुसार साहित्याच्या शाळेत मी रियाझ करतो आहे. या काळात जाणत-अजाणता निघालेल्या काही वाङ्मयीन उद्रेकांना आपण मनापासून दाद दिलेली आहे. रियाझावरची पकड घट्ट ठेवून आणि अत:प्रेरणेशी रक्तलय साधून लिहित राह्यचे, 'जीव आहे तोवर पाखडीत राह्यचे.' आणि बदल्यात काहीही मागायचे नाही असे मी मनाशी ठरविले आहे; म्हणूनच न मागता आपण केलेल्या या गौरवाचा मनापासून आनंद वाटतो.

गड्यांनो! पण असे गौरव निदान आपण तरी जीवाला फार लावून घेऊ नयेत. इतिहासाची आणि प्राप्त परिस्थितीची तशी परवानगी नाही. सन्मानाच्या माळा गळ्यात पडत असतानाही आपला गळा त्यासाठी नाही, तो विद्रोहाचे गंभीर गाणे गाण्यासाठी आहे, परिवर्तनाचे प्रकाशगीत आळविण्यासाठी आहे, तो आंबेडकरी क्रांतिरोग फुलविण्यासाठी इतिहासाने व प्राप्त परिस्थितीने मुक्रर केलेला गळा आहे, हे विसरून चालायचे नाही. त्यामुळे कोणत्याही साहित्य संमेलनात चार घटका मनोरंजन करण्यासाठी वा पुन:प्रत्ययाचे दु:ख किंवा सुख मिळविण्यासाठी आपल्याला येता येणे शक्य नाही. आपले साहित्य आपल्यासाठी आज एकमेव अर्थपूर्ण जीवन झालेले आहे. हे जगणेच आपले जीव की प्राण झालेले आहे; त्यामुळे त्या जीवनाची आपल्या जीवनाइतकीच आपल्याला विशेष आस्था आहे. याचे कारण या देशात मागील हजारो वर्षांत आपल्याला वाङ्मयीन जगणेच नव्हते. मागल्या केवळ पाचपंचवीस वर्षांमध्ये हे जगणे आपण महाप्रयासाने निर्माण केले आहे. इतर गोष्टींबरोबर साहित्यसर्जन नाकारून येथील संस्कृतीने आपणास हजारो वर्षे पशू करून टाकले होते. असा सूड जगात कोणीच कोणाचा घेतला नसेल. असे आपण अजोड किंवा निरुपम अन्यायग्रस्त आहोत. भटक्या विमुक्तांसकट, आदिवांसीसकट, स्त्रियांसकट आणि बहुजन समाजासकट कमी अधिक प्रमाणात पण

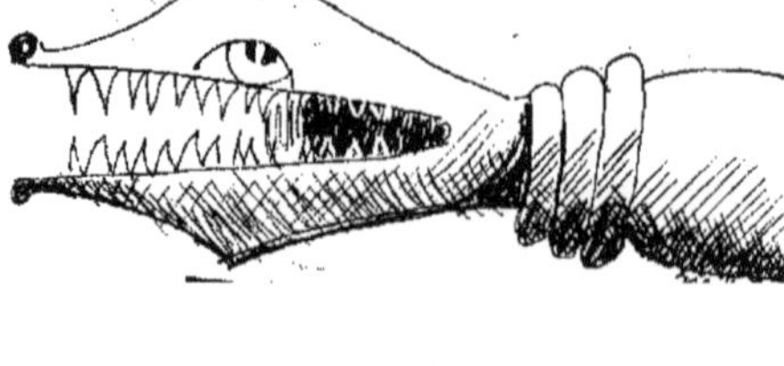

अ. भा. दलित साहित्य संमेलन,
ब्रह्मपुरी १९८८

आपण मरणाच्या शापात तळले गेलेले लोक आहोत. आपण चार्वाकांचे लोक आहोत. आपण बुद्धाचे लोक आहोत. आपण फुल्यांचे लोक आहोत. आपण आगरकरांचे लोक आहोत. राजर्षी शाहूंचे आपण लोक आहोत. आपण गाडगेबाबांचे लोक आहोत आणि बाबासाहेब आंबेडकरांचे आपण लोक आहोत. गड्यांनो, आपली संस्कृती यातनांची संस्कृती आहे आणि आपली दु:खपरंपरा हजारो वर्षांइतकी प्रदीर्घ आहे. विसाव्या शतकाच्या पूर्वार्धापासून पुढे मध्यापर्यंत डॉ. बाबासाहेब आंबेडकर आपल्या वाट्याला आले आणि त्यांच्याद्वारे या देशातीलच नव्हे तर अखिल विश्वातील समतावादी चिंतनपरंपरा आपल्या जगण्यात शिरली. आपल्या जाणिवेपुढे दीपस्तंभ झाली. आपण परिवर्तन विश्वाचे नागरिक झालो. या प्रक्रियेत आपली प्रेतं वादळात ओढली गेली. ती मोर्च्यात अग्रेसर झाली. आपण या वादळात साहित्यिक झालो. या मोर्च्यात कलावंत झालो. आपण अधूनमधून तुफानातले पोलादी दिवे झालो. असे दु:ख दुर्मिळ. अशा दु:खावर पिकणारा असा आनंदही अप्राप्य. गड्यांनो, अशा दु:खाचे व अशा आनंदाचे आपण अद्वितीय धनी आहोत.

या अद्वितीय पार्श्वभूमीमुळे आपले साहित्य संमेलन आपल्यासाठी उत्सवाचा वा सोहळ्याचा भाग असत नाही. आपले साहित्य हा आपल्या जगण्याचा विश्वासार्ह आरसा आहे. तेच आपले मन:पूत जीवन आहे. आपले जीवन आपण साहित्यात जगतो आणि आपले साहित्य आपणाला जीवनात जगवते; त्यामुळेच साहित्य संमेलन आपल्यासाठी एक सामूहिक चिंतनाचे पीठ ठरते. किती आणि कसे चालून आलो त्याची तपासणी आणि कुठल्या दिशेला व कसे जावयाचे यासंबंधीच्या कार्यक्रमाची आखणी, असा आपल्या संमेलनाचा स्वभाव असायला हवा. जीवन आणि साहित्य आपल्यासाठी 'द्वंद्वसमार' असतो आणि त्याचवेळी 'चतुर्थी तत्पुरुष' समासही असतो; त्यामुळेच साहित्याचे पीठ आपल्यासाठी जीवनाच्या आणि साहित्याच्या एकजीव चिंतनाचे पीठ असते.

इतिहासभर आपण 'Broken-men' आहोत. कधी गावात असू. कधी गावाबाहेर असू, कधी जंगलात असू किंवा विमुक्त वाऱ्यासारखे भटकत असू. असे आपण कोणीही असलो तरी आपण कोंडलेली माणसे आहोत हे खरेच आहे. आपल्या कृतीच्या आणि उक्तींच्या आविष्कारांना बंदी घातली होती. आता आपल्या ऊर्मी बंधमुक्त होत आहेत. आपली कोंडलेली मने साहित्य होत आहेत आणि कोंडलेल्या मनाचे साहित्य, बंधमुक्तीसाठी तडफडणाऱ्या मनाचे साहित्य अपरिहार्यपणे विद्रोही साहित्यच असले पाहिजे. आपले साहित्य विद्रोही आहे, त्याला कारण आपल्या पूर्ण प्रकाशनाला तीव्रपणे विरोध करणारे जीवनाच्या नाना पातळ्यांवरील दृश्य-अदृश्य घटक आहेत आणि परंपरेच्या ओंजळीतील पाणी आपल्यासोबत विषाप्रमाणे वागते तेव्हा नवा मनुष्य, नवा समाज, नवी संस्कृती घडविण्यासाठी बद्धपरिकर असलेले

आपण विद्रोही असण्याला पर्याय नाही. विद्रोह हा क्रांतीचा कार्यक्रम होय. तो होकारासाठी नकार देतो. विधायकतेसाठी येथे अटळ विध्वंसनाचा पुरस्कार करतो. विद्रोह हे मनुष्यतेसाठी झगडणारे तत्त्वज्ञान आहे.

'विद्रोह' हे जीवनाला गती आणि शक्ती देणाऱ्या तसेच व्यक्तीला अर्थ आणि दीप्ती देणाऱ्या परमसत्याचे नाव आहे. विद्रोह म्हणजे ऊर्जेची उपासना, माणसातील प्रज्ञा आणि प्रतिभा विद्रोहस्पंदित होते तेव्हाच ती नवनवोन्मेषांनी मंडित होते. विद्रोह हे व्यक्तीचे अस्तित्व आणि व्यक्तिमत्त्व जन्माला घालणाऱ्या श्रेयोन्मुख जीवनशैलीचे नाव आहे. स्वत:च स्वत:ला निर्माण करणे हेच खरे जीवन होय. त्यासाठी संस्कृतीच्या दुकानातील तयार कपडे चालत नाहीत. जीवनात नवी क्षितिजे उघडून देणारे कोणतेही मानवी कर्तृत्व विद्रोहीच असते.

भोवतीच्या अडचणींमधून नव्या वाटा काढणारी प्रवृत्ती म्हणजे विद्रोह होय. या प्रवृत्तींसोबतच मानवी जीवन पुढे जाते. विद्रोह ही त्यामुळेच निरंतर प्रक्रिया ठरते. न संपणारी आवश्यकता ठरते. यथार्थता कधीच न गमावणारी अटळता म्हणजे विद्रोह. विद्रोहाला अंतहीन सातत्य असते, विद्रोहामुळेच जीवनाला शिळेपणा, रोगटपणा आणि मृतप्रायता येत नाही. ज्या समाजात श्वासक्रिया सुरू असावी तशी विद्रोहक्रिया सुरू असते तो समाजच जिवंतपणाची कौशल्ये साक्षात करीत असतो.

विद्रोह माणसाबरोबर जन्माला येतो. त्याच्यामुळेच माणसाच्या वाटचालीला अर्थवत्ता लाभते. समाज हे द्वंद्वदेखाव्याचे नाव आहे. त्यातील स्थितिशील किंवा प्रतिगामी घटक आणि बंधमुक्तीच्या प्रतिज्ञा हा घटक, असे दोन घटकांचे संबंधनाट्य वा द्वंद्वलीळा म्हणजे समाज होय. त्यातील स्थितिशील शक्तींच्या पराभवाचा इतिहास हाच विद्रोहाच्या विजयाचा इतिहास असतो. जीवनाच्या वेगवेगळ्या अवस्थांतील विद्रोह वेगवेगळा असतो. निसर्गावस्थेतील आदिम अवस्थेतील विद्रोह वेगळा. भांडणे वेगळी. त्यावेळचे वादळवाऱ्याशी, सर्पासिंहांशी आणि पुरा-भूकंपांशी भांडणे वेगळी. पुढे समाजातीलच काही माणसांच्या स्वार्थजन्य क्रौर्याशी होणारी भांडणे वेगळी. या प्रकारे जगण्याचा प्रवाह कुंठित करणारे घटक मोडीत काढीत आणि जगाशी नाते जोडीत माणूस सारखा पुढे चालला आहे. त्याच्या वृत्तीमागे सतत विद्रोहाची प्रेरणा उभी आहे. या प्रेरणेच्या बळाने माणूस असा पडदे सारीत आणि एक एक नवे दार उघडीत चालला आहे. ही दारे कधी निसर्गत: बंद असतात तर कधी लोभांच्या मानवी मांजरांनी बंद केलेली असतात. एकएक क्षितिज एक एक दिशा उघडत, माथ्यात कायम भांडणे घेऊन संघर्ष करीत माणूस चाललेला आहे. जन्मला तिथे तसाच न थांबता, लोळागोळा अवस्थेत सुख न मानता, आजवर तोडत, घडत आलेला हा माणूस म्हणजे विद्रोह होय. विद्रोह हे खऱ्या माणसांचेच नाव आहे.

आजवरचे जीवन विद्रोहाचेच अपत्य होय आणि विद्रोह हे माणसाचेच अपत्य

होय. विद्रोहाचे अपत्यही व जनकही असलेला हा माणूस विद्रोहाने स्वत: घडत आणि विद्रोह घडवत चाललेला आहे. तो सरंजामशाहीत निराळा विद्रोह करतो. भांडवली अवस्थेत निराळा विद्रोह करतो. जीवनाच्या कोणत्याही वळणावर निर्माण झाला की विद्रोहाचा उद्रेक होतो. अशा उद्रेकांनीच दुनियेला इथवर आणले आहे. पुढेही हे उद्रेकच तिला उन्नत अवस्थेकडे घेऊन जाणार आहेत. विद्रोह असा चिरंतन आहे.

जीवनाचे कायम प्रवाहित्व आणि सर्वजनहिताय, सर्वजनसुखाय हाच विद्रोहाचा ध्येयवाद असतो. जीवनातील समग्र अंतर्विरोध आणि गतिरोध सर्वार्थांनी कधीही संपुष्टात येत नसतात; म्हणून विद्रोह हा जीवनाचा कायम सांगाती असतो; म्हणून विद्रोही मानसिकताही चिरंतन असते. जीवनाच्या द्वंद्वात गती पक्षाच्या बाजूने लढणाऱ्या शक्तीचे नाव विद्रोह आहे. साहित्य हे जीवनाशी प्रकृतीत: बांधलेले आहे. त्यामुळे साहित्यातील विद्रोह हीसुद्धा एक अंतहीन प्रक्रिया आहे. साहित्य हे जीवनभाष्य असते. हे भाष्य शक्य करणाऱ्या मूल्यदृष्टीत विद्रोहच उभा असतो. म्हणूनच कोणतीही कला प्रकृतीत विद्रोहीच असते असे म्हणावे लागते. जीवनाच्या आणि साहित्याच्या वेगवेगळ्या वळणांवर विद्रोहाचा तपशील बदलतो, तत्त्व बदलत नाही. वेळोवेळी विद्रोहाची आकृती बदलते, पण त्या आकृतीला जन्म देणारा आशय बदलत नाही. वेगवेगळ्या परिस्थितीत विद्रोहाचे उपयोजन बदलते, पण त्याचे प्रयोजन कधी नष्ट होत नाही म्हणून विद्रोह हे जीवनातले आणि साहित्यातले सर्वांत अर्थवान असे सातत्य असते. जीवनातील आणि साहित्यातील नवतेची क्षितिजेही हा विद्रोहच उघडून देत असतो. नव्या भावनानिष्ठ समतानतांमुळे नव्हे तर नव्या विद्रोहनिष्ठ जाणिवामुळे नवी सौंदर्यशिल्पे साक्षात होतात. याप्रकारे विद्रोह हे जीवनातील आणि साहित्यातील नवनव्या पातळ्यांवरील नवनव्या प्रकृतीच्या सौंदर्याचे मार्गदर्शक तत्त्व आहे.

गड्यांनो, आपण मराठी साहित्य परंपरेत असे उभे राहून प्राप्त काळाला विशाल भूधर मानून त्यात सौंदर्याची लेणी खोदणारे शिल्पकार आहोत. आपल्या साहित्यशिल्पांनी विद्रोह या संकल्पनेला मराठीत एक प्रतिष्ठा प्राप्त करून दिली. साहित्यक्षेत्रात विद्रोहाचे स्वरूप जाणीवलक्ष्यी आणि अभिव्यक्तीलक्ष्यी असे द्वैता-विद्वैतविलक्षण असते. अभिव्यक्ती यंत्रणेतील निर्जीव संकेतांच्या असमाधानातून अभिव्यक्तीची नवी लीळाकमळे फुलविली जातात. या प्रक्रियेतून साहित्यात अभिव्यक्तीलक्ष्यी विद्रोह साकार होतो. अर्थात याही, क्षेत्रातील विद्रोहाच्या मौलिकतेनुसार नव्या सक्षम घाटांची, शैलीतंत्रांची आणि प्रतिमासृष्टीची निर्मिती होते; पण अभिव्यक्तीलक्ष्यी विद्रोह समयोजक असला तरच त्याला अर्थवत्ता प्राप्त होते. अन्यथा जाणीवशून्य हौसेमुळे त्यातून वेगवेगळ्या पातळ्यांवरचा शब्दच्छल आणि भाषानर्तन तेवढं साकार होते. वेगवेगळ्या तंत्रयुक्त्या, रचनेच्या वेगवेगळ्या सुंदर परिकथा आणि संमोहन विद्येच्या वेगवेगळ्या लीळाच त्यातून जन्माला येतात. फक्त नवनव्या शब्दांचे घुंगूर, फक्तच नवनव्या

प्रयोगांचे युरोपीय दागिने आणि वेषभूषा एवढेच त्या विद्रोहाचे स्वरूप असते. विद्रोही जाणिवा कलावंताजवळ नसल्या की परभाषांतील शैलीयंत्रणा दत्तक घेऊन त्या पातळीवरचा विद्रोह साकार करता येतो.

दुसऱ्या प्रकारचा विद्रोह जाणिवेच्या अंगांनी साकार होतो. जीवनातील प्रकाशमूल्यांच्या प्रेरणा अशा विद्रोहाच्या पाठीशी उभ्या असतात. घटनाप्रसंगाच्या पारंपरिक अन्वयार्थापेक्षा स्थित्यंतरानुसार वेगळे गतिवंत अन्वयार्थ मांडणे या प्रक्रियेतून हा विद्रोह साकार होतो. या विद्रोहाच्या शक्तिस्पर्शाने साहित्यात नव्या मूल्यदर्शी आशयाचे नवे दिवस उगवतात. जेव्हा मानवत्वाच्या कळा स्थितिशील विषाने काळवंडून जातात आणि साहित्याच्या पेठापेठांमधून त्यांच्याच गौरवाच्या गाथा सिद्ध होतात. तेव्हा जीवन आणि साहित्य या दोन्ही क्षेत्रांतील विषघोषाविरुद्ध उजेडाची महती गाणाऱ्या कंठांमधून ही जाणीवलक्ष्यी विद्रोहाची उषाकमळे उमलतात. जीवनातील गतिरोधक उलथून टाकून गतीच्या कायद्याची द्वाही व ग्वाही फिरवली जाते. विशिष्टांच्या हितसंबंधांचे किल्ले चिरंतन करणारी मतलबी मूल्ये निर्बीज करून समता, स्वातंत्र्य, व बंधुता या मूल्यांची आशयघन अभिव्यक्ती होते तेव्हा जाणीवलक्ष्यी विद्रोह साकार होतो. विद्रोहाची स्फुरणकेंद्रे आणि शक्तिकेंद्रे विविध असतात. सामाजिक, धार्मिक, आर्थिक व राजकीय अशा विविध क्षेत्रांमधील फॅसिझमविरुद्ध विद्रोहाच्या नौबती झडत असतात. संदर्भानुसार विद्रोहाला वेगवेगळी व्यक्तिमत्त्वे प्राप्त होतात. त्यांच्या जन्मसंदर्भानुसार अनेक रंग, अनेक गंध व अनेक कलात्मक घाट प्राप्त होतात. 'कायदा पाळा गतीचा, काळ मागे लागला.' असे एका आपल्या कवीने म्हटले आहे. ते या संदर्भात लक्षणीय आहे. थांबणाऱ्याची वा संपणाऱ्यांची आणि इतरांना संपवणाऱ्यांची जीवनात आणि साहित्यात एक मुजौर नैतिकता असते. ही नैतिकताच तुरुगांच्या भिंती जपण्यातच धन्यता मानते. ती तटबंद्यांचे विलास करते. या स्थितिनैतिकतेच्या विरोधात जीवनाच्या आणि साहित्याच्या विश्वात सजग असलेली विद्रोह ही दुसरी म्हणजे नवनैतिकता वा उन्नत नैतिकता असते. ही नैतिकताच साहित्याला आणि जीवनालाही नवनवोन्मेषशालिनी अशा सौंदर्याने सुरूप करू शकते; त्यामुळेच अपरिहार्यपणे आपण विद्रोही आहोत, नवा समाज ही आपली गरज आहे. त्यामुळेच आपण अपरिहार्यपणे नव्या समाजाच्या निर्माणात सहभागी झालेले प्रतिभावंत आहोत. विद्रोही असणे हेच आपले खरे असणे आहे. कलावंत म्हणून तेच आपले जन्मप्रयोजन आहे.

'दलित साहित्याचा जन्म' आंबेडकरी प्रेरणेच्या मातृकोषातून झाला आहे, आपल्या देशाला एकोणीसशे सत्तेचाळीस साली स्वातंत्र्य प्राप्त झाले आहे. या क्षणाच्या सोबतीने देशाने एका संदर्भातील बंधमुक्तीचे सुख अनुभवले. पण हा आनंद भोगत असतानाच या स्वातंत्र्यप्राप्तीच्या महाद्वारातून नव्या भारताच्या, नव्या समाजाच्या आणि नव्या आधुनिक माणसाच्या सिद्धीसाठी नव्या प्रवासाला प्रारंभ करण्याचाही हा क्षण

होता. नव्या सुंदर समतावादी भारताचे एक स्वप्न आपल्या संविधानाने या देशापुढे ठेवले आणि तत्त्वत: तरी या देशाने बंधविमोचनाच्या प्रक्रियेत उडी घेतली. नव्या उत्थानाच्या प्रवासाला जोमाने निघण्याची ती घडी होती.

दुसरीकडे मागल्या शतकात लोकहितवादी, रानडे, फुले, आगरकर, शाहूमहाराज यांनी लावलेल्या आणि वाढवलेल्या प्रबोधनाच्या झाडाला अनंत अवरोधांचे आघात झेलूनही आता पुन्हा नव्याने मोहर येऊ लागला होता. ग्रामीण भागातील सुशिक्षितांच्या लाटा आता जीवनाच्या मध्यधारेत येऊ लागल्या होत्या. दलित-आदिवासी क्रमाने विषमतापूजक संस्कृतीने लुबाडलेल्या अस्मिता परत मिळविण्यासाठी लढ्यात उतरू लागले. दलितांना आंबेडकरी चळवळीमुळे आपले शक्तीघर गवसले होते. मार्क्सवादी चळवळ इथे सरंजामी शोषणव्यवस्थेने नाडलेल्यांना नव्यानेच सामर्थ्याच्या युनियनशी जोडत होती.

राष्ट्रीय ध्येयवादाच्या आणि येथील उपेक्षित घटकांच्या पातळीवर या काळात बंधमुक्तीचे बंधविमोचनाचे अपूर्व पर्व सुरू झाले होते. ज्या मूल्यांनी दलिताला पशूंचे जिणे जगायला भाग पाडले होते, त्या मूल्यांच्या निर्मूलनासाठी तळागाळाचे रान उठू लागले होते. छपन्न साली बाबासाहेब आंबेडकरांनी दलितांना एका समतादर्शी नास्तिक जीवनपरंपरेशी जोडले. या जीवनप्रणालीसोबतच यंत्रसंस्कृती, नव्या ज्ञान विज्ञानाच्या शक्तींनी मोहरणारे जग, भारतीय संविधानाने दिलेला राष्ट्रीय सामाजिक ध्येयवाद, समतेची नवी आधुनिक तत्त्वज्ञाने, मार्क्सवाद अशा या सर्व शक्ती या काळात बंधमुक्तीसाठी धडपडणाऱ्या समाजगटांच्या पाठीशी उभ्या आहेत. या सर्वांपासून बळ घेऊन येथील उपेक्षित जीवन, नव्या स्वप्नाच्या रोखाने धावू लागले. धर्मांतराने दलितांना मनुष्यत्वाचा ध्यास दिला आणि इतिहासातील त्यांच्या छळछावण्यांचे भान त्यांना आले. त्या छळछावण्यांवर प्रहार करण्याच्या गरजेतून आणि अस्मितेच्या तहान-भुकेतून दलित साहित्याचा जन्म झाला. या साहित्याच्या विद्रोहाचे सुंदरकांड साकार झाले. युद्धकांड जन्मास आले.

दलित साहित्याच्या पार्श्वभूमीला नवसाहित्याची एक छोटीशी पांढरपेशी वसाहत आहे. त्या काळी वाचक आणि वाङ्मयातील न्यायाधीश वा टीकाकार पांढरपेशेच असल्याने आणि हा पांढरपेशा वर्ग मनाने परंपरावादी आणि पुनरुज्जीवनवादी असल्याने नवसाहित्याला मराठीमध्ये प्रतिक्रांतीवादी स्वरूप प्राप्त झाले. या साहित्यात परदेशी शैलीच्या अनुकरणाने येणारी नवता नि:संदर्भ आणि तकलादू, तसा त्यात येणारा जुनेपणा भरघोस किंवा मुखत्वे मागेच पाहणारा होता; या सर्वच गोष्टी वाचकाला आणि टीकाकाराला गोंजारणाऱ्या अशाच वाटल्या.

भौतिकवादाचा आणि सामान्य लोकांचा जोर वाढण्याच्या काळात त्या काळच्या पांढरपेशा वाचकाला नवसाहित्यातील नियतीशरणतेने मानसिक विकृतीच्या व लैंगिकतेच्या

चित्रणाने सुरक्षित वाटले. या वाङ्मयातील नवे मानसिक वास्तव म्हणजे लैंगिकता, नवे समाजवास्तव म्हणजे छोट्याशा हवालदिल प्रतिगामी बेटाच्या प्रभावाचे वर्णन आणि विसाव्याचे वास्तव म्हणजे अध्यात्म, पुराण व इतिहास यामुळेच या साहित्याने इथल्या पांढरपेशा भयभीत रसिकतेला धीरावा दिला. हे या काळच्या साहित्यानंदाचे स्वरूप आहे. ह्याचीच तल्लख पुरवणी म्हणून लिट्ल मॅगझिन्सवाल्यांनी सर्व नकार देत मृत्यू, लैंगिकता आणि 'तुला ना मला, घाल कुत्र्याला' या दिशेने निरर्थकता असे असामाजिक अतिव्यक्तिकेंद्री मन मांडले. लिट्ल मॅगझिन्सवाल्यांनी बंधविमोचनाच्या उत्सवाकडे पाठ फिरवून येथील सर्वसामान्यांच्या भरतीशी बेईमानी केली. या साहित्यप्रवाहांनी उच्चवर्गीय पांढरपेशी मूठभर जीवनातील रूटीनता दाखविली. त्यातील पराभव आणि अपरिर्वतन हाच जीवनाचा स्थायीभाव म्हणून घोषित केले. जीवन सुंदर, नवे करू पाहणारे प्रकल्प, त्यासाठी सुरू झालेला प्रवास त्यांनी लक्षात घेतला नाही. धर्मांतर आणि मूल्यांच्या पातळीवरचे बंधविमोचनाचे, त्याशिवायचे इतरही क्रांतिप्रकल्प वजा करूनच प्रस्थापित साहित्यिकांनी साहित्यनिर्मिती केली. बंधमुक्तीचे वरील वादळ, जनसमूहाचे हे उत्थानपर्व यांची अनुपस्थिती गृहीत धरूनच प्रस्थापितांची साहित्यनिर्मिती झाली. वरील बाबी इथे घडत नव्हत्या, इथे होती ती मरगळ, पराभव. या खात्रीने या साहित्यिकांनी लिहिले. हे सर्व नव्याने जीवनात व साहित्यात प्रवेशू लागलेल्या दलित व ग्रामीण वरुणाला परदेशीच वाटले. नि:संदर्भ वाटले. खरे तर समकालीन जीवनाचे नाव बंधविमोचन हे आहे; पण त्या बंधविमोचनाकडे पाठ फिरवूनच इथे पांढरपेशांनी एका बाजूने व्यक्तिवादी आणि दुसऱ्या बाजूने पुनरुज्जीवनवादी साहित्यनिर्मिती केली. परंपरावादी प्रतिभा विसाव्या शतकाच्या मध्यावरही आपल्या जुन्या स्वभावाप्रमाणेच वागल्या.

या सर्व बाबी लक्षात घेतल्या, ही अवसानघातकी, विषारी, काळोखभक्त पार्श्वभूमी लक्षात घेतली तर नवसाहित्यातून किंवा लिट्ल मॅगझिन्सच्या चळवळीतून दलित साहित्य प्रकृतीत जन्माला येणे कसे अशक्य आहे, हे आपल्या लक्षात येईल. या काळच्या मराठी साहित्यात दलित साहित्याला जन्म देण्याची योग्यता नाही. या अशा समकालातील 'गतकालीन' साहित्यातून दलित साहित्य जन्माला येऊच शकत नाही. साहित्याचे जन्मसंदर्भ मराठीतील कोणत्याही काळातील गतार्थ साहित्याशी निगडित नाहीत. हे दलित साहित्याचे अनन्य वैशिष्ट्य आहे, हे साहित्य वरील साहित्यसंदर्भ लक्षात घेतला तर साहित्यातून जन्माला आले नाही. ते जीवनातून जन्माला आलेले आहे. भोवतीच्या बंधमुक्तीच्या उत्सवातून जन्माला आले आहे हे लक्षात येते. केशवसुती कविताही मराठी वाङ्मयीन परंपरेतून जन्माला आली नव्हती. लोकहितवादी, फुले आणि आगरकर यांच्या साहित्यातील रसरशीत निखारेही मराठी साहित्यपरंपरेतून जन्माला आले नव्हते. हे बंडखोर निखारे जन्माला घालण्याची कुवत

पारंपारिक मराठी साहित्य-परंपरेच्या कुशीत नव्हती. हे सर्व निखारे इथे परदेशी इहवादी मूल्यांच्या प्रभावाने सुरू झालेल्या जीवन प्रबोधनातून जन्माला आले म्हणून वरीलांच्या साहित्यातून प्राचीनांना अज्ञात असा दिवस उगवला. याचा अर्थ असा की, साहित्यात खरे सामर्थ्य, खरा जोम, खरे सौंदर्य, आणि नवतेचे खरे पराक्रम जन्माला यायचे असतील, तर त्याने साहित्यातून प्रेरणा घेण्याऐवजी प्रत्यक्ष जीवनाच्या रणभूमीवरून प्रेरणा घ्याव्यात. दलित साहित्यानेही प्रत्यक्ष जीवनाच्या समरभूमीतून समकालीन जीवनाच्या केंद्रीय संघर्षातून आणि गौण प्रधान द्वंद्वंप्रकर्षातून प्रेरणा घेतल्या. या प्रेरणेचा युगप्रवर्तक मातृकोष आंबेडकरांची चळवळ आणि आंबेडकरी क्रांती तत्त्वज्ञान हाच आहे. ''विचारस्वातंत्र्य हा माझा जन्मसिद्ध हक्क आहे आणि तो मी मिळविणारच.'' या प्रतिज्ञेपोटीच समाजप्रबोधनाचा नवा विचार आणि जीवनाच्या यथार्थ आकलनावरती उभे असलेले नवे साहित्य जन्माला येते. विचारस्वातंत्र्याच्या भूमीतच विद्रोहाचे मळे पिकतात आणि विद्रोही मनोवृत्तीच विचारस्वातंत्र्याच्या उपभोगाने सुखावू शकते.

प्रबोधन-क्रांती या प्रक्रिया अंतहीन प्रक्रिया आहेत. विचार म्हणजे परिस्थितीच्या भिंतीपल्याडचेही पाहू शकणारा डोळा होय. विचार समाजाच्या रक्तशुद्धांचेही कार्य करतो. हा विचारच माणसाला इतर सर्व पशूंपासून वेगळे करतो. परंपरावाद्यांना जशा श्रद्धा तसा परिवर्तनवाद्यांना विचार होय. एकाच ठिकाणी थांबणाऱ्यांसाठी श्रद्धा आणि शब्दप्रामाण्य ढाली होत असतात. निर्विचारता ही त्यासाठी परम हितावह असते. विचाराची साधना करणाऱ्याच्या लेखी श्रद्धा बेड्यांचे कार्य करीत असतात. विचार ही पुढे जाणाऱ्यांची शैली आणि शक्ती असते. विचार करण्याचे स्वातंत्र्य आणि संपूर्ण मुभा यासाठी आवश्यक असते की, त्याशिवाय नवा विचारच जन्माला येऊ शकत नाही आणि निसर्गात प्रत्यही सूर्योदय होऊ शकत असला तरीही नव्या विचाराशिवाय समाजाचा नवा दिवस उगवू शकत नाही. नवा विचार हा प्रगतीच्या प्रतिज्ञा घेऊन येतो म्हणूनच तो परिवर्तनाचा सखा ठरत असतो. तेव्हा विचारस्वातंत्र्याला विरोध हा दृश्य किंवा अदृश्य पातळीवरून परिवर्तनाला किंवा क्रांतीला विरोध असतो.

विचारस्वातंत्र्याच्या सर्जनशीलतेमुळेच आपला समाज आजची प्रगतीची अवस्था गाठू शकला. विचारस्वातंत्र्याच्या पोटीच चार्वाक, बुद्ध जन्माला येतात, विचारस्वातंत्र्याच्या कुशीतूनच लोकहितवादी, फुले, आगरकर संभवतात. निर्विचाराच्या पोटी या सर्वच नव्या आघाड्या शक्य होत नाहीत. परिस्थितीच्या भिंती फोडून जीवनाच्या नव्या प्रकाशवाटा निर्मिणारा विचार जिथे निर्भयपणे संचार करतो, तो समाजच मानवी कर्तृत्वासाठी नवे अवकाश मोकळे करून देत असतो. जिथे विचार निर्भय असतो तिथेच जगणे गतिमानतेने पल्लवित होत असते; म्हणूनच कोणत्याही काळातील नव्या जीवनाचे शिल्पकार विचार स्वातंत्र्याचे ध्वज खांद्यावरून पडू देत नाहीत. विचारस्वातंत्र्याच्या पराभवामुळे महापुरुष कोसळत नसतात तर जिंदगीच्याच पावलांपुढे प्रश्नांचे डोंगर उभे

राहत असतात. विचारस्वातंत्र्याच्या नाचक्कीने केवळ प्रबोधनाचीच नाचक्की होते असे नाही, तर जीवनाची बंधमुक्तीची प्रक्रिया नाकारली जाते आणि त्यातून फक्त माणसुकीच्या आराधनेचा पराभवच शिल्पित करता येतो. विचारस्वातंत्र्याची कोंडी करून केवळ समतेच्या चळवळीत खिंडीत पकडता येत नाहीत तर अवघ्या समाजाच्या आणि राष्ट्राच्या अधिक उन्नत पातळीवर जाऊन जगण्याच्या कांक्षाच जायबंदी करण्यात येतात. तेव्हा राष्ट्र नमनवोन्मेषांनी फुलण्यासाठी विचारस्वातंत्र्याचे सर्जनशील हवामान आणि जमीन लागते. त्यामुळे विचारस्वातंत्र्याच्या वाटा रोखणे हे केवळ राष्ट्रघातकीपणाचे ठरणार आहे.

'देशीपणाची संकल्पना' प्रत्यक्षाप्रत्यक्षपणे मराठी साहित्य-संस्कृतीच्या जन्मापासून तहत आजपर्यंत मांडली जाते आहे. 'देशीयेचेनि नागरपणे' व 'दावू वेल्हाळ देशी नवी' पासून आजपर्यंत ही संकल्पना वेगळ्या जाणीवबंधाच्या अनुषंगाने वापरली गेलेली आहे. या संकल्पनेत पूर्वी द्वैत होतेच, पण अव्वल इंग्रजी काळामध्ये या संकल्पनेत अधिकच मूलगामी पातळीवरचे निराळे असे द्वैत निर्माण झाले. आधुनिक जीवनमूल्यांमुळे आपल्या समाजात जे जाणीवद्वैत निर्माण झाले त्याचा परिणाम म्हणून या देशीपणालाही द्विमुखता प्राप्त झाली. देशीपणाच्या या दोन ध्रुवांच्यासाठी पूर्वपरंपराचे अर्थ वेगळे होते. त्यांच्यासाठी संस्कृतीची अन्वर्थकता वेगवेगळी संभवत होती. १८५७ वाल्यांच्या देशीपणासाठी भूतकाळ वेगळा म्हणून अपरिहार्यपणे त्यांच्यासाठी भविष्यकाळही वेगळा होता. 'हा देश कुणाचा?' असा अवघड प्रश्न उभा करणाऱ्या जोतिबा फुल्यांच्या देशीपणासाठी जसा भूतकाळ वेगळा होता तसा त्यांच्यासाठी अपरिहार्यपणे भविष्यकाळही वेगळा होता. या दोन देशीपणाची स्वप्ने वेगळी होती. कारण या दोन देशीपणांसाठी भूतकाळातील सांस्कृतिक गुणाकार-भागाकार वेगवेगळे होते. एका स्वधर्माची चिंता होती, तर दुसऱ्याला मनुष्यधर्माची प्रस्थापना ही चिंता होती. अठराशे सत्तावन्नवाल्यांच्या देशीपणाची आणि जोतिबा फुल्यांची भौतिक सामग्री एकच होती. पण या जीवनसामग्रीचा दोन्ही देशीपणाच्या साठी संभवणारा अनुभव वेगवेगळा होता. कारण या दोन्ही देशीपणांच्या वाट्याला वेगवेगळ्या हेतूंनी ही सामग्री आली होती. देशीपणाची संकल्पना अशी इथं द्वैतवर्गीय झालेली आहे. परस्परांविरुद्ध हितसंबंधाच्या छावण्यांचे स्वरूप देशीपणाच्या या दोन रूपांना प्राप्त झालेले आहे.

पुढे हेच विग्रहदर्शन आपल्याला दिसेल. चिपळूणकरांच्या देशीपणाच्या इच्छा निराळ्या, आगरकर-केशवसुतांच्या निराळ्या. 'पूर्व दिव्य ज्यांचे त्यांना रम्य भावि काळ' असे म्हणणारा कवी कोणता देशीपणा मांडत होता? जोतिबा फुल्यांच्या शूद्रातिशूद्रांचे इथे कोणते पूर्वदिव्य होते आणि हे पूर्वदिव्य त्यांना नसेल तर त्यांच्या रम्य भावीकाळाचे स्वप्न संभवतच नव्हते काय?

देशीपणाची संकल्पना कधी परकीय मूल्यप्रवाहांच्या संदर्भावर (उदा. पूर्व दिव्य

ज्यांचे...) तर कधी एतद्देशीय संदर्भातीलच उच्चभ्रूंच्या अरेरावीच्या संदर्भात (उदा. संस्कृत संदर्भात : दावू वेल्हाळ देशी...) मांडली गेली आहे. पूर्वजगौरवावर भिस्त असलेल्या राष्ट्रवाद्यांनी देशीपणाचा स्वधर्मनिष्ठ स्थितिशील किंवा प्रतिगामी म्हणजे समाजाला मागे नेणारा आशय साकार केला. पुढे गांधीजींनीही स्वदेशीची कल्पना गीतेतील स्वधर्माच्या कल्पनेशी अनुबंध राखूनच वापरली आहे, तर लोकहितवादी, फुले, आगरकर आणि आंबेडकर आदी सुधारकांनी देशीपणाची वर्णधर्मभंजक म्हणजे आधुनिक जीवनमूल्यांचा ध्येयवाद बाळगणारी संकल्पना साकार केली.

आपल्या समाजात हिंदू, मुस्लीम, बौद्ध, ख्रिश्चन इ. धर्माचे लोक राहतात. या सगळ्यांच्या देशीपणाची एकच एक वस्तुस्थिती निर्देशिता येणे अशक्य आहे. या समाजात वैदिक-अवैदिक या दोन जीवनप्रणालींचे लोक आहेत आणि त्यांची ही देशीपणाची वेगवेळी आशयद्रव्ये आहेत. नास्तिकांची देशीपणाची जाणीव वेगळी तशी आस्तिकांची देशीपणाची जाणीव वेगळी. बुद्धिप्रामाण्यवाद्यांची ही जाणीव वेगळी आणि शब्द किंवा श्रद्धाप्रामाण्यवाद्यांची ही जाणीव वेगळी. चाबुकांची आणि त्यांच्या आसूडांनी सांडणाऱ्या रक्ताची संस्कृती भिन्न असणार, म्हणून या दोन संस्कृतींचा देशीपणाही भिन्न असणार. उन्मत्त टाचा आणि या टाचांखाली चिरडलेले श्वास यांची संस्कृती भिन्न असणार म्हणून या दोन संस्कृतीचा देशीपणाही भिन्न असणार. देशीपणा भारतासारख्या देशात खरेतर अनेकध्रुवी असणे अटळ आहे. अंतिम विश्लेषणात निदान त्याचा द्विध्रुवीपणा तर निश्चितच दुर्लक्षिता यायचा नाही. पाश्चात्त्य प्रभावाच्या आक्रमणाच्या अनुषंगाने आपल्याकडील मंडळी समग्र देशाचे प्रतिबिंबन करणारी देशीपणाची पायघोळ संकल्पना मांडण्याचा प्रयत्न करताना दिसतात. पण ही मंडळी या देशाच्या संदर्भात संभवणारी एतद्देशीयता, नुसती अनेकस्तरीय नाही, तर परस्परविरुद्ध स्तरांनी साकार झालेली आहे, ही गोष्ट लक्षातच घेत नाही.

या देशाचा इतिहास अपरिहार्यपणे विषमतेचा इतिहास आहे. या देशाचा इतिहास सरंजामी शोषणाचा आणि मागल्या शे-सव्वाशे वर्षांपासून तो सरंजामी आणि भांडवली यांच्या संयुक्त शोषणाचा इतिहास आहे. शोषक आणि शोषित या दोन परस्परविरोधी घटना या देशात अस्तित्वात आहेत. शोषकांच्या हिताचा 'बेस' आणि त्यांच्या हिताचे 'सुपर स्ट्रक्चर' असे आपल्या समाजसंस्थेचे पुरातन काळापासून स्वरूप आहे. हा बेस आणि हे सुपर स्ट्रक्चर नष्ट करून समाजसंस्थेचा सर्वजनहिताय आणि सर्वजनसुखाय बेस आणि सुपर स्ट्रक्चर प्रत्यक्षात आणण्यासाठी संघर्ष करणारी परंपरा या देशात आहे. पण या सर्वच गोष्टींच्या अनुषंगाने संभवणाऱ्या देशीपणाच्या संकल्पनेचे वर्गीय स्वरूप भारतीयत्वाची संकल्पना मांडणारे डॉ. रा. भा. पाटणकरही (कमल देसाई यांचे कथाविश्व : प्रस्तावना) लक्षात घेत नाहीत आणि डॉ. भालचंद्र नेमाडेही आपल्या लेखनात ही गुंतागुंत लक्षात घेत नाहीत. त्यामुळे भारतीयत्वाची

संकल्पना काय किंवा देशीपणाची संकल्पना काय, या उपरोक्त दोन्ही संकल्पना निखळ पुनरुज्जीवनवादाला खतपाणी घालणाऱ्या संकल्पना ठरतात. साहित्य म्हणून अन्वर्थकपणे अस्तित्वात येण्यासाठी सगळी एतद्देशीय सामग्री दलित साहित्याला अत्यंत आवश्यक सामग्री वाटते. आपल्या जाणिवेच्या पूर्णप्रकाशनासाठी त्याला ती अटळ अट वाटते. पण त्याचवेळी ही सामग्री ज्या परस्परविरोधी तंतू ओतूंनी तयार झालेली आहे आणि तिच्यातून जे जाणीवद्वंद्व विलसते आहे, त्या जाणीवद्वंद्वातील फुले-आंबेडकरांच्या देशीपणाला दलित साहित्य आपले मध्यवर्ती 'Directive Principle' मानते.

ब्राह्मणी समाजसंस्थेचा पाया आणि इमला बहुजन समाजासकट दलित आदिवासी भटक्या विमुक्तांपर्यंत सर्वांनाच शोषकांचा देशीपणा वाटला पाहिजे. आणि नवा पाया, नवा इमला जन्माला घालू इच्छिणाऱ्या फुले, आगरकर, आंबेडकर यांच्या कल्पनेतील देशीपणा आपला उद्धारक देशीपणा वाटला पाहिजे. हा देशीपणाच व्यक्तिवाद, पुनरुज्जीवनवाद वा फॅसिस्ट प्रवृत्तींना नाकारू शकतो आणि या देशातील बहुसंख्य उपेक्षितांच्या भवितव्याचीही ती हमी ठरू शकतो. आंबेडकरांच्या प्रेरणेने या देशीपणाचाच विद्रोही आविष्कार मराठीत दलित साहित्याच्या निमित्ताने झाला. दलित साहित्याचा देशीपणा स्वातंत्र्य, समता, बंधुता, न्याय, ज्ञान आणि विज्ञान या प्रकाशाच्या पंचशीलावर उभा आहे. दलित साहित्याचा देशीपणा परंपरावाद्यांच्या फॅसिस्ट देशीपणाविरुद्ध विद्रोह करणारा आहे. आधुनिक महाराष्ट्रात लोकहितवादी, फुले, रानडे, आगरकर, राजर्षी शाहू आणि आंबेडकर ही परिवर्तननिष्ठ देशीपणाच्या घडणीची परंपरा आहे. या देशातील समग्र 'ब्रोकन मेन' नी या देशीपणाची रक्ताची बांधीलकी सागिंतली पाहिजे.

एतद्देशीय भौतिक सामग्रीचे, तिच्यातील विविध पातळ्यांवरील द्वंद्वांच्या अन्वर्थक आकलनांचे देशी साहित्यात अत्यंत महत्त्व आहे. या द्वंद्वांच्या सर्वांगीण आकलनाशी आणि अभिव्यक्तीशीच खऱ्या देशी साहित्याची संकल्पना निगडित आहे. या संदर्भात नवसाहित्यापासून ते अलीकडच्या काळापर्यंत पाश्चात्त्य वाङ्मयाच्या प्रभावातून जन्माला आलेले काही मराठी साहित्य प्रश्नार्थक होऊन जाते. दलित साहित्यच मग खऱ्या अर्थाने देशी साहित्य आणि तेच खऱ्या अर्थाने नवसाहित्य ठरते. ग्रामीण, अस्तित्ववादी, मार्क्सवादी या साहित्यदालनांसकट सर्वच मराठी साहित्याचा देशीपणा तपासला जाणे आवश्यक आहे.

'ग्रामीण साहित्याचा प्रवाह' आजच्या मराठी साहित्यात एक महत्त्वाचा प्रवाह मानला जातो. स्वातंत्र्योत्तर काळातील आपल्या सामाजिक परिवर्तनाची तीसुद्धा एक लक्षणीय फलश्रुती मानायला हवी. आपल्या समाजजीवनातील उलथापालथीचा एक तीव्र स्वभावी आविष्कार दलित साहित्याच्या रूपाने झाला तर याच प्रक्रियेचा दलित साहित्याप्रमाणे विद्रोही नसला तरी एका वर्णनात्मक पातळीवरचा आविष्कार ग्रामीण साहित्याच्या रूपाने झाला. ग्रामीण साहित्य विद्रोही का झाले नाही? या प्रश्नाच्या

उत्तरासाठी आपल्या सर्व समाजाची बारीक मीमांसा अपेक्षित आहे; पण क्रमाने ग्रामीण साहित्य वर्णनात्मकतेकडून विश्लेषणगर्भ संश्लेषणकेन्द्राकडे सरकत आहे, ही बाब मराठी साहित्यातील व्यापक मन्वंतराच्या दृष्टीने मोलाची मानायला हवी. अर्थातच ग्रामीण साहित्याने आजवर केले त्यापेक्षा कितीतरी पातळ्यांवरचे वाङ्मयीन अन्वर्थक त्याला यापुढे करावयाचे आहेत. ग्रामीण साहित्य दलित साहित्यापासून वेगळे असण्याचे कारण हे साहित्य, साहित्य म्हणून समकालीन जीवनाच्या संदर्भात आपली जबाबदारी ओळखत नाही हे आहे. ग्रामीण संवेदनशीलता, ग्रामीण प्रतिभा या ग्रामीण जीवनाच्या साहित्यकळा फुलवीत आहेत. या चित्रापेक्षा शहरनिष्ठ, मध्यमवर्गीय उपऱ्या जाणिवा ग्रामीण जीवनावर डकवल्या जात आहेत असे दिसते. आजवरच्या ग्रामीण साहित्याला ग्रामीण जीवनाचे सर्वांगीण यथादर्शन झाले आहे असे दिसत नाही. आपल्या ग्रामीण जीवनाचे आजचे वास्तव भूतकाळातील हजारो पिढ्यांनी घडवलेले वास्तव आहे. या वास्तवाचे वय अनेक हजार वर्षांचे आहे. सरंजामी धोरणाच्या आडव्या-उभ्या धाग्यांनी या वास्तवाचा पोलादी पट विणलेला आहे हे वास्तव सुरम्य नाही, देखणे नाही; उलट अनंत जखमांनी हे वास्तव पोखरलेले, आजारी आणि कुरूप असे वास्तव आहे. ग्रामीण जीवनाचे हे वास्तव आवाहन वाटावे असे जटिल वास्तव आहे. आपल्या सगळ्या परंपरांनी आणि संस्कृतीने जन्माला घातलेल्या प्रश्नांनी ग्रामीण विभागातच प्रामुख्याने वस्ती केलेली आहे. या प्रश्नांच्या व्यवहारांचा गुंतवळा आणि आजच्या शहरी संस्कृतीने ख़ेड्यात पाठविलेल्या शहरी प्रश्नांचा ग्रामीण व्यवस्थेशी येणारा संबंध या सर्वच अंतर्विरोधांची या सर्वच संबंधाची, संवाद-विसंवादांची ग्रामीण म्हणून साकार होणारी मूस ग्रामीण प्रतिभेला आपल्या निर्मितीसाठी संभवणारी अटळता वाटली पाहिजे.

ग्रामीण प्रतिभा जर डोळ्यांतील भ्रम बाजूला सारून पाहू लागली तर या व्यवस्थेमधील वेदनांच्या गुहा तिला दिसू लागतील आणि हे झाले तर दलित वेदनेइतकीच ही ग्रामीण वेदनाही जीवघेणी आहे असे नवे दर्शन या प्रतिभेला घडू शकेल, आणि हे झाले तर ग्रामीण साहित्य हे याच वेदनेच्या सुळावर उभे राहून विद्रोहाचे आकांतगीत गाऊ शकेल. प्रतिभा साहित्यनिर्मिती करते याचा अर्थ समाजसमस्यांच्या कल्लोळात ती उभी असते. त्या कल्लोळांचे सारतत्त्वच ती अंगप्रत्यंगातून फुलवीत असते. 'गुलामगिरी' आणि 'हू वेअर दि शूद्राज' हे ग्रंथ ग्रामीण प्रतिभेपुढे मार्गदर्शक दीपस्तंभ उभे करू शकतात. या दिशेने ग्रामीण साहित्याला आणि जनसाहित्यालाही स्वच्छ तात्त्विक पाया मिळवून देण्याची गरज आहे. त्यातून ग्रामीण आणि जनसाहित्यिकांच्या प्रतिभांना आपले खरे सहप्रवासी लक्षात घेता येतील. आपल्या समाजातील बहुसंख्याकांची जागृत सुख-दुःखे वा सुख-दुःखाचे भूतकाळ-वर्तमानकाळ आणि भविष्यातील नव्या उपलब्धीही या प्रतिभांना यथार्थ पातळीवरून उमगतील. असे झाले तर या प्रतिभांना दलित

साहित्याचे मर्म उमजेल आणि त्यातून वाङ्मयीन प्रबोधनांचीच कोंडी आरपार फुटेल असे नाही, तर आपल्या समाजक्रांतीचीही कोंडी छिन्नविछिन्न होऊन जाईल. आपल्या साहित्यासकट जीवनालाही नवे तेजाचे पंख आणि नवे आभाळ लाभेल.

'वाङ्मयेतिहास लेखनाची प्रक्रिया' ही एक अंतहीन प्रक्रिया असते. या प्रक्रियेतील एक अंतिम सत्य असे असते की, कोणताही वाङ्मयेतिहासकार या संदर्भात अंतिम शब्द सांगू शकत नाही. वाङ्मयेतिहास ही घटना नेहमीच त्यामुळे नवनव्या वाङ्मयेतिहास लेखकाच्या शोधात असते. कोणतेही वाङ्मय आपल्या नवनव्या विश्लेषणाची कांक्षा बाळगून असते. वाङ्मयेतिहास लेखन हे दरवेळी नवे आवाहन असते. वेगळ्या सांस्कृतिक संदर्भबंधामध्ये निर्माण झालेले वाङ्मय त्या संदर्भबंधांचा विनयभंग न होऊ देताही नव्या सांस्कृतिक संदर्भबंधात तपासून पाहावे लागते. नव्या वाङ्मयाभिरुचीच्या काट्याच्या कसोटीवर ते घासून पाहावे लागते. त्यातून इतिहासविषय झालेल्या गतकालीन वाङ्मयाची वाङ्मयीन शक्ती म्हणजे स्वकालावर मात करण्याची त्याची लालित्य ऊर्जा पुन्हा उजळून निघत असते. इतिहास घडवू इच्छिणाऱ्या कोणत्याही नव्या वाङ्मयीन समाजाला गतवाङ्मयाच्या इतिहासाची अचूक जाण असावी लागते. ही जाण मिळविण्याच्या प्रक्रियेतून वाङ्मयतील कालातीताचे आणि तात्कालिकतेचेही शोध त्याला लागत असतात. या शोधातून हाती येणारी समज ही अधिक समर्थ आणि कालातील वाङ्मय निर्माण करू पाहणाऱ्या साहित्यिकांच्या समाजासाठी उपकारक ठरत असते. काळ गतिशील आहे. समाज गतिमान आहे. जीवनातील रंगभूमीवरील नेपथ्य सारखे बदलत राहते. समाजातील विविध तंतुओतूंचे संबंध सारखे हिंदकळत राहतात. समाजसंबंधाची बेरीज, वजाबाकी, भागाकार आणि गुणाकार या व्यवहारातील आकड्यांच्या जागा सारख्या बदलत असतात. या बदलत्या जागांची नवनवी वास्तवे ही समाजात येत असतात, जात असतात. ही नवनवी घटिते अधिक नव्या अन्वर्थक घटितांसाठी भूतकाळाची गतिवर्धक मांडणी करीत असतात.

वाङ्मयेतिहास लेखन हे या पातळीवर सतत होणे अपरिहार्य ठरते. उदा. जंगलाच्या अंधारातून ग्रामीण जीवनातून भटक्या विमुक्तांच्या आयुष्यांमधून आणि शूद्रातिशूद्रांच्या तशाच Broken जगण्यातून स्वातंत्र्योत्तरकाळात नव्या सांस्कृतिक जीवनाची आणि वाङ्मयीन जीवनाची कांक्षा पेटली. ही कांक्षा प्रचलित वाङ्मयेतिहासांना अनपेक्षित असे प्रश्न विचारणे साहजिक आहे. ही कांक्षा या वाङ्मयेतिहिसांना आपली जागा विचारणे शक्य आहे आणि त्या निमित्ताने सगळ्या प्रतिभा आणि वाङ्मयेतिहास लेखकाच्या भूमिका ऐरणीवर धरणे शक्य आहे. आता दलित, बहुजन, आदिवासी, ग्रामीण यांच्यामधील नवे अभ्यासक मराठी वाङ्मयाचा इतिहास लिहिण्यासाठी पुढे आले पाहिजेत. मराठी वाङ्मयाचे खरे स्वरूप त्यातून कदाचित स्पष्ट होईल. कदाचित हे वाङ्मय कुणाचे या प्रश्नापासूनच भडका उडण्याची शक्यता आहे. व्यवस्थेचा

अभ्यासक जसा वाङ्मयेतिहास लिहील तसा वाङ्मयेतिहास विस्थापितांतील अभ्यासक लिहिणार नाही. अशा वाङ्मयेतिहास लेखनातून आज उद्याच्या मराठी साहित्य संस्कृतीचे अधिक उज्ज्वल, अधिक सर्वसमावेशक, अधिक गहन स्वरूप प्रकट होऊ शकते. असे वाङ्मयेतिहास लेखन जसे आवश्यक आहे, तशी या देशाच्या सांस्कृतिक सामाजिक, राजकीय अशा सर्वांगीण नव्या इतिहासलेखनाची गरज आहे. याबरोबरच कालवरच्या मूठभरांच्या अभिरुचीने ज्या कलाकृतींना मानदंड म्हणून गौरविले. ज्यांना आपल्या सोयीने वाङ्मयीन महात्मता बहाल केली त्या अमर ठरविलेल्या कलाकृतींचीही तपासणी होणे आवश्यक आहे. ही अमरता वर्गीय हितसंबंधाच्या अनुषंगाने बहाल केली गेली आहे. एका मूठभरांच्या अभिरुचीने दिलेला तो निर्णय आहे. हा निर्णय बाकीच्या सर्वांच्या लेखीही अमरत्वाचा निर्णय ठरण्याची निश्चिती नाही. कदाचित या नव्या तपासणीत अनेक कलावंतांच्या आणि कलाकृतींच्या भोवतीची अमरत्वाची वलये वितळून जाण्याची शक्यता आहे. याचे कारण नवी वाङ्मयाभिरुची नव्या सामाजिक न्यायाचे आग्रह घेऊन येत आहे.

दलित साहित्याचे नि:पक्षपाती समतोल असे इतिहासलेखन होण्याची गरज आहे. दलितेतर लेखकांनी आणि त्याहूनही दलित लेखकांनी दलित साहित्यासंबंधी जे लिहिले आहे, ते किती गटधार्जिणे आहे, अनेक लोकांना अन्यायकारक आहे, याची जाणीव होते. वाङ्मयीन समाज आणि आंबेडकरी मूल्यभाव ह्यांचा चोखामेळा या गटसापेक्ष वृत्तीमुळे दलित लेखकही कसा करतात याचे प्रत्यंतर आपल्याला संबंधित लेखनातून येऊ शकते. दलित साहित्याचा इतिहास निर्मळ पातळीवरून लिहिला जायचा असेल तर त्यासाठी आपल्यातील वेगवेगळ्या कारणांनी पडलेले तट नष्ट झाले पाहिजेत. म्हणजे अनेक लेखकांच्या जागा बदलू शकतील. गुणवत्तेला प्राधान्य देणारी एक नवी व्यवस्था लाभू शकेल. त्यातून नव्या विद्रोही लेखकाला नेमकी समज लाभू शकेल. दलित साहित्य चळवळीच्या पुढच्या वादळाच्या दृष्टीनेही दलित साहित्य व्यवहाराची, दलित लेखकांच्या स्थानांची आणि गुणवत्तांची न्याय्य अशी मांडणी होणे आवश्यक आहे, अनेक कारणांमुळे आपण ती करू शकलो नाही.

'दलित साहित्याच्या सौंदर्यशास्त्राच्या संदर्भात' मागील काही वर्षांमध्ये काही होकारात्मक किंवा नकारात्मक बोलले जाऊ लागले आहे. दलित साहित्याचे वेगळे सौंदर्यशास्त्र असू शकते काय? असा प्रश्न मागील काही वर्षांत मांडला जातो आहे आणि या प्रश्नाला काहींचे होकारार्थी उत्तर आहे तर काहींनी नकारार्थी उत्तर दिलेले आहे. या पार्श्वभूमीवर दलित साहित्याच्या सौंदर्यशास्त्राविषयीचा प्रश्न आपण चर्चेला घेतो आहोत. हा प्रश्न चर्चेला घेताना एक गोष्ट प्रथमच लक्षात ठेवली पाहिजे की वरील प्रश्नाचे उत्तर आपण तो प्रश्न कोणत्या संदर्भात विचारतो त्या संदर्भावर अवलंबून आहे. म्हणजे मार्क्सवादी सौंदर्यशास्त्र असू शकते. भारतीय सौंदर्यशास्त्र असू

शकते. मराठीचे साहित्यशास्त्र असू शकते. अशी वेगवेगळ्या संदर्भांनी आणि नावांनी सौंदर्यशास्त्रे गृहीत धरली जात असतील आणि त्या संदर्भाने वरील सौंदर्यशास्त्रे संभवत असतील तर दलित साहित्याचे वेगळे सौंदर्यशास्त्र म्हणजे आंबेडकरवादी सौंदर्यशास्त्र हे वेगळे असू शकते, असेच म्हटले पाहिजे.

कलावाद-जीवनवाद, स्वायत्ततावाद-जीवनवाद-लौकिकतावाद अलौकिकतावाद अशा दोन भूमिका साहित्याच्या प्रयोजनाच्या अनुषंगाने साहित्यशास्त्राच्या व सौंदर्यशास्त्राच्या जन्मापासूनच मांडल्या जात आहेत. पहिल्या पातळीवर कलावाद-जीवनवाद अथवा लौकिकवाद-अलौकिकतावाद या दोन प्रवृत्ती साहित्यविचारातील दोन परस्परविरोधी नैतिकता आहेत असे म्हटले पाहिजे. पण या म्हणण्याची सार्थकता एका मर्यादेतच संभवते. लौकिकतावाद, अलौकिकतावाद हे साहित्यविचारातील दोन पक्ष प्राचीन काळातही आहेतच. कलावाद-जीवनवाद ही नावे अलीकडच्या काळात उपरोक्त दोन प्रवाहांनाच मिळालेली नावे आहेत; पण मुळात लौकिकतावाद, अलौकिकतावाद हे दोन परस्परविरोधी पक्ष किंवा ध्रुव होऊ शकतात काय? असा प्रश्न आहे. अलीकडच्या काळात अशी द्विध्रुवात्मकतेची मांडणी डॉ. पाटणकरांनी विश्वसौंदर्य विचाराच्या संदर्भात केली आहे असे दिसते. पण भारतीय सामाजिक आणि सौंदर्यविषयक वस्तुस्थितीच्या संदर्भात विचार केला तर लौकिकतावाद अलौकिकतावाद या संकल्पनांना दोन ध्रुव म्हणता येईल' अशी मूल्यपातळीवर तफावत संभवत नाही असे दिसते. म्हणजे सौंदर्यशास्त्रीय पातळीवर या दोन संकल्पनांमध्ये खरी द्विध्रुवात्मकता संभवत नाही अशी मांडणी संभवू शकते.

अलौकिकतावादी ध्रुव पुरुषार्थनिष्ठ संमतीमूल्याचा, साहित्याच्या महात्मेशी अवश्योपाधी म्हणून संबंध जोडतो. भारतीय अलौकिकतावादी सौंदर्यविचाराने कलेचे कलापण किंवा कलाश्रेष्ठत्व निर्देशिण्यासाठी अवलंबिलेल्या धर्म, अर्थ, काम आणि मोक्ष या संकल्पनामधील आशय हा संरजामी आहे. केवळ उच्चवर्णीयांच्या सर्वस्वाची काळजी घेणारा तो आशय आहे. चातुर्वर्ण्यव्यवस्था, तिच्यातील वर्णसंबंध, तिच्यातील विषमता, तुच्छता, गुलामगिरी आणि या सर्वांना तात्त्विक अधिष्ठान देणारे अध्यात्म यांच्या एकरसीकरणातून तो आशय सिद्ध झाला आहे. या आशयद्रव्याशी साहित्यातील सौंदर्याचा संबंध जोडणे म्हणजे समाजातील असंख्य जनसामान्यांना पशू असणे समर्थनीय मानणे म्हणजे केवळ मूठभरांच्या वर्गहिताच्या मूल्यांना कलामूल्ये मानणे ठरते. या मूल्यांना कलामूल्ये मानल्यानंतर कलेचे मापदंड मानल्यानंतर, कलेचा आस्वाद साधारीकरणाच्या हिकमतीने घेतला काय किंवा विश्रांती पर्यवसायी चलाख हेतूने घेतला काय, शेवटी कलामूल्ये म्हणून पुरस्कृत केलेल्या आणि कलेतून चितारलेल्या मूठभरांच्या वर्गहिताच्या मूल्यांचाच आस्वाद घ्यावा लागणार; कारण अशा मूल्यास्वादाशिवाय भारतीय अलौकिकतावादाच्या लेखी ती कला, कला म्हणून उभीच राहू शकणार नाही.

भारतीय साहित्यशास्त्रातील अलौकिकतावादाचे अलौकिकतावादपण हे ब्राह्मणी मूल्यव्यूहाशी बांधलेले आहे. हे लक्षात घेणे आवश्यक आहे. भारतीय अलौकिकतावादात मूल्ये मध्यवर्ती आहेत. ही मूल्ये कलानिकषांची भूमिका बजावीत आहेत. याचा अर्थ भारतीय अलौकिकतावादी सौंदर्यविचार, नैतिक विचार आहे आणि तो ब्राह्मणी नैतिक विचार आहे हे उघड आहे. याचा अर्थ भारतीय अलौकिकतावाद मूल्यांचे दालन आहे. या मूल्यांच्या दालनात धर्म,अर्थ,काम, मोक्ष ही सरंजामी नैतिकता सरंजामशाहीच्या संवर्धकांनी मांडली; पण त्या मूल्यांच्या जागी स्वातंत्र्य, समता, बंधुता न्याय आणि विज्ञानदृष्टी ही पंचप्रकाशमूल्ये ठेवली तर भारतातील अलौकिकतावादी साहित्यशास्त्राला सौंदर्यशास्त्र म्हणून कोणतीही इजा पोहोचत नाही. त्यासाठी त्याला स्वत:ची कोणतीही मोडतोड करून घेण्याची गरज नाही; कारण तात्त्विक पातळीवर त्यात मूल्यांची जागा आहे. ही मूल्ये कोणती असावीत? त्या मूल्यांचा तपशील काय असावा? ही गोष्ट या सौंदर्यशास्त्राचे जे मालक आहेत ते लोक ठरवतील. या सौंदर्यशास्त्राच्या ढाच्याला मूल्यांचा तपशील ठरविता येणे शक्य नाही. त्या ढाच्याची तशी इच्छा असण्याचे कारण नाही. म्हणजेही या सौंदर्यशास्त्राला राबविणारे लोक आपल्या सोयीची नैतिकता त्या मूल्यांच्या चौकटीमध्ये प्रस्थापित करतील. याचा अर्थ भारतीय अलौकिकतावादी सौंदर्यशास्त्र त्याच्या सौंदर्यशास्त्र म्हणून संभवणाऱ्या प्रकृतीला कोणत्याही प्रकारचा धक्का न लागू देता मार्क्सवादी, आंबेडकरवादी नैतिक मूल्यांचा अंगीकार करू शकते आणि आपले अलौकिकतावादी सौंदर्यशास्त्रपण अबाधित राखू शकते.

सौंदर्यशास्त्रातील मार्क्सवादी अलौकिकतावाद किंवा सौंदर्यशास्त्रातील आंबेडकरवादी अलौकिकतावाद प्रस्थापित करण्यासाठी केवळ बहुसंख्यांना गुलाम करणारी उच्चभ्रूंची नैतिक मूल्ये तेवढी नाकारावी लागतात. अलौकिकतावादी सौंदर्यशास्त्राची चौकट कुठेही नाकारावी लागत नाही. पुरुषार्थ मूल्यांना अनुकूल वर्तन करणारे पात्र हे नायक आणि या मूल्यांचा महिमा गाणारी कलाकृती ही श्रेष्ठ असे ज्या सौंदर्यशास्त्राला म्हणता येते, त्याला आंबेडकरी नैतिकमूल्यांना अनुकूल वर्तन करणारे पात्र हे नायक आणि या मूल्यांचा महिमा गाणारी कलाकृती श्रेष्ठ असे सहजच म्हणता यायला हवे, पण इथे भारतीय अलौकिकतवादी सौंदर्यशास्त्राचा ढाचा कुठेच बाधित होत नसला तरी सरंजामी मूल्यव्यवस्थेच्या चाहत्यांच्या इच्छा मात्र बाधित होतात. म्हणजे भांडण सौंदर्यशास्त्रातले नाही तर भांडण जीवनमूल्यांच्या पातळीवरचे आहे, हे उघड आहे. भारतीय अलौकिकतावादी सौंदर्यचिाराने जर धर्म, अर्थ, काम आणि मोक्ष या पुरुषार्थ विचारांऐवजी आंबेडकरी नैतिकमूल्ये अंगीकारली तर साधारणीकरणादी पुढील गोष्टींचाही बाऊ वाटण्याचे काहीच कारण नाही आणि या अर्थाने दलित साहित्याचे सौंदर्यशास्त्र अलौकिकतावादी ठरले तर मला स्वत:ला त्यात दु:ख करण्यासारखे काही नाही.

वरील विवेचनातून हाती लागणारा एक धागा असा की, अलौकिकतावादी

सौंदर्यशास्त्र उच्चवर्णाच्या हिताची नैतिकता किंवा प्रतिगामी नैतिकता पुरस्कारू शकते आणि पुरोगामी परिवर्तनशील नैतिकताही पुरस्कारू शकते. म्हणजे भारतीय संदर्भात निदान अलौकिकतावाद या एका ध्रुवातच मुळात द्विध्रुवात्मकता आहे.

हेच लौकिकतावादी सौंदर्यशास्त्राच्या संदर्भात सांगता येईल. लौकिकतावादी सौंदर्यशास्त्र कोणत्या तरी नैतिकतेशी प्रतिबद्ध असते. मुळात लौकिकतावादातच प्रतिगामी मूल्यभाव किंवा पुरोगामी मूल्यभाव असे दोन्ही मूल्यभाव संभवू शकतात. अलीकडे मराठीतील जीवनवादातही हे संभवू शकत होते; पण अशी मांडणी संभवली नाही. पेशवाईकालीन सामाजिक नैतिकतेचा आजचा पुरस्कर्ता कलावंत व त्याचा साहित्यविचार लौकिकतावादी असू शकतो आणि मार्क्सवादी किंवा आंबेडकरवादी मूल्यभाव अंगीकारणारा सौंदर्यविचारही लौकिकतावादी असू शकतो. असे होऊ शकल्याने आंबेडकरी जीवनभावाने स्पंदित झालेला व या मूल्यभावालाच कलाकृतीचे माहात्म्य मानणारा सौंदर्यविचार लौकिकतावादी सौंदर्यविचार ठरू शकतो. लौकिकतावादी सौंदर्यविचारांचा ढाचा इथे बदलत नाही. मूल्यांचा तपशील निश्चित करणे हे ढाच्याचे काम नव्हे. ती त्याची गरजही नव्हे. मूल्यांचा कोणी निराळा तपशील पुढे केला तर लौकिकतावादी सौंदर्यविचारांची त्याला तर्कत: ना नाही; म्हणजे लौकिकतावादी सौंदर्यशास्त्र प्रगमनशील वा प्रतिगामी अशा कोणत्याही मूल्यभावाशी प्रतिबद्ध होऊ शकते. अर्थातच, मुळात लौकिकतावाद या ध्रुवातच भारतीय संदर्भात द्विध्रुवात्मकता संभवते.

यावरून लक्षात येते की, प्रश्न लौकिकतावाद-अलौकिकतावाद यांच्या स्वीकाराचा वा पुरस्काराचा नाही प्रश्न आपण स्वीकारतो, पुरस्कारतो त्या मूल्यभावाचा आहे. त्यामुळे लौकिकतावाद-अलौकिकतावाद हे दोन ध्रुव सैद्धांतिक समीक्षा व्यवहारात दोन ध्रुव म्हणून उभेच राहू शकत नाहीत. या अंगाने मांडला जाणारा द्विध्रुवात्मकतेचा मुद्दा भारतीय संदर्भात असा अपंग आणि अर्थशून्य ठरतो.

लौकिकतावादी सौंदर्यविचारातही मूल्यभावाच्या दोन तीव्र संघर्ष छावण्या असू शकतात आणि अलौकिकतावादी सौंदर्यविचारातही अशाच परस्परविरोधी मूल्यसरणी असू शकतात. विरोधी मूल्यसरणींच्या असण्याला वरील दोन्ही सौंदर्यविचारांच्या ढाच्यांची कोणतीच हरकत नाही. तेव्हा लौकिकतावाद-अलौकिकतावाद हे द्विध्रुवात्मकतेचे दर्शन ठरत नाही. तर अलौकिकतावादच मुळात द्विध्रुवात्मक आहे. लौकिकतावादच प्रकृतीत: द्विध्रुवात्मक आहे, या निर्णयापाशी आपल्याला यावे लागते.

कलाविषयक संकल्पना स्वभावत: वादग्रस्त असतात, हे गॅलीचे म्हणणे गृहीत धरूनही ही वादग्रस्तता संकल्पनांच्या निर्जीव चौकटींमध्ये नसते, ती वापरणाऱ्यांच्या सैद्धांतिक भूमिकांमध्ये असते. वर सांगितल्याप्रमाणे एकाच संकल्पनेतून दोन विरुद्ध भूमिका मांडल्या जाऊ शकत असतात. संकल्पनेच्या चौकटीची याला हरकत नसते. उदा. सौंदर्य ही संकल्पना द्विध्रुवात्मकता या एका संकल्पनेतही असू शकते आणि तो

लौकिकतावादातही असू शकते आणि अलौकिकतावादातही असते.

वाङ्मयीन श्रेष्ठतेचे निकष मूल्यविरहीत असूच शकत नाहीत. आपण मग लौकिकतावादाच्या आश्रयाला गेलो काय किंवा अलौकिकतावादाच्या आश्रयाला गेलो काय, त्यामुळे फरक पडत नाही. किंबहुना अलौकिकतावाद व लौकिकतावाद यांपैकी कोणत्याही एका ध्रुवातील एखादी विचारप्रणाली स्वीकारली तरी फरक पडत नाही. प्रतिगामी मूल्यभाव पुरस्कारणारा अलौकिकतावाद आणि प्रतिगामी मूल्यभाव पुरस्काराणारा लौकिकतावाद या दोन निराळ्या वस्तुस्थिती ठरत नाहीत. तद्वतच पुरोगामी मूल्यभाव पुरस्कारणारा अलौकिकतावाद आणि पुरोगामी मूल्यभाव पुरस्कारणारा लौकिकतावाद याही दोन वस्तुस्थिती ठरत नाहीत. कलाकृतीची निर्मिती, तिचा आस्वाद आणि तिचे मूल्यमापन या सर्व पातळ्यांवरील व्यवहार मूल्यविरहित असत नाहीत. मूल्यांशिवाय साहित्यविचाराला आणि साहित्यनिर्मितीच्या व्यवहारालाही प्रारंभच करता येत नाही.

विषमतावादी मूल्यभावाचा पुरस्कार अलौकिकतावादी सौंदर्यशास्त्र करो किंवा लौकिकतावादी सौंदर्यशास्त्र करो, दलित साहित्याला विषमतेचा पुरस्कार करणारे सौंदर्यशास्त्र, सौंदर्यशास्त्र असण्याच्या लायकीचे नाही असे वाटते. सदर कलाविचार किंवा साहित्यविचार जीवनातील कुरुपतेचा पुरस्कार करतो, म्हणून या विचाराला 'कौरुप्यशास्त्र' हे नाव अन्वर्थक होईल' असे त्याला वाटते आणि परिवर्तनशील मूल्यभावाशी बांधिलकी सांगणारा सौंदर्यविचार मग तो अलौकिकतावादाच्या मधील एक ध्रुव असो वा लौकिकतावादामधील एक ध्रुव असो, दलित सौंदर्यशास्त्राला त्याच्याशी आपले नाते आहे असे वाटते.

दलित साहित्याचे वेगळे सौंदर्यशास्त्र असते काय? या प्रश्नाचे उत्तर या टप्प्यावर शोधता आले पाहिजे. सौंदर्यशास्त्राला चौकटीचे नाव नाही. मूल्यभावाचे नाव आहे. परिवर्तनशील मूल्यभावविश्वातही तपशिलाचा कमी अधिक वेगळेपणा असलेले नानाविध मूल्यभाव असतात. या मूल्यभावांच्या एखाद्या वेगळ्या तपशिलाला मार्क्सवादी सौंदर्यशास्त्र म्हटले जात असेल, पुरोगामी सौंदर्यशास्त्र म्हटले जात असेल, तर आंबेडकरवादाने प्रभावित झालेल्या मूल्यभावाचा अंगीकार करणाऱ्या सौंदर्यशास्त्राला दलित साहित्याचे सौंदर्यशास्त्र किंवा आंबेडकरी सौंदर्यशास्त्र म्हणायला हरकत नसावी.

'साहित्य' ही अनुभवाधिष्ठित कला आहे. हा अनुभव वैविध्यपूर्ण मानवी व्यवहारांच्या संबंधाविषयीचा असतो. सर्व मानवी व्यवहारांना परस्परांच्या संदर्भात आणि एकूण जीवन सामग्र्याच्या संदर्भात विवक्षित अर्थवत्ता असते. मानवी भावभावनांचे, मानवी व्यवहारांचे संबंध नाट्य ही कलावंतांच्या अनुभवाची दृश्य सामग्री असते. या विविध काळ्या-पांढऱ्या अर्थाचा अर्थ असे साहित्यिकाच्या अनुभवाचे स्वरूप असते. अशा अनुभवाशिवाय साहित्यकलेचे आणि पर्यायाने साहित्यकृतीचे अस्तित्वच संभवत नाही. जीवनाचा आणि साहित्याचा असा अविभाज्य संबंध आहे. प्रतिभावंत मानवी मन

आणि त्याला येणारा अनुभव याशिवाय साहित्य शक्य होत नाही; यामुळेच जीवन आणि साहित्य यांच्या संबंधापुढे प्रश्नचिन्ह उभे करणे हे जीवन आणि साहित्य या दोन्हींच्या संदर्भात अज्ञान प्रकट करणेच ठरते. अनुभव, जीवनमूल्य, जीवनजाणिवा, मूल्यभाव, नैतिकता या सर्वच गोष्टींचा संबंध कलावंतातील व्यक्तीच्या सामाजिकतेद्वारा कलेशी येत असतो. जीवनाचा आणि साहित्याचा संबंध आणि या संबंधाचे स्वरूप कलावंताद्वारेच निर्धारित होत असते. हा संबंध कलावंतामुळेच शक्य आणि निश्चित होत असल्याने समग्र साहित्य व्यवहारात कलावंताचे व्यक्तिमत्त्व ही मध्यवर्ती घटना ठरते; कारण साहित्याचे प्रयोजन, या प्रयोजनाचे आणि साहित्याचे स्वरूप आणि साहित्यकृतीशी विवक्षित फलश्रुती या सर्वच गोष्टींच्या संदर्भात आपणाला कलावंत या घटनेशीच प्रथम संवाद साधावा लागतो.

कलावंताचा अनुभव त्यांच्या जीवनमूल्यभावाशिवाय संभवू शकत नाही. कलावंताची जीवनदृष्टी किंवा त्याची नैतिकताच अनुभवाची, अनुभव म्हणून घटना सिद्ध करीत असते. कलावंतातील व्यक्ती समाजातील विवक्षित मूल्यवर्गाची सभासद असते; पण या किंवा त्या वर्गाच्या अंतित अशी खऱ्या कलावंताची उन्नती किंवा बृहत्तर नैतिकता असते.

उच्चवर्णाचा वा उच्चवर्गाचा कलावंत आपल्या विवक्षित वर्णाच्या वा वर्गाच्या हिताच्या समाजव्यवस्थेचे दृढीकरण करणाऱ्या मूल्यभावाचे प्रक्षेपण करीत असतो. त्याचे साहित्य जीवनाचे दृश्य-अदृश्य पातळीवर द्वंद्व टाळते. असा प्रस्थापित व्यवस्थेचा कलावंत विस्थापिताच्या जीवनविश्वाची दखलच घेत नाही. त्याच्या धूर्त नैतिकतेला त्याची गरज वाटत नाही. त्याचा अनुभव त्याच्या वर्णीय वा वर्गीय जीवनाच्या परिघातच राहतो. त्याचा अनुभव इतर वर्णाशी या वर्गांशी आपल्या वर्गाचे व वर्णाचे असलेले संबंध व नाना पातळ्यांवरील विसंवादच लक्षातच घेत नाही. त्यामुळे त्याचे साहित्य त्याच्याभोवतीच्या समाजजीवनाचा आशय प्रकटच करू शकत नाही. समग्र जीवनार्थाला त्याचे साहित्य वंचितच राहते. या पातळीवर त्याचा अनुभव कलात्मकतेसाठी द्यावी लागणारी अर्धी लढाई याच पातळीवरून हरून बघत असतो. संक्षिप्त वा सविस्तर अशा कोणत्याही पातळीवरून त्याचे साहित्यजीवन सामग्र्याची नाडी अनुभवबंद करू शकत नाही; त्यामुळे या मूल्यवर्गाच्या परिघात वावरणारे साहित्य अन्वयार्थ आणि कलादृष्ट्या मुळातच पंगू होऊन जाते. आपल्याकडील उच्चवर्णीयांचे साहित्य या व्याधीने ग्रस्त आहे. परंपरावाद्यांच्या वर्गातील टीकाकारच या साहित्याला श्रेष्ठत्वाची पदवी देऊ शकतो; पण प्रत्यक्षात आपल्या समग्र समाजाचे अध्याहृत यथादर्शन घडविण्यास अत्यंत निरुपयोगी असे हे साहित्य असते. क्रांतिकारी मूल्यवर्गाच्या साहित्यिकाला त्याची मूल्यवत्ताच प्रकृतीत: समग्र जीवनाच्या तंतूओतूंचे यथादर्शन घडविण्यास भाग पाडते. जीवनातील नानाविध काळ्या-पांढऱ्या व्यवहारांचे संबंध, त्याच्या अंत:प्रकृतीसह

त्याला तपासावे लागतात. त्यामुळे कलावंताच्या कलेला द्रोह्य समाजाचा किंवा स्थितिशील समाजाचा प्रत्यक्षाप्रत्यक्ष संबंध असतो.

याप्रकारे प्रस्थापितविरोधी कलावंताला आपल्या निर्मिती प्रयोजनानुसारच जीवनाच्या सर्व भागांची आंतरव्यवस्था सूक्ष्मपणे लक्षात घ्यावी लागते; त्यामुळे त्याच्या अनुभवाला सर्वसमावेशकता किंवा सर्वस्पर्शिता लाभते. तसेच स्थिती व गती या दोन जीवनशक्तींचा वाद-विसंवाद प्रक्रियेत तो गतीच्या कक्षेत असल्याने त्याच्या अनुभवाला आपापत: उन्नत नैतिकतेची प्रभाशक्ती लाभते. या नैतिकतेचे संचालककेंद्र त्याच्या अनुभवाला लाभते. हे साहित्य समाजातील विरोधी द्वैतात्मकतेचे भान बाळगणारे आणि त्याचे दर्शन घडविणारे साहित्य असते. त्यामुळे ते प्रकृतीत:च अधिक खोल, अधिक यथार्थ आणि कलादृष्ट्या अधिक तीव्र होत असते. दलित समाजाचे वास्तव उच्चभ्रू समाजाच्या वास्तवाशी सेंद्रिय पद्धतीने जोडले असल्याने दलित साहित्यात वरील द्विविध वास्तवाचे अद्वैत अपरिहार्यपणे साक्षात होते. सिंथेसिसच्या मार्गाने त्यातून दृश्यादृश्य पातळीवरून परिवर्तनाची पहाट उगवत राहते. या द्विविध वास्तवाचे यथार्थ दर्शन अनुभवचित्रातून साकार करणारी भाषिक घटना म्हणजे साहित्य. जीवनातील विविध तंतूओतूंच्या संबंधांचे उन्नत नैतिकतेने स्पंदित झालेले प्रत्ययकारी अनुभवदर्शन म्हणजे साहित्य होय, अशी साहित्याची व्याख्या करता येईल. अशी साहित्यकृतीच जीवनाचे सम्यक दर्शन घडवू शकते. या प्रक्रियेतच कलाकृतीच्या महानतेच्या शक्यता आहेत. दलित साहित्याच्या सौंदर्यशास्त्राची किंवा आंबेडकरवादी सौंदर्यशास्त्राची या पायावर मांडणी शक्य आहे.

दलित साहित्यात 'आवर्त' निर्माण झाले आहे, अशी तक्रार मागील काही दिवसांपासून दलितेतर समीक्षकांप्रमाणेच काही दलित लेखकही करीत आहेत. या तक्रारीचा दलित प्रतिभावंतांनी आणि दलित साहित्याच्या चाहत्यांनी गंभीर विचार करायची ऐतिहासिक गरज आहे. कोणत्याही साहित्यविश्वाचा इतिहास हा नाना चढ-उतारांनी आणि भरती-ओहोटींनी मंडित झालेला असतो. साहित्य सतत सपाट मैदानातूनच धावत नाही, सतत ते पर्वताच्या मुकुटांवरूनच संचार करीत नाही, सतत ते एकाच ठिकाणी स्वत:भोवती भिरंगत उभे आहे असेही घडत नाही, ते सतत उतारावरूनच खाली जात दऱ्यांमधूनच भिरभिरते असेही घडत नाही. कोणत्याही साहित्यप्रवाहाला या सर्व कमानींखालूनच जावे लगाते. याला मराठी साहित्य अपवाद नाही. दलित साहित्यही याला अपवाद असणार नाही. वरील चारही शक्यतांच्या मांडवांखालून साहित्याला जावे लगाते. दलित साहित्य आज आवर्तात सापडले आहे, हे बहुतांशी खरे आहे आणि असे असले तरी कोणतेही साहित्य सतत आवर्तातही राहत नाही; हे लक्षात घ्यावे लागते. 'पोत' मध्ये संस्कृतीतील आवर्ताच्या अनुषंगाने साहित्यातील आवर्ताची मीमांसा येते. समाजाच्या नव्या जाणिवेबरोबर नव्या चैतन्यपूर्ण पोताची कलाकृती

निर्माण होते आणि या जाणिवेच्या ऱ्हासाबरोबर कलेचे पोतही निर्जीव बनते. म्हणजे सामाजिक जाणीव जशी स्थिर होते व तिच्यातील विकसन क्षमतेचे सामर्थ्य ओसरत जाते आणि जाणिवेचा दाब ओसरल्याने माध्यमयंत्रणा सांकेतिक व ठोकळेबाज बनू लागते. या प्रकारे 'पोत' कार कलेतील ऱ्हासाचे किंवा आवर्ताचे सूत्र मांडतात. या संदर्भात साहित्यातील आवर्त द्विध्रुवात्मक असते आणि हे दोन्ही ध्रुव परस्पराश्रयी असतात असे म्हणायला हवे. जाणिवेला थकवा आल्यामुळे आशयाला वार्धक्य येते आणि जसा थकवा जाणिवेच्या अंगांनी शक्य झाला की अभिव्यक्तियंत्रणेला थकवा येतो. तीही पांगळून जाते असे झाले म्हणजे साहित्यात आवर्त निर्माण झाले असे आपण म्हणतो. अशी आवर्तस्थळे मराठी साहित्यात शेकडोंनी दाखविता येतात आणि परदेशी साहित्यात हजारोंनी दाखविता येतील.

खरे असे आहे की, आवर्त हा साहित्यातील सर्वांना नको असलेली दुःखद पण अटळ वस्तुस्थिती असते. एखाद्या वाङ्मयीन चळवळीच्या विरोधकांना त्या चळवळीतील आवर्ताच्या खांद्यावर बंदूक ठेवून संबंधित वाङ्मयीन चळवळीवर गोळ्या झाडता येत नाहीत. असे करणे हे संबंधित वाङ्मयीन चळवळीच्या आवर्ताची वाट पाहत असण्याचे, आवर्तावर प्रेम करण्याच्या आणि सदर चळवळीतील भरतीचाही द्वेष करण्याच्या प्रवृत्तीचे लक्षण ठरते. दलित साहित्याच्या अनुषंगाने संभवणाऱ्या आवर्ताच्या संदर्भात असेही कुठे कुठे संभवते काय ते बारीक नजरेने लक्षात घ्यावयाची गरज आहे; पण यामुळे एक निषेधक वृत्ती प्रकाशात मांडता आली तरी तेवढ्यामुळे आवर्ताचे संकट टाळता व निस्तरता येत नाही. अर्थात, दलित साहित्यासारख्या विद्रोही साहित्यावर आवर्ताचा आरोप करता यायला ते आवर्तात सापडले असण्याचीच गरज असते असेही नाही. विद्रोही साहित्याचा धसका घेणाऱ्यांना विद्रोही साहित्याची भरतीही आवर्त म्हणून भासविणे भाग असते; त्यामुळे दलित साहित्यावरील आवर्ताचा आरोप जसा वस्तुस्थितीचा भाग असू शकेल तसा हे साहित्य क्रमाने क्षीण होत जाऊन एक दिवस त्याची निपजच थांबावी अशा अपेक्षाचाही तो भाग असू शकतो, हेही नाकारण्यात अर्थ नाही. पण दलित साहित्यात बहुतांशी आवर्त निर्माण झाले आहे हे वास्तव आपण मान्य करूनच काही चर्चा येथे करणार आहोत. आवर्तातून बाहेर पडण्याचा मार्ग वस्तुतः प्रतिभांच्या पोटातच दडलेला असतो. प्रतिभाच ही कोंडी फोडून बाहेर येतात. आवर्ताची जाणीव जशी वाचक, समीक्षक या संबंधित घटकांना होते तशी ती कलावंतांनाही होते. पण इतर घटकांना आवर्ताची जाणीव झाली तरी साहित्याला आवर्तातून सोडविण्याची प्रत्यक्ष कृती मात्र कलावंतालाच करावी लागते. या संदर्भात केंद्रवर्ती अन् प्रत्यक्ष कार्यकर्ता कलावंतच असतो.

साहित्यातील कोंडीला श्रेष्ठ कलाकृतीच फोडते. श्रेष्ठ प्रतिभाच संकेतांचे तुरुंग फोडू शकतात. वर म्हटल्याप्रमाणे आवर्ताचे भान वाचक, समीक्षक या घटकांना होत

असले तरी आवर्ताला आग लावणारे प्रत्यक्ष हात मात्र कलावंताचेच असतात. ही आग साहित्यक्षेत्री ज्या किमयेने कलावंताला लावता येते, ती किमया अशी पहिल्या पातळीवर जीवनाच्या आणि साहित्याच्या संदर्भात कलावंताला नव्या अंत:प्रेरणेने उधाणून यावे लागते आणि वरील दोन्ही संदर्भात त्याला नवी साहसे साकार करावी लागतात. आपल्या अनुभवाची झडती त्याला जशी जीवनाच्या समग्र संदर्भात घ्यावी लागते, तशी ती उपलब्ध साहित्यपरंपरेच्या संदर्भातही घ्यावी लागते. समाजाचे सणंग ज्या असंख्य तंतुओतूंनी साकार झाले असते, त्या सर्व तंतुओंतूंचे रागरंग बारकाईने ध्यानी घेऊन या समाजसणंगांचे भाष्य अन्वर्थक करून दाखवावे लागते. वेगवेगळ्या अंगांनी वेगवेगळ्या ठिकाणाहून आणि वेगवेगळ्या संदर्भांनी हे भाष्य फुलविता येते. मानवी शरीरातील काही पेशी नष्ट होत जातात, काही नव्याने जन्माला येतात आणि नवे संबंधदर्शन उभे राहते तसे समान जीवनाचेही असते. ही संबंध परिवर्तने, गौण आणि प्रधानसंबंध केंद्रे, त्यांची संदर्भस्वरूपे लक्षात घ्यावी लगातात. या सर्वच बाबींचे तपशील क्वचित आशय बदलत असतात. न दिसत्या पातळीवरून या तंतुओतूंचे संबंध बदलत असतात. कलावंत या कल्लोळांच्या घुमश्चक्रीत जणू उभा असतो. आपल्या नेहमीच्या ठोकताळ्यांची बोबडी वळावी असे हे लीळा लाघव असते. प्रस्थापितांप्रमाणे मोरपिसाऱ्यांवरील डोळ्यांनी नव्हे तर शोधक दृष्टी असलेल्या प्रतिभेच्या हजार डोळ्यांनी ही गुंतागुंत लक्षात घ्यायची असते. हा अनुभव झेलणारे मन मुक्त,मोकळे आणि तरीही दु:खाच्या अनाथ पाठीशी उभे असलेले, अर्थात उन्नत जीवनजाणिवेची आराधना करणारे असावे लागते, या आराधनेत त्याला कधी आंबेडकर उजेड पुरवतील, कधी मार्क्स, कधी सार्त्र तर कधी फुले उजेड पुरवतील.

पण हे आवश्यक असले तरी एवढेच पुरेसे नसते. अंतिम विश्लेषणात कलावंताची इंट्युइशन, त्याची अंत:प्रेरणाच या आराधनेला यथार्थ करून सोडू शकते. इंट्युइशनइशी प्रामाणिक असणे ही बाब आवर्तांच्या भिंती फोडण्याचे बळ देणारी ठरते. ढोबळपणे वरवरच्या पातळीवरून जीवनासंबंधी प्रतिक्रिया नोंदवली जाऊ शकते. पण या प्रक्रियेतून श्रेष्ठ कलाशिल्पे घडविता येत नसतात. ते स्वत:ला सामान्य करून घेणे असते. इथे कलावंतांवर मोठीच जबाबदारी येऊन पडत असते. आपल्याला हजारो वर्षे सर्जनच नाकारून येथील संस्कृतीने आपला सूड घेतला. पण आज कलानिर्मितीच्या खऱ्याखुऱ्या दाहक प्रक्रियेत उडी न घेऊन आपणच आपला बेसावध निर्दयपणे सूड घेत असतो हे लक्षात ठेवले पाहिजे. निदान आपला सूड आपल्याच हातून घेतला जाणार नाही याची काळजी घेतली पाहिजे. साहित्यातील आवर्तांवर नजर रोखूनच हेमचंद्राने 'प्रतिभा नवनवोन्मेषशालिनी प्रज्ञा' अशी कलावंताच्या प्रतिभेची व्याख्या केली आहे. या व्याख्येचा रोख एका बाजूने साहित्यातील आवर्तांवर आणि दुसऱ्या बाजूने साहित्यातील नवतेवर ओरिजनॅलिटीवर आहे हे उघड आहे. साहित्यातील

आवर्ताचा संबंध प्रतिभेला थकवा येण्याशी आहे किंवा जाणिवेला वृद्धत्व येण्याशी आहे. पण अनेकदा या दोन्ही विकल्पांच्या अभावीही प्रतिभा आवर्तशील निर्मिती करते. त्याला कारण प्रतिभा प्रतिभा म्हणून आपले जन्मकार्य जागृतपणे पार पाडीत नाही हे असते. एक प्रकारचा बेसावधपणा, खोटे समाधान, आळस किंवा बाह्य चकाकती प्रयोजने यामुळे प्रतिभा बदचलन वर्तन करायला लागतात. त्यामुळे साहित्यात आवर्त निर्माण होते. साहित्यातील आवर्ताचा संबंध 'पोत' कार मानतात तसा नेहमीच प्रत्यक्ष जीवनातील आवर्तपणाशीच, ऱ्हासाशी वा कुंठितावस्थेशी नसतो. हा संबंध मुख्यत्वे प्रतिभेच्या थकव्याशी किंवा गैरवर्तनाशी निगडित असतो. आपले कार्य ओळखून न वागण्याच्या अनुचित वृत्तीशी असतो.

दलित साहित्यात आवर्त निर्माण झाले आहे हे खरे आहे. निदान प्रारंभीच्या वादळपर्वाची उभारी ओसरली आहे हे निश्चित. वयपरत्वे, जाणीवपरत्वे अधिक अंतर्मुख झालेले काही सामान्य अपवाद वजा केले तरी हे विधान अबाधित राहते; पण दलित साहित्याच्या संदर्भात या आवर्ताच्या कारणाचाही विचार केला पाहिजे. ज्यांनी दलित साहित्याचे अग्निध्वज जगभर लावले, त्या पहिल्या पिढीच्या मान्यवर प्रतिभावंतांचा मराठी संस्कृतीशी आणि साहित्याशी निकटचा संबंध होता. किंबहुना मराठी साहित्याच्या आणि संस्कृतीच्या प्रवाहात घट्ट उभे राहूनच हे साहित्यिक आपल्या अग्निप्रतिभा फुलवीत होते. त्यामुळे त्यांच्या निर्मितीला प्रत्यक्षाप्रत्यक्षपणे जीवनविषयक व वाङ्मयविषयक असंख्य स्फोटक संदर्भाचे कोठार उरात वागविता आले. मराठी साहित्याव्यतिरिक्तच्या साहित्यविश्वामध्ये त्यांचे उठणे-बसणे होते. याशिवाय आपल्या जीवनाची नाना दाहक द्वंद्वे या साहित्यिकांनी समर्थपणे आपल्या कवेत घेण्याचा प्रयत्न केला. शंकरराव खरात, बाबुराव बागूल, वामन निंबाळकर, नामदेव ढसाळ, दया पवार, केशव मेश्राम, प्र. ई. सोनकांबळे, लक्ष्मण माने, त्र्यंबक सपकाळे, अर्जुन डांगळे, योगिराज वाघमारे, माधव कोंडविलकर त्यादी प्रतिभावंतांनी दलित साहित्याचे पहिले जळते वादळ उभारले. यातील काही प्रतिभावंत अजूनही लिहित आहेत. नवप्रतिभावंत नव्याने लिहायला लागले आहेत. तरी साहित्यचळवळ आवर्तात सापडली असे म्हटले जाते याचा अर्थ काय?

मार्क्सवाद, आंबेडकरवाद या गोंधळाने नवा लेखक बुजला, दलित साहित्यातील भांडणाने नवा लेखक कोमेजला. मोठ्या लेखकांनी नव्यांना हात दिला नाही म्हणून ते भरकटत गेले. प्रत्यक्ष सामाजिक चळवळी सैलावल्या; त्यामुळे वाङ्मयात नवे पीळ भरले जाणे थांबले. असा सगळा तपशील या संदर्भात सांगता आला तरी या सर्वच पडझडीचा संबंध प्रतिभांशी पोहोचतो हेही खरे आहे. पहिल्या पिढीच्या काही लेखकांच्या प्रतिभांना थकवा आला. काहींचे झरेच आटले. काहींनी अनेक प्रतिभेच्या नियोजित कार्यांचे गांभीर्यच उमजून घेतले नाही. असा या आवर्तनाचा संबंध या ना त्या अंगाने

प्रतिभावंतांशी जोडता येईल. काही अपवाद वजा केले तर नव्या पिढीतील प्रतिभावंतांनी पहिल्या पिढीने पेललला तो वाङ्मयीन जबाबदारीचा सूळ पेलला नाही. याला एक प्रमुख कारण नव्या पिढीचा लेखक संपूर्ण मराठी साहित्याच्या संदर्भात आणि जीवनातील बदलत्या तंतूओतूंच्या कल्लोळात उभा असण्यापेक्षा तो केवळ दलित साहित्याच्या प्रवाहात उभा आहे हे आहे. असे उभे राहून तो आहे त्या दलित साहित्याचे केवळ परिशिष्ट होऊ शकतो किंवा तो तिथल्याच तळटीपा होऊ शकतो. दलित साहित्यात दुसरे वादळ धावू लागत नाही त्याला हेही एक कारण संभवते. पण याही कारणाच्या पाठीशी संभवणारे मध्यवर्ती कारण म्हणजे तो जीवनाचे तंतुओतू व भोवतीच्या वाङ्मयीन संस्कृतीचे तंतुओतू यांच्या दृश्य-अदृश्य बारकांव्यासह समजावून घेत नाही. या अनुषंगाने संभवणाऱ्या 'Responsibility' मध्ये तो उणा पडतो. प्रतिभेचे अंगीकृत कार्य लक्षात घेऊन तो जीवनाच्या सागरात प्रतिभेला अप्रतिहत संचार करायला मुक्त सोडीत नाही. या अर्थाने तोच स्वत:च्या प्रतिभेवर अन्याय करतो.

अर्थात, आवर्त म्हणजे चिरंतन नव्हे. आवर्त हे कोणत्याही साहित्याच्या आयुष्यातील अशक्तावस्था असते. ही अवस्था प्रतिभेच्याच तेजाने नष्ट होते. अर्थात,या आवर्तातून बाहेर पडायचे असेल तर दलित साहित्याने आता तांबड्या पहाटेकडे गेले पाहिजे असे म्हणणे हे निळ्या पहाटेवर खूप प्रेम असण्याचे द्योतक ठरत नाही. शिवाय अशी निळ्या व ताबंड्या पहाटेची भाषा वैचारिक कमिटमेंटपुरतीच मर्यादित ठरते. मार्क्सवादाचा पुरस्कार करणारा लेखक श्रेष्ठ कलाकृती निर्माण करीलच हे जसे संभवत नाही तसा तो आंबेडकरवादाचा पुरस्कार करतो म्हणून श्रेष्ठ कलावंत ठरतो हे म्हणणेही एखाद्या विचारप्रणालीवरील प्रेमाचे केवळ द्योतक असू शकते. विचारसरणी रक्तात मुरलेल्या कलावंताजवळ विशेष अधिक्याने असावी लागते ती अंत:प्रेरणा. ही अंत:प्रेरणा जर सर्वांगांनी उत्कलनबिंदूला पोहोचली आणि आंबेडकरी दर्शन तिच्यात एकरस झाले असेल तर ही अंत:प्रेरणाच निळी काय, तांबडी काय किंवा अत्युग्र तांबडी काय, अशा सर्वच पहाटी आणि मध्यान्ह महाकाव्य साकार करू शकते. सर्वसाक्षी, सर्वभोगी, सर्वभेदी आणि सर्वंकष 'इंट्युइशन' मात्र हवी. तिच्याशिवाय कलावंताचे फार खरे नसते. कलावंतांची अंत:प्रेरणा जी प्रत्यक्ष कलाकृती घडवते, तिची खोली आणि आवाका, तिची प्रगल्भता आणि 'Wisdom' तिची नैतिक उन्नतता आणि करुणा या गोष्टींची प्रकाशदर्शी इमाने महत्त्वाची आहेत. या अंगाने दलित प्रतिभावंतांनी जीवनाची व साहित्याची आराधना सुरू केली तर निर्माण झालेल्या आवर्ताचा भेद या दलित प्रतिभाच करू शकतील यात मला शंका वाटत नाही. बाबूराव बागूल, शंकरराव खरात वामन निंबाळकर लक्ष्मण माने प्र. ई. सोनकांबळे, दया पवार, ढसाळ, मेश्राम, शरणकुमार लिंबाळे, प्रल्हाद जाधव, सुधाकर गायकवाड, भाऊ पंचभाई इत्यादी प्रतिभावंतांसंबंधी कोणीही आजच शेवटचाच निर्णय घेऊ नये. ही शांतता दुसऱ्या

वादळापूर्वीची असणारच नाही असे खात्रीने म्हणता येणे शक्य नाही.

गड्यांनो, दलित साहित्याची चळवळ निर्मितीच्या पातळीवर सर्व भारतभर पसरत आहे आणि जगभर या साहित्यावर चर्चा आणि अभ्यास सुरू आहे. आपल्या या साहित्यघटनेचे स्वरूप आंबेडकरी जडवादी साहित्य घटना म्हणूनच जगभर ओळखले जाते. जागतिक वाङ्मयात दलित वाङ्मय ही एक अनन्यसाधारण महत्त्वाची उपलब्धी मानली जाते. या प्रकारे आंबेडकरी प्रेरणेचा अग्निपिसारा दलित साहित्याच्या रूपाने असा जगभर फुललेला आहे. ईश्वरनिष्ठ निग्रो साहित्याच्या तुलनेने जडवादी दलित साहित्याची चळवळ मूल्यदृष्ट्या मूलभूत पातळीवरून वेगळी आहे. निग्रो साहित्याचे तात्त्विक अधिष्ठान आणि प्रकृती आपल्याकडील प्राचीन काळच्या ब्राह्मणेतर संतांच्या वाङ्मयासारखी आहे. दलित साहित्याची चळवळ जगातील निग्रोंसकट इतर घोषित गटांच्या वाङ्मयापेक्षा अशी मूल्यपातळीवरून वेगळी ठरते. या चळवळीला हे वेगळेपणाचे महिमान प्राप्त करून घेता आले याला कारण बाबासाहेबांनी आपल्या निरीश्वरवादाशी जोडले हे आहे. नास्तिक्य हे आपले अनन्य वैशिष्ट्य आहे. आपला विद्रोह, त्यातील वैशिष्ट्यपूर्ण होकार आणि नकार या गोष्टी जागतिक वाङ्मयात अश्रुत असाच आहे. आपली समग्र संवेदनशीलता या सुंदर नास्तिक्याने नियंत्रित केलेली आहे. इतर आस्तिकांच्या विद्रोहापेक्षा तर आपला विद्रोह आपातत: वेगळा आहे. आपल्या विद्रोहाला असे आमूल वेगळे व्यक्तित्व देणारे नास्तिक्य हेच आपल्या साहित्याचे प्राणतत्त्व आहे. ते नाही तर आपले निराळेपण नाही. आपली निराळी संवेदनशीलता नाही. आपले असे निराळे साहित्य नाही. ते नाही तर बाबासाहेबांच्या नावाने साहित्यात निराळा विजयस्तंभ नाही. आपल्या नावाने साहित्यात कोणते घर नाही. गाव नाही. आपल्या नावाने आपण नाही. म्हणून म्हणतो गडेहो, आपण आपले हे नास्तिक्याचे शस्त्रागार जपले पाहिजे. आपल्या या भारत देशातील जडवादी परंपरेचा हा अग्निवारसा आपण जपायला पाहिजे. परिवर्तनाचे ध्येय खांद्यावर घेऊन छळवाद भोगत इथे मोहोरलेला हा मोलाचा ठेवा आपण जपला पाहिजे. चार्वाक-बुद्धाची, आगरकर-आंबेडकरांची ही दौलत आपण संवर्धिली पाहिजे. आपल्या आज-उद्याच्या अस्मितेचा तोच आधार आहे. आपल्या वैशिष्ट्यपूर्ण अस्तित्वाची तीच हमी आहे. तोच आपला मार्गदर्शक आहे.

❑❑❑

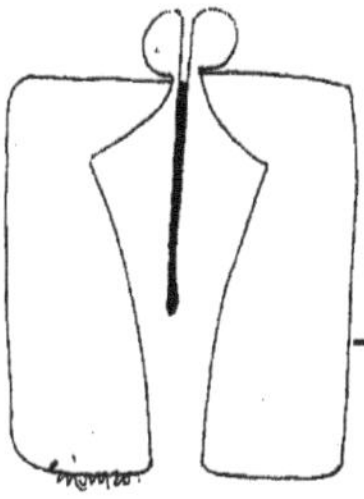

जातिभेदाची कुंपणे आपणाला तोडणे भाग आहे.

जनार्दन वाघमारे

कोणतीही चळवळ निर्माण झाली की धूळ ही उडतेच. तसे होणे अटळ आणि अपरिहार्य असते. राजकीय आणि आर्थिक क्षेत्रातील संघर्षाप्रमाणे सामाजिक आणि सांस्कृतिक क्षेत्रातील संघर्षही मूलत: प्रस्थापित आणि विस्थापित, शोषक आणि शोषित, आहे रे आणि नाही रे, या दोहोंतील संघर्ष असतात. त्या संघर्षामध्ये विस्थापितांना, शोषितांना व वंचितांना सहजासहजी यश मिळणे कठीण असते; कारण त्यांच्याजवळ लढण्यासाठी आवश्यक असणारी साधनसामुग्री नसते. त्यांच्याजवळ पुरेशी कुमक नसते. शिवाय त्यांना कसलेही 'वरदान' प्राप्त झालेले नसते. वास्तविक शापित आयुष्यांचे ते धनी असतात. खरे तर ते सर्वार्थांनी नागवले गेलेले लोक असतात. ते दुर्बल तर असतातच, पण विखुरलेलेही असतात. इतिहासाने त्यांच्या ललाटी नष्टचर्य गोंदून ठेवलेले असते. परंपरांनी त्यांच्या पदरी पराभूतताच टाकलेली असते. सामाजिक व सांस्कृतिकदृष्ट्या तर ते विजनवासीच असतात. वस्तुत: मानवी संस्कृतीच्या निर्मिती व विकासांमध्ये घाम, अश्रू आणि रक्त सांडून त्यांनी मोलाचा वाटा उचललेला असतो.

राजकीय आणि आर्थिक लढ्यापेक्षा सांस्कृतिक लढे हे अधिक गुंतागुंतीचे व दीर्घकाल चालणारे असतात हे आपण लक्षात ठेवले पाहिजे. सांस्कृतिक लढ्यांच्या फलनिष्पत्तीची प्रकाशकिरणे एखाद्या युगावर पडण्यासाठी अनेक शतके लोटावी लागतात, हेही विसरून चालणार नाही. युरोपमधले प्रबोधन हे मुख्यत्वे सामान्य माणसाच्या भौतिक व मानसिक विमोचनाचे प्रबोधन होते. सामान्य माणसाच्या मुक्तीचा तो वैचारिक लढा होता. सहा-सात शतकांपर्यंत तो चालला. सामान्य माणसाची सर्जनशक्ती विमोचित व जागृत करण्याचा तो एक महत्प्रयास होता. अंधारयुगाच्या गर्भात सामान्य माणसाच्या प्रकाशयुगाचा उष:काल पेरला तो या प्रदीर्घ प्रबोधनाने. सामान्य माणसाला या विश्वाचे केंद्रच बनवून सोडले. लोकशाहीचे युग जन्माला आले ते अशाप्रकारे.

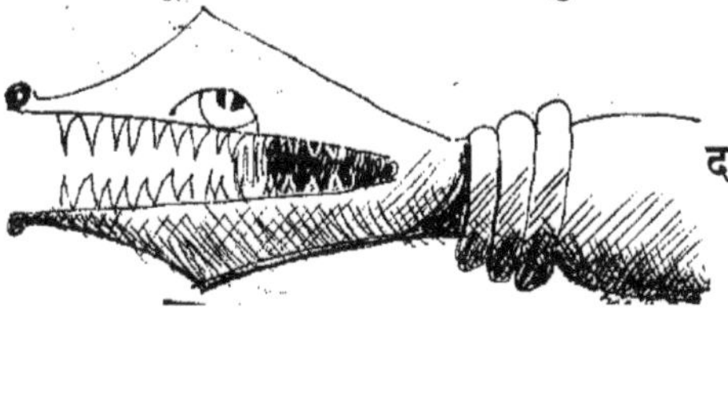

दलित, आदिवासी, ग्रामीण साहित्य संमेलन, नाशिक १९८८

युरोपने ज्या सुवर्णघटिका पाहिल्या त्या आशिया खंडालाही विसाव्या शतकात पाहता आल्या. त्या सुवर्णघटिका आपल्या देशाच्या आयुष्यात येणेही क्रमप्राप्त होते आणि त्या आल्या. अर्थात, या देशात राजकीय क्रांती घडली. राजकीयदृष्ट्या आम्ही बंधमुक्त झालो. या देशातील सर्व जातिधर्मातील लोकांना समान राजकीय अधिकार प्राप्त झाले, पण राजकीय क्रांती ही अपूर्ण असते. लोकांच्या भाकरीचा प्रश्न सुटल्याशिवाय आणि त्यांना समान सामाजिक प्रतिष्ठा प्राप्त झाल्याशिवाय राजकीय स्वातंत्र्याला पूर्णत्व प्राप्त होत नाही.

सामान्य माणसाच्या संदर्भात युरोपमध्ये जे घडले ते भारतात घडू शकले नाही. तिथे क्रांतीचे चक्र पूर्ण फिरले, इथे फिरू शकले नाही. ते अर्धेच फिरले व तिथेच थांबले. स्वातंत्र्योत्तर काळात एक परिस्थिती तर अशी निर्माण झाली की त्या चाकाचे फिरणे अवरुद्ध होऊन बसले. राजकीय स्वातंत्र्याच्या पायातही विषमतेच्या शृंखला अडकवल्या जातात त्या अशा प्रकारे. राजकीय क्रांतीलाही कधीकधी वैधव्य प्राप्त होत असते ते अशा प्रकारे. खरे तर राजकीय स्वातंत्र्याच्या संरक्षणाचे सूत्र हे सामाजिक व सांस्कृतिक स्वातंत्र्याच्या हाती असते; म्हणूनच कदाचित डॉ. बाबासाहेब आंबेडकरांनी दलित-पद्दलितांच्या सामाजिक व सांस्कृतिक प्रश्नांना आर्थिक प्रश्नांपेक्षाही अधिक महत्त्व दिले होते. सामान्य माणसाच्या शिक्षणासाठी फुल्यांनी जे रान उठविले होते, त्याचे कारणही हेच आहे. डॉ. बाबासाहेब आंबेडकरांचे राजकारण अतिशय व्यापक अशा पायावर उभे होते. त्यात त्यांनी आर्थिक आशयाबरोबर सामाजिक व सांस्कृतिक आशयही भरपूर प्रमाणात ओतला होता. त्यांच्या राजकारणाला 'पोलिटिकल मेटॅफिजिक्स' म्हणावे लागेल.

राजकीय सत्तेबरोबरच सांस्कृतिक सत्ताही बहुजनसमाजाच्या, दलित-पददलितांच्या आणि वंचितांच्या हाती गेल्याशिवाय खऱ्या अर्थाने युगांतर होत नाही.

सामान्य माणसाचे जीवन हे आमच्या लेखकांच्या चिंतनाचा व साहित्यनिर्मितीचा विषय बनणे आवश्यक आहे. वस्तुतः सामान्य माणूस त्यांच्या कथा-कांदबऱ्यांचा नायक बनला पाहिजे. दलित, आदिवासी आणि ग्रामीण लेखक, कवी आणि कलाकारांनी सामान्य माणसाच्या प्रतिमेला वैश्विक अर्थ आणि आशय प्राप्त करून दिला पाहिजे. त्याला त्यांनी स्वातंत्र्य, समता, न्याय आणि बंधुत्व या मूल्यांवर आधारलेल्या उद्याचा संस्कृतीचा पाईक बनविले पाहिजे. 'संस्कृतिचक्र प्रवर्तन' हे दलित, आदिवासी, ग्रामीण साहित्याचे अंतिम उद्दिष्ट असले पाहिजे. मूल्यातरांशिवाय 'संस्कृतिचक्र प्रवर्तन' घडू शकत नाही. स्वातंत्र्य, समता, न्याय आणि बंधुभाव या मूल्यांचाच यापुढे आपल्याला अतिशय हिरिरीने पाठपुरावा करावा लागेल. धर्म आणि संस्कृतीच्या काठावरही उभे राहण्याची ज्याला कधी संधी मिळाली नव्हती, त्याला या युगाला अभिप्रेत असलेल्या नवजीवनाच्या व नवसंस्कृतीच्या मुख्य प्रवाहात प्रवेश करण्याची संधी प्राप्त करून

दिली पाहिजे.

समग्र सम्यक् परिवर्तन हीच या युगाची हाक आहे. सामाजिक व सांस्कृतिक संघर्षात सापडलेल्या दलित-आदिवासी-ग्रामीण लेखकांजवळ हा लढा यशस्वीरीत्या लढण्यासाठी आवश्यक असणाऱ्या साधनसामुग्रीची प्रचुरता नसेल; पण त्यांच्या बाजूने काळ उभा आहे. त्यांचे सारथ्य करण्याची जबाबदारी या लोकशाही युगानेच स्वत: स्वीकारली आहे. या युगाने दलित-श्रमिक-शोषित-वंचित माणसाला इतिहासाच्या मुख्य धारेतच उभे करण्याचे ठरविले आहे. ज्याचे माणूसपणच पूर्णत: नाकारण्यात आले होते, त्याचे आत्मभान जागे करण्याचे आणि त्याची अस्मिता निर्माण करण्याचे काम, स्वातंत्र्याचे सूक्त व समतेचे स्तोत्र गाणाऱ्या या युगानेच स्वत: आपल्या हातात घेतले आहे. भूतकाळावर ज्याचा कसलाच अधिकार नव्हता, त्याच्या पायावर सगळा भविष्यकाळ लोळविण्याची मनीषा या युगाने आपल्या उरी बाळगली आहे. या युगाच्या स्पंदनाचा वाङ्मयीन आविष्कार दलित-आदिवासी-ग्रामीण लेखक-कवींनी केला पाहिजे. हे एक फार मोठे आव्हान आहे. ते त्यांना स्वीकारावे लागेल. त्यांच्याजवळ कुठलीही वाङ्मयीन परंपरा नाही, कुठलाही सांस्कृतिक वारसा नाही ही गोष्ट खरी असली तरी, त्यांनी हे आव्हान स्वीकारण्यासाठी पुढे सरसावले पाहिजे. ही प्रतिज्ञा पूर्ण करण्यासाठी ते पुढें झेपावले तर एका निराळ्या अंत:शक्तीचा साक्षात्कार त्यांना होऊ शकेल.

प्रस्थापित मराठी साहित्यात जातिव्यवस्थेत भरडलेल्या सामान्य माणसांचे प्रतिबिंब फारसे पडलेले नाही, ही वस्तुस्थिती कुणालाही नाकारता येणार नाही. त्यात समाजाच्या खालच्या स्तरात जखडलेल्या लोकांच्या दु:खांना, स्वप्नांना, आशा आणि आकांक्षांना स्थान मिळू शकले नाही आणि म्हणून मराठी साहित्याला व्यापकता प्राप्त होऊ शकली नाही. जातिभेदाचा हा परिपाक होता असेच म्हणणे भाग आहे. परिणामत: आजपर्यंत मराठी वाङ्मयाला 'एक-आयामी' (वनडायमेन्शनल) वाङ्मयाचे स्वरूप प्राप्त झालेले आहे. वि. वा. शिरवाडकरांनी ही वस्तुस्थिती अतिशय परखड शब्दांत मांडली आहे. ते म्हणतात—

'आधुनिक मराठी वाङ्मय हे ह्या पांढरपेक्षा जमातीचे वाङ्मय आहे असे म्हणायला हरकत नाही. अर्थात मला असे सुचवायचे नाही, की पांढरपेशा जमातींनी यात काही गुन्हेगारी केली आहे. ज्यांना लिहिता येते त्यांनी लिहिले. इंग्रजी राज्य येण्यापूर्वीही विद्येच्या प्रांतात ब्राह्मण, प्रभू, सारस्वत इत्यादी जमाती आघाडीवर होत्या; त्यामुळे पाश्चिमात्य विद्येचा प्रसादही प्रथमत: त्यांच्याच हातावर पडला. तेव्हा कोणाकडेही दोष देण्याचा हा प्रश्न नाही. जो दोष - नव्हे, महादोष - आहे तो सर्व समाजरचनेच्या अंतर्भागात भिनलेला आहे. परंतु त्यामुळे येथील साहित्याच्या विकासाला जबरदस्त कुंपण पडलेले आहे हे मात्र नाकारता येणार नाही. गेल्या शंभर वर्षांच्या ललित वाङ्मयात एक प्रकारचा तोचतोपणा कोंदाटून बसला आहे असा आक्षेप वारंवार घेतला

जातो. ज्या परिस्थितीचा मी निर्देश केला त्या परिस्थितीत असे होणे अपरिहार्य नाही काय ? आमच्या लेखकाच्या सभोवार जन्मापासून असलेला जातीयतेचा तट इतका अभेद्य असतो, की आपल्या जागेवरून समग्र समाजजीवनाचे यथार्थ दर्शन त्याला कधी घेताच यायचे नाही. उंबरातल्या किड्याने कितीही धावपळ केली तरी तो त्या चिमुकल्या जगाची सरहद्द ओलांडू शकत नाही. त्याप्रमाणे या लोकांच्या प्रतिभाही जातिभेदाच्या सीमेजवळ पांगळ्या पडतात...' ('साहित्यातील परतत्त्व,' रूपरेषा, पृ. ६८). जातिभेदावर आधारलेली समाजरचना हीच खरे तर आमच्या आर्थिक, सामाजिक आणि सांस्कृतिक व्याधींच्या बुडाशी आहे. या जातिभेदाने वरिष्ठवर्णीयांना अमानुष बनविले आणि कनिष्ठवर्णीयांचे अमानुषीकरण केले. जातीयतेचा दोष नव्हे, महादोष समाजाच्या सर्व स्तरांतील लोकांच्या रक्तात भिनलेला आहे. या जातिभेदाने सर्वच जातींच्याभोवती कुंपणे घातली आहेत. कोंडवाडे आणि खुराडे बांधण्याचेच काम आपण आतापर्यंत करीत आलो आहोत. या खुराड्यांत आणि कोंडवाड्यांत विभागून जगणाऱ्या समाजाला स्वातंत्र्याचा वारा स्पर्श करू शकत नाही. अशा समाजात एखादा रुसो किंवा व्हॉल्टेर जन्माला येणे कठीणच असते. जातिभेदाची कुंपणे आपल्याला तोडणे भाग आहे. वरिष्ठवर्णीयांच्या भोवती जातिभेदाने जसे कुंपण घातले तसे कनिष्ठवर्णीयांच्या भोवतीदेखील घातले आहे. ते तोडण्याचे आव्हान दलित-आदिवासी-भटक्या-विमुक्त ग्रामीण लेखकांनी स्वीकारले पाहिजे.

जातिभेदाचा मनोरा जमीनदोस्त कसा करावयाचा हाच खरा प्रश्न आहे. आजपर्यंत या मनोऱ्याच्या अगदी वरच्या कप्प्यात जगणाऱ्या समाजात लेखक-कवी जन्माला येत होते. आज खालच्या कप्प्यातील समाजातही लेखक-कवी जन्माला येत आहेत. खालच्या कप्प्यात जगणाऱ्या समाजाचा अनुभवही मराठी वाङ्मयात आविष्कृत झाला पाहिजे आणि तो होत आहे. त्याचा दर्प वेगळा आहे आणि रंगही निराळा आहे. पण आमच्या समाजरचनेचा कप्पेबंद मनोरा तसाच कायम आणि शाबूत राहणार असेल तर खालच्या कप्प्यातील लेखक-कवींच्या प्रतिभाही लुळ्या-पांगळ्या पडतील. समाजजीवनाचे यथार्थ दर्शन त्यांना तरी कुठून घेता येणार ? आणि म्हणून जातिभेदरूपी औदुंबराच्या किडक्या फळात ब्रह्मांडाचे रहस्य शोधण्याचे कर्मकांड करण्यात किती काळ घालावयाचा ? जातीयता ही आमच्या समाजरचनेतील विषग्रंथी आहे. ती काढून टाकावी लागेल. वरिष्ठवर्णीयांनी आपल्या जातीचा अहंकार जाणिवेच्या पातळीवर पोसला आहे. कनिष्ठ जातींचे अहंकार नेणिवेच्या पातळीखाली दडून बसलेले आहेत. आत्मभावना प्रक्रियेतून अहंता जागी होते आणि जागी होणे आवश्यकही असते. अस्मितेच्या मार्गावरील ती एक खण असते. पण ती ओलांडून पुढे गेल्याशिवाय सर्व समाजघटकांना एकत्र बांधणारी सामूहिक अशी अस्मिता आपल्याला निर्माण करता येत नाही. याचे भान हरपले तर प्रवासाची दिशाही हरवेल, मार्गही पायाखालून निसटेल आणि ज्या ठिकाणी

जायचे आपण ठरवले आहे, ते ठिकाणही दृष्टिपथातून लुप्त होईल. दलित आदिवासी भटक्या-विमुक्त ग्रामीण लेखकांनी ही गोष्ट लक्षात ठेवणे आवश्यक आहे.

वरिष्ठवर्णीयांनी जातिभेदाचा उपयोग शस्त्र म्हणून केला ही वस्तुस्थिती आहे. कनिष्ठवर्णीयांचे त्यामुळे शोषण झाले. निम्नतम जातीचे तर पूर्णत: अमानुषीकरणच झाले. त्या शोषणाविरुद्ध आणि अमानुषीकरणाविरुद्ध विद्रोह पुकारणे आवश्यक होते आणि आहे. तो विद्रोह महात्मा फुल्यांनी प्रथमत: पुकारला. राजर्षी शाहूंनी त्यांच्याविरुद्ध त्वेषाने दंड थोपटले आणि डॉ. बाबासाहेब आंबेडकरांनी त्यांच्याविरुद्ध निकराची झुंज दिली. त्या विद्रोहाचा आविष्कार दलित साहित्यात प्रचंड प्रमाणात होतो आहे आणि झाला पाहिजे. विद्रोहाचा स्पर्श कमीअधिक प्रमाणात आदिवासी, ग्रामीण आणि इतर वंचित समाजघटकांतील लेखकांनाही होईल आणि झाला पाहिजे. कारण तेही विषमतेचे बळी आहेत. मराठी साहित्याला, मराठी समाजाला आणि मराठी मानसिकतेला जातिभेदापासून बंधमुक्त करणे हेच प्रस्थापित आणि विस्थापित या दोन्हीही वर्गातील लेखकांचे व विचारवंतांचे प्रमुख कर्तव्य ठरते. या देशातील आर्थिक विषमतेलाही जातिव्यवस्था बऱ्याच मोठ्या प्रमाणात कारणीभूत आहे आणि म्हणून या देशातील वर्गलढ्यात वर्गीय संघर्षाचे दर्शन घडते. जातिव्यवस्थेला नकार म्हणजे आर्थिक, सामाजिक आणि सांस्कृतिक विषमतेलाही नकार. दलित-आदिवासी-ग्रामीण लेखकांनी जातिव्यवस्थेची व्यामिश्रता लक्षात घेतली पाहिजे. चातुर्वर्ण्य आणि त्याचा परिपोष करणाऱ्या प्रथा-परंपरा नाकाराव्या लागतील. चातुर्वर्ण्याला सैद्धांतिक पाया देणारे ग्रंथ नाकारावे लागतील. चातुर्वर्ण्याने वरिष्ठ जातीच्या हातात वर्णवर्चस्ववाद दिला हे विसरून चालणार नाही. या वर्णवर्चस्ववादानेच या देशातील अनेक समाजघटकांना अस्पृश्य ठरविले.

जातिभेद नाकारण्याचे कार्य ग्रामीण लेखकांना तर अधिकच जाणीवपूर्वक करावे लागेल; कारण त्याची तटबंदी ग्रामीण भागातच अधिक मजबूतपणे उभी आहे. जातिभेदाला जातिकलहाचे स्वरूप अधिक प्रमाणात तिथेच आलेले आहे. दलितांवर होणाऱ्या अत्याचारांचे प्रमाण ग्रामीण भागातच वाढतच चाललेले आहे. गावकुसाला विभागणारी वेस भूतकाळातील सर्व कुरुपता आणि अवकळा आपल्या अंगावर घेऊन अद्याप उभीच आहे. ती वेस जमीनदोस्त करावी लागेल. तिच्या अस्तित्वाने निर्माण केलेली मानसिकता बदलणे आवश्यक आहे. गावगाडा मोडकळीस आला आहे. नव्हे, तो मोडलाच आहे. ग्रामीण भागातील पारंपरिक धंदे पार बुडाले आहेत; पण विविध धंद्यांवर एकेकाळी आधारलेल्या जाती मात्र तशाच कायम आहेत. गावातील बारा बलुतेदार देशोधडीला केव्हाच लागले आहेत. जिरायती जमिनीच्या वीतभर तुकड्यांवर नशीब काढणारे छोटे शेतकरी दारिद्र्याच्या कर्दमात अगदी गळ्यापर्यंत बुडालेले दिसतात. त्यांच्या कोरडवाहू आयुष्याची गाठ दुष्काळाशीच बांधली गेली आहे.

आदिवासी आणि भटक्या-विमुक्तांच्या दु:खाला वाचा फोडणारे शब्द तर

आमच्या लेखक-कवींना अद्याप सापडलेच नाहीत. 'स्वातंत्र्याचे झाले काय ? आमच्या हाती आले नाय' अशा प्रकारचा टाहो ते फोडताना आपण ऐकतो. त्यांना ना गाव आहे ना शीव. गावात घर नाही अन् रानात शेत नाही, अशी त्यांची अवस्था आहे. अनवाणी पायांनी ते चालतात; पण पायाखालची वाट त्यांची नाही. आदिवासी तर या देशाचे मूळ मालक आहेत. ते या देशाचे खरे भूमिपुत्र आहेत. नेटिव्ह सन्स आहेत. पण या देशाने त्यांच्यावर प्रचंड दारिद्र्य, अज्ञान आणि अमानुषता लादली. पायाखालच्या मातीवरही त्यांचा आता अधिकार नाही. आकाश त्यांचे असेल; पण तिथपर्यंत त्यांचे हात पोहोचू शकत नाहीत. प्रस्थापित संस्कृतीने त्यांच्यावर शतकांचा 'वनवास' लादला. विव्हळणाऱ्या त्यांच्या अनादी दु:खाला शब्दांची गाठभेट घालून देणारा कुणी कवी अद्याप पुढे आलेला दिसत नाही. त्यांच्यातून कदाचित तो उद्याला जन्माला येईल.

एखादा समाज किंवा समाजघटक कितीही मागास असो, दारिद्र्य आणि अज्ञानात खितपत पडलेला असो, तो पूर्णत: सांस्कृतिक पोकळीत जगत नाही. आदिम अवस्थेतला समाजही सांस्कृतिक पोकळीत जगत नाही, जगू शकत नाही. आपल्या परीने संगीत, नृत्य, कथा आणि गाणी निर्माण करून एक प्रकारचे सांस्कृतिक पर्यावरण तो स्वत:भोवती तयार करतो. स्वत:चे मिथ्स् तो तयार करतो आणि त्या मिथ्स्च्या आधारे मानवी सुखदु:खांचा, विश्वातील रहस्यांचा, स्त्री-पुरुष संबंधाचा आणि एकंदर या विराट विश्वातील मानवी अस्तित्वाचा अर्थ शोधण्याचा तो प्रयत्न करतो. खरे तर विविध भाषा-बोलींची निर्मितीही अशाच विखुरलेल्या आदिम जीवन जगणाऱ्या मानवसमूहांनी केलेली आहे. या सर्व धडपडीतूनच वाङ्मयीन संस्कृतीचा जन्म झालेला आहे. वस्तुत: वाङ्मयीन संस्कृतीशिवाय कुठलाही मानसमूह किंवा समाजघटक जगू शकत नाही. वाङ्मयीन संस्कृतीच्या अनिवार्यतेतूनच लोकवाङ्मय निर्माण झालेले आहे. मानवापासून शब्द हिरावून घेतला तर त्याच्या जीवनात शेष असे काहीच राहू शकणार नाही. शब्दांच्या सहाय्यानेच माणूस स्वत:च्या आयुष्याला 'अक्षर' बनविण्याचा प्रयत्न करतो. पण जेव्हा निरक्षर समाजाच्या हाती अक्षरवेल येते तेव्हा तो स्वत:च्या डोक्यावर संस्कृतीची सावली निर्माण करतो. जेव्हा त्याला शिक्षणाची संधी मिळते, ज्ञानाची साधने प्राप्त होतात, तेव्हा त्याची प्रतिभा अंकुरते, बहरते, फळते आणि फुलते. आपल्या देशातील बहुसंख्य लोकांना अशी संधी मिळाली नव्हती. आज ती मिळाली आहे आणि आता या नवसाक्षर वर्गातील लोकांना आपल्या अस्तित्वाची व अधिकारांची जाणीव झाली आहे. दलित-आदिवासी-ग्रामीण हे समाजघटक आज इतिहासाच्या एका नव्या वळणावर उभे आहेत. आपापल्या अस्मितांचा ते आता शोध घेत आहेत. त्यांचे साहित्य हे त्यांच्या अस्मिताशोधाचे माध्यम आहे, हे आपण समजून घेतले पाहिजे.

समाजातला तो स्तर आता जागा होतो आहे. त्या स्तरातून पहिल्यांदाच

लेखकवर्ग तयार होतो आहे. दलित साहित्य, ग्रामीण साहित्य, आदिवासी साहित्य, स्त्रीमुक्तिवादी साहित्य इ. नावे धारण करून विविध साहित्य चळवळी महाराष्ट्रात निर्माण झाल्या आहेत. प्रस्थापित समाज, साहित्य आणि संस्कृतीच्याविरुद्ध निषेध नोंदविणे हे स्वाभाविक आहे. विद्रोहाची दुंदभी पुकारणे हे देखील स्वाभाविक आहे. ज्या समाजव्यवस्थेने दलित-पददलितांवर पशुपातळीखालचे जीवन लादले, त्या समाजव्यवस्थेच्या विरुद्ध निषेध नोंदविणे आणि विद्रोह पुकारणे हे अगदी अटळ आहे. तथापि या समाजव्यवस्थेच्या ठिकाणी नवीन समाजव्यवस्थेची प्रतिष्ठापनाही करण्याची जबाबदारी आपल्यावर आहे, याचे भानही या चळवळींना ठेवावे लागेल. स्वातंत्र्य, समता, न्याय व बंधुत्व या तत्त्वांवर किंवा मूल्यांवर उद्याच्या समाजाची संरचना आपल्याला करावयाची आहे हे विसरता येणार नाही. दलित-आदिवासी-ग्रामीण लेखकांनी भविष्याची प्रतिमा रेखाटली पाहिजे. उद्याच्या समाजाची प्रतिमा उभी करणे हे वाङ्मयीन चळवळीचे कर्तव्यच ठरते. हे 'कमिट्मेंट' लक्षात ठेवूनच वाङ्मयनिर्मिती करावी लागेल. ललित वाङ्मयाबरोबर वैचारिक वाङ्मयही विपुल प्रमाणात निर्माण होणे आवश्यक आहे.

समाजघटकांना जातिभेदावर आधारलेल्या समाजव्यवस्थेच्या वेगवेगळ्या कप्प्यांत अगतिक जीवन जगावे लागले आणि म्हणून आज वेगवेगळी नावे धारण करून विविध वाङ्मयीन चळवळी व व्यासपीठे निर्माण होत आहेत. ही प्रक्रिया लवकर थांबेल असे वाटत नाही; कारण आज सगळेच समाजस्तर सारख्याच प्रमाणात जागृत झाले आहेत असे म्हणता येणार नाही; पण उद्या ते होतील. प्रस्थापित धर्म आणि संस्कृतीला तेही नकार देतील. निषेधनामे तेही लिहितील. त्यांच्याही काव्यातून विद्रोहाच्या नौबती झडतील. प्रस्थापितांना तेही आपला हिशेब ठणकावून विचारतील. 'यारे वादळूनी पेटवा ह्या भिंती, उदास एकांती सरू नका' असे आवाहन त्यांच्याही कवितेला करावे लागेल. पण नकारनिषेधाच्या पुढे या सर्वच वाङ्मयीन चळवळींना जावे लागेल. विद्रोहाच्या पलीकडे जाऊन सामाजिक व सांस्कृतिक पुनर्रचनेचे कामही त्यांना हाती घ्यावे लागेल. विविध प्रवाहांनी एकत्रित यावे लागेल, असे जेव्हा घडेल तेव्हा 'संस्कृतिचक्र प्रवर्तन' झाले असे आपण म्हणू शकू.

विविध वाङ्मयीन चळवळी ह्या आज संक्रमण अवस्थेत आहेत आणि म्हणून त्यांची वेगवेगळी व्यासपीठे आहेत; वेगवेगळी नावे आहेत. संक्रमण काळातली ती एक प्रकारची अपरिहार्यताच आहे. परंतु हा संक्रमण काळ आज ना उद्या संपेल. त्याच्याही पुढे त्यांना झेप घ्यावी लागेल आणि पुढची यात्रा आरंभ करावी लागेल. आपला प्रवास त्या दिशेतला आहे. वेगवेगळी नावे म्हणजे आपल्या प्रवासाच्या मार्गावरील वेगवेगळे सूचनाफलक (Signposts) आहेत, याचे भान आपल्याला ठेवावे लागेल. जातिभेदामुळे वेगवेगळी दुःखे पदरात पडली. पण त्या दुःखांना पुन्हा जाती-जमातींची वेगवेगळी

नावे चिकटवायची का ? दु:ख हे शेवटी दु:खच असते, त्याला जात नसते. वर्ण नसतो.

आपल्याला हवे आहे ते 'समग्र' व 'सम्यक्' परिवर्तन. त्या परिवर्तनातूनच उद्याचा समाज आपला आकार घेईल, रूप आणि गंध होईल. प्रस्थापितांना अशा ह्या परिवर्तनाची गरज नाही, ही गोष्ट उघड आहे. त्याची आवश्यकता आहे दलित-पददलितांना, श्रमिक-शोषितांना आणि स्त्रीवर्गाला. 'समग्र' परिवर्तनाचा हा विचार एकट्या-दुकट्या शोषित समाजघटकाच्या संदर्भातच केवळ करून चालणार नाही. सर्वच शोषित, वंचित, दलित, दुर्बल व विषमताग्रस्त समाजघटकांच्या ऐक्यातून व संघटित प्रयत्नांतूनच हे 'समग्र' परिवर्तन घडेल. दलित-आदिवासी-ग्रामीण लेखकांनी याचा विचार करणे नितांत गरजेचे आहे. त्या त्या शोषित व विषमग्रस्त समाजघटकांतील स्त्री तर अधिकच शोषित व विषमताग्रस्त आहे हेही विसरून चालणार नाही. समग्र परिवर्तनासाठी सर्वंकष लढ्याची आवश्यकता आहे, पण तो लढणे तितके सोपे नाही. मराठी वाङ्मयाच्या इतिहासात परिवर्तनवादी पर्वाचा आरंभ झाला आहे; पण त्याचबरोबर पुनरुज्जीवनवादी प्रवृत्तींनीही उचल खाल्ली आहे. मराठी साहित्यत पुनरुज्जीवनवादाची प्रचंड अशी लाटही उसळली आहे. परिवर्तनवादाच्या प्रतिक्रियेतून अगदी जाणीवपूर्वक पुनरुज्जीवनवादाची लाट निर्माण केली गेली आहे ही गोष्ट उघड आहे. आपला संघर्ष हा या पुनरुज्जीवनवादाविरुद्ध आहे. प्रचंड अशा तुफानाविरुद्ध मिणमिणत्या पणतीचा हा संघर्ष आहे. ही पणती पुढे चालून मशाल व्हायची असेल तर परिवर्तनवादी शक्तीची एकजूट आवश्यक आहे.

पुनरुज्जीवनवादाचा कोलाहल अनेक पटींनी वाढतो आहे; तथापि या कोलाहलाने विचलित होण्याचे कारण नाही. आपली नौका पुढच्या किनाऱ्यावर घेऊन जाण्यासाठी ती जिद्दीने व एकजुटीने वल्हवली पाहिजे. दिशा हरवली जाण्याची भीती नको. आपल्यापुढे ठिकठिकाणी दीपस्तंभ उभे आहेत. बुद्ध, कबीर, फुले, आगरकर, शाहू आणि आंबेडकर यांच्या विचारांची शिदोरी आपल्या पदरी आहे. मार्क्स नावाचा ध्रुवताराही पुढच्या क्षितिजावर तरळतोच आहे. जातिभेदाच्या, धर्मांधतेच्या, वर्णवर्चस्ववादाच्या आणि सर्व प्रकारच्या विषमतेच्या विरुद्धचा हा लढा आहे. हा 'समग्र' परिवर्तनाचा लढा आहे. या 'समग्र' व 'सम्यक्' परिवर्तनालाच 'संस्कृतिचक्र प्रवर्तन' अशी मी संज्ञा दिली आहे. मूल्यांतराशिवाय 'संस्कृतिचक्र' फिरत नसते, हेही जाणीवपूर्वक लक्षात घेण्याची आवश्यकता आहे.

❑❑❑

आपण कार्यकर्ते लेखक आहोत

नारायण सुर्वे

विषमता व पिळवणुकीवर आधारलेल्या प्रत्येक राष्ट्रात दोन संस्कृत्या वावरत असतात आणि या दोन संस्कृतींचा संघर्ष सतत आदिम काळापासून चालत आलेला आहे. आपलाही देश याला अपवाद नाही. या दोन संस्कृत्या म्हणजे एक : पिळवणुकीवर आधारलेली संस्कृती. ही त्या त्या काळच्या शासनसंस्थांचा पुरस्कार करते व त्यांच्या मूल्यांना सर्वच जीवनस्तरांवरच ती प्रसृत करते, हुकमत गाजवते; एवढेच नाही तर तिचा फैलाव सांस्कृतिक, शैक्षणिक, साहित्यिक आदी सर्वच पातळ्यांवर दबावाच्या रूपाने चालू असतो. ते म्हणतील तेवढेच सत्य व तेवढीच कला असा त्यांचा सततचा आग्रह असतो. विद्यमान पिळवणुकीचा पुरस्कार करणाऱ्या सत्तांना पूरक ठरेल, बाधक ठरणार नाही याची काळजी त्यांची मूल्ये घेत राहतात. उलट दोन : याविरुद्ध झगडत राहणारी संस्कृती. ही सत्याची सरळ बाजू घेत पिळवणूकविरोधी असते. ती दबलेल्या व सतत विषमताविरोधी स्वरूपात वावरत राहते. शासनसंस्थेवर मालकी किंवा सत्ता असलेल्या लोकांच्या व त्यांनी निर्माण करून ठेवलेल्या मूल्यांच्या विरोधात तिचा लढा चालू असतो, हे आपण विसरता कामा नये.

भारतीय पातळीवरील सर्व क्रांतिकारक, समाजसुधारक, परिवर्तनवादी शक्ती, राष्ट्रीय स्वातंत्र्य चळवलीतील सर्व पुरोगामी प्रवाह, सर्व डाव्या चळवळी, सर्व सोशालिस्ट व कम्युनिस्ट चळवळींचा झगडा व त्यांनी उभारलेले लढे व सततचे करीत असलेले संघर्ष हा सर्व सहभाग या पिळवणूकविरोधी संस्कृतीचा व बदल मागणाऱ्या परिवर्तनवादी लढ्यांचाच महत्त्वपूर्ण भाग आहे, हेही आपण विसरता कामा नये. राष्ट्रीय स्वातंत्र्य चळवळीच्या नवजागरणाच्या काळातही भरलेल्या इंग्रज राणीच्या दरबारात, प्रतिष्ठित व्यक्तींच्या तेव्हाच्या त्या सोहळ्यातही आपल्या जोतिबांनी गरीब नडलेल्या शेतकऱ्यांचा वेष परिधान करून खराखुरा भारत कसा जगतो आहे याचे दर्शन घडवले होते. त्याच

दलित, आदिवासी, ग्रामीण साहित्य संमेलन, वाळवा १९८८

जोतिबांनी पुढे न्यायमूर्ती रानड्यांना ग्रंथोत्तेजक सभेच्या निमित्ताने लिहिलेल्या पत्राला खरेखुरे प्रतिनिधित्व कुणाचे हवे, शूद्रांतिशूद्रांना तिथे स्थान नसेल तर मला या सभेस येण्यास उत्साह नाही असे ठणकावून लिहिले होते. आपल्या जाहीरनाम्याची सुरुवात त्या पत्रापासूनच झालेली आहे हेही आपण लक्षात ठेवायला हवे. पुढे भारतीय स्वातंत्र्य मिळाल्यावरही आपल्या घटनेचे थोर शिल्पकार डॉ. बाबासाहेबांनी घटना लिहून झाल्यानंतरही चिंताच व्यक्त केली होती. या घटनेचा उपयोग आपल्या गोरगरीब जनतेसाठी, दलितांसाठी होणार की नाही अशा पेचातही ते होते. ही त्यांची खंत, चिंता किंवा त्यांची सर्व भारतीय स्तरांवरील चिंतनाची प्रक्रिया, जाणिवेने थरारलेल्या आत्म्याची चिंता होती, हीच त्यांची चिंता पुढे कशी खरी ठरत आहे, हे आपण सर्वजणच जाणतो आहोत. त्यातील दाहकता भोगत आहोत. हा द्रष्टेपणा एकूण आपल्या ह्या राष्ट्रीय स्वातंत्र्याच्या प्रवाहातील डाव्या चळवळींनी ध्यानात घेतला नाही हेही इथे नमूद करणे भाग आहे.

आपला देश स्वतंत्र झाला की मग सर्वच प्रश्न सुटतील किंबहुना ते सहजच मोकळे होतील अशा भ्रमात या शक्ती वावरत राहिल्या. सर्व कष्टकरी शक्तींना संघटित करण्यात, अमाप त्याग करण्यात त्यांचा सिंहाचा वाटा आहे, ही सत्यच गोष्ट आहे. ह्या कष्टकरी वर्गांच्याजवळ हरवण्यासारखे काही नव्हते; म्हणून त्यांना जिंकाल तर जग तुमचेच आहे हेही सांगणे व त्यांना प्रतिकाराचे बळ देणे आवश्यक होते. तसे लढेही संघटित झालेत. त्यांच्या जयापजयाचा इतिहासही निर्माण झाला; परंतु त्याच वेळी आपण एका भारतीय समाजात राहत आहोत, जेथे जात, धर्म, वर्ण, देवांच्या सत्ता अस्तित्वात आहेत; त्यांचाही तुला त्याग करावा लागेल, त्याविरुद्धही तुला लढावे लागेल ही शिकवणूक दिली गेली असती तर एक नवाच इतिहास ह्या चळवळींनी घडवला असता. जातीत वाटल्या गेलेल्या छावण्यांना तडे पडले असते. वर्ग म्हणून सर्व जमाती एकत्र येऊन आपल्या अन्यायाविरुद्ध लढत होत्या ही गोष्ट खरी. या आर्थिक अथवा राजकीय लढ्यात तेव्हा जात उरत नव्हती व उरलीही नव्हती हीही गोष्ट खरी; परंतु तेवढेच पुरेसे नव्हते. जातीच्या तटबंद्या इथे भक्कम होत्या. पुन्हा लढ्याच्या रिंगणातून विजयी अथवा दोन पावले माघार घेऊन ही वर्ग म्हणून उभी राहिलेली त्या त्या वेळची खरीखुरी कष्टकरी भूमिका घेणारी सर्व थरांतील मंडळी जेव्हा आपापल्या घरट्यात किंवा कारखान्यात किंवा शेतावर अथवा कचेरीत परतत तेव्हा ती पुन्हा जातीच्या विळख्यातच सापडत होती, हेही एक कटू सत्यच आहे.

जात ही अत्यंत गौण बाब आहे व ती इतर जातींचा आदर करूनच सांभाळावी, नाहीतर सबंध जीवनच नासवते, कटुता ओतते हे सांगत राहणे आवश्यक होते. तेच धर्माचेही आहे. धर्म किंवा प्रारब्ध अथवा ईश्वर आता कालबाह्य व संग्रहालयात जमा करण्यायोग्य वस्तू झाल्या आहेत, हेही आजच्या आधुनिक जगाच्या व नव्या वैज्ञानिक

दृष्टिकोन सांगणाऱ्या चळवळींनी आपल्या लेखनातून किंवा व्यासपीठावरून सतत काळजीपूर्वक सांगत राहायला पाहिजे होते. अर्थात यातले अजिबात काहीच झाले नाही असे नव्हे; परंतु ते अतिशय क्षीण स्वरूपात होते, नगण्य होते. आपल्या पुढील वाटचालीत व एकंदर लढ्याच्या व्यूहरचनेत त्या अडसर म्हणून उपस्थित होतील व जनसमूहांना नागवतील किंबहुना त्यांना एकमेकांविरुद्ध उभ्या करतील याचा अंदाज चळवळीच्या प्रवर्तकांनी पक्का बांधायला हवा होता; परंतु डाव्या चळवळींच्या मानसिकतेचे एकंदर चित्र दिसते ते असे की, त्यांना इथल्या इतिहासातील घटित मूल्यांचा व जातीय, धार्मिक, ईश्वरीय, देवाधर्मांच्या सत्तांचा आणि एकूण जनमाणसाला जखडलेल्या प्रवाहांचा विळखा घालून बसलेल्या प्रवृत्तींचा नीट मागोवा घेऊन त्यांनी चळवळी उभारल्या असत्या तर मला वाटते हा प्रश्नही निकालात निघाला असता. मात्र या सर्व दुरुस्त्या आता होताहेत याचीही नोंद करणे आवश्यक आहे. या सर्व त्रुटींचा चळवळीशी कसा सांधा घालावा हे आता काळजीपूर्वक पाहिले जात आहे. अगदी याचा पुरावा म्हणजे परवा 'रिडल्स'च्या प्रश्नावर जो प्रचंड मोर्चा निघाला त्या मोर्चातही या सर्व डाव्या चळवळींनी आपलाही अग्रक्रमाचा वाटा उचलला होता. नामांतराच्या प्रश्नावर निघालेल्या सत्याग्रही तुकड्यांमध्ये किंवा विविध मोर्चामध्ये जो सहभाग आढळला, तो पुन्हा एकदा खऱ्याखुऱ्या विषमतेविरोधी लढ्यातील स्वत:ची भूमिका ठामपणे बजावण्याचा व त्यासाठी लढाऊ पवित्रा घेण्याचा होता. ही गोष्ट घटत आहे ती अर्थपूर्ण आहे. या घटनांना एक निर्णायक मोलही आहे.

असे विचारांच्या आघाडीवरचे लढे सर्व जगभर आता चालू आहेत. कधी वैचारिक स्वरूपात तर कधी कृतीच्या स्वरूपात. आपण जगापासून फार लांब आहोत किंवा आपण भले आणि आपली संस्कृती भली असे म्हणण्याचेही दिवस मागेच इतिहासजमा झालेले आहेत, हे आपण ध्यानात घ्यायला पाहिजे. आधुनिक तंत्रज्ञानाने जग अधिकच जवळ येत आहे. खुद्द अमेरिकेतही वर्णभेदविरोधी लढा, वंशवादविरोधी व शस्त्रास्त्रस्पर्धेविरुद्ध लढा आणि शांततावादी आंदोलनांना त्यांना तोंड द्यावे लागत आहे, तर सोविएत युनियनसारख्या समाजवादी जगातल्या अग्रदूत मानल्या गेलेल्या भूमीमध्येही तुंबळ असा विचारांचा नवा झगडा सुरू झाला आहे. सोविएत समाजाला पूर्ण खुलेपणा दिला पाहिजे व नव्या घडणीची पुनर्रचना करून समाजवादी समाजरचनेची पक्की व अधिक मानवी पायावरची मूलभूत बांधणी उभी करायला पाहिजे, हा त्यामागील महत्त्वाचा विचार आहे. अमेरिकन समाजातील साम्राज्यशाहीविरोध व सोविएत समाजातील तुंबलेपणा जाऊन निखळ व वस्तुनिष्ठ, खऱ्याखुऱ्या शास्त्रीय दृष्टीचा मानवी स्वातंत्र्यासाठीचा अंतर्विरोध या दोन भिन्न गोष्टी आहेत हेही लक्षात घेणे आवश्यक आहे. एकीकडे (अमेरिकेत) पूर्ण साम्राज्यवादी सत्ता आहे तर सोविएतमध्ये समाजवादी शासन असूनही चुकीच्या निर्णयातून उपस्थित झालेल्या प्रश्नांना मोकळे

करण्याची प्रवृत्ती हा तो फरक आहे.

उलट आपल्या भारत देशात एक वेगळेच गतिशून्य वातावरण आहे. आपण स्वतंत्र होऊन चाळीस वर्षे लोटली तरीही फार मोठे राजकीय मन्वंतर घडले आहे असे वाटत नाही. पिळवणुकीचे व छळणुकीचे सर्व प्रकार अबाधितपणे चालूच आहेत. कायदे झाले खरे; परंतु ते सत्ताधीशांच्याच बाजूने कसे वळवले जातील हेच सातत्याने पाहिले गेले. धनदांडग्या वर्गांना अजूनही ह्या देशात अभय आहे, तर सर्व सामान्य जनतेचे रोजच्या जगण्यातले भय भयानक स्वरूपात वाढते आहे. विघटनवादी, पुनरुज्जीवनवादी, जातीच्या श्रेष्ठतेचा व धर्माच्या नावाखाली दंगेधोपे घडवून आणणाऱ्या शक्ती प्रच्छन्नपणे मोकाट फिरत आहेत व शासक वर्ग किंवा त्यांच्या वेगवेगळ्या नावांखाली काम करणाऱ्या विविध संघटना त्यांना पाठीशी घालत आहेत, असे दृश्यही पदोपदी नजरेस पडते. यांच्या विरोधात उभ्या असणाऱ्या शक्ती विखुरलेल्या व क्षीण स्वरूपात आहेत. याबाबतचे महाराष्ट्रातील एक ताजे उदाहरण सांगतो. 'तमस' या कादंबरीवर उठलेले वादळ आपण आठवा. एका पुरोगामी पंजाबी लेखकाने, भीष्म साहनी ह्यांनी लिहिलेली ही कादंबरी होती व तिचा विषय फाळणी हा होता. साहित्य अकादमीचा ह्या कादंबरीला पुरस्कारही लाभलेला होता; तरीही जातीय विद्वेष माजवणाऱ्या संस्थांनी गदारोळ उठवलाच. महाराष्ट्रातही त्याचे पडसाद उमटलेच. या कादंबरीकारामागे महाराष्ट्रात फार क्षीण स्वरूपाचा पाठिंबा होता. शेवटी न्यायालयानेच हे प्रकरण थांबवले तेव्हाच ते थांबले. ही इतकी दुबळी अवस्था का झाली हाही विचार करण्यासारखाच प्रश्न आहे. असो.

आपण म्हणाल हे साहित्याचे व्यासपीठ आहे तेव्हा असले 'नमनाला घडाभर तेल' का जाळत बसला आहात ? तर मित्रांनो, तसे नाही. ह्या पूर्ववाती पेटवल्याशिवाय पुढचा प्रकाश दिसणार नाही. आपण केवळ शिळोप्याच्या गप्पा मारण्यासाठी इथे जमलेलो नाही. आपणा सर्वांचा एक पाय समोरच्या भीषण संघर्षात व दुसरा पाय संस्कृतीच्या क्षेत्रात असा गुंतलेला आहे. आपण कार्यकर्ते लेखक आहोत, कार्यकर्ते विचारवंत आहोत व कार्यकर्ते आणि जनतेच्या विविध संघटनांत काम करीत राहणारे बिनीचे लढवय्ये आहोत. आपणावर ही एक नैतिक जबाबदारीच पडते की ज्या जगात व ज्या वास्तवात आपण श्वासोच्छवास घेतो, वावरतो, संघर्ष करतो, त्याचे ताणेबाणे, ताणतणाव, तपशील, सगळे गोळा करूनच मगच पुढच्या उचलणाऱ्या पावलांना अधिक मजबुती आणत असतो. अधिक भक्कमपणे चालू लागतो. पावलापुरताच प्रकाश आपण पाहणारे नाहीत. सत्यच आपल्या पावलापुरतेच दिसणाऱ्या प्रकाशात नसते. ते सर्वदूर व सर्वकालीन सत्यासाठी चाललेल्या लढाईत शिरूनच, तिथे पाय रोवूनच, त्याचा शोध घ्यावा लागतो.

आणि मगच जागतिक पातळीवर चाललेला परिवर्तनाचा, नवनव्या वैज्ञानिक विचारांचा, सांस्कृतिक संचितांचा हा मूलाधार आपल्या भूमिका पक्क्या करण्यासाठी आधारभूत ठरतो. खऱ्या प्रगतिक सांस्कृतिक मूल्यांसाठी, मानवी स्वातंत्र्याच्या उच्चारासाठी व रक्षणासाठी आणि येथून तेथून पिळवणुकीविरुद्ध व छळणुकीविरुद्ध लढणारा माणूस एकच आहे हा बीजमंत्र एकदा आपल्या ध्यानात आला, हा तंतू वैश्विक पातळीवरही समानरूपाने कसा एकवटलेला आहे हे ध्यानी आले, की मगच खऱ्या विश्वबंधुत्वाच्या घोषणेचे सार्थक झाल्यासारखे वाटते. मग आपण एकटेच आहोत किंबहुना आपणच ही प्रथम लढाई छेडत आहोत असा भ्रम आपल्याला होत नाही. आपल्यासारखे कितीतरी दक्षिण आफ्रिकेत, चिलीत, ब्रह्मदेशात, बांगला देशात किंवा इतरत्रही निरनिराळ्या विविध गुलामगिरीच्या श्रृखंलाबद्ध प्रदेशात त्या तोडण्यासाठी लढत आहेत व तीच खरी आपली समानतेची व बंधुभावाची खूण आहे, ती निशाणी आहे हे मनोमन पटू लागते.

आपण संवेदनाशील, क्रियाशील विचारवंत व लेखक-लेखिका आहोत. जीवनाच्या सर्व जडणघडणीतील एक साक्षीदार, भागीदार आहोत. आपण केवळ तटस्थ भूमिका घेणारे नाही. निर्मितीच्या क्षणी, त्या पवित्र व सुंदर रचनेच्या वेळी काही क्षण आपण तटस्थ असणे सर्जनशील कलावंताला आवश्यक असते, हे नाकारता येणार नाही. जीवनातले सर्वच प्रवाही क्षण हे जसेच्या तसे आपल्या निर्मितीप्रसंगी टिकत नाहीत. त्यातील महत्त्वाच्या व हादरवणाऱ्या क्षणांना — त्या क्षणांना जेव्हा आपणही हादरलेले असतो — याच्या आवेगांना एक विलक्षण गती प्राप्त होते. शब्द त्यांना किंवा आपल्यातील हादरलेले तंतू शब्दांना सारखे ढकलत राहतात व मोकळे होण्याचा तो क्षण येऊन उभा राहतो. तटस्थवृत्तीने अनुभवाकडे पाहणे व तटस्थपणे घडामोडींचा संवेदनशील व साक्षेपी वृत्तीने अर्थ लावणे कलावंताला आवश्यक त्या वेळी असते, यात मला वाटते दुमत संभवत नाही. परंतु भोवतालच्या भीषण रौद्ररूप धारण करणाऱ्या प्रसंगी किंवा त्यातून ससेहोलपट होत असताना सोसाव्या लागणाऱ्या घडामोडींच्या प्रसंगी केवळ तटस्थपणा जीवघेणा ठरतो. आपणासारख्या जीवनाच्या लढाईत गुंतलेल्या, भागीदारी करणाऱ्या विचारवंत अथवा कार्यकर्त्या लेखकाला ते केवळ अशक्य आहे. जीवनाकडे केवळ रुक्ष व कोरडेपणाने पाहण्याच्या प्रवृत्तीच्या मुळाशी जी अनेक कारणे संभवतात, त्यांपैकी वाटते हा तटस्थपणा ऊर्फ कोरडेपणाही मराठी लेखकांच्या ठिकाणी कारणीभूत असावा. नाहीतर मराठी प्रांतातही एवढ्या उलाढाली झाल्या, समग्र जनमानस वेगवेगळ्या लढ्यांनी व संघर्षाने भरलेले असताही त्याचे कोठेही ठाशीव वा भरीव चित्रण न येण्याचे हेही कारण असावे की काय अशी शंका येऊ लागते. जीवनाच्या समग्र घालमेलीत लेखक निदान निरीक्षणाच्या भूमिकेत तरी उभा राहिल्याशिवाय — खरे तर स्वत:ला झोकल्याशिवाय — त्याच्यात तो आंतरिक ओलावा येणार तरी

कसा ?

आणखी एक असाच कळीचा प्रश्न आहे. तो म्हणजे जीवन बदलू मागणारे क्रांतिकारक विचार. किंबहुना होणाऱ्या सामाजिक व राजकीय बदलांची वस्तुनिष्ठ गती, तिचा वेध व तिच्याविषयीच्या आकलन शक्तींचा, या मूलगामी विचारांचा व कलाकृतींच्या रूपांचा काही अन्योन्य संबंध आहे का ? या सर्वांचे कलाकृतीत रूपांतर होतानाच्या ज्या सर्व अवस्था त्या त्या प्रतिभावंताच्या सामर्थ्याचा मगदूरही त्याप्रसंगी पणाला लागतो. या सर्वांना आपण कोणत्या पद्धतीने हाताळणार हा तो प्रश्न आहे. थोडक्यात म्हणजे आपले सर्व चिंतन कलाकृतीचे रूप कसे घेणार हा खरा प्रश्न आहे. एक गोष्ट खरी की, जेव्हा एखादा क्रांतिकारी अथवा मूलगामी विचार समाजमनाची पकड घेतो, तेव्हाच खऱ्या अर्थाने त्याच्या पूर्तीसाठी विचारांच्या व सर्व कलाप्रकारांच्या उद्भवनांची शक्यता निर्माण होते व तो विचार खराखुरा व वस्तुनिष्ठ बदल घडवणारा ठरतो. हा एक समाजगतीचाच नियम आहे. एक अवस्था बदलवून दुसऱ्या अवस्थेत शिरण्याच्या कालखंडाला कधी सौम्यपणे तर कधी रौद्ररूपानेही सुरुवात होते. कधी त्याच्या प्राप्तीसाठी सशस्त्र उठावाच्या रूपानेही शक्यता संभवते, ते त्या वेळी कसे घटित घडेल याची फक्त संभवनीयताच आपण सांगू शकतो. बऱ्याचदा ते त्या त्या प्रसंगाला अनुरूप असणाऱ्या संघटित शक्तींच्या आकलनावरही अवलबूंन असते; म्हणजे त्या त्या कालखंडात समाजमनाच्या गतीच्या प्रक्रिया व्यक्त होतात व त्यांच्या पूर्तीसाठी आंदोलन उभे राहते.

परंतु कलेचेही एक शास्त्र आहे. तिला तिचाही एक इतिहास आहे. नियम आहेत. हे नियम व शास्त्र सर्वसाधारणपणे पुढच्या संभवनीयतेला-कलाकृतींनाही जन्म देत देत विकसित होत राहत असते. असाही पडताळा वेळोवेळी मिळत आलेला आहे. अंतिमत: सर्व कलांचा उगम हा समाजगतींच्याच उगमातून उद्भवत असला तरीही कलाकृतीकडे पाहताना 'कलाकृती' म्हणून तिच्या ठायी असणाऱ्या व प्रतित होणाऱ्या किंबहुना समग्र मानव जातीच्या आचार-विचारांचे प्रतिबिंब म्हणून तिचे स्वतंत्र अस्तित्व ध्यानात घेऊनच मूल्यमापन करावे लागेल. कलाकृतीने सर्व मानवी संभवनीयतेला विशालपणे व्यक्त करूनही तिने स्वत:नेही श्रेष्ठ कलारूप कसे सिद्ध केले व सर्व काळातही सतत ती कशी लवचिक होत विकसित होत गेली हे पाहावे लागेल. थोडक्यात म्हणजे आपण अतिशय लवचिक भूमिका घेऊन दुराग्रह सोडून या कलारूपांना सामोरे जावे लागले. जीवनातील सार्थकतेला कलाकृती जशी अभिव्यक्ती देते तशीच जीवनातील निरर्थकतेलाही ती तितक्याच परिपूर्णतेने व्यक्तवीत राहणार; म्हणून मला वाटते आजूबाजूच्या किंवा पूर्वनिर्मित साहित्य कलारूपाकडेही आपण अधिक डोळस व अधिक चिकित्सकपणे पाहणे आवश्यक असते. जे स्वीकारार्ह असेल ते ते स्वीकारणे प्राप्तच आहे; कारण त्या कलाकृतीचा जन्मदेखील आपल्या इतिहासातील एक महत्त्वपूर्ण

अंग होते हे विसरता कामा नये. आपण जसे प्रगत इतिहासाला बांधील आहोत तसेच कलाकृतींच्या प्रगत वारशांनाही बांधील आहोत. किंबहुना ते आपले पूर्वसंचित म्हणून स्वीकारून, त्यातला फोलपणा टाकून देऊन निखळ प्रागतिक रूपांचा स्वीकार करणे म्हणजे आपल्या सर्व नव्या प्रगत विचारांना व कलाकृतींना एका भक्कम आधारावर उभे करणे असे होईल आणि सुदैवाने भारतीय व मराठी साहित्यातील पूर्वसंचित करंटे नाही. आपण भारतीय पातळीवर जसे हे पूर्वसंचित प्रेमचंदांच्या, टागोरांच्या, शरदबाबूंच्या, वल्लार्थेल किंवा सुब्रह्मण्यम भारतीच्या रूपाने शोधतो तसेच ते ज्ञानेश्वर, तुकाराम, केशवसुत, हरिभाऊ, कुसुमाग्रज व मर्ढेकर आदींच्या रूपातही मान्य करतो आहोत ही सद्‌भाग्याची व उचित गोष्ट आहे. प्रागतिक पूर्वसंचित हे कोणाच्याही एका गटाच्या अथवा ज्ञातीच्या किंवा देशाच्याही मालकीचे नसते, तर ते समग्र मानवतेच्या लढ्यातून व चिंतनाच्या परंपरांतून सार्वत्रिक होते. तो विचार, ती कलाकृती किंवा ते चित्र अथवा संगीत हा त्या त्या राष्ट्राच्या संचिताचाही जरी महत्त्वपूर्ण भाग ठरला तरी तो आंतरराष्ट्रीय पातळीवरही सर्वांना आपलासा वाटतो त्याचे कारणही हेच आहे. म्हणून फुले, आंबेडकर व मार्क्स यांचे विचार सर्वांनाच आपला ठेवा वाटतो तो यामुळेच.

आपण दलित, आदिवासी, ग्रामीण, जनवादी, स्त्रीमुक्तिवादी इत्यादी पुरोगामी व बिनीच्या प्रवाहांना एकत्र करून त्यांना एकाच व्यासपीठावर आणत आहोत ही घटना ऐतिहासिक आहे हे मी सुरुवातीस वर म्हटलेच आहे. खरे तर हा इतिहासानेच व एकूण जीवनाच्या रेट्यानेच आता अधिक प्रगत दिशेकडे वळा असे आपणा सर्वांना दिलेला आदेशच आहे. सतत गतीच्या दिशेने प्रगती करीत राहणे, वाटेतल्या सर्व खाचखळग्यांना वळणे देत, त्याहूनही मार्ग काढत नदीचा प्रवास जसा खळखळता आणि प्रवाही राहतो तसा नियम आपल्या जीवनाच्या गतीचाही आहे. जागतिक परिस्थितीचाही तसाच कौल आहे. तसा अधिक व अधिकाधिक गतिमान होत सर्व कवेत घेत चला, डावीकडे वळा, हाच तो संदेश आहे.

हे सर्व आपण स्वत:च्या स्वानुभवनातून शिकत, बघत व घडवत चाललो आहोत. हा उसना कळवळा नाही किंवा कुणाच्यातरी लहरीखातर अथवा कुणाच्या उसन्या शिदोरीवर चालले आहे असे नाही. तशी कष्टाची शिदोरी आपल्या पाठीशी खंबीर आहेच. ही आपली व येत्या क्रांतिकारक काळाची खरीखुरी गरज, अत्यंत वस्तुनिष्ठ निकड आहे, हे आपले सच्चे भान आहे.

अखिल भारतातही दलित, आदिवासी, ग्रामीण, पुरोगामी व स्त्रीमुक्तिवादी अथवा जनवादी गट व त्यांच्या संघटनांच्या रूपात वावरणाऱ्या संस्था आहेत. तरीपण त्यांना आपण एकत्र यावे, विचारविनिमय करावा, असे अद्याप वाटत नाही. मात्र आपल्या महाराष्ट्रातच हे चित्र मोठ्या परिणामकारक पद्धतीने व वस्तुनिष्ठ भूमिकेने उभे

राहिलेले दिसते त्याचेही कारण काय आहे ? एकच. राजकीय, सामाजिक, आर्थिक व सांस्कृतिक लढ्यांची परंपरा ही महाराष्ट्राची परंपरा आहे आणि त्याचे विवेचन मी केलेलेच आहे.

तसेच दलित साहित्याने प्रथमच इथे जी ऐतिहासिक लढत दिली आणि देत आहे व सर्जनाच्या सर्व संभवनीय वाटांना मोकळीक करून दिली त्याचेही कारण हेच आहे. त्यामुळे मराठी संस्कृती म्हणून जिचा डिंडिम वाजवण्यात येते होता, त्यांना भगदाडे पडली व जुनाट संकल्पनांचे व्यूह आणि मूल्यांचे पडके युरोपियन बुरूज सावरत बसलेल्यांना आपण स्वत: कुठल्या जगात वावरत आहोत त्याचे भान येऊ लागले. हे एक गतीचे इतिहासदत्त कार्य होते ते या शतकाच्या सहाव्या दशकात महाराष्ट्रातच प्रथम सुरू झाले. हा आपला ऐतिहासिक वारसा आहे. पुढे या दलित साहित्याच्या प्रवाहाचा परिणाम इतरही समाजघटकांवर झाला. ग्राम किंवा ग्रामीण साहित्य हा आणखी एक स्वतंत्र घटक अस्मिता दर्शवत पुढे याच्याच सोबतीला आला. आदिवासी समाजातील नवशिक्षित तरुण वर्गही मागे कसा राहील ? स्त्रीमुक्ती चळवळीच्या वेगवेगळ्या संघटना निघाल्या तरी सूत्र एकच होते. स्त्रीची स्वतंत्र अस्मिता, सामाजिक समतेच्या लढाईत स्त्रियाही मागे नाहीत, त्याही अग्रेसर भूमिका घ्यायला तयार आहेत, स्त्रिया म्हणजे अर्धा भारत आहे वगैरे प्रश्नांची चर्चा सुरू झाली, त्याचेच सांस्कृतिक अपत्य म्हणजे 'मुलगी झाली हो' हे लोकनाट्य व त्याला मिळणारा सर्वत्रच भरघोस लोकश्रय हेही प्रथमच घडत होते.

हे सर्व घडत आहे व असेच पुढेही घडायला हवे आहे म्हणून तर त्याला अधिक भक्कमपणा यावा, लवचिकता व मौलिकता न गमावता तिचा सतत विकास व्हायला हवा आहे. तरीही मी आपणाशी करीत असलेल्या या संवादात अनेक नामवंत लेखकांचा (आपल्यातील) मी नामनिर्देश केलेला नाही. त्यांचा गौरव महाराष्ट्राने केलेला आहेच. त्यांच्या कलाकृतींचा लौकिक सर्वदूर पसरला आहे. त्यातील कित्येकांना भारतीय पातळीवर तर काहींना परदेशी भाषेत अनुवादित होण्याचा सन्मानही लाभलेला आहे. ह्या ग्रंथांनी पांढरपेशा समाजालाच आकृष्ट केले आहे किंवा भारतीय भाषेतील इतर भाषा भगिनींच्या विश्वातही याविषयी जोरदार चर्चा चालू आहेत हे खरेच आहे; परंतु त्याहीपेक्षा मोठी गोष्ट स्वीकारली जात आहे ती ही की, हा आपलाच बांधव त्याला वाणी लाभताच, लिपीचा अर्थ कळताच त्याच्यातील जातिवंत प्रतिभा घडाघडा कशी काय बोलू लागली आणि त्याच्या कलाकृतीतून हा जो जीवनरस, जो दबलेला होता, तो भरभरून कसा काय आला ? कोणताही शास्त्रार्थ किंवा कलेची परंपरा नसलेला हा वर्ग दलित-आदिवासी-ग्रामीण समाज व त्याच्या तरुण प्रतिभा, ही तरुण हस्ताक्षरे आपल्या आयुष्याचा नेमका वेध कसा पूर्ण व जिवंत शब्दद्वारा कशी काय व्यक्तवू लागली हे पाहताच अवाक् झाला. कलावंतांच्या कुंडल्यांचे आराखडे, त्यांना आवश्यक

असणाऱ्या सर्व सुखसोयी, त्यांच्याविषयी जोपासलेली मते यांना जबरदस्त हादरा बसला. इतिहासही मोठा मिष्किल गृहस्थ आहे. त्याने हे सारे नीट न्याहाळले, बघून घेतले आणि म्हणून त्यांच्या पायांखालचे मखमली जाजम सरकावून घेतले व आपल्याकडे येऊन अंथरले व कानांत येऊन तो पुटपुटला, 'गड्यांनो, आता तुमची खेळी बरं.' आणि परत रिंगणाच्या बाहेर पडून कोपऱ्यात हसत उभा राहून आपली खेळी न्याहाळू लागला, न्याहाळत आहे; परंतु त्याने दिलेल्या संधीचा आपण नीट उपयोग करून घेतला नाही तर आपल्या पायांखालची जाजमे राहतीलच असा भरवसा मला वाटत नाही व या इतिहासनामक चिकित्सकाने तशी कोणालाही सवलत दिली अथवा पाठीशी घातले असा दाखलाही नाही म्हणून कृपया आपण हा चुटका मी गमतीखातर सांगतो आहे असे समजू नये, तर त्यामागील गंभीर अर्थही ध्यानात घ्यावा.

आपणाला उत्तम प्रतिभावंतांचा शोध सतत घेत राहणे आवश्यक आहे. उत्तम कलाकृती या खऱ्या अर्थाने इतिहास घडवत असतात आणि त्या पथप्रदर्शकासारख्या भूमिका बजावतात; म्हणून चांगली कलाकृती आपल्यातून निर्माण होणे किंवा आपल्या बाहेरच्या जगातही तिचा जन्म झाला असल्यास त्याचे स्वागत करणे आपल्या एकंदर वाङ्मयीन व कलात्मक मूल्यमापनाच्या दृष्टीनेही ते उपयुक्त आहे. संघटना चांगल्या रसिकांपर्यंत कलाकृती पोहोचवण्याचा प्रयत्न करील; परंतु उत्तम कलाकृती ही अंतिमत: एकट्याचीच निर्मिती असते हे ध्यानात घेणे आवश्यक आहे. उत्तम कला ही नेहमीच सर्वच समीक्षकांना व कलाशास्त्रज्ञांना हुलकावणी देत राहते वा तिच्या संदर्भात किंवा तिच्याहीमुळे वादविवादांच्या जगात उलथापालथी घडत असतात हेही या प्रसंगी सांगावेसे वाटते.

तसेच आजवर जगात अथवा भारतीय पातळीवर किंवा आपल्या महाराष्ट्रीय स्तरावरदेखील एकूण कलात्मक शास्त्राविषयी किंवा कलेच्या मूल्यमापनाविषयी अथवा तिच्यातील ऐतिहासिकतेचा संदर्भ सांगण्यामागील सद्हेतूविषयी आपण केवळ पूर्वग्रह बाळगून वागणे हिताचे नाही; कारण हा कलाविचार विविध समूहांच्या, व्यक्तींच्या व त्या त्या प्राप्त परिस्थितीच्या संदर्भात जो त्या वेळी मांडलेला असणार, चिकित्सा करून त्यातील टाकावू भाग आधीच संपलेला असणार व त्याची काही मूलभूत, मूलाधार मांडणारी प्रमेये जेव्हा अद्यापही चिवटपणे टिकून राहतात किंवा कधी कधी आपल्यालाही ती पूरक अथवा विचार करायला भाग पाडतात हे सत्यही नाकारून चालता येणार नाही. सौंदर्यशास्त्राचेही तसेच आहे. याबाबतही आपणाला नीट विचार करून मांडणी करावी लागेल. आपला चिकित्सक आग्रह असावा; परंतु केवळ पूर्वग्रह नको. तो केवळ कलास्वरूप शास्त्राविषयीच नाही. एकूण राजकीय व सामाजिक मतभेदाविषयी नसावा. असो.

आपण म्हणाल, हा सद्गृहस्थ संधी मिळाल्याबरोबर हवे तितके व नको ते

बोलत सुटला की काय ? पण तसे नाही. नाहीतर तो तिकडे पलीकडे पायांखालचे जाजम ओढायला इतिहास बसलेला आहेच; हे माझ्याही लक्षात आहे; परंतु ही संधी आपण दिलीत आणि समोर तर सर्व माझीच माणसे आहेत. लेखक, वाचक आहेत, त्यांच्याशी जाहीर हितगुज करता यावे म्हणून मी बोललो.

अर्थात मी जे बोललो ते माझे स्वत:चे निरीक्षण आहे. त्यात कमी-अधिक राहणारच. एका माणसाच्या आकलनाचा आवाका जरी लहान किंवा मोठा असला तरी जाहीर व्यासपीठावर आवर घालणे क्रमप्राप्त आहे. याबाबत आपले केशवसुत ह्यांनी सांगितलेच आहे की, 'विश्वाचा विस्तार केवढा। ज्याच्या त्याच्या डोक्याएवढा ॥' हा इशारा मी पक्का स्मरणात ठेवलेला आहे.

तरीही मी इच्छा व्यक्त करतो की, मित्रांनो ! येणारा भावी काळ आपल्या खांद्यावरून मिरवत येणार आहे. म्हणून आपण सर्वांनी आपले खांदे अधिक रुंद, अधिक मजबूत व अधिक शक्तिशाली बनवूया, आपली दृष्टी अधिक पारदर्शी बनवूया, क्षितीजापलीकडची सर्व क्षितीजे न्याहाळणारी दृष्टी विश्वातली विराट रहस्ये स्वत:त सामावीत, नवे जग घडवणारी असते. आपणच या पृथ्वीचे खरेखुरे वारसदार आहोत. त्यातील माणसाइतका सुंदर व पवित्र शब्द दुसरा नाही, हे सदैव स्मरणात ठेवूया. इतिहासानेच व आपल्या थोर विचारवंतांनी आणि सर्वोत्कृष्ट कलाकृतींनी सदैव माणसाच्या मुक्तीचाच पुरस्कार केलेला आहे. आपण या जययात्रेत सामील होत आहोत. आपण प्रकाशयात्री आहोत. दिशांचे सर्व दरवाजे सूर्याभिमुखी करणारे आहोत. एक मोठी जोखीम आपल्या खांद्यावर आहे व ती पेलण्याची शक्तीही आपल्या पंखांत आहे; म्हणून आपण अधिक समज, अधिक सावध व अधिक सुंदर मानवी परिवर्तनाच्या कार्यात सहभागी होत आहोत.

❑❑❑

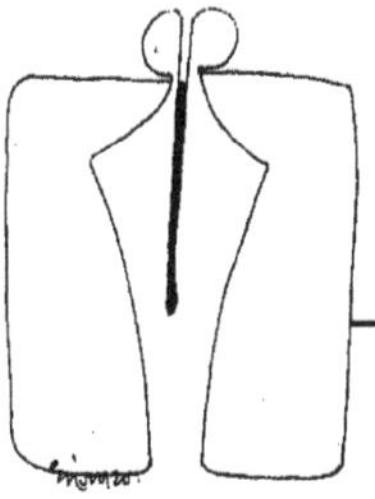

आम्हाला सर्व शोषितांना समजावून घ्यावे लागेल

वामन निंबाळकर

दलित साहित्य विश्वातील एक सर्जनशील कलावंत व सामाजिक कार्यकर्ता म्हणून मी साहित्य निर्मितीच्या चळवळीकडे प्रबोधनाच्या दृष्टीने पाहतो. या चळवळीला डॉ. बाबासाहेब आंबेडकर, महात्मा जोतिबा फुले व तथागत बुद्ध या युगप्रवर्तक महामानवांच्या तत्त्वज्ञानाचा भक्कम पाया लाभला असल्याने ही युगप्रबोधनाची चळवळ युगप्रवर्तनाची चळवळ झाली आहे. ही चळवळ येथील सामाजिक, आर्थिक व इतर सर्व विषमतेविरुद्ध आणि शोषणाविरुद्धची चळवळ आहे. भारतीय इतिहासाच्या हजारो वर्षांच्या पानांवर शोषणाचे अध्याय काळ्याकुट्ट अक्षरांनी गच्च लिहिले आहेत. हे शोषण इतके गुंतागुंतीचे केलेले आहे की कधी ते सामाजिक वाटते, कधी आर्थिक आणि सांस्कृतिक, तर कधी शैक्षणिक वाटते; परंतु खऱ्या अर्थाने या शोषणाचा पाया सामाजिक विषमताच आहे; त्यावर आर्थिक व इतर शोषणाचे मजले उभारले आहेत. अशा या शोषणाच्या किल्ल्याभोवती देवधर्माच्या महाकठीण भिंती उभारल्या आहेत. या महाभयंकर किल्ल्यात आपण हजारो वर्षे बंदी होतो, आजही आहोत. प्रकाशाचा कोणताच किरण आमच्यापर्यंत येऊ न देण्याची प्रचंड दक्षता बाळगण्यात आली होती. शोषणाच्या या किल्ल्याचे दरवाजे उघडण्याचे व तो किल्ला पाडण्याचे काम म. फुले, आगरकर, गाडगे महाराज, राजर्षी शाहू महाराज इत्यादी महापुरुषांनी आपापल्या परीने केले, परंतु हा अत्यंत अवजड अजोड किल्ला उद्ध्वस्त करण्यासाठी डॉ. बाबासाहेब आंबेडकरांनी आपल्या तत्त्वज्ञानाचे व कार्याचे सुरुंग पेरले.

डॉ. बाबासाहेब आंबेडकरांचे संपूर्ण आयुष्य मानव मुक्तिलढ्याचे प्रतीक होते. हजारो वर्षे ज्यांना ज्ञानार्जन व अर्थार्जनापासून वंचित ठेवले होते; ज्यांना दैन्य, दास्य व लाचारी याशिवाय कशाचाच अधिकार नव्हता अशा दगडागत पडलेल्या समाजाला जागृत करून त्यांच्यात स्वाभिमानाची ज्योत पेटवून त्यांना शिकण्याचा मार्ग बाबासाहेबांनी

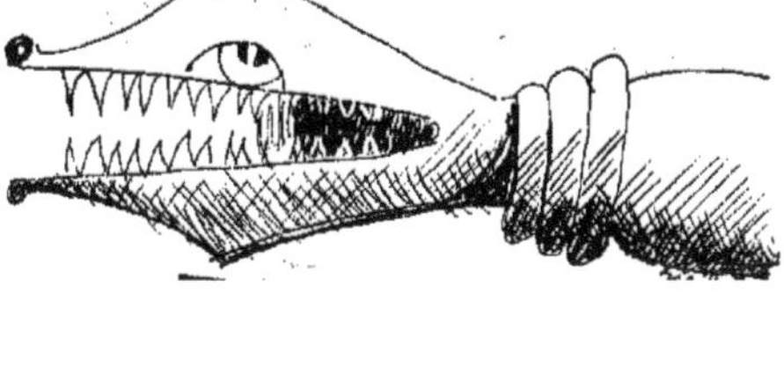

अ. भा. नववे दलित साहित्य संमेलन, चंद्रपूर १९८९

मोकळा केला. यासाठी आपल्या पासष्ट वर्षांच्या आयुष्यात त्यांनी हाडांची काडं केली, रात्रीचा दिवस केला; क्षणाचीही उसंत, विसावा या महामानवाने घेतला नाही. एका बाजूला जातीयवादी धर्ममार्तंड, दुसऱ्या बाजूला गरिबांच्या रक्तावर पोसलेले सरंजामशाही भांडवलदार, तिसऱ्या बाजूला रूढीवादी, परंपरावादी, स्वार्थी राजकारणी अशा बलाढ्य शत्रूंशी सर्व आघाड्यांवर डॉ. बाबासाहेब एकाकी लढत होते. विज्ञानवादी, बुद्धिप्रामाण्यवादी, जडवादी जीवननिष्ठा स्वीकारून त्यांनी आपल्या लढाईच्या दिशा स्पष्ट केल्या. हा लढा जीवनमूल्यासाठी होता. तो सामाजिक, आर्थिक व इतर सर्व विषमतेविरुद्ध होता. तसाच तो समता, बंधुता, न्याय यांच्या बाजूने होता. त्यासाठी त्यांनी देव, धर्म, कर्मकांड, अध्यात्म इत्यादींना नकार देऊन विषमता पसरविणाऱ्या त्या विषवल्लीच्या मुळावर घाव घातला. म्हणूनच डॉ. बाबासाहेब आंबेडकर हे पहिले विद्रोही लेखक झाले. त्यांनी शब्दाची ताकद ओळखली होती. या मृतप्राय समाजाला जागृत करण्यासाठीही त्यांनी याच शब्दसामर्थ्याचा उपयोग केला. दलितांच्या मुक्तीसाठी व शक्तीसाठी त्यांनी आयुष्यातील प्रत्येक क्षण क्रांतिपर्व म्हणून वापरला. त्यांच्या अफाट कर्तृत्वाने व जाज्वल्य विचारांनी या देशातील तमाम शोषित माणसाच्या बौद्धिक व मानसिक स्वातंत्र्याचा विचार केला. त्यांच्या उत्थानासाठी त्यांच्या हातात जडवादी, विज्ञानवादी, नीतिवादी, पर्यायाने मानवतावादी तत्त्वज्ञानाच्या मशाली दिल्या. बाबासाहेबांनी आपल्या तत्त्वज्ञानात तळागाळाच्या माणसाच्या प्रगतीचा आलेख मांडला. या मानवमुक्तीच्या आंदोलनाने भारतीय दलितांच्या जीवनजाणिवा बदलल्या. या आंदोलनातूनच दलितांना गतिमान जीवन जगण्याच्या दिशा मिळाल्या. आशा आणि प्रेरणा मिळाल्या. या प्रेरणेतूनच दलित साहित्याचा जन्म झाला.

असे हे दलित साहित्य दलित जाणिवेतून निर्माण झालेले एका नकाराचे व एका स्वीकाराचे साहित्य आहे. दलित साहित्य देव, धर्म, आत्मा, कर्मकांड, चमत्कार, पूर्वजन्म, पुनर्जन्म यांना कठोरपणे नाकारते. दलित साहित्य हे वर्ण व वर्गवादाच्या विरोधात वाङ्मयीन आवाज उठविते. समाजातील सामाजिक, आर्थिक विषमतेला ते कडाडून विरोध करते व समतेचा, तद्वतच माणसाच्या नीतिमान प्रवृत्तीचा ते स्वीकार करते. माणसाला केंद्रबिंदू मानून त्याच्या प्रगतीचा ते आलेख मांडते. त्यासाठी ते समता, स्वातंत्र्य, बंधुता, न्याय, प्रज्ञा, शील आणि करुणा या मानवी मूल्यांचा भरभक्कमपणे पुरस्कार करते. दलित साहित्य हे समाजवादी, जीवनवादी, नीतिवादी,जडवादी भूमिका घेऊनच प्रकटते. दलित साहित्यिकांची भूमिका वरवर नकाराची दिसत असली तरी या नकारामागे नवनिर्माणाचा स्पष्ट दृष्टिकोन आहे. म्हणूनच दलित साहित्य मराठी साहित्यापेक्षा निश्चितच वेगळे आहे. याची उंची, व्याप्ती, खोली मराठी साहित्याच्या पारंपरिक मानदंड व मोजमापांनी मोजता येणार नाही. ते एका भाषेपुरती मर्यादित नाही म्हणून कोणत्याही एका भाषेत दलित साहित्याचा प्रवाह सामावून जाणार आहे, असे

भाकीत करणे हे चुकीचे ठरेल. दलित साहित्याला भाषेच्या, राज्याच्या किंवा राष्ट्राच्या सीमा बंदिस्त करू शकत नाहीत. ते जगातील सर्व शोषित जनतेचा विचार करते. त्यांच्या बाजूने उभे राहते. त्यांच्या मुक्तिलढ्याचे क्रांतिगीत गाते.

'माणसासाठी आरती गाणारं' दलित साहित्य ग्रामीण, शहरी, आदिवासी, ख्रिस्ती, असे वेगवेगळं असूच शकत नाही. जे जे माणसांच्या समतेसाठी लढणारे, मानवमुक्तीचे क्रांतिगीत गाणारे ते सर्व दलित एक, अशी त्याची व्याप्ती आहे. काही मित्र 'दलित' या शब्दाला घाबरून जनवादी, ग्रामीण, आदिवासी वगैरे शब्दप्रयोग करून निराळे होतात. त्या मित्रांना माझे स्पष्ट सांगणे आहे की 'दलित' हा शब्द जातीवाचक नाही. तो कालचा 'शोषित व आजचा संघर्षशील' या अर्थाने आम्ही वापरतो. त्याने जर संघर्षाची धार बोथट किंवा संकुचित होत असेल, तर उद्या दलित साहित्यिक 'दलित साहित्य' हा शब्द फेकून 'फुले-आंबेडकरी विचारांचे साहित्य' हे शब्दप्रयोग करतील.

दलित साहित्य मानवतावादाची नव्याने मांडणी करून जगाला ओळख करून देत आहे. आजपर्यंत साहित्यिकांनी कल्पनारम्य साहित्याला जिवंत ठेवण्यासाठी प्रयोग व प्रयत्न केले. आज आम्ही माणसाला जिवंत ठेवण्यासाठी साहित्याचा प्रयोग करीत आहोत. त्यांनी फक्त साहित्याला सुंदर केले. दलित साहित्याने माणूसच सुंदर केला. त्यांनी भोगवादी, कल्पनारम्य साहित्याचा सत्कार केला. त्यांनी कलेच्या शुद्धतेसाठी मानवतेची हत्या केली. दलित साहित्यिक मानवतेच्या शुद्धतेसाठी साहित्याचा व कलेचा उपयोग करीत आहेत. दलित साहित्य भूतकाळातील जगण्याला गौरव मानीत नाही, तर ते त्याचा तिरस्कार करते, धिक्कार करते. भविष्यातील कल्पनारम्य सौंदर्यवादावर त्याचा मुळीच विश्वास नाही, तर ते वर्तमानातील प्रकाशमान जीवन अधोरेखित करते. ज्यांचा वर्तमान स्वतःच्या हातात नाही त्यांचे भविष्य अंधकारमय असते, असे आमचे ठाम मत आहे. सुंदर भविष्यासाठी वर्तमानात धडाडीने, तार्किकतेने व विवेकाने जगणे ही महत्त्वाची तेवढीच आवश्यक अट आहे. यावर दलित साहित्यिकांचा पूर्ण विश्वास आहे. दलित साहित्यिक भूतकाळाचे राखणदार नाहीत. ते वर्तमानाचे शिल्पकार आहेत, घटनाकार आहेत आणि भविष्याचे मार्गदर्शक आहेत कारण आम्ही आंबेडकरी तत्त्वज्ञानाचे पाईक आहोत. हे तत्त्वज्ञान माणसाला माणूस होण्याचे शिकविते. माणसाला एकमेकांचे भाऊ व्हायचे शिकविते. फक्त भारतीय होण्याचे शिकविते आणि त्याचप्रमाणे 'गर्व से कहो हम भारतीय है।' असे म्हणायला शिकविते. बाबासाहेबांनी म्हटल्याप्रमाणे आम्ही प्रथमतः भारतीय व अंतिमतःही भारतीय आहोत. आंबेडकरी तत्त्वज्ञानाचा गाभा मानवतावाद व राष्ट्रवाद आहे. काही मंडळी या देशातील माणसांच्या पेंढ्या बांधायला निघाली आहेत. काही धर्माच्या दोराने, काही प्रादेशिक सीमांच्या दोराने, काही वंश व पैशाच्या दोराने, जातीच्या, पंथाच्या दोराने. हे सर्व दोर आम्ही आमच्या आंबेडकरी राष्ट्रवादाच्या

तीक्ष्ण शस्त्राने कचाकच कापून काढू व सर्व माणसे मोकळी करू, बंधमुक्त करू, सम्यक भारताचे चित्र आंबेडकरी सूर्यप्रकाशाने प्रकाशमान करू. आमचे राष्ट्र प्रकाशमान करू. या प्रकाशात आम्ही सारे न्हाऊन निघू.

धर्माच्या नावावर मतांचा जोगवा मागण्यासाठी काही लोक निघाले आहेत. त्यांना मते मिळूही शकतील; पण धर्माच्या नावावर राष्ट्र बांधले जात नाही. ते बळकट होत नाही. धर्माचा आग्रह ही लोकशाहीच्या मुळावर घाव घालणारी कुऱ्हाड आहे. मग हे लोकशाहीचे झाड तोडायचे की त्याला एकात्मतेचे खतपाणी घालून बलदंड करायचे, याचा गंभीरपणे विचार करण्याची वेळ आली आहे.

या देशाच्या स्वातंत्र्याला चाळीस वर्षे झाली; पण अजूनही आमचा संघर्ष संपलेला नाही. पारतंत्र्यात असताना आमचा लढा स्वातंत्र्यासाठी परकीयांशी होता. आजही आमचा लढा स्वातंत्र्यासाठीच आहे; पण तो स्वकीयांशी! चाळीस वर्षांच्या अगोदर आम्हाला राजकीय स्वातंत्र्य मिळाले; पण हजारो वर्षांच्या या लढ्यात अजूनही आम्ही सामाजिक स्वातंत्र्य मिळवू शकलो नाही. जो समाज स्वत:चे सामाजिक आणि मानसिक स्वातंत्र्य मिळवू शकत नाही, तो राष्ट्राचे स्वातंत्र्य कसा टिकवू शकेल, हा प्रश्न सदैव आमच्या डोळ्यांपुढे उभा राहतो. आता तर विघटनवादी, पुनरुज्जीवनवादी शक्ती धर्माच्या, जातीच्या नावावर देशाचे तुकडे पाडण्यास सरसावल्या आहेत. त्या आक्रमक झाल्या आहेत. अशावेळी लेखक म्हणून आमचे काही कर्तव्य असणार की नाही? मला वाटते, लेखकाला नुसतं लेखक असून चालणार नाही. त्याला कार्यकर्त्यांचे हात-पाय लावावे लागतील, तर कार्यकर्त्याला नुसतं कार्यकर्ता नसून भागणार नाही तर त्याला कवी, लेखकांचे डोळे लावावे लागतील. नुसतं लेखक असणं किंवा नुसता कार्यकर्ता असणं हे दोघांनाही आज परवडणार नाही; कारण माझ्या बंधूंनो! आज आम्ही वादळात उभे आहोत. आमच्याभोवती सारेच पेटलेले आहे, धगधगते आहे. अशावेळी सुखाने, चवीने आम्हाला गप्प व स्वस्थ बसता येणार नाही. तसा प्रयत्न जर कोणी केला, तर ते वादळातू उन्मळून पडतील किंवा आगीत जळून त्यांची राख तरी होईल. आम्हाला स्वत:लाही कोसळायचे नाही आणि जळायचे नाही. तसेच दुसऱ्या कुणालाही पडू द्यायचे नाही, जळूही द्यायचे नाही.

आज या मंडळींनी जाती, वर्ण, धर्म, देव यांच्या नावावर भारतीय लोकशाही विचारप्रवाहाला अरुंद व अशुद्ध करण्याचा विडा उचललेला आहे. आम्हीही राष्ट्रीय एकात्मता, एकसंघता, धर्मातीतता, समता यांना जनमानसात रुजविण्यासाठी प्रयत्नांची शिकस्त करणार आहे. या देशाचे सुंदर देखणे निकोप चित्र सदैव पाहण्याची आमची इच्छा आहे. त्यासाठी येथील दलितांचे सर्वांगीण उत्थान होणे जरुरीचे आहेच. येथील दलित जर सशक्त झाला, तरच देश बलवान होईल. दलित अशक्त राहिला तर देशाचे स्वातंत्र्य रसातळाला जाईल. लोकशाही धोक्यात येईल. आपणासमोरील मराठवाडा

विद्यापीठ नामांतराचा प्रश्न अजूनही सुटलेला नाही. जोपर्यंत मराठवाडा विद्यापीठाला डॉ. बाबासाहेब आंबेडकरांचे नाव दिले जात नाही, तोपर्यंत या देशात निकोप लोकशाही आहे, ती लोकशाही रुजली आहे, असे म्हणता येणार नाही; कारण नामांतराचा ठराव हा विधिमंडळाच्या दोन्ही सभागृहांत एकमताने पारित झालेला आहे. नामांतराने दलितांचे प्रश्न सुटणार नाहीत, हे जरी खरे असले तरी नामांतर हे येथील मनामनात असलेली जातीयता मोजण्याचा मापदंड आहे, असे आमचे स्पष्ट मत आहे.

आजही काही मानवतेचे शत्रू ठिकठिकाणी दलितांवर हल्ले करीत आहेत. डॉ. बाबासाहेब आंबेडकरांच्या प्रतिमा विद्रूप करून आपला अघोरी, क्रूर आनंद असल्या कृती करून व्यक्त करीत आहोत. ही रानटी अवस्था केव्हा संपणार आहे? त्यांनी देशाला धर्माची दारू पाजून गुंगविण्याचे प्रयत्न सुरू केले आहेत, ते देशाला गुंगीत, धुंदीत व अशक्त पाहू इच्छितात. आम्ही देशाला जागृत व सशक्त पाहू इच्छितो. ते या देशाचे चिटोरे पाडू इच्छितात, आम्ही या देशाला एकसंध पाहू इच्छितो.

या विघटनवादी शक्तींजवळ पैसा आहे, सत्ता आहे आणि महत्त्वाचे म्हणजे मेंदूचं काम न करणारी व आस्तिक्याने बधिर झालेली बहुसंख्य डोकी आहेत. आस्तिक्याने मेंदूंचं काम करणे ठप्प होते. आस्तिक्य माणसाच्या गतिमानपणाला Speed-breaker चं काम करते, नास्तिक्य हे मेंदूला चॅनलाईज करते. नास्तिक्य हे सम्यक क्रांतीच्या गाडीला वेग देणारे गिअर आहे. आस्तिक्य माणसाच्या आतील लाईट ऑफ करणारे बटण आहे. नास्तिक्य लाईट ऑन करणारे बटण आहे. आम्हाला नास्तिक्याचे महत्त्व, त्याची क्रिया समाजातील प्रत्येक घटकाला समजावून सांगावी लागेल. अर्थातच, हे काम अतिशय कठीण आहे. हे काम करणारी मंडळी अल्पसंख्यच असणार आहेत; पण त्याला नाइलाज आहे; कोणतेही चांगलं काम सुरू करायला काही ठरावीक माणसंच असतात. कालांतराने त्यांचे अनुयायित्व वाढते.

या लढाईत आम्हाला सर्व शोषितांना समजावून घ्यावे लागेल. त्या मागास जाती, जमाती, आदिवासी, विमुक्त भटक्या जमाती सर्व पुरोगामी शक्ती व स्त्रिया असतील. स्त्रिया तर या देशातील सर्वांत पीडित व शोषित आहेत. त्यांच्या सामाजिक, मानसिक मुक्तीसाठी विशेष प्रयत्न करावे लागतील. आणि त्यांनाही खंबीरपणे जगण्यासाठी उभे करावे लागेल. आज त्यांची अस्मिता जागृत झाली आहे. त्यांनी स्वत:चा मार्ग शोधण्यासाठी संघटना बांधून चळवळी उभ्या केल्या आहेत. त्यांच्या कार्यशक्तीला आम्हाला सक्रिय सहकार्य करावे लागेल.

दलित साहित्य त्याच्या सर्वांगाने मोहरून आले आहे. कविता, कथा समृद्ध होत आहेत. कादंबरी, नाटक मंदगतीने पण पुढे पुढे जात आहे. सर्वांत लक्षणीय प्रांत आज दलित आत्मकथनांचा झाला आहे. दलित आत्मकथने व मराठी आत्मकथा यात कोठेही साम्य आढळत नाही. ते वाङ्मयप्रकाराचे नवे दालन आहे असे म्हटले, तर

वावगे ठरू नये. लक्ष्मण माने, दया पवार, लक्ष्मण गायकवाड यांच्या 'उपरा', 'बलुतं' व 'उचल्या' या कृतींनी पारितोषिकांचे नवे कीर्तिमान स्थापन केले आहेत.

गतजीवनाच्या एका भीषण सत्याचा मागोवा घेणारी दलित आत्मकथने दाहकतेची धगधगती कुंडं आहेत. या आत्मकथनांनी काही प्रश्नही स्वत:साठी निर्माण केले आहेत. जखमांवर कोरलेली ही लेणी पाहताना व वाचताना हृदय पिळवटून जाते. भळाभळा वाहू लागते. भूतकाळातील आमची अगतिकता, लाचारी आमच्या आया-बहिणींच्या अब्रूचे धिंडवडे, जीवघेणे दारिद्र्य, पशूप्रमाणे जगावे लागलेले जीवन, हे नागडे सत्य सांगत व वाचत असता शिसारी येते, त्वेष येतो आणि राग अनावर होतो हे संबंधच किळसवाणे, बीभत्स आयुष्य पाहू नये असं वाटतं आणि ओरडून सांगावंसं वाटतं की, 'बदं करा हे सारं!'

दलित कवितेची समृद्धता,संपन्नता आता मान्य पावली आहे. दलित कवितेचा गुलमोहर फुलारून आग, आग झाला आहे. उत्थानगुंफा, गोलपीठा, उत्खनन, गावकुसाबाहेरील कविता या कवितासंग्रहांनी मैलाचे दगड उभे केले आहेत. यांतील अनेक कवितांची जगाच्या अनेक भाषांमध्ये भाषांतरे झाली आहेत. अभ्यासक्रमात विद्यापीठीय स्तरापर्यंत यांचा अंतर्भाव होणे आवश्यक झाला आहे. अनेक संशोधकांनी पीएच.डी. सारख्या सर्वोच्च पदव्या या विषयावर घेतल्या आहेत. घेत आहेत. प्रचंड प्रमाणात दलित कविता लिहिली जात आहे. याशिवाय अनेक कवितासंग्रह प्रकाशित झाले आहेत. होत आहेत. दलित कवितेचा अभ्यास करताना त्यांना डावलता येणार नाही. मात्र, ती काळाच्या निकषावर किती टिकते ते बघावे लागणार आहे. परंतु दलित कवितेचे रक्ताचे नाते आंबेडकरी प्रेरणेशी, विचारांशी असल्याने ती विद्रोहाचा ज्वालामुखी होते. एकूणच विषमतेविरुद्ध ती बंदुकीची गोळी होते, माणसाला माणूसपण प्रदान करण्यासाठी ती पाणी होते, आग होते आणि झोपल्यासाठी ती पहाटेची जागही होते.

बाबुराव बागुलांच्या कथांची उड्डाणे सातासमुद्रापार गेली आहेत. बाबुरावांच्या कथांचे नायक वादळवेडे आहेत. त्यांच्याजवळ आंबेडकरी विचारांचे शस्त्रसाठे असतात. ते कमालीचे अस्वस्थ असतात आणि समाजातील विषमतेविरुद्ध लढण्यासाठी सदैव सज्ज असतात. बाबुराव बागुलांव्यतिरिक्त अण्णा भाऊ साठे, शंकरराव खरात, योगिराज वाघमारे, सुखराम हिवराळे, वामन होवाळ, योगेन्द्र मेश्राम, अमिताभ, बंधुमाधव, प्रकाश ओंकार खरात, दयानंद म्हस्के इत्यादी कथाकारांनी आपल्या लेखण्या परजलेल्या आहेत. श्रीमंत दलित कथेचे ते पहिले मानकरी आहेत.

नाटक हा अत्यंत महत्त्वाचा प्रांत दलित नाट्यकृतींनी वेगवाही होत आहे. राष्ट्रप्रेम, सामाजिक बांधीलकी, बाबासाहेब आंबेडकरांची तार्किकता व डोळस बुद्धिप्रामाण्यवाद या रचनात्मक गुणांनी दलित नाट्यकृती अत्यंत प्रभावी ठरत आहेत. दलित कलाकारांनी आपल्या अभिनयाच्या जोरावर या समर्थ कलाकृती जिवंत उभ्या केल्या आहेत. प्रा.

दत्ता भगत, प्रभाकर दुपारे, प्रेमानंद गज्वी, भि. शि. शिंदे, टेक्सास गायकवाड, प्रा. अविनाश डोळस, कमलाकर डहाट या व इतर नाटककारांनी या प्रांतात भक्कम पाय रोवले आहेत.

कादंबरीचा प्रदेश समृद्ध नसला तरी रिकामा नाही. अण्णा भाऊ साठे, शंकरराव खरात, बाबुराव बागूल या कादंबरीकारांबरोबर अनेक लेखक कादंबरीलेखन करीत आहेत.

वैचारिक लेखनाने विरोधकांचे ताबूत थंड पडले आहेत. म. भि. चिटणीस, डॉ. म. ना. वानखेडे, प्रा. रा. ग. जाधव, डॉ. रावसाहेब कसबे, डॉ. यशवंत मनोहर, डॉ. भालचंद्र फडके, राजा ढाले, ताराचंद्र खांडेकर इत्यादींनी ही बाजू समर्थपणे सांभाळली आहे.

दलित साहित्याच्या चळवळीत नियतकालिकांची भरीव कामगिरी दुर्लक्षिता यायची नाही. डॉ. म. ना. वानखेडे, प्रा. रा. ग. जाधव, सुखराम हिवराळे, प्रा. ल. बा. रायमाने,वामन निंबाळकर, आणि इतर अनेक मित्रांच्या प्रयत्नाने व कष्टाने उभे राहिलेले अस्मितादर्श, प्रा. डॉ. गंगाधर पानतावणे निष्ठेने व जिद्दीने चालवीत आहेत. डॉ. भाऊ लोखंडे यांच्या कुशल संपादनाखाली चाललेले 'निकाय' व डॉ. यशवंत मनोहर यांचे अभ्यासपूर्ण 'समुचित' यांनी दलित साहित्याची कूस किती समृद्ध व श्रीमंत आहे हे दाखविले आहे. याशिवाय भीमसंदेश, जयभीम; सिंहगर्जना, प्रबोधन, धम्मलिपी, लोकायत, प्रजासत्ताक इत्यादी नियतकालिकांनी या क्षेत्रात ऐतिहासिक कार्य केले आहे.

सर्वच क्षेत्रांत इतरत्र दुर्लक्षिलेल्या स्त्रिया, दलित साहित्य व चळवळीत तसूभरही मागे नाहीत. दलित साहित्यात हिरा बनसोडे, ज्योती लांजेवार, सुगंधा शेंडे, सुरेखा भगत, ऊर्मिला पवार, बेबी कांबळे इत्यादी भगिनी आपल्या ताकदीनिशी लिहित आहेत.

अलीकडे दलित साहित्यावर अश्लीलतेचा आरोप होतो. दलित साहित्याला अश्लीलता, लैंगिकता मान्य नाही. काही मंडळी स्वस्त प्रसिद्धीसाठी बाजारात लैंगिकतेची दुकाने मांडत असतील, तर त्यांची नाळ आपोआपच आंबेडकरी साहित्यापासून तोडली जाते. या साहित्याचा प्राण नीती आहे.

बंधूंनो, मागासवर्गीयांच्या सवलतींच्या विरोधात मागे गुजराथेत, बिहारात आंदोलने झालीत. अजूनही बरीच जातीयवादी मंडळी याविरुद्ध मधूनमधून कुरबुर करीत असतात. त्यांनी, या सवलती का दिल्या जातात, त्यांचे प्रमाण काय, ते भरले जाते किंवा नाही, सवलती कोणाकोणाला दिल्या जातात, या किंवा या संदर्भात निर्माण होणाऱ्या प्रश्नांचा अभ्यास केलेला नसतो. गैरसमजुतीने व अभ्यास नसल्याने ते या सवलतींना विरोध करतात. घटनात्मक दिल्या जाणाऱ्या सवलती या सवलती नसून अशक्त असलेल्या

भारतीय समाजघटकांना सशक्त व इतरांच्या बरोबरीत आणण्याचा तो मार्ग आहे, असे त्याचे स्वरूप आहे. त्यांचा तो अधिकार आहे. त्याला विरोध करणे म्हणजे राष्ट्र बलवान करण्यास विरोध करणे होते, हे विरोधकांनी समजावून घ्यावयास हवे.

केंद्र सरकारने बौद्धांच्या सवलतीचाही प्रश्न ताबडतोब निर्णय घेऊन सोडवावयास हवा. हजारो वर्षे चातुर्वर्ण्याच्या कचाट्यात जी मंडळी सापडली होती व त्यामुळे सामाजिक व आर्थिकदृष्ट्या जे मागे राहिले तेच आजचे बौद्ध होत. बुद्धाचे विचार स्वीकारल्याने त्यांच्या आर्थिक व सामाजिक परिस्थितीत एकाएकी कसा बदल होईल?

बंधूंनो! सामाजिक समतेचे प्रणेते महात्मा जोतिबा फुले यांच्याविषयी गरळ ओकणारे लिखाण, एका कवडीमोलाचे अस्तित्व नसलेल्या माणसाने केले. या लिखाणात काही तार्किकता, काही संशोधन, काही परिपक्व विचार असते, तर आम्ही त्या लेखकाच्या लेखनस्वातंत्र्यासाठी त्याच्या बाजूने उभे राहिलो असतो. परंतु नुसतं गलिच्छ, घाणेरडं, शिव्याशाप देणारं पूर्वग्रहदूषित व बिनबुडाचं लेखन आहे. ही वृत्ती राष्ट्रद्रोही, समाजघातकी आहे. गांगल, बेहरे या वृत्तींनी पुरेपूर पछाडलेले आहेत हे सिद्ध होते. कारण त्यांनी हे लेखन व प्रकाशन जाणीवपूर्वक केले आहे. मनातील विष हळूहळू ओकत राहणं ही या मंडळीची खास शैली आहे. त्यांना सामाजिक परिवर्तन नको आहे. परंपरा, जाती, धर्म, यांच्या नावावर आपआपसांत भांडणं लावून आपलं वर्चस्व कायम ठेवणं हा यांचा सततचा डाव आहे. हा डाव आम्ही नुसताच उधळून लावण्याने भागणार नाही. तर या वृत्तींच्या मुळावर घाव घालण्यासाठी तयार होण्याची गरज आहे.

मी वर म्हटल्याप्रमाणे आम्ही लेखनस्वातंत्र्य, भाषणस्वातंत्र्य, म्हणजेच अभिव्यक्तीस्वातंत्र्याचे समर्थक आहोत. पण आंधळे समर्थक नाही. डॉ. बाबासाहेबांच्या 'रिडल्स' च्या बाजूने आम्ही का उभे राहिलो? सफदर हाश्मीच्या हत्येचा आम्ही का धिक्कार करतो? या प्रश्नांची उत्तरे अशी की, मानवसमाजाला हितकारक, सामाजिक विषमता दूर करणारे, तर्कावर आधारित संशोधनपर अभ्यासपूर्ण लेखकांचे, कलावंतांचे स्वातंत्र्य अबाधित राहिलेच पाहिजे.

बंधूंनो, दलित साहित्याचा भावी काळ उज्जवल आहे. दलित लेखकांच्या पहिल्या पिढीने दलित साहित्याला जागतिक कीर्ती मिळवून दिली. त्याचे स्वरूप व भूमिका सिद्ध केली. पुढील पिढीच्या साहित्यिकांनी आता या पुढचा प्रवास करायला हवा आहे. प्रत्येक पिढीने पुढचे पाऊल टाकले, तर दलित साहित्याची झेप खाली कदापि येणार नाही, ही प्रतिज्ञा आज उद्याच्या दलित साहित्यकांनी करावी ही सदिच्छा!

आणि या साहित्यिकांना मोकळ्या मनाने आविष्कृत होता यावे, यासाठी महाराष्ट्र शासनाने दलित साहित्य व कलांना उत्तेजन देण्यासाठी दलित साहित्य अकादमीची स्थापना करावी. या अकादमीतर्फे दलित साहित्य, दलित रंगभूमी व इतर ललित कलांना भरभक्कम आर्थिक मदत करावी. त्यामुळे ही उपेक्षित दालने समृद्ध

होतील.

डॉ. बाबासाहेब आंबेडकर यांची जन्मशताब्दी १९९१ साली येत आहे. तसेच महात्मा फुले यांची निर्वाण शताब्दी १९९० साली येत आहे. ही दोन्ही वर्षे शासनाने सामाजिक परिवर्तनाची वर्षे म्हणून घोषित करावीत, असे माझे आग्रहाचे सांगणे आहे. या दोन्ही वर्षांतील कार्यक्रमांच्या यशस्वितेसाठी आतापासून शासनाने तयारी सुरू करावी. यासाठी विचारवंत, कलावंत, तज्ज्ञ व साहित्यिक यांची एक समिती तयार करून शासनाने कार्यक्रम ठरवावेत. मुंबई, नागपूर, पुणे, औरंगाबाद या चार प्रादेशिक केंद्रांवर संकुले उभारावीत. या ठिकाणी साहित्यकलांचा अभ्यास होईल. कला-साहित्य निर्मिती व संशोधन यांच्या वाढीसाठी उत्तेजन मिळेल. हा मुहूर्त साधून शासनाने मराठवाडा विद्यापीठाचे नामांतर करून त्याला डॉ. बाबासाहेब आंबेडकर विद्यापीठ हे नाव द्यावे, ही माझी कळकळीची विनंती आहे.

वृद्ध दलित लोककलावंतांची एक सूची शासनाने तयार करावी व जन्मतारखेची अट न ठेवता त्यांना उदरनिर्वाहासाठी मानधन मिळावे.

दलित साहित्य, कला या जीवनवादी भूमिका घेऊन प्रकटतात. त्यांनी सामाजिक समतेची नीतिमूल्ये स्वीकारण्याने भारतीय लोकशाही प्रबळ करण्यासाठी या दलित साहित्यकलांचा उपयोग होईल, असे मला वाटते.

भारतीय साहित्याच्या जगात भारतीय आणि महाराष्ट्रीय शासनाने जपावी, अशी दलित साहित्य ही महनीय वस्तुस्थिती आहे; त्यामुळे सर्व स्तरांवरून तिच्या वृद्धीसाठी प्रयत्न करावेत, अशी माझी विनंती आहे.

❐❐❐

स्वातंत्र्याच्या जाणिवेइतकी तीव्रत्तकट जाणीव दुसरी कोणती असू शकेल?

लक्ष्मण माने

अलीकडे भटक्या विमुक्त जमातींकडे शब्द पोहोचले आहेत. तिथेही विद्रोहाचा वणवा पेटला आहे. हा वणवा याच चुलीतला विस्तव पेटला आहे, हे मी आवर्जून सांगतो आहे, ते यासाठी.

येथे नव्या चुलीचा विचार चालू आहे. त्या सर्व मित्रांना मी आवर्जून सांगेन, मित्रहो, वेगवेगळ्या राहुट्या, वेगवेगळ्या चुली आजपर्यंत आपल्या नाशाला कारण झाल्या आहेत. काल परवाच आदिवासी साहित्य संमेलनासाठी तेथील बांधवांनी मला अध्यक्ष म्हणून बोलविले होते. त्यांनाही मी हेच सांगितले आहे आणि आपणासही मी अशी विनंती करेन की, हे सारे बांधव आपले आहेत. आपलं आढं एकच आहे, आपलं बेट एकच आहे आणि म्हणून आपलं नेटही एकच असलं पाहिजे. आपल्याच बांधवांना ही व्यासपीठे आपली वाटत नाहीत यांचाही आपण अंतर्मुख होऊन विचार करावा. वर्गवर्चस्व, वर्णवर्चस्व यांच्या विरुद्धचे नारे सोपे आहेत. आपल्याच घरातल्या माणसांना जर ही व्यासपीठे आपली वाटत नसतील, तर दोघांनाही गंभीरपणे विचार करण्याची वेळ आली आहे. कोणी म्हणेल आमच्यापुरते आम्ही मुक्त झालो, तर ते खरे नाही. मित्रहो, शरीरालाच महारोग झाला आहे तेव्हा त्यातले एकच इंद्रिय वाचवतो असे म्हणण्यासारखे हे आहे. तेव्हा शोषित-पीडित साहित्यातील वेगवेगळ्या वाटा आता आपल्याला परवडणाऱ्या नाहीत. स्त्रीशूद्रादिक सर्वांची वेगवेगळी व्यासपीठे आपल्याला परवडणारी नाहीत, हे गंभीरपणे लक्षात घ्या.

रोजीरोटीसाठी, आसऱ्यासाठी, ग्रामीण भागातील सारी जनता आक्रोश करणाऱ्या जनसमूहामधून पुढे आलेले, त्यांच्याकडे जाणीवपूर्वक संवेदनशील पाहणारे आपण सारे लेखक कलावंत म्हणून येथे जन्मलो आहोत. विद्रोह व नकाराची घंटा आपण वाजवीत आहोत. दु:ख-दारिद्र्य, देश आणि धर्म, अज्ञान, शोषण हे सारे आपण

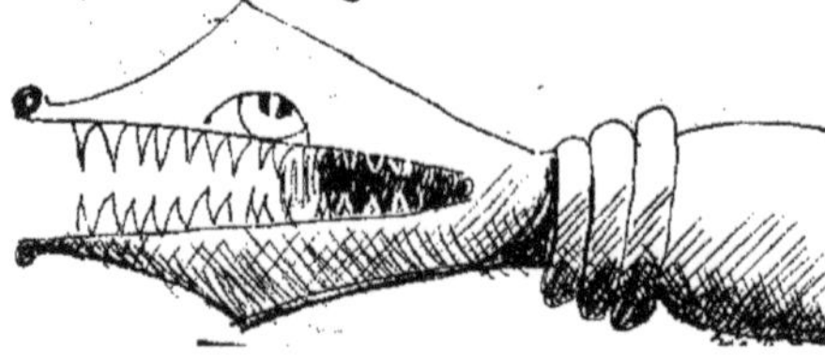

अखिल महाराष्ट्र दलित साहित्य संमेलन, महाड १९८९

नाकारीत आहोत. माणूस हा केंद्रबिंदू मानीत आहोत किंबहुना चळवळीतला संघर्ष आणि साहित्यातील विद्रोह ही दोन हत्यारे परजून आपल्या बांधवांना मुक्त करण्यासाठी प्रयत्नांची पराकाष्ठा करीत आहोत. आपली माणसे अज्ञानाने गांजलेली आहेत. शहरातल्या बकाल झोपडपट्ट्या ही त्यांची जीती जागती स्मारके आहेत. त्या लक्षावधी भटक्या विमुक्तांना माथा टेकण्यासाठी जागा नाही. ज्यांचे मनुष्यत्व नाकारले आहे. एवढेच नव्हे, मित्रहो, तर यांचे अस्तित्वही नाकारले आहे. अशा भटक्या विमुक्तांचा अस्तित्वासाठी संघर्ष चालू आहे.

लोकशाहीच्या वगनाट्यापासून शेकडो मैल ही मंडळी दूर आहेत. ज्या परमपूज्य डॉ. आंबेडकरांचे आपण नाव घेतो, त्यांनी देशाला बहाल केलेली राज्यघटना आपण शिरसांवद्य मानतो, ती राज्यघटनाच आम्हाला नाकारणारी आहे आणि म्हणून आम्ही लक्षावधी लोक कोणाच्या खिजगणतीतही नाही. आम्हाला राष्ट्र नावाची गोष्टच नाही, मग नागरिकत्व कुठले? अन्न, वस्त्र, निवारा, आरोग्य, शिक्षण या मूलभूत गरजांना आम्ही पारखे झालेलो आहोत. आजही आमच्या आया-बहिणी धुण्याचा आडोसा करून रस्त्याच्या कडेला बाळंत होतात किंवा बाळंतपणासाठी तुरुगांत जाणे सुरक्षित समजतात. ज्या देशामध्ये पोटुशी बाईला तुरुंग सुरक्षित वाटतो, तिच्या कैक पिढ्या तुरुंगात जन्माला येतात आणि मरतात. गुन्हेगारीचा कलंक माथ्यावर बसतो. मित्रहो, ही अस्पृश्यतेची भयावह अवस्था आहे. आपण समजून घेतले पाहिजे. मनाला यातना होतात. आम्हीही कधी साहित्यातले नायक झालो नाही. ज्यांचे डोळे वर्णव्यवस्थेने झापडबंद केले आहेत, त्यांच्याबद्दल मी तक्रार करीत नाही; कारण त्यांनी वाघाचे कातडे पांघरलेले आहे.

प्रश्न आहे आपल्याही प्रतिमेला अशी झापडे आहेत काय? किंवा असावीत काय? आपल्याही डोळ्यांना आपल्या पायांत काय जळते आहे हे का दिसत नाही? का दु:खालाही जात असते? फुले-आंबेडकरांचे नाव तोंडाने घेत घेत आपणही आपल्या जातीच्या बंदिस्त अवस्थेत तर नाही? मग असे का व्हावे? ‘जे न देखे रवी ते देखे कवी’ अशी विलक्षण प्रतिभा सांगणारे आपण सारे आपापल्या जातीच्या बाहेर किती जाऊ शकतो? कुणी गेलेच नाही असे मी म्हणत नाही. पण जाणारे सारे सन्माननीय अपवाद आहेत. अण्णा भाऊ साठे, शंकरराव खरात अशी काही नावे जरूर सांगता येतील. पण लेखक, कवीचे मन सार्वभौम सर्वसंचारीच असते ना? त्यांचे व्यक्तिमत्त्व प्रगल्भ बहुबोध पातळीवर विकसित झाले असते ना? साहित्याचा व्यवहार प्रगल्भ, जीवननिष्ठ, वस्तुनिष्ठ असतो ना? तो व्यापक बहुस्तरीय असतो ना? मग असे परकाया प्रवेशाचे बळ आपणास मिळत नाही? त्यासाठी करावी लागणारी साधना आपण का करत नाही? दलित साहित्यात कविता आणि अन्य कथने एवढ्या जोरकसपणे सकस कादंबरीत का येत नाहीत? चुकते कुठे? व्यासंग, जिद्द,

तळमळ, की परकाया प्रवेशाची आपणच केलेली बंदी? काही असो, कादंबरी लेखनाचा प्रयत्न आपण करीत असलो तरी प्रभावी चिरंतन टिकणारी कादंबरी अद्याप देऊ शकलो नाही. मित्रहो, आपल्या समाजाला स्वत्वाचे भान ज्या वेळी आले त्याचवेळी आपल्याला आपल्या भाषेचेही सामर्थ्य प्राप्त झाले. मराठीतले ख्यातनाम समीक्षक रा. ग. जाधव म्हणतात, 'शब्द व स्वातंत्र्य हे दोन्ही नेहमी हातात हात घालून वाटचाल करीत असतात.' दलित समाज युगानुयुगे पारतंत्र्यात खितपत होता, म्हणून त्याला भाषेचे स्वातंत्र्यही लाभले नाही. एका तथाकथित प्रगत संस्कृतीच्या खटाऱ्यामागे मुक्या जनावरासारखा तो रखडत होता. त्याला माणसासारखी जीभ होती, श्वासनलिका होती, कंठ होता आणि त्याची भाषेची इंद्रिये निकामी करून ठेवली होती. त्याला संवेदना होत्या, सुख-दुःखे होती, आशा-आकांक्षा होत्या; पण त्यांना अभिव्यक्ती देणारी भाषा नाकारलेली होती. ही परिस्थिती जेव्हा बदलली, तेव्हा स्वातंत्र्य नि भाषा या दोन्ही गोष्टी एकरूप होऊनच त्याच्यासमोर आल्या. दलित साहित्याचा जन्म दलित साहित्यिकाच्या गर्भातून झाला. नामदेव ढसाळांनी एका कवितेत म्हटले आहे-

मी तुला शिव्या देतो, तुझ्या ग्रंथाला शिव्या देतो
तुझ्या संस्कृतीला शिव्या देतो
तुझ्या पाखंडीपणाला शिव्या देतो
मी हे सारे काही बोलणार नव्हतो
पण माझे हात जागे झालेत....
बेंबीचा देठ ओला होणाऱ्या वयात

(गोलपीठा, पृ. २१)

आपले हात जागे, मुक्त झाले व या स्वतंत्र हातांनीच सारे काही तोलण्याची प्रेरणा निर्माण झाली. ही प्रेरणा दलित भाषेची प्रेरणा आहे. ही भाषा स्वातंत्र्याच्या जाणिवेचे अपत्य आहे. तीव्र भावना, उत्कट-जाणिवा ह्या नेहमी काव्यभाषेतून प्रकट होतात आणि स्वातंत्र्याच्या जाणिवेइतकी तीव्रोत्कट जाणीव दुसरी कोणती असू शकेल? (विष्ठोपहार, पृ. ३७) आणि दोस्तहो, म्हणूनच पहिला उत्कट उद्‌गार काव्यभाषेतूनच उमगला. काव्य हे भाषेच्या विमुक्त अवस्थेचे आद्य नि अखेरचे ऋण आहे. स्वातंत्र्याशिवाय व्यक्तिस्वातंत्र्याचे गमक असणारे काव्य संभवतच नाही. दलित साहित्याचा विकास, विस्तार गद्याच्या नाना अंगांनी, नाना प्रकारे होत राहिला तरी त्याचा आत्मा काव्यातच आढळेल; कारण दलित साहित्याचा जन्म स्वातंत्र्याच्या कुशीत घालून दिला आहे. (निळी पहाट, पृ. ३८) अशा मुक्त उत्कट ज्वालाग्रही शब्दशस्त्रांचा मेळ आपल्या कवींनी प्रचंड पुरासारखा मराठी साहित्यात घोंघावणारा आणला. त्याच्या प्रथम दर्शनाने अनेकांचे डोळे दिपले. अनेकांना त्यातल्या गढूळ मळकट मातीचा वास सहन झाला

नाही. अनेकांनी नाके मुरडली, अनेकांनी अश्लील, अश्लील म्हणून झोडपले, तर अनेकांना फुकटचा उमाळाही फुटला. नाकाला रुमाल लावणाऱ्यांनी लावला; पण आपल्या काव्याची धडक कैक पिढ्यांचा भोगवटा वेगाने घेऊन चालली होती. आम्ही आमच्या मस्तीत गात राहिलो. आमची गाणी आमच्या अस्तित्वासाठी. नामदेव ढसाळ म्हणतात-

अंधाराने सूर्य पाहिला तेव्हा शब्द हुंकारले
नरकाच्या कोंडवाड्यात किती दिवस रहायचे आम्ही?
या कोंडवाड्यात श्वास घुसमटतात
आजपर्यंत नष्टचर्याच्या गटारात अगतिकपणे
किड्यासारखे रहात होतो आपण
लक्तरांनी अब्रू झाकली पण (संस्कृतीच्या)
गोलपिठ्यावर तिची नागवणूक झाली

(गोलपीठा, पृ. १६)

अशी नागवणूक करणाऱ्यांचा ऱ्हास आता जवळ आला आहे. मुक्तछंदाच्या संजीवनीने आम्ही जिवंत झालो आहोत. जुलूमकर्त्यांच्या पापाचे छिनाल घाट आम्ही आता फोडणार आहोत. सारे शब्दांचे बोल जेव्हा अंधारहीन सूर्य पाहिला तेव्हा हे बोल उमटले. अंधाराने सूर्य पाहिला तेव्हा.

स्वातंत्र्य व भाषा यांचे रक्ताचे नाते ढसाळ स्पष्ट करतात तर वामन निंबाळकर म्हणतात -

शब्दांनीच पेटतात घरेदारे, देश
आणि माणसेसुद्धा
शब्द विझवतात आगही
शब्दांनी पेटलेल्या माणसांची
शब्दच नसते तर पडल्या नसत्या
डोळ्यांतून आगीच्या ठिणग्या
वाहिले नसते महापूर आसवांचे
आले नसते जवळ कोणी
गेले नसते दूर
शब्द नसते तर

(गावकुसाबाहेरील कविता, पृ.१)

मित्रहो, ही दलित जाणीव विध्वंसकासाठी नाही. ही जाणीव संघटित होण्याची आहे. शब्द आणि स्वातंत्र्य यांचे गाणे गाणारे अर्जुन डांगळे म्हणतात-

ते जगत असतात
साहित्याचा इतिहास घडविण्यासाठी आपण जगत आहोत
युगाचा इतिहास घडविण्यासाठी आहे

(छावणी हलते आहे, पृ. ४४)

असे अनेक कविमित्र छंदाफंदाच्या भानगडीत न पडता भरभरून लिहित आहेत. दलित आत्मीयतेचा स्पर्श समाजातील नाना प्रकार व नाना अर्थांच्या दलितांना झालेला आहे. चोखा कांबळे यांचे 'पिंपळपान' रंगवते वेश्येच्या दुःखाला, तर झोपडपट्टीतील हिंदू, मुसलमान, दाक्षिणात्य ख्रिस्ती दलित व्यक्तींची शब्दचित्रे दलित काव्यात आली आहेत. दलित जगाच्या विद्यापीठात जगण्याची विद्या टिकविण्यासाठी धडपडणारे तमाम लोक दलित काव्यसृष्टीत येत आहेत. हे लोक गावकुसाबाहेरचे आहेत. कोंडवाड्यातील आहेत. 'नाकेबंदे' तील आहेत. 'छावणी' तले आहेत. 'नव्या जगाच्या पिंपळपानावर' असलेले आहेत. 'भुके कंगालांचा जुलूम घेऊन तू गात रहा' असे आवाहन अर्जुन डांगळे आपल्या बांधवांना करीत आहेत. (छावणी हलते आहे, पृ. २९)

आज दलित कविता विविध अंगांनी फुलते आहे. प्रतिमांची उगाळणी पुन्हा पुन्हा होत आहे. काही वेळा तर शिवीसाठी असा प्रकार होत आहे. 'गोलपिठा' तील नामदेव ढसाळ आणि 'गांडू बगीचा' तील नामदेव ढसाळ हा कवीचा प्रवाह पाहिला म्हणजे मनाला बरे वाटत नाही. प्रतिमांसाठी सोवळेओवळे असू नये इथपर्यंत ठीक आहे; परंतु सतत बेंबीखाली जाणं हे काही आपल्या कवितेचे एकमेव कारण नाही. पण पुराच्या पहिल्या लोटाने येणारी ही गदळघाण जोरकस प्रवाहामुळे किनाऱ्यावर पसरते आहे. अलीकडे पूर ओसरू लागला आहे, पाणी गढूळ आहे, त्यामुळे गढूळ दिसत आहे आणि आमच्या कवितेची वाटचाल संथ, नितळ स्फटिकासारख्या प्रवाहाची होईल, याबद्दल मला शंका नाही. अलीकडे आमची कविता आक्रोश करताना दिसते. पण ऊर बडवीत नाही. प्रचारापासून कवी पुढे जातो आहे. केशव मेश्रामांच्या अलीकडच्या कवींना अगदी पाहण्यात फ. मुं. शिंदे, बापूराव जगताप, त्र्यंबक सपकाळे, प्रमोद कोपर्डे, राजन गवस, जवाहर राठोड, प्रकाश घोडके आणि उर्मिला पवार या तरुण मित्रांच्या कविता पाहिल्या म्हणजे आता आमची कविता प्रौढत्वाकडे निघाली आहे, असे खासच वाटते, तर प्रा. यशवंत मनोहरांपासून प्रकाश घोडक्यांपर्यंत कविता परिपक्व होत आहे, अशी प्रसादचिन्हे अलीकडे खूप दिसत आहेत. आमची थोरली बहीण आयुष्यमती ज्योती लांजेवार म्हणते-

अरे अंगभर वस्त्र पुरवू नकोस
पण अंगभर वस्त्र ओढणारे ते हात
मुळापासून छाटून तरी टाक

दलित साहित्यात आधीच स्त्री लेखिका कमी आहेत. सुगंधा शेंडे, हिरा बनसोड, ज्योती लांजेवार या आमच्या बहिणी मराठी दलित वाङ्मयाचे काव्यदालन समृद्ध करीत आहेत.

श्रीमती कुमुद पावडे यांनी वैचारिक लेखन केले आहे. अलीकडे दलित स्त्रियाही आत्मकथने लिहू लागल्या आहेत. त्यांत बेबी कांबळ्यांचे 'जिणं आमचं', अरुण कांबळ्यांच्या आईचं 'माझ्या जल्माची चित्तरकथा', कुमुद पावडे ह्यांचे 'अंतस्फोट' ही स्त्रियांची आत्मकथने आली आहेत. आणखी येऊ शकतील अशी ताकद आमच्या स्त्रियांच्या जीवन अनुभवात आहे. लहानपणी आईने सांगितलेल्या गोष्टी, गोष्ट सांगण्याची पद्धती, तिने गायिलेली गाणी एवढेच नव्हे; 'उपरा' तला सगळा जीवनपट ज्या पद्धतीने व्यक्त केला ती सारी पद्धती माझ्या आईची आहे; तिला संधी मिळाली, तर नक्कीच बहिणाबाईच्या तोडीची झाली असती. अशा हजारो बहिणाबाई खेड्यापाड्यांत जगताहेत. त्यांच्या पोटातलं ओठावर आलं. त्याला शब्दाचा साज मिळाला, साजेला सूर मिळाला तर ही लोकगीतं मराठीत दुर्मिळ ठेव म्हणून जतन करावी लागतील. परंतु आमच्या आया-बहिणी अजूनही मुक्या आहेत. त्या जेव्हा हे शब्दशस्त्र मोकळेपणाने वापरू लागतील. तेव्हा आम्हा पुरुषांना पळता भुई थोडी होईल यात शंका नाही. दलित कविता या सामर्थ्यवान आहेत. आपली आत्मकथने, दलित आत्मकथनांची प्रेरणा बाबासाहेबांपासून आहे; परंतु पूर्वीच्या आत्मचरित्राकडे विस्तारभयास्तव जात नाही. ज्या साहित्यप्रकारामुळे अवघे मराठी विश्व ढवळून निघाले, गदारोळ झाला, प्रस्थापितांनी आगपाखड केली, स्वकीय, सजातीय, मध्यमवर्गही कातावला, चिडला. त्या आत्मकथनांतील व्यवस्थेची सारी घाण जगजाहीर केली. 'बलुतं', 'उपरा', 'उचल्या', 'तराळ-अंतराळ', यांनी मराठीतल्या खपांची रेकार्डस तर मोडलीच. पण मराठी भाषेला राष्ट्रीय, आंतरराष्ट्रीय मान्यता मिळवून दिली. दलित साहित्य आणि मराठी भाषेच्या वैभवशाली गौरवात या साहित्यप्रकाराने आपल्या खुणेच्या जागा पक्क्या केल्या आहेत. कुणी कितीही नाके मुरडली, तरीही सत्य शिल्लक राहते अशा 'उपरा' आणि 'उचल्या' या भटक्या विमुक्तांच्या आत्मकथनांनी साहित्य अकादमीचा बहुमान मिळवला. शंकरराव खरातांच्या 'तराळ-अंतराळ' ला राष्ट्रीय पारितोषिक मिळाले. प्रा. डॉ. रावसाहेब कसबे, श्री. बाबुराव बागूल यांना आंबेडकर अकादमीचा पुरस्कार मिळाला, तर 'बलुतं', 'उपरा' अनेक देशी व विदेशी शब्दांमध्ये भाषांतरित झाले आहेत. कवितेनंतर जोरात मुसंडी मारली ती आत्मकथनांनी! ही आत्मकथनांची आलेली लाट अजूनही टिकून आहे. 'आठवणींचे पक्षी' मला आवडलेले उत्तम आत्मकथन आहे.

अशी चार-दोन आत्मकथने आवर्जून सांगता येतील. परंतु एकाचा उल्लेख केला, दुसऱ्याचा उल्लेख केला नाही म्हणून वैयक्तिक आवडीनिवडी सांगत नाही, कारण वाङ्मयप्रकारातही अलीकडे तोचतोपणा येऊ लागला आहे. त्यामुळे दु:स्वास

आणि स्पर्धा सुरू आहे. एक प्राध्यापक जवाहर राठोड या कविमित्राचा अपवाद वगळता बाकी भटक्यांनी आत्मकथनेही लिहिली आहेत. मी एक नवीन गंमत चळवळीत पाहतो. विशेषत: आत्मकथन लिहिणारे आमचे सर्व दोस्त फारच अस्वस्थ आहेत. काही मान्यवर समीक्षक बोटे घालून मोठे करण्याचा प्रयत्न करीत आहेत; पण प्रस्थापित हितसंबंध जोपासणारे तथाकथित विद्वान समीक्षक कलागती लावण्याशिवाय काय करू शकतात? तर गंमत अशी की, ज्यांनी आत्मकथने लिहिली ते नेते असतात; परंतु लेखन करीत नाहीत त्यांना आत्मकथने लिहावीशी वाटतात. परंतु गाजली नाहीत त्यांना संघटना करू वाटू लागली आहे आणि संघटनेत, चळवळीत दोन्हीकडे विकृत स्पर्धा जास्त आहे. आपल्याला काही भावले, बोचले, उत्कृष्टपणे सांगावसं वाटलं तर सांगावं, ऊर्मी सहज असावी, उत्स्फूर्त असावी; कारण निर्मितीचा बाजार मासळीच्या बाजारासारखा नसतो. मग आविष्काराऐवजी पाडण्याचे कार्यक्रम उमेदीने चालू असतात आणि अपयश येते. दुर्दैवाने असे अपयश त्या त्या व्यक्तीचे राहत नाही. ते चळवळी मोडू लागतात. वाटेल ते झाले तरी बेहत्तर; परंतु उभा राहीनच, अशी विकृत मानसिकता होताना दिसते. काहींना तर कसं आवरावं कळत नाही. पुस्तकांचे हस्तलिखित बाड आणून टाकतात. वर दमदाटी सुरू होते. प्रकाशक मिळत नाही म्हटलं तर, 'बदमाश आहात. छापून ते गाजवाच नि जमलंच तर फोर्ड फौंडेशन मिळवून द्या. आणि याउपर काहीच केले नाही तर तुम्ही मेलाच, मग तुम्ही सी. आय. ए. काय? के. जी. बी. काय?' दुनियेतील सर्वप्रकारचे एजंट इथपासून ते मायबहिणीचा उद्धार करण्यापर्यंत या तथाकथित आत्मचरित्रवाल्यांची मजल जाते. हे मी सगळ्यांसाठी म्हणत नाही. जे या पद्धतीने वागत असतील त्यांच्या पद्धतीसाठी, इतरांनी आपल्या अंगावर घेऊ नये.

साहित्य पुरस्कार कुणाला तरी अवंदा लागलेच पाहिजे बघा? काय करावे अशावेळी काही समजत नाही बघा. फेलोशिप, स्कॉलरशिप हे शब्दही ज्या जगात गेले नाहीत तेथे ते पहिल्यांदा गेले, काय घोटाळे झाले ते सांगतो. एक माझा नातेवाईक पेपरांचे बंडल घेऊन आला नि म्हणाला, 'किती लाख मिळाले?' मी म्हणालो, 'दोन लाख.' तो उसाळला, म्हणाला, 'का? खोटं कशापायी बोलतु. खरं बोल की पयल्यालं व्हाय तुला.' मी पुन्हा पुन्हा सांगत होतो. तो काही ऐकेना. पेपराची जुडी घेऊन म्हणाला, किती लाख आहेत? 'सकाळ' दोन लाख, 'केसरी' दोन लाख. अशी जवळपास सात-आठ वर्तमानपत्रे आणलेली. या सगळ्यांची बेरीज झाली की पाच-पंचवीस लाख. तुला काय वाटलं. पचल्यालं होय?' हे त्याचं पालुपद चालूच होतं. त्याची प्रामाणिक समजूत जातीला मिळालेला पैका. याला फेलोशिपचा अर्थ कळत नसला तरी मी समजू शकतो; पण स्वत:ला पुढारी म्हणवणारेही सोयीने अर्थ समजून घेत नाहीत; त्यामुळे अनेकांच्या शिव्या खाव्या लागतात.

बाबा रे कविता लिही; पण दुसऱ्याचीही वाच, असं म्हणण्याचा अवकाश की लगेच बघा बघतील? त्यांचे पुढं जाईल ना? म्हणताना भाड्या म्हणजे बाबारे लिही? पण इतरांचे वाच म्हटलं, काही दुरुस्त कर म्हटलं, याला काय कळतं? मित्रहो, आपल्याकडे सांगण्यासाठी सागराचा साठा आहे. तो साठा आहे एवढे पुरेसे आहे काय? की व्यक्त करायला संवेदनाशील प्रगल्भ मनही लागते. व्यासंग लागतो. साहित्य ही सहजसाध्य कला नाही. मित्रहो, परिश्रमसाध्य आहे; झाडाला लागलेला साराच मोहर टिकत नाही. दोस्तहो, सुपाने पाखडून घेतल्याशिवाय ज्वारीही साफ होत नाही. दोस्तहो, कलावंत होण्याचे बोर्ड दुकानांच्या बोर्डासारखे टांगता येत नाहीत. दोस्तहो, त्याला बेंबीच्या देठापासून उमाळा फुटावा लागतो, पाझर आपोआप आईच्या स्तनांना यावा लागतो. हे काही गारुड्याचे काम नाही आणि म्हणून साहित्याच्या क्षेत्रामध्ये स्पर्धा असू शकत नाही. दोस्तहो, दोन्ही साहित्यकृतींची तुलना करणं त्या दोन्ही साहित्यकृतींवर अन्याय असतो. होडीच्या होळकरांना चांगभलं म्हणायला काहीच लागत नाही. दोस्तहो, अशा प्रतिकूल काळात अहंकाराच्या दलदलीत फसलेले आम्ही लोक समीक्षेवर कसे जाणार? आपणच आपल्या टिरीचे ढोल बडवावेत, असाही एक काळ असतो दोस्तहो.

कातडं सादळलं की बदबदा वाजू लागतं. समीक्षेची पहाट येईल की नाही, परखडपणे चिकित्सा होईल की नाही हे आज सर्व सांगता येत नाही; कारण आम्ही आम्हाला गोंजारत आहोत. तटस्थपणे, त्रयस्थपणे, साहित्यकृतीचं मूल्यमापन रागालोभाच्या पलीकडे जाऊन केल्याशिवाय आपल्या साहित्याची समीक्षा कशी बरे करता येईल? अनेक मित्रांना अशी भीती वाटते की मारामाऱ्या होतील. साहित्याकडे साहित्यव्यवहार म्हणून आपण आज पाहू शकत नाही हेही खरेच आहे. त्याचे कारण आपण एकीकडे हळवे आहोत, दुसरीकडे टोकाचे अनुदारही आहोत. आत्मकथनानंतर दलित साहित्यातलं महत्त्वाचं वाङ्‌मय आहे. दलित नाटकांचं.

ज्या कालखंडात एकूणच मराठी नाटक मृत्युपंथाला लागलेलं आहे, विकृतीने पछाडलेले आहे, हॉट नाटके हिट ठरत आहेत, हिंसाचार, वामाचार आणि लैंगिक विकृती यांचे भडक चित्रण होते आहे आणि प्रस्थापित नाट्यसंस्था हात चोळत बसल्या आहेत. टी. व्ही.-चित्रपटांचे मोठे आक्रमण रंगभूमीवर चालू आहे. उच्चवर्णीय समाजाची अभिरुची ऱ्हासाला चालली आहे की काय? असे वाटण्यासारखी परिस्थिती आहे. एवढ्या मोठ्या कालखंडात लक्षात राहावीत, अशी आठ-दहा नाटके आहेत. त्यांत 'नटसम्राट', 'प्रेमा तुझा रंग कसा', 'हिमालयाची सावली', 'छिन्न', 'घाशीराम कोतवाल', 'फुलराणी', 'संध्याछाया', 'सूर्यास्त', 'महानिर्वाण', 'पुरुष', 'कन्यादान' अशी मोजकी. त्यातलीही टिकतील किती हा प्रश्न आहेत. पांचट विनोदी नाटके किंवा हॉट नाटके किंवा ऐतिहासिक शिळ्या कढीला ऊत आणणारी नाटके म्हणजे मराठी रंगभूमी.

मित्रहो, या साऱ्यातून आपण आपली रंगभूमी वेगळी उभी करीत आहोत.

तळागाळातील अडाणी लोकांचा प्रेक्षक हा आपला खरा आधार आहे. आपले नाटक घटकाभर करमणूक करण्याचे घाऊक कॉन्ट्रॅक्ट घेत नाही, तर समाजातील प्रबोधनाचे साधन म्हणून आपण त्याकडे पाहतो आहोत. तळातल्या समाजाला त्याच्या गुलामगिरीची जाणीव करून देऊन गुलामीविरुद्ध लढाई करण्याचे शिक्षण द्यावयाचे आहे. आपल्या समाजाची दु:खे, त्यांना सोसावा लागणारा भोगवटा व पिळवटून वेशीवर टांगण्यासाठी आपली रंगभूमी आपण म्हणूनच प्रस्थापित रंगभूमी नाकारीत आहोत.

मराठी नाटकाला जीवनदान देण्याचे काम आपणच करू शकू. आपली मुळे या मातीत घट्ट रुजलेली आहेत. भारुडापासून तमाशापर्यंत, गोंधळापासून काकड आरतीपर्यंत लोककलांचा वैभवशाली इतिहास आपलाच आहे आणि सत्यशोधक जलसा यांचाही इतिहास आपलाच आहे. किसन फागुजी बनसोडे यांचे 'संत चोखामेळा' हे पहिले नाटक. त्यानंतर वगनाट्य, जलसे, मेळे आपले महान पूर्वज करून राहिले. जलसे आणि भीमराव कर्डक यांना कोण विसरेल?

प्रभाकर दुपारे म्हणतात, 'ही नाटके मुक्त आहेत म्हणून त्यांचे प्रयोग त्यांच्या जन्मभूमीत, रस्त्यात, चौकात, दलित वस्तीत झाले तरच माझ्या प्रयत्नांचे सार्थक होईल. रंगमंच नको, लाईटिंग नको. पथनाट्य ही आपल्याला अत्यंत जवळची रंगभूमी होय.'

प्रा. भगतांचे 'वाटा पळवाटा' हे आता मान्यता मिळविलेले नाटक. मुळातच भगत हे दलित रंगभूमीचे महत्त्वाचे आधार. त्यांचा 'आवर्त' हा पारितोषिक विजेता एकांकिका संग्रह. यांतील एकटी, आवर्त या एकांकिका विसरताच येत नाहीत. दत्ता भगतांची भागीदारी फार मोलाची आहे, मी मानतो. 'आम्ही देशाचे मारेकरी' हे टेक्सास गायकवाडांचे नाटक आणि आता ते चित्रपट निर्माते, दिग्दर्शकही झालेत.' 'बाई आणि पति' वाल्या शिल्पा मुंब्रीसकर, सुमित्रा भावे यांनीही आपल्यापरीने दलित रंगभूमीच्या चळवळीत भरच घातली आहे. प्रकाश त्रिभुवन ह्यांचे 'थांबा, रामराज्य येतंय. रंगभूमीवर आणणारे कलावंत आणि आमचे परममित्र प्रा. अविनाश डोळस आणि 'काळोखाच्या गर्भात' चे लेखक भि. शि. शिंदे हे सारेजण दलित रंगभूमी समृद्ध करीत आहेत, याचा आम्हाला अभिमान वाटतो. विस्तारभयास्तव नामोल्लेखापलीकडे जाता येत नाही म्हणूनच नाटककार मित्रांचा, कलाकारांचा मी अपराधी भावनेने येथे उल्लेख करीत गेलो. यावर स्वतंत्रपणे लिहावे लागेल. दलित रंगभूमी ही एक सामाजिक गरज आहे. कोणत्याही रंगभूमीचे नट, नाटककार, निर्माते, दिग्दर्शक आणि प्रेक्षक हे आधारस्तंभ. साऱ्यांचा उल्लेख शक्य नाही.

दलित कथेचे क्षेत्र विस्तारले ते बंधुमाधव, अण्णा भाऊ साठे, ना. रा. शेंडे, शंकरराव खरात, केशव मेश्राम, बाबुराव बागूल या ज्येष्ठ मित्रांचे कथालेखन हे अत्यंत उपयुक्त ठरले. पुढच्या पिढीला आजही बाबुरावांची 'मी जेव्हा जात चोरली होती.' ही

कथा दलित कथेच्या मुकुटातील मण्यासारखी दिसते.

पूर्वसूरींबरोबर नवोदित दलित कथाकारांनी आपल्या पूर्वीच्या पिढीपेक्षा सरस आणि वेगळी कथा दिली आहे हे मान्यच करावे लागते. योगिराज वाघमारे म्हणतात, '१९६५-६८ च्या आसपास उदयास आलेली ही नवोदित कथाकारांची पिढी अण्णा भाऊ साठ्यांपासून तळागाळातील लोकांच्या प्रतिकाराशी झुंजण्याचा झुंजारपणा घेत खरातांच्या सामाजिक जाणिवांची तळमळ, त्यांची भावुकता स्वीकारते. बंधुमाधवांची बंडखोरी तर बाबुराव बागुलांची आक्रमकता व विद्रोह स्वीकारते.' पण एवढ्याच अनुकरणावर हे तरुण थांबलेले नाहीत.

आजची दलित कथा वरील कथाकारांच्या पुढे गेली आहे. सामर्थ्याची, स्वअस्मितेच्या निर्मितीची जाणीव त्यास होते. वामन होवाळांची 'मजल्याचे घर', 'देव धावला, देव पावला' असो अरुण कांबळ्यांची 'पँथर' असो, शिरवळ्यांची 'कडुस' असो, योगिराज वाघमाऱ्यांची 'उद्रेक' असो, महादेव मोऱ्याची 'ड्रायव्हर' असो, भास्कर चंदशीव यांची 'वासना' ही कथा असो, अर्जुन डांगळ्यांची 'बांधावरची माणसं' असो. माधव कोंडविलकर आणि योगेंद्र मेश्राम अशी किती तरी मंडळी दलित विश्वातला सामान्य, फाटका, दरिद्री माणूस कथेचा नायक म्हणून जमा करीत आहेत.

वैचारिक लेखनात फार मोठे मोठे दिग्गज आहेत. प्रा. जनार्दन वाघमारे यांचा उल्लेख केला नाही तर मलाच वाईट वाटेल. त्यांनी लिहिलेले निग्रो साहित्य हे माझ्यासारख्या तरुणाला साहित्यातील उणे दुणे कळण्यासाठी, जाणीव विकसित होण्यासाठी फार मोलाचे आहे.प्रा. वाघमाऱ्यांनी आम्हा लोकांचा संबंध जागतिक वाङ्मयाशी जोडून दिले. रा. ग. जाधव, डॉ. रावसाहेब कसबे, कुमुद पावडे, डॉ. गंगाधर पानतावणे, बाबुराव बागूल, वामन निंबाळकर, ताराचंद खांडेकर, केशव मेश्राम किती नावे सांगावीत? या सगळ्या विचारवंत मित्रांनी, दया पवारसारख्या आमच्या मित्राने जे वैचारिक खाद्य तरुण मुलांना पुरविले, त्या खाद्यांवरच आमची पिढी पोसली. आमचे वैचारिक वाङ्मय हाच आम्हाला पुढे असलेला वाटाड्या आहे, यात मला शंका नाही.

दलित साहित्य चळवळीत, दलित सामाजिक परिवर्तनाच्या चळवळीत सारे आलबेल आहे असे नाही. खूप काम बिघडलेले आहे. चळवळीला व्यक्तिगत अहंकार नष्ट करीत असतात. एक सत्तेचा तुकडा आणि त्यासाठी पुढाऱ्यांची मुरकंड रोज दिसते आहे. लाचारांच्या रांगा काही कमी झालेल्या नाहीत. आमचा प्रत्येक माणूस प्रतिबाबासाहेब आहे. 'फोडा नि झोडा' या नीतीनेच काळेसाहेबही वागत आहेत. अनेक रोगांनी, व्याधींनी ग्रस्त असलेले पेशंट असे अनेक लोक दिसत आहेत; ते राजकारणात, समाजकारणात, धर्मकारणात आणि सांस्कृतिक चळवळीतही आहेत. जरा काही लिहिलेले, उतावळ्या नवऱ्यासारखी स्थिती होणारेही आहेत. परंतु मी निराशावादी नाही. सामान्य दलित माणूस आपलं माणूसपण टिकवून आहे. तो आपल्या पुढाऱ्याची लायकी

ओळखतो. कलावंतांचीही ओळखतो. बिघडतो आहोत हे आपण शिकलेले. सामान्य अनाडी माणूस विवेक सांभाळून आहे तो चाणाक्षपणे पाहत आहे. त्याला खरे-खोटे बरोबर समजते. तो आपली निवड अचूक करतो. त्याचे मानदंड त्याला कळतात. त्याला कोणताही हितसंबंध नसतो. रिडल्सच्या प्रकरणात, नामांतराच्या लढाईत तो आघाडीवर होता आणि नेत्यांना ते फरफटत नेत होते. अशी ही भीमाची शक्ती भीमकाय आहे म्हणून मला भीती वाटत नाही. काळजी तर बिलकूल वाटत नाही. हा सामान्य भीमसैनिकच आशेचा फिरस्ता आहे. तोच फुल्यांची बदनामी करणाऱ्यांना त्यांची जागा दाखवितो, रिडल्ससाठी जीवाचा कोट करतो आणि फुल्यांच्या विटंबनेचा निषेध तोच करतो. हा सामान्य दलितभावांचा विवेक हे मोठे आशेचे स्थान आहे. आम्ही कितीही आमचे ढोल बडवले तरी हा सामान्य केरू कचरूच बाबासाहेबांचा, जोतिराव फुल्यांचा सच्चा अनुयायी आहे अशी माझी श्रद्धा आहे. गरज पडली तर हा सामान्य माणूसच आपल्या कलावंतांना, नेत्यांना, कार्यकर्त्यांना सरळ करील; कारण त्यानं आपली मूल्ये विक्रीला काढलेली नाहीत की राजरोस फुले, आंबेडकरांचे लिलावही पुकारले नाहीत.

बाबासाहेबांच्या नावाखाली जीव ओवाळून टाकणारा हा माणूस उद्याच्या सम्यक क्रांतीचे नेतृत्व करील तेव्हा हा बाबासाहेब, जोतिरावांचा माणूस समजावून घ्यायचे काम आपण पांढरपेशीपणा टाकून जेवढ्या पोटतिडकीने करीत राहू, तेवढं यश आपल्या साहित्याला, चळवळीला मिळाल्याशिवाय राहणार नाही. मग जातीयवादी, प्रतिगामी वाघ काहीही गर्जना करोत. घड्याळाचे काटे उलटे फिरवता येणार नाहीत; कारण क्रांतीचं निशाण आता दलित पीडितांच्या घरात गेले आहे. 'हागनदारीत' राहणाऱ्यालाही कळले आहे शब्दांचे सामर्थ्य. दोस्तहो, शब्दांची पूजा आता त्यांच्यासाठी ज्यांनी आपलासा केलाय प्रलंयकारी विद्रोह आणि पाहिले आहे निराळ्या जीवनाचे, सम्यक क्रांतीचे स्वप्न.

❐❐❐

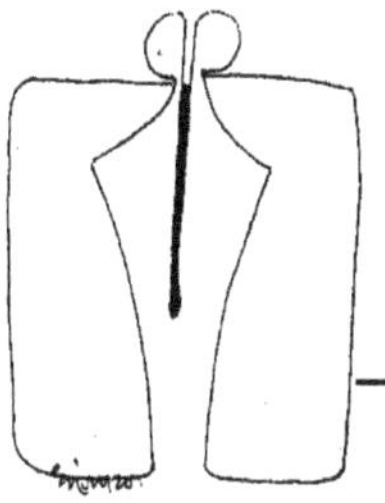

मध्यमवर्गाच्यां प्रेक्षकाशिवाय मराठी नाटकाचा प्रेक्षक बदलला नाही

अविनाश डोळस

महाराष्ट्रातील अनेक नाट्यरसिक, समीक्षक व अभ्यासक अनेकदा मराठी रंगभूमीच्या तुलनेतच दलित रंगभूमीचा विचार करतात असे दिसते. यामुळे ते दलित रंगभूमीलाही कळत न कळत मराठी भाषेपुरते मर्यादित करतात असे एक चित्र आज आपल्यासमोर येते, हे काही बरोबर नाही. त्यातून अनेक घोटाळे होण्याची शक्यता अधिक असते. उदाहरणार्थ, या अशा विशिष्ट भाषिक नाटकासंबंधात दलित नाटकास गृहीत धरल्यामुळे त्याला आपोआप एक सीमित स्वरूप आणले जाते. त्यामुळे अनेकदा दलित नाटक हे मराठी रंगभूमीचे एक अंग तरी मानले जाते किंवा मराठी रंगभूमीच्या विरोधात उभे राहिलेले नाटक असे तरी मानले जाते. या पद्धतीत दलित नाटकांवर, चळवळीवर फार मोठा अन्याय होतो आहे, हे असे माझे मत आहे. एका व्यापक विचारांचे पाठबळ घेऊन उभ्या राहू पाहणाऱ्या या नाटकाला, चळवळीला आपण एका चौकटीत बंदिस्त करून त्याला अस्पृश्य करतो, असे मला वाटते. डॉ. बाबासाहेब आंबेडकरांना किंवा जोतीराव फुल्यांना जसे त्यांच्या विचाराकडे जाणूनबुजून दुर्लक्ष करून त्यांचा उल्लेख सतत 'केवळ दलितांचे पुढारी' एवढाच करून आपण जी नीती वापरतो तीच या प्रकारच्या विचारासही दलित नाटकासंबंधी माझे अभ्यासक मित्र वापरतात असं दिसतं. हे जरी ते जाणीवपूर्वक करीत नसले तरी एकूण चळवळीकडे, नाटकाकडे पाहण्याच्या संस्कार दृष्टिकोणामुळेही हे घडत असेल. परंतु त्या पद्धतीने दलित नाटकाचा विचार व्हावा, हे मला मान्य होणार नाही, एवढे मात्र निश्चित !

यानिमित्ताने एक मूलभूत प्रश्नच मी आपणास विचारू इच्छितो. कलाविष्काराचा विचार करताना अमुक एक कला वेगळी आहे किंवा हा कलाप्रकार वेगळा आहे असे तरी आपण का म्हणतो ? कशाच्या आधारे आपण हे वेगळेपण सांगत असतो ? किंवा ते वेगळेपण केवळ तेवढ्या कलाविष्कारापुरतेच मर्यादित असते का ? मला वाटते, या

दलित नाट्य संमेलन,
नांदेड १९९०

प्रश्नाच्या उत्तरातच आंबेडकरी प्रेरणेच्या नाटकाचे वेगळेपण दडलेले आहे. ते शोधले तर त्याच्या वेगळेपणाबाबत वेगळे काही सांगायची गरज भासणार नाही. त्यासाठी काही गोष्टी मी आपल्या नजरसमोर आणू इच्छितो.

मित्रहो, कुठलीही कला ही केवळ कला असत नाही. तिला जीवनाचा संदर्भ असल्याशिवाय अर्थही प्राप्त होऊ शकत नाही. कला-मग ते साहित्य असो की नाटक, नृत्य, शिल्प, संगीत असो-ती शेवटी जीवनाच्या संदर्भातच व्यक्त होत असते. जीवनाबाबतचे चिंतन त्यातून व्यक्त होत असते. हे जर खरे आहे तर मग त्यात वेगळेपण का येते ? हे वेगळेपण केवळ त्याच्या अभिव्यक्तिभिन्नतेवर अवलंबून असते, असे मला वाटत नाही. तर ते असते त्या कलानिर्मितीच्या पाठीमागे असणाऱ्या कलावंताच्या जीवनविषयक दृष्टिकोनामध्ये, त्याच्या जीवनाच्या साफल्याच्या संकल्पनेमध्ये असते.

मानवाच्या पुढे 'आहे ह्या जीवनाचे सार्थक कसे करायचे ?' हा प्रश्न सतत राहत आला आहे. माझ्या जीवनाला अर्थपूर्णता कशी व कधी येईल हा त्याचा ध्यास आहे. त्याचे उत्तर उपलब्ध असलेल्या तत्त्वज्ञानात आहे. त्याचे उत्तर कलेमध्ये वा कलाविकासामध्ये त्याला सापडत नाही. ते आहे विविध तत्त्वज्ञान्यांनी जीवनाबद्दल केलेल्या चिंतनात ! कलेपेक्षाही हा प्रांत बुद्धीचा आहे. तत्त्वज्ञानी दार्शनिकांनी यासंबंधी वेगवेगळे विचार व्यक्त केले आहेत. यामध्ये धर्मसंस्थापक व त्यावरील भाष्यकार यांच्या विचारांचा फार मोठा प्रभाव समाजमनावर त्याचबरोबर कलावंतांवर पडलेला आहे, हे आपणास विसरता येणार नाही, जीवन व्यतीत करण्याचे मार्ग कोणते, आदर्श कोणता, यासंबंधीची एक कल्पना अनेकदा त्याच्यापासून आपण घेत असतो. ती प्रत्यक्ष जरी घेत नसलो तरी परंपरा, संस्कृती याद्वारे ती आपल्यापर्यंत आलेली असते. त्यामुळे आपले जीवन सार्थकी लागले असे आपण अनेकदा म्हणत असतो, त्या वेळी ही 'जीवनसाफल्याची संकल्पना' आपण आधारभूत मानत असतो. ही संकल्पना समूहाची एकसारखी असल्यास वेगळेपण किंवा भिन्नता निर्माण होण्याची शक्यता कमी असते. नाही म्हटली तरी चालेल. परंतु जीवनसाफल्याच्या संकल्पनेत भिन्नता आली की त्यातूनच निर्माण होणारा जीवनविषयक दृष्टिकोण व जीवनविषयक आकलन यातही ही भिन्नता, वेगळेपण येते. असं वेगळेपण अगोदर वैचारिक पातळीवरून येते, नंतर ते जीवनात - व्यवहारात येते आणि त्याचाच आविष्कार हा मग कलाविष्कारामध्ये होत असतो. म्हणूनच कलेतील आशयात, आविष्कारात वेगळेपणा येतो. यासाठीच वेगळेपण शोधत असताना वा सांगत असताना या जीवनसाफल्याचा किंवा जीवनविषयक दृष्टिकोणाचा विचार होणे आवश्यक आहे. आंबेडकरी प्रेरणेचे नाटक वेगळे आहे हे म्हणत असताना आंबेडकरी अनुयायी वा त्यांच्या विचारातून-आंदोलनातून तयार झालेल्या समूहमनाचा जीवनविषयक दृष्टिकोण बदलला आहे, तो पारंपरिक विचारातून आलेल्या जीवनविषयक दृष्टिकोणापेक्षा वेगळा आहे, त्या समूहाच्या स्वत:च्या जीवनाच्या

साफल्याच्या संकल्पना ह्या वेगळ्या आहेत, त्याचा कलेमध्ये होणारा आविष्कारही साहजिकच पारंपरिक आविष्कारापेक्षा वेगळा आहे, यात आंबेडकरी नाटकाच्या वेगळेपणाची मुळे दडलेली आहेत. म्हणूनच आम्ही दलित नाटक वेगळे आहे असे म्हणत असतो. हा संदर्भ लक्षात घेतला तर दलित नाटक आणि दलितांनी उभी केलेली चळवळ योग्य व न्याय अशी एक पद्धत ठरू शकेल अशी मला आशा आहे.

यासबंधी आणखी सविस्तर बोलणं आवश्यक आहे, याची जाणीव मला आहे. दलित नाटकाच्या निर्मितीसंबंधी बोलत असताना या गोष्टीचा सोदाहरण खुलासा करण्याचा मी प्रयत्न करणार आहे. या शतकाच्या तिसऱ्या दशकात आंबेडकर नावाची विचारगंगा आपल्याला लाभली. तिनं पुढच्या तीन दशकांत आंदोलन व विचाराने भारतीय मनामध्ये प्रचंड झंझावात निर्माण केला. १९५६ च्या बौद्धधर्माच्या स्वीकारातून या मनाला परंपरा तोडण्याचा व जीवनाच्या कल्याणाचा एक दृष्टिकोण मिळवून दिला. त्यानंतर येथे मोठ्या प्रमाणात सांस्कृतिक संघर्ष उभा राहिला. या संघर्षाचे केन्द्र महाराष्ट्रभूमी राहिली. नवा विचार, नव्या जाणिवा घेऊन एक समाज उभा राहिला. विलक्षण मानसिक दृढतेवर आधारलेला हा समूह नवी वाट चोखाळत होता. जीवनाच्या साफल्याची त्यांची कल्पना ही आता पारलौकिकात साकार होणारी उरला नव्हती. ती होती इथेच ! 'बहुजन हिताय बहुजन सुखाय' मध्ये ! ती होती 'अत्त दीप भव' मध्ये ! स्वर्ग, आत्मा, देव त्यांचे अवतार, कर्म, पाप हे त्यांनी नाकारले होते. नशीब आणि दैव हे दोन शब्द त्यांच्या जीवनकोशातून बहिष्कृत झाले होते. त्यांच्या जीवनातल्या प्रश्नांची उत्तरे त्यांना याच जीवनात हवी होती. त्यासाठी पुनर्जन्मावर आधारलेला धर्म त्यांनी नाकारला होता. त्यामुळे साहजिकच पारंपरिक पद्धतीने जगणाऱ्या, पारलौकिक सुखासाठी, पुण्यप्राप्तीसाठी देवाच्या उपासनेत जीवनाचं सार्थक मानणाऱ्या समाजाशी त्यांचा वैचारिक, सांस्कृतिक संघर्ष सुरू झाला. यासाठी त्यांनी स्वत:च्या जीवनविषयक दृष्टिकोणानुसार जगण्याची पद्धत शोधून काढली. या पारंपरिक समाजाच्या जीवनसाफल्याच्या कल्पनेपासून भिन्न असलेल्या आपल्या कल्पनेनुसार तो वास्तव न्याहाळू लागला. त्याचा कलाविष्कार त्याच्या साहित्यातून, गाण्यातून होऊ लागला. सहाव्या-सातव्या दशकात तो कथाकाव्यातून व्यक्त होऊ लागला. त्याला तो 'दलित-साहित्य' 'आंबेडकरी प्रेरणेचे साहित्य' या नावाने संबोधू लागला. तो तसाच सातव्या-आठव्या दशकात नाटकातून व्यक्त होऊ लागला. त्यालाच तो दलित नाटक, आंबेडकरी प्रेरणेचे नाटक असे संबोधू लागला.

यासाठी काही उदाहरणे दिल्यास मला वाटतं मला काय सांगावयाचे आहे ते अधिक स्पष्ट होईल. ख्रिस्ती, हिंदू धर्म तत्त्वज्ञानात जीवनाचे साफल्य हे पुनर्जन्मात आहे. आत्ताच्या जीवनात स्वर्ग मिळविण्यासाठी अधिकाधिक पुण्य करणे हे जीवनाचे ध्येय ठरते. चांगला माणूस कोण ? तर जो अधिक पुण्य करतो तो ! यासाठी तो

परोपकार देखील करतो. देवाचे भजन-पूजन करतो. पाप-पुण्याची बेरीज-वजाबाकी 'उपरवाला' करणार आहे म्हणून या जन्मात जे शक्य झाले नाही ते निदान पुढील जन्मात करण्याची तो मनीषा धरतो. तो स्वत:ला निर्मात्याच्या हातातले बाहुले मानतो. वाईट झाले तर तो नियतीला शरण जातो. विधिलिखित बदलत नाही असं स्वत:ला समजावतो, नशीबाला दोष देतो. हा त्याचा जीवनाकडे बघण्याच दृष्टिकोण त्याच्या जीवनात वागताना, बोलताना जसा व्यक्त होतो, तसाच तो त्याच्या कलाप्रकारातूनही-साहित्यातून, नाटकातून-व्यक्त होतो. म्हणूनच संस्कृत शाकुंतलातील शकुंतलेचे दु:खाचे उत्तर हे तिच्या शक्तीपलीकडचे असे होते किंवा शेक्सपिअरच्या नाटकातील मॅकबेथ, किंग लिअर, सिझर यांचे नियतीपुढे काही चालत नाही. महाभारतातील पात्रांनासुद्धा एका मर्यादेनंतर कर्ताकरविता जो कोणी आहे त्याच्या हातातील साधन ठरावे लागते. विधिलिखित टाळता येत नाही म्हणून गडकऱ्यांची सिंधू 'देवाब्राह्मणासमक्ष घेतलेली शपथ' तोडू शकत नाही, तर अत्र्यांची नायिका 'घराबाहेर' पडूनही 'पती हा परमेश्वर आहे' यासाठी घरी परत येते. खुनाची कबुली देऊन प्रायश्चित न स्वीकारणाऱ्या भावास 'जहान्नुम में जाय' असं सांगावं लागतं (तो मी नव्हेच). अशी कितीतरी उदाहरणे देता येतील. या साऱ्यातून त्यांचा जीवनविषयक दृष्टिकोणच व्यक्त होत असतो. भारतीय रंगभूमीवर शोकात्म नाटके, अपवाद वगळता, का आली नाहीत, ती ग्रीक किंवा इंग्रजी रंगभूमीवर का आली, याचे उत्तर देतानाही त्यांच्या नाट्याकडे बघण्याचा दृष्टिकोणाबरोबरच जीवनविषयक दृष्टिकोणातच शोधावे लागते, तेही यामुळेच.

येथे आणखी एका गोष्टीवर मी बोललं पाहिजे असं मला वाटतंय, की ज्या वेळी तत्त्वज्ञानाच्या क्षेत्रात नवा विचार-नवा दृष्टिकोण वा जीवनाबाबत वेगळा विचार मांडला जातो, तो नंतर वैचारिक लेखनातून अधिकाधिक सांगितला जातो. नंतर तो विचाराच्या पातळीवरून व्यवहाराच्या पातळीवर येत असतो. जीवनात त्याचा स्वीकार झाला की ही जी काही नवी संकल्पना आहे तिचे नवे रूप नव्या जाणीवेने प्रथम भाषेतून व्यक्त व्हायला लागते. त्यानंतर ते कलेतून - कथा, कादंबरी, नाटक-सिनेमातून व्यक्त होते. या पद्धतीचा जर विचार केला तर नव्या विचाराला अर्थपूर्णपणे व्यक्त होण्यासाठी व लोकांपर्यंत जाण्यासाठीही पारंपरिक भाषा व अभिव्यक्तीची पद्धत इ. गोष्टी अडचणीच्या भासत असतात. त्यासाठी अनेकदा त्याला रूढ शब्दांऐवजी नव्या शब्दांची निर्मिती, जरूर पडल्यास रूढ अर्थवाहक शब्दांना टाळून नवी शब्दनिर्मिती करावी लागते. कधी कधी भाषा हीच एक विचार-तत्त्वज्ञानाची वाहक झाल्याने, तिच्यातल्या अनेक शब्दांची उत्पत्ती विशिष्ट प्रकारची असल्याने प्रसंगी दुसऱ्या भाषेतूनही आपले नवे विचार सांगणे त्याला आवश्यक ठरते. म्हणूनच अनेकदा नवा जीवनविषयक दृष्टिकोण व्यक्त करणारा विचार हा त्याच्या स्वत:च्या अभिव्यक्तीच्या शोधात असतो. पारंपरिक साधने ही त्याला निरुपयोगी वाटतात किंवा पुरेशी योग्य वाटत नाहीत.

त्यासाठी तो ती टाळतो किंवा त्यात मोठ्या प्रमाणात मोडतोड करून आपले अस्तित्व सिद्ध करण्याचा प्रयत्न करतो, ते टाळून नवे साधन वापरतो वा निर्माण करतो. भ. बुद्धाने पारंपरिक संस्कृत भाषेतून विचार व्यक्त करण्याऐवजी पाली भाषेतून आपले तत्त्वज्ञान मांडले. या पाठीमागच्या कारणांपैकी नव्या अभिव्यक्तीचा शोध हेही एक महत्त्वाचे कारण असावे, असे मला वाटते. म. जोतीराव फुल्यांनी सत्यशोधक धर्म स्थापन केल्यानंतर पारंपरिक तमाशा या नाट्यप्रकारातून व्यक्त होण्याऐवजी 'सत्य शोधक तमाशा' या नव्या संकल्पनेची व नाट्यप्रकारची कास का धरली याचे उत्तरही माझ्या मताला पुष्टी देणारेच ठरेल. एवढेच नव्हे, तर तमाशा हा नाट्यप्रकार लोकप्रिय असताना देखील बाबासाहेबांच्या चळवळीने आपल्या नव्या विचारांच्या वहनाचे साधन म्हणून तमाशा स्वीकारला नाही, तर त्यासाठी स्वतंत्रपणे 'जलसा' हा नाट्यप्रकार जन्माला घातला. ही उदाहरणे 'मी यासाठीच' देतो आहे की नवा विचार जसा नव्या जाणिवा घेऊन येतो, त्याचबरोबर तो आपले विचार - जाणिवा व्यक्त करण्यासाठी नवी भाषा, नवा कलाप्रकार, नवा नाट्यप्रकारही बरोबर घेऊन येतो, असा इतिहास आहे. दलित नाटक हे स्वत:चे एक रूप शोधत आहे, त्याच्यात असलेल्या नव्या विचाराच्या जाणिवेच्या अभिव्यक्तीची सांस्कृतिक गरज म्हणून ! या दृष्टीने दलित नाटकाचे वेगळेपण पाहताना त्याच्या अभिव्यक्तीचे वेगळेपण समजावून घ्यावे, असा माझा आपणास आग्रह आहे. यासाठी दत्ता भगत यांचे 'आवर्त', 'अश्मक' अविनाश डोळस यांचे 'गाव नसलेला गाव', प्रकाश त्रिभुवनचे 'थांबा रामराज्य येतंय', शिल्पा मुंब्रीस्करांचे 'झाडाझडती', प्रेमाचंद गज्वीचे 'घोटभर पाणी', योगीराज वाघमारेचे 'अगा जे घडलेच नाही', इ. मो. नारनवरेचे 'विद्रोहाचे पाणी', दुपारे व भगवान हिरे यांच्या एकांकिका अभ्यासण्यासारख्या आहेत.

याच विचाराचा धागा धरून दलित नाटकातील प्रबळ होत जाणाऱ्या नाट्यप्रकारासंबंधी बोलतो. दलित नाटक हे स्वत:च्या अभिव्यक्तीच्या शोधात आहे असे जेव्हा मी म्हणतो, तेव्हा गेल्या पाच-सहा वर्षात झालेले नवनवे प्रयोग माझ्यासमोर आहेत. पथनाट्य हा त्यातला एक प्रयत्न. दलित नाटकाच्या संदर्भात सांगायचे झाल्यास पथनाट्य हे विदर्भात अधिक रुजले आहे. आता तर ते विदर्भातील अनेक खेड्यांमध्ये पथनाट्याच्या रूपाने पोचले आहे. संजय जीवने, विलास भवरे, विलास पाटील, अमर रामटेके, अनुपमा नगरकर, वंदना कोटम्बे यासारखी कितीतरी नावं या चळवळीत घेता येतील. त्यांचे मी जाहीर अभिनंदन करतो. या कलाकार-लेखकांनी आणि त्यांच्या नाट्यसंस्थांनी 'उत्सव', 'शहर', 'आंडेल स्त्री ८०', 'वस्ती' अशा किती तरी पथनाट्यांचे सुवर्णमहोत्सवी प्रयोग सादर केलेत, त्यांची शताब्दीकडे वाटचाल केली आहे. कमीत कमी साहित्य- यात अंगावरील कपड्यांशिवाय तसे काही नसतेच-पाच-दहा कलावंत, एवढी कमी गरज असल्यामुळे दलित नाट्यचळवळीला पथनाट्य हा सर्वात जवळचा

व सोयीचा प्रकार वाटला तर नवल नाही.

पथनाट्याबाबतही काही खुलासा करणे मला आवश्यक वाटते. दलित नाटकासंबंधी विचार करताना मैलाचे दगड ठरेल असा एक नाट्यमहोत्सव दलित थिएटरने ७, ८ आणि ९ नोव्हें, ८२ रोजी औरंगाबाद येथे घतला. या महोत्सवात 'दलित रंगभूमी : दिशा व संकल्पना' या परिसंवादातून व त्यानंतरही विविध भाषणांतून, लेखांतून काही अभ्यासकांनी दलित पथनाट्याच्या संदर्भात बोलताना 'पथनाट्य ही दलित नाटकाची परंपरा नाही' किंवा 'परदेशी 'Street play' चे अनुकरण म्हणून ही मंडळी पथनाट्य करते' अशा प्रकारची विधाने केलेली आहेत. अशी विधाने ही बहुधा दलित रंगभूमीच्या वाटचालीच्या बाबतच्या अज्ञानातून किंवा घाईने निष्कर्ष काढण्याच्या प्रयत्नातून आलेली असतात, असे माझे मत आहे. यासाठी मी यासंबंधी बोलणं आवश्यक समजतो. नाटक करणारे जे कोणी कलाकार असतील त्यांना ही गोष्ट तर मान्य असेलच की, आपले विचार परिणामकारकतेसह सामान्य माणसापर्यंत न्यायचे पथनाट्य हे प्रभावी साधन आहे. त्यामुळे दलित नाट्यचळवळीला ते स्वत:चे वाटणे साहजिकच आहे. त्यामुळे ते अनुकरण नाही. जवळ काहीच नाही अशा असंख्य कलाकारांचे ते एक शस्त्र आहे. दुसरे म्हणजे ते पूर्ण भारतीय आहे. त्याला असलीच परंपरा तर ती केवळ भारतीयच आहे. कारण नाटक प्रोसेनियम थिएटरमध्ये करण्याची पद्धतच मुळी आपणास इंग्रजांच्या आगमनानंतर ज्ञात झाली. नाटकांच्या थिएटरची निर्मिती ही त्यानंतरची आहे. तोपर्यंत आपले सारे (खेळ) कलाप्रकार हे एरिना थिएटरचे. रस्त्यावर खेळ करून आजूबाजूला खेळ बघणारे जमवायचे असेच आहे. तीच आपली परंपरा आहे. त्यामुळे पथनाट्य हे अस्सल भारतीय असून वास्तवाचा भास करणाऱ्या नाटकामुळे भारतीय नाटक विसरणाऱ्या प्रेक्षकाला पुन्हा देशी नाटकाकडे आणणारा तो नाट्यप्रकार आहे. त्याच्यातील शक्ती उत्पल दत्तने सादर केलेल्या बांगला भाषेतील पथनाट्याच्या उदाहरणातून आपणास दिसते. सध्या आंध्र प्रदेश व महाराष्ट्रात दलित रंगभूमी 'स्ट्रीट प्ले'च्या निमित्ताने एकूणच नाटकाला नवे परिमाण देऊ शकते. ही गोष्ट येथे सांगणे जरुरीचे आहे, म्हणून हा खुलासा करतो. आंबेडकरी प्ररणेने प्राप्त झालेल्या नव्या जीवनमूल्यांच्या शोधातून निर्माण झालेला अभिव्यक्तीचा हा एक शोधप्रकार आहे, असं मला वाटतं.

इथं या विवेचनाच्या निमित्ताने एका गोष्टीकडे मी आपले लक्ष वेधू इच्छितो. आंबेडकरी प्रेरणेच्या या नाटकाचे वास्तव आपण बघितले पाहिजे. जेव्हा या नाटकाच्या संबंधी कोणी अभ्यासक, समीक्षक, पत्रकार लिहीत वा बोलत असतात तेव्हा अनेकदा त्यांना या चळवळीची पार्श्वभूमी माहीत नसल्याचे जाणवते. त्यामुळे ते या नाटकावर अमक्या तमक्या नाटकाचा प्रभाव आहे, अमुक नाटकाचे अनुकरण होत आहे, अशा पद्धतीने विधाने करतात. यामध्ये समाजाने निर्माण केलेल्या दोन भिन्न जीवनानुभवांचा,

संस्कारांचाही फार मोठा भाग असतो. त्यामुळे ही नक्कल अस्सल वाटण्याची शक्यता आहे आणि अस्सल नक्कल वाटण्याची शक्यता आहे. किंबहुना अस्सल कलाकृतीचा, अभिनयाचा, विनोदाचा अनुभव विशिष्ट समाजात, विशिष्ट जातीत जन्म घेतल्यामुळे बघायला, ऐकायला न मिळण्याची शक्यता अधिक आहे. त्यामुळे तमाशा बघायला मिळाला नाही त्या माणसाला लोकनाट्य हे अस्सल वाटण्याचा संभव आहे. ज्याने दादू इंदुरीधर पाहिला नाही त्याला त्याची नक्कल करणारा दादा कोंडके श्रेष्ठ वाटण्याचा धोका आहे. हा कलेचा घोटाळा नाही तर विशिष्ट जातीत जन्मल्यामुळे आपल्या अनुभवाला नकळत पडलेल्या मर्यादेचा आहे. त्यामुळेच खेड्यापाड्यात होणारा तमाशा आणि त्या तमाशात नाच्याचे काम करणारा नाच्या ज्यांनी बघितला नाही त्यांना बालगंधर्वांचे स्त्रीरूप मोहित करते. पण बालगंधर्व व स्त्रीरूप धारण करणारा हा नाच्या यांच्यातले साम्य आपणास दिसत नाही. जो बालगंधर्व बहुसंख्य लोकांनी पाहिला नाही, ऐकला नाही, तो प्रतिष्ठित आणि भूषण ठरतो. पण असंख्य बालगंधर्वांबाबत कोणी बोलत नाही. त्यांची नावंही नोंदवून ठेवली गेली नाहीत. या गोष्टीचा विचार केल्यास जातीव्यवस्थेतून संस्कारित झालेल्या मनाचे कलेबाबतचे ज्ञानही किती संकुचित करून ठेवले आहे, हेच आपल्या ध्यानात येईल. एखाद्या कलाप्रकाराचा आस्वाद घ्यायचा झाल्यास अनुभवाची पातळी जर एक नसेल तर रसभंग होण्याची शक्यता अधिक असते. म्हणूनच एका समूहास श्रेष्ठ वाटणारे नाटक इतरांना अनुकरण वाटण्याचा धोका आहे. मला स्वतःला लोकनाट्य बघताना ते तमाशाची नक्कल असल्यामुळे त्याचा रसास्वाद घेताना सतत कष्ट घ्यावे लागतात; तर माझ्या शेजारचा प्रेक्षक ज्याने कधी तमाशा पाहिलाच नाही, त्याला लोकनाट्याच्या अनुभवाने विलक्षण आनंद झाल्याचे दिसते. हा त्याच्या-माझ्यातल्या अनुभवाच्या समृद्धीच्या कमी-जास्त प्रमाणाचा भाग आहे. म्हणून ती नक्कल आहे ते अस्सल म्हणून पाहतो. यासाठी अनुभवसमृद्धीकडे प्रेक्षक, कलावंत वळला पाहिजे असे माझे प्रामाणिक मत आहे. दलित नाटकांच्यासंबंधी जेव्हा कोणी काही मत व्यक्त करत असतात त्यांच्यासाठी या गोष्टीचा उहापोह करणे महत्त्वाचे आहे.

दलित नाटकाची परंपरा ही पारंपरिक वा प्रस्थापित नाटकाची निश्चित नाही. पारंपरिक नाटक आणि दलित नाटक लिहिणारा, ते सादर करणारा दिग्दर्शक, त्यात काम करणारे कलावंत ह्यांचा आणि पारंपरिक नाटकांचा संबंध जवळ जवळ नाही असे म्हटले तरी चालेल. माझा मुद्दा स्पष्ट व्हावा म्हणून मी महाराष्ट्रातील मराठी भाषिक नाटक आणि महाराष्ट्रातील दलित नाटक या दोहोंतील संबंधाबाबत खुलासा करतो आहे, महाराष्ट्राचा अनुभव हाच इतरही प्रांतात त्या त्या भाषिक नाटकांसंबंधी असणार आहे. एखादा अपवाद असलेही. परंतु बहुतांशी या दोहोंमध्ये फारसा संबंध नाही असेच चित्र आपणास दिसेल. दलित नाटक सादर करणारा कलावंत, लेखक, दिग्दर्शक

हा मराठी नाटकाचा प्रेक्षक नव्हे. मराठी नाटकापेक्षा तो हिंदी चित्रपटाचा प्रेक्षक आहे. फार झाले तर तो तमाशाचा—जलशाचा प्रेक्षक आहे. याला इतर कारणाबरोबर त्याची आर्थिक परिस्थितीही जबाबदार आहे. दहा-वीस-चाळीस रुपये एका नाटकासाठी खर्च करण्याची त्याची ऐपत नाही, वा असली तरी त्याऐवजी चार पिक्चर पाहाणे तो पसंत करील. नाटकाचा तो मुळी प्रेक्षकच नाही. त्यामुळे त्याला काशिनाथ घाणेकर, गणपतराव बोडस, आशालता, सतीश दुभाषी, विजया मेहता माहीत नाहीत. त्यांचा अभिनय कसा आहे हेही त्याने पाहिलेले नाही. त्याला डॉ. लागू, अमोल पालेकर, अरुण सरनाईक, रमेश देव माहीत झाले ते सिनेमातून; नाटकातून नव्हे. याउलट त्याला माहित आहेत ते विठाबापू, नामदेवराव अनकवाडीकर, हरिभाऊ अन्वीकर, दादू इंदुरीकर, तुकाराम खेडकर, अमरशेख, अण्णाभाऊ साठे, शाहीर गव्हाणकर, शेख पठाण, भीमराव कर्डक, केरुबाबा गायकवाड, वामन कर्डक, दीनबंधू शेगावकर, गोविंद म्हशीलकर, प्रल्हाद शिंदे, विठ्ठल शिंदे, मिलिंद शिंदे, राजगुरु, नागोराव पाटणकर, इ. ही यादी भरपूर वाढत जाईल. मला सांगायचे ते हे की यांच्याशी, यांच्या अभिनयाशी, यांच्या शब्दांशी, यांच्या ढोलकीच्या ठेक्याशी त्याचे मानसिक, भावनिक नाते आहे. फार झाले तर सिनेमाशी त्याचे नाते आहे, तेही हिंदी चित्रपटाशी. त्यामुळे मराठी नाटकाचे लेखक-कलावंत, त्यांचे प्रयोग यांच्याशी त्याचे नाते नाही. वर्तमानपत्रातून ही मंडळी त्याच्यापर्यंत गेली आहेत एवढेच. त्यामुळे हे नाटक त्याला त्याचे वाटणे शक्य नाही. त्याचे अनुकरण करणे म्हणूनच शक्यतेच्या पलीकडचे आहे. ही एका परीने चांगली गोष्ट आहे. कारण नवे जे निर्माण करावयाचे आहे हे त्याला स्वत:ला जसे जमेल तसे घडविणे अधिक चांगले होणार आहे. प्रांतिक भाषेच्या नाटकाचा प्रभाव त्याच्यावर नसल्यामुळे अनुकरण व दडपणाच्या वर्तुळाच्या तो बाहेर उभा राहू शकतो. नव्या नाटकासाठी, अभिनयाच्या समृद्धीसाठी, प्रयोगासाठी ही एका दृष्टीने जमेची बाजू होऊ शकते. मराठी नाटकाची परंपरा तशी फारच संकुचित राहात आली आहे. कारणे काहीही असली तरी हे नाटक खऱ्या अर्थाने मराठी माणसाचे नाटक झालेले नाही. लेखक, दिग्दर्शक, कलावंत आणि प्रेक्षक हे सजातीय असल्याने हे नाटक त्या जातीपलीकडे गेले नाही. मध्यमवर्गाच्या प्रेक्षकांशिवाय या नाटकाचा प्रेक्षक बदलला नाही. त्या एका जातीने एका जातीच्या प्रेक्षकांसाठी सादर केलेले नाट्यप्रयोग एवढेच त्याचे खरे स्वरूप राहात आले आहे. यातील एक घटक जरी बदलला तरी त्या नाटकाला वेगळे डायमेन्शन मिळू शकते हे जब्बार पटेलच्या उदाहरणातून आपणास दिसून येईल. त्याची मर्यादा मान्य करूनही हे विधान केवळ सनसनाटी निर्माण करण्यासाठी मी करत नाही हे कृपा करून लक्षात घ्या. त्याचे वास्तव फक्त आपल्यासमोर ठेवावे एवढाच माझा उद्देश आहे. ह्या मराठी नाटकाचेही एक योगदान आहे या गोष्टीला माझा नकार नाही, हेही येथे मी सांगू इच्छितो. त्यामुळे मराठी नाटकाचे वा

प्रांतिक-भाषिक नाटकाचे अनुकरण दलित नाटक करते आहे वा या नाटकांचा प्रभाव दलित नाटकावर आहे हे म्हणणे किती धाडसाचे होऊ शकते हे आपल्या लक्षात येईल.

आज टी. व्ही. प्रसारामुळे अनेक नाटके 'पारंपरिक प्रेक्षक' नसलेल्या प्रेक्षकापर्यंत जाण्याची शक्यता आहे. त्यातून हा लेखक-कलावंत प्रेक्षकापर्यंत जाईलही; परंतु तो चित्राच्या माध्यामातून गेल्यामुळे चित्रपट कलावंत आणि हा कलावंत याच्या तुलनेच्या संदर्भात प्रेक्षकांपर्यंत जाणार आहे. या बदलाचाही उल्लेख येथे करणे आवश्यक ठरणार आहे. माहितीच्या Explosion च्या काळात नव्या साधनांद्वारे प्रेक्षकांपर्यंत नाटक जाईलही; पण ते माहितीच्या स्वरूपात अधिक राहणार आहे.

यातूनच एक प्रश्न उपस्थित होऊ शकतो. तो म्हणजे नाटक कोणासाठी ? 'प्रेक्षकासाठी' हे त्याचे उत्तर असेल, तर हा प्रेक्षक कोणता, त्याची अभिरुची कशी आहे, या प्रश्नांची उत्तरे शोधणे आवश्यक ठरणार आहे. दलित नाटकालाही आपला प्रेक्षक कोणता आहे हे ठरवावेच लागणार आहे. कारण कुठल्याही कलाप्रकारात जेवढा प्रेक्षकांचा रोल महत्त्वाचा ठरत नाही, तेवढा महत्त्वाचा रोल नाटकाच्या प्रेक्षकांचा असतो. प्रेक्षकाची गरज, आवड निवड, त्याच्या अभिरुचीची बैठक, त्याचा सामाजिकस्तराबरोबरच त्याच्या वैचारिक बैठकीतून तयार झालेल्या मानसिकतेवरही नाटकाचे यशापयश अवलंबून राहते. प्रेक्षकांच्या या घटकाचा थोडाबहुत परिणाम नाट्यलेखक, कलावंत, दिग्दर्शक यांच्यावर पडण्याचा संभव असतो. याचे उदाहरण म्हणून मी परत, आपणास माहीत असल्यामुळे, मराठी नाटकाचे देतो. एके काळी मराठी नाटक हे त्याला लाभलेल्या गानप्रिय श्रोत्यांमुळे प्रेक्षकांऐवजी श्रोत्यांसाठी 'मैफल' बनले होते. बालगंधर्वांचे नाटक पहायला कोणी जात नसायचे; तर त्यांचे गाणे ऐकायला लोक जात असत. एकच गाणे पहाटेपर्यंत पुन्हा पुन्हा गायले जायचे. खाडिलकरांसारखा नाट्यलेखकही 'मानापमान' नाटक लिहितो व बालगंधर्वासाठी व श्रोत्यांसाठी ओढून ताणून पद्यरचना करतो. केवळ संगीतासाठी, पदांसाठी देवलांना देखील आपल्या 'फाल्गुनराव' या गद्य नाटकाचे 'संगीत संशयकल्लोळ' मध्ये रूपांतर करावे लागले आहे. ते मुळी नाटक नव्हतेच. ती होती गाण्याची मैफल. मराठी प्रेक्षकांच्या अभिरुचीचे आणखी एक उदाहरण येथे नमूद करतो. इब्सेनसारख्या वास्तववादी नाटककाराच्या Doll's Houseचे मराठीत रूपांतर अत्र्यांनी 'घराबाहेर' केले. त्यात मूळ इब्सेनची नायिका नोरा नवऱ्याला सोडून घराबाहेर पडते. पण आपल्या मराठी मनाला असं नवरा सोडून जाणारी नायिका ही कल्पनाच सहन करण्यापलीकडची असल्यामुळे अत्र्यांना 'घराबाहेर' गेलेली नायिका नवऱ्याकडे परत येते अशी बनवाबनवी करावी, लागली. सांगायचा मुद्दा एवढाच, की नाटकाचा प्रेक्षक हा किती महत्त्वाचा भाग या संदर्भात असतो हे आपण लक्षात घ्यावे.

दलित नाटकाच्या संदर्भातही हा प्रेक्षक महत्त्वाचा ठरणार आहे. दलित नाटक

केवळ दलित प्रेक्षकांसाठी आहे की ते दलितेतरांसाठी आहे, याचा विचार करणे आवश्यक आहे. प्रेक्षक गृहीत धरून नाटकाचे लेखन व प्रयोग केला जाण्याचा संभव अधिक आहे. केवळ दलित प्रेक्षक समोर ठेवल्यास दलित नाटक 'त्या' प्रेक्षकांना रुचेल असे नाटक होण्याची शक्यता आहे. ढोबळ मानाने या नाटकाचा विषय दलित-सवर्ण संघर्ष असा होऊ शकेल. एवढेच नव्हे, तर सवर्ण दुष्ट आणि दलित सृष्ट असेही टोकाला जाऊन नाट्यलेखन होण्याची शक्यता आहे. याउलट, दलितेतर प्रेक्षक गृहीत धरल्यास दलितावरील अत्याचाराचे चित्र चित्रित करून त्यांची सहानुभूती मिळविण्याचा व त्यांना दलितांसंबंधी विचार करण्यास प्रवृत्त करण्याचा प्रयत्न होण्याची शक्यता आहे. त्यामुळे दलित नाटक लिहिणाऱ्या लेखकाला व सादर करणाऱ्या दिग्दर्शक-कलावंतांना या गोष्टीचा विचार करणे जरुरीचे आहे. सध्या तरी दलित नाटककारांनी प्रेक्षकांच्या एका समूहासाठी नाटक न लिहिता त्यांचा प्रयत्न सर्वांसाठी नाटक असाच असला पाहिजे. दलित समस्या हा त्याचा केंद्रबिंदू असला तरी तो एका मानवाचा संघर्ष आहे, तोही त्याला अभिप्रेत असलेल्या एका मानवी मूल्यासाठी आहे, असा असावयास हवा. जात, धर्म, पंथ हा त्याच्या समस्यांचा संदर्भ असला तरी मानवाच्या मुक्तीसाठी चाललेल्या धडपडीचे ते नाटक व्हावे, अशा पद्धतीने त्याची रचना करणेच स्वाभाविक ठरणार आहे. यासाठी दलित-दलितेतर या दोन्हीही घटकांपर्यंत हे नाटक जाईल असे पाहिले पाहिजे. विचाराला जात, धर्म व देश नसतो, हे आपण येथे लक्षात घेतले पाहिजे. आज तरी दलित नाटकातील नायक-नायिकेचे दुःख, त्यांची झालेली कोंडी ही एका व्यक्तीची नाही तर एका समूहमनाची आहे हेही येथे स्पष्ट आहे.

आज प्रेक्षकांच्या संदर्भात दलित नाटक कुठे आहे ? दलित आणि दलितेतर या दोन्ही प्रेक्षकांसाठी नाटकं लिहिली गेली आहेत असे आपणास दिसून येईल. त्यापैकी काही नाटकांचा फक्त मी उल्लेख करतो. प्रा. दत्ता भगत यांचे 'आवर्त', टेक्सास गायकवाड यांचे 'आम्ही देशाचे मारेकरी', भगवान सवाई यांचे 'मरणवरात', प्रा. रुस्तुम अचलखांब यांचे 'कैफियत', प्रेमाचंद गज्वीची 'देवनवरी' 'तनमाजोरी' ही नाटके दलित प्रेक्षकांपेक्षा दलितेतर प्रेक्षकांनाच अधिक अपील होणारी झाली आहेत. एवढेच नव्हे तर 'आवर्त'चा प्रयोग दलित वस्त्यांमध्ये फारसा प्रतिसाद मिळवू शकला नाही. उलट त्यावर 'जुनं काही नको' असा अभिप्रायही येथून मिळाला आहे. प्रेमानंद गज्वींच्या, म. भि. चिटणीसांच्या एकांकिकेतही दलितेतरांना आवाहन करणारी भावना राहात गेली आहे. याउलट टेक्सास गायकवाड यांचे 'जळवा', सोलापूरच्या प्रमोद लांडगे यांच्या एकांकिका, अमर रामटेके यांच्या एकांकिका या विशेषत्वेकरून दलित प्रेक्षकांना समोर ठेवून लिहिल्या गेल्या असल्या पाहिजेत असे वाटते. यापुढे जाऊन मी असे सांगू इच्छितो की, सध्या दलित रंगभूमीचे जे केन्द्र कार्यरत आहे व त्यांनी वेळोवेळी सादर केलेल्या नाटकांकडे जरी आपण बघितले तरी तेथील लेखकांवर व

सादर करणाऱ्या कलावंतांवर, प्रयोगांवर स्थानिक प्रेक्षकांचा प्रभाव जाणवतो. उदाहरण म्हणून पुण्याला सादर होणाऱ्या नाटकांचे स्वरूप दलित प्रेक्षकामुळे अजूनही हौशी व स्वागतपर असे राहात आले आहे. 'देशाचे मारेकरी' या नाटकाचा येथे अपवाद केला पाहिजे. त्यामुळे आपले लोक नाटक लिहितात, सादर करतात हीच गोष्ट त्या प्रेक्षकांना अप्रूप वाटणारी आहे. त्यामुळे एखाद्या कलावंताने 'जयभीम' म्हटलं तरी टाळ्या पडतात अशी परिस्थिती आहे. यातून दलित नाटकास बाहेर पडणे आवश्यक आहे. नागपूर केन्द्रावरील नाटकांमध्ये खूप विविधता आढळते. परंतु पथनाट्याचा जोर अधिक असल्यामुळे व तेथील प्रेक्षक हा एकांकिकेस अधिक रुळलेला असल्यामुळे, एकाच एकांकिकेत अनेक विषय मांडण्याकडे व त्याला अधिकाधिक माईमच्या रूपात सादर करण्याकडे कल वाढत जातो आहे. याचा प्रभाव प्रभाकर दुपारे, अमर रामटेके यांच्या एकांकिका-लेखनावर पडलेला आपणास स्पष्ट दिसतो आहे. नांदेड व औरंगाबाद येथे दलित नाटकास मिळालेला प्रेक्षक हा अधिक चिकित्सक असल्यामुळे येथे सादर होणाऱ्या नाटकांचा कल हा सामान्यत: वैचारिक नाटकाकडे अधिक झुकतो आहे. प्रा. भगतांचे 'अश्मक', प्रकाश त्रिभुवन यांचे 'थांबा, रामराज्य येतंय', 'सत्यमेव जयते', प्रा. महाजनांनी रूपांतरित केलेले 'म्यूलॅटो', सुखराम हिवराळे, क्षीरसागर यांच्या एकांकिका ही अशा स्वरूपाची उदाहरणे आहेत. प्रेक्षक अद्यापही तयार नसल्यामुळे नाशिक-मुंबईच्या प्रकाश गायकवाड, प्रा. विठ्ठल शिंदे, सुरेश गांगुर्डे यांच्या नाट्यसंस्थांना नाटक निवडीची व सादर करण्याची कसरत करावी लागत आहे. कोल्हापूर-साताऱ्यास तर अद्याप सूरही सापडलेला नाही. या साऱ्या उदाहरणांतून प्रेक्षकांनी बजावलेला रोल आपणास सांगून दलित नाट्य चळवळीने त्यासंबंधी जागरुकता दाखविणे आवश्यक आहे, एवढेच सांगून मी थांबतो.

या निमित्ताने पुन्हा एकदा प्रादेशिक भाषिक नाटकांचा विचार केल्यास, त्यांना लाभलेल्या प्रेक्षकांच्या गरजेनुसार ही नाटकं निर्माण होतात व त्याच गरजेपोटीच सादर केली जातात, असे दिसून येईल. मुळात जीवनात काही सांगण्यासारखे नाही. मध्यमवर्गीय जीवनात तोचतोपणा आला आहे. प्रेक्षक हा मध्यमवर्गातलाच आहे. या मध्यमवर्गाला आपल्याला जे करता येत नाही किंवा जे जगता येत नाही, त्याबद्दलची एक खंत आहे. जे त्याच्याजवळ नाही, त्याचे एक विलक्षण आकर्षण त्याला आहे. बेफिकीर जगता येत नाही म्हणून बेफिकीर जगणाऱ्या माणसांबद्दल त्याला आकर्षण वाटते. त्याला आज सेन्सेशनल वाटेल असे काहीतरी हवे आहे. त्याच्या मते दलित माणसाच्या जगण्यामध्ये हा बेफिकीरपणा, काहीसा स्वच्छंदीपणा, थ्रिल आहे. 'तसं तर जगता येत नाही; पण जगावंसं वाटतं' अशा एका विचित्र अवस्थेत तो सापडला आहे. प्रादेशिक नाटकं त्याची ही मानसिक भूक भागविण्याचा प्रयत्न करतात. म्हणून मराठी नाटकात असे विषय घेऊन वास्तव पद्धतीचा सेट लावून एक आभास निर्माण केला जात आहे.

या गरजेतूनच मराठी नाटकाची निर्मिती केली जात आहे. हिंसा, सनसनाटी, विकृत वाटणाऱ्या गोष्टीभोवती हे नाटक फिरताना दिसते आहे. जयवंत दळवी, विजय तेंडुलकर, देउस्कर यांची नाटके या गरजेतून निर्माण झाली आहेत. यांच्या नाटकातील पात्रं बहुधा समाजातील निम्न स्तरातील आहेत. दलित जीवनावर, नायकावर नाटक लिहिण्यामागची त्यांची ही प्रेरणा आहे. आज दलित जीवनावर ही जी 'पुरुष', 'कन्यादान', 'कमला' अशी नाटकं लिहिली जातात, त्याचे कारण दलितांबद्दलच्या प्रेमापेक्षा त्यांच्या जीवनात दलितेतरांना जाणवणारी सनसनाटी, बेफिकीरता आणि थ्रिल हे आहे. ही मध्यमवर्गीयांच्या लीझरसाठी केलेली तरतूद आहे. काही न करता कमी मेहनतीने त्याला रिझविण्यासाठी साधन हवे आहे. म्हणून तो मूळ करीमखाँचे गाणं ऐकण्याऐवजी गजल ऐकून जाणकार असल्याचे भासवत आहे. शाब्दिक स्वररचनेतून तो जगण्याचा भास निर्माण करीत आहे. तसाच तो मूळ प्रश्नांकडे न वळता थ्रिल देणारा विषय म्हणून दलित नाटकाकडे बघतो आहे, हे आपण ध्यानात घेतले पाहिजे.

आपल्याकडे असलेल्या आर्ट फिल्म म्हणून ओळखल्या जाणाऱ्या सिनेमाबाबतही हेच म्हणता येईल. स्त्री-पुरुषाच्या संबंधाबाबतचे एक निश्चित असे स्वप्न घेऊन जगणाऱ्या मध्यमवर्गाला रासवट व हिंसक स्त्री-पुरुष संभोगाचे एक आकर्षक असून तो ते आदिवासी, दलित समाजातील स्त्री-पुरुषाच्या मीलनात शोधू पाहतो आहे. त्यामुळेच आदिवासी, दलित हा साधन म्हणून वापरून (भास्कर कुलकर्णी किंवा पत्रकार हेच त्या चित्रपटांचे नायक असतात) थ्रिलिंगसाठी आदिवासी व दलित स्त्री-पुरुषांच्या भडक मीलनाचे चित्रण-थेट नायिकेच्या आंघोळीपासून ते झोपण्यापर्यंतचे चित्रण-केले जाते. अशी मध्यमवर्गाची स्वप्ने ते आदिवासी, दलितांवर लादत असतात. हे आपण समजून घेतले पाहिजे. म्हणूनच दलित नाटकाची, सिनेमाची निर्मिती करताना आपणास या अशा गोष्टीपासून सावध राहावे लागणार आहे.

बोलण्याच्या ओघात विसरून जाईल म्हणून एका गोष्टीचा उल्लेख येथे आताच करतो. आपण असे बघतो की, जगभर औद्योगिकीकरणामुळे शहरी लोकांचे प्रश्न बिकट होत आहेत. जगभराच्या साहित्यात ते चित्रित होताना आपणास दिसताहेत. त्यामुळे चिरंतन अशी मानवी व्यवस्था ऱ्हास पावत आहे, असे जाणवते. जे स्वत:ला उच्च सजून घेत असतात असा लोकांमध्ये हे ऱ्हासाचे प्रमाण फार असते. ही मूल्यव्यवस्था टिकविणे त्यांना शक्य होत नाही. अशा वेळी ही व्यवस्था निम्नस्तरातील लोकांमध्ये विशेषत: गरीब, दलित, आदिवासी लोकांमध्ये ही व्यवस्था टिकवून ठेवली जाते, असे दिसते. त्यांच्याकडे बघितल्यावर मानवाची काही चिरंतन मूल्ये आहेत हे जाणवते. त्यांच्यामुळेच हा होणारा ऱ्हास थांबविला जातो. यासाठी शांकुतल या संस्कृत नाटकातील प्रसंगाचे उदाहरण देतो. ज्याने प्रेम केले असा राजा शकुंतलेला विसरतो, शकुंतलेला झालेला मुलगा त्याचा आहे हे सांगूनही तो मानायला तयार होत नाही. तो राजा आहे,

ही ऋषिकन्या आहे. ज्या कोळ्याचा यात कसलाही फायदा-तोटा नाही असा कोळी माशाच्या पोटी सापडलेली अंगठी राजास परत करतो. त्यानं ती परत केलीच पाहिजे असे काही बंधन नाही, तरी तो ती राजाला देतो. हा त्याचा प्रामाणिकपणा. जेव्हा सर्वजण अप्रामाणिक आहेत त्यात तो उठून दिसतो. नाटकातील उदाहरणासारख्याच दलित माणसाच्या प्रामाणिकपणाबाबतच्या अनेक दंतकथांची उदाहरणे देता येतील. एवढा एक महत्त्वाचा भाग सांगून दलित नाटककारावरही चिरंतन मानवी व्यवस्थेचा ऱ्हास थांबविण्याची ही कामगिरी आहे हे आपण या निमित्ताने लक्षात घ्यावे, असे माझे आपणास आवाहन आहे.

एकूण या साऱ्या गोष्टीतून आपले लक्ष वळावे असे मला वाटते. या प्रकारच्या नाटकाची कल्पना मुळातच कल्पनारम्यतेवर अवलंबून आहे असे तुमच्या ध्यानात येईल. दलितेतरांनी लिहिलेल्या नाटकातील दलित-आदिवासी पात्रं ही अपवादात्मक अशी आहेत. ती वास्तव नाहीत. ज्याला आपण मेनस्ट्रीम म्हणून ओळखले जाणारे मराठी साहित्य व नाटक समजतो, ते मुळातच कल्पनारम्य आहे. खऱ्या अर्थाने वास्तव दर्शविणारे, इथले प्रश्न घेऊन लिहिले जाणारे नाटक हे दलित नाटकच असणार आहे, हे येथे मी खात्रीने सांगू शकतो.

पथनाट्याबाबत बोलत असताना मी ते अस्सल भारतीय नाटक आहे असा उल्लेख केला आहे. यानिमित्तने दलित वा आंबेडकरी प्ररणेच्या नाटकाची परंपराही आपण बघितली पाहिजे असे मला वाटते. दलित नाटक हे तसं पाहिलं तर खरंखुरं देशी नाटक आहे असं मी म्हटलं तर ते वावगे ठरणार नाही. या नाटकाची निर्मितीच मुळी एका विचाराच्या प्रसारासाठी झाली आहे. मला जाणवणारा, समजलेला भाग इतरांसाठी, तो त्यांच्यापर्यंत नेण्याची एक नैतिक जबाबदारी माझ्यावर आहे, अशी एक भूमिका या नाटकांच्या पाठीमागे आहे. आंबेडकरी विचाराने त्याला प्राप्त झालेला दृष्टिकोण तो नाट्यमाध्यमातून मांडण्याची धडपड करतो आहे. तो प्रखरपणे व सामर्थ्याने मांडावा यासाठी तो या माध्यमाचा उपयोग करत आहे. त्यासाठी तो स्वत:च्या अभिव्यक्तीचा शोध घेत आहे. म. फुल्यांच्या पहिल्या 'तृतीयरत्न' या नाटकापासून ते 'सत्यशोधक तमाशा'पर्यंत त्याने हा प्रयत्न केला आहे. तमाशातील मुक्तनाट्याचा वापर त्याने आंबेडकरी जलशात केला आहे. दलित नाटकाचा उगम शोधायचा झाल्यास या जलशात शोधावा लागणार आहे. जलसा ही त्याच्या विचाराची, अभिव्यक्तीची स्वतंत्र निर्मिती आहे. या आविष्कारपद्धतीला या देशातील लोककलांची परंपरा आहे. प्रतिष्ठित परंपरेपेक्षा आपल्याकडे लोककलांची एक जनपरंपरा आहे. लोककलेची ही परंपरा मुळातच प्रतीकात्मक आहे. या लोककलेतूनच तमाशा, सत्यशोधक तमाशे व त्यामुळे आंबेडकरी जलसा व या जलशातून आजचे आंबेडकरी प्रेरणेचे नाटक-दलित नाटक-जन्माला आले आहे. ही दलित नाटकाची चळवळीच्या बरोबर चालत आलेली देशी

परंपरा आहे. नव्या विचाराबरोबर नव्या आविष्कारपद्धतीने ती व्यक्त होत जात असल्याचे आपणास दिसते. याउलट मराठी नाटकाची परंपरा दीडशे वर्षाची आहे. इंग्रज आल्यानंतर त्यांच्या अनुकरणातून महाराष्ट्रात मराठी रंगभूमी निर्माण झाली आहे. बुकीश नाटकाचा हा impact आपल्याकडच्या प्रादेशिक भाषिक रंगभूमीवर झाला नसता, तर ही रंगभूमीदेखील लोककलेच्या अंगाने विकसित झाली असती असे म्हटले तर योग्य ठरणार आहे. मराठी नाटकाकडे आपण बघितले तर जेव्हा मराठी नाटकाने बुकीश नाटकाची परंपरा नाकारली असे घडले तेव्हा ते नाटक हिट झाल्याचे उदाहरण आहे. घाशीराम कोतवाल मध्ये ही दीडशे वर्षाची परंपरा नाकारली आहे हे येथे नमूद करावेसे वाटते. म्हणून दलित नाटकाची परंपरा ही बुकीश नाटकाच्या परंपरेपेक्षा भारतीय आहे, ती स्वतंत्र व अधिक इतिहास असलेली आहे.

येथे लोककलांचा संदर्भ आला म्हणून काही गोष्टींचा विचार करणे क्रमप्राप्त आहे. दलित नाटक केवळ लोककलांच्याच अंगाने केले जावे असे मला म्हणायचे नाही. विचाराच्या प्रसारासाठी देशी-परदेशी माध्यम वर्ज्य करावे असं आज कोणीही म्हणणार नाही. दलित नाटककारांनी-कलावंतांनी एखाद्याच आविष्कारपद्धतीला धरून राहावं असंही नाही. माझा महत्त्वाचा मुद्दा हा लोककलांच्या वापराबाबत आहे. लोककलांचा आजच्या संदर्भात विचार झाला पाहिजे. लोककला आणि आंबेडकरी जाणीव यात आज दोन टोकांचे अंतर आहे. देवाधर्माच्या पलीकडे बघणारा रॅशनल माणूस आज लोककलांच्या पाठीमागची प्रेरणा स्वीकारणारा नाही हे उघडच आहे. लोककला मुळातच विधी आहेत. उपासनेचा तो एक प्रकार आहे. त्याला धार्मिक, सामाजिक, आर्थिक संदर्भ आहेत. जातीचेही संदर्भ घट्ट असे आहेत. आजचा समाज या विरोधात उभा राहून इथपर्यंत आला आहे. केवळ त्यात नाट्य आहे म्हणून त्यांचा स्वीकार वा त्यांचे पुनरुज्जीवन करता येणार नाही. देव, विधी, जात, परंपरा हा त्याला चिकटलेला भाग बाजूला करून नाटकामध्ये त्या पद्धतीचा वापर नव्या संदर्भात, नव्या अर्थासह आपणास कसा करता येईल हे दलित नाटककारांनी, कलावंतांनी बघणे आवश्यक आहे. या दृष्टीने 'गाव नसलेला गाव', 'आवर्त', 'थांबा रामराज्य येतंय', 'झाडाझडती' इ. नाटकांच्या लेखकांनी व ही नाटकं सादर करणाऱ्या दिग्दर्शकांनी त्याचा केलेला वापर बघण्यासारखा आहे. असा वापर केला जावा, असे माझे मत आहे. यापलीकडे लोककलांना महत्त्व देण्याची चूक आपल्याकडून होता कामा नये, असे मला म्हणायचे आहे. समाजाचे मार्गक्रमण हे नेहेमी पुढे, विकासाकडे जात असते; मागे फिरत नसते, एवढेच येथे सांगतो.

आज एवढे असूनही काही गोष्टींची गरजही या नाट्यचळवळीस आहे. एका बाजूला नवे नवे नाट्यलेखक समोर येत आहेत. नव्या संस्था उदयाला येताना दिसताहेत. पण एखादे नाटक घेऊन त्याचे देशभर, निदान महाराष्ट्रभर एखादी नाट्यसंस्था प्रयोग

करते आहे, असे चित्र मला दिसत नाही. दलित नाट्य परिषदेने असा प्रयत्न केला आहे. पण असा एखादा अपवाद वगळता या पद्धतीने प्रयत्न होणे आवश्यक आहे. आपल्या नाटकाचा प्रयोग योग्य रीतीने व आपल्या नाटकास न्याय देणारा असावा असे कुठल्याही लेखकाला वाटते. त्या दृष्टीने त्याला विश्वास देणाऱ्या नाट्यसंस्था आहेत, हे नाट्यसंस्थांनी आपल्या कर्तृत्वाने दाखवून दिले पाहिजे. '—या नाट्यसंस्था माझ्या नाटकाला न्याय देणार आहेत, माझ्या नाटकांचे चीज करणार आहेत—' असे वाटल्याशिवाय नाट्यलेखकही नवे नवे नाटक लिहिण्याचा उत्साह दाखविणार नाहीत. आज दलित थिएटर औरंगाबाद, दलित रंगभूमी पुणे आणि आव्हान दिल्ली, ह्या तीन नाट्यसंस्थांचा अपवाद वगळता इतर संस्थांकडे लेखक फारसा बघत नाही. या दोन-तीन संस्थांनीही गेल्या दोन वर्षात त्यांच्या नावारूपाला शोभेल असे नाटक दिलेले नाही, ही बाबही जाता जाता सांगावीशी वाटते.

नाटक हे एक माध्यम आहे. त्या माध्यमातून व्यक्त होण्यासाठी त्याच्यावर आपली हुकूमत असणे आवश्यक आहे. त्याची मोडतोड करून नवे निर्माण करण्यासाठी देखील त्याचा अभ्यास हवा असतो. मी काय सांगतोय किंवा करतोय ते शेवटी बसलेल्या प्रेक्षकांपर्यंत पोहचते की नाही, ही मूलभूत बाब, परंपरा नाकारतोय म्हणून दृष्टिआड करून चालणार नाही. नाटक सादर करताना, ती आपली निर्मिती लोकांपुढे ठेवताना तेवढी आकर्षक आणि परिपूर्ण असलीच पाहिजे. याबाबत Concession मागण्यात अर्थ नाही. कौतुकाचा भाग आता बाजूला सारून नाटक म्हणूनही एखाद्याला आपल्या नाटकाची मीमांसा करायची असेल तर आपण पुढे गेले पाहिजे. नाटकाच्या संहितेपासून ते अभिनय-संवादफेक-स्पेस-टाइम या साऱ्या गोष्टींचा विचार होऊन मेहनत घेऊन नाटक स्टेजवर वा लोकांसमोर आले पाहिजे. आम्ही काय सादर करतो याची एक स्पष्ट जाणीव व भूमिका आमच्या दिग्दर्शक-कलावंत यांच्याजवळ असणे आवश्यक आहे. यासाठी नाटकाचे तंत्र अवगत केले पाहिजे. आज प्रकाश, नेपथ्य, संगीत याबाबत अज्ञानी राहून आपणास चालणार नाही.

या ठिकाणी दलित नाटकाच्या सादरीकरणात काही प्रयोग होणे जरुरीचे आहे. वेगवेगळ्या प्रयोगांतून त्या समस्येची, प्रश्नांची तीव्रता प्रेक्षकांपर्यंत आपणास नेता आली पाहिजे. यासाठी पारंपरिक पद्धतीचे सादरीकरण, अभिनय, यातही नवे नवे प्रयोग होणे गरजेचे आहे. येथे एक गोष्ट ध्यानात घ्यावी लागणार आहे. मी जेव्हा प्रयोग करणे गरजेचे आहे असे म्हणतो, तेव्हा मराठी नाटकाच्या प्रायोगिक नाटकाशी त्याचा संबंध जोडण्याचा कुणाला मोह होण्याची शक्यता आहे. परंतु येथे केवळ प्रयोगासाठी प्रयोग झाला पाहिजे असे मला अभिप्रेत नाही. नाटकातील आशयाची गरज म्हणून तो प्रयोग झाला पाहिजे म्हणायचे आहे. केवळ नवा प्रयोग म्हणून नव्हे तर त्या नाटकाची गरज म्हणून हे व्हायला पाहिजे. माझा मुद्दा स्पष्ट होण्यासाठी माझ्याच एका नाटकाचे

उदाहरण आपल्यासमोर ठेवतो. 'गाव नसलेला गाव' या नाटकाचा विषय पहा. नारनवरेचा नरबळी हे वास्तव आहे. नारनवरे याला ज्या हिंस्त्र पद्धतीने मारले ती पद्धतच एवढी अमानुष, जंगली आहे की त्याला कसेही स्टेज करायचे म्हटले तरी त्यातली क्रूरता मला स्टेज करता येईना. त्यासाठी आदिमानवांचा नाच दाखवून ही मला त्या कौर्याची तीव्रता (intensity) आणता येते असे वाटत नाही. त्यासाठी ते रूपक व अभिनयाची, विशेषत: संयमित अभिनयाची, सारी कल्पनाच नाकारून मला समोरच्या प्रेक्षकास अस्वस्थ करण्याइतक्या अभिनयाची गरज भासते आहे. यासाठी प्रयोग करणे आवश्यक ठरत आहे. यासाठी नव्या नाटकांबरोबर नव्या पद्धतीच्या प्रतीकात्मक अभिनयाकडे वळावे लागणार आहे. यासाठी स्वतंत्रपणे विचार करण्याची माझी तयारी आहे. एकाच भाषणात सारेच सांगणे शक्य आहे असे मलाही वाटत नाही म्हणून हा मुद्दा येथेच थांबवितो.

आज दलित नाट्य-चळवळीची दुसरी एक गरज आहे. ती म्हणजे नाट्यसमीक्षकांची. दलित नाटकाला न्याय देईल अशा समीक्षकांची आज गरज भासते आहे. अनेक लेखक, दिग्दर्शक, कलावंतांशी बोलताना त्यांनी यासंबंधी त्यांना जाणवणारी उणीव बोलून दाखविली आहे. आज दलित नाटकांवर लिहिणारे जे काही समीक्षक आहेत ते दलित नाटकाच्या समृद्धीसाठी उपयोगी ठरेल असे परीक्षण करत नाहीत. एक तर या नाटकांवर फारसं कोणी लिहीत नाही, लिहिलेच तर जुजबी लिहिले जाते. दलित नाटकाचे परीक्षण नाटक म्हणून कोणी केले तर ते स्वागतपर आहे. परंतु तसेही केले जात नाही. मग केवळ प्रोत्साहनपर दोन शब्द लिहून काही लोक मोकळे होतात. परंतु त्यामुळे नाटकाचा सांगोपांग विचार होत नाही. लेखक-दिग्दर्शक-कलावंतांना समाधान मिळत नाही. यासाठी दलित नाट्यचळवळीने आपले स्वत:चे नाट्यसमीक्षक निर्माण केले पाहिजेत, असा मी आग्रह धरतो. नाट्यचळवळीशी संबंधित माझ्या मित्रांनी ही जबाबदारी आपल्या खांद्यावर घेतली पाहिजे. एवढेच नव्हे, तर आपल्या नाटकाचे परीक्षण-त्यावरचे भाष्यही आपणच करणे गरजेचे आहे. त्याची काही कारणेही आहेत. त्यासाठी 'दलित थिएटर' औरंगाबाद यांनी केलेल्या प्रकाश त्रिभुवन यांच्या 'थांबा, रामराज्य येतंय' या नाटकासंबंधीचा माझा अनुभव आपल्यासमोर मी मांडतो. या नाटकाने दलित नाटकाला राष्ट्रीय पातळीवर नेले. या नाटकाचा प्रयोग जगप्रसिद्ध प्रायोगिक नाटकांचा दादा माणूस, महाभारताचा दिग्दर्शक पीटर ब्रुक याला भावला. त्यासंबंधी त्याने National School of Dramma, दिल्ली येथे जाहीरपणे

"I was very excited by the skill and vitality of the performance. I felt the conviction that comes from a reality that reached me, even though I could not understand the words."

असा अभिप्राय व्यक्त केला आहे त्या नाटकासंबंधी, नाट्यप्रयोगासंबंधी. हे मराठी

नाटक असूनही मराठी समीक्षकांनीही, गो. पु. देशपांडे यांचा अपवाद वगळता, एका शब्दाने चांगले-वाईट लिहिले नाही. दिल्लीच्या सर्व इंग्रजी, हिंदी वर्तमानपत्रांतून परभाषिक समीक्षकांनी या नाटकावर लिहिले. परंतु महाराष्ट्रातील तमाम नाट्यप्रेमी लोकांनी त्यासंबंधी काही बोललं-लिहिलं नाही. महाराष्ट्रात केवळ आमच्याकडेच नाट्यशास्त्र विभाग आहे असे म्हणत मिरवणाऱ्या नाट्यशास्त्र विभागानेही चकार शब्द काढला नाही. ही नाटकाबाबतची उदासीनता मानायची की जातिसंस्थेने पोसलेले अहंकार म्हणायचे ? अन् असे हे लोक मराठीत विश्वकोश लिहिताहेत आणि 'थांबा, रामराज्याचे' लेखक म्हणून चक्क प्रा. भगतांचे नाव छापताहेत ! दुसरा एक अनुभव याच नाटकासंबंधी सांगतो. या नाटकात शेवटी आनंद हा नायक ठार मारला जातो. एकाच वेळी हे नाटक तीन पातळ्यांवर चालते. मराठी नाटकाच्या दृष्टीने ही बाब खूप महत्त्वाची असूनही याबाबत कोणी बोलले नाही. तर आनंद शेवटी ठार झालाय, तो जमिनीवर पालथा पडला आहे. तो आपले दोन्ही हात सरळ आडवे करतो. एका पायाचा शेवटचा भाग दुसऱ्या पायावर अर्धवट टाकतो, अशी मी त्याला पोझ दिली होती, हे प्रतीक मी त्यात वापरले होते. पण हे कोणत्याच समीक्षकांपर्यंत पोहचले नाही. कदाचित क्रूसावर गेलेला येशू ख्रिस्त आपला नाही म्हणून ते त्याच्यापर्यंत गेले नसेल ! तथाकथित नाट्यसमीक्षकांचे, नाटकांवर डॉक्टरेट मिळवून मिरविणाऱ्यांचे हे हाल आहेत. प्रा. दत्ता भगतच्या 'अश्मका'मधील श्रमण संस्कृतीच्याबाबतही हे असं होऊ शकतं. यासाठी मी म्हणतो की आपले नाटक आपणच, आपण वापरलेल्या Symbol सह समजावून सांगणे भाग आहे. ज्यांना संदर्भ माहीत नाही अशा समीक्षकांकडून आपल्या नाटकाला न्याय मिळेल, असे मला वाटत नाही. त्यासाठी आपणच या चळवळीचे, प्रयोगाचे परीक्षण करणे आवश्यक आहे. भाष्यकारही आपणच होणे ही चळवळीची गरज आहे.

मित्रहो, नवा इतिहास घडविणाऱ्या पिढीचे आपण साक्षीदार आहोत. म्हणूनच तुमच्या चळवळीचा इतिहास हा तुमच्या कलांचा इतिहास आहे. आंबेडकरपूर्वकालीन जसा त्यांना इतिहास आहे तसाच तो आंबेडकरांनंतरचाही इतिहास आहे.

जातिव्यवस्थेमुळे दलित, आदिवासी समाजाला आपल्या स्वतःच्या कला स्वतःच निर्माण कराव्या लागल्या आहेत, त्यांच्यासाठी त्या सादरही कराव्या लागल्या आहेत. येथे एक बाब आपल्याला मी स्पष्ट करू इच्छितो की, Creativity चा आणि शिक्षणाचा तसा काही संबंध असलाच पाहिजे असे नाही. सृजनशीलता हा मानवी मनाचा एक स्थायीभाव आहे. राग, लोभ, दुःख, आनंद या मूलभूत भावना आहेत, त्याचप्रमाणे Creativity ही एक मूलभूत भावना आहे. सौंदर्यदृष्टी ही मानवाला उपजतच मिळालेली आहे. त्यात कोणी समाज पुढारलेला आणि मागासलेला असा भेद असू शकत नाही. शिक्षणाचा गंध नसलेली आदिवासी बाई तिच्या घरासमोर रांगोळी काढते, भिंतीवर चित्र काढते, चुलीची मांडणी एका विशिष्ट पद्धतीने करते, घरातील सामानाची,

घरापुढील जागेची सजावट ठेवणं ती ज्या पद्धतीने करते, त्यात तिची एक सृजनशीलता आणि सौंदर्यदृष्टी असते. म्हणूनच Creativity ही कोणा एका समाजाची वा व्यक्तीची मक्तेदारी असत नाही. त्यामुळे ग्रामीण माणूस हा जे मांडतो, सादर करतो तो या Creativity चाच एक भाग असतो. हे सारं ध्यानात ठेवूनच मी माझे पुढील विवेचन करणार आहे. मुळात आपल्याजवळ असलेल्या या सृजनशीलतेची अभिव्यक्ती हा समाज कुठल्या ना कुठल्या स्वरूपात करतच होता. जातिव्यवस्थेमुळे त्याची ही सृजनशीलता अप्रतिष्ठित मानली गेली आहे. तरी तो कवने रचत होता, गात होता, संगीतात रमत होता. उलट कला ही शूद्रांची आहे असं मनू सांगत होता, म्हणून सर्व कलाही शूद्र ठरत होत्या. हा इतिहास आहे. तो इथं सांगण्याची आवश्यकता नाही.

सांगावयाचा मुद्दा एवढाच की, गावाबाहेरील वस्तीत, डोंगरदऱ्यांत हा समाज श्रमानंतर वेगवेगळ्या कलांमध्ये-संगीतात, गाण्यात, नृत्यात रंगात होता. तमाशातून, जत्रांमधून व्यक्त होत होता. इंग्रजी काळात तो शहरी भागात उपजीविकेसाठी जाऊ लागला. तेथेच ती वस्ती करून राहू लागला. त्याचे जीवन बदलले तरी तो मनाने गावच्या खेळातच रमत होता. त्यासाठी सोंगं, तमाशा, गाणं असं तो करत राहिला. नंतर तो इंग्रजांमुळे नाटकाकडे वळला. तमाशाचा तो खेळ करू लागला. महाभारत-रामायण, पुराणातले सोंग घेऊन तो ते सादर करू लागला. मराठीत इ. स. १८८५च्या किर्लोस्करांच्या नाटकाच्या काळातच त्याची नाटके त्याच्या वस्तीत होत होती, याचे पुरावे उपलब्ध आहेत. या काळातील त्याची सांस्कृतिक गरज तो अशा पद्धतीने भागवीत होता. पुढे 'वीर चंद्रसेन' हे नाटक मुंबईतील महार मंडळीने सादर केल्याचा दाखला आहे. हा मराठी रंगभूमीवरील बालगंधर्वांचा समांतर काळ आहे. महार नाटक मंडळीने १९२०च्या सुमारास मोरेश्वर तांबे लिखित 'महाराची सून' हे बुकीश नाटक सादर केले आहे. हे समस्याप्रधान नाटक आहे. त्याचे प्रयोग मुंबई, पुणे, दापोली इ. ठिकाणी तिकिट लावून वसतिगृहाच्या मदतीसाठी केले गेले. १९४० मध्ये घन:श्याम तळवटकरांनी या नाटकाचे दिग्दर्शन केल्याचे दाखले आहेत. त्यानंतरचा काळ हा मांग-महार मंडळीचे रूपांतर नव्या कामगारवर्गात झाल्याचा आहे. त्यानुसार भाई नरेन्द्र मोरे यांनी कामगारजीवनावर नाटके लिहून मुंबईस सादर केलेली आहेत. नामदेव व्हटकरांनी तर दलित प्रश्नांवर नाटके लिहून या नाटकांचा दौरा महाराष्ट्रभर केला आहे. या काळात त्यांनी एका चित्रपटाचीही निर्मिती केली आहे. त्यांच्या प्रयत्नांचा आढावा हा एक स्वतंत्र विषय ठरेल.

या काळात महत्त्वाचे वैशिष्ट्य म्हणजे बाबासाहेबांच्या चळवळीतून चळवळीचा वाहक म्हणून जन्मलेला आंबेडकरी जलसा ! तमाशातील कवननाट्याचा वापर करून प्रबोधन करत जाणारा हा नाट्यप्रकार चर्चा, उपहास, सवाल-जबाब याद्वारे आंबेडकरी विचार लोकांपर्यंत नेतो. भीमराव नाईक, सुरणकर हे या जलशांचे निर्माते. केरुबुवा

गायकवाड व घेगडे यांचे जलसे म्हणजे आंबेडकरी चळवळीचे मंतरलेले दिवसच. त्यांच्या शिदोरीतूनच आजचे दलित नाटक आले आहे. चळवळ जशी जशी स्थिरावत गेली, थांबत गेली तसतसे हे जलसे स्थिरावले, थांबले. चळवळीच्या एका स्थितीशील अवस्थेत त्यातून गायन पार्ट्यांचा जन्म झाला. गीत-संगीत, सिनेमाच्या चालीवर चालणारी गीते हाच मुख्यत्वे १९६० नंतर चळवळीच्या अभिव्यक्तीचा भाग बनला. नवी पिढी शिक्षित झाली. ती नाटकाकडे वळली. अण्णाभाऊ साठ्यांनी तमाशाला वगनाट्याचे रूप याच काळात दिले होते. तमाशा-जलसा-वगनाट्य यांचे एक मिश्रण त्यांच्या लोकनाट्यात आले. त्यात तत्कालीन राजकीय, आर्थिक व सामाजिक प्रश्नाला केन्द्रीभूत मानले जाऊ लागले. हा नवा आशय त्यात आला. त्यावेळी कारंडेगुरुजी, मणगेकर (राजासुदास), मोरेश्वर तांबे, वि. तु. जाधव, विश्वनाथ मोरे, राजा अशोकचे लेखक दीनबंधू, दिनेश जाधव इ. नी नाट्यलेखन केले आहे. या सर्व प्रयत्नांचे केन्द्र अर्थातच मुंबई होते.

१९६० नंतर एकूण दलित आंबेडकरी चळवळीचा केन्द्रबिंदू औरंगाबाद झाले. दलित विद्यार्थ्यांचे पहिले सांस्कृतिक केन्द्र म्हणून मिलिंद कॉलेज पुढे आले. महाराष्ट्रातील ठिकठिकाणचे तरुण विद्यार्थी शिक्षणाच्या निमित्ताने इथे एकत्र आले. आपली संस्था, आपले कॉलेज ही एक नवी भावना या निमित्ताने येथे नांदू लागली. आंबेडकरी चळवळीला प्रथमच ॲकॅडेमिक स्वरूप येथे आले. एक समूहकुटुंबाचे स्वरूपही नागसेनवनाला आले. एका संस्कारातून तयार झालेल्या या तरुणांचे हुंकार नव्या संदर्भासह, जाणिवांसह येथे उमटू लागले. प्रभाकर वराळे यांची बौद्ध धम्मावरील संगीतिका 'सिद्धार्थ गौतम' १९६५ ला इथे जन्मली. स्वत:चा शोध घेणारी कविता जशी येथे व्यक्त होत होती, त्याचवेळी बाबासाहेबांच्या स्पर्शाने पुनीत झालेली ही भूमी नव्या हुंकाराचे गर्भ धारण करीत होती. दलित नाटकातील तो ऐतिहासिक क्षणही याच भूमीतला. बाबासाहेब १९५५च्या मिलिंदच्या गॅदरिंगचे पाहुणे म्हणून आले होते. प्राचार्य म. भि. चिटणीस मिलिंदचे त्याकाळचे प्राचार्य. गॅदरिंगमध्ये विद्यार्थी-प्राध्यापकांनी सादर केलेली नाटके बाबासाहेबांनी पाहिली आणि प्राचार्यांना बोलवून सांगितले, '— अरे मनोहर, ही कसली नाटकं सादर करता ? त्यापेक्षा आपल्या जीवनासंबंधीची नाटकं विद्यार्थ्यांना लिहावयास सांग आणि त्यांना म्हणावं, ती गॅदरिंगला सादर करा.' दलित नाटक हवे ते कसे, यासंबंधीचा हा ऐतिहासिक भाग स्वत: बाबासाहेबांच्या शब्दात प्राचार्य चिटणीसांनी विद्यार्थांना बोलावून सांगितला. 'दलित जीवनावर नाटके लिहा' असे सांगितले. नाटक कोणी लिहिले नाही, तो रिपोर्ट घेऊन प्राचार्य बाबासाहेबांना भेटले. 'बाबा, कुणीच तसे नाटक लिहिले नाही' असे त्यांनी त्यांना सांगितले, 'तर मग तूच लिही' असे फर्मान त्यांनी प्राचार्य चिटणीसांना केले. त्या वेळी त्यांनी 'युगयात्रा' लिहिले. ते गॅदरिंगला सादर केले. प्राध्यापक-विद्यार्थ्यांनी ते सादर केले. डॉ. वानखेड्यांनी

त्यात नभोवक्त्याची भूमिका केली होती. भालचंद्र वराळे, प्रभाकर वराळे, माने इ. त्या काळच्या विद्यार्थांनी त्यात कामे केली होती. १९५६च्या नागपूरच्या दीक्षाभूमीवर हे पहिले दलित नाटक बाबासाहेबांना खास बोलावून सादर केले गेले. लाखो लोकांनी प्रेक्षक म्हणून हे नाटक बघितले. हा केवढा इतिहास आहे ! नागपूरच्या प्रयोगातच आजचे उद्‌घाटक डॉ. भालचंद्र फडके यांनी नभोवक्त्याचा रोल केला होता. एका इतिहासाचे साक्षीदार आज आपल्याबरोबर आहेत, हा केवढा आनंदाचा क्षण आहे.

यानंतर ही परंपरा पुढे चालली नाही. सुखराम हिवराळे, भगवान भटकर, शंकर वाघमारे, वसंत देसाई, नरेश इंगळे, देवदत्त म्हात्रे, वामन निंबाळकर ह्यांनी काही नाटके सादर केली. पण ती दलित समस्याप्रधान अशी कमी राहिली. मध्यंतरीच्या काळात नागपुरात डॉ. प्रभाकर गणवीर, खोब्रागडे इत्यादींनी काही एकांकिका लिहून सादर केल्या. तरी पण या सांस्कृतिक चळवळीचे केन्द्र मिलिंदच राहिले. डॉ. वानखेड्यांनी हेच सूत्र धरून १९६८ च्या सुमारास विद्रोही साहित्याची भूमिका मांडून सांस्कृतिक संघर्षाची सुरुवात केली. आजचे दलित साहित्य ही त्याचीच प्रचीती आहे. मिलिंदच्या मातीतूनच हा आंबेडकरी अभिव्यक्तीचा जन्म झाला आहे.

नाटकाच्या बाबतीत १९५६ ते १९७० हा काळ वाट पहाण्यात गेला आहे. दलित साहित्याच्या चर्चेत डॉ. वानखेड्यांनी 'दलित नाटक व्हावे' असा आग्रह केला. परंतु नाटकाला काही रस्ता सापडला नव्हता. पुन्हा १९६९ ला प्राचार्य चिटणीसांनी खंडित झालेला प्रयोग नव्याने करायचा बेत केला. विद्यार्थांनीच एकांकिका लिहून त्यांनीच त्या सादर करायच्या, असा प्रयत्न झाला. त्यातून १०-१० एकांकिका मिलिंदच्या गॅदरिंगमध्ये सादर होऊ लागल्या. अविनाश डोळस यांची 'आहुती', 'काळोखाचे कैदी', अशोक आहिरे यांचे 'समतेचा विजय', वासोडे, मेश्राम या तरुणांनी दलित समस्यांवर एकांकिका लिहून सादर केल्या. यातून दलित नाटकांची पुन्हा एकदा सुरुवात झाली. पुढे खुशाल कांबळे, अशोक आहिरे, बाबूराव गायकवाड, प्रकाश त्रिभुवन यांच्या एकांकिका व नाटकेही याच रंगमंचावरून पुढे आली. यांचे प्रयोग झाले, पण छापील पुस्तके बाहेर आली नाहीत. परंतु ही नाटके महाराष्ट्राच्या कानाकोपऱ्यापर्यंत गेली. गावोगाव ह्या एकांकिकेचे प्रयोग ज्यांनी ते पाहिले होते त्यांनी ते जमेल तसे उत्स्फूर्तपणे केले. पुढे १९७५-७६ ला मी लिहिलेले 'गाव नसलेला गाव' हे नाटक गॅदरिंगला सादर केले व दलित नाटकाला एक भक्कम रस्ता मिळून गेला. दुसऱ्या अ. भा. दलित नाट्य संमेलनात (मुंबई येथे) हे नाटक 'दलित नाटक वेगळे असू शकते का ?' या परिसंवादाचे प्रात्यक्षिक ठरले. गं. बा. सरदार, डॉ. वानखडे, भास्करराव जाधव, प्राचार्य चिटणीस, इ. मान्यवरांनी त्याचे स्वागत केले. बाकीचा इतिहास आपणास ठाऊक आहेच. तो मी सांगणे योग्य नाही. पण एवढेच सांगतो की दलित थिएटरने सादर केलेल्या या प्रयोगातून दलित रंगभूमीने, आंबेडकरी प्रेरणेच्या नाटकाने

अंग धरले आणि नंतर धडाधड नव्या नव्या नाट्यसंस्था उदा० पुण्याची दलित रंगभूमी, संगमनेरची नवनिर्माण, नागपूरचे पॅन्थर्स, इ. संस्था उभ्या राहिल्या. हे पुन्हा सांगायचे एवढ्यासाठीच की मिलिंदने आपणास हे नाटक दिले आहे. त्याचे ऋण मान्य करावे एवढेच ! पुढे येथील दलित थिएटरच्या 'थांबा, रामराज्य येतंय' या नाटकाचे चित्रण करून डॉ. जब्बार पटेलांनी त्याचा सांस्कृतिक महाराष्ट्रात नवी आशा म्हणून उल्लेख केला आहे. त्यांच्या नाटकावरच्या चित्रपटात, नाटकाच्या विकासात या नाटकाला latest म्हटलं आहे. त्यांच्या या सहकार्याबद्दल मी त्यांचे आभार मानू इच्छितो.

मित्रहो, जाता जाता काही नाट्यविषयक आवश्यक गोष्टीचा संदर्भ घेतो. आंबेडकरी चळवळीने अनेक अवस्था बघितल्या आहेत. चळवळीचा प्रवास आपल्यासमोर आहे. पक्षातील फूट-ऐक्य या साऱ्या नाट्यमय प्रसंगांचे-घटनांचे आपण साक्षीदार आहोत. समाजात सुशिक्षितांचा होणारा कोंडमारा आपण अनुभवत आहोत. आपल्याच जवळची माणसे काही संदर्भ बदलून जगू पाहतात हेही आपणास माहीत आहे. सिंहासारख्या डरकाळ्या फोडणारा नेताही कसा निष्प्रभ होत जातोय हेही आपण पाहात आलो आहोत. माणसांमधली आपुलकी कोठेतरी हरवत चालली आहे असे वाटावे अशाही प्रसंगाचे आपण साक्षीदार आहोत. बौद्ध म्हणवून घेताना ते ओझे पेलवते की नाही या विचारानेही आपण कधी चिंतित झालो आहोत, कधी भांबावलो आहोत. आंतरजातीय-धर्मीय विवाहाच्या क्षणी स्वागत करताना आपण अनेक बिकट प्रसंगातून रस्ता काढत आलो आहोत. पण या गोष्टींना आपण नाट्यरूप देऊन नाटकं लिहिली नाहीत. अपवाद असेल ते मान्य करूनही असे आपण म्हणू शकू. नामांतराच्या हिंसाचारात आलेले विविधअंगी अनुभव, विश्लेषण त्याचा शोध आपण फारसा घेतलेला नाही. (नामांतराचा संदर्भ असलेली नाटकं आली हे माहीत आहे). गायरानाच्या प्रकरणात दिलेली झुंज, त्यातील नाट्य आपले लक्ष वेधू शकलेले नाही. दलित-दलितांतर्गत संघर्ष, दादासाहेब गायकवाड, शांताबाई दाणी, बॅरिस्टर खोब्रागडे, सोनुले हरिहरराव, गांधी-आंबेडकर, आंबेडकर-नेहरू, बुद्ध-आनंद, शंकराचार्य-बुद्ध, पोचीराम त्याचा पोरगा, असे कितीतरी विषय आपली वाट पाहात आहेत. त्यांची आपण निराशा करणार नाही हा विश्वास आज येथे व्यक्त करतो.

केवळ ढोबळ अन्याय-दारिद्र्याचे चित्रण, सर्वण विरुद्ध दलित हाच विषय दलित नाटकाचा नाही, हे सर्व जगास दाखवून देऊ या ! मानवाच्या प्रती असणाऱ्या करुणेपोटी, प्रेमापोटी आम्ही नाटकं लिहितो, सादर करतो हे आज पुन्हा एकदा मोठ्या आवाजात लोकांना सांगूया !

शेवटी महत्त्वाचा एक मुद्दा मांडून मी थांबतो. दलित नाटकात आपणास आपल्या विचाराचे प्रतीक (Symbol) वापरणे आवश्यक आहे. यासाठी विचारांबरोबर काही प्रतीकं, प्रतिमा नाटकात आणाव्यात असे मला वाटते. यासाठी जातक कथा,

बुद्धाच्या जीवनातले प्रसंग, चळवळीतील अनेक घटना यांना प्रतिकांचे रूप देऊन नाटकास नवे संदर्भ-अर्थ प्राप्त करून देता येतील.

बुद्धाच्या जीवनातील एक प्रसंग मी या निमित्ताने आपणास सांगू इच्छितो. भगवान बुद्ध शब्दापेक्षा अनेकदा हावभावाने आपले विचार प्रकट करीत असत. त्यासंबंधीचा हा प्रसंग आहे. हा प्रसंग 'फुलांचे प्रवचन' म्हणून प्रसिद्ध आहे.

एकदा १५०० भिक्खू भगवंतांचे प्रवचन ऐकण्यास आलेले असतात. भगवान बुद्ध प्रवचन देत नाहीत. ते फक्त त्यांनी आणलेली फुलं हातात धरतात, हात उंचावतात व लोकांना ते दाखवून थांबतात. भिक्खूंना काही अर्थबोध होत नाही. ते गोंधळतात. फक्त भिक्खू कश्यप असतो, तो हसतो. बुद्ध त्याच्याकडे पाहून हसतात. प्रसंग संपतो. हे एक मूक अभिनयातून सादर झालेले नाट्यच आहे. कश्यपास जो अर्थ कळला तो मी तुम्हाला सांगतो. फूल दाखविणे म्हणजे बुद्धाच्या संदेशाचा सुगंध आहे. तो आपल्याला लोकांपर्यंत पोहचवायचा आहे, हा त्याचा एक अर्थ व हे फूल जसे अनित्य आहे तसे जीवन अनित्य आहे हा दुसरा अर्थ.

❑❑❑

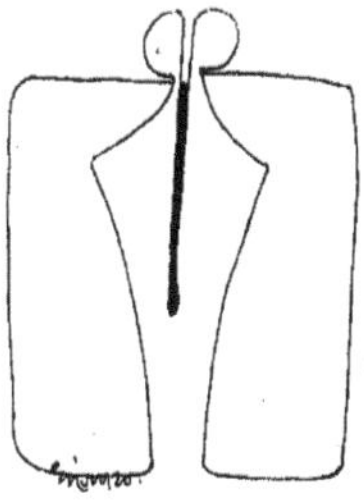

दलित लेखकांनी बौद्ध साहित्यातून आदर्श शोधले पाहिजेत

भाऊ लोखंडे

केवळ शद्बबंबाळ भाषेचा वापर करुन शाब्दिक कसरत करण्यात किंवा शब्दाची 'बाल की खाल' काढण्यात धन्यता मानू नये. या बोटावरची थुंकी त्या बोटावर केल्यासारखी शद्बचलाखी किंवा शद्बतस्करी करु नये. दुर्बोध प्रतिमा आणि बोजड शद्ब वापरून आम्हाला आमच्या असीम समस्या आणि अपरंपार वेदनांना वाचा फोडता येणार नाही. त्यासाठी आम्हाला आपल्या अनुभवाशी ईमान राखूनच लिहावे लागेल. भगवान बुद्ध म्हणाले होते ''मी स्वत: जे अनुभवले ते सांगतो आहे.'' यं मया सामं दिट्ठं तमहं वदामि ।'' संत कबीरांनी तर पंडितांना ठणकावूनच सांगितले- 'तू कहता कागज की लेखी । मै कहता अंखियन की देखी ।।'

कालपर्यंत राजेमहाराजे, सेनापती, अमात्यादि उच्चवर्णीय ब्राह्मण किंवा क्षत्रियच साहित्यातील नायक असत. त्यांच्यासाठी देववाणी संस्कृत बटकिणीसारखी राखीव राहत असे. दुसऱ्याला मज्जाव होता. पट्टराणी असली तरी तिला संस्कृत नाटकात संस्कृतात बोलण्याची मनाई होती. तिला प्राकृतातच बोलावे लागे. शूद्रातिशूद्र पात्रांच्या ओठाचा स्पर्श होताच देववाणी बाटत असे. सांगायला सांगितले जाते की राजाच्या चुका साधारण शूद्र किंवा कमी दर्जाचे लोक काढीत असत. 'न तथा बाधते राजा यथा बाधति बाधते' असे विधान संस्कृत भाषा व साहित्य सामान्यजनांपर्यंत पोचली होती हे दाखविण्यासाठी केले जाते. पण वास्तव असे आहे की विदूषक हा जोकर किंवा मस्खरा जरी असला तरी केवळ तो उच्चवर्णीय असल्यामुळे तो संस्कृतातच बोले. पण पट्टराणी राजाची अर्धांगिनी असूनही संस्कृतचा उच्चार करु शकत नसे. अलिकडे संस्कृतचा अभ्यास करताना संस्कृत छाया वापरता येते. भगवान बुद्धाच्या उदयानंतर जी हायब्रीड संस्कृत किंवा बुद्धिस्ट संस्कृत उदयास आली तीस मात्र अशाप्रकारचे कोणतेही बंधन नव्हते. ब्राह्मणापासून तर शूद्रापर्यंत सर्वच पात्रांना संस्कृतचा सारखाच

दलित साहित्य संमेलन,
नागपूर १९९१

वापर करता येत असे परंतु आजही वेदोपनिषद आणि वर्णजातीभेदाचे व्हायरस पसरविणारी मनुस्मृती अनेकानेक विद्यापीठात अभ्यासिली जाते पण बौद्धसंस्कृत साहित्यातील अतुलनीय साहित्य बहिष्कृत ठरविले जाते. अश्वघोषांचे 'बुद्धचरित' 'सौन्दरवन्द' ही महाकाव्ये आर्यदेवांची 'जातकमाला', आचार्य शान्तिदेवांचे 'बोधीरचर्यावतार' औषधालाही संस्कृतच्या अभ्यासक्रमात दिसत नाही. असे का ? भारताच्या इतिहासात पहिल्यांदा बुद्धाने संस्कृतऐवजी सामान्य जनतेच्या बोलीभाषेचा वापर धर्मोपदेशासाठी केला. कारण तोपर्यंत संस्कृतभाषा उच्चवर्णातच कैद होती. विशिष्ट जातीची ती दासी बनल्यामुळे धर्मज्ञान किंवा साहित्यचर्चा कुणाही वर्णहीन दलित-शोषित शूद्राच्या दारापर्यंत जाऊच शकत नव्हती. अगदी अलिकडे पंडित मालवीयांची नात व खुद्द बाबासाहेब संस्कृत शिकू शकले नाहीत. सर्वप्रथम बुद्धाने पाली किंवा मागधी बोलीचा अवलंब करुन धर्मज्ञान जनसामान्यपर्यंत पोचविले. असा हा प्राकृत भाषेच्याा वापराचा प्रवास बुद्धापासून सुरु होऊन सिद्धनाथांच्या गुहांतून प्रवास करीत आम्हा वारकरी नामदेव, तुकाराम, चोखामेळा, एकनाथ व ज्ञानदेवांच्या पंढरपुरात येवून थांबला. आता हीच परंपरा दलित साहित्यातून साकार होऊ लागली आहे. आम्हाला पुणेरी शुद्ध भाषेतच साहित्य निर्माण झाले पाहिजे असा आग्रह करता येणार नाही. वऱ्हाडी किंवा खानदेशी किंवा अहिराणी किंवा आदीवासींच्या बंजारी व गोंडी बोलीभाषेतही साहित्य निर्माण करण्यात संकोच बाळगण्याचे कारण नाही. दीनदलित जनतेचा राजा शाहू महाराज स्वत: जनसामान्यांच्या भाषेत बोलत असे आणि आपल्या मुलामुलींना सांगत असे, ''सर्व सामान्य रयते(प्रजे) च्या भाषेत आपण बोलले पाहिजे. जी प्रजेची भाषा तीच राजाची भाषा'' असा त्यांचा दंडक होता. महात्मा जोतिबा फुले स्वत: सामान्य महार-मांग-चांभार आणि शेतकऱ्यांना समजेल अशाच भाषेत बोलत व लिहित, चिपळूणकरशास्त्री त्यांचे शुद्धलेखन तपासतच राहिले आणि सामाजिक चळवळीच्या चक्रीवादळात गडपही झालेत. अमेरिकेतील निग्रोंनी 'ब्लॅक पॉवर'च्या अस्मितेतून 'ब्लॅक इज ब्युटीफूल' ही नवीन संकल्पना अस्तित्वात आणली आणि विश्वमान्य केली. आपले स्वतंत्र 'ब्लॅक थिएटर' उभारुन 'जॉझ संगीत' साकार केले व जगभर ते लोकप्रिय केले. परिणामत: अमेरिकन गोऱ्या पोरी काळ्यांवर फिदा व्हायला लागल्यात. दलित साहित्याला देखील साहित्यशास्त्रातील पारंपारिक नियम व निकषांची पर्वा न करता आपली सौंदर्यशास्त्रविषयक कल्पना आणि आकृतीबंध तयार करावे लागतील. त्यासाठी बौद्ध, पाली व संस्कृत साहित्याची मदत घ्यावी लागेल. गळ्यात सर्पराज आणि सर्वांगाला विभूती माखलेला महादेव जर 'शिव' वाटत असेल आणि मानवी धडावर हत्तीराजाचे मुंडके असलेला गणराज जर सुंदर भासत असेल तर आपल्याला माणसाच्याच धडावर माणसाचेच मस्तक अधिक सौंदर्यपूर्ण दाखवता येणार नाही काय ? याचा गांभीर्यपूर्वक विचार केला पाहिजे. नववा रस व नववा अवतार प्रस्थापित सौंदर्यशास्त्र व वैदिक धर्माला आव्हान देणारा बौद्ध तत्वविचार

आजमितीला आपल्या हृदयात धडकतो आहे हे विसरु नका.

'दलित साहित्य एकसुरी झाले आहे', 'दलित साहित्यात तोच तो पणा आला आहे', 'दलित साहित्य आवर्तात सापडले आहे' 'दलित साहित्यात आक्रस्ताळेपणा आला आहे,' 'यातून बाहेर पडले पाहिजे' या फसव्या मृगजळाप्रमाणे चकवणाऱ्या भ्रामक चालबाजीने आपण हबकून, दचकून किंवा खचून जाऊ नये. हजारो वर्षे केवळ वेदोपनिषद, रामायण, महाभारतातील आख्यान व कथोपकथनांवर पोसल्या गेलेल्या नाटक व कथा कादंबऱ्यांचे अंबर उभारणाऱ्या मध्यमवर्गीय प्रतिगामी हस्तिदंती मनोऱ्यात, नव्हे, काचेच्या घरात राहणाऱ्या समीक्षकांनी 'लेडी ऑफ शेलॉट' प्रमाणे आपल्या खिडकी व्यतिरिक्त बाहेरचे जग वा जीवनाकडे डोकावण्याचा प्रयत्न करण्यापूर्वीच आमच्यावर दगडांचा वर्षाव आरंभिला आहे. जळतं त्यालाच कळतं, 'घायल की गती, दूजा क्या जाने गव्हार रे' हेच सत्य आहे. ज्ञानकोषकारांनी कादंबरी लिहिली तीही 'ब्राह्मणकन्या'. उदारमतवादी नाट्याचार्य तेंडुलकरांनी नाटक लिहिले तेही 'कन्यादान'. ब्राह्मणकन्येच्या हौतात्म्यवर्णनासाठी. 'पुरुष' ही अशाच हेतूने लिहिले गेले. परंतु 'बलुतं' मधील एखाद्या स्त्री किंवा पुरुषांचे अपवादात्मक अनैतिक जीवन जसं 'दलित जीवनाचं प्रातिनिधिक उदाहरण ठरत नाही तसाच 'कन्यादान' मधील ब्राह्मणकन्येचा पती-नायक-देखील दलित समाजाचा प्रतिनिधी ठरु शकत नाही. हा प्रकार म्हणजे सरळसरळ अपवादाने नियम सिद्ध करण्याचे हस्तलाघव किंवा 'ब्राह्मणाचे कसब' आहे. त्यामुळे कालपर्यंत नव्हे आजही ज्यांनी 'कलेसाठी कला' या वांझ, वाळवंटी विकृतीची कास सोडली नाही, त्यांना दलितांच्या दाहक जीवनातील सच्च्या अनुभवांना एकसुरी, आक्रस्ताळी, आवर्तग्रस्त म्हणण्याचा काय अधिकार आहे ? आपल्या वैयक्तिक, सामाजिक किंवा वर्गीय वा जातीय स्वार्थपूर्तीसाठी साहित्याला ज्यांनी गरजेनुसार सोयीने वाटेल तसे वापरले त्यांनी सौंदर्यशास्त्र किंवा आकृतीबंधाच्या नावाने एवढा गहजब किंवा हंगामा करण्याचे काहीच कारण नाही. आणि तिकडे लक्ष देण्याची आम्हालाही गरज नाही. ज्यांच्या दर्शनासाठी आम्हाला रक्त सांडूनही यश आले नाही ती दैवते आम्हाला पूज्य व अनुकरणीय काय म्हणून वाटावीत ? आम्हाला आमचे अनुभव प्रामाणिकपणे अधिक हृदयस्पर्शी व वास्तवरुपात मांडता आले पाहिजेत. त्यासाठी आम्हाला विविध साहित्यासोबत पाली, संस्कृत, बौद्धसाहित्याचे खूप अध्ययन केले पाहिजे.

दलित लेखकाला आपले नायक शोधून काढावे लागतील, किंवा ते नव्याने निर्माण करावे लागतील. आर्यांच्या पूर्वी येथे नाग लोकांची वस्ती होती. नाग व आर्यांची तुंबळ युद्धे झालीत. यात जिंकलेल्या आर्यांनी नागांना दास केले. या युद्धातून दलित लेखकांना नवीन पुराणकथांसाठी नायक-नायिका सापडू शकतील. बुद्ध, त्यांचे जीवनचरित्र, त्यांचे महानशिष्य, शिष्या, उपासक, उपासिका, बोधीधर्म, यक्ष, किन्नर,

गंधर्व, मार, ब्रम्हासह्यपती, इन्द्रदेवता, बळीराजा इत्यादि व्यतिरिक्त जातककथातूनही नवीन (MYTHS) पुराणकथा निर्मिता येतील. म. पं. राहूल सांकृत्यायन यांनी लिहिलेल्या 'किन्नरदेश' व 'वोल्गा से गंगा' यांचा आदर्श डोळ्यासमोर ठेवून वाटचाल करता येईल.

नाटक हे साहित्यातील अत्यंत प्रभावी असे माध्यम आहे. त्यात दृष्टी आणि कान या दोन्ही इंद्रियांद्वारे थेट अंत:करणावर प्रभाव पडत असतो. महाराष्ट्रात तमाशा हे माध्यम दलितांमध्ये आरंभापासून प्रचलित होते. बामणाघरी लेणं (लिवणं) आणि महाराघरी गाणं' ही म्हण त्याची साक्ष देते. महात्मा फुलेंप्रणीत सत्यशोधक जलसाकारांनी तर लोकनाट्याच्या या माध्यमातून बहुजन समाजात अभूतपूर्व नवचैतन्य निर्माण केले होते. सर्वप्रथम कालिदासाच्याही पूर्वी भारतात नाटक निर्मितीचे श्रेय भदन्त अश्वघोष नामक बौद्धभिक्षूला आहे. सारिपुत्र प्रकरण नावाचे सारिपुत्राच्या (बुद्धाचा पट्टशीष्य) जीवनावर आधारित नाटक त्यांनी लिहिले. त्यालाच 'शारद्वतीपूत्र प्रकरण' असेही नाव आहे. हे एक छोटे प्रकरण नाटक त्यांच्याच नावावर गणले जाते. त्यात सर्व प्रकारच्या पात्रांचा म्हणजे, चोर, लुच्चे, लफंगे, विट, गणिका, विदूषक, वेश्या, दारुबाज इत्यादिंचा समावेश आहे. डॉ. किथ ह्याला 'गणिका रुपक' (Hetaera Drama) म्हणतात. या नऊ अंकी प्रकरण नाटकात धर्मसेनापती सारिपुत्र आणि महामोग्गल्लान यांच्या धर्म स्विकाराच्या ऐतिहासिक प्रसंगाचे चित्रण आहे. भदन्त अश्वघोष स्वत: संगीतकारही होते. त्यांनी एकतारीसारखे वाद्य तयार केले होते. ते गावोगाव, चौकाचौकात आपल्या कलाकारांच्या संचाबरोबर फिरुन गाणे गाऊन बौद्धधर्माचा प्रचार करीत असत. त्यांच्या कविता फारच लोकप्रिय झाल्या होत्या. आधुनिक पथनाट्यांच्या संकल्पनेच्या उगमाचे भारतीय मूळ येथे शोधता येईल.

निग्रोंच्या 'ब्लॅक थिएटर' च्या धर्तीवर आपण 'दलित रंगभूमी' उभारली आहे. पथनाट्याचे आम्ही यशस्वी प्रयोग करीत आहोत. म. भि. चिटणीस, दत्ता भगत, टेक्सास गायकवाड, प्रभाकर दुपारे, हेमंत खोब्रागडे, प्रेमानंद गज्वी, अविनाश डोळस इत्यादि मंडळी नेटाने दलित रंगभूमी नावारुपाला आणीत आहेत.

एक काळ असा होता की बाबासाहेबांच्या मूकनायकाची जाहिरात लोकमान्यांचे 'केसरी' छापायला तयार नव्हते. पैशासहित जाहिरात परत पाठविण्यात आली होती. बाबासाहेब म्हणत, ''मला आधी प्रसिद्धी देत नव्हते आणि आता मुलाखतीचा आग्रह धरतात.'' त्या काळात पत्रकारिता म्हणजे विशिष्ठांचे राखीव कुरण. दलित पत्रकार औषधालाही सापडायचा नाही परंतु आता दलित पत्रकार मंडळींनीही आपले स्थान निर्माण केले आहे.

अलिकडे विचार स्वातंत्र्य किंवा शोधपत्रकारिता किंवा संशोधक नावावर दलित बहुजनांची अस्मिता जागविणाऱ्या फुले-शाहू-आंबेडकरांचे अवलमूल्यन करण्याचा विफल प्रयत्न गांगलपंथी करताहेत. राष्ट्रीय नेत्यांचे हनन करून कब्रीतल्या, बदनाम,

समाजद्रोही, गांधीद्रोही मंडळींना उजळविण्यात धन्यता मानीत आहेत.

धर्माच्या आधारावर काही अल्पसंख्यांक व दलित आदिवासींना भिवविण्याचे षडयन्त्र प्रतिक्रियावादी रचीत आहेत. अशा कार्यवाहीचा बौद्धिकस्तरावर मुकाबला करण्याची गरज आहे. अन्यथा भारतीय संविधानाला अर्थच राहणार नाही. ते रथयात्रा काढून, मशिदीवर चढून, मंडलाला कमंडलात बुडवून, धावपट्टीवर रॉकेल टाकून, खणून स्वैराचार करतील आणि आम्हाला शेपूट घालून बसावे लागेल. ते मशीद तोडण्याचा प्रयत्न करतील आणि बुद्धगयेच्या बुद्धमंदीरावरही कब्जा ठेवतील. त्यांना धर्मस्वातंत्र्य हवे तसे सर्वांना हवे आहे. बुद्धगयेच्या मंदीरातून महंताच्या पंड्याने आपल्या लिंगपिंडीसह निघून गेले पाहिजे. "आंध्र प्रान्तातील गुंटूर जिल्ह्यात, बुद्धस्थानाचे हिंदू देवळामध्ये रुपांतर करण्यात आले, ते जर खरे असेल आणि बुद्धांना ती स्थाने हवी असतील तर परत करणे आवश्यक आहे." असे बाळासाहेब देवरस ३० ऑक्टोबर १९८८ च्या तरुण भारतात म्हणतात. हे केदारनाथ, जगन्नाथपुरी, अयोध्या, मथुरा, नागार्जुन टेकडी, रामटेक, एवढेच नव्हे तर पांडवलेणी नाशिक व पंढरपुराबद्दलही खरे आहे. मग आपण हे सर्व सोडणार आहोत काय ? नकारार्थी उत्तर असल्यास अयोध्या व मथुरेबद्दल आपण कोणत्या तोंडाने बोलू शकतो ? आपल्याला स्वातंत्र्य उपभोगायचे आहे. दुसऱ्यांना तो हक्क नाही काय ? एकीकडे अल्पसंख्याकांना राष्ट्रीय प्रवाहात सामील व्हायला सांगायचे आणि दुसरीकडे हिन्दूराष्ट्राचा गजर करायचा. हिंदुत्वालाच राष्ट्रीयत्व म्हणायचे.

आज आपण आपल्या जीवनाकडे, कर्तव्यधर्माकडे आणि संस्कृतीकडे दुर्लक्ष करीत आहोत. आपली जीवनमूल्ये व सांस्कृतिक मूल्ये कशी करपून जाताहेत, याचे भेसूर चित्र समोर उभे राहते, आपण त्वरित सावध होऊन जीवन व सांस्कृतिक मूल्ये जोपासली पाहिजेत, सतेज बनविली पाहिजेत, वृद्धिंगत केली पाहिजेत. शहरात राहत असूनही आपण खेड्यापाड्यातील बांधवांचा विसर पडू देऊ नये.

दलित साहित्याचे प्रेरणास्त्रोत असलेले बाबासाहेब दीनदलितांसाठी अहर्निश चिंतन करीत असले तरी त्याला राष्ट्रकार्याचेच ते एक अंग मानतात. त्यांना राष्ट्रहिताचा चुकूनही विसर पडत नाही. राष्ट्रजीवनाची आठवण करुन देत बाबासाहेब म्हणतात, "आज राष्ट्रजीवन व समाजजीवन प्रगत करणारे साहित्यशास्त्र निर्माण होत नाही. आपल्या स्वतंत्र देशाला एकात्मतेची व बंधुत्वाची नितांत गरज आहे. एकात्मता आणि बंधुता हा आपल्या राष्ट्राचा गाभा ठरला पाहिजे, त्याशिवाय प्रबळ संघशक्ती निर्माण होणार नाही. म्हणून साहित्य कलेतूनही मानवतावादी शास्त्र निर्माण होणे अत्यावश्यक आहे. त्यासाठी साहित्यक्षेत्रात राष्ट्रोपयोगी क्रान्तीची लाट उसळली पाहिजे." राष्ट्रभक्ती व राष्ट्रैक्याचा विचार हा दलित साहित्य चळवळीचा मेरुदण्ड आहे. राष्ट्रभक्तीचे धडे कुणाकडून आम्हाला घ्यायची गरजच नाही. "या महान देशाच्या भावी विकासाबद्दल

आणि सामाजिक, आर्थिक व राजनैतिक संरचनेच्या अन्तिम स्वरुपाविषयी माझ्या मनात शंका नाही. आम्ही सामाजिक, आर्थिक व राजनैतिकदृष्ट्या विभक्त आहोत. आम्ही आपसात लढत असलेल्या शिबिरांचे कडबोळे आहोत. परंतु हे सर्व असूनही मला पूर्ण खात्री आहे की, परिस्थितीत परिवर्तन आणल्यास कोणतीही शक्ती या देशाच्या ऐक्याला अडवू शकत नाही. भिन्नभिन्न जाती आणि धर्म असूनसुद्धा आम्ही कुठल्या तरी रुपात एकराष्ट्र बनू, हे सांगतांना मला संकोच वाटत नाही. आमची समस्या अन्तिम ध्येयासंबंधीची नाही. भिन्नभिन्न विचारधारांचे विखुरलेले लोक आणि हा खिचडी समाज कोणता तरी एक निर्णय घेऊन त्यावर चालायला लागला पाहिजे, की जेणेकरून एकता निर्माण होईल, ही आमची खरी समस्या आहे,'' असे बाबासाहेब म्हणतात.

आज महाराष्ट्रातील खेड्याखेड्यात भगवा उंचावीत धर्मान्ध मनोवृत्तीची एकाधिकारशाही हिंद्वेतरांवर दहशत निर्माण करण्याचा प्रयत्न करीत आहे. पिंपरी देशमुख आणि सावनेरच्या जखमा, उध्वस्त झालेल्या घरांची राख पांघरुन बसल्या आहेत. मोवाडची पूर्णपणे वाहून गेलेली जिंदगानी केविलवाण्या नजरेने भिरभिरत आहे. खेड्यात जरी भारताचा आत्मा राहत असला तरी ते अंधार युगातील अंधारकूप ठरत आहेत. म्हणून बाबासाहेबांनी खेड्याला केन्द्रबिदू न ठरवता व्यक्तीच्या विकासाला केन्द्रबिदू ठरविले होते. कारण हाताच्या बोटावर मोजता येतील येवढी दलितांची खोपटं खेड्यात सत्ता व धनदांडग्या सवर्ण जमीनदारांच्या मर्जीवर अगतिकपणे जगत आहेत. पिंपरीदेशमुखचा साबणे आजही बाबासाहेबांच्या इशाऱ्याचीच आठवण आपल्या कत्तलीतून देतो आहे. बाबासाहेब म्हणतात, ''जोपर्यंत भूमिहीन व गृहहिन दलित खेडे सोडून शहाराशेजारी येणार नाहीत, तोपर्यंत त्यांचे जीवनमान सुधारणार नाही आणि छळ व अन्यायही संपणार नाही. खेड्यातून राहणाऱ्या आमच्या लोकांना वाडवडिलांच्या गावी राहण्याचा मोह सुटत नाही. त्यांना वाटते तेथे आमची भाकरी आहे. परंतु भाकरीपेक्षा स्वाभीमानाला अधिक महत्त्व आहे. ज्या गावी ज्यांना कुत्र्यासारखे वागवले जाते, पदोपदी मानभंग होतो, जेथे त्यांना अपमानाचे स्वाभिमानशून्य जीवन जगावे लागते, ते गाव काय कामाचे ? खेडेगावातील या अस्पृश्यांनी तेथून निघून जेथे कोठे शहराजवळ पडीक जमीन असेल ती ताब्यात घ्यावी आणि नवनवीन गावे बसवून स्वाभिमानपूर्ण माणूसकीचे जीवन जगावे. तेथे नवा समाज निर्माण करावा. तेथील सर्व कामे त्यांनीच करावीत. अशा गावातून त्यांना कोणी अस्पृश्य म्हणून अपमानस्पद वागणूक देणार नाही.''

शहारातील सुशिक्षित दलित तरुणांनाही भयंकर बेकारीचे दुःख सोसावे लागते. हे तरुण 'नॉट फाऊंड सुटेबल' च्या ब्रह्मास्त्राने भरजवानीत जख्ख म्हातारे दिसताहेत. 'पानठेला' किंवा 'रामपुरी' हे दोनच पर्याय त्याच्यापुढे आहेत. एम्प्लॉयमेंटची रांग तिळभरही पुढे सरकत नाही. कॉलेज व विद्यापीठात कायदेशीर अस्पृश्यता राज्य करते आहे. जाहिरात किंवा सिलेक्शन कोर्टात चॅलेंज केले की मग सिलेक्शन झालेल्यांचे

लिफाफे परमनन्ट 'सील' होतात. आणि त्यांचं कसं सारं आलबेल चालू राहतं. सिंगल पोस्ट, 'आयसोलेटेड पोस्ट' राखीव राहू शकत नाही असा पासवान केसचा सुप्रिम कोर्टाचा निकाल रिझर्वेशनच्या ताबूतावरचा अंतिम खिळा ठरू पाहत आहे. तरीपण त्याही विरुद्ध आर्ग्युमेंट करुन सत्य बाजू मांडून न्याय देणारे न्यायमूर्ती भाऊसाहेब वाहने बाबासाहेबांच्या चळवळीने जन्मास घातले आहेत. परंतु ते एकाकी अपवाद आहेत. इतरत्र 'गर्दीत गारद्यांच्या सामील रामशास्त्री' अशी भयानक अवस्था आहे. समाजातील क्वालिफाईड तरुण हवालदिल होतो आहे. हे विषय आमच्या साहित्याचे विषय ठरले पाहिजेत. धंतोली, बजाजनगर, रामदासपेठेतला एकही तरुण तरुणी बेकारीने त्रस्त नाही परंतु हे दलित आदिवासी तरुण रिक्षा व रामपुरीच चालवायला का मजबूर झालेत, ह्याचे विश्लेषण व मीमांसा झाली पाहिजे कथाकवितेतून. आरक्षण भरल्याशिवाय अनुदान न देण्याचे तत्व असनूही विदर्भातील तीस महाविद्यालयात दलित, आदिवासी प्राध्यापक औषधालाही का सापडत नाही ? नागपूरची ही अवस्था आहे. एक तर आरक्षणच भरत नाही आणि भरले तर जागा क्लिअर असूनही दोन वर्षे भरायच्या पूर्वीच टर्मिनेट करतात. शैक्षणिक, औद्योगिक, खाजगी व सरकारी क्षेत्रात चाललेली ही गुन्हेगारी आम्ही साहित्यिकांनी नाट्य-पथनाट्य वा कथाकवितांच्या माध्यमातून चव्हाट्यावर आणून दाद मागितली पाहिजे. आपण कमीतकमी जाणकारांनी आणि अराजकीय लोकांनी क्षुल्लक मतभेद बाजूला सारुन संघटितपणे अन्यायाला वाचा फोडून समाजाच्या व पर्यायाने देशाच्या उत्थानात पुढाकार घेतला पाहिजे. त्याशिवाय आतातरी तरणोपाय दिसत नाही.

❐❐❐

जातिव्यवस्थेची चौकट मोडण्यासाठी दलित रंगभूमी जन्माला आली आहे.

रामनाथ चव्हाण

बंधूंनो, परिवर्तनाचं शस्त्र घेऊन जन्माला आलेल्या या रंगभूमीच्या दलित नाटकाचे स्वरूप सुरुवातीच्या काळात काहीसं स्फोटक आणि विदारक होतं. ज्यांना दिवसा-रात्री केवळ मनोरंजनाची सवय झालेली होती, अशा मराठी सवर्ण प्रेक्षकांना अशी स्फोटक, विदारक दलित नाटकं प्रथम रुचली नाहीत....न रुचणे हेही स्वाभाविकच होतं. अशा प्रकारची जीवनवादी, वास्तववादी आणि विचार करायला लावणारी नाटकं पचतील कशी ? ज्याला आम्ही मराठी रंगभूमी म्हणतो, त्या रंगभूमीने मराठी प्रेक्षकांना मनोरंजनापलीकडे कौटुंबिक नाटकापलीकडे एक वेगळं जग आहे की, जे तुम्ही निर्माण केलं आहे, याची कधी जाणीव करून देण्याचा प्रयत्न केलेला नाही. त्यांना तशी गरजही पडली नाही. गरज तरी का पडावी त्यांना ! त्यांचा नाट्य-निर्मितीचा उद्देशच मुळात मनोरंजनाचा आहे. श्रीमंतांच्या सरंजामशाहीच्या ख्यालीखुशालीसाठी निर्माण झालेल्या मराठी रंगभूमीने, पौराणिक आणि काही ऐतिहासिक नाटक देऊन लोकांचं मनोरंजन करीत असताना राजे-महाराजांचं प्रतिनिधित्व केलं. सामान्य माणसांच्या जगण्या-मरण्याला त्यांनी नाटकात थारा दिला नाही. अशा रंजनशील मराठी रंगभूमीच्या शे-दीडशे वर्षांची परंपरा असलेल्या, नाटकाच्या मुख्य प्रवाहापासून दलित रंगभूमी ही वेगळी आहे. ती मानवी मूल्ये जपणारी आहे. माणसाला माणूस बनवणारी आहे आणि फुले, आंबेडकरांच्या स्वातंत्र्य, समता आणि बंधुता या मूल्यांची जोपासना करणारी आहे. असे असूनही इथल्या नाट्य-प्रस्थापितांना असे म्हटले— "आता दलितांनी वेगळी चूल मांडली" आणि ते खरेही आहे. ती चूल आहे इथल्या दलित उपेक्षितांसाठी. परंपरेने नाडलेल्या पिळलेल्यांसाठी. हे जेव्हा त्यांच्या लक्षात आलं, तेव्हा ते म्हणू लागले, "दलित रंगभूमीने आता वेगळी चूल मांडली." ही चूल सामान्य नाही. या चुलीवर जे शिजतंय ते अनोळखी आहे. ते आपल्याला परवडणारं नाही. याची चव

दलित नाट्य संमेलन,
नाशिक १९९२

आणि दर्प आपल्या परंपरेची अभिरुची बदलवणारा आहे आणि याचं प्रत्यंतर सुरुवातीच्या काळात प्रेक्षकांना आलंही. दलित रंगभूमीच्या वेगळ्या चुलीवर तापवलेल्या दलित नाटकांमुळे त्यांच्यापैकी काही मंडळींनी नाकं मुरडायला सुरुवात केली. त्यांनी दलित नाटकाला शेलकी विशेषणे लावली. दलित नाटक बटबटीत आहे. ते शब्दबंबाळ आहे. त्यात कलात्मकतेचा अभाव आहे. ते प्रचारकी आहे. अकारण आरडाओरडा करणारं आहे. त्यातला विद्रोह, संताप, चीड, खूपच अवास्तव आहे. त्यातला आक्रोश ऐकवत नाही. त्यातला अत्याचार पाहवत नाही आणि शेवटी, दलित नाटक हे नाटकच नाही, असं म्हणून दलित रंगभूमीच नाकारायचा त्यांनी प्रयत्न केला.

बंधूंनो, ज्यांना अनावृत सत्य पाहण्याची सवय नाही, किंवा एखाद्या अवजड वाहनाखाली सापडलेल्या बाईनं रडावं, पण तालासुरात रडावं अशी ज्यांची अपेक्षा आहे, अशांना दलित नाटक पाहवेलच कसे ?

दलित रंगभूमीचा लेखक या नात्याने तुम्हाला मी सांगू इच्छितो. दलित नाटकं विद्रोही आहेत. पण ती या मातीशी द्रोह करणारी नाहीत. ती कडवट आहेत, पण कटू सत्य सांगणारी आहेत. ती विदारक आहेत, पण अवास्तव नाहीत. त्यांच्या निर्मितीमागे, लेखनामागे इथल्या समाज-बदलाचा, जाती-व्यवस्था मोडण्याचा आणि राष्ट्राच्या एकात्मतेचा विचार आहे. अशा तऱ्हेचा विचार देत असताना सामाजिक मोडतोड ही करावी लागणारच. जो विचार मांडायचा, त्याचा प्रचार हा करावा लागणारच. इथल्या जाती-व्यवस्थेच्या कठीण चौकटीवर घणाघाती प्रहार केल्याशिवाय जाती-व्यवस्थेची चौकट मोडणार नाही. ती मोडण्यासाठी दलित रंगभूमी जन्माला आलेली आहे.

अलीकडे स्वत:ला पुरोगामी, परिवर्तनवादी म्हणून घेण्याची फॅशन सुरू झालेली आहे. तसे आपण स्वत: म्हणून घेतले नाही,किंवा दाखवले नाही तर इतर लोक आपणाला प्रतिगामी म्हणतील, जातीवादी म्हणतील. या भीतीपोटी हा सगळा खटाटोप चालू आहे. त्यात एखाद्या दलित मागासवर्गीय बांधवाला घरी बोलवायचं, चहा द्यावयाचा, कधी त्याच्या घरी जाऊन मुद्दाम चहा प्यायचा किंवा एखाद्या वेळेस त्याच्या डब्यातलं थोडे अन्न खायचं. हे झालं व्यक्तिगत पातळीवर. समाज पातळीवर त्याचं स्वरूप वेगळं आहे. वर्षातून एकदा संक्रांतीच्या दिवशी दलित वस्तीत जाऊन तिळगूळ वाटायचे, किंवा राखी पौर्णिमेला दलितांच्या हातात राख्या बांधायच्या. दलित तरुण जसा बोलेल त्यात आपला सूर मिसळावयाचा. त्याने जाती व्यवस्थेवर हल्ला केला, की ते आवश्यकच आहे असंही म्हणायचे. हिंदू परंपरेवर टीका केली की आज त्याची गरज आहे असं म्हणायचं. समतेचा आग्रह धरला तर त्यासाठीच आमचे प्रयत्न चालू आहेत असंही म्हणायचं. नंतर मात्र नेहेमीसारखंच परंपरेची झूल पांघरून जगत राहावयाचं. अशा दांभिकतेमुळे या देशात समता येईल काय ?

मित्रहो ! दलित रंगभूमीच्या संदर्भात काही मंडळी नेहमी मला म्हणतात,

''तुमची ही नाटकांची चळवळ वगैरे आता ठीक आहे, पण ते सारखं दलित दलित ऐकवत नाही हो ! हवी तर रंगभूमी वेगळी असू द्या. तेवढा त्या मागे लावलेला दलित शब्द काढून टाका, कारण काय तर रंगभूमी ही दलित असूच शकत नाही, वगैरे.'' किती गंमत आहे पाहा ! असं म्हणणाऱ्या मंडळींना इथला माणूस दलित असला तर चालतो. इथली जातीव्यवस्था चालते. अस्पृश्यता चालते, पण दलित शब्द चालत नाही. म्हणजे अपत्य तर जन्माला घालायचं; मात्र त्याचं अस्तित्व नाकारायंच असा अनैतिक व्यवहार करणारी ही माणसं नैतिकतेच्या गोष्टी आम्हाला सांगू लागली आहेत. या मंडळींना मी सांगू इच्छितो, जोपर्यंत या देशात जाती-व्यवस्था आहे, अस्पृश्यता आहे, तोपर्यंत दलित हा शब्द राहाणार आहे. कारण दलित हे इथल्या जातीव्यवस्थेचं आणि विषमतेचं अपत्य आहे. हिंदू धर्मव्यवस्थेने ते जन्माला घातलेले आहे. ज्या दिवशी ही व्यवस्था बदलेल, जाती नष्ट होतील आणि हा सारा समाज सामाजिक समतेच्या पातळीवर येईल, तेव्हा दलित हा शब्द आपोआप गळून पडेल.

दलित रंगभूमीच्या सुरुवातीच्या काळातील नाटकं पाहून काही सवर्ण मंडळी आम्हाला म्हणाली, ''तुमच्यावर अन्याय झालाय हे खरं आहे. तुमची उपेक्षा झाली, सामाजिक न्यायापासून दूर लोटलं हेही खरे आहे; परंतु हे सारं आमच्या पूर्वजांच्या हातून घडलं आहे. तेव्हा त्याची शिक्षा आम्हाला का देता ?'' आपलं म्हणणं स्पष्ट करण्यासाठी काही जणांनी, वाल्या कोळ्याचं उदारहरण दिलं. ते म्हणाले, ''वाल्या कोळ्याने पाप केलं, निष्पाप जिवांचे खून केले ! त्याची शिक्षा कोणी त्याच्या बायको-मुलाला दिलेली आहे का ?''

किती गंमत आहे बघा ! पूर्वजांच्या पापाचं धनी तर व्हायचं नाही. पापाचा वारसा मात्र चालू ठेवायचा. या प्रवृत्तीची माणसं वाल्या कोळ्याचे उदारहरण देऊन स्वतःचे समर्थन करू पाहात आहेत. अशा अज्ञान मंडळींनी मी सांगू इच्छितो. वाल्या कोळ्याने पाप केलं, पण त्याच्या पापाचे वाटेकरी त्याची मुलं किंवा बायको झालेली नाहीत. त्याचे पाप त्याच्याच माथी त्यांनी मारलं. त्याच्या पापाची परंपरा त्याच्या बायका मुलांनी पुढे चालवलेली नाही. ती परंपरा तुम्ही चालवत आहात. म्हणून ही शिक्षा तुम्हाला घ्यावी लागणार आहे.

मित्रहो, ज्यांना इथल्या माणसांच्या जगण्याचं भान नाही, त्यांच्यावर लादलेल्या अमानुष अस्पृश्यतेची जाणीव नाही, माणसालाही माणूस म्हणून काही प्रतिष्ठा असते, हेही ज्यांना मान्य नाही. अशांना माणसांच्या वेदना, त्यांची दुःखं, त्यांची उपेक्षा मांडणाऱ्या दलित नाटकांची तरी जाणीव कशी असेल ? पण अशा तऱ्हेचं नाटक आज दलित रंगभूमीवर अस्तित्वात आहे. ते फुले-आंबेडकरांच्या परिवर्तनाच्या अभेद्य विचारांच्या पायावर भक्कमपणे उभे आहे, हे आता नाकारून चालणार नाही. दलित रंगभूमीच्या नाटकाचा आधार घेतल्याशिवाय मराठी रंगभूमीच्या इतिहासाला पूर्णत्व

येणार नाही. नव्हे दलित रंगभूमीच्या अस्तित्वाची इतिहासाला वेगळी दखल घ्यावीच लागणार आहे.

दलित रंगभूमीच्या संदर्भात महाराष्ट्रातील काही मान्यवर मंडळी महाराष्ट्रातील लोककलांचा आवर्जून संदर्भ देतात. विशेषतः पोतराज, मरिआईवाला, कडक लक्ष्मी आणि वाघ्या-मुरुळीसारख्या अंधश्रद्धेचा प्रचार आणि प्रसार करणाऱ्या, उपेक्षित कला-प्रकारात दलित रंगभूमीची मुळे शोधण्याचा प्रयत्न करतात. माझे मत आहे की, वरील कला-प्रकारांशी दलित रंगभूमीचा संबंध जोडणे म्हणजे, रंगभूमीच्या प्रेरणेला आणि उद्देशालाच सुरुंग लावण्यासारखे आहे. पोतराज, कडकलक्ष्मी या प्रकाराला मी लोककला मानत नाही. इथल्या जातीव्यवस्थेने केलेली ती माणसांची शोकांतिक विटंबना आहे.

पुणे-मुंबईसारख्या शिक्षण आणि सांस्कृतिक माहेरघर समजल्या जाणाऱ्या शहरातील काही उच्चवर्णीय मंडळी, पोतराज किंवा तत्सम कला-प्रकारांची नक्कल करून, महाराष्ट्राची ही लोककला आहे असे सांगून, अशा शोकांतिकेला प्रतिष्ठा देण्याचा अलीकडे प्रयत्न करीत आहेत. म्हणजे कलावंत उपेक्षित आणि नकलाकार मात्र प्रतिष्ठित असे काहीसे स्वरूप आज पाहावयास मिळते आहे ! तसे पाहिले तर पोतराज, मरीआईवाला, गोंधळी, वाघ्यामुरुळी ह्या प्रथा जगवणारे आणि जगणारे दलित आहेत. त्यांना मात्र ह्या व्यवस्थेने माणूस म्हणून प्रतिष्ठा दिलेली नाही. एकीकडे म्हणायचं, कोणत्याही कलेला जात नसते आणि दुसरीकडे मात्र जाणीवपूर्वक अशा कला-प्रकारांना त्या त्या जातीत बंदिस्त ठेवावयाचं. जातीच्या धंद्याप्रमाणे त्यांनाही त्याच जातीत वारसा निर्माण करायाचा, अशा प्रकारचे प्रयत्न आज महाराष्ट्रात चालू आहेत. नकलांच्या माध्यमातून जुनाट आणि अनिष्ट प्रथांचं पुनर्जीवन आणि समर्थन करण्याचा पद्धतशीर प्रयत्न केला जात आहे आणि या प्रयत्नाला प्रसारमाध्यमं उत्तेजन देत आहेत. याचा दलित रंगभूमीने गंभीरपणे विचार करायला हवा.

पिढ्यान्‌पिढ्या अंधश्रद्धेवर जगणारा व देवीच्या हवाल्याने आपले जीवनव्यवहार करणारा किंवा दारोदार भीक मागत फिरणारा पोतराज किंवा पिढ्यान् पिढ्या खंडोबाच्या नावावर नाचगाणं करून असुरक्षित जीवन जगणारी मुरुळी, जिच्या संदर्भात "बायको देवाची आणि वाटणी गावाची" अशी म्हण ग्रामीण भागात रूढ आहे. ती नुसती म्हण नसून वस्तुस्थिती आहे. पोतराज आणि वाघ्या मुरुळीला हे तथाकथित उच्चभ्रू लोक, महाराष्ट्राचे लोक-कलावंत म्हणून त्यांचा सोईनुसार वापर करतात. अशा मंडळींना मी विचारतो की, वरील प्रकार जर महाराष्ट्राची लोक-कला आहे, तो कलेचा अमूल्य ठेवा आहे, तर तो जतन करण्यासाठी एखाद्या सवर्णाने आपला मुलगा कधी मरीआईला पोतराज म्हणून सोडला आहे का ? वाघ्या-मुरुळीची कला जतन करावी म्हणून एखादी मुलगी मुरुळी म्हणून सोडतील का ?

मित्रहो, दुसऱ्याच्या जिवावर जगणारी आणि जगवणारी इथली परंपरा आहे. या

परंपरेचा उपभोग आम्ही घेणार, त्याचे फायदे आम्ही लाटणार. परंपरेचे आम्ही ठेकेदार आणि मालक होणार; तुम्ही मात्र वाहक व्हावयाचं ! बैलाच्या मानेवर ठेवलेल्या जूंसारखी अमानुष परंपरा लोककलेच्या नावाखाली इथल्या माणसाच्या मानेवर ठेवलेली आहे. ती परंपरा झुगारून, तिच्याखाली दबलेला, पिचलेला दलित उपेक्षित माणूस आपणाला मुक्त करावयाच्या आहे. वाघ्या-मुरुळी, पोतराज किंवा कडकलक्ष्मी यांची उपेक्षा ही रंगभूमीच्या नाटकाचा विषय झाला पाहिजे. त्यांच्यातल्या माणूसपणाला आपण आव्हान केलं पाहिजे असे मला वाटते.

काही मंडळी म्हणतात, "नाटकातून कधी परिवर्तन आणि सुधारणा होते का ? आणि तसे असते तर राम गणेश गडकरी यांचे 'एकच प्याला' नाटक पाहून लोकांनी दारू सोडली नसती का ?"

याही मंडळींना मला सांगायचंय, नाटकाच्या माध्यमातून परिवर्तन किंवा सुधारणा होऊ शकते, किमान इच्छा तरी होऊ शकते, यावर आमचा विश्वास आहे. तुम्ही कुणासाठी लिहिता, कशासाठी लिहिता ते तुमच्या उद्देशावर अवलंबून आहे. १९८३ची एक आठवण सांगतो, "बायको मी देवाची" ही मुरुळीच्या समस्येवर आधारित माझी एक एकांकिका माझे पुण्याचे दिग्दर्शक-मित्र, ज्ञानेश्वर भोसले यांनी खंडोबाला सोडलेल्या एका तरुण मुरुळीला एकांकिकेतील मुरुळीची भूमिका देऊन पुण्यातल्या 'भरत नाट्य मंदिरा'त सादर केली. त्यावेळी थिएटरमध्ये माझ्या शेजारी त्या तरुण मुरुळीची आई, आपली पोरं नाटकात कशी काम करतेय हे पाहण्यासाठी बसलेली होती. स्टेजवर प्रसंग असा चालू होता--बलात्कारातनं मुरुळीच्यापोटी जन्माला आलेल्या मुलीला देवाला सोडायला किंवा तिचं लग्न देवाशी लावायला ती तयार नसते. तेव्हा तिच्यावर दबाव आणण्याचा प्रयत्न केला जातो. "पोरीचं लग्न देवाशी लावलं नाही; तर गावावर खंडोबाची अवकृपा होईल" असं लोक सांगतात. तेव्हा ती मुरुळी आपल्या मुलीला घेऊन खंडोबाच्या मंदिरात जाते आणि खंडोबाला प्रश्न विचारते, "खंडोबाराया, माझ्या आईशी तू लग्न केलंस, तिची मी मुलगी आहे. आईच्या नात्यानं तू माझा बाप आहेस ! असे बाप-लेकीचं नातं असताना, तू माझ्याशीही लग्न केलंस ! आता माझ्यापोटी एक पोरगी जन्माला आलीय, तिचा तू आजाही आहेस आणि माझ्या नात्यानं बापही आहेस ! तू तुझ्या नातीशी लग्न करणार का ? तुझ्या मुलीशी लग्न करणार का ? एकाच वेळी आईशी, मुलीशी आणि नातीशी लग्न करण्याची तुझी रीत कोणती ? मला उत्तर हवंय ?" असं म्हणून ती खंडोबाला जाब विचारते. मुलीचं लग्न लावायला नकार देते.

वरील प्रसंग पाहत असताना माझ्या शेजारी बसलेली मुरुळीची आई अस्वस्थ झाली. नाटक संपल्यावर ती मला म्हणाली, "हा प्रश्न आमच्या मनात कधीच आला नाही हो ! मीही खंडोबाशी लग्न केलंय आणि नाटकात काम करणाऱ्या माझ्या मुलीनंही

खंडोबाशी लग्न केलंय. आम्ही मायलेकी सवती झालो आहोत. हे तुमचं नाटक पाहून माझे डोळे उघडले. मी माझ्या लेकीला मुरुळी म्हणून नाही नाचवणार आता...''

नाटक बघून मुरुळीच्या मनावर झालेला हा परिणाम हा दलित नाटकाला अभिप्रेत असणारा परिणाम आहे आणि तो यशस्वी झाला आहे. अशा तऱ्हेचा परिणाम दलित नाटकं पाहून झाल्याची मी अनेक उदाहरणे आपल्याला देऊ शकेन. गडकऱ्यांच्या 'एकच प्याला' नाटकाचं उदाहरण देऊन दलित रंगभूमीच्या नाटकाची खिल्ली उडविणाऱ्यांना मला सांगायचंय, दलित नाटक प्रश्न घेऊन जन्माला आले आहे. ते उत्तर देऊन जाणार आहे.

मित्रहो, दलित रंगभूमीचं नाटक केवळ सामाजिक प्रश्न निर्माण करणार नाही, ते मार्गही दाखवणार आहे. तुम्हाला विचार करावयाला प्रवृत्त करणार आहे. या नाटकांची नाळ आम्ही क्रांतिकारक फुल्यांच्या ''तृतिय रत्न'' नाटकाला जोडणारे आहोत. फुल्यांच्या सत्यशोधकी जलशाला जोडणारे आहोत. बाबासाहेब आंबेडकरांच्या आंबेडकरी जलशाला जोडणारे आम्ही आहोत. रंगभूमीची प्रेरणा ही महाराष्ट्राची लोककला नाही, ती प्रेरणा आहे, फुले-आंबेडकर यांच्या विचारनाट्याची. हे आपण लक्षात ठेवायला हवे.

ग्रामीण भागातील मनोरंजनाचं साधन म्हणून तमाशाकडे अनेक वर्षांपासून पाहिलं जातं. ज्या काळात तमाशा ही कला, महार-मांग जातींच्याशिवाय इतर जातीकडे गेली नव्हती. उच्च जातीचे लोक तमाशात कलावंत म्हणून काम करायला तयार नव्हते. अशा काळापासून एक म्हण महाराष्ट्रात रूढ झालेली आहे, 'बामणा घरी लिव्हणं, कुणब्या घरी दाणं आणि महारा घरी गाणं.' ही म्हण खरी आहे. परंतु ब्राह्मणांच्या लिहिण्याला जी सामाजिक प्रतिष्ठा आहे, ती महाराघरच्या नाचगाण्याला कधी मिळाली नाही. कारण या समाजव्यवस्थेत कलावंतांच्या कलागुणांची प्रतिष्ठासुद्धा त्याच्या जातीच्या दर्जावर ठरते. हे मला मुद्दाम या ठिकाणी सांगायचं आहे.

तमाशा या कलेला प्रस्थापित समाजाने कधी प्रतिष्ठा मिळू दिली नाही. नव्हे तमाशा हे पाप आहे, असा प्रचार करून तमाशाला बदनाम करण्यात आले. जसजसा काळ बदलला, तसतसे काळाचे संदर्भही बदलले. तमाशाच्या खेळातही काळानुसार आणि लोकांच्या अभिरुचीनुसार बदल होत गेले. ढोलकी, पेटी आणि तुणतुण्याची जागा ऑर्केस्ट्राने घेतली. तमाशात पार्श्वगायिका गाऊ लागली. नाटकाप्रमाणे वेगवेगळ्या दृश्यांचे रंगीत पडदे लागले. उघड्यावर होणारा तमाशा थिएटरात किंवा कनातीत होऊ लागला आणि तमाशाऐवजी लोकनाट्य या सुधारित नावाने तो खेड्यापाड्यातून परिचित झाला. परंतु तमाशातला कलावंत मात्र होता तसाच राहिला. त्यांच्या परिस्थितीत किंवा सामाजिक प्रतिष्ठेत कसलाही बदल झाला नाही. त्या काळात बोर्डावर नाचणारी बाई नाचणारीण म्हणून आजही ओळखली जाते. रात्री तमाशातला राजा, दिवसा

आजही विडीला महाग होतोय ! रोजीरोटीचा सवाल त्याला सतावतोय. नाचणाऱ्या बाईला स्वत:च्या अब्रू-रक्षणार्थ सरकारकडे पोलिसांचं संरक्षण मागावं लागतं. राष्ट्रपती पुरस्कार-विजत्या विठाबाई नारायणगावकर यांना तशी मागणी करावी लागली आहे. ही सारी अवस्था आहे तमाशातल्या दलित, मागासवर्गीय कलावंतांची. ही अवस्था याच प्रस्थापित व्यवस्थेने केली आहे. म्हणूनच तमाशा कलावंतांच्या उपेक्षित जीवनाचं वास्तव-विदारक चित्र दलित रंगभूमीवर यायला हवं. लोकासमोर ते मांडायला हवं.

तमाशाच्या नावात बदल केला काय किंवा त्याला आधुनिकतेचे रूप दिले काय, तमाशाकडे पाहणाऱ्यांची लोकांची दृष्टी बदलली नाही. तमाशात जो काही आज बदल झाला तो इतकाच. मागासवर्गीय बाई तमाशात नाचली तर ती नाचणारीण आणि वरच्या जातीतली बाई नाचली की ती नृत्यांगना !

मला असं वाटतं, ज्या कलांमुळे, कामामुळे पूर्वास्पृश्यांची मानहानी झाली आहे, उपेक्षा झाली आहे, अशी कला त्यांनी टाकून दिली पाहिजे. तमाशाला समाजात कला म्हणून प्रतिष्ठा नाही. तमाशा कलावंतांना प्रतिष्ठा नाही. तमाशा कलावंतांकडे तुच्छतेने आणि तिरस्काराने लोक आजही पाहतात. तमाशा परिवर्तनाचं साधन नसून, मनोरंजन करणारा पोटार्थी व्यवसाय आहे. त्या माध्यमातून समाज परिवर्तनाचा विचार स्वीकारण्याची लोकांची मानसिक तयारी नाही. ते परिवर्तनाचे माध्यम होऊ शकत नाही असे माझे मत आहे.

गेल्या काही वर्षांपासून समाजाच्या सर्व थरांमधून जागृतीचा नवा अंकुर फुलू लागला आहे. दलित, उपेक्षित मागासवर्ग आणि वेश्या, देवदासी, आदिवासी व पिढ्यान्‌पिढ्या पाठीवर आयुष्य घेऊन केवळ पोटासाठी गावकुसाबाहेर भटकणाऱ्या भटक्या विमुक्त समाजात फुले-आंबेडकरांच्या विचाराने जागृती होताना दिसत आहे. आज त्यांना स्वत्वाची जाणीव होऊ लागली आहे. अस्मिततेची जाणीव होऊ लागली आहे. या थरातून नवे नवे नेतृत्व आकाराला येत आहे. लेखक, कार्यकर्ते निर्माण होत आहेत. स्वत:चे आत्मचरित्रात्मक लेखन करून, समाजाच्या दैन्य-दारिद्र्याला, उपेक्षित जीवनाला वाचा फोडण्याचा ते प्रयत्न करीत आहेत.

अशा समाजातील किती तरी लेखक, कार्यकर्त्यांची नावे सांगता येतील. मला असे वाटते, आता या लेखकांनी नाट्यलेखनाकडे वळावे. त्यांच्या आत्मचरित्रांना साहित्यकृतीने जर एवढी लोकप्रियता मिळते; तर त्यांच्या नाट्यकृतीलासुद्धा लोकप्रियता मिळण्याची शक्यता मला वाटते. नाटक या माध्यमाची ताकद अन्य ललित लेखनापेक्षा खूप परिणाम करणारी आहे. एकाच वेळी अनेकांना अतंर्मुख करणारी आहे. माणसाला तात्काळ बोलतं करू शकणारी आहे.

दलित रंगभूमीच्या मंचावरून भटक्या, विमुक्त आणि आदिवासींच्या व्यथा वेदनेला जागा करून द्यायला हवी. त्यांचे सूर आता याही माध्यमातून उमटावयाला

हवेत. जातीव्यवस्थेच्या आणि परंपरेच्या ओझ्याखाली गुदमरलेल्यांना मोकळा श्वास मिळायला हवा. तळागाळातला कामगार, गावगाड्यातला उपेक्षित, जो इथल्या व्यवस्थेने नाकारला, नाडला, त्या त्या माणसाला दलित रंगभूमी आपली वाटायला हवी. तो मागासवर्गीय असो, भटका-विमुक्त आदिवासी असो, माळी-मराठा समाजातील शेतमजूर असो, ब्राह्मणातला एखादा उपेक्षित किरवंत असो, मुस्लिम, ख्रिश्चन, शिख समाजातील मागासवर्गीय असो, दलित लेखकाने त्यांच्याही उपेक्षेला वाचा फोडायला हवी.

वरील संदर्भात मला लोकशाहीर अण्णाभाऊ साठे यांची आठवण होते. त्यांनी चौफेर लेखन तर केलेले आहेच. शिवाय त्यांच्या कथा-कादंबऱ्यांचे नायक आणि व्यक्तिरेखा सर्व समाजातील आहेत. त्यांच्या लेखनात नाट्य आहे. म्हणूनच एका उपेक्षिताने अन्य उपेक्षितांच्या जीवनाचे कोरलेले ते अक्षरशिल्प आहे. हे नाट्यशिल्प दलित नाटकाच्या साच्यामध्ये बसविण्याचा दलित लेखकाने प्रयत्न करावा.

प्रेमानंद गज्वी यांनी असे प्रयत्न केले आहेत. ब्राह्मणातील उपेक्षित 'किरवंत' या पोटजातीच्या उपेक्षेला समर्थपणे त्यांनी वाचा फोडलेली आहे. त्यांचे 'घोटभर पाणी', 'देवनवरी', 'तनमाजोरी' आणि 'जय जय रघुवीर समर्थ', ही अशीच समाजातील विदारक सत्य मांडणारी नाट्य आहेत. मला विश्वास आहे, पिढ्यान्‌पिढ्याचे हे विस्थापित आज ना उद्या, प्रस्थापितांचा चेहरामोहरा बदलल्याशिवाय राहाणार नाहीत.

मित्रहो, भाषणाच्या सुरुवातीला मी म्हणालो, ''दलित रंगभूमी आता प्रौढ झालेली आहे, आणि ते खरेही आहे.'' या प्रौढ वयातला प्रवास भूतकाळातल्या काही निर्णायक घटनांचा तर आहेच; शिवाय रंगभूमीला एक वेगळी दिशा देणारा परिपक्व असा प्रवास आहे. या प्रवासातील एक भाग म्हणून मी असं म्हणेन, ''रंगभूमीच्या प्रौढपणाबरोबरच रंगभूमीच्या दलित लेखकांची काही नाटकेही आता प्रौढ आणि पक्व झालेली आहेत. 'वाटा पळवाटा,' 'तनमाजोरी', 'किरवंत' आणि 'बामणवाडा' या नाटकामुळे हे मराठी समीक्षकांना मान्य करण्यास भाग पाडले आहे. शिवाय मराठी प्रेक्षकांनीही ही नाटके स्वीकारली आहेत. अशी नाटके ते आता पाहू लागले आहेत.

रंगभूमीच्या सुरुवातीच्या काळात ज्या मराठी समीक्षकांनी, जाणकारांनी दलित नाटकाविषयी अवास्तव आक्षेप घेतलेले होते, ते पुसण्याचे काम वरील नाटकांनी केलेलं आहे. मराठी रंगभूमीवरून आज ही नाटके सन्मानाने सादर होत आहेत. या नाटकांनी मराठी रंगभूमीला वेगळ्या विषयांची ओळख तर करून दिलीच, शिवाय रंगभूमीची भूमिकाही व्यापक केलेली आहे. त्यामुळे केवळ मनोरंजन एवढाच माफक उद्देश डोळ्यासमोर ठेवून नाटक सादर करणाऱ्या व्यावसायिक मराठी रंगभूमीवर 'झुलवा', 'कोण म्हणतं टक्का दिला', 'चार चौघी', 'सावल्या' इत्यादी मराठी रंगभूमीला अपरिचित अशा विषयांवरील सामाजिक वास्तवाचं भान आणून देणाऱ्या वैचारिक नाटकांचा अलीकडे नवा प्रवाह सुरू झालेला आहे. मी तर असं म्हणेन, ''या प्रवाहाला

वाट करून देण्याचं काम प्रथम दलित रंगभूमीने केलेले आहे.''

मित्रहो, दलित रंगभूमीसमोर सामाजिक आव्हाने तर आहेतच; परंतु आर्थिक आव्हानेही भयंकर आहेत. तुम्हाला माहिती आहे, माणसाला सगळ्या गोष्टींची नाटकं करता येतात, पण पैशाचं नाटक करता येत नाही. त्यामुळे पैशाअभावी वेगवेगळ्या दलित नाट्य संस्थांना म्हणावी अशी नाटकांची दर्जेदार निर्मिती करणे कठीण झालेले आहे. मला असं वाटतं, रंगभूमीची ही चळवळ जगावी, वाढावी, यासाठी दलितातील नव-श्रीमंतांनी आपल्या कमाईतला काही भाग रंगभूमीसाठी द्यावा, असे या निमित्ताने त्यांना मी आवाहन करतो.

नाट्यप्रयोगातून पैसा उभा करावा असं काही लोक म्हणतात, परंतु ते रंगभूमीला शक्य होईलच असं मी म्हणणार नाही. त्याची जी काही अनेक कारणे आहेत, त्यापैकी दलितांनी दलितांसाठी निर्माण केलेली नाटकं पैसे देऊन आम्ही का पाहावीत ? किंवा शिव्याशाप ऐकण्यासाठी आम्ही तिकिटे काढायची का ? हा सवर्ण प्रेक्षकांचा सूर असतो. म्हणून ते या नाटकांनी फारशी गर्दी करत नाहीत आणि तिकीट काढून नाटक पाहणे परवडत नाही म्हणून दलित प्रेक्षक तिकीट कौन्टरवर जात नाही, ही वस्तुस्थिती आहे. मला वाटतं ही परिस्थिती आपण बदलायला हवी. दलित रंगभूमीच्या कार्यकर्त्यांनी व नाट्य संस्थांनी याचा विचार करावा.

पुण्या-मुंबईचे काही लोक म्हणतात, दलित रंगभूमीची चळवळ आता थांबलेली आहे, हे खरे नाही. पुण्या-मुंबईमध्ये नाटकं केली म्हणजे चळवळ चालू आणि केली नाहीत म्हणजे चळवळ थांबली, असे म्हणता येणार नाही. महाराष्ट्रातील छोट्या छोट्या दलित नाट्य संस्था आपल्या कुवतीनुसार नाट्य निर्मिती करीत आहेत.

या संदर्भात औरंगाबादच्या दलित थिएटरचा उल्लेख आवर्जून करावा लागेल. आशय, विषय आणि प्रॉडक्शन म्हणून त्यांनी दर्जेदार नाटकं मराठवाड्यात सादर केली आहेत. गेल्या वर्षभरात पुण्याच्या कला मंचने ग्रामिण भागात पथनाट्याचे शे-पाचशे प्रयोग केलेले आहेत. सोलापूरच्या समता थिएटरने अशाच पथनाट्याचे प्रयोग करून संपूर्ण जिल्हा ढवळून काढलेला आहे. तर संगमनेरच्या संग्राम थिएटरने 'चक्र' आणि 'आसूड' या नाटकाचे यशस्वी प्रयोग केलेले आहेत. राज्य नाट्य स्पर्धा आणि कामगार कल्याण मंडळाच्या स्पर्धेत नागपूरच्या दलित रंगभूमीने उत्तम यश संपादन केलेले आहे. ''आंदोलन'' नाटकाचे अनेक प्रयोग सादर केले आहेत.

मित्रहो, मला हे आवर्जून सांगितले पाहिजे, फुले-आंबेडकरांच्या विचार प्रेरणेने इथला माणूस बदलू पाहणाऱ्या रंगभूमीचं क्षेत्र केवळ महाराष्ट्रापुरतं मर्यादित राहिलं नाही. ते या राज्याच्या सीमा ओलांडून पलीकडे गेलेले आहे, हे आपणाला या निमित्ताने सांगितलं पाहिजे. परिवर्तनाच्या विचाराने झपाटलेले दलित लेखक, कलावंत आणि दलित नाट्य संस्था जोमाने काम करीत आहेत. उदाहरण द्यावयाचे तर बिकानेरचे

इकबाल हुसेन, आयाम नाट्य संस्थेचे डॉ. रामानंद, तमिळनाडतील पॅन्थर थिएटर्स आणि दलित कला, संघर्ष समिती, मध्य प्रदेशातील जनमंच, दिल्लीतील सुजाता सिंग यांचे ''आव्हान'' थिएटर्स आणि सर्व जाती-धर्माचे लेखक-कलावंताचा समावेश असलेला कर्नाटकातील दलित ''कला मंच'' या दलित नाट्य-संस्था फुले-आंबेडकरांचा परिवर्तनाचा विचार नाट्य, पथनाट्याच्या माध्यमातून दलित उपेक्षितांच्यापर्यंत पोहोचवत आहेत. समाज जागृती करीत आहेत.

मित्रहो, दलित नाट्य चळवळीचा हा विस्तार करण्यासाठी अनेक दलित लेखक, कलावंत आणि विचारवंतांनी आपले योगदान दिलेले आहे तसे दलितेतर मराठी नाट्य समीक्षक आणि आंबेडकरी विचारांची प्रेरणा मानणाऱ्या काही मान्यवरांनी दलित रंगभूमीच्या विकासासाठी प्रामाणिक प्रयत्न केलेले आहेत. विशेषत: पुण्याचे डॉ. भालचंद्र फडके यांच्या सारख्या जेष्ठ विचारवंत साहित्य समीक्षकांनी तमाम लोकांना केवळ दलित रंगभूमीची ओळखच करून दिलेली नाही, तर तिच्या स्थापनेपासून विकासापर्यंत तितक्याच निष्ठेने, प्रेमाने एक व्रत म्हणून साथ दिली आहे. महाराष्ट्रातील रंगभूमीची ही चळवळ साता समुद्रापलीकडे नेण्याचे काम फडके सरांनी केलेले आहे. दलित लेखक, कलावंतांना मार्गदर्शन करून, त्यांना घडविण्याचं काम त्यांनी केले आहे.

डॉ. सूर्य नारायण रणसुभे, प्रा. महाजन, साहेबराव गायकवाड, प्रा. कमलाकर गंगावणे इत्यादी अभ्यासकांनी आणि मराठी पत्रकार व नाट्य समीक्षक, कमलाकर नाडकर्णी, सुरेशचंद्र पाध्ये, मंगेश तेंडुलकर, यांचीही महत्त्वाची साथ रंगभूमीच्या चळवळीला मिळाली आहे.

मित्रहो ! दलित रंगभूमीच्या सदंर्भात ज्यांच्या नावाचा उल्लेख केल्याशिवाय आदराचं हे पान मी पूर्ण करू शकणार नाही, ते थोर विचारवंत साहित्यिक आणि रंगभूमीचे मार्गदर्शक डॉ. गंगाधर पानतावणे यांनी दलित रंगभूमीसाठीच जन्माला आलेल्या काही पहिल्या एकांकिकेची प्रथम ओळख ''अस्मितादर्श'' अंकातून उभ्या महाराष्ट्राला करून दिली. रंगभूमीच्या वाटचालीत त्यांचे योगदान अत्यंत मोलाचे आहे, असे मी मानतो.

मित्रहो, दलित रंगभूमीचे ध्येय केवळ नाट्यनिर्मिती नाही. सामाजिक परिवर्तनाचं एक साधन म्हणून भोवताली घडणाऱ्या घटनांचं भान तिला ठेवावंच लागेल, आज देशात सामाजिक आणि आर्थिक विषमतेची घरघर मोठ्या प्रमाणात चालू आहे. ही घरघर म्हणजे हिंदू-धर्म समाज व्यवस्थेने ज्यांचे जीवन पिढ्यान्‌पिढ्या उद्‌ध्वस्त केले आहे, उपेक्षित ठेवले आहे, अशा कोट्यवधी दलित उपेक्षितांची ती घरघर आहे. अशाही अवस्थेत फुले-आंबेडकरांच्या विचाराने जागृत झालेली जनता या सामाजिक गांजवणुकीच्या खाईतून मानवी स्वातंत्र्याच्या आणि सामाजिक समतेच्या उज्ज्वल

शिखराकडे जाण्याचा प्रयत्न करीत आहे. कोणत्याही प्रकारच्या रक्तपाताशिवाय बाबासाहेबांना अभिप्रेत असलेली सामाजिक, शैक्षणिक, आर्थिक आणि राजकीय समता व मानवी स्वातंत्र्य प्रस्थापित करण्याचे प्रयत्न करीत आहे. परंतु देशातील आजची परिस्थिती पाहिल्यानंतर हा मार्ग तितकासा सोपा नाही. मित्रहो ! या मार्गावर फुले-आंबेडकरांसारख्या क्रांतीसूर्यांना तळहाताने झाकू पाहणारे जसे काजवे आहेत, तसे त्यांच्या कार्याचा विपर्यास करणारे व त्यांच्याविषयी बुद्धिभेद करणारे पोथीनिष्ठही आहेत. फुले-आंबेडकरांना हिंदुत्ववादी म्हणून आणि समरसतेला समतेचा अंगरखा चढवून ते मैदानात उतरले आहेत.

मित्रहो, ज्या महापुरुषाने या देशातील वर्ण, जातीव्यवस्था नाकारली; सनातन परंपरा नाकारली; वेद, स्मृती आणि पुराणे नाकारली आणि अखेर हिंदू धर्मही नाकारला व बौद्ध धर्म स्वीकारला अशा बाबासाहेब आंबेडकरांना हिंदुत्ववादी म्हणणे म्हणजे लोकांची दिशाभूल करून वास्तवतेचा विपर्यास करणे होय. समरसतेचे रूप यापेक्षा वेगळे नाही. मित्रांनो, समरसता हाही असाच समतेचा केलेला विपर्यास आहे. क्षणभर समतेचा अभास निर्माण करणारं ते एक मृगजळ आहे असे माझे स्पष्ट मत आहे. हिंदू धर्मातील विषमता, वर्ण, जातीव्यवस्था आणि अस्पृश्यता याकडे जाणीवपूर्वक दुर्लक्ष करून समताच काय पण क्षणभर समरसता सुद्धा या देशात स्थिर होऊ शकणार नाही. आम्हाला गरज समरसतेची नाही. मित्रांनो, गरज आहे समतेची. वर्ण, जाती विरहित भारतीय समाज निर्माण करण्याची.

मित्रहो ! फुले-आंबेडकरांच्या प्रतिमा पालखीत मिरवल्या किंवा त्यांचं तैलचित्र संसदेच्या सेंट्रल हॉलमध्ये लावलं म्हणजे या देशातल्या दलित-उपक्षितांना न्याय मिळेल किंवा सामाजिक समता येईल या भ्रमात कोणी राहण्याचं कारण नाही. हे फुले-आंबेडकरांच्या जन्म-स्मृती शताब्दी वर्षाने आपणाला दाखवून दिलेले आहे. या शताब्दी वर्षात देशात वेगवेगळ्या ठिकाणी दलित, आदिवासींवर झालेले अन्याय, अत्याचार पाहिले की असं वाटतं, हे शताब्दी वर्ष सामाजिक समतेसाठी साजरं केले की दलितांवर अत्याचार करण्यासाठी केलं, अशी शंका येण्याइतपत देशात घटना घडलेल्या आहेत. बिहार, मध्यप्रदेश, उत्तरप्रदेश या राज्यात दलितांवर अमानुष अत्याचार केले आहेत. त्यांच्या कत्तली झाल्या आहेत. त्यांना जिवंत जाळण्यात आलेलं आहे. तसे महाराष्ट्रात महिलांवर सामुदायिक बलात्कार झालेले आहेत, मंदिराच्या आडोशाला आलेल्या—दलित कोतवालाने मंदिर बाटवलं म्हणून त्याची अमानुष हत्या करण्यात आली आहे, तर आंबेडकरी विचाराने, स्वाभिमानाने जगू पाहणाऱ्या कुटुंबातील बापलेकांची एकाच वेळी कत्तल केली आहे आणि हरित क्रांतीच्या नावाखाली आदिवासींची जीवघेणी फरपट अजूनही चालू आहे. शताब्दी वर्षाच्या साक्षीने अशा कितीतरी घटना घडलेल्या आहेत.

मला वाटते फुले-आंबेडकरांचे तैलचित्र लावून किंवा उठता बसता त्यांच्या

नावाचा जयघोष करून एकवेळ राज्य करण्याची संधी मिळू शकेल; परंतु फुले आंबेडकरांच्या स्वप्नातील भारत उभा करता येणार नाही. मित्रहो, फुले-आंबेडकरांचा भारत निर्माण करण्यासाठी केवळ हिंदुधर्मातीलच दलित नव्हे तर या देशातील मुस्लिम, ख्रिश्चन, शीख या धर्मातील दलित उपेक्षितांनी एकत्र येण्याची आज गरज आहे. महाराष्ट्रात रिडल्सच्या निमित्ताने एकत्र आलेली लाखो मने पुन्हा जोडण्याची गरज आहे. ही मने जोडण्याचे आव्हान दलित रंगभूमीचे लेखक, कलावंत स्वीकारतील असा मला विश्वास आहे.

मित्रहो ! आपण एकविसाव्या शतकाकडे निघालो आहोत. परंतु आपल्या जगण्यात अजूनही मध्ये युगातले अवशेष मोठ्या प्रमाणात शिल्लक आहेत. आपल्या एका हातात कॉम्प्युटर आहे आणि दुसऱ्या हातात देव्हारा. अशा विसंगत अवस्थेत एकविसाव्या शतकात आपण पोहोचणार कसे ? एकीकडे पुरोगामी शक्ती देशात समता, बंधुभाव आणि न्याय प्रस्थापित करण्याचे प्रयत्न करीत आहेत, तर दुसरीकडे काही प्रतिगामी शक्ती विषमता, दहशतवाद आणि शत्रुत्वाला खतपाणी घालीत आहेत. देवा-धर्माच्या आणि मशिदीच्या नावाने लोकांना मध्ययुगात ढकलण्याचा प्रयत्न केला जात आहे. पुरोहितवादाचे पुनर्जीवन करून भोळ्या-भाबड्या अशिक्षित माणसांना मूलतत्त्ववादाच्या अंधारकोठडीत लोटण्याचे प्रयत्न चालू आहेत. याचा गंभीरपणे विचार करायला हवा, असे मला वाटते.

❑❑❑

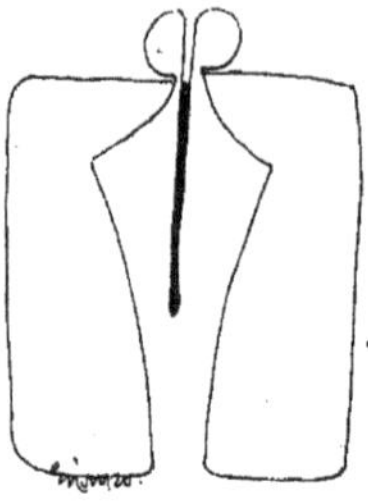

दलित लेखकांनी जागल्याचे काम केले पाहिजे

लक्ष्मण गायकवाड

स्वातंत्र्यानंतर दलित चळवळ व दलित साहित्य हे एकत्रच नादंत होते. परंतु आता या दलित साहित्य व दलित चळवळीलाही ग्रहण लागते की काय अशी परिस्थिती निर्माण झाली आहे. या दलित चळवळीतही फुटीरतेची बीजे रोवली गेली, जेणे करून याची प्रचिती म्हणूनच दलित साहित्यात वेगवेगळे गट पडले. दलित चळवळ व साहित्य आज फुले व आंबेडकरांच्या उच्च विचारांचा वारसा पुढे चालवू शकेल अथवा नाही अशी शंका यायला लागली. जिकडे पहावे तिकडे तडजोडी व लाचारीचे जीवन दिसू लागले आहे व म्हणूनच अशावेळी प्रत्येक दलित साहित्यिकाचे महत्त्वाचे कर्तव्य आहे की त्याने आपल्या लेखणीच्या साहायाने माणसाचे मन सुसंस्कृत बनवले पाहिजे. फुले, आंबेडकरांनी सांगितलेल्या उच्च विचारांच्या मार्गावर समाज मार्गक्रमण कसे करू शकेल याचा विचार समाजाने केला पाहिजे. जेणे करून इथली जातीव्यवस्था, धर्मांधता, जातीय शक्ती फुले-आंबेडकरांच्या विचारांना गिळंकृत करणार नाही. याचे भान दलित चळवळीला असायला पाहिजे. तरच आपण येणाऱ्या काळात फुले-आंबेडकरांच्या विचारावर आधारित असा सुसंस्कृत व सुशिक्षित समाज निर्माण करू शकू.

ह्या देशात चातुर्वर्ण्यव्यवस्थेचे मूळ एवढ्या खोलपर्यंत रूजलेले आहे की, जेणे करून ते उखडून टाकणे अशक्य गोष्ट आहे. त्यामुळे भारतात जास्तीत जास्त समाज अंधश्रद्धाळू, जातीयवादी व दैववादी निर्माण होत आहे. नवनिर्मित समाजाची निर्मिती या अंधश्रद्धेमुळे मंदावत आहे. जातीयवादी परंपरेला हा समाज इतका बिलगला गेला आहे की, त्याला स्वत:चे हित कळून येत नाही. त्याचे महत्त्वाचे कारण म्हणजे माणूस जन्मल्यापासून तो मरेपर्यंत देवाधर्माच्या खुळचट आशेवर जगतो आणि कितीही महासंकट आले तरी आपल्या तकदीराचा, नशीबाचा भोग म्हणून सहन करत राहतो.

अस्मितादर्श लेखक वाचक मेळावा,
यवतमाळ १९९३

त्या संकटाचा सामना धीराने, जिद्दीने करण्याची त्याची ताकद नसते. यात त्यांच्या अंधविश्वासामुळे निर्माण झालेली असमर्थता सिद्ध होते. ही एक मानसिक गुलामी समाजात रूजली आहे. दैववादामुळे माणसाची अन्यायाविरुद्ध लढण्याची शक्ती मृतज्वालामुखीप्रमाणे सतत सुप्तच आहे. त्यामुळे भारतात क्रांतीला पोषक वातावरण निर्माण झाले नाही. विशेषत: हिंदू धर्मात अंधश्रद्धा, रूढीपरंपरा, जातीयवाद हे मानवी मूल्यांना सतत घातक ठरत आले आहेत. हिंदू धर्मामध्ये अनेक समाजसुधारक, संत, समाजसेवक मोठ्या प्रमाणात होऊन गेले. पण या जातीयवादाशी बिलगलेल्या समाजावर काडीमात्र परिणाम झाला नाही. ज्या थोर, महान संतांनी या समाजाला बदलण्याचे, त्याच्या विचारात परिवर्तन आणण्याचे प्रयत्न केले त्यांना अतोनात यातना भोगाव्या लागल्या. हाच हिंदू धर्मीयांचा इतिहास आहे. इतिहासाची पाने उलटत असताना आज आपल्याला त्यांच्या विचारातील थोरवी जाणवते. समाजसुधारकांच्या मृत्यूनंतरच त्यांना देवपण देऊन किंबहुना त्यांचे पुतळे उभारून त्यांची थोरवी सांगितली पण त्यांच्या समाजपरिवर्तनाच्या विचारांना सनातनी व ब्राह्मणवादी लोकांनी समाजापर्यंत पोहचू दिले नाही. जेणेकरून समाज चातुर्वर्ण्यवादाचा गुलाम राहील. त्याचाच परिपाक म्हणून कोट्यावधी आदिवासी व भटक्या विमुक्तांचे लोक आजही समाजपरिवर्तनापासून दूर राहिले आहेत. आजही भटक्या विमुक्त जमातीतील रात्रंदिवस काबाडकष्ट करणाऱ्या वडार पाथरवटांना हिंदू धर्म वाईट वागणूक देतो. आपल्या मुलांना केव्हातरी शिवी द्यायची झाल्यास ''काय काळ्या वडारासारखा दिसतोस'' असे म्हणतात तर ''तेल्याचं तोंड सकाळी बघू नये'', ''वारकाचे तोंड बघू नये'' अशा हिंदू धर्मातील अनिष्ट चालीरिती रूढ आहेत. या रूढींचे या समाजाला तीळमात्र दु:ख वाटत नाही, हीच एक खेदाची बाब आहे.

डकलवारासारखा समाज गावामध्ये आल्यास त्यांना मातंग समाजाकडून अन्नपाणी मिळते. इतर ठिकाणी स्पर्श करण्याचा मान त्यांना नसतो. त्यांचे स्थान व त्यांची प्रतिष्ठा डुकरांचे कळप घेऊन एका गावाहून दुसऱ्या गावात मिरवणे, भटकणे इथपर्यंतच. मातंग समाज, डकलवार समाज समाजसुधारणेपासून वंचित राहिलेला आहे. त्यांचे अडाणी व अज्ञानी जीवन हिंदू धर्मातील अनेक जाती-जमातींच्या अमानवीय व पशुतुल्य जीवनाचे प्रतिक आहे. हे त्यांचे जीवन अंधश्रद्धेमुळे कष्टदायी, दु:खदायी व हालअपेष्टेचे, दरिद्री बनले आहे. हे जीवन सहन करणे त्यांची मजबुरी असते. ह्या सर्व रूढी परंपरेच्या विरोधात बंड करण्यास समाज कधीच तयार होत नाही. आज आपल्याला असे दिसून येईल, येथील ब्राह्मणवादी माणूस व उच्चवर्णीय पुढारी देखील त्यांच्या सत्तेसाठी दलितांची दयनीय परिस्थिती आहे तशी टिकवून ठेवत आहेत. कारण त्यातच त्यांचे हित सामावले आहे. त्याला सतत वाटत असते की, दलित समाजात जर विचारक्रांती झाली तर आपली (पुढाऱ्याची) प्रतिष्ठा, सन्मान, सत्ता धोक्यात येईल.

याचाच भाग म्हणून अलिकडच्या काळातील काही उदाहरणे देता येतील. इतर मागासलेल्या लोकांना राखीव जागा ठेवण्यात याव्या व त्यांचा स्वतंत्र अभ्यास व्हावा, जेणेकरून त्याचे सामाजिक प्रबोधन होऊन तो नवनिर्मित समाज बनावा अशी बाबासाहेबांची इच्छा होती. पण भारतातील जातीयवादाचे ठेकेदार, ब्राह्मणवादी विचारांची माणसे देवाधर्माचा आधार घेऊन इतर मागासलेल्या समाजाला चातुवर्णीयांमध्ये खितपत पडत राहावा एवढ्यासाठी वेगवेगळे धार्मिक व दैववादी कार्यक्रम घेऊन समाज आहे तिथेच ठेवण्याचा प्रयत्न करत असतात. इतर मागासलेल्या बहुजन समाजाला तुम्हाला मोक्ष मिळण्यासाठी, तुमचा उद्धार होण्यासाठी तुमचा जन्म उच्चवर्गीयांमध्ये होऊन पिढ्यान् पिढ्याचा उद्धार करण्यासाठी घरी गंगाजलाचे दर्शन घ्या, विटा डोक्यावर घेऊन अयोध्येला चला म्हणून गंगाजल यात्रा काढतात व गंगेचे पाणी घ्या म्हणून घरोघरी आणून देतात. शीलापूजनाचे कार्यक्रम होतात आणि बहुजन समाजाला सामाजिक उद्धारापासून दूर ठेवून त्यांना स्वप्नातच जगायला लावतात. त्यामुळे बहुजन समाजाचा सनातनी लोकांद्वारे बळी पडतो. याचे धडधडीत उदाहरण म्हणजे मंडल आयोग. हे मंडल आयोग लागू झाल्यावर येथील उच्चवर्णीय व ब्राह्मणवादी समाजाला अशी भीती वाटली की, संपूर्ण देशातच इतर मागासलेल्या समाजाचे राज्य येईल. आपली सत्ता धोक्यात येईल. सत्तेचे आसन डळमळू लागेल. प्रतिष्ठा धोक्यात येईल. त्यामुळे त्यांनी मंडल आयोगाला फाटे फोडले. धर्मांध शक्तीच्या लोकांनी राममंदिर बांधण्याचे ढोंग करून जातीयवाद निर्माण केला. राम-रहीम एक ह्या धार्मिक भावनेला राममंदिर व बाबरी मशीद प्रकरणामुळे चांगलाच हादरा बसला.

हिंदू-मस्लिम वैमनस्य निर्माण झाले. बाबरी मशीद की राममंदिर या धार्मिक प्रश्नाला हात घालून मंडल आयोगाच्या समर्थनार्थ भांडण्याची शक्ती, जातियवाद्यांनी रामाच्या नावावर हिंदू-मुस्लिम दंग्याकडे वळवली. कधी रथयात्रा काढली, शीलापूजन तर कधी राममंदिराच्या बांधकामाच्या नावाखाली येथील बहुजन समाजाचे हात नको तिकडे वळवून सामाजिक परिवर्तनाच्या चळवळीला (मंडल आयोगाच्या चळवळीला) रोखण्याचे काम उच्चवर्णीयांनी केले. जाणूनबुजून मशीद पाडून राममंदिर बांधण्याचे काम बाबासाहेब आंबेडकरांच्या जयंतीच्या दिवशीच घडवून आणण्यामागे धर्मांध शक्तींच्या लोकांचा एक डाव होता. जेणेकरून या देशाची घटनाच अमान्य करायची. देशामध्ये ज्या ज्या वेळी सामाजिक सुधारणेचा प्रश्न निर्माण झाला, त्या त्या वेळी चातुर्वर्ण्यव्यवस्था चहुबाजूंनी उफाळून सामाजिक सुधारणेला मूठमाती देण्याचे काम येथील धर्मांध व जातीय शक्तींच्या लोकांनी केलेला प्रयत्न इतिहासातही आढळून येतो.

ह्या चातुर्वर्ण व्यवस्थेतील समाज आज एवढा चतुर आहे की, सामाजिक सुधारकांना जिवंतपणी विरोध करतो आणि त्याच्या मृत्यूनंतर त्याचे पुतळे उभे करतो. त्याला देवपण मिळवून देतो पण त्याच्या विचारापासून समाजाला वंचित ठेवतो.

समाजात जर निरक्षरता वाढत गेली तर कदाचित आज जे काही मतलबी ठेकेदार बाबासाहेबांच्या, फुल्यांच्या बरोबर मनुस्मृती ठेवून मिरवणुका काढणारे एवढेच नाही, तर कर्मठवादी व्यक्ती समरसतेच्या नावाखाली लाखो नाही तर करोडो रुपये खर्च करून फुले-आंबेडकर यांच्या मिरवणुका काढीत आहेत आणि त्यांना कधी देव बनवून टाकतील आणि येणाऱ्या काळात हीच जर भांडवलशाही बाजारी शिक्षण-पद्धती चालू राहिली तर माणूस अंधश्रद्धेच्या पोटी खरोखरच येणाऱ्या काळात ही प्रतिगामी शक्ती समाजाला फुले-आंबेडकर यांच्या विचाराला मारून टाकण्याचे काम करेल की काय याची भीती माझ्यासारख्याला आज वाटत आहे. म्हणून आमचे पहिले कर्तव्य आहे की, येथील कुठल्याही समाजसुधारकांच्या विचारांना कुणी मारू शकणार नाही, त्यासाठी आपल्यासारख्या लेखकांना त्या त्या काळामध्ये समाजाच्या वाईट प्रथा नष्ट करण्यासाठी लेखण्या तेवत ठेवल्या पाहिजे.

ज्या ज्या वेळी समाज धोक्यात येतो त्या त्या वेळी साहित्यिकांनी रखवालदाराचे काम करायचे असते. परंतु ते आज दुरापास्त होत चालले आहे. कारण येथील भांडवलशाहीतील विचार करणारी पद्धत पदार्पण करीत आहे. याला सर्व राजकीय लोक कारणीभूत ठरत आहेत. आपले हितसंबंध जोपासण्यासाठी जो तो पुढारी आपला समाज अडाणी आणि अज्ञानी ठेवू इच्छितो. जेणे करून ही व्होट बँक आपल्या पाठीमागे राहील. त्यामुळे समाजामध्ये आज दूरगामी परिणाम होत चालले आहेत. ह्यासुद्धा गोष्टीची साहित्यिकांनी बारकाईने लक्ष ठेवण्याची गरज समाजात निर्माण झाली आहे. आज स्वातंत्र्यानंतर कधी नव्हे ते समाजामध्ये प्रचंड विषमतेची दरी निर्माण होत चालली आहे. एका बाजूला श्रीमंत माणसे आपल्या कुत्र्या-मांजरावर, घोड्यावर लाखो करोडे रुपयाचे खर्च करीत आहेत, तर दुसऱ्या बाजूला अन्न-औषधावाचून माणसं रस्त्याच्या कडेने मृत्युमुखी पडत आहेत. स्त्रियांवरील व दलितांवरील अन्याय-अत्याचार कमी होण्याऐवजी वाढतच चालले आहे. दलितांच्या अस्मितेचा, नामांतराचा प्रश्न राजकीय लोकांनी जाणूनबुजून रेंगाळत ठेवलेला आहे. तडजोडीच्या राजकारणामध्ये दलित चळवळ सुद्धा लुळीखुळी पडल्यासारखी दिसत आहे, परंतु ह्या देशामध्ये फुले-आंबेडकरांच्या स्वप्नातील समता, स्वातंत्र्य, बंधुता आधारित देश घडविण्यासाठी दलित साहित्यिकाला आणि चळवळीला ह्या समाजव्यवस्थेमध्यें जागल्याचे काम केले पाहिजे.

स्वातंत्र्याच्या ४५ वर्षानंतर सुद्धा आपल्या देशात अस्पृश्यता निवारण सप्ताह थाटामाटात साजरा केला जातो. हा तर खरा देशाला कलंक आहे. इथे रोज झाडू मारणाऱ्याचे, शेतात काबाडकष्ट करणाऱ्याचे, भंगी काम करणाऱ्याचे कुणी नाव घेत नाही किंवा त्यांच्या कामाला कधी प्रतिष्ठा मिळत नाही. परंतु हेच काम जर एखाद्या उच्चवर्णीय पुढाऱ्याने एक दिवस केले तर त्याचे नाव इतिहासात अजरामर होते. त्याला महात्मा, पुढारी म्हणून संबोधले जाते. परंतु हेच काम रोज करणाऱ्या माणसाला

समाज मात्र तुच्छ आणि हीन समजतो. याचे गणित काही कळत नाही. म्हणून माझ्यासारख्या लेखकाला वाटते की, या देशामध्ये कठीण आणि अंगमेहनतीचे काम करणाऱ्या माणसाला जाणूनबुजून कमी प्रतिष्ठेचे ठरविण्यात आले. जगामध्ये जिथे जिथे अंगमेहनत करणाऱ्या माणसाला उच्च दर्जा देण्यात आला तो देश अधिकाधिक बलवान होत गेला. त्या देशामध्ये श्रमाला, अंगमेहनतीला कमी प्रतिष्ठा देण्यात आली. आजही तो देश भुकेकंगाल म्हणून राहिला. म्हणून अशा प्रश्नावर दलित साहित्यिकांना सामाजिक प्रबोधनपर लिखाण करण्याची अधिक गरज निर्माण झाली आहे. माझ्यासारख्याला आज वाटायला लागले की, दलित चळवळीच्या फुटीरतेमुळे आणि धार्मिक शक्तींच्या वाढत्या प्रभावामुळे अल्पसंख्यांकांवरील अन्याय अत्याचार वाढत चालले आहेत. कुठल्याही अल्पसंख्याकांवरील अत्याचार हे सर्वच अल्पसंख्यांकांवरील अन्याय-अत्याचार आहेत असे समजून ज्या ज्यावेळी अल्पसंख्यांकांचे, मागासवर्गीयांचे एकत्रीकरण होते किंवा सामाजिकदृष्ट्या ते पुढे येण्याचा प्रयत्न करतात, त्या त्या वेळी सर्वच कडव्या धर्मांचे वेगवेगळे प्रवाह एकत्र येऊन अल्पसंख्याकांचे हित धोक्यात आणत असतात आणि हीच प्रक्रिया भारतासारख्या देशात चालू झाली आहे. सध्याचे उदाहरण पाहिल्यास असे लक्षात येते, येथील अल्पसंख्यांक मुसलमान जाणूनबुजून वेगळे पाडण्याचे काम येथील कडवी धर्मांध शक्ती करत आहे आणि मुस्लिमांवरील अन्याय-अत्याचार हे जाणूनबुजून घडवून आणले जातात. मुस्लिमांच्या हेतुविषयी जाणूनबुजून संशय निर्माण करण्याचे काम काही प्रतिगामी शक्ती करीत आहेत. खोलवर जाऊन विचार केल्यास आढळते की, हा कांगावा करणारीच माणसे परदेशातील पैसा घेऊन देशात अनेक गैरकानूनी काळे धंदे करीत असलेली दिसतात. जेणे करून ह्या देशाच्या इभ्रतीलाच धोका पोहचवतात आणि राष्ट्रीय विघातक कामे करून देशनिष्ठेची भाषा करतात. तर अशा प्रवृत्तीला देखील आळा घालण्यासाठी दलित साहित्यिकांनी आणि दलित चळवळींनी अशा ढोंगी प्रवृत्तीविरुद्ध खंबीरपणे उभे राहायला पाहिजे. आज आम्ही पाहतो धर्मांध शक्तीचे लोक जाणूनबुजन अल्पसंख्यांक हा बहुसंख्यांक असूनही त्यांची शक्ती संघटित न होऊ देता विघटित करण्याचे प्रयत्न राजकीय लोकदेखील करीत आहेत. आज आम्ही पाहतो दलितांची, दीनदुबळ्यांची सामाजिक सेवा करण्याच्या नावाखाली काही संघटना ढोंग करतात.

मराठवाड्यासारख्या ठिकाणी डॉ. बाबासाहेब आंबेडकरांची जयंती साजरी करतो व पुतळा उभा करू इच्छितो अशा एका तरुण साबणे या कार्यकर्त्याला पिंपरी देशमुख या गावात दगडांनी ठेचून मारले जाते, तर लातूर जिल्ह्यातील गोथळा या गावी कांबळे कुटुंबिय इतर समाजाबरोबर पुढे येण्याचा प्रयत्न करतो तेव्हा त्या कुटुंबाला मनुस्मृतीच्या आदेशानुसार दगडाने ठेचून कुत्र्या-मांजरासारखे जिवंत मारले जाते व गुन्हेगार कायद्याच्या भोंगळ चौकटीत निर्दोष सुटून अन्याय, अत्याचार करण्याचे

लायसन्स मिळवतात. आज तर दलित समाजामध्ये, आदिवासींमध्ये परिवर्तनाचे काम करणाऱ्या कार्यकर्त्यांना पोलिसांच्या चकमकीमध्ये ठार झाले म्हणून जिवंत मारण्याचा प्रयत्न सुरू झाला आहे. समाज आहे तिथे ठेवण्यात प्रतिगामी व राजकीय लोकांचे हित आहे. आज काही प्रतिगामी विचारांची माणसे फुले, आंबेडकरांचे नाव घेऊन पुरोगामीत्वाच्या बुरख्याखाली फुले-आंबेडकरांच्या विचाराला व समाजाला मारण्याचे काम करत आहेत. ते आता उघड उघड दिसायला लागले आहे म्हणून दलित साहित्यिकांसमोर व दलित चळवळीसमोर एक नवीन आव्हान उभे ठोकले आहे. आज समाजात अनेक मानवी मूल्यांचा ऱ्हास करणारे अनेक प्रश्न जिकडे तिकडे निर्माण झाले आहेत. यावर कितीही बोलले तरी दोस्तहो, आज ते कमीच आहे. आज आम्हाला समाजामध्ये एवढेच करायचे आहे, ज्या काही जगातल्या महान विचारांच्या माणसांनी, वैज्ञानिक दृष्टिकोनातून मानवी मूल्यांचे जे विचार सांगितले आहेत ते सर्वच विचार आत्मसात करून नवसमाज निर्माण करण्यासाठी लेखकांनी आपल्या लेखण्या यापुढे सरसावल्या पाहिजेत. जेणेकरून धर्मापेक्षा माणूस हा श्रेष्ठ आहे याचे विचार लोकांपर्यंत पोहचवण्याचे काम यापुढे करावे लागेल. जो समाज काळानुसार वैज्ञानिक दृष्टिकोनातून स्वत:मध्ये परिवर्तन घडवतो तो नेहमीच प्रगती पथावर वाटचाल करतो म्हणून आज आम्हा सर्वांचे कर्तव्य आहे, जातीधर्माच्या पलिकडे जाऊन मानवी मूल्यांची जोपासना करण्यासाठी फुले-आंबेडकरांच्या विचारांच्या माणसांनी एकत्र येण्याची गरज निर्माण झाली आहे.

□□□

दलित साहित्य आवर्तात सापडले आहे.

प्रेमानंद गज्वी

दलित साहित्य आवर्तात सापडलेलं नाही असं मी ४-५ वर्षापूर्वी म्हटलेलं होतं. पण आज दलित साहित्य आवर्तात सापडलेलं आहे असा टाहो चारी दिशांनी माझ्या कानावर येऊन आदळतो आहे. तेव्हा मी माझ्या त्या विधानाचा शोधक विचार करतो आणि मला वाटू लागतं की, ज्याला आपण आंबेडकरी प्रेरणेचं साहित्य म्हणतो ते साहित्य खरोखरच आंबेडकरी प्रेरणेचं साहित्य आहे काय ? केवळ ३०-३५ वर्षांच्या कालखंडात आंबेडकरी प्रेरणा आवर्तात सापडावी इतकी ती वांझ आहे काय ?

साहित्यातील चार 'क' मी महत्त्वाचे मानतो. पहिला 'क' कविता, दुसरा 'क' कथा, तिसरा 'क' कादंबरी आणि चौथा 'क' नाटक. कविता, कथा, कादंबरी, नाटक हा क्रमही मोठा ठेवणीतला आहे. 'क' ने सुरवात होते आणि 'क' नेच शेवट. ज्या साहित्यातील हे चारही 'क' आपल्या अंगभूत वैशिष्ट्यानं चैतन्यमय आहेत, त्या साहित्याला मी पूर्ण साहित्य मानतो आणि जो या चारही 'क' चं वैशिष्ट्यपूर्ण लेखन करतो, त्याला मी अष्टपैलू साहित्यिक मानतो. कविता, कथा, कादंबरी, नाटक या चार 'क' व्यतिरिक्त असलेलं निबंध, प्रवासवर्णन, आत्मकथन, वैचारिक आदि जे काय साहित्य आहे, त्याला मी चार 'क' चं उपसाहित्य मानतो. या एकूण दृष्टिकोनातून दलित साहित्याकडे पाहिलं तर काय दिसतं ?

कविता उदंड लिहिली जाते. अगदी जमीन न नांगरलेल्या शेतात तण उगवावं तशी. नावं घ्यायची तर माझी पंचाईत तर होईलच पण ती नावं ऐकताना तुमचीही होईल इतकी नावं मला दिसताहेत. पण ज्यांनी खरोखरच आपला काहीएक वेगळा ठसा उमटवलेला आहे, ते पहिल्या पिढीतील नामदेव ढसाळ,नारायण सुर्वे, यशवंत मनोहर, त्र्यंबक सपकाळे आणि नव्या पिढीचे भुजंग मेश्राम, लोकनाथ यशवंत हे मला महत्त्वाचे कवी वाटतात. बाकीचे सारे कवी या कवींच्या सावलीत झाकोळून गेलेले

अस्मितादर्श लेखक वाचक मेळावा, चंद्रपूर १९९४

दिसतात. खुद्द नामदेव ढसाळही स्वत:च्या गोलपिठ्याच्या सावलींत झाकोळून गेलाय नि 'प्रियदर्शनी' च्या पायावर लोळण घेताच तो तसा केवळ नावापुरताच कवी म्हणून उरलाय आणि तरीही ढसाळांच्या कवितेला छेद देणारा नवीन कवी दृष्टिपथात नाही ही वस्तुस्थिती आहे.

दलित कथा, कवितेइतकी उदंड लिहिली जात नाही तरीही अनेक नावं मला दिसताहेत. बाबूराव बागूल,योगीराज वाघमारे, वामन होवाळ,डॉ. अमिताभ, ऊर्मिला पवार. जे कवितेच्या प्रातांत घडलंय तेच कथेच्या प्रांतात. बाबूराव बागूलांच्या कथेच्या पुढे दलित कथा गेलेली दिसत नाही. डॉ. अमिताभची 'सत्यकाम वल्द जाबाली' ही कथा वाचणाऱ्यांना अमिताभ यांच्या कथेची ताकद कळू शकते. पण ते स्वत:च्याच या कथेपुढे सरकताना दिसत नाहीत. वामन होवाळ आपल्या ढंगदार कथाकथनानं अत्यंत लोकप्रिय आहेत. पण 'मजल्याचं घर' सारखी एखाद-दुसरी कथा सोडली तर बाकीच्या कथा ते जणू सांगण्यासाठीच लिहितात असं दिसतं. कथालेखन आणि कथाकथन या दोन्ही गोष्टी भिन्न आहेत, याचं भान ते विसरलेले दिसतात. दलित कथेला आशा वाटावी असं एकच नाव मला दिसतं आणि ते म्हणजे योगीराज वाघमारे यांचं. काळाच्या बरोबर धावणारा हा कथाकार आहे.

कादंबरीच्या प्रातांत तसा शुकशुकाटच म्हणायला हवा. 'सूड', 'शूद्र' सारख्या लक्षवेधी कलाकृती या कादंबऱ्या नसून त्या कादंबरिका आहेत. अण्णाभाऊ साठेची 'फकिरा' लक्षणीय अशी कादंबरी आहे. जिचा उल्लेख सहसा कुणी करत नाही, ती केशव मेश्रामांची कादंबरी 'पोखरण'. बस ! बाकी सारा आनंदच.

आता उरलाय शेवटचा क. नाटक. १९८८ साली संपन्न झालेल्या नागपूरच्या चौथ्या अखिल भारतीय दलित नाट्य संमेलनाच्या अध्यक्षदावरून बोलताना मी दलित नाटकाचं जोरकस भवितव्य वर्तविलं होतं. पण अवघ्या पाच वर्षात माझं भविष्य पार रसातळाला गेलेलं आहे. खरं म्हणजे दलित रंगभूमीची स्वतंत्र नाट्य संमेलनं होत असूनही दलित रंगभूमी उभीच राहिलेली नाही अशी परिस्थिती आहे. प्रा. दत्ता भगत, भि. शि. शिंदे, रामनाथ चव्हाण, प्रकाश त्रिभुवन, प्रभाकर दुपारे हीच जुनी नावं दिसतात. नवीन नाटककार कुठं शोधायचे ? जुने तरी कुठे लिहिताहेत ? आशा करावी असे दत्ता भगतही 'वाटा पळवाटा' नंतर लिहिनासे झालेत.

दलित साहित्यातील चार 'क' मला जशी दिसली तशी नीरक्षीर विवेकानं मी आपल्यापुढे मांडली. पण आपल्या अंगभूत वैशिष्ट्यानं साऱ्याचंच लक्षीभूत ठरलेल्या आत्मकथनाचं काय हा तुमचा प्रश्न साहजिक आहे. आत्मकथनांविषयी काही म्हणण्यापूर्वी एक-दोन गोष्टी मला प्रथम नोंदवावयाच्या आहेत.

डॉ. आंबेडकरांची विपुल ग्रंथ संपदा आहे. भाषणं आहेत. अग्रलेख आहेत. पण या सर्व विचारातून डॉ. आंबेडकरांच्या विचारांची आंबेडकरवाद सिद्ध करणारी

सैद्धांतिक मांडणी कुणीही केलेली नाही. समाज विचार, अर्थ विचार, राजकीय विचार अशी फुटकळ प्रासंगिक मांडणी अनेकांनी केली. पण स्वत:ला गाडून घेऊन गंभीरपणानं विचार करणारा डॉ. आंबेडकरांच्या विचारांचा भाष्यकार मला कुणीही दिसत नाही. आंबेडकरी प्रेरणेच्या साहित्यात ही फार मोठी उणीव आहे.

दुसरा महत्त्वाचा मुद्दा. जे साहित्यिक जन्मानं दलित नाहीत पण दलित जीवनाचं चित्र त्यांच्या साहित्यातून रेखाटतात त्यांचा विचार या व्यासपीठावर गंभीरपणानं का बरं केला जात नाही ? दलितांनी दलितांचे दलितांसाठी एवढाच आपला हेतू आहे काय ?

तिसरी एक गोष्ट मुद्दाम नोंदवित आहे आणि ती म्हणजे स्त्रीवादी साहित्यासंबंधी. मी स्त्रीवादी साहित्याचा चाहता आहे. त्या जे काही गंभीरपणे म्हणू इच्छिताहेत ही महत्त्वाची गोष्ट. स्त्रीमुक्तीच्या लढ्यात दलित साहित्यिकांनी त्यांच्या खांद्याला खांदा देऊन उभं राहिलं पाहिजे. पण हे घडून येत नाही. असं का ? याचा विचार स्त्रीवादी साहित्यिकांनी केला पाहिजे. या स्त्रीवादी साहित्यिकांना मुक्ती हवीय. पण नेमकी कुणापासून ? पुरुषांपासून की एकूणच सडलेल्या सांस्कृतिक मूल्यांपासून ? हुंड्याची समस्या, सासू-सुनांची भांडणं यातच स्त्रीवादी साहित्य अडकून पडलेलं आहे. सांस्कृतिक मूल्यांनी निर्माण केलेल्या स्त्रीच्या हीनत्त्वाविषयी कोणताही विचार स्त्री-मुक्तीच्या साहित्यानं केला नाही. उदा. ब्राह्मण समाजात मुलांची मौंज होते. पण मुलींची होत नाही. याविरुद्ध स्त्री-मुक्तीवादी साहित्यिकांनी कधी ब्र उच्चारलेला नाही आणि जोवर स्त्रीत्त्वाला हीन लेखणाऱ्या प्रथा समाजात आहेत, तोवर स्त्री-मुक्ती हे एक दिवास्वप्नच ठरेल. खरं तर स्त्रियांचे प्रश्न आणि दलितांचे प्रश्न तसे एकच आहेत. माणसाला हीनत्त्व बहाल करणाऱ्या सांस्कृतिक मूल्यांपासून मुक्ती हवी.

जाणीवपूर्वक थोडी वाकडी वाट करून मी काही मुद्यांचा उल्लेख तेवढा केला. वास्तविक डॉ. आंबेडकरांच्या विचारांची सैद्धांतिक मांडणी, दलितेतरांचे दलित साहित्य आणि स्त्री-मुक्तीचे साहित्य हा मोठा व्यापक व्याप आहे. पण आत्मकथनांच्या प्रकाशझोतात तो पुरता झाकोळून गेला असता म्हणून त्या मुद्यांचा उहापोह प्रथम केला.

तर आत्मकथन. दया पवार यांचं 'बलुतं' आलं. गाजलं. लक्ष्मण मानेचं 'उपरा' आलं. गाजलं. ही दोन्ही प्रकाशनं 'फोर्ड फाऊन्डेशन' ची मदत मिळालेल्या 'ग्रंथाली' या प्रकाशनाची. 'ग्रंथाली'च्या दोन्ही आत्मकथनांना 'फोर्ड फाऊन्डेशन' ची शिष्यवृत्ती मिळाली आणि सारं वातावरण 'फोर्ड फाऊन्डेशन' मय झालं. जो तो आत्मकथन लिहू लागला. 'फोर्ड फाऊन्डेशन'ची स्वप्नं पाहू लागला आणि पुढे तर अगदी मागणी तसा पुरवठा या पद्धतीनं पुरुषांची आली तशी स्त्रियांचीही आत्मकथनं आली.

आत्मकथनं लिहिणाऱ्या मंडळींचा असा दावा आहे की, त्यांनी या आत्मकथनातून दलित भोगवट्याचं चित्रण तर केलं आहेच पण तो एक प्रकारे दलितांच्या गतजीवनाचा

इतिहासही आहे. पण अलिकडे काही मंडळींनी एक वेगळीच भूमिका घेतलेली दिसते. ते म्हणतात, ''आम्ही आत्मकथनांना कादंबरी म्हटलं असतं तर त्याकडे कुणीच लक्ष दिलं नसतं.'' या विधानाचा अर्थ इतकाच की, या मंडळींनी कादंबरीलाच आत्मकथा आहे असं सांगून सगळ्यांना गंडवलं आणि आता हळूच आत्मकथनं मूलत: कादंबऱ्याच आहे हे सांगून ते दुसऱ्यांदा गंडवू पाहात आहेत. कारण आत्मकथनं ही साहित्याचा उपप्रकार आहेत हे त्यांनी जाणलेलं आहे आणि म्हणून साहित्याच्या चार 'क' मध्ये समाविष्ट होण्यासाठी आत्मकथनांना आता ते कादंबरी म्हणू पाहात आहेत.

असोत, ही आत्मकथन किंवा कादंबऱ्या ! 'बलुतं' 'उपरा', 'बेरड', 'आठवणीचे पक्षी' अशा अनेक साहित्यकृतींनी मला एक वेगळा असा अनुभव दिला. पण याच आत्मकथनांनी दलित साहित्य आवर्तात सापडल्याची पहिली जाणीवही करून दिली.

या सगळ्या आवर्ताचा सुगावा आमच्या समीक्षकांच्या लक्षातच आला नाही की, लक्षात येऊनही तेरी भी चूप, मेरी भी चूप म्हणत गप्प राहिले ?' 'तुम्ही लिहाल ते साहित्यच असेल' अशी भूमिका दलित साहित्याच्या समीक्षकांनी घेतली होती. ही भूमिका सुरवातीला नवागतांच्या कौतुकाची एक बाब म्हणून कौतुकास्पद असली तरी त्या अतिकौतुकाची कटु फळं आज सगळ्यांना भोगावी लागत आहेत. अशावेळी रा. ग. जाधवांची संयमशील समीक्षा अधिक अर्थपूर्ण वाटते. पण तरीही प्रश्न उरतोच की दलित साहित्यातील या आवर्ताचं करायचं तरी काय ? आणि मनात प्रश्न येतो ज्याला आपण आंबेडकरी प्रेरणेचं साहित्य म्हणतो, ते खरोखरच आंबेडकरी प्रेरणेचं साहित्य आहे काय ? केवळ ३०-३५ वर्षाच्या कालखंडात आंबेडकरी प्रेरणा आवर्तात सापडावी इतकी ती वांझ आहे काय ? आंबेडकरी विचार दशदिशा व्यापून उरेल इतका संपन्न असताना त्यांच्या प्रेरणेचं साहित्य आवर्तात सापडलं तरी कसं ? खरं कारण आपण नादान आहोत. आंबेडकरी प्रेरणा म्हणजे काय हे आपण नेमकेपणानं समजूनच घेतलेलं नाही.

१९६० च्या दशकात जन्मरूप झालेल्या दलित साहित्यानं वेदना, नकार, विद्रोह हे त्रिसूत्र शिरोधार्थ मानलं. पण यात वेगळं असं काय होतं ? खरं तर या वेदना, नकार, विद्रोहाची मूळं डॉ. आंबेडकरांच्या १९२७ सालच्या महाडच्या चवदार तळ्याच्या पाणी सत्याग्रहात दडलेली आहेत. तहानेनं व्याकुळलेल्या ओठांना ओंजळभर पाणीही मिळू न देणारी ती निर्दयी संस्कृती आठवा. कुणीतरी पाणी वाढील या आशेवर, विहिरीवर तासन् तास ताटकळत राहणारे ते लाचार चेहरे आठवा. पाणी तर निसर्गाची देणगी. पण ते स्वच्छंदपणे पिताही येऊ नये ? ही वेदना डॉ. आंबेडकरांच्या अंतर्यामी पेटून उठली. ही अंतर्यामी पेटून उठलेली वेदनाच दलित साहित्याचं पाहिलं सूत्र होय. याच महाडच्या सत्याग्रहाचे वेळी माणुसकी पायदळी तुडवायला सांगणारी मनुस्मृती नाकारली आणि नकार हे दुसरं सूत्र त्यांनी आपल्या हाती दिलं आणि

मनुस्मृती तिथल्या तिथं जाळून टाकून लक्ष लक्ष मनात विद्रोहाची ठिणगी पेटविली. हा विद्रोह दलित साहित्याचं तिसरं सूत्र होय.

वेदना, नकार, विद्रोहाची मशाल हाती घेऊन दलित साहित्य जोमानं लिहिलं जाऊ लागलं. पण केवळ ३०-३५ वर्षातच या साहित्यात तेच तेच लिहिलं जाऊ लागलं. आपलं हे असं का होतंय याचा विचारही कुणी करायला तयार नव्हतं. नव्हे विचार करायला वेळच नव्हता. कारण मी कथेचा प्रवर्तक, मी कवितेचा उद्गाता, पहिलं आत्मकथन माझं, मी याचा प्रवर्तक, मी याला घडवलं. मी त्याच्या पुस्तकाला नाव दिलं, मीच शहाणा नि तो मूर्ख हे ठरविण्यात ही मंडळी मश्गुल झाली. आपापल्या राहुट्या उभारू लागली. आंबेडकरी प्रेरणेच्या पाट्या सजवू लागली. आपापल्या राहुटीचं वेगळं संमेलन भरवू लागली आणि स्वतंत्र प्रतिभेचे आमचे साहित्यिकही कधी या राहुटीकडे तर कधी त्या राहुटीकडे धावू लागले. नेमकी हीच संधी साधून काही दलित मार्क्सवादी साहित्यिकांनी मार्क्सवादी प्रेरणेची एक पाटी आंबेडकरी प्रेरणेच्या साहित्यात घुसडून दिली. 'जगातील कामगारांनो, एक व्हा' च्या धर्तीवर 'जगातील दलितांनो एक व्हा' ची हाळी दिली. ज्यांना एखाद्या मिलमधील कामगारांनाही कधी एक करता आलं नाही ते जगातील दलितांना एक करायला निघाले नि हे जमत नाही हे दिसताच हे दलित मार्क्सवादी (अर्थात यांचे बोलविते धनी वेगळेच) म्हणू लागले, "डॉ. आंबेडकर काय किंवा मार्क्स काय, दोघांनाही मानव कल्याण अभिप्रेत होतं. तेव्हा थोडा आंबेडकर घेऊ या, थोडा मार्क्स. मानवाला शांततामय सहजीवनाकडे घेऊन निघालेल्या आंबेडकरी प्रेरणेच्या निळ्या रंगाच्या जोडीला बंदुकीच्या नळीतून रक्त सांडून मानव कल्याण होते हे सांगणाऱ्या मार्क्सचा लाल रंग ?" निळा आणि लाल हे दोन स्वतंत्र रंग एकत्रित केले तर कोणता रंग हाती लागेल याचंही भान या मंडळींना राहिलं नाही. पण हे भान येण्यापूर्वीच एक वाईट घटना घडली. जगाच्या नकाशावरून मार्क्स नाहीसा झाला.

वेदना, नकार, विद्रोहाचं शस्त्र हाती असणाऱ्या साहित्यिकांनो, तुम्ही लिहिता वेदनेचं साहित्य. पण नुसती वेदना काय कामाची ? तुम्ही लिहिता नकाराचं साहित्य. पण नुसता नकार काय साध्य करील ? तुम्ही लिहिता विद्रोहाचं साहित्य. पण नुसत्या विद्रोहानं हाती काय लागणार ? आणि म्हणूनच या प्रश्नाचा सूत्रबद्ध विचार डॉ. आंबेडकरांनी आधीच केलेला आहे. वेदना, नकार, विद्रोहाच्या पलिकडे असलेलं एक चिरंतन मूल्य, जे करू शकेल कल्याण सकल मानवाचं असं. ते मूल्य होतं केवळ गौतम बुद्धाच्या करुणेत. साध्य केलं 'धम्मचक्र प्रवर्तन' करून. बुद्धाची करुणा हे आंबेडकरी प्रेरणेचं चौथं सूत्र आहे आणि ते आहे शांतचित्त अर्धोन्मीलित समाधीस्थ बुद्धासारखं निर्मळ, निरागस. हे चौथं सूत्र समजून घेतल्याशिवाय आपण आवर्तातून बाहेर पडणं केवळ अशक्य आहे.

करुणा हे सूत्र समजून घेताना जगभराच्या एकूण साहित्याकडेही एक नजर टाकावी लागेल. जगातील सर्वोत्तम असं साहित्य हे या करुणेनं ओतप्रोत भरलेलं आहे. ही करुणा आत्मसात केल्याशिवाय सर्वोत्तम साहित्याची निर्मिती केवळ अशक्य आहे. जगप्रसिद्ध मॅक्झिम गॉर्कीची आई हे बुद्धाच्या अपरंपार करुणेचं एक महान प्रतीक आहे. एवढंच इथं सांगतो.

करुणेचा विचार करा, पण करुणेला करुणाच ठेवा. तिचं कारुण्य करु नका. करुणा जेव्हा कारुण्याचं रूप धारण करते तेव्हा ती भक्तिमार्गाचा चिखल तुडवू लागते. वास्तविक संत साहित्य हे बुद्धाच्याच करुणेचं साहित्य आहे. 'जगाच्या कल्याणा, संताच्या विभुती' म्हणजे काय ? जगाचं कल्याण हा तर बुद्धाचा मूलमंत्र. पण आमच्या संतांनी करुणेला कारुण्याच्या पायदळी तुडवून भक्तिमार्गाचे देव्हारे माजवले. अगदी 'ठेविले अनंते, तैसेचि रहावे' पर्यंत. असे देव्हारे माजवणं करुणेला मान्य नाही. मानवी मूल्यांच्या प्रतिष्ठेकरिता अविरत लढणाऱ्या डॉ. आंबेडकरांना तर मुळीच मान्य नाही. मग ही करुणा नेमकी आहे तरी कशी ?

ही करुणा आहे ईश्वराचं अधिराज्य नाकारणारी. ही करुणा आहे दु:ख, दैन्यं, दारिद्र्य, दैववाद, अंधश्रद्धा मातीत गाडणारी. ही करुणा आहे माणसाचं माणूसपण जागवणारी. मग तो माणूस असो ख्रिश्चन, मुसलमान, हिंदू वा बौद्ध. भटक्या वा आदिवासी, काळा वा गोरा, स्त्री वा पुरुष, कुणीही. ही करुणा आहे माणसाला स्वयंप्रकाशित व्हायला सांगणारी. शंभर टक्के विज्ञानाधिष्ठित. खरं सांगतो, करुणेला पर्याय नाही. ज्यांना ही करुणा गवसेल तेच होणार आहेत स्वामी या जगाचे. कारण या करुणेच्या वाटेवरूनच स्वातंत्र्य, विश्वबंधुत्त्वाची मंगल पहाट येणार आहे. हेच तर डॉ. आंबेडकरांचे स्वप्न होतं. त्यांचे गुरू फुले, कबीर, बुद्ध यांचंही हेच स्वप्न होतं. तुमचंही हेच स्वप्न आहे तर मग आपली वाट आपणच का बरं अडवून बसलो आहोत ?

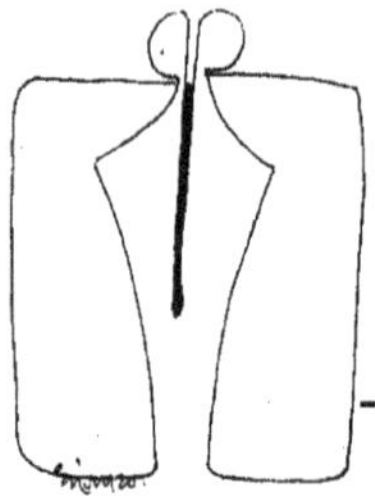

साहित्य निर्मितीचा व्यवहार सवंग नाही.

नामदेव ढसाळ

सांप्रदायिक राजकारण्यांनी चालविलेल्या सांस्कृतिक दादागिरीच्या ऐनवेळेला हे दलित साहित्य संमेलन होत आहे.

दलित साहित्याच्या मूल्यमापनाचा आढावा घेण्यापूर्वीच हे साहित्य ज्या वैचारिक सिद्धांतावर उभे राहिले आहे, त्या सिद्धांतावर हल्ले चढवून ते मोडून काढण्याचे काम उजव्या प्रतिगामी शक्तींनी चालवले आहे, याकडे मी आपले लक्ष वेधू इच्छितो.

सांस्कृतिक उन्मादाच्या जोशात येऊन सांप्रदायिक शक्तींनी ६ डिसेंबर १९९२ ला बाबरी मशीद तोडून देशाला यादवीच्या घातकचक्रात लोटले आणि तुम्हाआम्हावर अशी दहशतीची, जबरदस्तीची परिस्थिती लादून तुमच्या-आमच्या अस्तित्वाला आणि सर्जनशीलतेच्या विधायकतेला धोका पोहचवला आहे.

आर्य येथे येण्यापूर्वी अनार्य-द्रविड या देशातले मूळचे लोक होते. आर्यानंतर शक, हूण, मोगल, तुर्की, इराणी, अफगाणी आले. वांशिकदृष्ट्या पाहिले तर आज जगात कुठलाही मानवी समुदाय शुद्ध स्वरूपात आढळणार नाही. सर्व जात, वंश मानवी समुदायाची वांशिक मिश्रणात रूपांतरे झाली आहेत. देशस्थ ब्राह्मणात आदिद्रविडांची लक्षणे सापडतात आणि कोकणस्थात अफगाण-इराणी वंशाची लक्षणे सापडतात. रक्ताची ही निखळ स्वरूपाची नाती एखाद्या उपखंडातून सुरू होतात आणि अशी सरमिसळ होऊन कुठेही पोहचतात.

याच क्रमात सिंधू संस्कृतीतल्या 'स'चा 'ह' कधी झाला त्याचे अतार्किक हिंदुत्वाच्या दुराभिमानात कसे रूपांतर झाले हे सर्व मनोरंजक आहे.

टिळकांनी 'आर्क्टिक्ट होम इन वेदाज्' मध्ये आर्य उत्तर ध्रुवाकडून आल्याचे म्हटले आहे. आर्यांच्या रूढी-परंपरांची सुधारित आवृत्ती म्हणजे आजचे सांप्रदायिकवादी. वास्तवात आर्य इथे उपरे, परदेशी समजायला हवेत आणि त्यांचे सांप्रदायिक वंशजसुद्धा.

दलित साहित्य संमेलन,
लातूर १९९५

पण मानववंशशास्त्राचे नियम माहीत असल्यामुळे प्रत्यक्षात आपण असे समजत नाहीत. हजारो वर्षांपासून या देशात वांशिक मिश्रणे घडत आलीत. या 'कम्पोझिट कल्चर' मधूनच आजची समाजसंस्कृती निर्माण झाली आहे.

जगातले चार प्रमुख धर्म आणि दहा हजार जाती यामध्ये आपला समाज विभागला आहे. हे कडबोळं म्हणजे आपली आजची संस्कृती. तिचा एकांगी अहंकार या संप्रदायवाद्यांनी माजवून देशात दहशतीचे व सुडाचे राजकारण हिंसेच्या जोरावर चालवले आहे.

गतइतिहासातील जुलमी मुसलमानांनी, काही राजकर्त्यांनी केलेल्या चुकांचा हे सांप्रदायिकवादी आज बदला घेऊ पाहतायत्. या बदल्यासाठीच त्यांनी मुसलमानांना आपले व देशाचे काल्पनिक शत्रू कल्पून छळण्याचे चालवले आहे. बाबरी मशीद या सुडाच्या भावनेतूनच पाडण्यात आली. बाबरी मशीद पाडण्यामागे यांचे सत्तापिपासेचे राजकारण दडले होते. धर्माभिमानासाठी आम्ही वाट्टेल ते करू शकतो हे बाबरी मशीद पाडून या लोकांनी हिंदूंना दाखवून दिले. यातून त्यांनी आपली 'हिंदू व्होट बँक' निश्चित केली.

बाबरी मशीद पाडल्यावर देशभर धार्मिक दंगली उसळल्या. त्यातून आपली राजधानीही सुटली नाही. खरे तर या दंगली म्हणजे यादवीचे छोटे रूपच होते. हिंदु-मुसलमान दोन्हीकडल्या मूलतत्ववाद्यांनी जे क्रौर्य प्रदर्शित केले त्याला इतिहासात तोड नाही. या दंगलीत झालेला मानवी संहार, माय-बहिणींच्या लुटल्या गेलेल्या इज्जती, जीवित-वित्ताची झालेली हानी कल्पनेपलिकडील होती. माणूस किती हिंस्त्र होऊ शकतो याचे उदाहरण म्हणजे या दंगली होत्या.

मध्ययुगीन आणि प्राचीन इतिहासाकडे नि:पक्षपातीपणे पाहिले तर तैमूरलंग, अल्लाऊदिन खिलजी, औरंगझेब यांच्याइतकेच जुलमी हिंदू राजे नव्हते काय ? मुसलमानांच्या राजवटीत हिंदूंच्या सोबत बौद्ध-जैनांची मंदिरे पाडली गेली. त्यांच्या अनुयायांना सूडबुद्धीने ग्रासले नाही हे देशाच सुदैवच होय. आठशे वर्षांच्या मुसलमानी राजवटीबद्दलचा राग व्यक्त करणे आणि आजच्या मुसलमानांना वेठीस धरणे हे किती न्यायनीतीचे आहे ? या देशातील अल्पसंख्यांक समाजाचा एक हिस्सा अस्पृश्य समाज आहे आणि मुसलमान दुसरा. आजच्या मुसलमान समाजातले नव्वद टक्के लोक आणि त्यांचे पूर्वज पूर्वाश्रमीचे अस्पृश्य आहेत. कायदेआझम जिनाचा खापरपणजोबा चक्क सुरतेतील एक अस्पृश्य होता. देशाच्या फाळणीचा सर्व राग आणि त्याची शिक्षा हे सांप्रदायिक राजकारणी फक्त मुसलमानांनाच का देतात ? नेहरू आणि सरदार पटेलांना का देत नाहीत ?

आपल्या राज्यातील बांगलादेशियांना हुसकावून लावण्याचा आजच्या राज्य सरकारचा निर्णय, गोवंशहत्या बंदी करण्याच्या त्यांच्या हिकमती, एकांगीपणे समान नागरी कायदा आणण्याची त्यांची भाषा, अल्पसंख्यांकांविषयीचे त्यांचे धोरण यापुढे

काय राहील ते सांगून जाते. मुसलमानानंतरचे त्यांचे लक्ष्य दलित झाले आहेत.

नामांतराला विरोध करणे, वैधानिक नीतीनियमांनी बनलेला दलितांच्या सुरक्षिततेबद्दलचा 'अॅट्रॉसिटिज् अॅक्ट' रद्द करायला निघणे, किंवा राखीव जागांविरुद्ध धोरण घेणे हे सर्व पाहिले की, दलितांविषयीही त्यांचे धोरण आक्रमक राहील.

लोकशाहीत बहुसंख्यांक आणि अल्पसंख्यांक यातल्या अंतर्विरोधाचे नाते लोकशाही विचाराच्या आणि मानवी मनाच्या नैतिकतेवर अवलंबून आहे. या नैतिकतेचे बंधन ज्यावेळी बहुसंख्यांक समाज पाळत नाही आणि अल्पसंख्यांकाशी जुलमी, अन्यायाची वागणूक करतो त्यावेळी हे निश्चित होते. अल्पसंख्यांक समाजासोबत लोकशाही मूल्येही धोक्यात आलेली असतात. पाच हजार वर्षांच्या जडजंबाल संस्कृतीचा ज्या हिंदू मूलतत्ववाद्यांना दुराभिमान आहे तेच ही सांप्रदायिक आग लावण्यात आघाडीवर आहेत. कर्मविपाकाचा सिद्धांत, पुनर्जन्म, मोक्ष, ब्रह्मात्मा, गतजन्मातील पाप-पुण्याच्या कल्पना, वेद-संहिता, श्रुती, स्मृती, उपनिषदे, वेदान्त या स्थितीवाद्यांची ताकद आहे. या विचाराने शूद्र-अतिशूद्र आणि स्त्रिया यांना स्वातंत्र्योत्तर काळातली घटना निर्माण होईपर्यंत दास्यात ठेवले होते. उच्चभ्रू त्रैवर्णिकांची मक्तेदारी उभी करणारी ही दुष्ट पद्धती स्वातंत्र्याच्या पन्नास वर्षात मोडली जाऊन त्रैवर्णिकांच्या मक्तेदारीला धक्का पोहचला होता. ही सर्व किमया समाजवादी लोकशाही द्रष्टेपणाची होती. पुनरूज्जीवनवादी बिथरले ते याच गोष्टीमुळे. म्हणून त्यांनी या देशात धार्मिक सांप्रदायिकवादी संघर्ष सुरू केले व आपले गेलेले वर्णाधिष्ठित महत्त्व परत मिळविण्याचा प्रयत्न केला.

पुराणकथेतील बाण लागून जखमी होऊन खाली पडलेल्या क्रौंच पक्ष्याला पाहून ज्या संस्कृतीत महाकाव्य जन्माला येते त्याच संस्कृतीतील मेलोड्रामॅटिक नाटकं पाहून रडणारी परंपरा व त्याच परंपरेतील उसने प्रेम घेऊन रडणारी लेखक मंडळी या दंगलींच्या काळात भयभीत होऊन मगरीसारखे नक्राश्रू ढाळत होते. गप्प राहून या हिंसाचाराला मूक-मान्यताच देत होते. मोजक्या दलित साहित्यिकांनी (माझ्यासकट) मात्र जाहिररित्या प्रतिक्रिया व्यक्त केल्या आहेत. स्वातंत्र्यपूर्व व स्वातंत्र्योत्तर काळात ज्या धार्मिक दंगली घडवल्या गेल्या त्या सर्वांमध्ये हिंसाचार घडवून आणणाऱ्या हिंस्त्र, पशुतुल्य प्रवृत्तींना दोष लावण्याचे काम व त्याच्यावर बोट ठेवून ही मानसिकता बदलण्याचे काम तथाकथित मराठी लेखकांनी कधीच केलेले नाही. आजही ते या हिंसाचाराच्या समर्थनाच्या पक्षाचे आहेत. खरे तर हे सांस्कृतिक अध:पतनच आहे. या अध:पतनाची कारणे आम्ही वरवरच्या राजकारणात शोधतो. भ्रष्टाचारापासून ते मुक्त बाजारपेठेतल्या अर्थव्यवस्थेतल्या संज्ञेपर्यंत याची संगती लावून पाहतो. हे सर्व घडले याचे कारण आज पुरोगामी डावी चळवळ निष्प्रभ झाली आहे.

मार्क्सने एका ठिकाणी म्हटले होते की, अर्थव्यवस्था बदलली की, संस्कृती आपोआप बदलते. आपल्याकडे देश स्वतंत्र झाल्यानंतर संमिश्र अर्थव्यवस्था एतद्देशीय

सरकारने भांडवली हितसंबंध जपून राबवली. त्यातून अर्धसरंजामदारी अर्धभांडवली स्वरूपाचा समाज निर्माण झाला. मूठभरांच्या हातात उत्पादनाची साधने केंद्रित झाली. हे सर्व होऊनही संस्कृतीत काडीचा बदल झाला नाही. मानसिकता मात्र कर्मविपाकाचीच राहिली. या सर्वांची चिकित्सा महात्मा जोतिबा फुले, डॉ. बाबासाहेब आंबेडकर यांनी गांभीर्याने केली आहे. या वैचारिक द्रष्टेपणाला मान्यता देणे तर दूरच राहिले, पण या नेत्यांच्या विचारांचाही तेजोभंग या मंडळींनी चालवला आहे. डाव्या पुरोगामी चळवळीच्या यशापयशाची कारणे शोधण्याची आज आत्यंतिक गरज आहे. डाव्या चळवळींवर, स्वत:वर आत्मटीका, आत्मशोध करणे आवश्यक आहे. या डाव्या चळवळीच्या नेतृत्वाने साठीच्या दशकानंतर या देशात फक्त सत्तासंपादनाचा एककलमी कार्यक्रम राबवला. कामगार चळवळीसोबत त्यांनी भूमीहीन, शेतमजूर, आदिवासी, दलित यांच्या वर्णवर्ग अंताच्या जाणिवा वाढवून आघाड्या उभ्या केल्या नाही. भौतिक शोषणाविरुद्ध निर्णायक लढाई केली नाही. केलेल्या निवडणुकांच्या आघाड्यांमध्ये त्यांनी उजव्या प्रतिगामी पक्षांना आघाडीतले घटक-पक्ष बनवले आणि प्रतिष्ठित केले. जनता पक्ष, जनता दल आणि त्यांची आघाड्यांची फंक्शनस् ही याच प्रयोगातील म्हटली पाहिजेत.

डाव्या चळवळीतील ब्राह्मणी नेतृत्वाची ही करामत म्हटली पाहिजे. डाव्या चळवळीचे नेतृत्व खालच्या वर्गजातीतील द्रष्ट्या नेतृत्वाकडे असते तर कदाचित असे घडले नसते. डाव्या चळवळीतील कम्युनिस्ट समाजवाद्यांमधला अंतर्विरोध नजरेआड करता येत नाही. रशिया कोसळल्यामुळे हा अंतर्विरोध टोकाला पोहचला.

भारतीय राजकारणात कम्युनिस्टांची समीकरणे सतत चुकत गेली. समाजवाद्यांची काही अंशी बरोबर राहिली पण ती चळवळ तीन टप्प्यात विभागून गेली. आंतरराष्ट्रीयपणाच्या संज्ञा समाजवादी चळवळीत राहिल्या नाहीत. सुरुवातीला समाजवादी मार्क्सिस्ट होते नंतर ते लिबरल ह्युमॅनिस्ट झाले.

उत्पानदशक्ती, उत्पादनसंबंध यांच्या संघर्षातून वर्गसंघर्ष निर्माण होतो. युरोप या संघर्षापर्यंत येऊन ठेपला हे डॉ. राममनोहर लोहियांनी सांगितले. परंतु डाव्या चळवळींनी त्यांच्या द्रष्ट्या नेतृत्वाला मान्यता दिली नाही. आशिया-आफ्रिका खंडातील परिस्थिती मार्क्सच्या आकलनापलिकडली होती. ॲडम स्मिथच्या विरोधी वाटावे असे आर्थिक सिद्धांत हेगेलच्या पुढचे वाटावे असे आर्थिक सिद्धांत मार्क्सने सांगितले. ही वैचारिक प्रोसेस लिनीयर पद्धतीचीच होती.

आज प्रागतिक राजकारण अशा ठिकाणी येऊन पोहचले आहे की, जिथून मागे फिरावयास जागा नाही.

मानवी इतिहास वर्ग-जातींच्या अंतराळात तरंगतो आहे. वर्ग ज्यावेळी घट्ट होतो त्यावेळी त्याचे जातीत रूपांतर होते. जात लवचिक बनते तेव्हा तिचे वर्गात रूपांतर होऊ लागते.

उत्पादन हितसंबंधातून, साधनातून, जात्यांतर्गत, वर्गांतर्गत स्तर पडतात. ते वर्ग जातीदत्त उत्पादनांशी बांधले जाऊन जात-वर्गांतर्गत विभाजित होतात. या दुष्ट क्रियेला कर्मविपाकाच्या सिद्धांताचा आधार असतो. हे जोपर्यंत मोडले जाणार नाही तोपर्यंत नवे घडणार नाही. कम्युनिस्टांना अभिप्रेत असलेला शासनविहीन समाज, समाजवाद्यांना अभिप्रेत असलेले विश्वसरकार संसद हे शेवटी स्वप्नच ठरले आहे. एकतृतीयांश गोरे जग, दोन तृतीयांश काळे जग त्यामध्ये भ्रमनिरास पावलेला तिसरा गट.

इम्युनिअल माऊनीअर असो वा लिझांब्लम आफ्रिका खंडाच्या बदलाचा धागा फ्रान्झ फेनानपर्यंत जातो. आशिया खंडाच्या बदलासाठी डॉ. बाबासाहेब आंबेडकरांच्या विचाराशिवाय पर्याय उरत नाही. आज महायुद्धे संपली आहेत. पण त्यातून निर्माण झालेली भीषणता मात्र तशीच आहे. मित्रराष्ट्रे, अक्षराष्ट्रे त्यानंतरच्या महासत्ता आणि त्यांच्यामधली शीतयुद्धे संपून त्यातून साम्राज्यवादी देश विजयी झाले आहेत.

आजच्या संपत आलेल्या विसाव्या शतकाचे हे राजकीय वास्तव आहे. आज आपला देश अविकसित राष्ट्रात मोडतो. पन्नास वर्षांची कामगार चळवळ होऊनही कामगार वर्गाला वर्गआशय कळला नाही. हा कामगार जात, भाषा, रूढी, प्रांत यात विभागला गेला. डाव्या चळवळीने दलित वर्गाची लुंपेन प्रोलेतारी म्हणून संभावना केली. दलित वर्ग कामगार वर्गापेक्षाही वर्गाशयाच्या दृष्टीने जास्त जागरूक आहे. भारतातील सर्वंकष क्रांतीमधला अग्रणी सैनिक आहे. कामगार वर्गापेक्षाही डाव्यांनी आपली पोथीनिष्ठ समीकरणे आज बदलायला हवीत आणि जीवनाच्या सर्व पातळ्यांवर संघर्ष चेतवायला हवेत. आजचे दलित साहित्य संमेलन मला वाटते, याचसाठी सांस्कृतिक चेतव आहे.

मराठी साहित्याच्या साचलेपणाविरुद्धचा समर्थ द्रष्टा उच्चार दलित साहित्याच्या अभिव्यक्तीचा आहे. आज हीच अभिव्यक्ती सर्जनशीलतेतील विधायक द्रष्टेपण संपवून अगतिकतेच्या गर्तेत गटांगळ्या खाताना दिसते आहे. अस्पृश्यांच्या भाळावरल्या नियतीच्या शापाविरुद्धचे अक्षरवाङ्मयातून अभिव्यक्त झालेले विलक्षण बंड म्हणजे दलित साहित्य. इतक्या थोड्या अवधीत ते वैगुण्यांनी जर्जर व्हावे याचे आश्चर्य वाटते. ज्याच्या साहित्य संकल्पनेची वैचारिक भूमी सकस असून निर्मितीच्या आविष्काराला प्रगल्भ करणारी आहे तिथे हे का घडावे ? दलित साहित्यात रायवळांचे पीक उदंड आले आहे. उदाहरणासाठी दहाजण घेतले तर या दहापैकी चार-सहा लोक कवी-लेखक वगैरे असतात. ट ला ट जोडला, फ च्या खाली फ काढला म्हणजे कविता होते, चऱ्हाट वळत गेले म्हणजे कथा-कादंबरी होते असा गोड समज आहे. वाङ्मयीन भुरळतेचा त्यांचा भाबडेपणा याची खिल्लीही मला उडवायची नाही पण ते समजतात तेवढा वाङ्मयीन निर्मितीचा व्यवहार सवंग नाही.

याचा अर्थ त्यांनी प्रस्थापितांच्या सौंदर्यशास्त्राची पारायणे करावीत आणि मगच

लिहावे असा नाही. वाङ्मयीन निर्मितीच्या क्षेत्रातले सर्वच अडसर दलित साहित्याने झुगारून दिल्यामुळेच ते आपले अंगभूत निर्मितीतून नवी वाङ्मयीन मूल्ये, सौंदर्य प्रस्थापित करू शकले. लेखक, कवी लाखातून एखादा असतो. असल्या दैवीकरणावर माझा तरी विश्वास नाही. तरीसुद्धा माझे याबाबत स्पष्ट मत आहे की, ललित कला साहित्य निर्मितीचा व्यवहार सवंग नाही.

माझ्या या म्हणण्याची दहशत नव्या दमाच्या कसदार लेखकांनी घेण्याची जरूरी नाही. त्यांनी आज नवे उन्मेष, नवे साहित्याविष्कार अभिव्यक्त करण्याची गरज आहे. सातशे वर्षांच्या साहित्य परंपरेचा इतिहास तपासला तर एकूणच मराठी साहित्यात हाताच्या बोटावर मोजण्याइतके लेखक कवीच वाङ्मयीन मूल्य जपणारे सापडतात. बाकी सगळी खोगीरभरती आहे. दलित साहित्यही याला अपवाद नाही. फुले-आंबेडकरांपासून दलित साहित्याच्या चळवळीला सुरुवात झाली. अलिकडल्या साडेतीन दशकात ही चळवळ भव्य परिमाणाकडे या दृष्टीने प्रवास करती झाली. तरीसुद्धा हे दोन दिग्गज नेते सोडले तर दलित साहित्यिकात ज्यांचे नाव घ्यावे असे हाताच्या बोटावर मोजण्याइतके लेखक-कवी आहेत. प्रस्थापितातल्या साहित्यिकांनी अमृताशी पैजा जिंकण्याची भाषा केली परंतु प्रत्यक्षात ही पैज जिंकली ती या मूठभर साहित्यिकांनीच !

'Aesthetic or literary judgement' या तथाकथित मूल्यांच्या अनुषंगाने साहित्याची चळवळ मोजण्याची आपल्याकडे दुष्ट पद्धत आहे. उत्तरदायित्वाची बांधिलकी वैचारिक आणि साहित्यिक मूल्याच्या वैचारिक प्रगल्भतेच्या अंगाने साहित्याचा वेध घेण्याची आपल्याकडे पद्धती नाही. विसाव्या शतकातील साहित्यक्षेत्रातील एक चिंतक सार्त्र म्हणतो की, 'वाङ्मयाचे स्वरूप समाज ठरवितो.' त्याचे म्हणणे मला आजच्या संदर्भात संयुक्तिक वाटते. एमील झोलासारखा लेखक अजून या पुढले विधान करतो 'साहित्याच्या मुळाशी त्याला तत्त्वज्ञानाचे प्रश्न निगडित झालेले दिसतात.' साहित्यिक वाद-संकल्पनाच्या दृष्टीने हा लेखकीय पिढ्यांचा कालखंड कधी वर्षा-दोन वर्षाचा, दशकाचा तर कधी कालातीतही असतो. कला-साहित्य वाङ्मयीन वादाच्या अर्थाने बहिणाबाई, तुकाराम, ज्ञानेश्वर आणि काही दलित साहित्यिकांचा संदर्भ सोडला तर जीव ओवाळून टाकावे असे मराठी साहित्यात दुसरे काही नवे नाही. वेदसंहितेच्या कलामूल्यांचा अहंगंड जपून आजही कला-साहित्याचा आपणाकडे विचार केला जातो. संस्कृतातून आलेला (आणि द्रविड भाषा संस्कृतीतून दृगोचर झालेला आदिम अभिजातवाद नाकारून) अभिजातवाद आणि युरोपीय संज्ञेतला भ्रष्ट रोमँटिसिझम् याच्याच दुष्टचक्रातून मराठी वाङ्मय अद्यापही भिरभिरते आहे. ते अजूनही मानवी वास्तवाकडे परतत नाही. संत मंडळींच्यानंतर या प्रस्थापित कालबाह्य साहित्यमूल्यांच्या पराकोटांवर लघु-नियतकालिकवाल्यांनी हल्ला चढवून नवे साहित्यमूल्य प्रस्थापित करण्याचा प्रयत्न केला. परंतु त्यांचीही मजल विवक्षित पातळी ओलांडण्याच्या पलिकडे गेली नाही.

आधुनिक जाणिवेतला साहित्य व्यवहार अनुभवाधिष्ठित असतो. हे अनुभव घेण्याच्या विशिष्ट विविध तऱ्हा असतात. जाती-धर्म, भाषा, प्रांत यात त्या विभागतात.

षड्विकारांचे आरोह-अवरोह यातला अहंकार, गंड, द्वेष जोपासणाऱ्या समाजात तर त्या अधिकच भयावह होतात. प्रस्थापितांचे वडसे वाढलेले डोळे सत्यम्, शिवम् सुंदरम् पलिकडे पाहात नाहीत. असत्याचा, अशिवाचा, कुरूपाचा न् नवरसातील बीभत्साचा त्यांना नॉशिया आहे. गंड जडला आहे. वाङ्मयीन निर्मितीच्या जाणिवांचे सजगपण मानवी विशुद्ध संवेदनांनी उत्क्रांत होत जाते यावरच या मंडळींचा विश्वास नाही. मराठी साहित्यात या अर्थाने निर्मिती झाली नाही असे नाही, जी झाली ती अल्पच ठरावी अशी आहे.

मराठी साहित्यात सौंदर्यवाद, अभिजातवाद, गूढवाद, रोमँटिसिझम, वास्तववाद, दादावाद, अतिवास्तववाद, अभिव्यक्तीवाद, अस्तित्ववाद, मार्क्सवाद, फॉर्मालिझम, रूपवाद, संरचनावाद व मनोविश्लेषणात्मकतेच्या आनुषंगिकपणाने थोडीफार साहित्य-निर्मिती झाली यात वाद नाही, पण ती भरीव स्वरूपाची मात्र नाही. भाऊ पाध्येसारखा लेखक अल्पलक्षी अस्तित्ववादी असतो. अतिवास्तववादाच्या संज्ञा स्वीकारणारे भालचंद्र नेमाडे, अरुण कोलटकरांसारखे लेखक एकाच पुस्तकात संपून जातात. चित्रकलेच्या क्षेत्रातला एखादा पिकासो, सेझान वादांच्या सर्व प्रक्रिया हाताळून प्रयोग करून अष्टपैलू होतात. त्यांच्यात स्वच्छंदवादाची, वास्तववादाची, घनवादाची, अभिजातवादाची, अतिवास्तववादाची सर्व लक्षणे सापडतात.

आधुनिक जीवनातील लय, गती, सत्य यांची घडण करणारा निर्णायक घटक विज्ञान न् तंत्रज्ञानाच्या सर्वव्यापी अंतर्विरोधाच्या प्रभावातून कला साहित्य-निर्मितीला बळ देतो.

आधुनिक ही प्रवृत्तीवाचक संज्ञा आहे. ती लेखक कलावंतांची वैशिष्ट्य, शैली, आशय सूचित करते. भूतकाळाचे, परंपरेचे जोखड झुगारून ती स्वतःच्या काळाशी, सामाजिक घडामोडींशी, विचारसरणीशी तादात्म्य पावते. स्वच्छंदवादाच्या परस्परविरोधाचे टोक अमूर्तवादाकडे जाते, तर अमूर्तवादाचे आदिम प्रागैतिहासिक कला जाणिवांकडे जाते. या प्रक्रिया युरोप-अमेरिकेत सातत्याने घडतात. आधुनिक संस्कृतीची प्रदुषणे, महायुद्धे, त्यांच्या आण्विक इच्छांचा कल्लोळ, उपभोक्तावाद न् बाजारपेठांच्या स्पर्धांची केवळ पबरेस्टॉरिटी ब्रॉथेलची नागडी संस्कृतीही यातून सापाने कात टाकावी या अर्थाने टाकली जात आहे.

वैश्विक वाङ्मय - ललित कलांचे जग तिथे एकमेकांच्या हातात हात घालून घडत-पडत असते. या उत्थानाचे जाहीरनामे तिथे एखादा कवी लिहितो वा एखादा चित्रकार. झापड लावलेल्या आपल्याकडल्या साहित्यिक-ललितकलांच्या क्षेत्रात हे असे घडत नाही. या सर्व प्रक्रियांची, प्रयोगांची उगमस्थानं कधी रशिया असतो, कधी जर्मनी, कधी फ्रान्स. ग्रीक-रोमन संस्कृतीतून शिल्पाच्या अंगाने, चित्राच्या अंगाने,

कवितेच्या अंगाने तिथे इंप्रेशनिझम-निओ इंप्रेशनिझम, सिंबॉलिझम - सिंथेटिझम, फॉविझम, क्युबिझम, फ्यूचरिझम करत-करत बौहाऊस पर्यंत पोहचतो. त्यात नंतरचे आलेले पॉप आर्ट, झॅप आणि रॅप आर्ट ॲड होत जातात. मराठीत हे घडत नाही. या आधुनिकतेपासून दलित साहित्याने तटस्थ राहता कामा नये. दलित साहित्यातली कालची पूर्वाअट नकार, विद्रोह, विज्ञान होणे - या संज्ञांचे गेल्या साडेतीन दशकात काय झाले ? दलित साहित्यातला नकार विधायकतेला आत्मसात करताना दिसत नाही. विद्रोहानंतर नवे घडविण्याचा त्याला सोस नाही. वैज्ञानिक दृष्टीने ते अप-टू डेट नाही. हा सर्व उद्दिष्टांमधलाच विसंवाद नव्हे काय ? विज्ञानाचा आग्रह धरता-धरता दलित साहित्यिक गूढवादी, अज्ञेयवादी होऊन जातात. ज्या समता-बंधुतेच्या तत्त्वाचा, विचाराचा त्यांच्या कलाकृतीला पाया असतो तेच लोक जनलढ्याच्या अनुभवातून स्वत:ला तटस्थ ठेवून वांझ भाष्यकार होत. भूत-वर्तमान-भविष्य यातला सुरा-बदसुरांची त्यांना सिंफनी बनविता येत नाही. आधुनिकतेच्या संदर्भात त्यांच्यात जुन्याची अवकळा येते. त्यांच्यातले जे खरे जुने या सर्वाला झळाळी देऊ शकते ते सर्व हे झाकून ठेवतात. व्यक्ती-समष्टी, सृष्टी-षड्‌विकार-वाद-तत्त्वज्ञान या सर्वांचा केंद्रबिंदू अखेर माणूस असतो. बहिर्मुख, अंतर्मुख जाणिवात हाच माणूस वजा झाला तर समर्थ साहित्याची निर्मिती होणे अशक्यच होईल. माणसातले जे काही सुष्ट-दुष्ट आहे ते लेखकाने सर्व स्वीकारले पाहिजे. मानवी जीवनाचा, सृष्टीचा, षड्‌विकारांचा सर्व इतिहास त्याने आत्मप्रत्ययाच्या जाणिवेकडे विकसित करत न्यायला हवा. हे करायचे असेल तर या सर्वांचा समग्र विचार त्यांनी आपल्या अभिव्यक्तीत परिष्कृत करायला हवा. तरच त्याला स्वत:भोवतालचे नष्टचर्येच्या अंधाराने माखलेले जग बदलता येईल. आज पुनरूज्जीवनवादी - सांप्रदायिक शक्ती या मार्गातल्या अडसर झाल्यात. त्यांना संस्कृतातला अभिजनवाद, अद्वैत वेदान्त आणि चैतन्यवाद यांचा भ्रम विकसित करून साहित्याचा नवा प्रवाह रोखायचा आहे. हे असे पाच हजार वर्षांपासून घडत आले आहे. त्यामुळेच एकूण भारतीय साहित्यच व्यक्तिवादी, आत्मनिष्ठ जाणिवेने दूषित झाले आहे. या दूषितपणावरला इलाज समष्टीचे दर्शन आहे.

दलित साहित्यिकांनी हा प्रयोग करण्यासाठी स्वत: सक्षम व्हावे. नाहीतर त्यांचेही साहित्य मनोरंजकवाद्यांपेक्षा वेगळे नसेल ! त्यांची मूळ भूमी सुपीक आहे. सर्जनाचे नवे पीक त्याने घ्यायला हवे, ही वैचारिक लढाई दलित साहित्यिकांचेही दुंभगलेपण संपवेल.

□□□

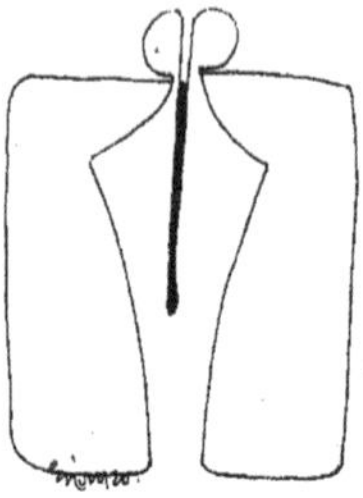

मराठी साहित्याची आजची कोंडी फोडून त्याला विश्व साहित्याच्या पंगतीत बसवण्याचे सामर्थ्य दलित साहित्यात आहे.

अरुण साधू

मानवी इतिहासातील एका अद्‌भूत अशा संक्रमण कालखंडाचे आपण साक्षीदार आहोत. परिवर्तनाचा एवढा विलक्षण झपाटा पृथ्वीवरील मानव प्राण्याने कधी अनुभवला नसावा. आज एकविसाव्या शतकाच्या उंबरठ्यावर उभे राहून जे जग आपण पाहतो ते आपल्या वाडवडिलांनी पाहिलेल्या जगापेक्षा कितीतरी वेगळे आहे. केवळ गेल्या शतकात झालेला बदलच एवढा विस्मयजनक व क्रांतीकारक आहे की त्या आधीच्या मानवी इतिहासातील परिवर्तन अगदी नगण्य वाटावीत. दुसऱ्या महायुद्धानंतर तर हे परिवर्तन चक्र अधिकच वेगाने फिरू लागले आहे.

हे परिवर्तन भौतिक, सामाजिक, राजकीय, आर्थिक, वैचारिक व मूल्यात्मक असे सर्वांगपरिपूर्ण आहे. भौतिक परिसर आश्चर्यकारकरीत्या बदललेला आपल्याच पिढीने पाहिला आहे. संपर्काच्या व दळणवळणाच्या साधनांचा बदल चकित करणारा आहे. पूर्वी मूठभर धनिकांना उपलब्ध असणारी ही साधने तसेच कैक गरजेच्या व उपभोग्य वस्तू आज सहज सामान्यांच्या आवाक्यात येत आहेत. साम्राज्यवादाचा अंत झाला. वसाहतवाद नामशेष झाला. साम्यवादाचा उदय होऊन त्या संकल्पनेवर आधारित साम्राज्येही लयास गेलीत. जागतिक राजनीतीच्या आजच्या परिस्थितीत कोणताही एक देश दुसऱ्यावर आक्रमण करून बळजोरीने राज्य करू शकत नाही. जुलूम, जबरदस्ती, अन्याय, शोषण यांना नव्या जागतिक मूल्यसंकल्पनेमध्ये प्रतिष्ठा राहिली नाही. एवढेच नव्हे तर या गोष्टींकडे निषेधाने पाहिले होते. मानवी जीवनाला वैश्विक प्रतिष्ठा बहाल झाली आहे. केवळ पन्नास वर्षांपूर्वी देश, राष्ट्र, धर्म, वंश, भाषा यांच्या राजकीय तसेच सामाजिक हितसंबंधाच्या रक्षणासाठी जुलूम, अन्याय, शोषण, हिंसा या गोष्टींना नैतिक मान्यता होती, एवढेच नव्हे तर प्रतिष्ठा होती, हे आठवले की मानवी परिसरातील या क्रांतिकारक बदलाचे महत्व अधोरेखित होईल.

परिवर्तन साहित्य संमेलन,
कोल्हापूर १९९५

नव्या मूल्यसंकल्पनांमध्ये मानवी समूहांचा स्वयंनिर्णयाचा अधिकार स्वीकृत झाला आहे. परंतु मानवी हक्कांच्या बाबतीत जागतिक जनमत एवढे संवेदनशील बनले आहे की, एखाद्या स्वतंत्र राष्ट्रातील जुलूमी शासन स्वत:च्याच लोकांशी अन्यायानं व क्रौर्याने वागून हिंसा करीत असेल तर त्या शासनाला शिक्षा करण्यासाठी इतर राष्ट्रांनी सर्वसंमतीने धावून जाण्याची प्रथा आता रूढ होऊ लागली आहे. संयुक्त राष्ट्रसंघाने स्वीकारलेला मानवी हक्कांचा जाहीरनामा म्हणजे येणाऱ्या युगातील श्रेष्ठ व प्रगतशील परिवर्तनाचे पूर्वचिन्ह होय. मानवी समाज गतिशील व परिवर्तनशील असतो, तसेच या परिवर्तनाची दिशा अनेक वेडीवाकडी वळणे घेऊनही साधारणत: उन्नयनशील राहिली आहे, ही जाणीव समाधानकारक आहे.

परंतु या परिवर्तनचक्राचे आनंदगाणे गात असताना काही गोष्टींचे भान विसरून चालणार नाही. परिवर्तनाच्या कोणत्या वळणावर-पुढे जाणाऱ्या की मागे खेचणाऱ्या- आपण उभे आहोत याचा सातत्याने आढावा घेत राहिले पाहिजे. एवढा बदल झाला असूनही अजून अन्याय, शोषण, हिंसा शिल्लक आहेतच. दुसऱ्यावर अधिकार गाजवण्याची मानवी प्रवृत्ती सनातन आहे. व ती तशीच कायम राहणार आहे. त्यामुळे दास्यमुक्तीचे संघर्ष चालूच राहतील. किंबहुना विद्रोह व संघर्ष हेच मानवी समाजाच्या गतिमानतेचे इंगित होय, असे म्हणायला पाहिजे. समाजाचा गाडा सुरळीत चालविण्यासाठी व्यवस्था हवीच, आणि शासक व्यवस्था आली की हितसंबंधाची निर्मिती होऊन कोठे ना कोठे अन्यायाला सुरुवात होणारच. शासक व शासित यांच्या हितसंबंधातील अंतर्विरोध वाढू लागला की संघर्ष, जुलूम दडपशाही हे ओघाने आले. मार्क्सप्रणित आदर्श साम्यवादी अवस्थेत शासन विरून नाहीसे होईल, असे कल्पिले होते, पण मग समाजाचा गाडा चालविणारी व्यवस्था कोणती असेल ? व्यवस्था हवीच. ही पोकळी भरून काढण्यासाठी, बुद्धी व मानवी विवेकाच्या कसोटीला उतरेल अशी नैतिक मूल्यव्यवस्था हवी, असे प्रतिपादून संपूर्ण मानव जातीसाठी आधुनिक विज्ञान युगाला सुसंगत अशा बौद्ध धर्माची डॉ. आंबेडकरांनी व्यापक दृष्टीकोनातून भलावण केली.

गौतम बुद्ध, येशू ख्रिस्त, महंमद पैगंबर हे सारे अन्यायी व्यवस्था बदलू पाहणारे विद्रोही. आपापल्या दृष्टीने आदर्श समाजरचनेची स्वप्ने पाहणारे सृजनशील बंडखोर. आपल्या कल्पनेप्रमाणे जग बदलण्याची कृतिशील हिंमत धरणारे द्रष्टे महामानव. त्यांच्याप्रमाणेच असंख्य विचारवंताच्या वैचारिक घुसळणीतून परिवर्तनास वेग प्राप्त झाला आहे. संपूर्ण मानवजातीच्या विचारांवर ज्याचा ठसा उमटला असे कार्ल मार्क्स सारखे तत्ववेत्ते व महात्मा गांधीसारखे प्रयोगशील नेते यांनाही या यादीतून वगळून चालणार नाही. महाराष्ट्रापुरते बोलायचे झाले तर महात्मा ज्योतिबा फुले, न्यायमूर्ती रानडे, गोपाळराव आगरकर, डॉ. बाबासाहेब आंबेडकर अशा सरस प्रबोधनकारांची प्रभावळ परिवर्तनाचे दूत म्हणून आपल्याला लाभली. अमेरिकन स्वातंत्र्ययुद्धाचा जाहीरनामा,

फ्रेंच राज्यक्रांती, रशियन क्रांती व पाऊण शतकानंतरची प्रतिक्रांती, भारतीय स्वातंत्र्य लढा, व्हिएतनामचा संघर्ष आणि नेल्सन मंडेलांच्या नेतृत्वाखाली दक्षिण आफ्रिकेने वांशिक गुलामगिरावर घातलेला अखेरचा घाव या घटनांनीही मानवी परिवर्तन प्रक्रियेला सामर्थ्य दिले.

या अव्याहत परिवर्तन प्रक्रियेतील भौतिक प्रगतीचा आणि सतत विकसित होत असलेल्या विज्ञान-तंत्रज्ञानाच्या मोठा रेटा होता, तोही दुर्लक्षून चालणार नाही. विनोबा भावेंनी जगाला रूप देणाऱ्या तीन शक्ति सांगितल्या आहेत-विज्ञान, आत्मज्ञान व साहित्य. त्याही याच क्रमाने. विज्ञान-तंत्रज्ञानाने केवळ स्थूल भौतिक परिवर्तन होते असे नव्हे, तर मानसिक व सामाजिक परिवर्तन पण होत असते. टोळी पद्धतीतून शेती संस्कृती, त्यातून संरजामी व्यवस्था यातील उत्क्रांतीचा प्रत्येक टप्पा गाठण्यास तांत्रिक प्रगतीने मदत केली, एवढेच नव्हे तर प्रेरणा दिली असे दिसून येईल. औद्योगिक संस्कृतीने जग एकत्र केले, समतेची सक्ती केली. ज्ञानाचा प्रचार केला. भारतातील जाती-संस्थेचा स्पर्श-विटाळाचा घृणास्पद भाग, दळण-वळणाच्या सार्वजनिक साधनाची व औद्योगिक संस्कृतीच्या इतर घटकांनी केव्हाच मोडीत काढला. आता जात उरली आहे, ती मानसिक व राजकीय परिसरात. आता येत असलेले संगणकाचे व इन्फर्मेशन सुपर हायवेचे युग माणसाच्या जीवनशैलीत असा काही क्रांतिकारक बदल घडवून आणीत आहे की त्यामध्ये कालांतराने पारंपारिक जातिभेद अप्रस्तुत होऊन जातील.

कोणाला वाटेल की मी वर्तमानाचे व भविष्यकाळाचे फारच गुलाबी चित्र रंगवीत आहे, व ते दृष्य वास्तवाशी विसंगत आहे. पण आधी उल्लेखिलेले गेल्या शतकातील वैचारिक व भौतिक परिवर्तन पाहिले तर ही निरीक्षणे अवास्तव वाटणार नाहीत. परिवर्तनाची दिशा सर्वसाधारणपणे सकारात्मक व उन्नयनकारक आहे. विज्ञान-तंत्रज्ञान माणसाला क्षुद्र भेदा-भेदाच्या तुरुंगातून मुक्त करीत आहे. दारिद्र्याची भीषणता कमी करीत आहे. शोषणाला आळा घालीत आहे.

असे असूनही आज जग अस्थिरतेच्या प्रचंड भोवऱ्यात सापडल्यासारखे वाटते आहे. कारण जुनी सामाजिक नीतिमूल्यांची व्यवस्था कोसळली असून त्या जागी नवी व्यवस्था उभी राहिलेली नाही. वैचारिक व राजकीय पातळीवर जरी मानवी हक्कांची घट्ट प्रतिष्ठापना झाली असली तरी समाजाला स्थिर ठेवणारी कुटुंब-संस्था, स्त्री-पुरुष संबंधातील कठोर नीति-व्यवस्था, मालक-सेवक, ज्येष्ठ-कनिष्ठ, जेते व जित यांच्यातील व्यवहाराची पारंपरिक चौकट या संस्थांना अद्याप पर्याय निर्माण झालेला नाही. म्हणून एक गोंधळाचे व अनिश्चिततेचे वातावरण पसरल्यासारखे वाटते. हाही दोन युगातील संधिकालाचा परिणाम होय. म्हणूनच जॉन केनेथ गालब्रेथ या अमेरिकन भाष्यकर्त्याने या कालखंडाला 'अनिश्चिततेचे युग' असे नाव दिले आहे. व्यक्तीचे समाजातील स्थान, तिची कर्तव्ये, इतरांप्रतीचा तिचा व्यवहार, तिने पाळवयाचे नियम व कर्मकांडे यांच्या

निश्चित पोलादी चौकटी समाजात तयार झाल्या होत्या. त्यामुळे समाज व्यवहारात निश्चितता होती. अन्याय हा अन्याय वाटत नव्हता. शोषितालाही आपले शोषण होत असल्याची जाणीव नव्हती. नव्या युगात या चौकटी वितळून पडत आहेत. म्हणून संभ्रमाचे वातावरण.

माणसाने माणसाला मारण्यासाठी भयंकर संहारक शस्त्रे तयार करण्यात विज्ञानाची मदत झाली खरी. पण केवळ या अविवेकी गोष्टीमुळे विज्ञान तंत्रज्ञानाने साध्य झालेल्या, माणसाला कल्याणकारी ठरलेल्या सुधारणांना व तंत्रज्ञानाला नाके मुरडून चालणार नाही. कारण ते मानवी परिवर्तनाचे अत्यंत उपयुक्त साधन होय.

मित्रहो, आपण एकत्र आलो आहोत ते परिवर्तनवादी साहित्याविषयी बोलण्यासाठी, साहित्याला आपण हे नामाभिधान दिले तेव्हाच आपण साहित्याबाह्य शक्तींच्या व फलितांच्या चर्चेत शिरलो. साहित्य हे परिवर्तनाचे हत्यार अथवा साधन मानले. या भूमिकेत परिवर्तनाला प्रथम व साहित्याला दुय्यम स्थान प्राप्त होते हे ओघाने आलेच. पण हा थोडा वादाचा मुद्दा असून या संमेलन प्रसंगी तो मी टाळू इच्छितो. मात्र एक भूमिका स्पष्ट करतो. मानवी जीवनाचे व संपूर्ण सृष्टीच्याच एकूण व्यवहाराचे व गुंतागुंतीच्या संदर्भात सर्वांगीण निरीक्षण करून त्याचा अर्थ व त्यांचे प्रयोजन शोधून काढण्याचा प्रयत्न करणे ही अस्सल साहित्याची प्रेरणा असते. तसे करताना मनोरंजनही होते. त्याचप्रमाणे मानवी संस्कृतीत रचनात्मक व सर्जनशील भरही पडते. त्याही पलीकडे जाऊन व सर्जनशील साहित्य मानवी जीवनाला व संस्कृतीला उन्नत करणारे वळण लावू शकते. त्यामुळे केवळ मनोरंजनासाठी कला अथवा सामाजिक परिवर्तनासाठी कला या वादात जाण्याची स्वभावानुसार या दोन्ही गोष्टी साधत असते. एकाच गोष्टीवर कृतक भर दिल्याने साहित्याचा अस्सल वाङमयीन कस कमी होऊ शकतो हे भान ठेवलं म्हणजे पुरे.

कलेसाठी कला की जीवनासाठी कला अशा प्रकारच्या खुळचट वादंगामुळे आधीच मराठी साहित्याचे मोठे नुकसान झाले आहे.

आपण परिवर्तनवादी साहित्याविषयी विचार करीत असल्याने मला भावलेला परिवर्तनाचा व्यापक दृष्टीकोन सांगण्याचा खटाटोप येथे केला आहे. स्वतःला परिवर्तनवादी साहित्यिक समजणाऱ्या लेखक-कवींनी आपल्या सूक्ष्मतर दुःखाना व समस्यांना चित्रित करताना वर झेप घेऊन परिवर्तनाच्या भव्य हेतूला व्यापक दृष्टीने स्पर्श करावा असे मला नेहमी वाटत असते. विद्रोहाचे अथवा बंडखोरीचे प्रयोजन केवळ दुःखाला वाचा फोडणे, अन्यायाच्या विरूद्ध आवाज उठवणे, दमनशक्ती विरूद्ध तक्रार करणे वा लढणे, ऐतिहासिक अन्यायाचा सूड घेणे एवढ्यापुरते मर्यादित नसून ही सारी परिस्थिती बदलून नव्या मूल्यांवर आधारित नव्या समाजाची रचना करणे हा ही हेतू त्यामध्ये अध्याहृत असतो. किंबहुना रचनात्मक निर्मितीची परिमिती नसेल तर विद्रोह अपूर्ण

राहतो, विकल होऊ शकतो. मानवी अंगाला रुप देण्याचे काम साहित्याचे आहे ही भूमिका स्वीकारल्यावर या आधी वर्णन केलेली नीतिमूल्यांची पोकळी आधुनिक युगाला सुसंगत होईल अशा प्रकारे भरून काढण्याने आव्हान व जबाबदारी परिवर्तनवादी साहित्यावर येऊन पडते. आपली, आपल्या समाजगटांची सामूहिक व सूक्ष्म दुःखे जपत असताना परिवर्तनाचे हे वैश्विक भान ठेवले तरच परिवर्तनाचा वसा घेतलेले साहित्यिक हे आव्हान पेलू शकतील असे वाटते. जग झपाट्याने बदलत असतांना मानव समूहातील अस्तित्वात असलेला अंतरविरोधही नाकारून चालणार नाही. मानवी प्रगतीतील तफावती कधी कधी सुन्न बधीर करणाऱ्या वाटतात. माणसाने १९६९ साली चंद्रावर प्रथम पाऊल ठेवले, त्या वर्षी महाराष्ट्रात मोठा दुष्काळ पडला होता. अनेक गावे अशी होती की जेथे कळशीभर पाण्यासाठी स्त्रियांना सहा-सहा मैल पायपीट करावी लागत होती. त्यावेळी दुष्काळाची पहाणी करण्यासाठी मी बरेच वेळा जात असे. एकीकडे मानवाचा चंद्रविजय व दुसरीकडे महाराष्ट्रासारख्या प्रगत राज्यात असा भयंकर दुष्काळ !

पुढील वर्षातच मराठवाड्यात एका गावी पावसाळ्यात सवर्णांनी दलितांना आपल्या स्वच्छ विहिरीवर पिण्याचे पाणी भरू देण्याचे नाकारले म्हणून दलित वस्तीतील लोक पावसाळी गटाराचे पाणी शिरलेल्या आपल्या विहिरीचे पाणी पिऊ लागले. कॉलऱ्याची लागण होऊन वस्तीतील बारा-पंधरा लोक मेले. ही घटना म्हणजे मला त्यावेळी आधुनिक संस्कृतीचा व विज्ञान युगाचा अंधार कोपरा वाटला. या सुन्न करणाऱ्या घटनेवर त्यावेळी मी 'बहिष्कृत' नावाची कादंबरी लिहिली खरी. पण तिला चंद्र विजयाच्या विरोधाभासाचे परिणाम मात्र देता आले नाही.

आजही दळणवळणाच्या व संपर्क साधनांच्या क्षेत्रात एवढी विलक्षण प्रगती झाली असली तरी अविकसित भागांची अनेक आंधळी क्षेत्रे जगभर पसरली आहेत. एखाद्या खेड्यात फोन देऊन क्षणार्धात जनसंपर्क पद्धतीने दुर्गम भागातही टी.व्ही. च्या पडद्यावर हजारो मैलावर घडत असलेली घटना तत्क्षणी दिसू शकते. पण बारा महिने स्वच्छ पाणी पुरवठा होऊ शकेल अशी सोय मात्र आपण अजूनही अनेक खेड्यांमध्ये करु शकलो नाही. विज्ञान व तंत्रज्ञान आज एवढे पुढे गेले आहे की जगातील सर्व लोकसंख्येला अन्न, वस्त्र, निवारा या मूलभूत गरजा उत्तम पुरविल्या जाऊन त्यांना चांगले सुसंस्कृत जीवन जगता येईल. अशी परिस्थिती निर्माण करणे सहज शक्य आहे. पण ते अजून होत नाही. ही जागृती निर्माण करण्याची जबाबदारी परिवर्तनवादी साहित्यावर येऊन पडते.

आज अर्थव्यवस्थेचे झपाट्याने जागतिकीकरण होत आहे. नव्या आर्थिक रचनेमध्ये बाजार शक्तीला मध्यवर्ती महत्व प्राप्त होत आहे. निसर्गातला कायदा असा आहे, की नैसर्गिक वास्तवाला तोंड देत जो टिकेल तोच अस्तित्वात राहील व विकास

पावेल. जे या जगण्याच्या स्पर्धेत टिकत नाहीत ते प्राणी व जीवजंतू हळूहळू नष्ट होत जातात. आज बाजारशक्ताचीही असाच स्पर्धेचा कठोर कायदा दिसतो. स्पर्धेत जे टिकतील ते तरतील. स्पर्धेत भाग घेण्याची ज्यांच्यामध्ये क्षमता नाही ते बरबाद होतील.

जेथे आर्थिक विषमतेच्या रुंद व खोलदऱ्या आहेत व समाज अनेक फळ्यांमध्ये विभागला गेला आहे त्या भारतासारख्या देशात ज्यांच्यात बाजाराच्या स्पर्धेत उतरण्याची क्षमता नाही असे संख्येने मोठे असलेले वर्ग अस्तित्वात आहेत. बाजार संस्कृतीतून येणारी समृद्धी वेगाने या दुर्बल वर्गांमध्ये झिरपत जाईल असा बाजार शक्तीच्या सर्व गुणसंपन्नतेवर श्रद्धा असणाऱ्यांचा विश्वास आहे. या उलट आपल्या देशातील बाजाराची व्याप्ती एवढी सीमित आहे व स्पर्धेत भाग घेऊ शकणाऱ्यांची संख्या एवढी मर्यादित आहे की खाली झिरपू शकेल. एवढी संपत्तीच निर्माण होणार नाही. त्यामुळे दुर्बलवर्ग अधिकच दुर्बल होतील, असेही काही तज्ज्ञांचे म्हणणे आहे.

ही दुसरी गोष्ट खरी ठरली तर मोठेच संघर्ष आपल्या देशात उभे राहतील. त्यामुळे येथील परिवर्तनाचा लढा अनेक पातळ्यांवर लढावा लागणार आहे. एका बाजूला चळवळींच्याद्वारे विद्रोह व संघर्ष चालू ठेवावा, तर दुसऱ्या बाजूला नाहीरे वर्गांना रचनात्मक रीतीने संघटीत करून या जागतिक परिवर्तनाच्या लाटेशी नाते जोडण्यासाठी त्यांना सक्षम करण्याकरिता कंबर कसावी लागणार आहे. बाजार संस्कृतीमुळे संपत्तीचा सर्वदूर प्रसार होत असल्याने चळवळीचे, संघर्षांचे व विद्रोहाचे युग संपले आहे असे बाजारशक्तीचे श्रद्धाळूभक्त मानत असतात. पण जोवर विषमतेच्या दऱ्या आकसत नाहीत तोवर पुढे येणाऱ्या भयंकर संघर्षाची शक्यता नाकारून चालणार नाही. या लढ्याचे आव्हान पेलण्यासाठी सर्व दास्यमुक्तीच्या लढ्याप्रमाणे विद्रोही संघर्ष व रचनात्मक, सकारात्मक आंदोलने यांनी हातात हात घालून चालले पाहिजे. आजच्या परिवर्तनवादी साहित्याने हे महत्वाचे भान विसरता कामा नये असे मला वाटते.

मित्रहो, परिवर्तनवादी साहित्य म्हणजे दलित साहित्य असे आपणापैकी बहुतेकांचे मत असावेसे वाटते. ते फारसे चुकीचे नाही. पण केवळ दलित साहित्य म्हणजेच, परिवर्तनवादी साहित्य असा तुम्ही आग्रह धरणार नाही असा विश्वास आहे. म्हणूनच परिवर्तनाचा जगन्नाथाचा रथ कशा तऱ्हेने पुढे सरकत आहे ते एका व्यापक परिसराच्या संदर्भात समजून घेण्याचा येथे मी वारंवार खटाटोप करीत आहे.

मात्र दलितांनी निर्मिलेले साहित्य हे परिवर्तनाच्या प्रेरणेतूनच लिहिले असते याबद्दल शंका नको. अभावग्रस्त समाजाला व्यापक जाणिवा व आकांक्षा निर्माण होऊ लागतात तेव्हा त्यांचा प्रथम अविष्कार सृजनशील साहित्य निर्मितीतून होतो. 'जग बदल घालूनी घाव' अशा इर्षेनेही दलित साहित्य अवतरले आहे. म्हणून भारतातील परिवर्तनवादी चळवळीमध्ये मराठी दलित साहित्याला आघाडीचे स्थान आहे. शोषितांना, दलितांना, अभावग्रस्तांना परिवर्तनाची जेवढी तीव्र पोटतिडीक असते तेवढी इतर

घटकांना असू शकत नाही, हे उघड आहे.

दलित साहित्य चळवळ ही केवळ साहित्य विषयक चळवळ नव्हे तर ती एका अधिक व्यापक अशा सामाजिक, सांस्कृतिक, राजकीय व मूल्यात्मक चळवळीचा पूरक असा भाग आहे याचे मला भान आहे. त्यामुळे दलित साहित्याचे मूल्यमापन करताना निखळ वाङमयीन स्वरुपाच्या पारंपारिक कसोट्या लावणे अन्यायाचे होईल याची जाणीव आहे. याच कारणाने बरेच वेळा व आंबेडकरांनंतरची दलित चळवळ यांचा एकत्र विचार होणे अपरिहार्य आहे. तसे करताना आधी दलित साहित्याने दलित चळवळींसाठी व एकंदर मराठी साहित्यासाठी जी सकारात्मक अशी क्रांतीकारी कामगिरी केली आहे, तिची नोंद घेणे उचित होईल.

प्रथमत:च हे आनंदाने नोंदले पाहिजे की दलित साहित्याला या समाजाच्या सांस्कृतिक इतिहासाचे व वर्गीय राजकारणाचे जेवढे परिमाण आहे तेवढे दलितेतर मराठी साहित्याला असलेले दिसत नाही. त्याचबरोबर या साहित्याला सामाजिक अन्यायातून होणाऱ्या दु:खाचेही गाढ परिमाण आहे. आंबेडकरांनंतरच्या काळात अनेक कारणांनी दलितांच्या अस्मितेचा लढा क्षीण व दुर्बल होत होता. त्या काळात या साहित्यानेच दलित चळवळीला सावरून धरली, तिच्यात चैतन्य निर्माण केले व तिला बळ दिले. दलित साहित्याने या लढ्याला नवा जोष व उत्साह दिला आणि दलित मनांना नवा आत्मविश्वास दिला. मरगळलेली दलित चळवळ काही काळापुरती तरी पुन्हा तरारुन उभी राहिली.

दलित साहित्याने आधुनिक मराठी साहित्य विश्वात संपूर्णपणे नव्या जाणिवा आणल्या, मुख्य साहित्य प्रवाहाने दुर्लक्षिलेली भावविश्वे व कटु जीवनानुभव आणले. नवे शब्द व कल्पनाविश्व आणले. मराठी भाषेच्या साचलेल्या, शेवाळलेल्या पाण्याचे बांध फोडून तिला खळाळत्या जिवंत प्रवाहाचे स्वरुप दिले. थोडक्यात म्हणजे मृत्यूशय्येवर पडलेल्या मराठी भाषेत नव चैतन्याचा प्राण फुंकला. दलित साहित्याने एकूणच मराठी साहित्यातील अनुभवांची व्याप्ती वाढवून त्याला दाहक वास्तवतेचे परिमाण दिले व त्यामुळे जागतिक वाङमयाच्या परिसरात प्रवेश करण्याची क्षमता निर्माण केली. दलित साहित्य हे दलित चळवळ व मराठी भाषा या दोघांच्याही दृष्टीने क्रांतीकारक ठरले यात शंक नाही.

दलित साहित्याचे हे थोर ऋण मान्य केल्यानंतर ते सवार्थाने व खरेखुरे परिवर्तनवादी कितपत आहे याबाबीची तटस्थ व कठोर चिकित्सा व्हायला हवी. त्याचबरोबर प्रथमच या चळवळीचे ऐतिहासिक व मूल्यात्मक महत्व मान्य केल्यावर ते साहित्य म्हणून तटस्थ कसोटी लावल्यास (पारंपरिक कसोट्या नव्हे) कितपत कसास उतरते हे तपासून पाहणेही आवश्यक आहे. दलित साहित्याने पहिला घाव तर जबर घातला आहे. पण या दोन बाबींची कठोर तपासणीं झाल्याशिवाय त्याचा प्रभाव

कितपत टिकावू आहे आणि जग बदलण्यासाठी याच ताकदीने वारंवार घाव मारीत राहण्याची क्षमता त्यामध्ये आहे की नाही याचा नीट अंदाज येणार नाही.

ही तपासणी करताना पुन्हा आंबेडकरांनंतर दलित चळवळीकडे वळून बघावे लागेल. आंबेडकरांनंतर दलित चळवळ बराच काळ हतोत्साह होती व फाटाफुटीने क्षीण झाली होती. दलित पँथरच्या उदयाने या चळवळीत नवा जोष, आवेश व नवा आशय प्राप्त झाला. पँथरचा उदय व आधुनिक दलित साहित्याने घेतलेली ताज्या दमाची उसळी या एकमेकाशी निगडीत, परस्परांना पूरक व एकमेकांतून उगम पावलेल्या गोष्टी होत. पँथरच्या क्रांतीकारक जाहीरनाम्याने या नव्या साहित्य चळवळीला परिवर्तनाचा अभूतपूर्व आवेग दिला किंवा नव्याने स्फोट झालेल्या या साहित्याच्या विद्रोह व नकाराच्या अंगाराने पँथरचे पेटते रसायन निर्माण केले असेही म्हणता येईल.

पुढे लवकरच पँथरमध्ये फूट पडली आणि इतर दलित गटही इतस्तत: विखुरले गेले. त्यानंतर नामांतरासारखी आंदोलने झाली. पण फाटाफुटीने दलित चळवळ एवढी घायाळ झाली होती की तिच्यातील सर्जनशील स्त्रोत व जग बदलण्याचा क्रांतीकारी आवेग विरून गेला. पेटलेल्या कार्यकर्त्यांचा दिशाहीन जोष तेवढा राहिला. स्तरीय दलित चळवळ एका बंद वळणावर पोचल्यासारखी झाली. दलित पँथरने अग्निबाणाप्रमाणे अवकाशात डोळे दिपवून टाकणारी झेप घेतली खरी. पण गणिते बरोबर केली नसावीत, इंधन कमी पडले असावे, बाहेरच्या निर्वात पोकळी पासून अंतर्गत दाब सुरक्षित राहील अशा ताकदीच्या यानाचा आवरणपत्रा नसावा अशा अनेक कारणांमुळे हा अग्निबाण भरकटला व त्याच्या अवकाशातच ठिकऱ्या उडाल्या, किंबहुना वर झेप घेण्याव्यतिरिक्त या अग्निबाणास दुसरे लक्ष्य माहीत नसावे.

दलित पँथरने धक्का देण्याचे ऐतिहासिक कार्य केले खरे. पँथरच्या अंतिम अपयशाची खोलात जाऊन कारणमीमांसा करण्याचे हे स्थान नव्हे. पँथरने आरोळी क्रांतीची ठोकली असली तरी ती दुखावलेल्या वाघाने क्षुब्ध गर्जना करावी अशाच प्रकारची होती. त्याने बरेच काही साध्य झाले. परंतु पँथरची क्रांतीची कल्पना पुरोगामी व परिवर्तनवादी आशय घेऊन आली असली तरी तरी ती निव्वळ स्वप्नाळू व अव्यवहारी होती. क्रांतीच्या कल्पना सुरुवातीला अव्यवहारीच वाटतात. परंतु क्रांती करायची आहे खरी, शोषणविरहित असं समानतेवर आधारलेला नवा समाज निर्माण करायचा खरा, पण हे कसे करायचे याचे व्यवहार्य आराखडे नव्हते. विचारांचा पाया पक्का नव्हता. जो विचार जाहिरनामा म्हणून प्रसृत झाला त्याच्याशी दलित तरुणांचे सर्वच गट सहमत नव्हते. उद्दिष्टे शेवटापर्यंत नेण्याची राजकीय जिद्द नव्हती, मानसिक तयारी नव्हती व वैचारिक चिवटपणाही नव्हता. परिस्थिती अनुकूल नव्हती. विचारांचा पायाही कच्चा होता.

त्याहूनही महत्वाचे म्हणजे संघटना बांधून तिला संस्थात्मक गतिमान रूप

देण्याचा आवाका नव्हता. रचनात्मक दूरदृष्टी नव्हती. आधी सांगितल्याप्रमाणे मुक्तीचे कोणतेही आंदोलन दोन पातळ्यांवर लढावे लागते. रस्त्यावरील चळवळी व रचनात्मक बांधणी. यामध्ये रचनात्मक बांधणीचे महत्व कमी लेखून चालणार नाही. स्वत: डॉ. आंबेडकरांचा रस्त्यांवरील आंदोलनांवर फारसा विश्वास नव्हता. दलितांचे संख्याबळही त्या दृष्टीने अनुकूल नव्हते व नाही. डॉ. आंबेडकरांनी जी काही आंदोलने रस्त्यावर आणली ती अत्यंत काळजीपूर्वक व सावधगिरीने. त्यांचा भर सनदशीर चळवळींवर व रचनात्मक बांधणीवर होता. मुक्तीचे आंदोलन करणाऱ्यांना उद्या सत्ता आपल्या हाती येणार आहे ही अपेक्षा ठेवून संस्थाचालक बांधणी करू लागले. सत्ता ही राजकीयही असू शकते वा सामाजिक किंवा सांस्कृतिक. गौतम बुद्ध, लेनिन, गांधी, माओ, हो चि. मिन्ह यांनी हेच केले. उसळती जनआंदोलने सुरु असताना होणाऱ्या या परिवर्तनाचे भान ठेवून रचनात्मक बांधणी केली नाही, तर आंदोलने अपयशी तरी होतात किंवा उद्दिष्टे अर्धवटच साध्य होतात.

डॉ. आंबेडकरांनी सामाजिक, राजकीय, सांस्कृतिक व शैक्षणिक क्षेत्रात प्रचंड रचनात्मक बांधणीला सुरुवात केली होती. पुढे १९६० ते १९८५ च्या दरम्यान अशा रचनात्मक बांधणीला दलित चळवळीमध्ये मोठा वाव होता. परंतु रस्त्यावरील चळवळी व निवडणुकीचे राजकारण यापलीकडे दलित आंदोलकांनी फारसा रस घेतला नाही. रचनात्मक व संस्थापक बांधणीकडे तर पूर्णपणे दुर्लक्ष केले, ही दुर्दैवाची गोष्ट होय. अस्पृश्य समाजावरील ऐतिहासिक अन्याय दूर करून त्यांना राजकीय व सामाजिक हक्क मिळवून देण्यासाठी डॉ. आंबेडकरांनी महाबिकट असा सनदशीर संघर्ष केला. हा लढा चालू असताना दलितांनी आपल्या पायावर उभे राहून अस्मिता राखावी, सामाजिक व सांस्कृतिक जीवनाच्या सर्व क्षेत्रात शिरून तेथे आपली जागा निर्माण करावी, राजकीय व सामाजिक हक्क मिळाल्यावर ते कुशलतेने वापरण्यासाठी दलित समाजाने व व्यक्तिंनी शैक्षणिकदृष्ट्या सक्षम व्हावे म्हणून त्यांनी जीवापाड मेहनत घेतली. गलिच्छ वतने सोडून देऊन स्वाभिमानाने राहण्यास शिकवले. स्त्रियांना आंदोलनात उतरवून त्यांना पायावर उभे केले. हिंदूनी झिडकारलेला दलित समाज अशा मंचावर उभा आहे की त्याने जिद्द दाखविल्यास संपूर्ण मानवजातीचे सांस्कृतिक व नैतिक नेतृत्व करण्याची क्षमता त्याच्यात आहे असा आंबेडकरांचा विश्वास होता. बुद्धाचा धर्म स्वीकारण्यामागे दलितत्वातून मुक्ती मिळविणे हा तर त्यांचा प्रमुख उद्देश होताच. पण बुद्धीच्या कसोटीवर उतरणारा व आधुनिक विज्ञान युगाला सुसंगत अशा बुद्ध धर्माची ध्वजा दलितांनी आपल्या खांद्यावर घेऊन त्याचा जगभर प्रचार करावा अशी त्यांची आकांक्षा होती. कारण उद्याच्या जगाचा धर्म हा बुद्धाने सांगितलेला शोषणविरहीत व समतेवर आधारित समाज निर्माण करण्याचा मार्ग दाखविण्याचा, वैश्विक नैतिकतेवर आधारित असा धर्म असणार आहे त्यांची त्यांना खात्री होती.

आंबेडकरांनंतर दलित चळवळींनी या विषयी नेमके काय केले हे तपासून पाहण्यासारखे आहे. पण रचनात्मक बाबींकडे दुर्लक्ष केले ही मात्र वस्तुस्थिती होय. शिकून सवरून सुस्थितीत आलेल्या दलित गटांनी चळवळीकडे दुर्लक्ष केले एवढेच नव्हे तर समाजाला आर्थिक वा संघटित होऊन प्रयत्नही केले नाहीत. दलित तरुणांमध्ये शिक्षणाची जिद्द होती. विविध क्षेत्रात कल असलेल्या बुद्धिमान मुलांना निवडून त्यांना त्यांच्या क्षेत्रात सर्वोच्च स्थानापर्यंत पोहोचण्याची संधी देण्यास मदत करणे हे काम सर्व तऱ्हेने जातीय, वांशिक, प्रादेशिक व भाषिक गट तथा उपगट करीत असतात. दलित चळवळींनी व सुस्थित दलितांनी तेही केले नाही. एखाद्या मुलामध्ये गुणवत्ता दिसताच त्याला वर उचलून सर्व प्रकारची संधी देणे हा प्रकार बहुतेक समाजात घडतो. सारा समाज शेकडो फळ्यांमध्ये विभागला असताना असे होणे अपरिहार्य आहे. विशेषत: अभावग्रस्त समाजाने तसे करण्याची काही अनुचित नाही.

येथे ब्राह्मण समाजाचे उदाहरण दिले तर अनेकांना आवडणार नाही. आज खरा ब्राह्मण समाज पुढारलेला व सुस्थित दिसत असला, तरी या शतकाच्या सुरुवातीला किंवा चाळीसवर्षांपूर्वी देखील या समाजातील बहुसंख्य लोक आर्थिकदृष्ट्या कमकुवतच होते. मुले खेड्यातून शिक्षणासाठी शहरी येत, कुठेतरी राहत व माधुकरी मागून शिक्षण करीत. अशा तऱ्हेने शिकून डॉक्टर, इंजिनीअर, वकील, प्राध्यापक झालेला मुलगा सहसा मोठ्या निष्ठेने एक व्रत पाळत असे. आपण ज्याप्रमाणे कठीण परिस्थितीशी झगडत शिकलो त्याप्रमाणे शिकणाऱ्या किमान एका मुलाला तरी दरवर्षी शिक्षणासाठी संपूर्ण मदत करायची किंवा समाजातील एखादा मुलगा डॉक्टर होण्याची संधी मिळत असूनही पैशांअभावी शिकू शकत नाही असे नजरेला आले तर त्याला डॉक्टर होईपर्यंत शिक्षणासाठी आर्थिक मदत करायची. असे करताना आपण केलेल्या मदतीचा फार बडीवार करायचा नाही. मुलगा शिकून डॉक्टर झाल्यावर त्याने या रक्कमेची परतफेड करायची अशी अपेक्षा व्यक्त करायची. परतफेड नाही झाली तरी बिघडत नाही. महाराष्ट्रातील बहुतेक शहरांमध्ये माझ्या बरोबरीची अनेक मुले अशा तऱ्हेने शिकताना मी पाहिली आहेत. या पद्धतीमध्ये मदत फक्त स्वजातीय मुलालाच दिली जायची असे नव्हे, पण बहुंशी अशा विना जाहिरात शिष्यवृत्त्यांचा लाभ ब्राह्मण मुलांनाच व्हायचा. अजूनही ही प्रथा पाळली जात असणार याची खात्री आहे. आपणाला शिक्षणाची संधी मिळाली ते समाजाचे ऋण आहे; ते या ना त्या रितीने पुरेपूर फेडले पाहिजे या वृत्तीतून ही प्रथा निर्माण झाली. थोडे बारकाईने पाहिले तर सर्व पुढारलेल्या समाजगटांमध्ये थोड्या फार फरकाने ही पद्धत दिसून येते. मारवाडी, सिंधी, उडुपी, शेट्टी, पंजाबी, पाश्चात्य, ज्यू व युरोपातील अँग्लो-सॅक्सन समाजामध्ये सामाजिक ऋण फेडण्याची ही पद्धती अस्तित्वात होती व अजूनही आहे. या प्रकारे धिम्यागतिने शांतपणे आपापला समाजगट विकसित तर होतोच पण समाजातील प्रज्ञावान मुलांना

विकासाची पूर्ण संधी मिळते.

हाताच्या बोटावर मोजण्याएवढे अपवाद सोडले तर दलित समाजामध्ये ही पद्धत अंगीकारली गेली नाही असे दिसते. दलित मुलांमध्ये संगीत व चित्रकलेचे कौशल्य जात्याच उपलब्ध असते. परंतु या क्षेत्रातील आवड असणाऱ्या प्रज्ञावान मुलांना निवडून त्यांना त्यांची गुणवत्ता विकसित करण्याची पूर्ण संधी देण्याचे कोणीच प्रयत्न करीत नाही. आंबेडकरांनी दलितांना शुद्ध मराठी बोलायला शिकविले. आज अशी परिस्थिती आहे की वळणदार हस्ताक्षर असलेली व बऱ्यापैकी शुद्ध मराठी लिहिणारी मुले बहुतांशी दलितांमधलीच दिसतात. या उपजत गुणांचा व घटनादत्त सोयी-सवलतींचा उचित लाभ घेऊन दलित समाजाला महाराष्ट्राच्या सांस्कृतिक शिखरस्थानी पोहोचणे अशक्य नव्हते. परंतु त्यासाठी दलित चळवळींनी व चळवळीत नसलेल्या सुस्थितील व्यक्तिंनी रचनात्मक दृष्टीकोन स्विकारणे आवश्यक होते. कंठाळी घोषणा देत रस्त्यावर उतरणे हाच केवळ दलित मुक्तीचा अंतिम मार्ग अशी समजूत करून घेतल्याने दलित समाजाने मोठी संधी गमावली. अजूनही वेळ गेली नाही. दलितांनी चालविलेल्या व दलितांसाठी असलेल्या शिक्षणसंस्था गुणवत्तेला मान देऊन निकोप दूरदृष्टीने चालविण्यास त्यातून पुष्कळ काही साध्य होऊ शकते.

दलित चळवळीच्या त्रुटींवर व रचनात्मक दृष्टीकोनाच्या अभावावर एवढे विस्ताराने या ठिंकाणी बोलणे हे कित्येकांना अप्रस्तुत वाटणेच संभव आहे. परंतु आधी सांगितल्याप्रमाणे आधुनिक दलित चळवळ व दलित साहित्य परस्परांशी एवढे निगडित, एवढे पूरक व एकमेकातून उगम पावलेले आहे की दलित चळवळीचे हे विश्लेशण बऱ्याच प्रमाणात आधुनिक दलित साहित्यालाही लागू पडते. दलित चळवळी प्रमाणेच दलित साहित्यही सकारात्मक बांधणीपासून दूर राहिले ही त्याची मोठीच त्रूटी होय. दलितत्वाचे दुष्ट वर्तुळ भेदून वैश्विक मानवतेशी तादात्म पावायचे असेल तर सकारात्मक दृष्टीकोन व रचनात्मक बांधणी फार काळ दुर्लक्षून चालणार नाही.

समाजाच्या तळातून आलेल्या, नव्याने जाणिवा निर्माण झालेल्या दलित साहित्यिकांना हा समाज सर्वांगाने निरखण्याची व समजून घेण्याची जेवढी संधी उपलब्ध आहे, तेवढी महाराष्ट्रातील दुसऱ्या कोणत्याही समाजास क्वचितच असेल. भारतातील सर्व प्रदेशातील लोकांप्रमाणेच मराठी समाजही शतभग्न आहे. जाती भेदांनी चिरफळ्या उडालेल्या या समाजातील गट बेटांप्रमाणे सांस्कृतिकदृष्ट्या एकमेकांपासून तुटलेले आहेत. समाजजीवनाच्या सर्वांगीण आकलनाच्या अभावी साहित्यातील अनुभव, जाणिवा, प्रतिभाविश्व व दृष्टीकोन अर्धवट व अपुरे होऊन जातात. मराठी साहित्याच्या एकारलेपणाचे हेही एक कारण होय. मराठी साहित्याच्या मुख्य प्रवाहाला संपूर्णपणे अनभिज्ञ असणारे अनेक अंधारे कोपरे दलित साहित्यिकांनी उजळून काढले. आता त्यांनी आपली दृष्टी सर्व समाजाकडे वळविली तर त्यांचे आकलन हे इतर लेखकांपेक्षा

अधिक गहिरे व वास्तवाशी सुसंगत असू शकेल. म्हणूनच मराठी साहित्याची आजची कोंडी फोडून त्याला विश्वसाहित्याच्या पंगतीत नेवून बसविण्याची क्षमता इतरांपेक्षा दलित साहित्यिकांमध्ये अधिक आहे.

मात्र त्यासाठी त्यांनी आता कंवाली कवितांचा व दु:खाचे तेच ते पदर पुन्हा पुन्हा उलगडून दाखविणाऱ्या अस्वस्थ आत्मचरित्राचा नाद सोडून देऊन गंभीर, चिंतनशील काव्यलेखनाकडे व समग्र जीवनदर्शन घडविणाऱ्या कादंबरी लेखनाकडे वळायला हवे. दलित आत्मचरित्रांनी एकंदर दलित साहित्यालाच प्रचंड उठाव मिळवून दिला आणि मरगळलेल्या मराठी साहित्यविश्वास खडबडून जागे केले हे खरे. पण अनुकरण वृत्तीने त्याच त्या स्वरुपाची आत्मकथने आल्याने या साहित्य प्रकाराचे अंगभूत सामर्थ्य दलित साहित्यापुरते तरी आता क्षीण झाल्यासारखे वाटते. या दाहक अनुभवांचे एकसुरी कथन करण्याऐवजी लेखकांनी याच अनुभवांना संपूर्ण समाजाच्या परिक्षेत्रात आणून व्यापक पटाच्या कादंबीरत बसविले तर श्रेष्ठ कादंबऱ्या नक्कीच निर्माण होतील.

दलित कविता व आत्मकथनाविषयी थोडेसे टिकात्मक बोलू लागताच आपण धोक्याची पातळी ओलांडीत आहोत याची मला जाण आहे. दलितेतर रसिकांनी त्यांचा दृष्टीकोन कितीही सहानुभूतीचा, पुरोगामी व परिवर्तनवादी असला तरी दलित साहित्यांच्या गुणवत्तेवर टीका करणे अनेकांना आवडत नाही. टीका कितीहि समजूतदार असली तरी ती दलित साहित्य गटांचा आक्रमक रोष ओढवून घेते. हे खरे म्हणजे दलित साहित्याच्या आरोग्याच्या दृष्टीने अनिष्ट आहे. पण ती वस्तुस्थिती आहे.

दलित साहित्याने क्रांतीकारी भूमिका बजाविली असली तरी त्यामध्येही पुष्कळ त्रूटी आहेत, विकृत्या आहेत आणि कमफेऱ्या आहेत हे स्वीकारण्याची प्रगल्भता आपण दाखविली पाहिजे. विचारी दलित लेखक व समीक्षक आता धाडसाने या त्रूटी दाखविण्यास पुढे येऊ लागले आहेत ही स्वागतार्ह बाब आहे. विशिष्ट आक्रमक पद्धतीने लिहून आपले दलितत्व जपत राहण्यातच काही लेखक धन्यता मानू लागलेत. दलित साहित्याच्या उसळत्या आरंभकाळात हा एकसूरी आक्रमक जोश शोभून दिसला, नव्हे, त्यानेच दलित साहित्याकडे साऱ्यांचे लक्ष वेधून घेतले. कालांतराने साहजिकच तो आवेश उतरला पण आक्रमक एकसुरीपणा कायम राहिला. अशा वेळी दलित साहित्याने अधिक चिंतनशील बनून सर्वसमावेशी बनण्याचा प्रयत्न करायला हवा.

वास्तविक पाहता साहित्यात ब्राह्मणी साहित्य, दलित साहित्य, ग्रामीण साहित्य अशी जी वर्गवारी केली जाते त्याने मी गोंधळून जातो. साहित्याचा तपशीलवार व शास्त्रीयरीतीने अभ्यास करण्यासाठी अशी वर्गवारी करणे एकवार समजू शकते. एखादी वस्तू नेमकी कोणत्या घटकांपासून बनली आहे हे समजून घेण्यासाठी त्या वस्तूचे पृथ:करण करून तिचे विविध घटक शोधत जाणे ही पद्धत अवलंबिली जाते. अभ्यासाच्या सोयीसाठी विश्लेषण करताना असे कोणी पृथ:करण केले तर आक्षेप

आणण्याचे कारण नाही. पण शेवटी साहित्य हे साहित्यच. ते माणसाच्या अंत:प्रेरणेतूनच निर्माण होते. अभ्यासासाठी केलेल्या वर्गवारीचे पंथ बनविता कामा नये. केवळ स्वानुभवकथन हा चांगला सामाजिक व साहित्यिक दस्तऐवज होऊ शकतो. त्याला यथार्थदर्शी परिणामे असली तर ते चांगले वाङमयही होते. उदाहरणार्थ,'स्मृतीचित्रे,' 'सांगत्ये ऐका', 'आठवणींचे पक्षी' 'बलुतं', 'उपरा' इत्यादि. पण त्याविना नुसते अनुभव कथन हे उच्चदर्जाचे ललित वाङमय नव्हे. कलावंताने परकाया प्रवेश करून जग समजून द्यायचे असते. केवळ स्वत:च्या व्यक्तिगत व आत्मकेंद्री अनुभवांच्या शिदोरीवर श्रेष्ठ साहित्य विशेषत: कथा व कादंबरी सारखे-निर्माण होणे दुर्मिळ असते. हे एकदा लक्षात घेतले की मग साहित्य प्रांतातील पंथबाजी किती कृत्रिम व हानिकारक आहे हे कळून येईल. दलित कलावंत सवर्ण मानसिकतेला समजून घेऊन त्या परिसराशी आपला दाहक अनुभव निगडित करू लागतील तेव्हा आपोआपच त्यांच्या लेखनाची व्याप्ती व खोली वाढू शकेल. सवर्णांची मानसिकता हे एक नुसते उदाहरण म्हणून सांगितले. आपले अनुभव व्यापक परिसरात पाहणे, मग ते अनुभव कितीही सूक्ष्मतर व वैयक्तिक असोत याला महत्व आहे.

मी नेहमी स्वत:ला विचारत असतो की, मी का लिहितो. त्याचे प्रथम उत्तर सुचते ते लिहावेसे तीव्रतेने वाटते म्हणून लिहितो. लिखाणामागच्या प्रेरणा, हेतू, ध्येय वगैरे दुय्यम गोष्टी होत. या जगाच्या काही विशिष्ट पैलूंविषयी आलेली समज आपल्या पद्धतीने व्यक्त करणे तीव्र गरजेचे वाटते म्हणून माणूस लिहितो. मी हे स्वत:साठी म्हणून सांगत नाही. लेखक-कवी लिहिण्यास का उद्युक्त होतात. याचा तपास घेऊन त्या संदर्भात साहित्यातील असे गटवार विभाजन कितपत वास्तववादी आहे वा या साहित्यप्रेरणांशी सुसंगत आहे हे जाणून घेतले पाहिजे.

प्रतिभा व सृजनशीलता म्हणजे केवळ लेखक, कवि, कलावंताची मक्तेदारी आहे असे मी मानत नाही. नवे शोध लावणारे शास्त्रज्ञ, त्या शोधांचा मानवी उपयोगासाठी अवलंब करणारे उद्योजक, कारखाना उभारणारा व्यवस्थापक, धरणे किंवा पूल बांधणारा तंत्रज्ञ, विद्यार्थी घडविणारा शिक्षक, घर चालविणारी गृहिणी, आणि भव्य स्वप्नांच्या मागे धावणारा तत्वचिंतक व द्रष्टे राजकीय नेते हे देखील नवनिर्मिती करणारे प्रतिभावंत असतात. या स्वयंभू सृजनशील व्यक्ती जगाचा आकार बदलण्याची धडपड करीत असतात. बहुतेक वेळा समाजातील अशा प्रथम दर्जाच्या स्वयंभू सृजनशीलतेच्या खांद्यावर कला माध्यमातील सृजनशीलता उभी असते. या व्यक्तिंच्या अथवा अखिल समाजाच्या सृजनशीलतेमधूनच कलाकार निर्मितीच्या प्रेरणा घेत असावेत. कलावंताची निर्मिती जेव्हा जग बदलविण्याची दिशा दर्शविते, माणसाच्या माणूसपणाचे उन्नयन करते तेव्हा कलावंतही असाच स्वयंभू, सर्जनशील निर्मिक बनत असावा, अशी माझी धारणा आहे. या संकल्पनेमध्ये साहित्यच काय तर संपूर्ण कलाविश्वाचे गटवार विभाजन

करणे बसत नाही.

मला वाटते लिहिण्याची अथवा एकूण अभिव्यक्तीचीच प्रक्रिया अनेक पदरांनी आणि विविध पातळ्यांनी युक्त असते. माणूस जगतो का आणि अमुक प्रकारचे का जगतो हे प्रश्न जसे विशाल आणि क्लिष्ट असतात तसेच काहीसे हे आहे. माणूस पोटा-पाण्यासाठी लिहितो; महत्वाकांक्षेसाठी लिहितो. आप्तजनांनी किंवा सगळ्या जगाने आपल्यावर प्रेम करावे म्हणून लिहितो, येथपासून तो जीवनाच्या उद्दिष्टांचा, जगाचा, विश्वाचा शोध घेण्यासाठी लिहितो, व्यक्ती-व्यक्तीमधील नातेसंबंध. व्यक्ती आणि समाज यांच्यातील संदर्भ समजून घेण्यासाठी लिहितो, जन्म, आयुष्य, मृत्यु यांच्या उद्दिष्टांचे गूढ उकलण्याचा प्रयत्न करण्यासाठी लिहितो; नितीमूल्ये बदलण्यासाठी, समाज बदलण्यासाठी, जग बदलण्यासाठी लिहितो. येथपर्यंत अनेकविध पातळ्यांवर या प्रश्नांची उत्तरे संभवतात. हे सर्व जाणिवपूर्वकच होते असे नव्हे. माणूस स्वत:च्या करमणुकीसाठी, इतरांच्या करमणुकीसाठी देखील लिहितो. हे करीत असताना जीवनाचे आपले म्हणून जे आकलन होते ते इतरांच्या आकलनाशी पडताळून पाहता येते. किंबहुना आपले आकलन कितपत योग्य आहे, प्रभावी आहे, नवे आहे, आणि वेगळे आहे हे पडताळून पाहण्याचे अपार अस्वास्थ्य करणारे औत्सुक्यच अभिव्यक्तीला आणि निर्मितीला प्रभावी प्रेरणा देत असावे. अभिव्यक्ती हे एक प्रकारचे आत्मप्रदर्शनच असते. ते लोकांपर्यंत पोहोचल्याशिवाय निर्मितीची प्रक्रिया पूर्ण होऊ शकत नाही. त्यामुळे माझी कविता अथवा कलाकृती ही केवळ माझ्यासाठी अथवा आत्मसमाधानासाठी आहे असे म्हणणाऱ्यांच्या प्रामाणिकपणाविषयी शंका घेतली जाऊ शकते. अभिव्यक्तीची क्रियाच स्वत:तून बाहेर पडून दुसऱ्यांपर्यंत पोहचण्याची असते. आपल्या अभिव्यक्तिने दुसऱ्या एखाद्या तरी व्यक्तीच्या हृदयातली तार छेडली गेली आणि प्रतिध्वनी उमटला तरी ती अभिव्यक्ती यशस्वी झाली असे म्हणावयास हरकत नाही.

आणखी दोन गोष्टींचा उल्लेख येथे केल्यावाचून राहवणार नाही. माणूस, किंबहुना संपूर्ण जीवसृष्टी, जगण्याचा आनंद उपभोगत असते हे आपण लक्षात घेतले पाहिजे. जगात भयानक दारिद्र्य, घोर अन्याय आहेत, किळसवाणे अत्याचार आहेत. हिंस्त्र क्रौर्य आहेत. या गोष्टींबद्दल सारे दु:ख करीत बसले तर साऱ्या मानवजातीने आत्महत्या करायला हवी. पण तसे घडत नाही. या प्रचंड अन्यायकारी व्यापातही जीव अस्तित्वाचे सुख भोगत असतो. या क्रौर्यदग्ध पृथ्वीवर तो जिद्दीने एकतरी समतल भूमीचा असा तुकडा मिळवू पाहतो की तो ज्यावर आपल्या सुखाचा निवारा उभारता येईल. आजूबाजूच्या दु:खांमुळे, पराभवांमुळे तो व्यथित होतो, पण हतबल होत नाही. त्याची जिद्द आणि धडपड हीच किती प्रेरणादायी आहे. पृथ्वीवरील जीवसृष्टीची निर्मिती आणि विकास या जिद्दीवर, मूलभूत नैसर्गिक परिस्थितीशी झगडून पृथ्वीवरील जीवसृष्टीने य:किंचित अमीबापासून तो सृष्टीचे रहस्य उलगडण्यास उत्सुक असलेल्या आणि

पृथ्वीबाहेरील अवकाशात झेप घेण्याच्या तयारीत असलेल्या द्विपाद मानवप्रकारापर्यंत आपला विकास करून घेतला आहे. आणि मानवाचे शरीर हे तरी किती आश्चर्यजनक असे कार्यकुशल निसर्ग यंत्र आहे ! माणसाचा मेंदू, मज्जातंतूंचे जाळे, डोळे, हृदयाचे अविरत धडधडणे, फुप्फुसे, रक्त गोठवण्याची प्रक्रिया, श्वसन क्रिया, स्मरणशक्ती सारे काही अजब आहे. स्फूर्तीदायी आहे. जीवनाबद्दल औत्सुक्य आणि निरोगी, प्रफुल्ल आशावाद निर्माण करणारे आहे. प्रेरणादायी आहे.

शोषित समाजाला आपल्या ऐतिहासिक दुःखाची जाण असावी व ते दुःख संपविण्यासाठी, अन्यायाचा प्रतिकार करण्यासाठी या कलावंतांनी आवेशाने तुटून पडावे, हे चांगले आहे. पण त्याच बरोबर त्यांनी आणि साहित्य-कला क्षेत्रातील वृकृक निराशावादाचे सोंग घेतलेल्या सर्वच दुःखी लेखक-कवींनी आपल्या नसांमधून सातत्याने वाहणाऱ्या रक्ताचे, निसर्गाच्या किमयेचे, आपल्या अस्तित्वाच्या अपूर्ण आनंदाचे भाव ठेवावे असेही कायम वाटत असते.

मनाला कायम बोचत राहणारा शेवटचा एक मुद्दा सांगून लांबलेले भाषण संपवितो. हा मुद्दा मराठी भाषेसंबंधीचा . मराठी भाषा जपाव्यात, तिचे संवर्धन करण्यात, तिला विविध ज्ञानाच्या क्षेत्राची परिणामे देण्यात खरे हितसंबंध कोणाचे गुंतले असतील तर ते दलितांचे, शोषितांचे, ग्रामीणांचे व महाराष्ट्रातील तमाम दुर्बल सामान्यजनांचे. कारण त्यांचे भविष्यात जे काय व्हायचे आहे ते या भाषेतच होणार आहे. त्यांची रोजीरोटी पुढेही बराच काळ या भाषेवर अवलंबून राहणार आहे. समृद्ध इंग्रजी भाषेचा वरदहस्त त्यांना बराच काळ लाभणार नाही. तेव्हा हा नुसता भाषेच्या प्रेमाचा संकुचित मुद्दा नसून अस्तित्वाच्या झगड्याचा प्रयत्न आहे.

महाराष्ट्रात आजकाल उच्चभ्रू बुद्धीजीवी वर्गांमध्ये देखील मराठी भाषेच्या भवितव्याबद्दल चिंता व्यक्त केली जाते ही फार चांगली गोष्ट आहे. मी स्वतः कदाचित या वर्गात मोडत असेन, कारण इंग्रजी भाषेतच लेखन कामाठी करून आता पर्यंत मी पोटपाणी भरले आहे. पण तरीही या उच्चभ्रूंच्या मराठी प्रेमाविषयी मला स्वतःला देखील शंका आहे. आमचे मराठी प्रेम केवळ स्मृतीमधुर असावे. कारण यातील बहुतेकांची मुले-नातवंडे केव्हाच इंग्रजी परिसरात स्थलांतरीत झाली आहेत. अमेरिकेत स्थायिक झालेल्या पहिल्या पिढीच्या भारतीयांना आपल्या आईची मोठी ओढ असते. कालांतराने असे होते की त्यांच्या मुलांना ही ओढ समजू शकत नाही. मग हे जेव्हा मायदेशी सुटीवर येतात तेव्हा आलीच तर नाखुशीने व उपचार म्हणून महाराष्ट्रातील उच्चशिक्षितांचे मराठी प्रेम आता या प्रकारचे उरले आहे असे दुर्दैवाने म्हणावे लागते. पूर्वआयुष्यातील गोड स्मृती सोडण्यास मराठी भाषेशिवाय त्याने काही अडणार नसते.

या अशा परिस्थितीमुळे ज्यांचे हितसंबंध मराठी भाषेत शिल्लक आहेत त्यांनीच म्हणजे ग्रामीणांनी, दलितांनी व सामान्यजनांनी आपल्या भाषेचे रक्षण व संवर्धन

करण्यासाठी आटोकाट प्रयत्न केले पाहिजेत. यापुढील काळात मराठी भाषेचा झेंडा त्यांच्याच खांद्यावर राहणार आहे.

इंग्रजीचा द्वेष करण्याचे कारण नाही. इंग्रजी ही अत्यंत सुंदर व समृद्ध भाषा आहे. तर ती जगव्यवहाराची भाषा झाली आहे. दुसरी भाषा म्हणून इंग्रजी शिकायला काहीच हरकत नाही. गरज पडेल तेव्हां तीन महिन्यात काम चलावू इंग्रजी शिकता येते. पण आपल्या मुलांना मातृभाषेतूनच ज्ञान क्षेत्रातील सर्व विषयांचे शिक्षण मिळणे आवश्यक आहे. लहान मुलांची मातृभाषेतून आकलन करण्याची शक्ती अफाट असते. आज ज्या तऱ्हेचे इंग्रजी माध्यमाच्या शाळांचे पेव फुटले आहे ते बघून वाईट वाटते. या शाळांमधून शिकणारी मुले इंग्रजी अथवा मराठी कोणतीच भाषा धड बोलू शकत नाहीत. त्यामुळे त्यांची आकलन शक्ती व प्रज्ञा बालपणातच खुंटली जाते. दोन्ही भाषेतील शब्दसंपत्ती अगदी मर्यादित होऊन जाते. मराठी भाषेच्या संस्कृतीपासून मुले तुटतातच पण इंग्रजी संस्कृतीशीही त्यांची नाळ नीट जोडली जात नाही. परकीय भाषेतून शिक्षण घेणे ही सामान्य गोष्ट नव्हे. ज्या प्रदेशात भाषा जिवंतपणे बोलली जाते तेथील भूगोल, हवामान, इतिहास, संस्कृती, अर्थकारण, फुले, झाडे, माती, वस्त्राभूषणे, खाद्यपदार्थ या सगळ्यांचे संदर्भ त्या भाषेला असतात. कोणतीही पार्श्वभूमी नसताना पाच वर्षांच्या मुलाला कोल्हापूरच्या किंवा गडहिंग्लजच्या शाळेत इंग्रजी माध्यमातून शिकवणे म्हणजे त्याच्या मुसक्या बांधून वारणा काठावरून उचलून त्याला टेम्सनदीच्या पाण्यात ढकलून दिल्यासारखे आहे. ज्या मुलांच्या घरी इंग्रजी भाषेचे वातावरण आहे व ती चांगले इंग्रजी शिकविणाऱ्या उच्चवर्गीय महागड्या शाळांमध्ये जातात त्यांचे ठीक आहे. (खरे म्हणजे त्यांचेही ठीक नाहीच. तीही मुले अर्धवट आंग्लाळलेली बनतात एवढेच.) गावोगावी निघणाऱ्या इंग्रजी माध्यमाच्या शाळा आपल्या मुलांचे प्रचंड नुकसान करीत आहेत. आपल्या देशात आपण अशी विचित्र परिस्थिती निर्माण करून ठेवली आहे की जीवनाच्या सर्व क्षेत्रातील उच्चपदे इंग्रजी जाणणाऱ्या उच्चवर्गीयांनाच मिळतील, म्हणून हा सारा ओढा इंग्रजी माध्यमाकडे वळतो आहे. वास्तविक पाहता स्वभाषा हे शिक्षणाचे माध्यम असलेली मुले पुढे इंग्रजीतही प्राविण्य मिळवून सर्व क्षेत्रे पादाक्रांत करू शकतात. एकादा मातृभाषेतून आकलनशक्ती खुलविली की नंतर कोणताच विषय कठीण नसतो. पण आजच्या आपल्या इंग्रजीधार्जिण्या धोरणामुळे आपल्याच मायभूमीत इंग्रजीत प्राविण्य नसलेली नेटिव लोक दुय्यम दर्जाचे नागरीक बनतात. आपल्यावर सांस्कृतिक सत्ता गाजविणारे आंग्लविद्याविभूषित लोक देखील जेथे इंग्रजी भाषा जिवंतपणे बोलली जाते तेथे भाषेच्या बाबतीत कनिष्ठ दर्जाचेच ठरतात.

मराठी भाषेच्या विकासासाठी व संवर्धनासाठी राज्य शासनाने काही संस्था निर्माण केल्या आहेत खऱ्या. पण जोवर शासनाशी जेथे लोकांचा संबंध येतो तो सर्व व्यवहार मराठीतून झाल्याशिवाय या प्रयत्नांना अर्थ नाही. भाषेच्या बाबतीत महाराष्ट्रातील

उच्चभ्रू वर्गांना भयंकर न्यूनगंडाने पछाडल्यासारखे दिसते. त्यामुळे मुंबईतच नव्हे तर महाराष्ट्रात इतरत्रही परक्या व्यक्तीशी मराठी माणूस सहज हिंदी किंवा इंग्रजीत बोलतो. बहुभाषिक संमेलनांमध्ये दोन मराठी माणसे एकमेकांना भेटली तर त्यांना मराठीत बोलण्याची शरम वाटते, कमीपणा वाटतो. पुणे, नगर, सोलापूर, औरंगाबाद आदि ठिकाणी बाजाराची भाषा हळूहळू हिंदी बनत चालली आहे. कारण मराठी माणसाचा आत्मविश्वासाचा पूर्ण अभाव. विदर्भ तर मराठी भाषेने गमावल्यासारखा झाला आहे. अशा परिस्थितीत केवळ सरकारी पैसे ओतून भाषा टिकणार नाही. भाषेविषयीचे नेमके धोरण ठरवून ते अमलात आणण्याची शासनाजवळ राजकीय इच्छाशक्ती हवी. सर्व देशात उचित भाषासूत्र ठरविण्यासाठी आग्रह धरायला हवा. पण त्याहीपेक्षा महत्वाचे म्हणजे मराठी माणसांनी धाडसाने मराठीतून बोलायला हवे. मुंबईतील सर्व मराठी लोकांनी आपले व्यवहार शक्यतो मराठीतून करण्याचे ठरविले तर मराठी संस्कृतीचा छाप निश्चितच मुंबईवर पडेल. मुंबई शिवसेनेच्या कब्ज्यात गेल्या पंचवीस वर्षापासून आहे. परंतु थोड्या प्रमाणात मराठी मुलांना शिपाई व कारकुनांच्या नोकऱ्या मिळवून देण्याव्यतिरिक्त मराठी माणसात भाषाविषयक आत्मविश्वास प्राप्त करून देण्यास फारशी मदत झाली असेल असे वाटत नाही. उलट महाराष्ट्रात मात्र भाषिक संकुचितवादी वृत्तीचा म्हणून बदनाम झाला. वास्तविक पाहता भाषेच्या बाबतीत महाराष्ट्रा एवढा सहिष्णु व उदारमतवादी (म्हणजेच निष्काळजी व भित्रा) दुसरा कोणता प्रांत नसेल.

सुदैवाने अजून तरी ग्रामीणांना, दलितांना सामान्यांना या भाषिक न्यूनगंडाची बाधा झाली नाही. त्यांचे भवितव्य मराठी माणसाने शक्यतो आपल्या भाषेत बोलण्याचा आग्रह धरला पाहिजे. यात संकुचितपणा अथवा दुराभिमान बिलकूल नाही. अस्तित्वाचे हितसंबंध यात आहेत. गुजरातेत, बंगालात, कर्नाटकात, तामिळनाडूत, केरळात कधी हा संकुचितपणाचा प्रश्न येत नाही. बंगाल कितीही आंग्लाळलेला असला तरी एखाद्या उच्च विद्याविभूषित व्यावसायिक मेळाव्यामध्ये बंगाली, तामिळ, गुजराती लोक एकत्र आले तर इतरांसमोर ते बिनदिक्कतपणे आपापसात स्वभाषेत बोलतात. त्यात त्यांना कमीपणा वाटत नाही. तेव्हा जेवढ्या लवकर न्यूनगंड सोडून देऊन मराठी लोक मुक्तपणे आपल्या भाषेत बोलू लागतील तेवढे बरे. मराठीतून कोणी वाचेनासे झाल्यावर आपल्या लेखक-कवींचे काय होणार हाही प्रश्न आपण स्वत:ला विचारून बघायल हवा.

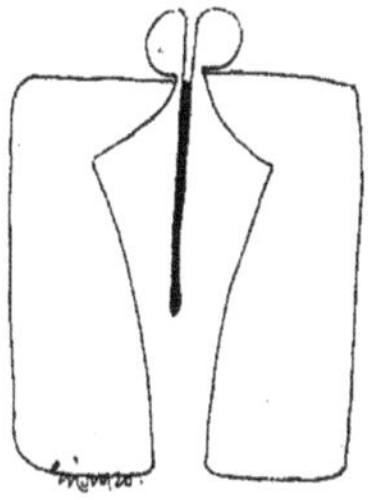

फुले, आंबेडकर ही दलित साहित्याची प्रेरणा

अरुण कांबळे

ऋग्वेदामध्ये आर्यांनी इंद्राला उद्देशून केलेल्या प्रार्थनांमध्ये हे इंद्रा, आमच्या शत्रूंची पुरे (नगरे) उद्ध्वस्त करण्याचे सामर्थ्य तू आम्हाला दे. हे इंद्रा, आमच्या शत्रूंच्या अन्नधान्याचे साठे उद्ध्वस्त करण्याचे बळ आम्हाला दे. हे इंद्रा, आमच्या शत्रूंनी बांधलेले तलाव फोडण्याचे बळ तू आम्हाल दे. आमच्या शत्रूंच्या स्त्रियांवर बलात्कार करण्याचे बळ तू आम्हाला दे. त्यांच्या बायका व मुले पळविण्याचे बळ आम्हाला दे. (ऋग्वेद - ४:२२:१०, २:१२:१०, १:३६:१४, १:५:३, ७:९९:५) अशा 'मंगलदायी प्रार्थना' केलेल्या आहेत. मानवजातीचे हे अमूल्य धन म्हणजे 'भ्रांती प्रमादांचा सागर आहे' असे तर्कतीर्थ सांगतात. तर डॉ. बाबासाहेब आंबेडकर म्हणतात, Vedas are the worthless set of books 'वैदिक धर्म अडाणी समाजाचा होता' असे प्रतिपादन तर्कतीर्थ लक्ष्मणशास्त्री जोशी यांनीही केले आहे.

हा आर्य-अनार्यांचा सांस्कृतिक संघर्ष ज्या भूमीत घडला ती ही विदर्भाची ऐतिहासिक भूमी आहे. नाग नदी हे त्या ऐतिहासिक लढ्याचे प्रतीक होय. या भूमीपुत्र महारांची भाषा महारठी - मराठी होय. मराठी भाषेचे आद्य रूप महारांच्या बोलीत आजही पहायला मिळते. ही बोली संकलित, संपादित होणे अतिशय महत्त्वाचे आहे. विदर्भातील थोर इतिहास संशोधक प्र. रा. देशमुख यांचे आर्य अनार्यांच्या संबंधातील संशोधन अतिशय महत्त्वाचे आहे. सिंधू लिपीचा शोध लावल्याचा दावा मृत्युपूर्वी त्यांनी केला होता. तो जर खरा असेल तर त्यांचे संशोधन जागतिकदृष्ट्या महत्त्वाचे ठरेल. त्यादृष्टीने प्र. रा. देशमुख यांच्या संशोधनाकडे लक्ष पुरविणे अतिशय गरजेचे आहे, याकडे मी विद्वजनांचे लक्ष वेधतो.

आज महाराष्ट्रात विद्वत्तेचे दुर्भिक्ष्य आढळते. थातुर-मातुर लिहून वृत्तपत्राचे संपादक होऊन 'वाचस्पती' म्हणविणारे विद्वान इथे खंडोगणती आहेत. परंतु डॉ. आंबेडकर,

आंबेडकरी साहित्य संमेलन,
वर्धा १९९६

म. फुले, टिळक, इतिहासाचार्य राजवाडे, धर्मशास्त्रकार काणे यांच्या विद्वत्तेची कणभरही सर त्यांना नाही. स्वत:च एकमेकांची भलावण करून बक्षिसांची व पारितोषिकांची खैरात एकमेकांवर उधळणारे तथाकथित विद्वान, समीक्षक, लेखक आणि संशोधक येथे खंडोगणती आढळतील. या कंपूला किंवा चांडाळ चौकडीला ५-१० वर्षानंतर किंवा निवृत्तीनंतर आपले नामस्मरणसुद्धा कोणी करणार नाही हे ठाऊक नाही असे नाही. वाहत्या पाण्यात हात धुवून घेण्याचे काम त्यांनी चालू ठेवले आहे. आपली विद्वत्ता, पत्रकारिता या कामासाठीच ते उपयोगात आणत आहेत. अश पत्रकारांना उद्देशून डॉ. बाबासाहेब आंबेडकरांनी 'मराठी पत्रकारांचा धंदा हा शुद्ध तमासगिरांचा धंदा आहे.... मराठीतील बरीचशी वृत्तपत्रे म्हणजे अज्ञ लोकांना मूर्ख बनविण्याचे कारखाने आहेत' असे म्हटले आहे.

महाराष्ट्राची विद्वत्ता महाराष्ट्राचे, महारांचे वा मराठी भाषेचे मूळ शोधण्याच्या कामी फारशी उपयोगी पडलेली नाही हेही या ठिकाणी मी स्पष्टपणे सांगू इच्छितो. महारांची आद्यदैवते थळोबा (स्थळ देवता), मरीआई (महारांची आई) यांचा या दृष्टीने अभ्यास व्हावयास हवा. 'पोतराज' हे महारांच्या दुर्दशेचे प्रतीक आहे. तसेच ते त्यांच्या एकेकाळच्या वैभवाचेही स्मारक आहे. हे ध्यानात घ्यावयास हवे. महारांच्या चावडीला 'तक्क्या' म्हणतात. 'तख्त'पासून हा शब्दप्रयोग आला की, 'तक्षक' या नागापासून यासंबंधी मतभेद संभवला तरी महारांच्या एकेकाळच्या वैभवाचे ते द्योतक आहे. नासिकच्या परिसरात तर महारांच्या वसाहतीला राजवाडा असे म्हणतात. महाराला राजपुरुष असेही संबोधिले आहे. 'गाव तेथे महारवाडा' ही म्हणही या दृष्टीने अन्वर्थक आहे.

अशा शूर अस्पृश्य लढवय्यांच्या, नागवंशीय महारांच्या या राष्ट्रात, महाराष्ट्रात, विदर्भाच्या नागभूमीत वर्ध्याला हे ऐतिहासिक तिसरे अखिल भारतीय आंबेडकरी साहित्य संमेलन आपण भरवित आहात याबद्दल मी आपल्याला धन्यवाद देतो.

दिवसागणिक खंडोगणती साहित्य संमेलने सध्या भरत आहेत हे जागृतीचे लक्षण आहे. ग्रामीण मराठी साहित्य संमेलन, विभागीय मराठी साहित्य संमेलन, स्त्रियांचे साहित्य संमेलन, दलित आदिवासी स्त्रिया यांचे संयुक्त साहित्य संमेलन, बौद्ध साहित्य संमेलन, आदिवासी साहित्य संमेलन, ख्रिस्ती साहित्य संमेलन, मुस्लिम साहित्य संमेलन, युवा साहित्य संमेलन, कामगार साहित्य संमेलन अशा साहित्य संमेलनाचे पेवच सध्या फुटले आहे. रामदासांच्या शब्दात 'कविता गवता जैशी उदंड माजली' तसे 'साहित्य संमेलने गवता जैशी उदंड माजली' असेच म्हणावे लागेल. या साहित्य संमेलनांना अध्यक्षसुद्धा टिळा लावून तयारच असतात. काही अध्यक्षांची अध्यक्षीय भाषणे लिहिण्याची योग्यता नसताना त्यांची भाषणे कोण लिहितो ? याचाही शोध लावावयास हवा. साहित्य संमेलनाचे अध्यक्ष ठरविणारे हे कंपू म्हणजे साहित्य जगतातील उनाडांच्या टोळ्या आहेत.

दलित, आदिवासी, बहुजन साहित्य संमेलनाच्या अध्यक्षांच्यामध्येही ही लागण झाली आहे. एक-एक व्यक्ती तीन-तीन साहित्य संमेलनाची अध्यक्ष होते. त्यांची अध्यक्षीय भाषणेही अगोदरच लिहून तयार असतात. काही अध्यक्षांची भाषणे लिहिण्याचे कॉन्ट्रॅक्टही काही समीक्षकांनी घेतल्याची वदंता आहे. स्वत:ला अध्यक्ष म्हणून घोषित करण्यासाठी किती लटपटी खटपटी केल्या जातात. याची भरपूर उदाहरणे आपल्याला मिळतील. अशा संमेलनात साहित्य-कला-संस्कृती यासंबंधी कसली डोंबलाची गंभीर चर्चा होणार. या सार्वजनिक यात्रा म्हणजे उत्सवी उरूस आहेत. या उरूसातील पीर, ग्रामदैवते, शंकराचार्य किंवा महाथेरो मी आपल्याला सांगण्याची गरज नाही. त्यांची साहित्य संमेलनातील सुमार भाषणे त्यांच्या साहित्यक्षेत्रातील, वैचारिक क्षेत्रातील योग्यतेची निदर्शक आहेत. राज्यकर्त्यांकडून दक्षिणा गोळा करण्यासाठी त्यांच्या आश्रयाखालील ही साहित्य संमेलने उर्फ पांजरपोळ म्हणजे जनावरे दावणीला बांधण्याच्या धर्मशाळा आहेत.

आज देशात जातीयवादी आणि धर्मांधशक्तींचे प्राबल्य विलक्षण वाढले आहे. महाराष्ट्रासारख्या राज्यात जातीयवादी आणि धर्मांध शक्ती प्रत्यक्ष सत्तेवर आहेत. या शासनाने सत्तेवर येताच अनुसूचित जाती-जमाती अत्याचार प्रतिबंधक कायद्याखाली मराठवाडा विद्यापीठ नामांतर आंदोलनात दलितांवर अत्याचार करणाऱ्या गुंडांवर भरलेले ११०० खटले काढून घेण्याचा निर्णय घेतला. श्रीकृष्ण आयोग रद्द केला, फुले-आंबेडकर-गांधीजी-नेहरू यांच्या प्रतिमा मंत्रालयातून काढल्या, गोहत्या प्रतिबंधक कायदा करून चांभारबंधुंचा, गटई कामगारांचा धंदा बसविला आणि आपल्या अवैज्ञानिक वृत्तीचे दर्शन घडविले. (सावरकरांचा गाय - एक उपयुक्त पशू, माता तर नव्हेच नव्हे हा लेख स्वत:ला सावरकरवादी म्हणविणाऱ्या या सत्तेवरील नरपुंगवांनी वाचलेला नसावा.) बाबरी मशीद उद्‌ध्वस्त करून देशात जातीययुद्ध सुरू करणारे हे नराधम आता दिल्लीवर भगवा झेंडा फडकविण्याचे व डॉ. आंबेडकरांनी तयार केलेली भारताची घटना बदलविण्याची भाषा करीत आहेत. नुकतीच लोकसभेची निवडणूक पार पडली असून या निवडणुकीत या प्रतिगामी शक्तींचे प्राबल्य आपल्या प्रत्ययाला आले आहे. या मनूच्या वारसदारांना, पेशव्यांच्या वंशजांना व ब्राह्मणशाहीच्या हस्तकांना नेस्तनाबूत करणे हे फुले-आंबेडकरांची विचारधारा शिरोधार्थ मानणाऱ्या प्रत्येकाचे आद्यकर्तव्य आहे, असे मी समजतो.

पेशवाई धुळीला मिळवण्यासाठी महार सैनिकांचा भीमटोला कारणीभूत झाला. १ जाने. १८१८ रोजी पेशवे आणि ब्रिटिश यांच्यात भीमा-कोरेगाव या ठिकाणी झालेली लढाई हा पेशवाईचा मृत्युलेख ठरला. या लढाईत महार सैनिकांनी केलेली कामगिरी अनन्यसाधारण आहे. ब्रिटिशांच्या बाजूने प्रतिकूल स्थितीत लढून त्यांनी ब्रिटिशांना निर्णायक विजय प्राप्त करून दिला व अस्पृश्यांचा अमानुष अवमान करणाऱ्या पेशव्यांना कायमचा धडा शिकविला. महार सैनिकांच्या या पराक्रमाचे स्मारक म्हणून ब्रिटिशांनी उभारलेला, महार सैनिकांची नावे कोरलेला, विजयस्तंभ आजही

भीमा कोरेगावात दिमाखाने उभा आहे. पेशवाईचा हा मृत्युलेख 'आम्ही मेष राशीचे नाही. आमची रास सिंहाची लढवय्यांची आहे' हे आजही गर्जून सांगत आहे. १ जाने. १८१८ रोजी झालेल्या कोरेगावच्या या लढाईचे वर्णन सुप्रसिद्ध इतिहासकार टॉड यांनी 'हिंदी थर्मापिली' या शब्दात केले आहे. मध्यभागाचे कमिशनर मि. एल. जे. माउंटफोर्ड यांनी या लढाईचा उल्लेख 'पौर्वात्य देशात जे पराक्रम आतापर्यंत झाले त्यात कोरेगावचा महापराक्रम सर्वश्रेष्ठ होय' असा केला आहे.

शूद्रातिशूद्रांना जेव्हा जेव्हा संधी मिळते तेव्हा तेव्हा ते आपल्या सामर्थ्याचा प्रत्यय आणून देतात याचे हे उदाहरण होय.

''Pen is more mightier than sword'' या वचनाचा सार्थ प्रत्यय जगाच्या इतिहासात आपल्याला पहायला मिळतो. फ्रेंच राज्यक्रांतीच्या मुळाशी रूसो आणि व्हॉल्टेअर यांनी केलेली साहित्यिक, वैचारिक क्रांती होती. रशियन राज्यक्रांतीच्या पाठीमागे कार्ल मार्क्स यांचे क्रांतीकारक साहित्य होते. बंदुकीच्या नळीतून गोळी बाहेर पडते त्याप्रमाणे लेनीनच्या लेखणीतून शब्द बाहेर पडताना दिसतो. मार्क्स, माओ, अंकल हो चि मिन्ह, तथागत गौतम बुद्ध, येशू ख्रिस्त हे सर्व क्रांतीकारक व धर्मसंस्थापक पहिल्यांदा साहित्यिक आणि कवी होते.

आपल्याकडे चोखामेळा, तुकाराम, ज्ञानेश्वर, नामदेव, जनाबाई, कान्होपात्रा, शेख महंमद, सावतामाळी, सेना न्हावी, गोरा कुंभार वारकरी संप्रदायाचे व भागवत धर्माचे सर्व प्रचारक हे प्रथम साहित्यिकच होते. डॉ. बाबासाहेब आंबेडकरांना 'आपण कोणत्या गोष्टीला अग्रक्रम द्याल' असे विचारले असता त्यांनी उत्तर दिले, ''I would do literary work'' त्यांनी लिहिलेली जगप्रसिद्ध ग्रंथ याची उदाहरणे आहेत. महात्मा जोतिबा फुले, हे सर्वप्रथम साहित्यिक होते. कवी, नाटककार होते. त्यांचे 'अखंड' ही आधुनिक मराठी कवितेची सुरुवात होय. 'तृतीयरत्न' हे त्यांचे सामाजिक नाटक म्हणजे मराठीतील सामाजिक नाटकांची सुरुवात होय. तर 'गुलामगिरी' किंवा 'सार्वजनिक सत्यधर्म पुस्तिका' हे त्यांचे महत्त्वपूर्ण ग्रंथ म्हणजे त्यांची चिरंतन स्मारके होत. त्यांनी लिहिलेला 'छत्रपती महाराजांचा पोवाडा' किंवा ग्रंथकार सभेला उद्देशून 'घालमोठ्या दादा' न्या. रानडे यांना शंभरनंबरी मराठीत लिहिलेले पत्र आजच्या महाराष्ट्रातील आणि भारतातील परिवर्तन घडवू इच्छिणाऱ्या प्रत्येक भारतीयाने कंठस्थ केले पाहिजे. या ऐतिहासिक परिवर्तनशील कालखंडाची नोंद मराठी साहित्याच्या इतिहासकारांनी अद्यापही नीटशी घेतलेली नाही. याची याप्रसंगी मी आठवण करून देतो. १९२०-१९५० या कालखंडाला सामान्यांचा कालखंड असे संबोधणाऱ्या कुसुमावती देशपांडे या अत्यंत सामान्य वाङ्मय इतिहासकार होत्या, हे आता सिद्ध झाले आहे. याच काळात डॉ. आंबेडकरांनी आपल्या 'मूकनायक' या वृत्तपत्राची मुहूर्तमेढ रोवली. ब्राह्मणेतर चळवळीने आपली साहित्य संपदा जन्माला घातली. केतकर आणि सावरकर यांचे साहित्य याच

काळात जन्माला आले व याच काळात गांधीजींच्या नेतृत्वाखाली स्वातंत्र्य-आंदोलनाची सुरुवात होऊन त्यांच्या विचारांचा प्रभाव मराठी साहित्यावर सर्वदूर पडला. या ब्राह्मणी मध्यमवर्गीय पारंपरिक व प्रस्थापित मराठी इतिहास संशोधकांना साहित्याचे युगप्रवर्तकत्व केवळ अपरिचित होते, असेच म्हणावे लागेल.

'पद्यपंक्तीची तरफ आमुच्या करि विधीने दिली असे, टेकवूनी ती जनता शीर्षावरी जग उलथुनिया देऊ कसे' असे म्हणणाऱ्या केशवसुतांचा महिमा गायिलेल्या या समीक्षक-विचारवंतांना फुले-आंबेडकरांच्या युगप्रवर्तक कार्याची दखल घेणे ब्राह्मणी मानसिकतेमुळे शक्य नव्हते हे उघड आहे. जगात सर्वत्र संस्कृतीची वाढ व विकास करण्याचे कार्य साहित्यानेच केले आहे. डॉ. आंबेडकरांनी केलेल्या महान सांस्कृतिक क्रांतीचे (The Great Cultural Revolution) श्रेयही साहित्यालाच जाते. डॉ. आंबेडकरांच्या शब्दात राजकीय क्रांती ही नेहमी सांस्कृतिक क्रांतीच्या नंतरच होत असते. छत्रपती शिवाजी महाराजांनी केलेल्या राजकीय क्रांतीचे श्रेय त्यांनी संतांनी केलेल्या सांस्कृतिक क्रांतीला दिले आहे. अर्थातच संतांनी केलेल्या या सांस्कृतिक क्रांतीमध्ये त्यांचे साहित्य हेच केंद्रवर्ती आहे. डॉ. आंबेडकरांच्या या सिद्धांताकडे आपले लक्ष वेधत असतानाच 'नवशिक्षित बौद्धांनी आता बुद्धी आणि लेखणी (Brain and Pen) या दोन साधनांनी येथून पुढच्या काळात परिवर्तनाचे कार्य केले पाहिजे' या त्यांच्या उद्धरणाकडे मी अंगुलीनिर्देश करतो.

'मला चार मुले झाली असती तर जेवढा आनंद झाला नसता तेवढा आनंद मला माझे पुस्तक प्रसिद्ध झाले म्हणजे होतो' असे म्हणणारे डॉ. आंबेडकर सर्वप्रथम महान साहित्यिक होते. साहित्य या शब्दप्रयोगामध्ये वैचारिक साहित्याचाही समावेश व्हावयास हवा असा त्यांचा आग्रह होता. हैद्राबाद येथील मराठी साहित्य परिषदेत बोलत असताना त्यांनी हे मत व्यक्त केले होते.

Knowledge is Power या बाबासाहेबांच्या उक्तीचा नीट अर्थ अजूनही आपल्याला उमगला आहे, असे दिसत नाही. अर्ध्या हळकुंडाने पिवळे झालेले, अशिक्षित, अल्पशिक्षित नेतृत्व आंबेडकरी चळवळीत शिरोभागी दिसू लागले आहे. मराठवाडा विद्यापीठ नामांतराला विरोध करणारे, भ्रष्टाचारी, निर्बुद्ध नेतृत्व बाबासाहेबांच्या विचारापासून, कर्तृत्वापासून प्रेरणा घेणाऱ्या आंबेडकरी चळवळीने डोक्यावर घ्यावे ही या चळवळीची शोकांतिका होय. आज बाबासाहेब हयात असते तर त्यांनी ज्यांना जवळ उभे केले नसते असे अवसानघातकी, अप्रबुद्ध, राजनीतीनिपुण नसलेले, द्रष्टेपणा नसलेले, संकुचित, जातीयवादी नेतृत्व राजकारणात व साहित्यात आपल्याला पहायला मिळते आहे. हे नेतृत्व संपविल्याशिवाय फुले-आंबेडकरांना अभिप्रेत असलेली क्रांती महाराष्ट्रात व देशात होणे दुरापास्त आहे.

डॉ. आंबेडकरांच्या द्रष्ट्या नेतृत्वाचा प्रत्यय आता कोठे भारतीयांना येऊ

लागला आहे. जातीयव्यवस्थेची त्यांनी केलेली मीमांसा ही अतिशय महत्त्वपूर्ण आहे. कोणत्याही दिशेने या जातीयतेचा भस्मासूर तुमच्या मार्गात अडथळे निर्माण केल्याशिवाय राहणार नाही. जातीनिमूर्लनाशिवाय समाजवाद वा साम्यवाद केवळ अशक्यच नव्हे तर दिवास्वप्न आहे, हे सूर्यसत्य डॉ. आंबेडकरांनी १९३६ सालीच आपल्या 'Annihilation of Caste' या बीजग्रंथात सैद्धांतिकरित्या प्रतिपादन केले आहे. डॉ. आंबेडकरांनी केलेली जातीव्यवस्थेची मीमांसा केवळ अपूर्व आहे. जातीव्यवस्थेची एवढी सूक्ष्म मीमांसा करणारा तत्त्ववेत्ता डॉ. बाबासाहेब आंबेडकरच होत. जगाच्या पाठीवर शोषितांचे जे नेतृत्व जन्माला आले त्यामध्ये डॉ. आंबेडकरांचे स्थान केवळ अद्वितीय होय. जगाच्या पाठीवर कोणत्याही दुर्बल घटकांमध्ये एवढे प्रबुद्ध नेतृत्व जन्माला आलेले नाही. बौद्धिक महत्ता हे डॉ. आंबेडकरांच्या नेतृत्वाचे अतिशय महत्तपूर्ण अंग आहे. आफ्रो-अमेरिकन काळे (Black) किंवा जपानमधील बुराकुमीन (अस्पृश्य व आदिवासीसदृश्य समूह) यांना असे नेतृत्व मिळाले नाही. त्यामुळे काळे, बुराकुमीन आणि वांशिकदृष्ट्या उपेक्षिलेले जगातील सर्व दुर्बल समूह यांना डॉ. बाबासाहेब आंबेडकरांचे नेतृत्व हे आदर्शवत व प्रेरणादायी वाटते. म्हणूनच डॉ. नेल्सन मंडेला यांनी दिल्ली येथे राष्ट्रपती भवनात अशोक सभागृहात त्यांचा स्वागत समारंभ डॉ. बाबासाहेब आंबेडकर जन्मशताब्दी समितीच्यावतीने माजी पंतप्रधान विश्वनाथ प्रतापसिंह यांच्या हस्ते होत असताना असे उद्‌गार काढले की, 'दक्षिण आफ्रिकेची जेव्हा घटना तयार होईल त्यावेळी डॉ. आंबेडकरांनी लिहिलेल्या भारतीय संविधानातील मूलतत्त्वांचा समावेश आपण आपल्या घटनेमध्ये करू'. नेल्सन मंडेलाच नव्हे तर रशियाचे माजी राष्ट्राध्यक्ष मिखाईल गोर्बाचेव्ह यांनीही डॉ. आंबेडकरांच्या साहित्याचे सर्व खंड भारत सरकारकडून स्वत:हून मागवून घेतले व त्याचे वाचन केले. डॉ. बाबासाहेब आंबेडकरांच्या साहित्याचे जगामधल्या विविध भाषांत आज भाषांतर होत आहे. त्यांच्या चरित्रांचे व साहित्याचे विविध जागतिक भाषांत झालेले भाषांतर अतिशय लोकप्रिय ठरले आहे.

आज भारतात डॉ. बाबासाहेब आंबेडकरांचे व्यक्तित्व आणि नेतृत्व हे सर्वच राजकीय पक्षांना महत्त्वाचे वाटते. परंतु मी असे म्हणेन की, केवळ व्यक्तिपूजा ही अनर्थकारी आहे. 'डॉ. बाबासाहेब आंबेडकर हे मूर्तिपूजक नव्हते तर मूर्तीभंजक होते.' "I am no worshiper of idols. I believe in breaking them" या रानडे, गांधी आणि जीना' या त्यांच्या ग्रंथातील उद्‌गारांची मला आज विशेषत्वाने आठवण होते. 'अनुयायीच आपल्या नेत्यांचा पराभव करतात' या वचनांचा प्रत्यय आज सर्वत्र येतो आहे. डॉ. बाबासाहेब आंबेडकरांच्या नावाने उरूस साजरे करणारे, त्यांच्या जयंत्या आणि मयंत्या साजरे करणारे, त्यांचे पुतळे बसविणारे आणि त्यांच्या विचारकार्याचा, तत्त्वसरणीचा खून पाडणारे मुडदे फरास जागोजागी दिसत आहेत. हेच नेत डॉ. बाबासाहेब आंबेडकरांनी सांगितलेल्या विचारसरणीची राखरांगोळी करीत असून जातीयवादी

आणि धर्मांधशक्तींना, मूलभूतवाद्यांना मजबूत करण्याचे कृष्णकारस्थान करीत असताना दिसत आहेत. डॉ. आंबेडकरांचे वंशज म्हणविणारे या गुंडांच्या टोळीचे नेतृत्व करीत असताना दिसत आहेत. डॉ. आंबेडकरांच्या चळवळीची याहून दुसरी शोकांतिका ती कोणती ? या मुडदे फरास, संधीसाधू, भ्रष्टाचारी, नेतृत्वास कायमची मूठमाती देणे आंबेडकरी चळवळीच्या हिताच्या दृष्टीने अत्यंत आवश्यक आहे. त्याशिवाय या चळवळीची वाढ आणि विकास होणे शक्य नाही.

'रानडे, गांधी आणि जीना' या आपल्या ऐतिहासिक भाषणात रानड्यांच्या नेतृत्वाचे महत्त्व सांगत असताना बाबासाहेबांनी असे म्हटले आहे की, 'रानडे हे तत्त्वज्ञ होते, द्रष्टे होते. नुसते राजकारणी नव्हते' गांधीयुगाची आणि रानडेयुगाची तुलना करीत असताना डॉ. आंबेडकरांनी आपल्या ''Federation v/s Freedom'' या आपल्या ग्रंथात स्पष्टपणे असे म्हटले आहे की, आगरकर, रानडे, गोखले, टिळक यांच्या युगात लोक बौद्धिकतेला महत्त्व देत असत. गांधीयुग हे आतल्या आवाजाला (इनर व्हॉइस) महत्त्व देणारे युग आहे. वैज्ञानिकतेला विरोध, अंधश्रद्धेला आणि शब्दप्रामाण्याला पाठिंबा, यंत्राला विरोध हे या युगाचे वैशिष्ट्य होय, आणि म्हणूनच डॉ. बाबासाहेब आंबेडकरांनी गांधीयुगाला dark age of India (भारतीय काळा कालखंड) असे संबोधिले आहे. गांधी आणि जीना यांच्या नेतृत्वाला विरोध करीत असताना डॉ. बाबासाहेब आंबेडकर म्हणाले, 'व्यक्तिपूजेचे स्तोम मला मान्य नाही. मी व्यक्तिपूजेच्या विरुद्ध आहे. कोणतीही स्त्री चारित्र्याचा बळी देऊन कोणत्याही पुरुषाशी कृतज्ञ राहू शकत नाही आणि कोणतेही राष्ट्र आपल्या स्वातंत्र्याचा बळी देऊन कोणत्याही राष्ट्राशी कृतज्ञ राहू शकत नाही.'

'आंबेडकरी प्रेरणेचे साहित्य' हे नवे नामाभिधान ज्या साहित्याला दिले गेले आहे त्या साहित्यावर खरोखरच डॉ. बाबासाहेब आंबेडकरांच्या विचारांचा प्रभाव कितपत आहे हेही जाणून घेणे महत्त्वाचे आहे. बऱ्याचदा असे आढळते की, अशिक्षित, अर्धशिक्षित व अप्रबुद्ध लेखकांनी लिहिलेले लेखन शासकीय पुरस्कार प्राप्त करताना आढळते. यापैकी अनेकांना मराठीत धड मुळाक्षरेही लिहिता येत नाही. यांना लिहून कोण देतो ? आणि त्यात आपले विचार कोण घुसडतो ? याचाही विचार केला पाहिजे. त्यांच्या लेखनाची आकारण स्तुती करणारे, परीक्षण करणारे कोण लोक आहेत ? याचाही शोध घेतला पाहिजे. आपल्या आश्रितांची संख्या वाढविणारे हे तथाकथित विद्वान-आश्रयदाते आंबेडकरी साहित्याचे, आंबेडकरी विचारांचे, आंबेडकरी चळवळींचे अतोनात नुकसान करीत आहेत आणि मग दलित साहित्याची प्रेरणा मार्क्सवादी आहे, गांधीवादी आहे असा प्रचार करणे त्यांना सोयीचे जाते. बौद्धिक व्यभिचार करणाऱ्या या तथाकथित विद्वानांना तांदळातील खड्याप्रमाणे वेचून निवडून फेकून देणे आज आवश्यक आहे. या तथाकथित दलित साहित्यिकांच्या लेखनामध्ये आंबेडकरी वैचारिकतेचा, खोलीचा प्रगल्भतेचा प्रत्यय येत नाही. मध्यमवर्गीय वाचकांना

खूष करण्यासाठी, त्यांचे रंजन करण्यासाठी लिहिले गेलेले हे सस्ते (popular literature) आहे. या रंजनवादी सस्त्या लेखकांत आजच्या मान्यवर दलित साहित्यिकांचा समावेश करता येईल. त्यामुळेच त्यांना फोर्ड फाऊंडेशनची शिष्यवृत्ती वा साहित्य अकादमीचे पारितोषिक दिले जाते.

आत्मवृत्ते आणि कविता यांचे भरमार पीकच दलित साहित्यात आढळते. अपवादात्मक कसदार लेखनाचा अपवाद सोडला तर अनुकरणात्मक भरताड लेखन तुलनेने अधिक आहे. काही लेखकांनी तर लेखनाचे कारखानेच सुरू केले आहेत. दिसामाजी काहीतरी लिहावे या वचनाप्रमाणे ते पांढऱ्यावरती काळे करीत आहेत. मुद्रणाच्या चुका, तपशिलांच्या चुका, चुकीची व खोटी अवतरणे यांची 'मांदियाळी' या तथाकथित लेखकांच्या लेखनात आढळते. आपल्या उद्योगामुळे आपण साहित्य जगताचे किती नुकसान करीत आहोत. याची जाणीव या अप्रबुद्धांना नाही. 'ना मूलं लिख्यते किंचित' या संस्कृत वचनाची आठवण या ठिकाणी मी आपल्याला करून देतो.

अर्थात याला अपवादही आहेत. शंकरराव खरात यांचे बहुसंख्य लेखन, प्र. ई. सोनकांबळे यांचे 'आठवणींचे पक्षी', अण्णाभाऊ साठे यांचे काही (सर्व नव्हे) साहित्य, सुधाकर गायकवाड यांची 'शूद्र' ही कादंबरी व वैचारिक लेखन, बाबूराव बागूलांचा 'सूड', वामन कर्डक व ढसाळांच्या काही कविता यासारखे लेखन सन्माननीय अपवाद म्हणून सांगता येतील.

किसन फागू बनसोडे, हिरा बनसोडे, भुजंग मेश्राम, प्रा. केशव मेश्राम, प्रज्ञा लोखंडे, प्रकाश जाधव ही आणखी काही महत्त्वाची नावे.

नाट्याच्या प्रांतात लक्षणीय तुलनेने कमी आहे. खरे पाहू जाता तमाशाची व शाहिरीची अतिशय समृद्ध अशी परंपरा आंबेडकरी साहित्याला लाभली आहे. तिचे आधुनिकीकरण करण्याऐवजी प्रस्थापितांचे अनुकरण करण्याची व मध्यमवर्गीय 'नॉर्म्स' गिरविण्याची प्रवृत्ती आंबेडकरी नाटककारांत फार मोठ्या प्रमाणात आहे. ही नाटके प्रामुख्याने मध्यमवर्गीय प्रेक्षकाश्रयी आहेत. हार्लेममध्ये ज्याप्रमाणे काळ्यांनी स्वत:ची रंगभूमी तयार केली आहे तशा तऱ्हेची रंगभूमी तयार होण्याची आवश्यकता आज सर्वाधिक आहे. आंबेडकरी रंगभूमीने मध्यमवर्गीय मूल्यसरणीचा आश्रय न घेता चंगळवादी सांस्कृतिधारा नाकारून प्रबोधनाचा व जीवनदर्शनाचा मार्ग अवलंबिला पाहिजे. शेक्सपिअरच्या किंग लिअरच्या तोडीचे जीवनदर्शनाचे सामर्थ्य निश्चितपणे या साहित्यात आहे. त्यासाठी विलक्षण आत्मविश्वासाची आवश्यकता आहे.

तमाशा व शाहिरी या आपल्या जन्मजात कला आहेत. हा समृद्ध वारसा आपण टाकून देता कामा नये. 'ज्याला स्वत:चा इतिहास नाही तो इतिहास घडवू शकत नाही' या आंबेडकरांच्या वचनाची आठवण मला यावेळी होते. तमाशा या फॉर्मचा अतिशय उत्तमरितीने उपयोग आपण करून घेतला पाहिजे. १२ व्या शतकाच्या

कितीतरी अगोदर ज्ञानेश्वरांच्यापूर्वी (ज्ञानेश्वरीत तमाशाचा उल्लेख आहे) अस्तित्वात असलेल्या या कलाप्रकाराचे जनक दलित, शोषित आहेत हे ध्यानात घेऊन विशेषत्वाने इकडे लक्ष पुरविले जाणे गरजेचे आहे.

या ठिकाणी आंबेडकरी शाहिरांचा मला विशेष गौरवाने उल्लेख करावासा वाटतो. त्यांनी केलेले कार्य अतिशय महत्त्वाचे आहे. आजच्या दलित, बौद्ध, आंबेडकरी साहित्यिकांच्या तुलनेने आंबेडकरी शाहिरांनी केलेली साहित्यसेवा लाखपटीने मोलाची आहे. या संबंधात मला विशेषत्वाने किसन फागू बनसोडे, चोपडे गुरूजी, भीमराव कर्डक, श्रीधर ओव्हळ, लक्ष्मण केदार, दीनबंधू शेगावकर, सुमन रोहम, रंजना शिंदे, वामन कर्डक, नोगाजीराव पाटणकर, बोदडे, श्रावण यशवंते, विठ्ठल उमप, गोविंद म्हशीलकर, शिंदे बद्रर्स यांचा विशेषत्वाने उल्लेख करावासा वाटतो. आजच्या प्रसिद्ध दलित कवींच्या तुलनेने त्यांचे साहित्य वाङ्मयीनदृष्ट्याही मला मोलाचे वाटते.

बहिष्कृत भारतात पत्र लेखन करणारे आंबेडकरी समाजातील पहिले पत्र लेखक खंडनाक राजनाक इनामदार (कळंबी) व कृष्णा नाटकू सुतार या दोन महत्त्वपूर्ण लेखकांची माहिती दलित साहित्यावर प्रबंध लिहिणाऱ्या वा लिहिलेल्या अभ्यासकांनाही अभावानेच आहे. कृष्णा नायकू सुतार (शिक्षक, कळंबी) यांनी तर महत्त्वपूर्ण ग्रंथलेखनही केले आहे. त्यांनी लिहिलेले 'सम्राट अशोकाचे चरित्र' अभ्यासकांनी दुर्लक्षिलेले आहे. आंबेडकरी चळवळीतील या आद्य आंबेडकरी चरित्रकाराचा त्यांच्या लेखनाचा शोध घेणे हे अभ्यासकांपुढील फार मोठे आव्हान आहे.

दलित स्त्रियांच्या लेखन कर्तृत्वाचाही विस्तृत उहापोह झाला आहे, असे दिसत नाही. आंबेडकरी चळवळीतील मिनाम्बल शिवराज, शांताबाई दाणी, कौसल्या नन्देश्वर-बैसंत्री आदी स्त्रियांच्या कर्तृत्वाचा आलेख शब्दबद्ध होणे आवश्यक आहे. डॉ. आंबेडकरांनी स्थापन केलेल्या जनता पत्रांच्या व्यवस्थापन मंडळात दोन स्त्रियांचा समावेश आढळतो. डॉ. आंबेडकरांनी नागपूर येथील दलित वर्ग परिषदेत स्त्रियांना उद्देशून केलेल्या भाषणात असे उद्‌गार काढले आहेत की, 'कोणत्याही समाजाची सांस्कृतिक उंची त्या समाजात स्त्रीचे काय स्थान आहे या मोजपट्टीने मोजले पाहिजे' असे उद्‌गार काढले आहेत. 'हिंदू स्त्रियांची उन्नती आणि अवनती' या शोधनिबंधात बाबासाहेबांनी हिंदू स्त्रियांच्या अवनतीचे कारण हिंदूंच्या समाजव्यवस्थेत, जातीप्रथेत, धर्मनियमात शोधले, 'न स्त्रीस्वातंत्र्यम् अर्हति' या मनूच्या वचनाला हिंदू कोडबिलात मूठमाती देणाऱ्या डॉ. आंबेडकरांची आठवण भारतीय स्त्री-मुक्तीचा इतिहास लिहिणाऱ्यांना सर्वप्रथम व्हावयास हवी. तथापि, बाबासाहेब आंबेडकरांनी स्थापन केलेल्या राजकीय पक्षाचे नेते म्हणविणारे आपल्या अध्यक्षीय मंडळात स्त्रियांना स्थान देत नाहीत, याची जाणीव मी आपल्याला करून देतो. अशा मंडळींना बाबासाहेबांचे नाव घेण्याचा मुळीच अधिकार नाही. आंबेडकरी साहित्य चळवळीतील स्त्रियांचे कर्तृत्व विशेष डोळ्यात भरते. महाराष्ट्रातील

शांताबाई कृष्णाजी कांबळे, मुक्ता सर्वगौड, नजुबाई गावीत, शांताबाई दाणी, बेबी कांबळे, कुमुद पावडे यांनी लिहिलेली आत्मवृत्ते वा आठवणीवजा संस्मरणे निश्चितच महत्त्वाची आहेत. भारतीय पातळीवरील दलित शोषित स्त्रियांची ही पहिली आत्मवृत्ते आहेत. त्या दृष्टिकोनातून त्यांची दखल अजूनही घेतली गेली नाही. जागतिक स्तरावर मात्र या आत्मवृत्ताचा अभ्यास सुरू आहे. शांताबाई कांबळे यांचे आत्मवृत्त तर इंग्रजी व फ्रेंच भाषांतरित झालेले आहे. दूरदर्शनवर 'नाजुका' या नावाची मालिकाही लोकप्रिय झाली याचा मी आवर्जून उल्लेख करतो. डॉ. माईसाहेब आंबेडकर यांनी लिहिलेल्या 'डॉ. आंबेडकरांच्या सहवासात' हे डॉ. आंबेडकरांच्या जीवनावर प्रकाश टाकणारे लेखन अद्यापही दुर्लक्षित आहे. बाबासाहेबांनी स्वहस्ते लिहिलेली 'प्रेमपत्रे' हे या ग्रंथाचे भूषण आहे. बाबासाहेबांच्या ललित व्यक्तिमत्वावर विलक्षण प्रकाश टाकणारा हा ऐतिहासिक दस्तऐवज मला लाख मोलाचा वाटतो.

बाबासाहेबांचे अभिनव चरित्र लिहिणे अतिशय गरजेचे आहे. चा. भ. खैरमोडे, धनंजय कीर, डॉ. भालचंद्र फडके, बी. सी. कांबळे यांनी अतिशय मेहनतीने लिहिलेली बाबासाहेबांची चरित्रे महत्त्वाची आहेत. परंतु आता बाबासाहेबांच्या संबंधात नवी माहिती उपलब्ध झालेली आहे. त्यांच्या साहित्याचे तेरा खंड उपलब्ध आहेत. त्यात त्यांच्या आजपर्यंत अप्रकाशित असलेल्या साहित्याचा समावेश आहे. त्यांचे 'वेटिंग फॉर व्हिसा' हे आत्मचरित्रवजा पुस्तकही प्रसिद्ध झाले आहे. त्यांचे समग्र मराठी साहित्य अलिकडेच संशोधित स्वरूपात उपलब्ध झाले आहे. डॉ. आंबेडकरांची लक्षावधी पत्रे आता संपादित होत आहेत. अशावेळी त्यांचे बृहद्‌चरित्र नव्याने लिहिले जाणे अत्यंत गरजेचे आहे. त्यांच्या विचारांचा, कार्याचा नव्याने अन्वयार्थ लावला जाणे आज गरजेचे आहे. 'जिवंत डॉ. आंबेडकरांपेक्षा मृत आंबेडकर हे अधिक प्रभावी ठरतील' या एन. शिवराज यांच्या वचनाचा प्रत्यय आज येत आहे. अशा काळात त्यांचे चरित्र नव्हे चरित्रे लिहिली जाणे गरजेचे आहे. एक व्यक्ति म्हणूनही डॉ. आंबेडकरांच्या ललित व्यक्तित्वाचे चित्रण होणे, त्यांच्या लीळा लीळाचरित्रांसारख्या एकत्रित होणे गरजेचे आहे. याचा मी आवर्जून उल्लेख करतो. सध्या मी स्वत: डॉ. आंबेडकरांचे अभिनव बृहद्‌चरित्र लिहित आहे.

महाराष्ट्राला संत साहित्याच्या उदारमतवादी साहित्यिक लोकशाहीचा वारसा लाभला आहे. एकोणिसाव्या व विसाव्या शतकातील सामाजिक प्रबोधनाच्या आंदोलनाची पार्श्वभूमी लाभली आहे. असे असूनही बहुतांश मराठी साहित्य मात्र कागदी, संकुचित, मध्यमवर्गीय व ब्राह्मणी मानसिकतेने व्याप्त असलेले दिसते. अशा साडेतीन टक्क्यांच्या साहित्यात कसले डोंबलाचे जीवनदर्शन घडणार ? परिवर्तनाचे सामर्थ्य या साहित्यात शोधूनही सापडणार नाही. अशाच साहित्याला उद्देशून डॉ. आंबेडकरांनी 'अलीकडचे मराठी वाङमय हे बामणी वाङ्मय आहे' असे उद्‌गार बॅ. जयकरांजवळ काढले होते.

संत-साहित्याच्या अभ्यासाला आता नवा ऊत आला आहे. संत-साहित्याचे नव्याने आकलन आस्वादन करण्यास हरकत नाही. परंतु ते करीत असताना हे साहित्य युगप्रर्वतक आहे, समतावादी आहे. इहवादी आहे. दलित साहित्यिकांनी या साहित्यापासून प्रेरणा घ्यावी. 'पसायदान' या युनोचा जाहीरनामा झाला पाहिजे. असे म्हणणे हा भोंगळपणा आणि भंपकपणा झाला.

'या संताड्यांनी महाराष्ट्राचे वाटोळे केले' असे म्हणणाऱ्या इतिहासाचार्य राजवाड्यांची व 'भजनात एकी आणि भोजनात बेकी' किंवा 'काय आहे तुमच्या संत साहित्यात हाक मारूनी सांगे तुका, नाम घेतल्याशिवाय राहू नका, नाम घेतल्याने तुमचे काय काम होणार आहे' असे म्हणणाऱ्या डॉ. आंबेडकरांची आठवण संत-साहित्याची तरफदारी करणाऱ्या या मंडळींनी ठेवणे गरजेचे आहे, एवढेच याप्रसंगी मी सांगतो.

म्हणी, वाक्प्रचार, शिव्या यांच्यातूनही अमूल्य साहित्यिक सांस्कृतिक धन आपल्या हाती लागते. काही शिव्या या तर ओव्याच असतात. उलट काही ओव्या या शिव्या होतात या दृष्टिकोनातूनही शिव्यांचा, म्हणी, वाक्प्रचारांचा अभ्यास होणे गरजेचे आहे असा काहीसा अभ्यास विदर्भातील प्रसिद्ध कवी विठ्ठल वाघ यांनी केल्याचे मला आढळले. विस्तृत प्रमाणावर याचा शोध घेणे गरजेचे आहे.

बोलींचाही विशेष अभ्यास आपल्याकडे झालेला नाही. अनेक बोली अद्यापही लिखित रूपात शब्दबद्ध झालेल्या नाहीत. त्या संकलित, संपादित होणे गरजेचे आहे. म्हारांच्या, मांगांच्या, धनगरांच्या, कोळ्यांच्या, आदिवासींच्या बोलीतील शब्द जतन, संवर्धन करणे त्यांचा कोश करणे हे आजचे सर्वात निकडीचे काम आहे. गोंधळी, भराडी, वाघ्या, पोतराज आदि लोकसंस्कृतीच्या उपासकांची-साहित्यसंपदा सुद्धा जतन करणे, तिचा अभ्यास करणे अत्यावश्यक आहे. त्यातून अनेक गोष्टी आपल्या हाती लागू शकतील. संस्कृतीचे संवाहक म्हणजे हे लोकसंस्कृतीचे उपासक आहेत. दलित साहित्याच्या अभ्यासासाठी सुद्धा या तऱ्हेच्या बोलीभाषेच्या संकलनाची, शब्दकोशांची गरज आहे. शिव्यातून संस्कृतीची नाडी नेमकी आपल्याला सापडते. आपले हर्षविमर्ष, क्रीडा, काम, आदींवर प्रकाश टाकण्याचे ते एक अत्यंत महत्त्वाचे साधन आहे. खरे म्हणजे ब्रिटिशांनी, पाश्चात्यांनी, ख्रिस्ती धर्मोपदेशकांनी जेवढा आपला संस्कृतीचा, जाती-पातींचा, भाषा-बोलींचा, तिच्या व्याकरणाचा शब्दसंग्रहांचा अभ्यास केला तेवढा व्यासंग क्वचितच त्यांच्यानंतर प्रत्ययाला येतो. भारतातील अनेक जातींचा अतिशय सविस्तर अभ्यास ब्रिटिशांनी व अन्य पाश्चात्यांनी केला आहे. त्यांचे ऋण मानणे गरजेचे आहे. आजचे आपले साहित्याभ्यासक एवढ्या कूपमंडूक वृत्तीचे आहेत की, महाराष्ट्राबाहेर कर्नाटकात, गुजरातेत किंवा आंध्रात काय साहित्यिक हालचाली चालू आहेत, याची सुतरामही माहिती त्यांना नसते. इंग्लंड, अमेरिकेत काय चालू आहे याची मात्र बित्तंबातमी त्यांना असते. या आंग्लाळलेल्या पराभूत साहित्य-समीक्षकांमुळे

मराठीचाच नव्हे तर सर्व देशी भाषांतील साहित्याची अपरिमित हानी झाली आहे.

Philosopy decays life is everegreen असे म्हटले जाते. त्याप्रमाणे साहित्य हे सर्वप्रथम व समीक्षा ही नंतर. 'ड्रीप ऑफ अ क्विअर फेलो' या नव्या साहित्याची सुरुवात म्हणून ओळखल्या जाणाऱ्या विख्यात ग्रंथात दोस्तोवस्की म्हणतो, "Life is greater than the knowledge of life" समीक्षा हा दुय्यम व्यापार आहे. साहित्य हे प्रथम. आधी समीक्षा आणि नंतर त्यावर बेतलेले साहित्य हे तिय्यम-चतुर्थ दर्जाचेच साहित्य असणार. संस्कृत साहित्यशास्त्राने संस्कृत साहित्याचे अपरिमित नुकसान केले. आज पाश्चात्यांच्या दृष्टीने कालबाह्य झालेले पाश्चात्य साहित्यशास्त्र वाचून मराठी साहित्याची समीक्षा करणारे, ती शिकविणारे बांडगूळ समीक्षक मराठी वा इतर देशी भाषेतील साहित्याची अत्यंत हानी करीत आहेत ते उघड आहे. दलित साहित्य, स्त्री-वादी साहित्य, आंबेडकरी साहित्य, उपेक्षित जनसमूहांचे साहित्य हे स्वतःच नवे साहित्यशास्त्र वा समीक्षाशास्त्र जन्माला घालतील तेवढे सामर्थ्य या साहित्यात निश्चितपणे आहे. ग्रीक साहित्यशास्त्र, पाश्चात्य साहित्यशास्त्र, संस्कृत साहित्यशास्त्र, मराठी साहित्यशास्त्र या संज्ञा काय दर्शवितात. मग आंबेडकरी, दलित, ग्रामीण वा उपेक्षित साहित्याचे स्वतंत्र साहित्यशास्त्र का संभवू नये. ते निश्चितपणे जन्माला येईल. आधी साहित्य नंतर साहित्यशास्त्र वा समीक्षा ! सुईणींनी घाई करू नये एवढेच याप्रसंगी मी सांगतो.

भारतीय पातळीवर आंबेडकरी साहित्याने केलेली प्रगती विस्मयकारक आहे. फार पूर्वीच आंबेडकरी साहित्याची भाषांतरे हिंदी जगतात प्रसिद्ध झाली होती. चंद्रिका प्रसार जिज्ञासू यांचा या संबंधात गौरवाने उल्लेख करावा लागेल. पंजाबहून भीमपत्रिकेचे संपादक एल. आर. बाली यांनीही या संबंधात अतिशय महत्त्वपूर्ण कार्य केले आहे. यासंबंधात डी. सी. आहीर, डी. के. बैसंत्री, भगवानदास, डॉ. जाटव आदिंचा गौरवाने उल्लेख होत आहे. आता हिंदीमध्ये कथा, कविता आदि ललित लेखनही विपुल प्रमाणात होत आहे. ओमप्रकाश वाल्मिकी यांच्यासारखे समर्थ कथाकार, मोहनदास नैमीशराय यांच्यासारखे आत्मवृत्त लेखक (अपने अपने पिंजडे) स्योराज सिंह बैचेन यांच्यासारखे डॉ. बाबासाहेबांच्या पत्रकारितेवर हिंदीमध्ये डॉक्टरेट मिळवून प्रबंध लेखन करणारे विचारवंत आज हिंदी साहित्य जगतात आघाडीवर आहेत.

दक्षिण भारतीय आंबेडकरी साहित्य लेखनात आंध्रचा क्रमांक फारच वरचा लागेल. डॉ. बोय भिमण्णा यांनी संपूर्ण भारतात सर्वप्रथम आंबेडकरी साहित्य चळवळीत राहून साहित्य अकादमीचे पारितोषिक आणि डॉक्टरेटची डिग्री मिळविली. त्यांचे 'आंबेडकर सुप्रभातम्' हे काव्य महत्त्वपूर्ण आहे. 'शिवसोशॅलिझम्' हा त्यांचा ग्रंथही विद्वानात मान्यता पावला. जेअुसा या आंध्र दलित महाकवीची जन्मशताब्दी नुकतीच साजरी करण्यात आली आहे. आध्र साहित्यातील त्यांचे स्थान फारच वरचे आहे. ॲड. बोज्जतरकम्, डॉ. श्रीमती विजया भारती यांनी केलेली साहित्यसेवा अतिशय लक्षणीय

आहे. कर्नाटकात दलित कृती समिती आणि दलित संघर्ष समिती यांच्या माध्यमातून आंबेडकरी चळवळीचा आणि साहित्याचा प्रसार मोठ्या प्रमाणात झाला. या दोन्ही संस्था प्रामुख्याने भारतीय दलित पँथर पासून प्रेरणा घेऊन उदयाला आल्या. 'दलित महासभा' ही आंध्रमधील प्रमुख संघटना सुद्धा दलित पँथरपासून प्रेरणा घेऊनच उदयाला आली. बिहार, उत्तर प्रदेशातील दलित सेनेची (अध्यक्ष - रामविलास पासवान) निर्मितीसुद्धा दलित पँथरपासून प्रेरणा घेऊनच आली. किंबहुना दलित हा शब्दसुद्धा दलित पँथरमुळेच परिचयाचा झाला. कर्नाटकात देवनूर महादेवन, सिद्धलिंगय्या, राजशेखर, डॉ. एन. डी. कांबळे, डॉ. झवेरीया, यांनी महत्त्वपूर्ण साहित्यानिर्मिती केली आहे. कानडी साहित्याच्या संदर्भात उल्लेख करतेवेळी मला माझे दिवंगत मित्र आणि माजी मंत्री बी. बसवलिंगप्पा यांची विशेषत्वाने आठवण येते. कर्नाटकातील आंबेडकरी चळवळीत त्यांचे योगदान अतिशय महत्त्वाचे आहे. (कानडी साहित्याला भुसा साहित्य असे संबोधल्यामुळे त्यांचे मंत्रीपद गेले होते.) तामिळनाडूमध्ये सुद्धा आंबेडकरी साहित्याला अतिशय महत्त्वाचे स्थान प्राप्त झाले आहे. प्राचार्य थंगराजन या संबंधात विशेषत्वाने उल्लेख करावयास हवा.

गुजरात आंबेडकरी साहित्य चळवळीत व आंबेडकरी आंदोलनात सुरुवातीपासून आघाडीवर आहे. महाराष्ट्र दलित पँथरची स्थापना झाल्यानंतर पहिल्यांदा गुजरातमध्ये दलित पँथरची स्थापना करण्यात आली. नीरव पटेल यांनी गुजरातीत व इंग्रजीत लिहिलेल्या कविता अतिशय महत्त्वाच्या आहेत. त्यांची 'कास्ट सर्टिफिकेट' ही कविता अत्यंत गाजली. 'जागृती'कार पालेकर यांचे पौत्र सुभाष पालेकर याचेही नाव गुजरातेतील आंबेडकरी चळवळीत मला महत्त्वाचे वाटते. वालजीभाई पटेल, वाघेला, सोलंकी, शंकर पेंटर, मंगलसिंह राठोड, चंदू मेहेरीया, मंगल परमार, भिखुभाई वणकर, जोसेफ मक्वाणा, शंकरभाई पटेल, साहिल परमार, बाळकृष्ण आनंद आदी नावे गुजराती दलित साहित्यातील उल्लेखनीय नावे होत. विविध विद्यापीठात आंबेडकरी प्रेरणेचे गुजराती साहित्य पदव्युत्तर पातळीवर नेमलेले आढळते. एवढी लक्षणीय रचना गुजराती साहित्यात झाली आहे.

आंबेडकरी चळवळीत पंजाबचा वाटा अतिशय महत्त्वाचा आहे. बाबासाहेबांचे निकटवर्ती सहकारी नातकचंद रत्तू, सोहनलाल शास्त्री हे पंजाबचेच. एल. आर. बाली यांनी बाबासाहेब आंबेडकरांच्या साहित्याचे हिंदी भाषांतर करण्याचे काम फार पूर्वीच केले आहे. 'जयभीम' या पत्रिकेचे निष्ठेने संपादनही त्यांनी अनेक वर्षे केले. 'आंबेडकरइझम' हा त्यांचा ग्रंथ अतिशय महत्त्वाचा आहे. अलीकडच्या तरुण लेखकात संतोष बिरदी यांचा प्रामुख्याने उल्लेख करावयास हवा. बहुजन समाज पक्षाचे अध्यक्ष कांशिराम मूळचे पंजाबमधील. त्यांनी लिहिलेले 'चमचा एज' हे राजकीय पुस्तक प्रसिद्ध आहे.

डॉ. आंबेडकरांच्या साहित्याचे आता भारत सरकारच्या समाजकल्याण विभागाच्या वतीने हिंदीत भाषांतर होत आहे. त्यांचे खंड देखण्यास्वरूपात आणि अल्प किंमतीत उपलब्ध आहेत. या साहित्याच्या प्रभावातून हिंदी साहित्य जगतात विलक्षण क्रांती

झालेली आहे. ‘फाऊंड पोएट्री’ हा प्रकार इंग्रजी साहित्यात आढळतो. बाबासाहेबांच्या साहित्यातून कविता शोधण्याचा लक्षणीय प्रयत्न काही अभ्यासकांनी केलेला आहे. हिंदीतील अतिशय मान्यवर अशा ‘हंस’ या नियतकालिकात दलित साहित्यावर मोठ्या प्रमाणात लेखन प्रसिद्ध होत आहे. मराठी दलित साहित्यातील अनेक साहित्यकृती हिंदीत भाषांतरीत होत आहेत. त्यांचा खपही चांगला होत आहे. राधाकृष्ण प्रकाशनाने या संबंधात केलेले कार्य महत्त्वपूर्ण मानावे लागेल. हिंदीतील दलित साहित्यिकात ओमप्रकाश वाल्मिकी, एन. सिंह, कंवल भारती, एन. आर. सागर, राम भरत पासी, शरद कोकास, बाबूलाल मधुकर, मोहन दास नैमीशराय, लालचंद राही, ओमप्रकाश मेहरा, भागीरथ मेघवाल, सुशीला टाकभौरे, निशांत, ओमप्रकाश कृत्यांश, हरिकिशन संतोषी, सी. बी. भारती, कुसुम मेघवाल, दयानंद बटोही, राजमणि मांझी मकरम, पुरुषोत्तम सत्यप्रेमी, रवींद्र भारती, ठाकूर दास ‘सिद्ध’, लक्ष्मीनारायण सुधाकर, जयप्रकाश कर्दम, प्रेम शंकर, रत्नेश कुमार, हेमंत प्रकाश ‘दीक्षित’, श्यामलाल शमी, चंद्रकुमार वरठे, नीरा परमार, रामलखन पाल, सोहन पाल सुमनाक्षर, रमणिका गुप्ता, सूरज पाल चौहान, प्रभाकर गजभिये, पारसनाथ, एन. मनोहर प्रसाद, कुसुम वियोगी, गंगाराम परमार इत्यादी महत्त्वाच्या कवी-लेखकांचा समावेश होतो.

आज भारतीय साहित्य जगतावर आंबेडकरी प्रणालीच्या साहित्याचा फार मोठा पगडा आहे. उद्याचे भारतीय साहित्य म्हणून हेच साहित्य मान्यताप्राप्त होऊ शकेल. अमेरिकन विद्यापीठामध्ये आंबेडकरी साहित्यावर संशोधने होऊ लागली आहेत. एलिनार झेलियट, गेल ऑम्वेट, जयश्री टर्नर-गोखले, बार्बरा जोशी यांचा या संबंधात उल्लेख करावयास हवा.

इंग्लंड-अमेरिकेत लाखोंच्या संख्येने आंबेडकराईट वास्तव्य करीत आहेत. ‘व्हिजन’सारखी त्यांची संस्था चालविणारे लक्ष्मी बेरवा, आंबेडकर मेमोरियल ट्रस्टचे गौतम चक्रवर्ती, कृष्णा गमरे, योगेश वऱ्हाडे, मधुकर कांबळे हे तेथील चळवळीत आघाडीवर आहेत. लंडनमधील मिडलँड परिसरात मोठ्या संख्येने दलित आहेत. भारतातील पूर्वास्पृश्यांच्या व्यथा-वेदना ‘युनो’च्या मानवी हक्क आयोगापर्यंत नेण्याचे कार्य या मंडळींनी केले आहे.

दलित साहित्याची इंग्रजी भाषांतरेही प्रसिद्ध होऊ लागली आहेत. ‘ॲन ॲन्थॉलॉजी ऑफ दलित लिटरेचर’ या मुल्कराज आनंद आणि एलिनार झेलियट यांनी संपादित केलेल्या तसेच ‘पॉयझंड ब्रेड’ या अर्जुन डांगळे यांनी संपादित केलेल्या ॲन्थॉलॉजीचा या संबंधात उल्लेख करावा लागेल. जे. मायकेल महार यांचे ‘कॉन्टेम्परी इंडियन लिटरेचर’ हे पुस्तकही दलित साहित्याच्या अभ्यासाच्या दृष्टीने महत्त्वाचे आहे.

आंबेडकरी साहित्याला पाश्चिमात्य जगतात किती महत्त्व प्राप्त झाले आहे याचे एक उदाहरण मी देतो. दिलीप चित्रे यांचे वडील पुरुषोत्तम चित्रे यांनी १९७३ साली निघालेला ‘टाईम्स विकली’चा दलित साहित्य विशेषांक मला मागितला आणि ते म्हणाले,

'दिलीपला अमेरिकन विद्यापीठात व्याख्यान द्यावयाचे आहे. त्याने तुकारामावर व्याख्यान द्यावयाचे ठरविले. परंतु विद्यार्थ्यांनी दलित साहित्यावर व्याख्यान द्यावयास सांगितले. दिलीपजवळ दलित साहित्यासंबंधात सामग्री नाही. यासाठी मला तो अंक हवा आहे.' 'तुका सेज'चे संपादन करणाऱ्या दिलीप चित्रेंची याहून मोठी शोकांतिका ती कोणती ?

मुंबई विद्यापीठातील भूतपूर्व इंग्रजी विभागप्रमुख डॉ. विलास सारंग यांना दलित आत्मवृत्तांच्या भाषांतरसंपादनासाठी नुकतीच रॉकफेलर स्कॉलरशीप मिळाल्याचे त्यांनी मला कळविले आहे.

आंबेडकरी साहित्याला मिळणारा वाढता प्रतिसाद पाहूनच मराठी साहित्यातील 'गांडूंच्या पिढी'चे पुनरुज्जीवन (रिव्हायव्हल) करण्याचा उद्योग काही मंडळींनी आरंभिला आहे. दलित साहित्यावर प्रतिक्रिया म्हणून या कालबाह्य कवी-लेखकांना पारितोषिके देऊन, चर्चासत्रे घेऊन त्यांची भलावण करण्याचा उद्योग काहींनी आरंभिला आहे. त्यांच्या ग्रंथाच्या आवृत्यावर आवृत्त्या प्रसिद्ध होऊ लागल्या आहेत. काही प्रकाशनं तर दिलीप चित्रेंसारख्या विशिष्ट लेखकाच्या साहित्यावर लेख लिहिण्याची वारंवार विनंती समीक्षकांना करून त्यांचा उदोउदो करण्याची संधी साधत आहेत.

श्रीधर तिळवे नावाच्या संशोधक-समीक्षकाने तुकारामानंतर दिलीप चित्रे हे मराठीतील एकमेव मोठे कवी आहेत, असा शोध लावून षट्कार लगावला आहे. तुकारामाच्याच नव्हे तर चोखामेळा, जनाबाई, सेना न्हावी एवढेच नव्हे तर केशवसुत, बालकवी यांच्या जवळपासही जाण्याची लायकी नसलेल्या दिलीप चित्र्यांना महाकवी करण्याचे हे उद्योग म्हणजे उबग आणणारा प्रकार आहे.

वस्तुत: आंबेडकरी साहित्याला प्रतिक्रिया म्हणून या साहित्याचा उदोउदो करण्याचा प्रयत्न या प्रतिक्रियावादी शक्ती करीत आहेत. 'गांडूंच्या पिढी'चा यासंबंधात उपयोग करण्याचा प्रयत्न त्यांनी केला तरी यापुढे तो यशस्वी होणार नाही.

जागतिक साहित्याच्या इंग्रजी नियतकालिकांत भारतीय साहित्याबद्दल लिहित असताना दिलीप चित्रे, अरुण कोलटकर, आदिल जसावाला, निस्सिम इझेकल यांच्याच साहित्याचा प्रामुख्याने उल्लेख करणारी ही आंग्लाळलेली मंडळी स्वत:चीच टिमकी वाजवून घेत आहेत. इंग्रजी भाषेच्या तथाकथित प्राविण्यामुळे चाललेला एकमेकांचा उदोउदो करण्याचा हा त्यांचा उद्योग इतिहासजमा झाल्याशिवाय राहणार नाही.

आजचे भारतीय साहित्य हे प्रामुख्याने दलित, आदिवासी, भटके-विमुक्त, स्त्रिया, ग्रामीण, कष्टकरी, आदी उपेक्षित समुहांचे साहित्य आहे. हे साहित्य फुले-आंबेडकरी तत्त्वप्रणालींच्या प्रभावातून जन्माला आलेले आहे. या साहित्याचे अनुभवविश्व जगातील, कोणत्याही मानवाच्या जाणिवांच्या कक्षा विस्तृत करणारे, प्रबुद्ध करणारे आहे म्हणूनच हे साहित्य विश्वमानवाच्या मुक्तीचे साहित्य आहे.

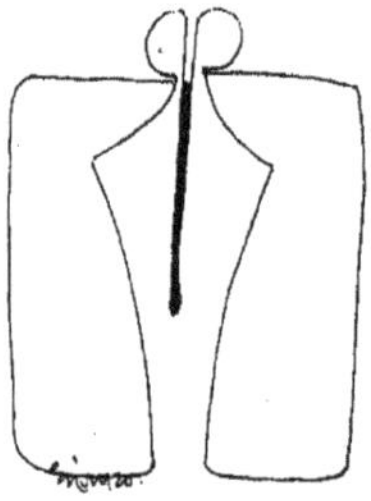

शतकाच्या संधिकालातील साहित्यधर्म

रा. ग. जाधव

साहित्य संमेलनाचा अध्यक्ष होणे व अध्यक्ष म्हणून बोलणे माझ्या प्रकृतीला रुचत नाही. एक साहित्यप्रेमी म्हणून व त्या प्रेमाच्या कर्तव्याची व हक्कांची जाणीव ठेवून मला साहित्याबद्दल काहीबाही बोलता येते. साहित्याच्या आतला माणूस म्हणून, एक'इन्सायडर' म्हणून, मी विचार करू शकतो; साहित्याच्या बाहेरचा माणूस म्हणून नव्हे ! जाणत्या वयापासून वाचत आलेल्या साहित्यामुळे माझे व्यक्तिगत खासगी विश्वही माझ्याही कळत-नकळतपणे मोठेमोठे होत गेल्याचे मला जाणवते. हे व्यापक होत जाणारे जग निखळ माणसाचे, त्याच्या नैसर्गिक, भौतिक परिसराचे व भावनेचे जग आहे. ते साक्षात्, प्रत्यक्ष व वास्तव रूपातील आहे. ते सगुणसाकार, इंद्रियगोचर, दिसणारे-जगणारे-वाढणारे, सतत 'उमलणारे-फुलणारे-सुकणारे' असे जग आहे. साहित्यामुळे माणसाचे पार्थिव विश्वच खरे तर विशाल होत जाते आणि पार्थिवता, मृण्मयता हेच मनुष्यसंस्कृतीचे एकमेव सत्य आहे. पार्थिवतेला पृथ्विवत् केवळ देहच नाही, तर तिला एक जीवही आहे. मनुष्याची पार्थिवता ही एक सजीव सत्यता आहे. मी तत्वज्ञानाचा माणूस नाही. धार्मिकही नाही. त्यामुळे तत्वज्ञान आणि धर्म यांच्या परिशीलनाने माणसाचे जग कितपत विस्तारते, हे सांगण्याचा अनुभव व अधिकार मला नाही. तथापि कोणताही धर्म व कोणतेही दार्शनिक तत्वज्ञान माणसाला माणूस म्हणून संपूर्ण प्रतिष्ठा देते की नाही, याबद्दल मला शंका आहे. मनुष्य व मनुष्यजीवन यांना स्वत्व किंवा अस्मिता असते किंवा बहाल करणे उचित ठरते हे निदान सरळपणे, मान्य करण्यास धर्म व तत्वज्ञान क्वचितच राजी असतात. माणसाची आयडेंटिटी, त्याचे स्वत्व म्हणजे पार्थिवता आहे, हे त्यांना मान्य नसते. मनुष्याची सुखदुःखे, त्याचे यशापयश, त्याची असहाय्यता व आगतिकता, त्याची पराधीनता व पतनप्रवणता, त्याचे कल्याण व सार्थकता या सगळ्यांविषयी धर्म व दर्शने विलक्षण संवेदनशील

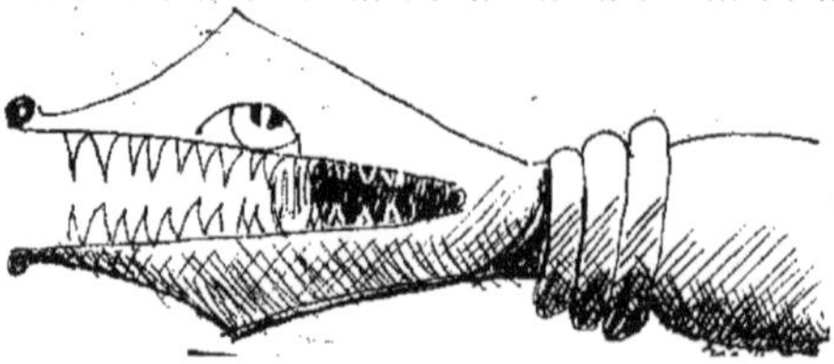

अस्मितादर्श लेखक वाचक मेळावा,
देगलूर १९९६

असतात, कारूण्याने गदगदलेली असतात, उद्धारासाठी व तारणासाठी उत्सुक असतात हे खरेच आहे. पण यासाठी ते माणसाच्या वास्तव जिण्याचा संकोच करतात, त्याला त्याच्या मनाच्या व जगाच्या छोट्या खंडावर उभे राहण्यास सांगतात; व्यापक व विविधतापूर्ण मनुष्यसृष्टीचा एखाद्या मठात, एखाद्या मंदिरात, एखाद्या मशिदीत, एखाद्या चर्चमध्ये किंवा एखाद्या स्तूपविहारात संक्षेप घडवून आणतात. मनुष्याच्या या भव्योदात्त सृष्टीला नजरेआड करून नजरेआडच संभवणाऱ्या अलौकिक सृष्टीचा एक मोहक पर्याय निर्माण करतात. मनुष्याची स्वायत्तता, अस्मिता, स्वयंपूर्णता, स्वाभिमान यांना धर्म-दर्शनांनी दिलासा दिलाही असेल, पण त्यावरील विश्वासाची कबुली मात्र दिलेली नाही. साहित्य या प्रकाराची कबुली कळत-नकळतपणे मनुष्यमात्राला देत असते. साहित्याने नेहमीच माणसाला माणसांत राखण्याचा प्रयत्न केला आहे; माणसाला माणसातून उठवण्याचा यत्न केलेला नाही. माणसाची प्रतिष्ठा या जगात साहित्यानेच प्रारंभापासून सांभाळली आहे. माणसाला माणसांच्या अधिकाधिक निकट आणण्याचा प्रयत्न केला आहे. मानवी समाजाच्या इतिहासात माणसे जोडण्याची, माणूसपणाचा विस्तार करण्याची, स्थलकालनिरपेक्ष अशी लांबलचक मनुष्यशृंखला जुळविण्याची कामगिरी साहित्याने केलेली आहे. मनुष्यसमाजातील साहित्याचा इतिहास हाच माणसाचा खराखुरा इतिहास आहे, कारण तो माणसाचे माणूसपण विकसित करणारा एकमेव घटक आहे. माणसाची आरती फक्त साहित्यानेच गायिली आहे, धर्मांनी व दर्शनांनी नव्हे ! मानव्याची विशाल वैश्विक प्रचिती केवळ साहित्यानेच दिलेली आहे. माणसाची खरी स्वप्ने फक्त साहित्यचानेच पाहिली आहेत. साहित्य हेच मनुष्यत्वाचे आद्यंती शुद्ध असलेले एकमेव प्रतीक आहे, प्रतिमा आहे.

''एक तीळ सर्वांनी करंडून खावा
माणसावरच सूक्त रचावे
माणसाचेच गाणे गावे माणसाने....''

-असे उदात्त भान एक कवीच व्यक्त करतो. धर्म-दर्शनेही एक तीळ सर्वांनी करंडून खावा असे सांगतात, सांगू शकतात; पण त्यामागील भावना माणसावरील श्रद्धेची नसते, तर ती माणसावरील विकल्पाची असते. धर्म-दर्शनांनी माणसाची आरती कधीही मनापासून म्हटलेली नाही, त्यांनी माणसावरील विश्वास कधीही व्यक्त केला नाही.

मी साहित्याला सर्वस्व मानतो. माझा आयुष्यभरचा साहित्यसहवास मला हेच पटवून देत आलेला आहे. सर्वस्व म्हणजे जर धर्म असेल, तर साहित्य हाच माझा धर्म आहे. या साहित्यधर्माचा खरा उपासक हा एकाच वेळी एक विशिष्ट मानव आणि एक विशाल विश्वमानव असतो असतो. तो रा. ग. जाधवही असतो आणि त्याच वेळी तो नामदेव ढसाळ, दिलीप चित्रे, नामदेव व तुकाराम, केशवसुत व मर्ढेकर हे सर्वच असतो. तो गलिव्हर्स ट्रॅव्हल्सचा असतो, रॉबिन्सन क्रूसोचा असतो, मॉबी डिकचा

असतो, ब्रदर्स कारामाझॉव्हचा असतो, वेस्ट लँडचाही असतो. तो वैदिक ऋचांचा असतो, चार्वाकाचा असतो, जातककथांचा असतो आणि फाऊस्टचाही असतो. तो भूतकाळाचा असतो आणि वर्तमानासकट भविष्यकाळाचाही असतो. तो मराठी असतो, भारतीय असतो, आफ्रो-आशियाई असतो, यूरो-अमेरिकन असतो आणि चंद्रसूर्याचाही असतो. त्याची विभूती अशी पसरत, पांगत विश्वात्मक होत जाते. मित्रहो, एक साहित्यधर्मी म्हणून या अर्थाने मी या इथे उभा आहे व मी जसा इथे उभा आहे, तसाच मी तिथे, पलीकडे, घरीदारी उभा असतो. या व्यापक साहित्यधर्माबद्दल, खरे तर, मी काही आपणांस सांगावे, अशी गरज नाही. तुम्ही सर्वही साहित्यप्रेमी आहात, या प्रेमाचा धर्म करण्याच्या आकांक्षेने धडपडत आहात. साहित्यधर्माला कुणी एकमेव प्रेषित नाही, परमेश्वर नाही, एकच एक धर्मग्रंथही नाही. चार ओळींची कविता ही देखील आपला धर्मग्रंथ होऊ शकते आणि एखाद्या अज्ञात अंधाऱ्या गावकुसाबाहेरचा एखादा लेखक हाही आपला धर्मपुरुष असू शकतो. साहित्यधर्म हा एकमेव मुक्त मानवधर्म आहे. या जगात जर कधीकाळी एकता व एकोपा निर्माण झालाच, तर तो फक्त साहित्यधर्माच्या अधिष्ठानावरच होऊ शकेल ! साहित्याची भाषा ही त्याची खरी भाषा नाही, साहित्याची खरी भाषा भावना हीच आहे. ही भावना नैतिकतेची, मूल्यमापनाची आहे. धर्म-दर्शनांची भाषाही हीच असते हे खरे, पण या भाषेने माणसांची उभी किंवा आत्मकेंद्रित वाढ होते. उलट, साहित्याच्या भाषेमुळे माणसाची आडवी वा बहुकेंद्री वाढ होते आणि विद्यमानाच्या ज्या पर्यावरणात आपण सर्वजण वावरत आहोत, ज्या पर्यावरणात आपण आपला साहित्यधर्म सांभाळत आहोत, त्या आज-उद्याच्या पर्यावरणात उभ्या विकासापेक्षा आडव्या विकासाची गरज अधिक आहे. कारण मनुष्यसंस्कृतीचा हा आडवा विस्तार आज संकोच पावत आहे आणि या संकोचाच्या बाह्य प्रक्रियेत आपल्या जाणिवांचा, आपल्या संवेदनशीलतेचा, आपल्या प्रसरणशील विश्वभानाचा, आपल्या साहित्यधर्माचा संकोच होणार नाही, कोंडी होणार नाही याची काळजी घेणे भाग आहे. आपल्या साहित्यप्रेमाला व साहित्यधर्माला, निरोप घेणाऱ्या विसाव्या शतकाने या ऐतिहासिक आव्हानाची प्रकर्षाने आठवण करून दिलेली आहे. आपल्या लेखनातून या आव्हानाचे भान जपले जाईल, याची दक्षता आपल्या कविलेखकांनी घेतली पाहिजे आणि लेखन वाचणाऱ्या आपण सर्वांनी त्या भानाची ओळख मन:पूर्वक करून घेतली पाहिजे, असे मला वाटते.

'अस्मितादर्शा' च्या या साहित्यसंमेलनात वावरताना मला सुमारे तीस-पस्तीस वर्षांपूर्वीचा औरंगाबाद येथील नागसेनवनाचा मंतरलेला परिसर आठवत आहे. त्या वेळी तिथे वाङ्मयीन सर्जनशीलतेची बीजे रुजत होती, अंकुरत होती, फुलू पाहत होती. या बीजांच्या गेल्या तीस-पस्तीस वर्षांत वृक्षवेली झाल्या. कविता, आत्मकथा, कादंबरी, कथा, नाटक, विचारप्रबंध, संशोधनसाहित्य, समीक्षा इत्यादी अंगांनी एक

प्रभावी साहित्यप्रवाह खळखळून वाहू लागला. मला व्यक्तिश: या सर्व निर्मितीबद्दल मनापासून समाधान वाटते. असमाधान आहे, पण ते थोडे आहे आणि ते लेखक-कवींसंबंधी कमी आणि वाचक-समीक्षकांविषयी अधिक आहे. मराठीतील चांगल्या व ज्येष्ठ-श्रेष्ठ साहित्यिक समीक्षकांनी आपल्या ज्ञानाचा, अनुभवाचा, व्यासंगाचा लाभ पुरेशा आत्मीयतेने या नव्या प्रवाहकांना होऊ दिला नाही. त्यांनी खऱ्या जिव्हाळ्याने व आस्थेने या प्रवाहकांना मायेचे उद्‌बोधक शब्द ऐकविले नाहीत. या धडपडणाऱ्या साहित्यिकांची 'श्यामची आई' कुणीच झाले नाही. त्यांचे गृहपाठ व साहित्यपाठ मनापासून पूर्णपणे वाचून मगच त्यांची पाठ थोपटणारे किंवा कान धरणारे जिव्हाळ्याचे पंतोजी व कळकळीचे दुद्धाचार्य कुणीच नव्हते ! औपचारिक शब्दांनी व अभिप्रायांनी या नव्याचे जुन्यांनी स्वागत केले आणि हा स्वागतसमारंभ ते तिथेच विसरून गेले. ज्यांनी आपुलकीचा आव आणला, त्यांनी या नव्या प्रवाहकांची सुलट तपासणी करण्याऐवजी उलट तपासणी केली. साहित्याच्या सारस्वतांच्या दालनात भीत भीत पावले टाकणाऱ्या नवथर मनांना त्यांनी मोठे मोठे प्रश्न विचारले, मोठ्या मोठ्या वळणांची व आडवळणांची प्रश्नमंजुषा त्यांना सोडविण्यास दिली. सर्वेक्षणे व सांख्यिकी यांचा दबदबा उभा केला. या नव्या सर्जनशील मनांना फुलवण्याऐवजी या ज्येष्ठाश्रेष्ठांनी त्यांच्या वाफ्यांना कळत-नकळत कोंडीत पकडून त्यांच्या दिशादिशांना विस्तारण्याच्या उर्मींना काटेरी कुंपणे घातली. वाङमयीन सर्जनशीलतेच्या प्रकृतीचे व प्रक्रियेचे एवढे प्रचंड अज्ञान दुसऱ्या कोणत्याही स्वत:ला शहाण्या समजणाऱ्या सुसंस्कृत साहित्यधर्मी समाजाने प्रकट केले नसेल. तथाकथित काळजीवाहू समीक्षकांचा एक गट या नव्या दलित लेखक-कवींना बहाल करून नको त्या काळज्यांचा भार त्यांच्यावर लादून ज्येष्ठ-श्रेष्ठ मराठी अभ्यासकांनी स्वत:ला काळजीमुक्त करून घेतले. या गटात कुणी माझाही समावेश केला, तरी त्याला आक्षेप घेण्याचा नैतिक अधिकार मला नाही.

मुख्य म्हणजे ज्या व्यापक मराठी समाजासाठी नवे दलित मराठी साहित्य जन्माला आले, त्या समाजात त्याला प्रतिसादच हात राखून देण्यात आला. दलित साहित्य हे आपल्या समाजाच्या सामूहिक अपराधी मनाला जाग आणण्यासाठी जन्मले, याचे नेमके भानच दुर्लक्षित करण्यात आले. दलित कवि-लेखकांना केवळ 'मी-आम्ही' चा आत्माविष्कार करावयाचा नव्हता; तर 'तू-तुम्ही' चा नि 'ते आणि ते' यांचाही अविष्कार करावयाचा होता. दलितांना समजावून घेण्याबरोबरच दलितेतरांना समजावून घेण्या-देण्याची ती वाङमयीन धडपड होती. ज्या समाजाची पहिली-दुसरी पिढी नुकतीच कुठे साक्षर होऊ लागली होती, त्या दलित समाजासाठीच नव्या दलित साहित्याचा अवतार झाला होता, ही समजूत वाङ्‌मयीन अज्ञानाची व आडमुठेपणाचीच निदर्शक आहे, हे वेगळे सांगण्याची गरज नाही. नव्या दलित साहित्याचे वाचन-परिशीलन साहित्यबाह्य प्रभावांच्या दडपणातून होत राहिले, निखळ साहित्यिक प्रवृत्तीने नव्हे,

असेच त्या वेळचे चित्र होते. हे राजकारण होते, साहित्यकारण नव्हते. पाठ्यपुस्तके, शालेय व विद्यापीठीय अभ्यासक्रम यांतून दलित साहित्य विद्यार्जन व अर्थार्जन या व्यावहारिक साखळीशी जोडले गेले. अकादमिक पुस्तकी गरजांशी व अर्थशून्य प्रश्नांशी त्याचे वाचन-परिशीलन निगडित झाले. साहित्याच्या राजकारणातही ज्येष्ठ-श्रेष्ठ अभ्यासक आपली काळजीमुक्त निश्चिंतता अबाधित राखण्यात यशस्वी झाले.

गांधीवाद, मार्क्सवाद, आंबेडकरवाद, परिवर्तनवाद, साहित्यसिद्धांत, सौंदर्यशास्त्र, क्रांतीवाद, धम्मवाद, राष्ट्रवाद, आंतरराष्ट्रीयता, वसाहतवाद, सांस्कृतिक प्रभुत्व यांसारख्या बड्याबड्या विषयांचा ऐसपैस पसारा मांडून नव्या दलित सर्जनशीलतेला मराठी ज्येष्ठा-श्रेष्ठांनी पुरेसे भ्रांत केले. या सर्व महाचर्चेत साहित्य, साहित्यिक, त्याची सर्जनशीलता हे मुख्य विषयच बाजूला फेकले गेले आणि तरीही अशी महाचर्चा म्हणजेच समीक्षा असा आभास निर्माण करून नव्या कविलेखकांना जीवनाभिमुख करण्याऐवजी प्रणालिसन्मुख व समीक्षाभिमुख केले. मला विचारवंत व समीक्षक यांचा अधिक्षेप करावयाचा नाही. मला त्यांच्याबद्दल आदरच आहे; परंतु खरे विचार व खरी समीक्षा चांगल्या साहित्याला अधिक चांगले करते, चांगले होण्याची दिशा दाखवते. खोटी समीक्षा चांगले साहित्य वाईट आणि वाईट साहित्य चांगले ठरवते. तिच्या अशा चांगले-वाईटपणाचा प्रभावही खोटाच ठरतो. नव्या लेखक कवींना समीक्षेचे हे खरे-खोटे हे अविर्भाव जाणण्याचा अनुभव नसतो. खरे तर तशी त्यांची मन:स्थितीही नसते. दलित लेखक-कवींवर नाकारलेल्या परंपरेचे जेवढे दडपण नसते, तेवढे दडपण प्रणालींचे व समीक्षेचे आहे आणि आजतागायत ते टिकूनही आहे. ही मोठ्या चिंतेची बाब आहे. साठोत्तरी आद्यपर्वातील शिष्टाचारभीरू, काळजीवाहू व विचारजड अशा कामचलाऊ चर्चेने नव्या दलित लेखकांना एकाच वेळी फसवे समाधान व भ्रांत असमाधान यांचे वाटेकरी करून खऱ्या सर्जनाच्या वाटा धूसर केल्या.

आधुनिक साहित्याची व समीक्षेची प्रदीर्घ परंपरा असलेल्या सुसंस्कृत मराठी समाजात एकही अभ्यासक पुढे येऊन असे सांगू शकला नाही, की नारायण सुर्वे, नामदेव ढसाळ, दिलीप चित्रे, अरूण कोलटकर, ग्रेस यांसारखे सर्वच नवे लेखक आपल्या समाजातील दलितत्वाची भिन्न भिन्न रूपे एकसारख्याच तळमळीने अनुभवत आहेत, अविष्कृत करीत आहेत. साठोत्तरी काळातच पहिल्या पर्वात असे म्हटले गेले असते, तर मराठी दलित साहित्य बाह्यप्रेरीत पिंजऱ्यात अडकूनही बसले नसते. हे आपण केले नाही, स्वत:ला समाजाला व नव्या सर्जनशील मनांना पटवून देऊ शकलो नाही, याचे कारण आपली वाङ्मयीन संस्कृती पुरेशी प्रगल्भ व जाणती नाही हेच आहे. अशा संकुचित, सत्यतेपेक्षा सुरक्षेला अधिक जपणाऱ्या व वेड घेऊन पेडगावला जाऊ पाहणाऱ्या संस्कृतीच्या पुरस्कर्त्यांना उद्देशून एखादे भालचंद्र नेमाडे जेव्हा ‘शेंबडे समीक्षक’ असे शब्द वापरतात, तेव्हा त्यामागील बोच व खंत आपणास समजू शकते.

या झाल्या-गेल्या गोष्टी आता उगाळत बसण्यात स्वारस्य नाही हे खरेच. मलाही असेच वाटते. साठोत्तरी कालखंडात प्रकट होऊन गेल्या तीस-पस्तीस वर्षात जे दलित साहित्य निर्माण झाले, त्या संदर्भातील माझे थोडेसे असमाधान काय आहे तेच मला थोडक्यात दिग्दर्शित करावयाचे होते. साठोत्तरी कालखंडातील व आजतागायतचे एकूणच मराठी साहित्य व म्हणून दलित साहित्यही मला चांगले व महत्वाचेही वाटते. त्यात कदाचित महानता नसेलही, पण महानतेच्या खुणा मात्र त्यात नक्कीच आहेत. दलित साहित्याने मराठी साहित्याला व एकूणच भारतीय साहित्याला एक नवी आयडेंटिटी, एक नवे स्वत्वरूप दिलेले आहे. इंडॉलॉजी किंवा भारतविद्या यांच्या युरोपिय विद्वानांनी प्रवर्तित केलेल्या, संकुचित संकल्पनेला एक नवे वास्तव परिमाण बहाल केले आहे. आमच्या समाजाच्या 'इनसायडर' व 'आऊटसायडर' च्या देशी संकल्पना प्रभावीपणे मूर्त केल्या आहेत. दलितता व अस्तित्ववादी भान यांना आमच्या मातीच्या बीजांतून फुलवले आहे. लेखक-कवींनी समाधानी असू नये आणि जातिवंत लेखक-कवी क्वचितच समाधानी असतो. जातिवंत वाङ्मयीन संस्कृती ही देखील क्वचितच समाधानी असते. परंतु एक साहित्यप्रेमी म्हणून, एक साहित्यधर्मी म्हणून मी व माझ्यासारखे शेकडोजण मराठी साहित्य व दलित साहित्य यांविषयी उठसूट तक्रार करीत बसणार नाहीत. लेखक-कवींचे आत्मिक असमाधान शुद्ध निर्मळ राहावे, राखावे; त्यात समाजाने आपले असमाधान मिसळून ते शबल करू नये असे मला वाटते.

या आताच्या प्रसंगी माझ्यासमोर साठोत्तरी कालखंडातील मराठी दलित व दलितेतर साहित्य नाही. माझ्यापुढे आज-उद्याचा मराठी लेखक-कवी आहे. आपले हे युवालेखक ज्या पर्यावरणात वावरत आहेत ते पर्यावरण आणि त्यांचे सर्जनशील आत्मभान जाणून घेण्यास मी उत्सुक आहे. साहित्यनिर्मितीसंबंधी त्यांना 'कन्सर्न', त्यांची आस्था व नाते कशा प्रकारचे आहे; त्यांच्या मनोबुद्धीवर, संवेदनशीलतेवर कोणत्या गोष्टींचा प्रभाव आहे; या प्रभावातून अविष्काराच्या वाटा व वळणे ते कशा प्रकारे शोधत आहेत; या शोधात त्यांना वाङ्मयीन पूर्वपरंपरेचा अन्वय कशा रीतीने जोडता येत आहे; त्यांच्या जगण्याच्या वास्तवाशी त्यांची सर्जनशीलता कशा रीतीने संगती राखत आहे; त्यांची वाङ्मयीन स्वप्ने कोणती आहेत आणि वाङ्मयीन साधने व साधना कशा प्रकारची आहेत; प्रस्थापितांशी त्यांचे संबंध कशा प्रकारचे आहेत आणि त्यांच्या सामाजिक संबंधाचे व जाणिवांचे स्वरूप कशा प्रकारचे आहे. यांसारख्या विषयांत मला रस आहे. समीक्षेची उद्दिष्टे व क्षेत्रे व्यापक व विविध प्रकारची आहेत, हे आपण जाणतोच. साहित्याची निर्मितीपूर्व समीक्षा व निर्माणोत्तर समीक्षा असे दोन प्रकार आपण मानले, तर माझी आजची मन:स्थिती ही निर्माणपूर्व समीक्षेकडे झुकलेली, काहीशा अपरिहार्यपणे झुकलेली आहे हे इथे सांगितलेच पाहिजे. शिवाय निर्माणपूर्व समीक्षा काहीशा स्वाभाविकपणे ज्या व्यापक परिप्रेक्ष्यात साहित्य-साहित्यिक-समाज-

संस्कृती यांच्या परस्परसंबंधांचा वेध घेऊन पाहते, तेवढ्या सहजपणाने लेखनोत्तर समीक्षा त्या परिप्रेक्ष्यात प्रवेश करतेच, असे नाही. कारण शुद्ध साहित्यिक परिप्रेक्ष्याचा पर्याय या लेखनोत्तर समीक्षेला उपलब्ध असतो आणि हा पर्याय लेखनपूर्व समीक्षेला उपलब्ध असूनही पुरेसा वाटत नाही. निखळ साहित्यिक मूल्यांनी समीक्षाव्यवहार करता येतोच; पण अंकुरणाऱ्या वा गर्भावस्थेत असणाऱ्या समाजातील सर्जनशीलतेच्या मूळ बीजांची सर्वांगीण जोपासना निखळ साहित्यिक मूल्यांना व मूल्यांनी करता येत नाही. आधुनिक साहित्याच्या रूपाने फुलणाऱ्या समाजातील सर्जनशीलतेच्या बीजांना मी अधिक महत्व देतो व देतही आलेलो आहे. ही सर्जनशीलता ही अवघ्या समाजाचीच संपदा आहे, ती 'वेल्थ ऑफ नेशन' आहे. प्रत्यक्ष सर्जनाशिवाय सर्जनशीलता आहे हे कसे मानायचे, या प्रश्नाचे उत्तर समाजातील प्रमाण साहित्याच्या धारेबरोबर प्राचीन काळापासून समांतरपणे वाहत आलेल्या लोक साहित्याने पूर्वीच देऊन टाकले आहे. अंकुरणाऱ्या वाफ्यांची निगा राखणे, निगराणी करणे, पाटाचे वा पावसाचे पाणी त्या वाफ्यापर्यंत कसे पोहोचेल याची दक्षता घेणे, वेळप्रसंगी आपली तहान बाजूला सारून आपल्या तोंडचा प्याला त्यांच्या ओठी लावणे आणि काहीच साधले नाही तर आपले दोन अश्रू तरी त्यांच्यासाठी ढाळणे, या गोष्टीही मला समीक्षेचीच कर्तव्ये वाटतात. मग कुणी ही साहित्याची समीक्षाच नाही असे म्हटले तरी मला चालेल किंवा ही संस्कृतीची समीक्षा आहे असे म्हणून हिणवले तरी चालेल.

आपली अखेरची चार पावले टाकून निघून जाणाऱ्या या विसाव्या शतकाने मनुष्याची, मनुष्यसंस्कृतीच्या प्रदीर्घ इतिहासात कुण्या कालखंडाने केली नव्हती एवढी, प्रचंड नागवणूक केली आहे. माणसाला सर्वंकष गरिबीच्या चरणसीमेवर या शतकाने नेऊन ठेवले आहे. मनुष्यसंस्कृती इतकी दरिद्री आणि इतकी कंगाल करून या शतकाने गरिबी-श्रीमंतीचे रंगरूपच कमालीचे अनोळखी करून टाकले आहे. मी व्यक्तीशः निराशावादी नाही. प्रलयाचा प्रेषित व्हावे असे मला व माझ्यासारख्या शेकडो माणसांना आजही वाटणार नाही, हे खरेच आहे. परंतु आशावादाला, उद्याच्या स्वप्नाला, उद्याच्या सूर्य-चंद्रयुगाला उभे राहण्यास एक तसूभर जागाही या शतकाने शिल्लक ठेवलेली नाही. आपला आशावाद असा अस्थित असूनही तो आहे एवढाच दिलासा आहे. साहित्य ही माणसाची प्रतिसृष्टी आहे, तसेच भाषा हे त्या प्रतिसृष्टीचे साधन व सामग्री आहे आणि ही प्रतिसृष्टी व तिची साधनसामग्री अनेक प्रलयांना आजवर यशस्वीपणे तोंड देऊन टिकून आहे. ही प्रतिसृष्टी तिच्या साध्यसाधनांसकट चिरंतन आहे हे सर्व आपण सगळेजण जाणतोच. या प्रकारच्या आपल्या साहित्यप्रेमाला, साहित्यश्रद्धेला विलक्षण चक्रावून टाकणारे एक 'अंत:सात्विक पर्यावरण' (इथॉस) या विसाव्या शतकाने जाताजाता निर्माण केले आहे.

विद्यमान भौतिक व सांस्कृतिक पर्यावरणात जीवनाच्या ऐलतटावर व पैलतटावर

हिरवाळी नाहीत. एका काठावर चंद्र-सूर्याचे उदयसोहळे साजरे होत आहे, तर दुसऱ्या काठावर काळोखाचे हुंदके उमटत आहेत. विज्ञान व तंत्रविद्या यांच्या परमेश्वरी लीलेपेक्षाही अधिक अद्‌भूतरम्य वाटणाऱ्या सुखदायक चमत्कारांची एक सुंदर सृष्टी एका तीरावर बसत आहे, तर दुसरा तीर या विज्ञानरम्य विश्वाला क्षणभरातच होत्याचे नव्हते करण्यासाठी सुसज्ज होत आहे. एका काठावर खंगून-खंगून चिपाड झालेली वसुंधरा कण्हत बसली आहे; तर दुसऱ्या तटावर अनंत अवकाशातील दुसऱ्या वसुंधरांचा शोध जारी आहे. एका बाजूला धर्मकल्पनांचे अंत्यविधी चालू आहेत, तर दुसऱ्या बाजूला त्यांच्यावर राज्याभिषेक केले जात आहेत. देशोदेशींचे शहाणे लोक एका काठावर वैश्विक मानवतेची एक भव्य गाथा रचत आहेत; तर दुसऱ्या तटावर छोट्या-छोट्या अस्मितांचे पवाडे गायिले जात आहेत. जगण्याचा मूलभूत हक्क बजावण्यासाठी एका तीरावर माणसे परस्परांना हात व हाक देत आहेत, तर दुसऱ्या तटावर मरण्याच्या हक्काला मूलभूत करण्यासाठी निर्घृण हत्याचक्र गरगरत आहे.

विद्यमान पर्यावरणाचे हे ब्रह्मांड प्रत्येक माणसाच्या, व्यक्तीच्या व समाजाच्या पिंडातही जसेच्या तसे अस्तित्वात आहे. या पर्यावरणातील पिंडोपिंडी तेच ब्रह्मांड आहे, थेंबाथेंबात तेच तळे आहे, जीवाजीवांत त्याच प्रकारचे शिवत्व आहे. मॅक्रोकॉझम व मायक्रोकॉझम इतके हुबेहूब सारखे आहेत. आपले व्यक्तिजीवन, कुटुंबजीवन, सामाजिक व सांस्कृतिक जीवन परस्परविरोधी ऐलपैल तटांच्या मधूनच वाहत आहे. कोणत्याही संवेदनशील मनाचा निळासावळा झरा या काठांच्या कात्रीतून बाहेर निर्वेधपणे पडणे केवळ कठीण आहे.

वैज्ञानिक तंत्रविद्येने या विशाल भूगोलाचे एका पंचक्रोशीत रूपांतर केले आहे. हे जग हे एक खेडे ठरले आहे. या भौगोलिक संकोचामुळे एका बाजूला विश्वमानव, विश्वसमाज अशा कल्पना मूळ धरत आहेत; आंतरसांस्कृतिकता, सांस्कृतिक सापेक्षतावाद यांचा जप चालू आहे; आणि तरीही माणसामाणसांतल्या लढाया जारी आहेत. संरक्षणखर्च हा प्रत्येक देशाच्या अर्थसंकल्पाचा सिंहाचा वाटा बळकावून आहे. देश, धर्म, समाज यांच्या तथाकथित प्रेमाला व निष्ठांना भ्रष्टाचाराने काळे फासले आहे.

या प्रकारच्या पर्यावरणात सर्जनशील आत्मभानाला दाट धुक्यातूनच अविष्काराच्या वाटा धुंडाळाव्या लागत आहेत. संगती व विसंगती, वास्तव व काल्पनिक, सत्यता आणि सत्याभास, निकटचे व दूरचे, आतले व बाहेरचे, तळाचे व पृष्ठभागाचे, सरळ आणि वाकडे, दिसणारे आणि असणारे, भावणारे व भिवविणारे, देशीय आणि विदेशीय, स्त्रीत्व व पुरुषत्व, प्रगती व परागती, क्षणिक व चिरंतन यांसारख्या, काळ्या व पांढऱ्या या रंगांइतक्या, आजवर स्पष्ट दिसणाऱ्या परस्परविरोधी कल्पना आणि संकल्पना आज जवळजवळ अस्पष्ट व अनोळखी झालेल्या आहेत. धर्म ही खरोखरच अफू होती की काय, इहवादी प्रणाल्या खरोखरच तारणहार होत्या काय, समता,

स्वातंत्र्य, बंधुता, न्याय या मूल्यांना खरोखरच व्यवहार्यता लाभेल काय; मानवता हे कोणत्या चीजेचे नाव आहे, कालपरवाचे उद्धारक व सुधारक आज-उद्याच्या माझ्या व समाजाच्या जगण्याला कितपत हातभार लावू शकतील, दलितता एका दाराने बाहेर पडत आहे की दुसऱ्या दाराने परत आत येत आहे; चातुर्वर्ण्य खरोखरच संपला की नव्या अवतारात परत सुरू झाला, आपल्या परंपरेच्या गुंत्यातून हव्या त्या पदराची निवड कशी करावयाची व तो पदर धरताना लगडून येणारी गुंतावळ कशी टाळावयाची, या यंत्रतंत्रप्रधान धकाधकीच्या व गळेकापू स्पर्धेच्या वातावरणात मी माझ्या जिण्याचा अन्वय इतरांशी व इतर मूल्यांशी कसा व कितपत लावायचा, यांसारख्या शेकडो प्रश्नांनी आजची संवेदनशील मने विभ्रान्त झालेली आहेत. समाज व साहित्य आपली मातृभाषाच हरवून बसले आहेत.

या प्रश्नप्रलयात जातिवंत सर्जनशील मने वाहून जाणार नाहीत, यावर माझी अटळ श्रद्धा आहे. या श्रद्धेला मनुष्यसंस्कृतीच्या इतिहासाचे व शुद्ध साहित्यधर्माच्या चिरंतन परंपरेचे समर्थन आहे. प्रश्नप्रलयांची आव्हाने साहित्याने स्वीकारली आहेत व पेलूनही दाखविली आहेत. ज्ञानदेवांपासून नामदेव ढसाळांपर्यंत चालत आलेली मराठी साहित्याची परंपरा प्राधान्याने नकाराची व विद्रोहाचीच आहे. प्रश्नांच्या प्रलयकाळातूनच ही परंपरा वाट काढत आलेली आहे.

या विद्यमान काळातील सामान्यपणे जाणवणारे तीव्र भाव मनुष्यजीवनाच्या सुरक्षिततेचे आहेत, सद्‌भिरूचीचे आहेत, सौहार्द व सामंजस्याचे आहेत, समता, स्वातंत्र्य, बंधुता, न्याय यांचे आहेत. एका सुस्कृत जीवनशैलीच्या संपादनाचे आहेत. हे प्रभाव आज-उद्याच्या लेखक-कवींना टाळता येणार नाहीत, टाळता येत नाहीत हे खरेच ! खरे तर व्यक्तिपरत्वे, समूहपरत्वे, देशपरत्वे या प्रभावांची तीव्रता कमीअधिक असणे स्वाभाविक म्हणता येईल. राष्ट्रीय दृष्टीने आपण अमेरिकेपेक्षा अधिक असुरक्षित आहोत. आपल्या तळागाळातील बांधवांपेक्षा मध्यमवर्गीय व उच्चवर्गीय बांधवांना वाटणारी असुरक्षितता अधिक मोठी व तीव्र असणार हे उघड आहे; कारण तळागाळातील लोकांना असुरक्षिततेची सवय आपल्या परंपरेने फार पूर्वीपासूनच लावलेली आहे. नगरच्या मराठी साहित्यसंमेलनाचे निर्वाचित अध्यक्ष व थोर कादंबरीकार ना. सं. इनामदार हे त्यांच्या चांगल्या वस्तीतील घरात मध्यरात्री चोर आले म्हणून विलक्षण अस्वस्थ झाले. या आपल्या समाजात माणूस किती असुरक्षित झाला आहे, या अनुभवाने असुरक्षेचे एक तत्त्वज्ञानच त्यांच्या मनात वादळासारखे घोंगावू लागले. आपल्या समाजात शेकडो वर्षे दलित-पिडित बांधव उघड्या असुरक्षिततेत जगत आले. त्यांचे तत्वज्ञान मांडायला आपल्या समाजाला फुले-आंबेडकरांची वाट बघावी लागली. वैज्ञानिक-यांत्रिक-तांत्रिक युगाचा प्रभावही व्यक्ती-वर्ग-परत्वे याच प्रकारे कमीअधिक स्वागतार्ह वा निषेधार्ह ठरतो. सामान्य कष्टकरी माणसाला दूरदर्शनची एकमेव करमणूक

उपलब्ध म्हणून तो त्याचे स्वागत करणार; तर वरिष्ठवर्गीय व्यक्तीला ती तितकी आवश्यक वाटणार नाही. परिवर्तनाची आच नाहीरे वर्गाला अधिक असणार, आहेरे वर्गाला तेवढी तीव्र नसणार ! भ्रमनिरास, वैफल्य, निरर्थकता, यांच्या जाणिवा चांगल्यातून वाईटाकडे आलेल्यांना जशा जाणवतील, तशा त्या वाईटातून चांगल्याकडे जाऊ पाहणाऱ्यांना जाणवणार नाहीत. विद्यमान काळातील प्रश्नांचे स्थूल स्वरूप सारखे असले तरी त्यांच्या प्रभावांचा स्वीकार व अर्थ व्यक्तिपरत्वे व वर्गपरत्वे वेगवेगळा ठरणार हे उघडच आहे.

आज-उद्याचा दलित व दलितेतर लेखक-कवींच्या दृष्टीने या प्रश्नांकित पर्यावरणाचा विचार महत्वाचा ठरतो. निर्घृण हिंसाचार, धार्मिक दंभ व सत्तापिपासा, सर्वंकष भ्रष्टाचार, निसर्गसंपत्तीचा कमालीचा ऱ्हास, स्त्रीवादाच्या नव्या जाणिवा, वसाहतवादी प्रभावाचा रेंगाळता ठसा, व्यक्तिजीवनाचे व सांस्कृतिक जीवनाचे वाढते राजकीयकरण, अस्मितांची उतरंड, आदर्शांचे अवमूल्यन, माणुसकीचा वाढता दुष्काळ, जगण्याची पदोपदी निखारे असलेली पायवाट या सर्वांच्या प्रभावाखाली आजउद्याची सर्जनशील मने अविष्काराच्या वाटा चोखाळणार आहेत. त्यांना या वाटा त्यांच्या व्यक्तिगत आकलनानुसार चोखाळण्याचे स्वातंत्र्य असले पाहिजे. देशात एक प्रमाणभूत राजकीय संविधान असते; तरी त्यातही वेळोवेळी सुधारणा वा दुरुस्त्या करणे भाग असते. संविधान इतिहासप्रेरित असते. समाजाच्या ऐतिहासिक दृष्टीने इष्ट ठरणाऱ्या मूल्यांची तरतूद त्यात करावी लागते. इतिहास वा ऐतिहासिकता बदलत जाते व त्या बदलांशी संगती राखणे आवश्यक ठरते. साहित्यक्षेत्रात प्रत्येक नवी पिढी स्वत:चे एक स्वतंत्र साहित्य संविधान सिद्ध करू पाहते. ऐतिहासिकतेच्या प्रेरणा सामाजिक परिवर्तनाच्या गरजेइतकीच साहित्यिक परिवर्तनाची गरज निर्माण करीत असतात.

एकोणिसशे साठीच्या दशकात समाज व साहित्य-साहित्यिक ज्या ऐतिहासिक पर्यावरणात होते, ते पर्यावरण आता बदलते आहे. संवेद्य, संवेदन व संवेदक या त्रिपिटकात फरक होऊ लागलेला आहे. या बदलत्या पर्यावरणाला सामोरे जाण्याखेरीज आज-उद्याच्या दलित व दलितेतरही प्रतिभावंताना अन्य पर्याय नाही. हे बदल सर्वच प्रकारचे आहेत. ते राजकीय, आर्थिक, धार्मिक, सांस्कृतिक, सामाजिक या सगळ्याच क्षेत्रातील आहेत. या बाह्य भौतिक क्षेत्रांबरोबरच भावनिक, वैचारिक घटकही त्या परिवर्तनात समाविष्ट आहेत. हा सुमारे तीन पिढ्यांचा कालखंड आहे आणि अत्यंत गतिमान असणाऱ्या विद्यमान काळात हा कालखंड व्यापक व खोल प्रभावांचा असणे हेही अपरिहार्य आहे. दलित साहित्याच्या या पुरोभूमीवर उभे असताना तिच्या पार्श्वभूमीचा काहीएक विचार मनात येणे अगदी स्वाभाविक ठरते.

या पार्श्वभूमीने म. फुले-आंबेडकरांचा वारसा दलित साहित्याला दिलेला आहे. परंपरागत मानसिकता बदलण्याचा व ती मानसिकता स्वातंत्र्य, समता, बंधुता व न्याय

या मूल्यांशी सन्मुख व समरस करण्याचा तो वारसा आहे. परंपरागत मानसिकता बदलण्याच्या कार्यात चिवट श्रद्धेची गरज असते. यशापयशाची आभाळे जात-येत असतात व त्यासाठी कणखर मनोधैर्य असावे लागते. असे मनोधैर्य धम्माच्या श्रद्धेवर अधिष्ठित करावे, असा डॉ. आंबेडकरांचा वारसा आहे. या वारशात विभूतिपूजेला अवसर नाही; पोथीनिष्ठेपेक्षा व्यक्तीच्या प्रतिष्ठेला व बुद्धिवादाला त्यात स्थान आहे. हा वारसा जातिभेद व त्यावर आधारित उच्चनीचता यांच्या निर्मूलनाचा वसा आहे. मूलतः तो भारत व भारतीयता या व्यापक कल्पनांना जतन करणारा, संपन्न करणारा विजिगीषू देशीयतेचा वारसा आहे. म्हणूनच वारकरी संप्रदायाप्रमाणे तो अवघ्या समाजासाठी व समाजाचा वारसा आहे. हा वारसा म्हणजे एक मुक्तद्वार आहे. मठामठांची उभारणी करून महंतपदे निर्माण करणाऱ्या चार महत्वाकांक्षी माणसांसाठी दिलेला हा वारसा नाही. दीनदलित, अनाथ-अपंग, बाया-बापड्या, आदिवासी अशा सगळ्या सामान्य जनांचा व जनांसाठी असलेला हा वारसा आहे. दलितांनी दलितत्वातून बाहेर पडावे व बाहेर पडून झाल्यानंतर इतर बांधवांना त्यातून बाहेर पडण्यास हात द्यावा, असे सांगणारा हा वारसा आहे. ज्ञानाचा व्यासंग करावा, पुस्तके वाचावीत, लिहावीत, ज्ञानाची शक्ती संपादन करावी व तिचा लाभ सामान्य बांधवांना द्यावा, अशी आकांक्षा बाळगणारा हा वारसा आहे. दलितेतरांना या वारशाचे मूल्य कमीअधिक उमगले व त्यासाठी कमीअधिक काळ लागला तरी, त्यांच्यावर या वारशाची धुरा वाहण्याची जबाबदारी सोपवून दलितांना स्वस्थ बसता येणार नाही. हा वारसा केवळ दलितांचा व दलितांसाठी नाही. तर तो सगळ्या समाजासाठी व देशासाठी आहे हे पटवून देण्याची जबाबदारीही वारसदारांवर आहे. हे कार्य राजकीय कार्यकर्त्यांवर वा नेत्यांवर सोपवून चालणार नाही. ते या वारशाचे राजकारणच करतील, राजकारणाचे वारशीकरण करणार नाहीत. साहित्यिकांना या दृष्टीने हे काम अधिक भावस्पर्शीपणे व म्हणून अधिक प्रभावीपणे करता येईल. साहित्यिक ही समाजातील अजूनही विश्वसनीय राहिलेली प्रभावी भूमिका आहे; राजकारणी भूमिका आजतरी शंकास्पद झालेली आहे. दलित साहित्य हे जास्तीत जास्त राजकीयकरणापासून अलग राखले, तर साहित्य म्हणून व समाजपरिवर्तनाचे एक संथ पण खात्रीचे साधन म्हणून ते अधिक कामयाब ठरेल.

अशी ही पार्श्वभूमी आज-उद्याच्या दलित लेखकांच्या पुरोभूमीसमोर आहे व ती तशी राखणे प्रेरक ठरणारेही आहे.

ही पार्श्वभूमी आणि पुरोभूमी यांच्या दरम्यान आणखी एक संदर्भ आहे. हा संदर्भ पृथकत्वाची नैसर्गिक जाणीव व मनुष्य जीवनाची जगण्याची गरज यांच्या परस्परसंबंधाचा आहे.

पृथक्‌पणाची जाणीव असणे व सांभाळणे ही प्रत्येक व्यक्तीची, समूह-समाजाचीही स्वाभाविक गरज आहे, हे आपण जाणतोच. स्वत्व, अस्मिता, नामरूपादी वैशिष्ट्यांचे

वेगळेपण या गोष्टी मनुष्यासह सर्वच सजीवांच्या बाबतीत समानच असतात. संवेदनशील व्यक्तीच्या व समूहसमाजाच्या बाबतीत तर या स्वत्वरूप जाणिवा तीव्रोत्कट असतात व व्यापकही असतात. म्हणूनच पृथक्त्वाच्या जाणिवेचे स्तरीकरण होत गेल्याचे दिसून येते. मनुष्यजीवनातील विविधता व विषमता या गोष्टी पृथक्त्वाच्या स्तरीकरणाच्याच निदर्शक आहेत. मात्र समाजात जगणे, देशात जगणे, जगात जगणे अशी जगण्याच्या सर्वच पातळ्यांवरील प्रक्रिया ही पृथक्ता व एकता यांच्या द्वंद्वात्मक संबंधावरच अवलंबून असते. मी वेगळाही आहे आणि वेगळा नाहीही, अशी दुहेरी जाणीव बाळगूनच कोणत्याही पातळीवर जगणे शक्य असते. साहित्यधर्म या आवश्यक अशा द्वंदात्मक जाणिवेचा विकास व विस्तार घडवून आणतो; किंबहुना त्यातील संवाद साधण्याचा प्रयत्न करतो, असे म्हणणे अधिक संयुक्तिक ठरेल. साहित्य हे कधी कधी स्वत्वाचा, अस्मितेचा, वेगळेपणाचा चढा सूर लावते, तर कधी कधी एकतेचा जप सुरू करते. पर्यावरणाच्या प्रभावातून जगण्याचा तोल ढळलेला तोल समतोल राखण्याचा; सलगता व अलगता, निराळेपणा व सारखेपणा यांच्यात पासंग साधण्याचा ते प्रयत्न करते. पृथक्पणाच्या जाणिवा जशा अटळ आहेत, तशा त्या परिवर्तनशीलही आहेत. पृथक्पणाची जाणीव स्वयंभू मूल्य नाही आणि एकतेची जाणीव ही देखील स्वयंभू मूल्य नाही. या दोहोंना सांस्कृतिक मूल्य देणारी बाब म्हणजे त्यातील समतोलपणा ! दलित साहित्यिकांनीच केवळ नव्हे, तर आज-उद्याच्या सर्वच लेखक-कवींनी या गोष्टीचे भान आपापल्या ऐतिहासिक व पर्यावरणीय संदर्भात जागृत ठेवले पाहिजे. पृथक्ता व वेगळेपणा हा समर्थनाचा विषय नाही, तर तो एकतेच्या व सलगतेच्या दृष्टीने संपन्न करण्याचा विषय आहे. कारण पृथक्ता स्वयंसमर्थितच असते, एकता मात्र संपादावी लागते.

आज-उद्याच्या लेखक-कवींची, विशेषत: दलित लेखक-कवींची, पर्यावरणीय पुरोभूमी व पार्श्वभूमी यांच्या संदर्भात आणखी एक गोष्ट उल्लेखनीय आहे. ती गोष्ट म्हणजे साहित्याचा नित्य धर्म व साहित्याचा नैमित्तिक धर्म यामधील फरकासंबंधी आहे. लेखक, कवी, कादंबरीकार, नाटककार, समीक्षक यांसारख्या साहित्यिक भूमिकांना अजूनही आपल्या समाजात एक विशेष प्रकारची प्रतिष्ठा आहे. समाजातील या सारख्या इतर अनेक भूमिका याही प्रतिष्ठित असल्या, तरी त्यापैकी अनेक भूमिकांसंबधी समाजमनात विकल्प व संशय निर्माण झालेला दिसतो. तशी स्थिती सुदैवाने लेखक-कवींसंबंधी नाही. त्यामुळे कवि-लेखक म्हणून आपणाकडे लोकांनी कौतुकाने पाहावे असे वाटणे स्वाभाविक आहे. कवि-लेखक असण्यात फारसे व्यावहारिक, आर्थिक हितसंबंध गुंतलेले नसतात व म्हणूनच साहित्यक्षेत्र हे अजून भ्रष्टाचाराचे विहारस्थळ बनलेले नाही. तथापि निव्वळ प्रतिष्ठाप्राप्तीच्या प्रेरणेतून साहित्यनिर्मिती होत नाही, टिकून राहत नाही व तिचे प्रयोजनही साध्य होत नाही, हे लक्षात घेणे आवश्यक आहे.

अशा निर्मितीबरोबरच एक प्रकारच्या व्यक्तिगत किंवा सामाजिक प्रभावी प्रेरणेतूनही नैमित्तिक साहित्य निर्माण होते. दलित साहित्यात गेल्या तीसपस्तीस वर्षात या प्रकारचे लेखन बरेच झाले आहे. एकेक काव्यसंग्रह, एखादेच आत्मकथन, एखादाच कथांचा वा लेखांचा संग्रह निर्माण करून हे लेखक थांबल्याचे दिसते. या प्रकारच्या नैमित्तिक लेखनाचे मोल मला महत्वाचे वाटते. साहित्याची या प्रकारची नैमित्तिकता ही मला दलित साहित्यप्रवाहाचे एक अर्थपूर्ण वैशिष्ट्य वाटते. कारण त्यामागील व्यक्तिमनाची तळमळ व सामाजिक जाणिवेचे भान महत्वाचे आहे. एखाद्या कंजारभट वर्गातील युवकाने एकच एक आत्मकथन लिहिणे व थांबणे यातील लिहिणे हे मला त्याच्या थांबण्यापेक्षा अधिक मोलाचे वाटते.

साहित्याचा धर्म नित्य व नैमित्तिक या दोन्ही स्वरूपांतून व्यक्त होऊ शकतो. नित्य साहित्यधर्म ही एक समग्र गोवणूक व भूमिका आहे. ती सर्वांनाच साधेल व साधावी असा दंडक कोणी व का घालावयाचा ? म्हणून यापुढेही नैमित्तिक लेखन व्हावे व नित्य साहित्यधर्माचीही उपासना व्हावी ! पुस्तकांच्या संख्येला मूल्य नाही, त्यांतील मौलिकतेला महत्व आहे. नित्य साहित्यधर्म दलितांच्या बाबतीत थोडा सबुरीनेच येईल, हे दलितांची संस्कृतीवंचित पूर्वपरंपरा जाणणाऱ्या लोकांना वेगळे सांगण्याची गरज नाही. पण कधीतरी एकदाच उमलणारे ब्रह्मकमळ हेही एक फूलच आहे हे का सांगायला हवे ?

ऐलपैल काठांवरील दोन जगे क्षणाक्षणाला दिसणाऱ्या त्यांच्या ओळखखुणा पुसून टाकत आहेत; क्षणापूर्वीचे वास्तव बघता बघता एखाद्या मायावी मारिचाप्रमाणे आपले रंगरूप बदलत आहे; या पालटत्या क्षणांच्या सत्यता कुठल्या जाणिवांनी, कुठल्या अर्थांनी समजावून घ्याव्यात हेच कळेनासे होत आहे, अशा विभ्रमधारेत आज-उद्याची संवेदनशीलता सापडलेली आहे. क्षणिकतेच्या या मायेत माणसाच्या संचिताची, परंपरेची, इतिहासाची, सामाजिकतेची नाती खिळखिळी होऊ लागली आहेत. क्षणिकतेचे पूर्वोत्तरकालीन अर्थपूर्ण अन्वय व अर्थ निखळून पडत आहेत. या अवस्थेत 'पकडा क्षणाला' -कॅच द मोमेंट- हे कुणी कुणाला सांगण्याची गरजच नाही. कारण क्षणच प्रत्येकाला पकडत आहे. क्षणिकतेच्या या प्रभावकाळात क्षणमात्रतेचे एक तत्वज्ञानच आविर्भूत होत चालले आहे. या कालोचित प्रभावाला सर्जनशील मनांना टाळता येणार नाही, हे त्यांनी व आपणही समजून घेतले पाहिजे. आणि उभयतांनी आणखी एक गोष्ट समजावून घेतली पाहिजे; क्षणिकतेच्या निषेधातून नव्हे, नकारातून नव्हे; तर तिच्या स्वीकारातून, तिच्याशी समरसून, तिला जिंकून व आत्मसात करूनच जे क्षणिक नाही, जे पळभराचे नाही, जे थेंबासारखे नाही, जे टिंबासारखे नाही; त्या सातत्याचे, त्या चिरकालीनाचे, त्या चिरंतनाचे दर्शन आपणास घडणार आहे. क्षणिकतेची सर्जनशील संवेदनशीलता स्वीकारणे, वागवणे व सहन करणे हा काळाचा कानून आहे व तो

साहित्य व समाज यांच्या कायदेकानूंपेक्षा अधिक प्रभावी आहे.

निसर्गाच्या सजीवतेचे, जैविकतेचे, त्याच्या मनुष्यसंस्कृतीशी जडलेल्या अतूट नात्याचे, त्या नात्याच्या महानतेचे संवेदन जागवणे हे ही आज-उद्याच्या संवेदनशील कवि-लेखकांचे एक कालोचित कर्तव्य ठरेल. प्राणिसृष्टी, पादपसृष्टी, डोंगरनद्यांची, सागरसरोवरांची भौतिक सृष्टी आपण साम्राज्यवादी धोरणाने आजपर्यंत पुरती नागविली आहे. माणसाची मूलभूत प्रवृत्तीच बहुधा वसाहतवादी असावी, हे निसर्गाची आपण केलेली अतोनात पिळवणूक स्पष्ट करते. आमच्या परंपरेने वटपूजा गौरविली, अश्वत्थाला तत्वज्ञानाचे मखर सजवले, गायबैलांची पुरणपोळीने पूजा केली; पण आमच्या भावजीवनाचा ते क्वचितच विषय झाले. आपले सुखदुःख, आपले हर्षामर्ष, आपले विचार, आपली तत्वे यांना सजविण्यासाठी आपण निसर्गरूपे वापरली. आपले विसावे व दिलासे, आपली स्वप्ने व स्वप्नभंग निसर्गरूपांच्या हुकमी उपयोगाने सचित्र केले. बैलासारख्या जिवाभावाच्या सोबत्याला कथानकाचे नायक होण्यासाठी आपणांस १९९५ पर्यंत वाट पाहावी लागली. घेणाऱ्याने घेत घेत एक दिवस देणाऱ्याचे हातही घेऊन टाकावेत, तशी अवस्था आपण दानशूर निसर्गाची केली. आपण निसर्गाच्या शरीरावर प्रेम केले, आत्म्यावर नाही. समाज व संस्कृती यांच्यापेक्षाही अधिक मूलभूत असे नाते मनुष्याचे निसर्गाशी आहे. साहित्याने या मूलभूत नात्याचा परोपरीने शोध घेतला, त्याचा अविष्कार केला, तर भौतिक व जैविक विज्ञानांचे आंधळे डोळेही स्वच्छपणे उघडले जातील. या डोळ्यांनी निसर्गाची शरीररूपे व त्यांची यंत्रणा पाहिली, पण त्याची जैविकता व माणसाशी जुळलेले त्याचे भावनिक नाते ओळखलेच नाही.

निसर्ग ही विद्यमान काळातील सर्वांत मोठी व सर्वांत पुराणी दलितता आहे. गरीबच गरिबाचा वाली असतो, हा मनुष्यसंस्कृतीचा निष्कर्ष खरा असेल, तर दलित निसर्गाचे दलित प्रतिभेशी सहजपणे नाते जुळून जाईल, हे स्पष्टच आहे.

हास्याचा शोध हा उपेक्षित अंतरंगाचाच शोध आहे, हे माटेमास्तरांनी एकदा दाखवून दिले आहेच. दलित-शोषिताचे हास्य हे जगातील सर्वश्रेष्ठ हास्य होय. मनुष्यत्वाचे एक व्यवच्छेदक लक्षण त्याच्या हसण्यात, त्याच्या हास्यप्रवृत्तीतून दडलेले आहे, हे आपण जाणतोच, वेदना, विद्रोह, नकार, परिवर्तन, क्रांती या सर्वांशी हास्याचे नाते आहे. त्यांच्यात आपण समजतो तेवढा विरोध नाही. वेदनाही हसू शकते. विद्रोहालाही एखादी स्मितरेषा असते, अश्रूही हसण्याचे विदारक चमत्कार करू शकतात, दलितत्वाला हसते-हसविते ओठही असतात. सर्जनशील संवेदनशीलतेला तर जे जिथे असू शकत नाही असे आपणांस वाटत असते, ते तिथे असल्याची व पाहण्याची नजर असते. प्रक्षुब्ध तांडवनृत्यातही स्मित करणारे काही पदन्यास ती संवेदनशीलता पाहू शकते. घोंगावणाऱ्या उद्दाम वादळवाऱ्यातूनही मंद हास्याचे बासरीनाद त्याला ऐकू येतात. दुःखाने गदगदलेल्या झाडालाही मंदस्मिताची हळवी सळसळ आवरता येत

नाही. हे सर्व ती संवेदनशीलता जाणते. आज-उद्याच्या लेखक-कवींनी ही बाब लक्षात घेण्यासारखी आहे. इथे हास्यविनोदाचे तात्त्विक प्रवचन मला करावयाचे नाही. दलित साहित्याच्या क्षेत्रात एका नव्या 'पुलकित' पर्वाचे उद्‌घाटन करण्यासाठीही मी हे सांगत नाही. मनुष्याला स्वत:कडे पाहून, स्वत:च्या परंपरेकडे पाहून रडावेसे वाटावे, चिडून-संतापून जावेसे वाटावे, सगळे उधळून टाकावेसे वाटावे हे अत्यंत स्वाभाविकच आहे; पण त्याबरोबरच माणसाला स्वत:कडे पाहून, स्वकीयांकडे पाहून, स्वत:च्या परंपरेकडे पाहून हसावेसे वाटणे, हेही तेवढेच स्वाभाविक आहे. स्वत:ला हसता आले तर इतरांनाही हसविता येते. हास्याचा उगम स्वत:च्या हास्यास्पदतेतूनच होतो. हा स्व व त्याचे स्वत:चे म्हणून असलेले सर्वकाही सर्जनशील मने जितक्या व्यापक दृष्टीने पाहतील, त्यात वर्गजातींच्या पैल जाणाऱ्या अवघ्या लोकजीवनाचा समावेश करतील, हा सगळा मनुष्यसमाज अखेर आपल्याच माणसांचा व म्हणून आपलाच आहे असे समजतील, तेव्हा स्वत:कडे पाहून हसण्याच्या व हसविण्याच्या शेकडो दिशा आपल्या लेखक-कवींना दिसू लागतील. दलित लेखकांना अस्मितेचे केंद्र अबाधित राखूनही आपल्या अविष्कारांचा परीघ व्यापक करण्याची एक वाट हास्याचे उपेक्षित अंतरंग दाखवू शकेल आणि आविष्कारांचे परीघ वाढवणे हेच तर साहित्यधर्माचे काम आहे. विशेषत: सगळ्याच मराठी व म्हणून दलित साहित्यिकांपुढेही काळानेच अशा कार्याची निकड निर्माण केलेली आहे. आविष्कारांच्या परिघाचा विस्तार होण्याची हीदेखील एक मोठी शक्यता आहे.

वेगवेगळे साहित्यप्रकार प्रतिभावंतांच्या वेगवेगळ्या सर्जनशील आत्मभानांचे संगोपन व संवर्धन करतात, हे आपणास ठाऊक आहे. अनुभवांचे मूलसंवेदन, त्यांचा मूल्यबोध म्हणजे जाणिवा, पिंजऱ्यातला पोपट व माणूस एकच अवस्था अनुभवतात, पण हे पारतंत्र्य आहे हा त्याचा अर्थ, त्याचे मूल्य माणूस जाणू शकतो. म्हणून तो मुक्तीचे कवनही करू शकतो. पोपट या प्रकारे कवन करतो की नाही हे कसे सांगणार ? त्याचा पिंजऱ्याबाहेरचा बोल व पिंजऱ्यातील पोपटपंची यांत फरक असेलही; पण तो आपणास कळत नाही. साहित्यप्रकार हे अनुभवांच्या मूल्यांकनप्रक्रियेशी संवादी असणारे आविष्कार होत. म्हणून साहित्यप्रकारांत श्रेणी नसते. आत्मकथन हे कमी दर्जाचे व कादंबरी ही मोठी असे मानता येत नाही. अनुभवांच्या आशयसूत्रांचा मूल्यभाव ताकदीने व्यक्त करणे, हे सर्व साहित्यप्रकारांचे उद्दिष्ट असते व ते श्रेणिकल्पनेशी निगडित नाही. कविता व्यक्तिच्या भावजीवनाचे भरणपोषण करते, नाटक तिच्या नाट्यजीवनाचे संवर्धन करते, कथा तिच्या गोष्टरूप जाणिवांचे लालनपालन करते. कादंबरी तिच्या व्यामिश्र जाणिवांची वस्ती सांभाळत असते. एके काळी महाकाव्यांनी सर्जनशील आत्मभानांची ही सगळीच कामे एकट्याच्या ताकदीवर पार पाडली. साठोत्तरी कालखंडात झपाट्याने बहरून आलेल्या दलित आत्मकथनांकडे साकल्याने पाहिले

की, मला त्या प्राचीन महाकाव्याचीच आठवण येते. या विपुल व विविध आत्मकथांचा एक संश्लिष्ट आकृतिबंध एखाद्या संगणकाने संगणित केला, तर तो आकृतिबंध आधुनिक गद्यातील महाकाव्यच ठरेल असे मला राहून राहून वाटते. या आत्मकथनांमागे एका जटिल अनुभवपटाचीच एक सूक्ष्म प्रेरणा आहे असे जाणवते. एखाद्या समर्थ प्रतिभावंताला सगळी दलित आत्मकथने वाचून-पचवून चिंतन-मननपूर्वक त्यांच्या समग्र जाणिवांचा साक्षात्कार झाला, व्हिजन प्राप्त झाली, तर तो जे निर्माण करील त्याचे स्वरूप एखाद्या महाकाव्यासारखे, एखाद्या महाकादंबरीचे ठरेल.

सर्जनशील मनाच्या अनुभवसंपदेचे अर्थपूर्ण जाणिवांत रूपांतर करणाऱ्या वाहिन्या म्हणजे साहित्यप्रकार होत. भावप्रधान जाणिवा प्राधान्याने ज्या काव्यातून प्रकट होतात, त्यातील व्यक्तिविशिष्टता स्वीकारणे, स्वागतार्ह मानणे व कोणत्याही व्यक्तिबाह्य निकषाने अशा आविष्कारांचा संकोच होईल, त्यावर दडपण येईल, त्यांना अपराध्यासारखे वाटेल असे काही करणे वा सुचविणे योग्य ठरणार नाही. कविता हे व्यक्तिधर्माचे सुंदर, समर्थ व स्वतंत्र असे पर्याप्त रूप आहे. व्यक्तीला व्यक्ती म्हणून स्वतंत्रतेची बिनशर्त सनद देणारा तो एकमेव प्रकार आहे. कवितेत व्यक्ती ही जेवढी व्यक्ती म्हणून आत्मसापेक्ष, आत्मनिष्ठ व आत्मावलंबी राहू शकते, तितकी व तशी ती कोणत्याच अन्य साहित्यप्रकारात राहू शकत नाही. मी अलीकडच्या गेल्या पंधरा-वीस वर्षांतील नव्या कवयित्रींच्या काव्याचा आस्वाद घेतला. या काव्यातून मला स्त्रीमुक्तीचा अपूर्व व थरारक साक्षात्कारच घडला. येथील प्रत्येक कवयित्री एक व्यक्ती म्हणून किती स्वतंत्र आहे, किती स्वतंत्रपणे ती स्वत:चे भावजीवन जगत आहे, सोसत आहे, संपन्न करू बघत आहे हे मला या नव्या मानुषी काव्यात प्रथमच दिसले. प्रत्यक्ष स्त्रीचे व्यक्तिजीवन मुक्त नसेलही व नाहीही, पण इथे काव्यात ती पूर्णपणे मुक्तच आहे. विद्यमान काळात व्यक्ती व व्यक्तिमत्व विघटित करणारे प्रभाव जबरदस्त आहेत. व्यक्तीची स्वत:शी गाठभेट होणेच कठीण झाले आहे. व्यक्ती स्वत:लाच अनोळखी होत चालली आहे. आज-उद्याच्या लेखक-कवींना हे व्यक्तिविघटनकारक प्रभाव टाळताही येणे शक्य नाही. अशा पर्यावरणात आज-उद्याच्या कवितेला व म्हणून कवींना त्यांचा व्यक्तिधर्म जोपासण्याची व त्यासाठी व्यक्तिबाह्य कायदेकानून न लादण्याची खबरदारी आपण सर्वांनीच घेतली पाहिजे.

कथा, नाटक, कादंबरी हे प्रकार व्यक्तिधर्माच्या विकास-विस्ताराच्या क्षेत्राशी निगडित आहेत. समाज, संस्कृती, व्यापक मनुष्यव्यवहार यांच्याशी या प्रकारांचे नाते आहे. विचारप्रणाल्या,धर्म, तत्वज्ञाने किंवा राजकीय, आर्थिक, सामाजिक ध्येयधोरणे यांचीही लेखकपरत्वे कमी-अधिक दखल या प्रकारांतून घेतली जाते. साहित्य व त्याचे साहित्यबाह्य सर्व संदर्भ यांच्यातील संगतीचे व संघर्षाचे द्वंद्वात्मक नाते सनातनच आहे. सर्जनशील संवेदनशीलता, तिचे स्वरूप, तिची प्रकृती व शक्ती यांबाबत गूढरम्यता

बाळगावी व या गूढरम्यतेचा फायदा साहित्य व समाज यांच्या संघर्षात साहित्याला दिला जावा, असे निर्विवादपणे समजणे सर्वांनाच मान्य होणार नाही. प्रतिभाशक्तीची बरीच रहस्ये मनोविश्लेशषणशास्त्राने व सामाजिक विज्ञानांनी उलगडण्याचा प्रयत्न केला आहे. तरीपण प्रतिभाधर्माचे महान आविष्कार पूर्णपणे गूढमुक्त झालेले नाहीत. ज्ञानेश्वरी, तुकोबाचे अभंग, महात्मा फुल्यांचे अखंड, मर्ढेकर आणि ढसाळांच्या कविता हे आविष्कार विशिष्ट समयी, विशिष्ट स्वरूपात व विशिष्ट सामाजिकतेत का निर्माण व्हावेत याचा पूर्णपणे छडा लावणे व लागणे अवघड ठरते. म्हणूनच केवळ नव्हे, तर विद्यमान पर्यावरणाचे सांस्कृतिक सामाजिक संभ्रम, मूल्यविवेकाची परवड, अनेक विचारप्रणालीय किंवा तत्त्वज्ञानात्मक प्रयोगांचा व प्रमेयांचा या शतकाने घडवून आणलेला पराभव या सर्वच गोष्टी लक्षात घेता, संघर्षशील अशा आज-उद्याच्या साहित्यनिर्मितीचा चौकटबद्ध स्वीकार करणे वा तिला नाकारणे न्याय्य ठरेल असे वाटत नाही. मनुष्याच्या भौतिक, भावनिक व आध्यात्मिक गरजांच्या परिपूर्तीसाठी काही एका प्रकारची व्यवस्था व काही एक प्रकारचे गरजाभिमुख अग्रक्रम ठरवणे व त्यांची अंमलबजावणी करणे आवश्यक असते. या व्यवस्थेत व प्रक्रियेत गुंतलेल्यांना इतिहासाच्या परिवर्तनशील प्रेरणांचे किंवा समाजाच्या अंगभूत गतिमानतेचे संवेदन सापेक्षत: कमी असते किंवा त्याकडे अवधान देण्याइतपत उसंत त्यांच्याकडे नसते. या व्यवस्थांपासून जरा सुरक्षित अंतरावर राहून त्या प्रकारचे संवेदन होण्यास व त्या संवेदनांचे स्वरूप न्याहाळण्यास लेखकांना अधिक अनूकूलता असू शकते. निदान काही लेखकांना हे साधून जाते व प्रश्न अशाच लेखकांचा आहे. व्यक्तिश: मला या प्रकारच्या बंडखोर लेखक-कवींचे स्वागत व्हावे असेच वाटते. एवढेच नव्हे तर आज-उद्याच्या प्रतिभावंतांनी ऐतिहासिकतेचे व व्यवस्था आणि संगतीचे अनुशासन जेवढे अटळ तेवढेच स्वीकारण्याबरोबरच त्यांच्या पलीकडे पाहण्याचा व जाण्याचा प्रयत्न करावा, असेही मला वाटते. या जगात पाण्याइतके अंगभूत प्रवाहित्व फक्त साहित्यातच आहे आणि प्रवाहीपणा हेच मनुष्य जीवनाचे जिवंत लक्षण आहे.

आज-उद्याच्या लेखक-कवींना भारतीय परिप्रेक्ष्यात आत्मनिरीक्षण करण्यास व आपल्या सर्जनशीलतेला संपन्न करण्यास मदत करणारी एक नवी दिशा आता उजळत आहे. अनेक भारतीय भाषांतून दलित साहित्याची निर्मिती होत आहे. या निर्मितीचे व निर्मात्यांचे अंतरंग जाणून घेणे मोठे उद्‌बोधक ठरेल. पण यासाठी या अन्यभाषिक साहित्याची भाषांतरे मराठीत उपलब्ध करून दिली पाहिजेत. तौलनिक साहित्याभास ही नवी अभ्यासशाखा भारतीय विविधभाषी साहित्यांच्या आदान-प्रदान-प्रक्रियेवरच उभी आहे. या विविध साहित्यांमधील साधर्म्य व वैधर्म्य समजावून घेणे निर्विवादपणे आवश्यक आहे. यासाठी बहुभाषिक साहित्यसंमेलने व चर्चा यांची कास धरणे कालोचित ठरेल. पश्चिमी वाङ्‌मयीन संकल्पनांचा प्रभाव कमी करण्यासाठीही भारतीय साहित्य व

देशीयता या संकल्पनांचा पाठपुरावा करणे आवश्यक आहे. भाषांतरे करणे, वाचणे या आवश्यक सवयी लावून घेणेही निकडीचे आहे. भाषांतर-साहित्याच्या आधारे नव्या कवि-लेखकांना तौलनिक परिप्रेक्ष्य उपलब्ध होईल व त्याचा त्यांच्या निर्मितीला फायदाही होईल. 'अस्मितादर्शा' सारख्या मासिकातूनही चांगली भाषांतरे आवर्जून व नियमितपणे यावीत. जमेल त्यांनी बहुभाषक होणे ही तर काळाची गरजच आहे.

गेल्या तीसपस्तीस वर्षांच्या काळात विविध प्रकारचे विपुल दलित साहित्य व समीक्षा निर्माण झाली. केवळ साहित्यविचार घेतला, तरी या प्रकारातील शंभरच्या वर पुस्तकांची नोंद मला करता आली. अर्थात ही संख्या प्रत्यक्षात खूपच अधिक असण्याची शक्यता आहे. तेव्हा प्रकाशित पुस्तके, महत्वाचे लेख, महत्वाची नियतकालिके यांचे विषयवार सूचिकार्य करण्याची जबाबदारी विशेषत: पदवीधर अभ्यासकांची व अध्यापकांची आहे. आपले सर्वच संशोधनसाहित्य, समीक्षा व इतर प्रकारचे अभ्यास हे पदवीप्राप्तीशी व वेतनश्रेणीशी निगडित झालेले दिसतात. त्यामुळे एक प्रकारची कृतक व्यासंगाची आणि झटपटपट विद्वत्तेची कळा त्यांना प्राप्त झालेली आहे. नेमकी काटेकोर साहित्यसृष्टी व समाजवैज्ञानिकदृष्टी यांचा प्रत्यय त्यांतून कमीच येतो. दलित साहित्याच्या सूचीचे कार्य तत्परतेने व कार्यक्षमतेने हाती घेण्याची नितांत गरज आहे.

भाषावैज्ञानिक व शैलीवैज्ञानिक अभ्यासांनाही गेल्या तीसपस्तीस वर्षांच्या कालखंडातील दलित साहित्यात भरपूर वाव आहे. पण ही बाजू तर पूर्णपणे उपेक्षित राहिल्याचे दिसते.

दलित साहित्याचा प्रपंच हा माणसाच्या प्रपंचासारखा एक पूर्ण वेळचा व पूर्ण गोवणूक करणारा अखंड धबडगा आहे. यासाठी श्रमविभागणी करणेही भाग आहे. दलित साहित्याला वाचकां इतकीच या प्रपंचाच्या विविध कार्यांची जबाबदारी घेणाऱ्या अनेक कुटुंबियांची गरज आहे. साहित्यप्रेमी अशा सर्वांनीच या बाबतीत आपापल्या जबाबदारीचा वाटा उचलला पाहिजे.

मित्रहो, मला जे सांगावयाचे होते ते सर्व सांगून झाले. मी जे सांगितले ते, अनुभवांच्या किंवा वडीलकीच्या अधिकाराने जसे सांगितले नाही, तसेच ते सर्वज्ञ समीक्षकाच्या किंवा शिक्षकाच्या हक्कानेही सांगितले नाही. एक साहित्यप्रेमी व साहित्यधर्मी सामान्य माणूस म्हणून ही बातचीत तुम्हा सर्व जाणत्यांशी केली आहे. ही फार तर एक अनौपचारिक साहित्यचर्चा आहे आणि औपचारिक समीक्षेपेक्षा अनौपचारिक साहित्यचर्चा मला अधिक महत्वाच्या वाटतात. निदान सध्याच्या सुभ्यासुभ्यांनी खंडित झालेल्या वाङ्मयीन क्षेत्रात सुभेदारी समीक्षेचे जाच कमी करण्यास अशा अनौपचारिक चर्चांची अधिक गरज आहे, असे मला वाटते. लेखक, कवी, समाजशास्त्रज्ञ, तत्वज्ञ, डॉक्टर, वकील, इंजिनिअर, संशोधक, नेते, विचारवंत, तरुण-तरुणी यांनी औपचारिकपणे एकत्र यावे, पुस्तकांसंबंधी बोलावे, लेखनाविषयी सांगावे, आपापल्या अनुभवांची व

वाचनाची ओळखपाळख करून द्यावी, कधी कथा तर कधी कविता यांचे वाचन करावे, काव्यशास्त्रविनोदात रममाण व्हावे असे मला वाटते. साहित्य म्हणजे नुसते लेखनही नव्हे आणि नुसते वाचनही नव्हे, तर साहित्य हे एक शैलीदार जिणे आहे. असे शैलीदार जगणे व या प्रकारच्या जगण्यासाठी अनौपचारिक संघटना उपलब्ध करून देणे आवश्यक आहे. विशेषत: साहित्यिक संस्कृतीपासून वंचित झालेल्या लेखक-कवींना अशा अनौपचारिक चर्चामंडळांची नितांत गरज आहे. निर्मितीच्या बीजांना अंकुरण्यास व अंकुरलेल्या कोंबांना पालवी फुटण्यास त्यांतून आवश्यक तो जीवनरस निश्चितपणे प्राप्त होईल.

मित्रहो, साहित्याबद्दल कधीही बोलण्याचा प्रसंग आला, की माझ्या डोळ्यांसमोर दोन प्रतिभावंतांचे शब्द चंद्र-सूर्याप्रमाणे पण एकदमच उगवताना दिसतात. माझ्या आंतरिक सृष्टीत हे चंद्रसूर्य कधीही मावळत नाहीत; मी एकाच वेळी दिवस आणि रात्र अनुभवत असतो. अवतीभवतीच्या बाहेरील जगात अंधार येतोही, तो अंधार मलाही डोळ्यांनी बघावाच लागतो, मनाने सहनही करावा लागतो; पण माझे आतले लोचन त्यावेळीही अलांछित चंद्रमे व तापहीन मार्तंड यांच्यातच लीन झालेले असतात. माझ्या जगण्याची जागा खरी तर तिथेच असते !

तर ते दोन प्रतिभावंत कवी ! एक आहे सेंट जॉन पर्स हा नोबेल पुरस्कारविजेता फ्रेंच कवी. तो म्हणतो,

"In this age of nuclear weapons, does the earthenware lamp of poetry still suffice ?...Yes, if its clay reminds us of our's... And it is enough for the poet to be the guilty conscience of his times." (या संहारक अण्वस्त्रांच्या युगात कवितेची मातीची पणती आपल्या कामी येईल काय ?तर, होय; कारण हीच मातीची पणती माणसाला त्याच्याही मृण्मयतेची जाणीव देत राहील. म्हणूनच आपल्या युगाचे अपराधी मन जपणे हेच कवीचे काम आहे) आणि दुसरे कवी नामदेव ढसाळ ते सांगतात:

नंतर उरल्यासुरल्यांनी कुणालाही
गुलाम करू नये, लुटू नये,
काळा-गोरा म्हणू नये,
तू ब्राह्मण, तू क्षत्रिय, तू वैश्य, तू शूद्र
असे हिणवू नये,
नाती न मानण्याचा
आय-भैन न ओळखण्याचा गुन्हा करू नये,
आभाळाला आजोबा आणि जमिनीला आजी मानून
त्यांच्या कुशीत गुण्या गोविंदाने आनंदाने राहावे,

चंद्र-सूर्य फिके पडतील असे सचेत कार्य करावे,
एक तीळ सर्वांनी करंडून खावा,
माणसावर सूक्त रचावे
माणसांचेच गाणे गावे माणसांनी....!

मित्रहो, मी अधिक काय बोलणार ? प्रत्येक माणसाला दोन मने असतात, असे पूर्वी युंगसाहेब सांगून गेले. एक मन व्यक्तीचे व दुसरे समूहाचे. मलाही तसेच वाटते. जातिवंत लेखक-कवींनाही अशी दोन मने असलीच पाहिजेत आणि असतातही. परंतु सर्वांना व विशेषत: साहित्यनिर्मात्यांना वेगळ्या प्रकारचीही दोन मने असतात. त्यापैकी एक मन मनुष्याच्या मृण्मयतेचा धर्म सांभाळणारे व दुसरे मन त्याच्या अपराधी वृत्तीचे कर्म सोसणारे असते. मानवी मृण्मयता आणि अपराधिता या बाबी सनातन आहेत. त्या माणसाबरोबरच जन्मल्या व माणसाबरोबरच संपणाऱ्या आहेत. जोपर्यंत या जगात मनुष्य मातीतूनच जन्मत राहील आणि एक तीळ व सात माणसे हे प्रमाण टिकून राहील, तोपर्यंत कवितेची पणती पाजळणारे व एक तीळ करवंडून खाऊ घालणारे कवि-लेखक नितान्त आवश्यक आहेत. पण एवढेच नाही. मृण्मयता व अपराधिता ही मनुष्याच्या मूलभूत दलितत्वाची अंगभूत स्वरूपे आहेत. अशा या दोन मनांना वागवणाऱ्या लेखक-कवींना दलित म्हणावयाचे नाही तर काय म्हणणार ? मनुष्याची मृण्मयता ही एक मूल्यकल्पना आहे हे कला-साहित्यांनीच सिद्ध केले आहे. या मृण्मयतेच्या सर्जनशीलत्वाचे त्यांनीच संगोपन केले आहे. दलितता हे मानवी मृण्मयतेचे दुसरे नाव आहे. म्हणूनच एका परम अर्थाने प्रतिभा व प्रतिभावंत ही देखील दलितेचीच नामांतरे ठरतात.

शतकांच्या या संधिकालात साहित्यिक आपल्या आदिपर्वातून, वनपर्वातून बाहेर पडून आता उद्योग पर्वात प्रवेश करीत आहेत. आपले आयुष्य म्हणजे एक महाकाव्यच आहे, असे डॉ. आंबेडकरांना एकदा उत्कटत्वाने प्रतीत झाले होते. नव्या उद्योग पर्वातील दलित कवि-लेखकांना आपले काव्य जणू एका महाआयुष्यच होत आहे अशी प्रचिती यावी, येईल अशी माझी इच्छा आहे, श्रद्धाही आहे.

❐❐❐

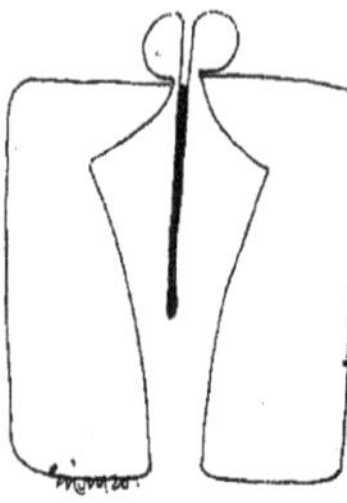

प्रबुद्ध रंगभूमी ही समतावादी

टेक्सास गायकवाड

भरतमुनींच्या नाट्यशास्त्रामध्ये असा उल्लेख आहे की, ग्राम्य धर्म प्रबळ झाल्यामुळे, त्यावेळी बौद्ध धर्म व जैन धर्म हे बहुजनांचे म्हणून ओळखले जायचे म्हणून त्यांना "ग्राम्य धर्म" असे संबोधले जाई. हे ग्राम्य धर्म प्रबळ होऊ लागल्यामुळे वैदिक धर्माचा (ब्राह्मणी धर्माचा) ऱ्हास होऊ लागला. त्यामुळे सर्व देव (म्हणजे ब्राह्मण) अगदी हैराण झाले आणि त्यांनी ब्राह्मणाच्या म्होरक्याकडे म्हणजेच ब्रह्मदेवाकडे धाव घेतली व ब्रह्मदेवाला त्यांनी याचना केली की, "देवांच्या वैदिक धर्माचा ऱ्हास होऊ लागला असून ग्राम्य धर्म प्रबळ होऊ लागले आहे. तेव्हा ग्राम्य धर्म नष्ट होतील व वैदिक धर्माचा प्रसार होईल, असे काहीतरी मनोरंजनातून प्रबोधन करणारी कला आम्हाला दे. जेणेकरून ग्राम्य धर्म नष्ट होतील व वैदिक धर्म वाढेल." हे ऐकून ब्रह्मदेवाने "तथास्तु" म्हटले व भरतमुनींना त्वरित निरोप देऊन बोलावून घेतले व नाट्यशास्त्र निर्माण करण्याचा भरतमुनींना आदेश दिला. त्यावेळी देव (ब्राह्मण) व दानव (राक्षस, बहुजन ब्राह्मणेत्तर) असा संघर्ष होता. भरतमुनींनी आपल्या नाटकाचा विषय हा देव आणि राक्षसांच्या संघर्षाच्याच घेतला आणि त्यामध्ये देवांना नीतीमान, शूरवीर, कर्तृत्वान दाखविले तर राक्षसांना म्हणजेच बहुजनांना नीतीहीन, पळपुटे, कपटी, कर्तृत्वशून्य व बुद्धीशून्य असे दाखविले. त्याबरोबर वैदिक धर्माचे म्हणजे ब्राह्मणी धर्माचे विषमतावादी, जातीयवादी व ब्राह्मण श्रेष्ठत्व रुजविणारे तत्त्वज्ञान भरतमुनींच्या नाट्यशास्त्रामध्ये पद्धतशीरपणे घुसडले व त्याच्याद्वारे ब्राह्मणी सत्ता भक्कम केली आणि संस्कृतीला विकृतीचे स्वरूप चिकटविले.

भरतमुनींच्या नाट्यशास्त्र लिहिण्याअगोदर आचार्य अश्वघोषांचे नाट्यशास्त्र अस्तित्वात होते. आचार्य अश्वघोषांच्या नाट्यशास्त्रानुसार दर्जेदार नाट्यगृह आजदेखील बौद्ध लेण्यांमधून आपलं वैभव मोठ्या दिमाखात दाखवित आहेत. भारतातल्या वैभवशाली

प्रबुद्ध नाट्य संमेलन,
पुणे १९९७

अशा सांस्कृतिक प्रतिकांना भरतमुनींच्या हीणकस प्रवृत्तीच्या पिलावळींनी अत्यंत निर्दयीपणे विद्रूप करून आपल्या मनातील विकृती त्यांनी दाखवून दिली आहे. अशा प्रकारे वैभवसंपन्न कलाकृतीवर आपल्या बेकायदेशीर हक्क सांगण्याचे निंदनीय प्रकार ब्राह्मणी विकृतीच्या हस्तकांनी केला आहे. भरतमुनींनी आपल्या नावावर नाट्यशास्त्र लिहिले खरे, पण त्यांनी नाट्यशास्त्रामध्ये ब्राह्मणी श्रेष्ठत्वाची गुलामी बहुजनावर लादण्याच्या काही गोष्टी घुसडल्या. अंधश्रद्धा जोपासणाऱ्या भाकडकथा लादल्या. काल्पनिक रंगदेवता निर्माण केली. तिची पूजा ब्राह्मणांकडून करून घेतली. तिची पूजा केली तरच नाटक यशस्वी होणार अशा भ्रामक कल्पना निर्माण करायला भरतमुनी विसरले नाहीत. नटेश्वराची अशीच निर्मिती केली. त्याची पूजा बंधनकारक ठेवली. प्रेक्षकांना बसण्याची व्यवस्था चातुर्वणानुसार ठेवली गेली. जाती वर्णानुसार ब्राह्मण, क्षत्रिय, वैश्य, शूद्र असे चार विभाग प्रेक्षकांसाठी ठेवण्यात आले. सर्वात पुढे ब्राह्मण त्यांच्या मागे क्षत्रिय, त्यांच्यामागे वैश्य व सर्वात शेवटी शूद्र अशा प्रकारे नाट्यगृहामध्ये प्रेक्षकांची व्यवस्था असावी असा नियम केला. नाटकाचे विषय ब्राह्मण श्रेष्ठत्वाचे, क्षत्रियांचे चित्र निर्बुद्धपणाचे रंगविले गेले. वैश्य नीतीहीन तर शूद्र लाचार रंगविले गेले. वर्णाश्रम पाळणे, म्हणजे आपल्यासाठी स्वर्गाची दारे मोकळी ठेवण्याचा मार्ग आहे, ही समजूत पक्की करण्यात आली. अशा प्रकारे जितकी जास्तीत-जास्त भोंदूगिरी जोपासता येईल तेवढी जोपासण्याचा भरतमुनींनी प्रयत्न केला. त्यामुळे आचार्य अश्वघोषांच्या नाट्यशास्त्रामध्ये भरतमुनींनी अनेक भाकड कथांचा भरणा केला. आचार्य अश्वघोषाचे नाट्यशास्त्र चोरून भरतमुनींनी त्याच्यावर ब्राह्मणी गुलामीचा मुलामा चढवून प्रत्यक्षात आचार्य अश्वघोषांचे नाट्यशास्त्र हे विद्रूप करून "क्रिएटेड बाय भरतमुनी" असा शिक्का मारून ते बाजारात आणले. आज त्याच भरतमुनींच्या नाट्यशास्त्राचा कपटपणा आपल्याला माहीत झाला असून केवळ भरतमुनी आणि कंपूच्या खटाटोपामुळे भारताच्या वैभवशाली परंपरेचा ऱ्हास झाला व संस्कृतीची जागा विकृतीने घेतली. प्रबुद्ध नाट्यसंमेलनाद्वारे भारताच्या वैभवशाली सांस्कृतिक पर्वास सुरुवात होत आहे.

जेव्हा एखाद्या चळवळीची नव्याने सुरुवात होत असते व चळवळीच्या यशाबद्दल साशंकता असते, तेव्हा अनेकजण या नव्या चळवळीशी आपला संबंध आहे असे सांगायला लाजतात आणि ज्यावेळेस त्या चळवळीला प्रतिष्ठा मिळू लागते त्या वेळेस हीच मंडळी आपणच या चळवळीचे सर्वेसर्वा आहोत, असे सिद्ध करण्याचा प्रयत्न करू लागतात आणि ज्याने प्रत्यक्ष ही चळवळ सुरू केलेली असते अशाचे नाव उच्चारणे कौशल्याने टाळले जाते. दलित रंगभूमीच्या चळवळीबद्दल हे घडतंय.

१९७९ पूर्वी 'दलित रंगभूमी' या नावाचा अथवा चळवळीचा उच्चार देखील कुणी केलेला आढळणार नाही. कारण हा शब्द प्रथम पुण्यातूनच जन्माला आला. त्याची संकल्पना टेक्सास गायकवाडच्या मेंदूतून आली ही वस्तुस्थिती आहे. या

कल्पनेविषयी चर्चा करणारा टेक्सासचा पहिला साथी आयु. अविनाश आंबेडकर, दुसरा साथी आयु. भिं. शि. शिंदे आणि तिसरा साथी आयु. मुरलीधर जाधव. या चळवळीला अनुरूप अशी नाट्य संहिता आयु. भि. शि. शिंदे यांजकडून "काळोख्याच्या गर्भात" या नाटकाच्या रूपाने लिहून घेतली. दलित रंगभूमी या चळवळीच्या नावे तीन अंकी सादर केलेले "काळोखाच्या गर्भात" हेच पहिलं नाटक. यापूर्वी दलित रंगभूमीच्या नावाखाली अथवा चळवळीखाली कुठलीही योजनाबद्ध हालचाल अथवा सुरुवात झाली नव्हती. दलित रंगभूमीच्या चळवळीला संघटित करून म्हणजे अखिल भारतीय दलित नाट्य परिषदेची स्थापना करणे, लेखक, नट, दिग्दर्शक, तंत्रज्ञानासाठी प्रशिक्षण शिबिर घेऊन कलावंत कार्यकर्ता घडविणे, अखिल भारतीय दलित नाट्य संमेलन भरविणे, दलित रंगभूमी मासिकातून चळवळीला दिशा देणे, नाट्यगृह व प्रशिक्षण केंद्राद्वारे चळवळीला वैभव प्राप्त करून देणे, बालनाट्य, महिला नाट्य विभाग जाणीवपूर्वक निर्माण करून महिला नाटककार/दिग्दर्शक बाल नाटककार/दिग्दर्शक घडविण्याचे कार्य दलित रंगभूमी पुणे या नाट्य संस्थेचे कार्य जरी डोळ्याखालून घातले तरी महाराष्ट्राच्या सर्व संस्थांचे (स्वत:ला दलित रंगभूमीचे प्रमुख मानणाऱ्यांच्या संस्थाचे) कार्य जरी एकत्र केले तरी दलित रंगभूमी पुणे या संस्थेच्या कार्याएवढे होणार नाही. यावरूनच जे आज दलित रंगभूमीचा इतिहास खोटा लिहित आहेत, वस्तुस्थिती दडपू पहात आहेत, ते उघडे पडल्याशिवाय राहणार नाहीत.

वेगळ्या रंगभूमीची आवश्यकता का वाटली ? :— नाट्यकलेत बहुजन समाजातील कलाकारांच्या वाट्याला येणारी उपेक्षा हे एक कारण जरी असले तरी सांस्कृतिक चळवळीतला वैचारिक संघर्ष ही महत्त्वाची बाब होय. प्रस्थापित रंगभूमी भरतमुनींना व त्यांच्या नाट्य शास्त्राला प्रमाण मानते आणि भरतमुनींचे नाट्य शास्त्र दुसरे-तिसरे काही नसून ब्राह्मण श्रेष्ठत्व प्रस्थापित करण्याचा व बहुजनांना गुलामगिरीत जखडून टाकण्याचाच एक कुटिल डाव. मनुची जातीव्यवस्था नाट्यकलेच्या माध्यमातून बळकट करणे हाच भरतमुनींच्या नाट्य शास्त्राचा गाभा.

देव आणि राक्षसांमध्ये एकमेकांची नाटके पाडण्याचे प्रयत्न होत आणि त्यावेळी राक्षसांची नाटके पाहून देवांना अक्षरश: चक्कर यायची. देव राक्षसांची नाटके पाहून मूर्छीत होत. राक्षसांची नाटके इतक्या श्रेष्ठ दर्जाची असत हे खुद्द भरतमुनींनीच मान्य केले आहे.

भगवान गौतम बुद्धाच्या प्रेरणेने वंदनीय भंते अश्वघोष यांनी स्वत: इतके सुंदर नाट्यशास्त्र निर्माण केले आहे की ज्याच्यामुळे जनसामान्यांचे प्रबोधन झालेच, परंतु नाट्यशास्त्र मोठं लोकप्रिय झाले. त्यामुळे राक्षसांचे (बहुजनांचे) नाटक मानले जाते. म्हणून अश्वघोषांचे नाट्य हे खऱ्या अर्थाने बहुजनांचे आपले नाट्यशास्त्र आहे. जे ब्राह्मणी विचारांविरुद्ध आहे, 'जातीयवादाविरुद्ध आहे, बहुजन हिताय आणि सुखाय

आहे. याच नाट्यशास्त्राला त्याच्या प्रचंड सामर्थ्यामुळे राक्षसी रंगभूमी असे नाव देवांनी म्हणजेच ब्राह्मणांनी दिले. त्यानंतर महात्मा फुल्यांचे "तृतीय रत्न" हे दलित रंगभूमीच्या चळवळीचा पाया रचणारे नाटक होय. सत्यशोधक जलशाद्वारे इश्वरीसंकल्पनेची खिल्ली उडवून मनोरंजनाचे प्रबोधन करण्याचे कार्य तमाशा कलावंतांनी केले परंतु त्यामध्ये देखील भाऊ फक्कड हे अश्वघोष व फुलेंच्या प्रेरणेने आणि पठ्ठे बापूराव हे भरतमुनींच्या विचारांना पुढे नेणारे शाहीर म्हणून ओळखले जातात. शाहीर पठ्ठे बापूरावांना अनेक वेळा शाहीर भाऊ फक्कडाकडून पराभव पत्करावा लागत होता. श्रेष्ठ शाहीर भाऊ फक्कडचा उल्लेख प्रस्थापित करतात आणि ब्राह्मणी विचार पसरविणारे पठ्ठे बापूरावांचाच आज जयजयकार करतात.

डॉ. बाबासाहेब आंबेडकरांनी आपल्या वर्तमानपत्राची सुरुवात "मूकनायक" पासून केली.त्यानंतर "बहिष्कृत भारत" "जनता" आणि "प्रबुद्ध भारत" अशी वृत्तपत्रे केली. त्यानुरुप १९७९ साली दलित रंगभूमीची आम्ही सुरुवात केली होती. डॉ. बाबासाहेब आंबेडकरांचे शेवटचे वर्तमानपत्र "प्रबुद्ध भारत" हे होते. या देशाला डॉ. बाबासाहेब आंबेडकरांना "प्रबुद्ध भारत" बनवायचे होते. प्रबुद्ध भारत घडविण्यापूर्वी भारतातील जनतेचे "प्रबुद्ध माणसे" घडविणे आवश्यक होते. हे परिवर्तन प्रबुद्ध रंगभूमीच्या सांस्कृतीक शक्तीमुळेच घडणारे आहे. म्हणूनच २० मार्च १९९१ पासून दलित रंगभूमीचे व विसर्जन करुन "प्रबुद्ध रंगभूमीची" स्थापना करण्यात आली आहे.

"दलित" हा शब्द हिन्दू संकल्पनेशी जोडलेला आहे. दलित हा शब्द हिन्दू चौकटीतील मागासवर्गीय संकल्पनेशी निगडित आहे. दलित हा शब्द हिन्दुत्वाशी आपले पूर्वाश्रमीपासूनचे नाते सांगताना दिसतो. जोपर्यंत दलित हा शब्द राहील तोपर्यंत नाईलाजास्तव हिंदुत्वाच्या आणि पर्यायाने गुलामीचे प्रतीक बाळगणे भाग पडेल. या गुलामींच्या वैचारिकेतेतून जनसामान्यांना बाहेर काढायचे असेल तर दलित हा शब्द कायमचाच टाकून द्यायला लागणार आहे. विश्वरत्न प. पू. डॉ. बाबासाहेब आंबेडकरांची जन्मशताब्दी साजरी करताना माझ्या व माझ्या सहकाऱ्यांच्या डोक्यात विचार आला की डॉ. बाबासाहेब आंबेडकरांचा लढा दलितत्व नष्ट करण्यासाठी होता, अस्पृश्यता नष्ट करण्यासाठी होता, जातीयता नष्ट करण्यासाठी होता आणि त्यांच्याच जन्मशताब्दी वर्षात जर आपण आपली जात दलित, महार, मांग, चांभार सांगितले तर डॉ. बाबासाहेबांच्या चळवळीचाच तो अपमान असणार आहे. आपण आपली जात आणि दलितत्व संपवूनच डॉ. बाबासाहेब आंबेडकरांची जन्मशताब्दी साजरी करायची हा विचार मनात आला. त्यानुसार १२ मार्च १९९१ रोजी चैत्यभूमीला साक्ष ठेवून जातीयतेचा राक्षस आम्ही जाळला आणि सर्वांनी प्रतिज्ञा घेतली की, आजपासून आपली जात भारतीय.

भरतमुनींच्या नाट्य शास्त्रातील ब्राह्मण श्रेष्ठत्व, अंधश्रद्धा, विषमता पसरविणारी

आहे. या उलट प्रबुद्ध रंगभूमी ही समतावादी, बंधुत्वाची, प्रज्ञावादी, स्वतंत्रतावादी. जेव्हा डॉ. बाबासाहेब आंबेडकरांनी आपल्या जातीबांधवांना सांगितले, येसकऱ्या सोडा, गावकीची कामे सोडा, तेव्हा जात बांधवांनी डॉ. बाबासाहेबांच्या विरोधी सूर लावून "आमच्या पोटावर का मारता ? आम्ही काय खायचे ?" असे प्रश्न विचारले. परंतु डॉ. बाबासाहेबांच्या सांगण्यानुसार त्यांना येसकरी सोडावी लागली तेव्हा समाजातील स्वाभिमान जागृत झाला आणि समाजाची प्रगती झाली.

आजपर्यंत ज्यांचा दलित रंगभूमीच्या स्थापनेत सहभाग नव्हता पण दलित रंगभूमीच्या आतून त्यांना आपला स्वार्थ साधता आला. अशी मंडळी दलित रंगभूमींचा आग्रह धरीत आहेत. गुलामीतील येसकरीचा ते लाभ सोडायला तयार नाहीत. त्यांच्या पुढे निश्चित ध्येय नसल्यामुळे ते सर्व दिशाहीन चालले आहेत. त्यांना एकतर आम्ही दलित रंगभूमीचे म्हणून मिरवायचे आहे.

आपल्या समाजात आडनावानुसार जात डोळ्यांसमोर येते. फुले म्हटले की माळी, शाहू म्हटले की मराठा, डॉ. बाबासाहेब आंबेडकर म्हटले की दलित अशा प्रकारे ओळख कायम करतात. त्यामुळे पूर्णार्थाने जातीयता नष्ट होण्याचे फुले, शाहू, आंबेडकरांचे कार्य सफल होत नाही.

'आम्ही ब्राह्मणांच्या विरोधात नाहीत. ब्राह्मण्यांच्या विरोधात आहोत,' असे डॉ. बाबासाहेब आंबेडकरांनी आम्हाला संदेश दिला आहे. ब्राह्मणांना आम्ही आमचे शत्रू मानणार नाही. आम्हाला ब्राह्मणांची मैत्री हवी आहे. ब्राह्मणांशी नाते हवे आहे. मात्र त्यांच्या ब्राह्मणी विचारांची गुलामी मुळीच नको आहे.

ज्याप्रमाणे आपले आदर्श ठरणारे महामानव भ. बुद्ध व डॉ. बाबासाहेब आंबेडकरांनी प्रवाहाच्या विरुद्ध जावून क्रांती केली. त्याचप्रमाणे प्रवाहाविरुद्ध जावून आपल्याला देखील क्रांती करायची आहे. प्रवाहाविरुद्ध प्रबुद्ध रंगभूमीच्या कार्यकर्त्यांना बंड करायचे आहे. भरतमुनींच्या नाट्य शास्त्राने दूषित झालेला भारताचा वैभवशाली सांस्कृतिक प्रवाह प्रबुद्ध रंगभूमीच्या रुपाने पुनश्च वैभवशाली करू या. आपल्या प्राणप्रिय भारताला एकसंघ करू या, बलशाली करू या.

❑❑❑

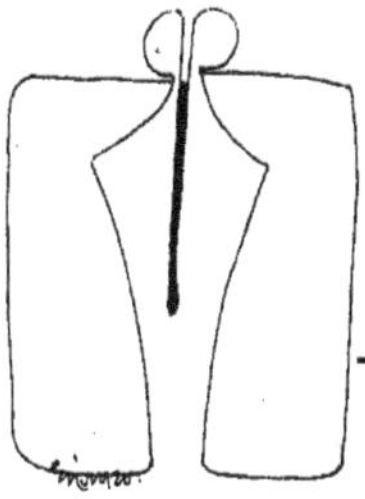

आपल्या लेखण्या सर्वत्र संचार का करत नाहीत ?

योगीराज वाघमारे

१९६० ते १९८५ या कालखंडास दलित साहित्याच्या प्रचंड निर्मितीचा काळ म्हणावा लागेल. या काळात जी साहित्य-निर्मिती झाली ती मराठीतील ललित साहित्याच्या विरुद्ध उभारलेली प्रतिक्रिया होती. या विद्रोही प्रवाहाला वैश्विक मानवी सामाजिक परिवर्तनाची परिभाषा लाभलेली होती. कुठल्याही एका जातीशी, भाषेशी, प्रांताशी संकुचित नाते सांगणारी नव्हती.

विदर्भात सामाजिक आणि शैक्षणिक चळवळीनं पाया अधिक बळकट केलेला आहे. देशात कोठेही खुट् झाले की, प्रथम येथे उठाव होतो. मराठवाडा विद्यापीठाच्या नामांतराचा प्रश्न वैदर्भीय तरुणांच्या, बौद्ध जनतेच्यामुळे यशस्वी झाला. प्रा. जोगेंद्र कवाडे आणि त्यांचा लाँगमार्च कोण विसरू शकेल ! जनतेत सळसळणारं रक्त त्यांनीच ओतलं होतं. मराठवाडा-विदर्भ त्यामुळे पेटून उठला होता. धर्मांतराच्या नंतर एवढा मोठा उद्रेक पहायला मिळाला नव्हता. अनवाणी पायानं उपासपोटी पोलीसी अत्याचार केव्हाही होऊ शकतो हे माहीत असतानाही बाबांच्या नावासाठी लाँगमार्चमध्ये आघाडीवर असलेली अशिक्षित दुबळी पण जिद्दी माणसं, आयाबाया आणि नामांतराच्या कैफात बेभान झालेली तरुण पिढी कुणाला अभिमानास्पद नाही ? समाजाचं अस्तित्व असतं ते अशा जगण्यातच. नाहीतर स्थितीशील, जडशील कुठलाही तरंग न उठलेला समाज खऱ्या अर्थानं जगला काय आणि मेला काय ? सारखाच. विदर्भानं अजून बरचसं दिलेलं आहे. ते सामाजिक, धार्मिक आणि लोकशाही मूल्यांसाठी महत्त्वाचं आहे. ते मला स्पष्ट केलं पाहिजे.

बौद्धाचार्य अश्वघोष रामटेकच्या परिसरात राहून गेला. नागाची म्हणजे बौद्धांची भूमी नागपूर ही तर बाबासाहेबांच्या धम्मदिशेपासून पावनभूमी झालेली आहे. तमाम बौद्ध जनतेचं धम्मक्षेत्र झालेलं आहे. सांस्कृतिक, साहित्यिक, शैक्षणिक धम्म चळवळीचं

अस्मितादर्श लेखक-वाचक मेळावा, मूर्तीजापूर १९९८

केंद्र बनलेलं आहे. ज्ञानेश्वरांच्या अगोदरचे वैदिक धर्माला हादरा देणारे आणि सामान्यापर्यंत पोहचलेले चक्रधर स्वामी याच भूमीतले. हातात खराटा आणि गाडगं घेऊन गावाची झाडझूड करणारे, कीर्तन केल्यावर लोकांनी दिलेलं तेवढंच खाणारे, झाडाखाली झोपणारे, पृथ्वी माता आणि आकाशाला पिता समजून आज इथं तर उद्या तिथं अशी भटकंती करणारे अशिक्षित असून माणुसकीचे तत्त्वज्ञान मांडणारे गाडगेबाबाही याच भूमीतले. त्यांच्या वृत्तीकडे पाहिले की, मला वाटतं गाडगेबाबाही बौद्ध भिख्खू परंपरेतले असावे. कमीत कमी नव्हे तर काहीच स्वत:साठी न घेता केवळ गाडगं आणि अंग झाकण्यासाठी ठिगळाचं वस्त्र आणि झाडाखाली झोपणं. पण जनतेच्या मंगलमय जीवनाची अपेक्षा करणारा, त्याचं दु:ख हरण व्हावं म्हणून गावोगाव भटकणारा भंते मला त्यांच्या ठिकाणी दिसतो.

मी आपणासमोर काही प्रश्न घेऊन आलो आहे. त्याची उकल या संमेलनात व्हावी. त्यावर विचारमंथन व्हावे असे मला वाटते. काळ फारच झपाट्याने पुढे धावत आहे. आपण साहित्यिक सहप्रवाही काळाला अनुसरून चालत आहोत की नाही ? वेगवान काळाचे संदर्भ जोडून त्यावर भाष्य करणार आहोत की नाही ? लोकशाही मूल्ये क्षणोक्षणी पायदळी तुडवून त्याची जागा मूलतत्त्ववाद्यांनी घेतली आहे. समाजामध्ये फॅसिस्ट शक्ती प्रबळ होऊ पहात आहे. महागाई दिवसेंदिवस वाढत आहे. त्याचं समर्थनही केलं जात आहे. पण सामान्याचं जगणं कठीण झालेले आहे. आमचा शिकलेला, पदवीप्राप्त तरुण बेकारीच्या वणव्यात होरपळून निघत आहे. हाताला काम नाही. खेड्यापाड्यात शेतीवर ज्या शेतमजुरांची भिस्त आहे, त्यांच्याही हातांना काम नाही. शेतीची बहुतांशी कामे आता यंत्राच्या सहाय्याने केली जातात. त्यामुळे त्याचा फटका शेतमजुरावर पहिल्यांदा बसतो. सुगीच्या हंगामात तो कसा तरी या शेतीवर आपली आणि त्यांच्या चिल्यापिल्यांची गुजराण करतो. मात्र हा हंगाम संपला की त्याचे हातपाय खोड घातल्याप्रमाणे हतबल होऊन जातात. गावी काम मिळत नसेल तर त्याला शहराकडे धाव घ्यावी लागते. असे मजुरांचे तांडे तुम्हाला देशातल्या कुठल्याही रेल्वेस्टेशनवर / एस. टी. स्टँडवर दिसतील. लोखंडी पत्र्याची पेटी, दोनचार बोचकी, अथवा बोऱ्यात बांधून घेतलेलं भांड्याकुंड्याचं, प्रपंचाचं सामान. तुम्हा आम्हासारखा लोकांना अडथळा नको म्हणून कुठं तरी कोपऱ्यात हे मजूर बसलेले असतात. त्यांची उघडी बोडकी लेकरं, डोक्याला तेल नसलेले, जुन्या व फाटक्या वस्त्रातल्या बायका आणि गडी बापाच्या चेहऱ्यावर कमालीची अस्वस्थता. काळजीनं ग्रासलेले चेहरे. दिशाहीन. रोजगारी निश्चिती नाही. कुठला मुक्काम असेल, कुठे जायचं, आश्रय मिळेल काय ? उद्या काय खायचं ? प्रचंड तणावाखाली येणाऱ्या जाणाऱ्या गाडीकडं बघत असतो. अशी माणसं गाव असून, मातृभूमी असून बेवारशासारखी भटकत असतात. तर मध्येच कुठला तरी मुनीम गावोगाव येतो. वीटभट्टीवर कामासाठी अशा

लोकांना आपल्या मालट्रकमधून, जीपमधून घेऊन जातो. खचाखच भरलेले ट्रक धावत सुटतात. कधी त्यांना अपघात होतो. अख्खं कुटुंब मरून जातं. रडायलाही कुणी मागं उरत नाही. मग त्यांना कशी मूठमाती द्यायची ? गुत्तेदारावर, ट्रक चालकावर काहीही कारवाई होत नाही. पुन्हा पुढच्या दसऱ्याच्या पाडव्याला हे मुनीम गावोगाव येतात. मजुरांना घेऊन जातात. वीटभट्टीच्या घेट्टोमध्ये गुदमरून जगत असतात. श्रीमंतांची घरे, फ्लॅट बांधले जातात. मात्र यांची घर उध्वस्त होत असतात. तीच गोष्ट साखर कारखान्यावर आलेल्या ऊसतोड कामगाराची, शेतमजुरांची. धरणावर राबणाऱ्या मजुरांची. देश समृद्धीचं, हरित क्रांतीचे स्वप्न बघणारे, मजुरांच्या काळवंडलेल्या रक्ताला बघायला तयार नाहीत. त्यांच्या मुलांच्या शिक्षणाचं आणि भविष्याचं काय ? वेठबिगार किंवा बालमजुरीचं काय ?

शहराकडे आलेल्या लोकांना तिथेही रस्तोरस्ती कामासाठी भटकावं लागतं. हा देश मात्र एवढा विशाल का आहे ? मला वाटते या लोकांना कामासाठी भटकायला भरपूर जागा असावी. हातपाय खोडून मरायला भरपूर अंतर असावं म्हणून विशाल आहे. मग उगाच मुंबईसारख्या महानगरीत देशातल्या जाती, धर्म, प्रांताचे, भाषेचे लोक येत नाहीत. हातात पोत्यांच्या पिशव्या घेऊन कचरा कुंडी धुंडाळीत हजारो लोक, लहान लहान मुलेमुली प्लॅस्टिक, फुटक्यातुटक्या वस्तू, काच, लोखंड गोळा करायला, सूर्यनारायणाबरोबर बाहेर पडत असतात. ज्या वयात हसायचं/खेळायचं/बागडायचं त्यांचं हसू केव्हाच संपलेले आहे. ओढग्रस्तीनं जगायचं आणि आयुष्याचे उकिरडे उकरायचं यांच्या नशिबी का यावे ? एकाने घाण करायची ती दुसऱ्यानं चिवडायची ही कुठली संस्कृती ? ह्या संस्कृतीला आपण कसे रोखणार आहोत ?

इथला आदिवासी अजूनही उघडा नागडा आहे. पोटाला काहीही नाही. विकासाच्या नावाखाली त्यांना भूमिहीन केलेले आहे.

तो आता हमरस्त्यावर एखाद्या ट्रक केव्हा उलटेल याची वाट बघतो. मग त्यातला माल आपल्याला घेऊन जाता येईल याची वाट बघणारा आदिवासी आजही दिसतो आहे. फुटपाथवर बोऱ्याची पाल टाकून जगणारा आधुनिक भारत निर्माण होत आहे. झोपडपट्टीत घाणीतल्या किड्या मुंग्याप्रमाणे जगणारा बधीर भारत जगतो आहे. हे आव्हान आपल्या लेखणीला का साद घालीत नाही ?

चौकाचौकात सकाळपासून काही माणसं, आयाबाया बसलेल्या असतात. त्याला मजूर शेड म्हणतात. हातात गुण्या हातोडा असतो. कुणाच्या हातात सुतारकामाचं साहित्य, काहीजण रंग द्यावयाची डबडी आणि ब्रश घेऊन बसलेले. बाया चुंबळासाठी कापडं घेऊन बसलेल्या, कोणीतरी कामाला बोलवील. आजचा दिवस चांगला जाईल. रोजगार मिळेल या आशेवर भिरभिर नजरेने बघत असतात. सिमेंट आणि चुन्याच्या कामानं भेगा पडलेल्या हाताला आणि पायाला काम हवं असतंय. चुना डोळ्यात

गेल्यानं लाल भडक झालेले डोळे पाणी गाळत असतात.

तर आपल्याबरोबरचे समाजातले अनेक घटक आहेत. जागृती आणि परिवर्तनाच्या कक्षेत येत आहेत. मरगळ झटकू पहात आहेत. त्यांच्यातील अनेक तरुण आंबेडकरांच्या प्रभावाखाली येत आहेत. समाजाचे मेळावे, संमेलने, चर्चासत्रे आयोजित करीत आहेत. तेही आपल्या प्रवासातले सहप्रवासी आहेत. रामोशी, स्मशानजोगी, विमुक्त भटके, मांग, गारूडी, नागवाले, कैकाडी, पारधी असे किती तरी डॉ. बाबासाहेब आंबेडकर त्यांना प्रेरणास्थान वाटतात. आदर्श वाटतात. त्यांच्या चळवळीला आपण हातभार लावला पाहिजे. बौद्धिक, साहित्यिक भावनेने सामर्थ्य दिले पाहिजे. म्हणून मला या घटकसमाजाच्या प्रत्येक चळवळीचं आकर्षण आहे. आपल्यातला अपुरेपणा त्यांनी दूर केलेला आहे. अस्मितादर्शमधून लेखकांना दिशा मिळालेली आहे. त्यांची एकतरी कलाकृती येथून प्रसिद्ध झालेली आहे. प्रा. पानतावणेसरांची त्यांच्याशी असलेली जवळीक हीच मोठी प्रेरणादायक बाब आहे.

तर दुसरीकडं असंही दृश्य आहे. ते मला अत्यंत अस्वस्थ करतंय. शिकून सवरून स्थिरावलेली पिढी चंगळवादाच्या आहारी गेलेली आहे. स्वत:च्या रिंगणात मश्गूल असलेली आहे. माझं घर, माझा फ्लॅट, माझी स्कूटर, माझी मुले आणि माझी बायको यापलिकडे त्यांना ओळख नाही. त्याचं वाचन चिंतन कमी. माझ्यासारखा मोठा कोणी नाही. दारावर बाबासाहेबांचा फोटो पण देवघरात बालाजीची प्रतिमा या गोष्टी संतापजनक आहेत. अशी समाजात मोजता न येणारी पिढी शिकून तयार होत आहे. याचा अर्थ आमच्या सर्व चळवळी तपासून पाहायला पाहिजेत असं वाटायला लागले आहे. दुसरीकडं कर्मचारी वर्गही प्रासंगिकच अभिनिवेशाने जागृत होत आहे. एरव्ही तोही थंडच असतो. परिसंवाद आणि राष्ट्रीय अधिवेशनाच्या पलिकडे काहीच करत नाही. खरंतर अशिक्षित माणसांनीच. चळवळ जिवंत ठेवलेली आहे. याचा आम्ही आत्मपरीक्षणासाठी विचार करणार आहोत काय ? आपली चळवळ काळवंडत आहे असं मी धाडसानं म्हणत आहे. आपले राजकारण अस्थिर आहे. गटागटात विभक्त झालेले आहे. त्यामुळे समाज निराशेच्या गर्तेत गटांगळ्या खात आहे. बाबासाहेबानंतर खंबीर नेतृत्व समाजामध्ये का निर्माण होत नाही याचा शोध घेतला पाहिजे.

वास्तविक याचा बोध आपल्या पुढाऱ्यांनी घ्यायला पाहिजे. पण ते आदर्श विसरले. बोध याच दुसऱ्या पक्षांनी घेतला आणि आज ते राज्यकर्ते झाले आहेत हे कुणी नाकबूल करणार नाही.

आमचं राजकारण सध्याच्या स्थितीवरून एक फार्स आहे. डॉ. बाबासाहेबांच्या काळात समाजाकडे वाकड्या नजरेनं कोणी बघत नव्हतं. पण आज काय आहे ? नेत्यांचा नांदेड/पुणे/औरंगाबाद प्रयोग पाहिल्यावर वाईट वाटतं. पक्षांची अशी अवस्था का ? दुसऱ्या गोटात खसखस का पिकते आहे.

जलसा हे दलित साहित्याच्या अगोदरचं फार महत्त्वाचं समाजजागृतीचं साधन होतं. आंबेडकरी चळवळीचं खरं लोण त्यांनी मनोरंजनातून लोकांपर्यंत नेलेलं आहे. म. फुल्यांच्या विचारातही प्रसार याच माध्यमातून झालेला होता. भीमराव कर्डकांचे जलसे पाहिल्यावर बाबासाहेबांनी जे उद्‌गार काढले होते ते सर्वांनाच माहीत आहे. 'माझ्या दहा सभांचे कार्य जलशाचा एक प्रयोग करू शकतो.'

अन्यायाविरुद्ध प्रतिकारार्थ पहिल्या दशकात बंदुकीच्या फैरी झडाव्यात त्याप्रमाणे धुवाधार बरसात झाली. चोहोबाजूंनी तो चवताळून उठला आणि आपल्या लेखण्या परजित केल्या. ते बंडखोरीचे ओजस्वी लिखाण थांबले आहे. आजकालच्या लेखकाच्या ठिकाणी मरगळलेली अवस्था निर्माण झाली आहे. तोही दिशाहीन झालाय. तशाच अवस्थेत तो चाचपडत असल्याचे दिसून येते. पहिल्या पिढीने बहुतांशी एकेका कलाकृतींवर संतोष मानलेला दिसतोय. त्यानंतरच्या कलाकृती का बाहेर येऊ शकल्या नाहीत ? का त्यांच्या प्रतिभा एवढ्यात आटून गेल्या ? का त्यांच्या लिखाणाला रखरखीत वाळवंटाचे स्वरूप आले ?

आपल्या लेखण्या सर्वत्र संचार का करीत नाहीत ? बाल साहित्याचे, दलित तथा आंबेडकरी साहित्याला वावडे का वाटावे ? याची वानवा मला तीव्रतेने दिसून येते. बाल साहित्याकडे म्हणावे तसे आपल्या साहित्यिकांचे लक्ष गेलेले नाही. वास्तविक पाहता संस्कारक्षम बालकांसाठी अशा साहित्याची नितांत आवश्यकता आहे. बालकांच्या आवडी-निवडी, त्यांच्या बालसुलभ भावभावनांची स्पंदने आपण आपल्या साहित्यामध्ये टिपायला नको ? 'मॅजिक बॉक्स' या टी. व्ही. सारख्या माध्यमाने आक्रमण करून त्यांचे स्वातंत्र्य, भावविश्व चेंदामेंदा करून टाकलेले आहे. आजवर मराठी साहित्यानेही बाल साहित्य बालकांसाठी दिले ते प्रामुख्याने परी, घोडा, राक्षस, जादू, आकाश, तारे, फुले, वेली इ. कल्पनारम्य आणि आभास निर्माण करणाऱ्या विश्वात रममाण केले. राजा राणींच्या कथा, जादूच्या अद्‌भूत कथा किंवा पराक्रमी पुरूषांच्या कथा, हे तर त्यांच्या आवडीचे विषय. पण या सर्वांना छेद देऊन जातक कथा, बुद्ध—फुले—आंबेडकर—राजर्षी शाहू महाराज अथवा आपल्या पराक्रमी पुरूषांच्या यशोगाथा, विज्ञान युगाच्या कसोटीवर आधारित बालकांना डोळस बनविणारे साहित्य रंजक आणि रोचक स्वरूपाने मांडणी करून त्यांना झेपेल अशा विचार-कृतींची पेरणी करावी लागेल. माधव कोंडविलकर, प्रा. झुंबरलाल कांबळे, सुगंधकुमार यासारख्या लेखकांनी बाल साहित्याच्या क्षेत्रात प्रवेश केला आहे. 'पिसाळलेली भूते' या बाल नाटकामध्ये सूर्यकांत तावडे यांनी एक अभिनव प्रयोग केला आहे, तो बालकांबरोबरच प्रौढांनाही भावणारा आहे. या नाटकामध्ये राक्षस क्रूर विध्वसंक आणि धिक्कारणारा विकृत स्वरूपाचा न दाखविता अत्यंत प्रेमळ आणि मुलांचा सच्चा मित्र दाखविण्यात आलेला आहे. यातील पारंपरिक मूल्य झुगारून देण्यात आलेले आहे. ही एक फार मोठी शक्ती

आहे. तिला विधायक कार्याकडे कसे वळविता येईल याचाही विचार आगळ्या वेगळ्या प्रकाराने साहित्यात मांडला पाहिजे. कारण राक्षस म्हणजे विध्वंसक, क्रूर अत्याचारी स्वरूपाचे विडंबन करून चित्तारलेले ओंगळ स्वरूप म्हणजे राक्षस नव्हे.

पण खरे तर ते आपले आदि पुरुष आणि पराक्रमी महायोद्धे होते. राक्षस म्हणजे 'रक्षक'. गावाचे आणि या देशाचे. त्यांच्या पराक्रमाच्या यशोगाथा आपल्या दृष्टिपथात साहित्यातून येणे आवश्यक आहे. आजोबा, आजीच्या गोष्टी, लोकगीते, कथा, कवितांच्या, वैज्ञानिक विचाराच्याद्वारे अक्षरबद्ध केल्या जावे, असे प्रामाणिकपणे वाटते.

कविता नि आत्मकथांनी जी उंची गाठली ती साहित्यातील इतर प्रकारांनी गाठू शकली नाही. कथेच्या बाबतीत जसा विकास झाला, तसा कादंबरीने वेग घेतला नाही. शंकरराव खरात, अण्णाभाऊ साठे, बाबूराव बागूल, बंधु माधव, केशव मेश्राम, योगीराज वाघमारे, वामन होवाळ, अमिताभ, उर्मिला पवार, तु. लिं. कांबळे, के. व्ही. सरवदे, रविचंद्र हडसनकर, किशोर घोरपडे, बाळ आल्हाट, एकनाथ सोनवणे एक का अशा असंख्य कथा लेखकांनी कथेला त्याच्या यथाशक्तिप्रमाणे उर्जा दिली. पण अजूनही दीर्घ कथा आणि कादंबरी पाहिजे. हि. गो. बनसोडे, केशव मेश्राम, विजय शिरसाट, योगेंद्र मेश्राम, दि. रा. वाघमारे, भीमसेन देठे, माधव कोंडविलकर आदि लेखकांनी कादंबरी लेखनात योगदान दिले आहे. सुधारकर गायकवाड यांनी 'शूद्र' ही कादंबरी लिहून दलित तथा आंबेडकरी कादंबरी प्रकाराला वेगळे वळण दिले आहे. नव्हे त्यांनी शूद्रांच्या ऐतिहासिक जीवनाचा पटच या कादंबरीत उभा केला आहे. त्यामुळे या कादंबरीने येणाऱ्या कादंबरीस एक नवा आदर्श व आयामही दिलेला आहे. ही कादंबरी 'हिरो आणि हिरोवर्शीप' यांच्या तडाक्यात मात्र अडकून पडलेली नाही. ही समाधानाची बाब आहे. मराठी कादंबरी ही एका वलयांकित परिघात फिरत राहिली. वास्तवतेची नाळ कापून ती कल्पकतेच्या मनोराज्यात रममाण झाली. पण दलित कादंबरीने सारे पारंपरिक संकेत झुगारून दिलेले आहेत. 'हिरो आणि हिरोवर्शीप' वाऱ्यावर उधळून समाजातील वास्तवतेला सामोरे जात सर्व समाजाला कथा-कादंबरीचा नायक बनविलेले आहे. म्हणून नायक हा अलौकिक, गूढ, रम्य दैदिप्यमान असा नाही.

या साहित्यामध्ये स्त्रियांचे साहित्य फार मोठ्या प्रमाणात आलेले नाही. त्यांच्या भावभावनांची आंदोलने साहित्यामध्ये ज्या प्रमाणात छेडायला हवीत, तशी ती नाहीत. स्त्री ही संस्कृती—संरक्षक आणि संवर्धकही असते. ज्या समाजामध्ये स्त्रीला पुरूषाच्या बरोबरीने वागविले जाते. तिला पुरूषाएवढेच महत्त्व दिले जाते. तेथे संस्कृती ही बलशाली ठरते. शिक्षण हे सर्व स्तरापर्यंत अद्यापही पोहचू शकले नाही. आमच्या मुलींना उच्च शिक्षणापर्यंत आम्ही जाऊ दिले नाही. जेमतेम मॅट्रीक पास झाली की तिचे लग्न लावून आपल्या जबाबदारीतून मोकळे होतो. तिच्या इच्छा-आकांक्षांना मुरड घालून

तिच्यावर अकलीच मातृत्व लादतो. आजही बहुतांश स्त्रिया पुरूषी वर्चस्वाच्या जोखडामध्ये बंदिस्त आहेत. त्यांचे हुंकार आणि त्यांच्या व्यथा वेदना सर्वंकषपणे चव्हाट्यावर कुठे मांडल्या गेल्या आहेत ? प्रा. कुमुद पावडे यांनी 'अंतस्फोट' लिहून स्त्रियांवर होणाऱ्या अत्याचाराचे पडघम वाजविले आहे. 'जिणं आमुचं' या मध्ये बेबी कांबळे यांनी दलित स्त्रियांची होत असणारी फरफट व्यक्त केली आहे. त्यांचं जिणं किती भयानक होतं. याचा सविस्तर वृत्तांत त्यांच्या आत्मकथनात सरळसोट, कसलाही अभिनिवेश न मांडता रेखांकित केला आहे. 'माझ्या जीवनाची चित्तरकथा' मध्ये शांताबाई कांबळे ह्याही तोच पदर पकडून दलित स्त्रीचे दु:ख उजागर करताना दिसतात. कथेच्या प्रांतात आघाडीवर असणाऱ्या सौ. उर्मिला पवार तेवढ्याच ताकदीने प्रवास वर्णनही लिहू शकतात. कवितेच्या क्षेत्रात सुगंधा शेंडे, हिरा बनसोडे, ज्योती लांजेवार, सुरेखा भगत, प्रज्ञा लोखंडे, संध्या रंगारी इ. चमकताना दिसतात. वैचारिक लेखन करणाऱ्यांमध्ये प्रा. कुमुद पावडे, प्रा. ज्योती लांजेवार, डॉ. प्रा. अरुण लोखंडे, प्रा. आशा थोरात, प्रा. सुशीला मूल इ. नी हे क्षेत्र सर केले आहे.

आपण नाटकांच्या प्रांतातही उडी घेतलेली आहे. दलित रंगभूमी या नावारूपाने ती पुढे आली आहे. तळगाळातील समाजात घडणाऱ्या घडामोडीचे रूपांतर नाट्यात करून संघर्षमय जीवन घडविण्याचे आणि माणसाला मशाली हाती घेऊन उठविण्याचे काम या रंगभूमीने केले आहे. भि. शि. शिंदे, प्रेमानंद गज्वी, प्रा. दत्ता भगत, टेक्सास गायकवाड, इ. मो. नारनवरे, प्रकाश त्रिभुवन, मधुसूदन गायकवाड इ. नाटककारांनी दलित जाणिवा आपल्या समर्थ लेखणीने बुलंद केल्या आहेत. दलित म्हणून दलितांचेच ते चित्रण करतात, असे नव्हे, तर दलित स्वत: सीमित नाही, तर सर्वव्यापी आहे, असे आपल्या लेखणीतून सिद्ध केले आहे. 'किरवंत'चे याबाबत आपणास उदाहरण देता येईल. नाटकांच्या प्रयोगाबाबत मात्र आपण 'मोबाईल थिएटर' निर्माण करून प्रेक्षक उभा करणे आवश्यक वाटते.

आमच्या प्रकाशनाच्या वाटा मात्र रोखल्या गेल्या आहेत. पुस्तक प्रकाशनासाठी आजही आम्हास प्रस्थापित प्रकाशनाकडे धाव घ्यावी लागते. प्रकाशन व्यवसाय असल्यामुळे त्यांच्या व्यवहारात बसेल आणि स्वत:चा अहं सांभाळूनच ते पुस्तके प्रकाशित करतात. आमच्या ज्या काही बोटावर मोजण्याएवढ्या संस्था आहेत. त्यांची आर्थिक कुवत फारशी मजबूत नाही. त्याचे आर्थिक बळ आणि त्यांची व्याप्ती फारच कमी आहे. ही प्रकाशने प्रस्थापित प्रकाशकाच्या स्पर्धेत उतरू शकत नाहीत. पर्यायाने आमच्या लेखकांची पुस्तके बाजारात वेळेवर येऊ शकत नाहीत. आले तरी भरमसाठ किंमतीमुळे वाचक विकत घेऊन वाचण्यास धजत नाहीत. दलितातील मध्यमवर्गीय एक तर निष्क्रीय आणि स्वार्थाच्या जाळ्यात गुरफटून गेल्यामुळे तो सामाजिक बांधीलकीच उत्तरदायित्व नष्ट करतो आहे. प्रकाशकांना योग्य वेळी वाचक वर्ग मिळाला नाही, तर प्रकाशकांचे

कंबरडेच मोडून पडते. मग प्रकाशक त्याच लेखकाचे दुसरे पुस्तक काढण्याची हिंम्मत कसा काय करू शकेल ? त्यामुळेच की काय एकेका लेखकांच्या विविध कलाकृती जन्माला येऊ शकत नाहीत. लेखकही प्रेरकशक्ति न मिळाल्याने वैफल्यग्रस्त जीवन जगत असतो. याकरिता सुंदर कलाकृती संबंधीच्या चर्चा, गट चर्चा होणे आवश्यक आहेत. संबंधित पुस्तकांचे मूल्यमापन करणाऱ्या समीक्षा प्रकाशित होणे आवश्यक आहे. लेखक सहकारी पत संस्था निर्माण झाल्या तर प्रकाशनास योग्य ती गती प्राप्त होऊ शकेल.

अन्य भाषेतही दलित साहित्याचा प्रवाह जोरदार वाहत आहे. गुजराती, कन्नड, तेलगू, सिंधी भाषेतूनही दलित साहित्याचा विद्रोह प्रगट होत आहे. त्याचा परिचय आपल्याला नाही. अनुवाद उपलब्ध नाहीत. आहेत ते आपण वाचलेले नाहीत. त्याचा परिचय होणं गरजेचे आहे. आपल्या विचारांच्या दिशा रूंदाविण्यासाठी मदत होईल म्हणून एखाद्या संस्थेने अन्य भाषिकांचही संमेलन घडवावं. हैद्राबाद येथे डॉ. आंबेडकर अकादमीने हा प्रयोग केला होता. तसे प्रयोग पुन्हा झालेले नाहीत. नव्या जुन्या लेखकांना याचा निश्चितच फायदा होईल.

त्याचबरोबर बौद्ध तत्त्वज्ञान आणि बौद्ध वाङ्मयाचा अभ्यास हाही राहिलेला भाग आहे. त्या अनुषंगाने लेखन करणारे हाताच्या बोटावर मोजण्याइतकेच लेखक आहेत. वैचारिक पार्श्वभूमी निर्माण करणारे विचारांचे साचलेपण दूर करणारे विचारवंतही कमीच आहेत. बुद्ध धम्म स्विकारल्यानंतर त्याचा लाभ सर्वांना द्यायची जबाबदारी आपल्या सुशिक्षित लोकांवर आहे. अजूनही लग्न समारंभात किंवा सण उत्सवात बुद्ध वंदना आणि पंचशीलेचे पठण यापुढे मजल जात नाही. प्रत्येक ठिकाणी लग्नविधी वेगवेगळ्या पद्धतीनं लावले जातात. निश्चित असा उपचार नाही. किती वेळ विधी कोणत्या पद्धतीने करावा, कोणी करावा काहीही ठरलेलं नसतं. ही पोकळी दूर झाली पाहिजे. बौद्ध वाङ्मयाचा परिचय करून देणार आहोत की नाही हाही प्रश्न आहे.

शेवटी एक मुद्दा मांडून माझं भाषण आटोपतं घेणार आहे. आपल्या अवतीभोवती घडणाऱ्या राजकीय घटनांचा, शासकीय धोरणांचाही नेहमी दूरगामी परिणाम होत असतो. जसे मागासवर्गीयांच्या नोकरभरतीसंबंधीचे धोरण, भारतीय घटना बदलाची कुरापत असो किंवा राजकीय पुढाऱ्यांनी, अधिकाऱ्यांनी, कर्मचाऱ्यांनी केलेला भ्रष्टाचार असो. तो आर्थिक असेल नाही तर वैचारिक असेल त्याचा समाजस्वास्थ बिघडविण्यास, भावनिक ऐक्य बिघडविण्यास फार मोठा हातभार लागतो. गोबेल्स पद्धतीने केलेला प्रचार समाजाला रसातळाला घेऊन जातो. हे विचारवंतांनी लेखकांनी सांगायचं नाही तर मग कोणी सांगायचं ? मला वाटतं दलित लेखकांवर फार मोठी जबाबदारी आहे.

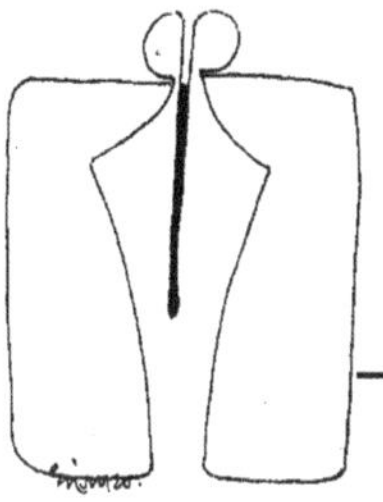

आम्हाला आमच्या बंदूका स्वत:कडेच वळवाव्या लागतील.

गंगाधर पानतावणे

भारताइतके सामाजिक, धार्मिक, सांस्कृतिक आणि नैतिक शोषण आणि दास्य जगात अन्यत्र कुठेही नाही. व्यंगांना जिथे अलंकार मानला जातो असा भारत हा एकच देश आहे. भारत या शब्दाचा अर्थ प्रकाशात रत असलेला असा देश असा असला तरी, जीवनाच्या सर्वच क्षेत्रात इतका अंधार क्वचितच कुठे असेल. हिंदूंच्या समाजव्यवस्थेत अस्पृश्य जाती गुलामच होत्या. हा अस्पृश्य दृश्य असूनही अदृश्य होता. तो मोडलेला माणूस होता, नाकरलेला माणूस होता आणि मुख्य म्हणजे तो मानव्याचे ओझे वाहाणारा दु:खग्रस्त माणूस होता. अस्पृश्य माणसाचे मोडलेपण, नाकारलेपण आणि दु:खग्रस्तता हिंदू समाजव्यवस्थेने मान्य केली होती; त्यावर शिक्का मोर्तब केले होते. अमेरिकेतील काळ्यांच्या गुलामगिरीपेक्षाही भारतातील अस्पृश्यता भीषण होती आणि आहे. तिच्यात एकप्रकारचे सातत्य आहे. खरोखरच गुलामगिरीपेक्षा अस्पृश्यता कमी घातक आहे काय ? गुलामगिरी अस्पृश्यतेपेक्षा अधिक मानवी आहे काय ?

काळे लोक श्वेतांपेक्षा मानववंशदृष्ट्या वेगळे आहेत, तसे अस्पृश्य नाहीत. गुलामगिरीला धर्माचा आधार नाही, अस्पृश्यतेला आहे. हिंदू धर्मग्रंथांनी अस्पृश्यता नैमित्तिक मानली नाही तर तिला नित्यत्वाचे रूप दिले. काळे, अस्पृश्य नाहीत. श्वेतांना त्यांचा विटाळ होत नव्हता. येथे अस्पृश्यांची सावलीही स्पृश्यावर पडता कामा नये. त्यामुळे सामाजिक न्यायविषयक कल्पना या देशात रुजूच शकल्या नाहीत. मग मानवी हक्कांचा प्रश्न तर दूरच राहिला. ज्यांनी अन्याय हाच न्याय मानला आणि पीडित व शोषितांचे, अस्पृश्यांचे मानसिक व शारीरीक छळ केले तेथे न्यायविषयक कल्पना नष्ट होणार नाही तर काय ? मग तेथे अस्मिता कशी जागी होणार ? आणि स्वत्व तरी कसे फुलोरून येणार ? आणि मग साहित्य, कला या बाबी तर दूरच राहिल्या. यासाठी कोणी तरी मूर्तिभंजक जन्माला यावा लागतो. अंधारात चाचपडणाऱ्यांना प्रकाशझोताकडे

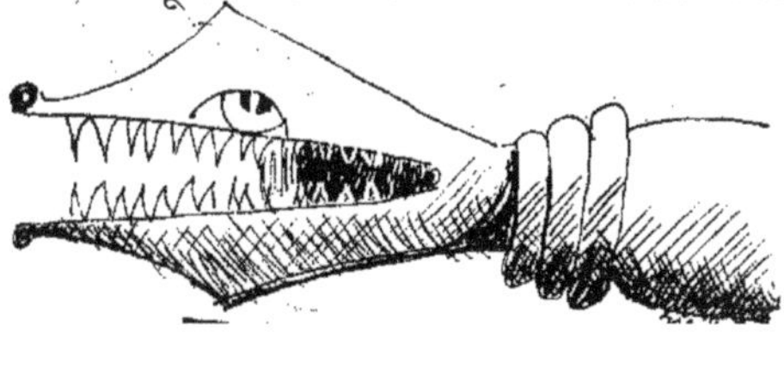

प्रबुद्ध नाट्य संमेलन, सोलापूर १९९९

नेणारा एखादा युगंधर हवा असतो. डोळ्यातील आसवे पुसून, अश्रूंना अंगारअग्नीचे ज्वालाग्राहीत्व देणारा क्रांतीपुरुष हवा असतो. सूर्याशी संवाद करायला शिकविणारा स्वतंत्रप्रज्ञ आणि स्वयंप्रज्ञ वाचस्पती हवा असतो. 'मुक्ति कोन पथे ?' अशी दिशादर्शक उर्जस्वल वाणी उच्चारणारा बोधीसत्व हवा असतो. आत्मशोधीसाठी नैष्ठिक विचारांचे बळ देणारा एखादा महानायक हवा असतो. आम्ही मेष राशीचे नाही तर सिंह राशीचे आहोत अशी साक्ष देणारा आणि आतल्या आत पुसून गेलेल्या आमच्या पराक्रमाला आणि पुरुषार्थाला पुन: नव्याने तेजाचा स्पर्श देणारा द्रष्टा हवा असतो. असा द्रष्टा, सहस्त्रावधी वर्षे मूक असलेल्या समाजाला डॉ. बाबासाहेब आंबेडकर या नावाने भेटला आणि आम्ही तेजात न्हालो. आम्हाला नवी जीवनदृष्टी आणि साहित्यदृष्टी लाभली. आम्ही बोलू लागलो. शब्दांशी संगत करू लागलो. आम्ही झपाटून गेलो. आम्ही व्यक्त होऊ लागलो. जीवनाला आराम गवसला. न्यूनगंडातून मुक्त होऊन आम्ही स्वाभिमानाची तुतारी फुंकली. आशावाद प्रखर झाला. आमच्या ओठांवर विद्रोहाची भाषा आली. आत्मप्रत्ययाचा ओजस्वी स्वर शब्दांकित होऊ लागला. आम्ही प्रबुद्ध झालो आणि साहित्याचे नवे विश्व उदयाला आले. त्याला आम्ही दलित साहित्य म्हणालो. विद्रोही साहित्य अशी संज्ञा दिली. आंबेडकरवादी साहित्य म्हणालो. प्रबुद्ध साहित्याचा प्रकाश पाहिला. आम्ही आंबेडकरमय झालो आणि पुराण मनुष्यद्रोही तत्त्वज्ञान नाकारले. मनूने आमचा कितीही तेजोभंग केला असला तरी भीमाने आम्हाला तेजस्वीता दिली याचा विसर आम्हाला पडला नाही. 'मला इंजिनियर्स हवेत, डॉक्टर्स हवेत, पण त्यापेक्षाही मला साहित्यिक हवेत.' बाबासाहेबांच्या ह्या मनोगताने आम्ही भारावून गेलो, आणि आमचे साहित्यविश्व उदयाला आले. आम्ही क्रांतदर्शी कविता लिहिली, आमचे आयुष्य आमच्या कथाविश्वातून मांडले, आमचे जगणे कादंबऱ्यांचा विषय झाला. आणि नाटक. आमचे समग्र जीवन तर आशयगर्भ नाट्यच होते. प्रबुद्ध माणसाचे नाटक म्हणजे आंबेडकरी जीवनदृष्टीतून मानवी मूल्यांचा घेतलेला अर्थशोधच. हा माणूस दलित आहे, उपेक्षित आहे, शोषित आहे, वंचित आहे, दलितत्त्व नाकारणारा आहे. मित्रांनो ! हा माणूस प्रबुद्ध आहे. प्रबुद्ध म्हणजे परिवर्तनाचा वसा घेणारा, प्रबुद्ध म्हणजे आत्मप्रकाशी, प्रबुद्ध म्हणजे मध्यममार्गी, प्रबुद्ध म्हणजे मूलतत्त्ववादाला विरोध, प्रबुद्ध म्हणजे अनित्यता व अनात्मवादाला कठोर नकार. प्रस्थापित मूल्यांचा वाराही ज्याला स्पर्शत नाही तो प्रबुद्ध. आंबेडकरी जाणिवेचा उद्गार म्हणून आम्ही चार दशकांपूर्वी दलित साहित्य अशी संज्ञा दिली. त्यातूनच दलित कविता, दलित कथा, दलित आत्मकथा, दलित कादंबरी, दलित नाटक आणि दलित रंगभूमी अशी मांडणी झाली. दलित शब्दाचा पारंपरिक अर्थ आंबेडकरवादी प्रेरणेतून लेखन करणाऱ्या साहित्यनिर्मात्यांनी नाकारला. विविध उपेक्षित वर्ग दलित साहित्यनिर्मितीचा ध्वज घेऊन उभे राहिले. दलित साहित्याने इतिहासातील अंधार नाकारला आणि वर्तमानाचा प्रकाश कवेत घेतला. शब्दांना नवे

अर्थ येत असतात. म्हणून दलित हा शब्द कोणीही जातीदर्शक मानला नाही. तो जाणीवदर्शकच होता. त्यामुळेच दलित साहित्य ही संज्ञा लाचारीचे, अगतिकतेचे वहन करणारी नव्हती. भूतकाळाची मांडणी करताना, हा नतद्रष्ट भूतकाळ कोणी गौरवास्पद मानला नाही. वर्णव्यवस्था, जातीवाद, अंधश्रद्धा, विषमता, दैववाद, ईश्वरवाद, कर्मविपाक, हिंदुत्ववाद यांचा पुरस्कार, आंबेडकरी तत्त्वज्ञान प्रमाण मानवणाऱ्या एकाही दलित लेखकाने केला नाही, हे आवर्जून सांगितले पाहिजे. दलित साहित्याला परिवर्तनवाद, क्रांतीसन्मुखता, विद्रोह, विवेकवाद आणि वैज्ञानिकताच अभिप्रेत होती. केवळ शब्दकोशातील 'दलित' शब्द दलित साहित्यनिर्मात्यांनी कवटाळला असे म्हणणे हास्यास्पद ठरेल. गंमत तर पुढे आहे, ज्या लेखकांनी दलित साहित्य ही संज्ञा क्रांतीकारी साहित्याचे नाव आहे असे ग्रंथातून, सभासंमेलनातून, चर्चेतून, परिसंवादातून आवर्जून मांडले, आज तेच लेखक या व्यापक संज्ञेकडे मारक्या म्हशीसारखे पाहात आहेत. आणखी एक गंमत आहे. ती अशी की, आपणच पहिल्यांदा 'आंबेडकरवादी साहित्य' असे नामकरण करीत आहोत असे अहंकराने व आढ्यतेने जे सांगत आहेत त्यांनीच आपल्या ग्रंथातून काही वर्षापूर्वी 'दलित म्हणजे क्रांतीकारक, परिवर्तनवादी आणि या क्रांतीनिष्ठांचे, परिवर्तननिष्ठांचे साहित्य ते दलित साहित्य' अशी व्याख्या केली आहे. आणि आज हेच लेखक आंबेडकरवादी साहित्याची व्याख्या करताना फक्त 'दलित' ऐवजी 'आंबेडकरवादी' असा शब्दप्रयोग करून आपल्या गोंधळलेल्या मन:स्थितीचे दर्शन घडवित आहेत आणि नव्या लेखकांनाही संभ्रमात टाकत आहेत. असे लेखक फक्त लेबल बदलण्याचा आणि मालकी हक्क प्रस्थापित करण्याचा दुबळा प्रयत्न करतात. यापलीकडे काही नाही. असे नामांतर करण्यासाठी धडपडणारे लेखक काही नवी मांडणी करतात असे नाही. काही तात्विकता विशद करतात असेही नाही. इतिहासात आपले नाव राहावे असा हव्यास जर या नामांतरामागे असेल तर साहित्यक्षेत्रात एक नवे भ्रमजाल निर्माण करण्यासारखे होईल.

मात्र जेथे तात्त्विक मांडणी असेल त्याचा विचार करता येईल. प्रबुद्ध साहित्य, प्रबुद्ध नाट्य संमेलन, प्रबुद्ध रंगभूमी या शब्दप्रयोगातील अर्थपूर्णता नाकारता येणार नाही. या शब्दप्रयोगामागील प्रेरणा आणि प्रयोजन आंबेडकरी तत्त्वज्ञानाचेच आहे. टेक्सास गायकवाड यांच्यासारखा नट, नाटककार व नाट्यदिग्दर्शक जेव्हा प्रबुद्ध रंगभूमी म्हणतो तेव्हा ती निश्चितच परिवर्तनवादी रंगभूमी असते. भारतीय रंगभूमीला, मनोरंजन आणि कौटुंबिक परिघांच्या पलीकडे जीवनाचे दाहक सत्य आहे, स्फोटक अनुभवसृष्टी आहे, मानुषतेचे वेगळे जग आहे याची प्रकर्षाने जाणीव काढून देणारी ही रंगभूमी होती. नाकारलेल्या माणसाची ही विद्रोही रंगभूमी होती. प्रबुद्ध रंगभूमी हे नावही सार्थ आहे. शेवटी नावाबरोबरच निर्मितीही महत्त्वाची असते. किंबहुना निर्मिती हेच नावाचे सार्थकत्व ठरविते. म्हणूनच मागीलांच्या पाऊलखुणांचा मागोवा घेत पुढील आश्वासकतेची भूमिका

प्रस्तुतच ठरेल. बेरीज-वजाबाकी करता येईल. साहित्यनिर्मितीच्या क्षेत्रात अशी बेरीज-वजाबाकी गुणवत्तेचा हिशेब मांडते. ज्यांना हिशेब नको असतात, ते स्थितीवादाचे आंधळे समर्थक असतात. खांद्यावरून पालखी नेण्यात धन्यता मानणारे असतात. डोळे मिटून मार्गाक्रमण करीत असतात. साहित्यातील ताळेबंद, स्वत:ला सतत पारखून घेत असतो. आपल्याच डोळ्यांनी स्वत:कडे पाहाण्याचे बळ देतो. इतरांच्या डोळ्यांनी स्वत:कडे पाहाण्यापेक्षा स्वत:च्या डोळ्यांनी स्वत:कडे पाहाणे ही आंबेडकरवादी साहित्यदृष्टी आहे.

साधारणत: नाटकासंबंधी भूमिका मांडताना समीक्षक, काही नाटके केवळ वाचनासाठी असतात, काही नाटके प्रयोगक्षम असतात तर काही नाटके प्रयोगनिरपेक्ष असतात हे मतप्रतिपादन करतात. खरं तर नाटक हा एक स्वयंपूर्ण असा वाङमयप्रकार आहे. वाङ्मयीन मूल्य आणि प्रयोगमूल्य ह्या दोन्ही दृष्टींनी आंबेडकरी तत्त्वज्ञान स्वीकारलेल्या विद्रोही नाटककारांनी नाट्यनिर्मिती केली आहे, हे प्रथमदर्शनीच लक्षात येते. सामाजिक व सांस्कृतिक प्रश्नांना सामोरे जाणारे नाटक व्यक्तिनिरपेक्ष असते, म्हणून ते समूहमनाचे आणि समूहजीवनाचे नाटक असते. परंतु समूहजीवनावरचे आक्रस्ताळी भाष्य म्हणजे विद्रोही किंवा प्रबुद्ध नाटक नव्हे. किंवा प्रभावी विचारप्रतिपादन पुष्कळदा जीवननाट्य पकडण्यास असमर्थ ठरते, असेही प्रत्ययास येते. मात्र, व्यक्तिजीवनातून प्रस्फुरित होणारे जीवनचिंतन किंवा तत्त्वचिंतन एकमयतेने प्रकट होणे यात नाट्यकृतीची यशस्विता असते. त्या दृष्टीने, प्रेमानंद गज्वी, टेक्सास गायकवाड, रामनाथ चव्हाण, दत्ता भगत, भि. शि. शिंदे, यांच्या काही नाट्यकृतींचा विचार करता येतो. समस्याप्रधान नाटकांना नेहमीच एक धोका असतो तो असा की ही नाटके प्रभावी संवादात-अनेकदा गुंतून पडतात. त्यामुळे त्यांना मंचीय आविष्काराचे रूप येते. मराठीतील अनेक नाटकांचा या संदर्भात उल्लेख करता येईल. 'एकच प्याला', 'भाऊबंदकी', 'संन्यस्त खड्ग' यासारखी नाटके कोणती तरी तत्त्वे मंचीय आवेशाने व्यक्त करीत असतात. परंतु प्रयोग म्हणून त्यांना कमालीचे यश प्राप्त होते. कदाचित नटप्रभावाचाही हा परिणाम संभवतो. श्रेष्ठ नट आणि विचारप्रधान संवाद यांच्या संयोगामुळेही यशस्वीता संभवत असेल. पण हीच बाब, 'घोटभर पाणी', 'गांधी-आंबेडकर', 'आम्ही देशाचे मारकरी', 'काळोखाच्या गर्भात', 'वाटा-पळवाटा', 'बामणवाडा', 'कैफियत', 'युगयात्रा', 'थांबा रामराज्य येतंय', या सारख्या नाट्यकृतींच्या संदर्भात संभवते काय ? 'तृतीय रत्न' किंवा 'युगयात्रा' ही खरोखरच आंबेडकरी सूत्र शोधता येईल अशी नाटके आहेत काय ? कोणी 'तृतीय रत्न' हे पहिले दलित नाटक मानतात, तर कोणी 'युगयात्रा' हे पहिले दलित नाटक आहे असे प्रतिपादन करतात. खरं तर 'तृतीय रत्न' हे ब्राह्मण पुरोहिताच्या चलाखीवर प्रकाश टाकणारं नाटक आहे. पण 'तृतीय रत्न' मध्ये खऱ्या अर्थाने संवाद आहेत. कुणबी कुटुंब, जोशी आणि ख्रिस्ती पाद्री यांच्यातील संवादातून कुणब्यांच्या दरिद्री व अज्ञानी जीवनाचे, त्याचा लाभ उठविणाऱ्या जोशीबुवाच्या

धूर्तपणाचे आणि पाद्रीने ब्राह्मणांच्या केलेल्या ठकबाजीचे विवरण या संवादातून व्यक्त होते. 'तृतीय रत्न' मधील विदूषक मात्र अलिप्तपणे पात्रांच्या वर्तनावर आणि विचारांवर अतिशय मार्मिक असे भाष्य करतो. (गांधी आंबेडकर नाटकातील विदूषक यावरूनच सुचला असण्याची शक्यता आहे.) तेव्हा 'तृतीयरत्न' सामाजिक आशयाने व्यापृत असे 'संवादक' आहे. फार तर सामाजिक संवादाचे मराठीतील पहिले नाटक असे म्हणता येईल. 'तृतीयरत्न' हे १८५५ मधील नाटक. तर ज्याचा अकारण सामाजिक नाटक म्हूणन गवगवा केला जातो ते 'शारदा' नाटक १८९७ मधील. म. फुले हे आधुनिक काळातील पहिले सामाजिक नाटककार होत यात शंका नाही. शूद्र आणि शूद्रातिशूद्र असा या नाटकात उल्लेख आला असला तरी दलित जाणिवांचा आंबेडकरी स्त्रोत येथे नाही, हेही लक्षात घ्यायला हवे. मी असे विधान केल्यामुळे काही अभ्यासक असे म्हणतीलही की, फुल्यांचे नाटक आणि आंबेडकरी स्त्रोत हा कालविपर्यास नाही काय ? तर मला स्पष्ट केले पाहिजे की, आंबेडकरी विचारातील परिवर्तननिष्ठा, विद्रोह आणि क्रांतीगर्भता उत्कटतेने जीवनदर्शनातून होत नाही. विचारनाट्याला भावोत्कटतेचे वावडे असायचे काहीच कारण नाही. फुल्यांनी आपले विचार जसे काव्यातून मांडले तसेच ते 'तृतीयरत्न' मधून मांडले. नाट्यसंहिता त्यांना अभिप्रेत नव्हती तर नाट्यमाध्यमातून आपले सामाजिक विचार पेरण्याची त्यांना निकड वाटत होती. विषय, अभिव्यक्ती या दोहो दृष्टीने आंबेडकरी प्रेरणेतून जे नाट्यदर्शन घडले/घडते, तो स्त्रोत 'तृतीय रत्न' मध्ये नसल्याने त्यास पहिले दलित नाटक म्हणणे इष्ट नाही, असे मला वाटते.

'युगयात्रा' हे दृश्यनाटक आहे. म्हणजे रामायण कालापासून तो डॉ. बाबासाहेब कालखंडापर्यंत दलित जीवन कसकसे दृश्यांकित होते याचा इतिहास विविध पात्रांच्या मुखातून वदविला जातो. ह्या नाटकाचा कालपट विशाल आहे. प्राचार्य म. भि. चिटणीस यांनी हे 'उपेक्षित दलितांचे जीवनदर्शन' घडविणारे नाटक म्हटले ते यथार्थ आहे. आणि हे जीवन टप्प्याटप्प्याने विविध प्रवेशातून व्यक्त होताना जाणवते. 'तृतीयरत्न' मधील 'विदूषका' प्रमाणेच 'युगयात्रा' तील 'नभोवक्ता' ऐतिहासिक कालखंडावर भाष्य करीत राहातो. या नाटकातील पात्रांच्या मुखातून व्यक्त होणारे विचारही सामाजिक व सांस्कृतिक आशय व्यक्त करतात. विचारप्रतिपादन हेच या नाटकाचे मूलभूत सूत्र असल्याने व बांधीव अशा कथावस्तूच्या अभावामुळे 'युगयात्रा' हे नाटक भावाभिव्यक्तीच्या उत्कट आविष्कारापासून वंचित राहाते. शेवटी नाटक हे जीवनदर्शनाचे नाट्यात्म रूप आहे. पृथक् अशा दृश्यातून दलितांचा इतिहास व वर्तमान प्रक्षेपित होतो. मात्र नाट्यप्रसंग आणि सलग अशा प्रभावी व्यक्तिरेखा, किंवा व्यक्तीविरुद्ध व्यक्ती, व्यक्तीविरुद्ध समाज किंवा एकाच व्यक्तीच्या मनातील अंतर्विरोध, ताण आणि संघर्ष 'युगयात्रा' मध्ये प्रभावीपणे व्यक्त होत नाही. त्यामुळे हे नाटक दलित जीवनाच्या विराट दु:खाचे नाटक होत नाही. म्हणूनच हेसुद्धा पहिले दलित नाटक म्हणून संबोधणे

गैर वाटते. डॉ. बाबासाहेब आंबेडकर यांची या नाटयप्रयोगाला उपस्थिती किंवा नागपूरच्या दीक्षाभूमीवर पाच-सात लाख प्रेक्षकांपुढे प्रयोग होणे ह्या बाबी ऐतिहासिक दृष्ट्या मौलिक आहेत यात शंका नाही.

'तृतीयरत्न' किंवा 'युगयात्रा' या नाटकात दलित जीवनाचे संदर्भ आहेत, हे नाकारता येणार नाही. पण तेवढ्यावरून अग्रत्वाचा मान देणे औचित्यपूर्ण ठरणार नाही. स्वत्वशोधयात्रा ही आंबेडकरी तत्त्वज्ञानातून प्रतिबिंबित होणारी नाट्यसृष्टी आहे. नाटक म्हणजे केवळ विचारप्रक्षेपण नव्हे तर विचार आणि जीवन यांचा नाट्यात्म आविष्कार होय. पोटतिडिकेने प्रश्न मांडणे किंवा समस्यांची वर्णनपरता नाट्य हरपून टाकण्याचीच शक्यता असते. विचारजागृती किंवा समाजप्रबोधन यासाठी वैचारिक निबंधासारखे माध्यम असताना नाट्यकृतीसाठी त्याचा आग्रह धरणे, प्रेरणा आणि प्रयोजन या दोहोंसाठीही हानीकारक ठरेल. परंतु एक बाब लक्षात घेता येईल, की समाजप्रबोधनाचा हेतू धरून किंवा काही तत्त्वांच्या प्रचारार्थ जाणीवपूर्वक नाट्यकृती राबवून जे नाटककार सरसावतील त्यांना जीवननाट्याचे प्रभावी दर्शन घडविता येणार नाही. नाट्यकृतीतील प्रभावी आशय नकळतपणे व अलगद प्रेक्षकांच्या व वाचकांच्या मनात पेरत जातो तो श्रेष्ठ नाटककार. सांस्कृतिक व सामाजिक आशय व्यक्तिदर्शनातून आणि नाट्यप्रसंगातून फुलवित जातो तो श्रेष्ठ नाटककार. श्रेष्ठ नाटककार हा संस्कृतीचा भाष्यकार असतो. संस्कृतीचा सालदार नसतो. समाज आणि संस्कृतीबदलाचा तो कॉन्ट्रॅक्टर नसतो. पण त्याच्या नाट्यकृतीतून कळत-नकळत माणसाचे मनोविश्व बदलण्याची अंत:शक्ती प्रतीत होत असेल, त्याच्या संवेदनेला आणि न्यायबुद्धीला आवाहन दिले जात असेल तर ती श्रेष्ठ नाट्यकृती ठरेल असे मला वाटते.

प्रभावी नाट्यकृती प्रभावी रंगभूमीचा आधार असतात आणि प्रभावी रंगभूमी प्रभावी नाट्यनिर्माणाला आधार असतात. 'थांबा रामराज्य येतंय' या प्रकाश त्रिभुवन यांच्या नाटकातील मग्रूर पाटलाचे शोषण आणि न्यायासाठी चाललेला आनंदचा संघर्ष शाश्वत आहे. आनंदचा संघर्ष मूल्यात्मक आहे. आणि या संघर्षाला विझून जाणे हेच पर्यवसान आहे. आनंदचा असहाय्य मृत्यू अपरिहार्य आहे. हा मृत्यू दोन संस्कृतीच्या संघर्षाचे प्रतीक आहे. नाटककाराने नाटक अटळ अशा एका सांस्कृतिक उंचीवर नेले आहे. दशावतारी खेळाचा वापर प्रतीकरुपाने करताना नाटककाराने मानवी सत्याची भेदकता ज्या ताकदीने मांडली आहे ती ताकदच 'थांबा रामराज्य येतंय' ची प्रभावी नाट्यात्मकता आहे. पण हे प्रभावीपण प्रभाकर दुपारे यांच्या 'उत्सव' मध्ये दृगोचर होत नाही. कारण दलितांच्या शोषणाचे अनेक पदर आणि त्याच्या निगडित असणारी गुंतागुंत अधिक विस्कळित झाली आहे. प्रा. दत्ता भगत यांच्या 'वाटा पळवाटा' तील आंबेडकरी विचारांच्या पिढ्यातील वैचारिक संघर्ष अधिक बांधेसूद व्हायला हवा होता. 'मन्वंतर' मध्ये टेक्सास गायकवाड यांनी आंतरजातीय विवाहाच्या अपरिहार्यतेचा स्रोत

सामाजिक अभिसरणाशी भिडवून बुद्धाच्या करुणेची सार्थता विशद केली आहे. अतिशय प्रभावी असा अविष्कार येथे जसा प्रतीत होतो, तितक्याच सामर्थ्याने तोच आंतरजातीय विवाहाचा प्रश्न रामनाथ चव्हाणांच्या 'बामणवाड्या' त येतो. सामाजिक अभिसरणाचे प्रमेय चव्हाणही नाट्यात्म रीतीने मांडतात. कमलाकर डहाट, ज्या प्रत्ययकारितेने 'नरबळी' चा वेध घेतात तसा त्यांना सावकारशाहीने शोषण केलेल्या 'हत्याकांडा' त घेता आला नाही. प्रेमानंद गज्वीच्या 'देवनवरी' तील धार्मिक शोषण दाहक असेल तरी त्यातील भेदकता निसरडी वाटते. उलट 'तनमाजोरी' तील वेठबिगाऱ्यांवरील अत्याचाराचे व शोषणाचे चित्र अधिक ठळक व ठसठशीत आणि अधिक विदारक वाटते. संघप्रवृत्तीतील सनातनत्वाचा वेध घेत विषमतेची बीजे अधिक विषाक्त करणाऱ्या वृतींचा दंभस्फोट 'आम्ही देशाचे मारेकरी' मध्ये टेक्सास गायकवाड करतात तर 'सूर्यास्त' मध्ये हेमंत खोब्रागडे दलितांच्या अस्मितेचे परिमाण चितारतानाच धनसंस्कृतीचे वस्त्रहरण करतात. दत्ता भगतांचे 'अश्मक' बुद्ध तत्त्वज्ञानातील निरामयतेची अचूक मांडणी करते तर भि. शि. शिंदे 'काळोखाच्या गर्भात' उध्वस्त झालेल्या दलितमनांची स्फोटकता प्रदर्शित करतात. प्रेमानंद गज्वींनी तात्विक विचारांचा संघर्ष असलेले 'गांधी-आंबेडकर' अधिक फुलवायला हवे होते. 'थांबा रामराज्य येतंय' ची सर 'एक होता राजा' ला येत नाही हे प्रकाश त्रिभुवनही मान्य करतील. सामाजिक परिवर्तनाचा वसा घेणारा परंतु मूलतत्त्ववादी शक्तिपुढे विझून जाणारा कलावंत. 'झुंबर' मध्ये प्रभाकर दुपारे यांनी समर्थपणे उभा केला आहे यात शंका नाही. काही नाट्यकृतींचा मागोवा घेताना, त्यातील समर्थ आणि सामान्यसुद्धा नाट्यबीजांचा, प्रभावी नाट्यकृतींच्या संदर्भात मी मला आकलन झालेला अर्थ विशद केला. यातील काही नाटकांना प्रसिद्धी मिळाली, काहींची प्रभावी नाट्य म्हणून प्रशंसा झाली तर काहींनी रंगभूमीला अधिक सशक्त केले. काही नाट्यकृतींनी मात्र नाटकांच्या यादीत भर घालण्यापलिकडे काही केले नाही.

एवढे मात्र निश्चित की, आमचे नाटक सांस्कृतिक व सामाजिक गरजेतून निर्माण झाले असल्याने अनेकदा निषेधाचा चढा सूरही त्यातून व्यक्त होतो. पण ह्या निषेधात्मकतेमागे इतिहासातील कारुण्य ओथंबलेले असते. संघर्षाची धारही असते. कारुण्य आणि संघर्ष, प्रक्षोभ आणि आत्मशोध, कलात्म आणि नाट्यात्म पातळीवर मांडणे आव्हानास्पद आहे. आणि हे आव्हान प्रबुद्ध रंगभूमी पेलण्यास समर्थ आहे, हे अतिशयोक्ती न करताही प्रतिपादन करता येईल. अखंड चालणारे युद्ध हाच ज्यांच्या जीवनाचा स्थायीभाव आहे, अशा अभावग्रस्त समाजाला रंगभूमी हा एक मोठा आधार असतो. हा आधार तमाशाच्या रूपाने नंतर जलशाच्या रुपाने आणि त्यानंतर प्रभावी नाट्य कृतीच्या रूपाने व्यक्त झाला. दलित रंगभूमीचे व्यापक रूप प्रबुद्ध रंगभूमी आहे. म्हणूनच ही रंगभूमी जातींचे लेपण घेऊन उभी नाही की, जातीचा अहंकार. सामाजिक आणि सांस्कृतिक अपरिहार्यतेतून निर्माण झालेली रंगभूमी, भारतीय रंगभूमीची सशक्त

मुद्राच ठरते यात शंका नाही.

दशकापूर्वी आमच्या नाट्यसंस्था आपली आब राखून होत्या. नाटके गाजत होती. एक वलयही निर्माण झालं होतं. नाट्योत्सव होत होते. रंगभूमीच्या अभ्यासकांना अंतर्मुख व्हावे लागले होते. विचारनाट्याला एक नवी दिशा गवसली होती. आमची रंगभूमी वयात आली आहे, आमची नाटके प्रौढ आणि पक्व आहेत, असे आम्ही मान ताठ करून सांगत होतो, समीक्षकांनाही आम्ही आवाहन दिले होते. आमची रंगभूमी आता आमच्या प्रदेशाच्या सीमा ओलांडून विस्तारली आहे, असा दावा करीत होतो. एका अननभूत अशा आनंदात आमची लेखकमंडळी होती. त्यामुळे आमच्या नाट्यकर्मी मित्रांना आश्वासक दिलासाही मिळाला होता. पण हे औट घटकेचे राज्य होते की काय, ह्या चिंतेने माझ्यासारख्या अनेक नाट्यधर्मी मित्रांना घेरले आहे. लेखनात सातत्य असावे म्हणून रतीब टाकण्याचे काही कारण नाही. लेखनात ताजेपणा हवा. मरगळ झटकून टाकायला हवी. आमच्या लेखकांवर नेहमीच एक टीका होते. हे लेखक एकाच पुस्तकात संपतात. त्यांचे जीवनानुभव एकाच वाङ्मयीन कृतीत संपून जातात. काही प्रमाणात हे खरे आहे. आजचे आमचे काही लेखक मुद्दलावरच जगत आहेत. झाला तेवढा व्यायाम पुरे झाला. तो आयुष्यभर पुरेल. प्रकृती उत्तम राहील. अशी फाजील ग्वाही देणाऱ्या लेखकमंडळींना त्यांचे वाङमयीन भविष्य कळत नाही, असे नाही. परंतु आपले प्रश्न संपले आहेत, आपल्याला जे मांडायचे होते ते मांडून झाले आहे, हा भ्रम एकूणच लेखनविश्वावर काळी छाया पसरविण्याचे कार्य बेमालूमपणे करीत असतो. प्रेमानंद गज्वीसारखा एखादा अपवाद वगळला तर आमचे नाटक कुठे आहे असे वाटायला लागते. काय आमचे अनुभवधन हरपले आहे ? काय आमच्या संवेदना बोथट झाल्या आहेत ? काय आम्ही प्रस्थापित झालो आहोत ? काय आम्ही स्वस्थ आणि सुस्त झालो आहोत ? रंगभूमीच्या क्षेत्रात काही काळ खळबळ माजवावी, एवढ्याच साठी का आम्ही नाट्यचळवळी उभारल्या ? आमच्या बांधीलकीचे विस्मरण आम्हाला झाले आहे की काय ? सामाजिक आणि राजकीय जीवनातील द्विध्रुवात्मकता आम्हा नाटककारांनाही निराशाग्रस्ततेच्या सावलीत ढकलते आहे की काय ? हे सारे प्रश्न आज अंतर्मुख करीत आहेत. डॉ. बाबासाहेब आंबेडकर हे आमचे ऊर्जाकेंद्र आहे, असे म्हणत असू तर मग नाट्यक्षेत्रात आज आम्ही टवटवीत कां नाही ! हे प्रश्न माझ्या मनात निर्माण होतात ते केवळ आंबेडकरनिष्ठ साहित्यनिर्माता म्हणून. आणि मग मात्र वाटत राहाते नाट्यलेखनासाठी अनेक विषय अजूनही आम्हाला हाकारीत आहेत. वणव्याजवळ गेल्याशिवाय दाहकता कशी कळणार ? स्वस्थतेच्या नंदनवनातून बाहेर आल्याशिवाय पुन: एकदा जीवननाट्याचा प्रत्यय कसा येणार ? आमचे जीवनानुभव आमच्या नाट्यकृतीतून पुरते आलेले नाहीत. निषेधपरतेच्या पलीकडेही जीवनाचे फार मोठे जग आहे. ज्यांनी आम्हांला नाकारले त्यांना आम्ही नाकारले. विद्रोहाच्या उग्रतेच आम्ही दर्शन घडविले.

पण मित्रांनो ! जीवन प्रवास अंतहीन असतो. आम्ही जन्मास येतो तो अनेक प्रश्न घेऊन. आम्ही जगतो ते अनेक प्रश्नांना सामोरे जात. सर्ववंचित समाजाचे प्रश्न कधीच संपत नसतात. त्यांचा संघर्ष कधी संपतच नसतो. Prestige and Power will come through struggle या बाबासाहेबांच्या विधानात शाश्वत मूल्य आहे. एक प्रश्न संपला की दुसरा प्रश्न निर्माण होतो आणि मग आपणच एक प्रश्न होऊन जातो. असे कच्चे खनिजद्रव्य आमच्या समग्र जीवनात आहे. आंबेडकरी दृष्टीतून त्याचा पुनः शोध घेण्याची गरज आहे. कलावंताला जीवनसत्याचा शोध घ्यावयाचा असतो. कारण शोध हा कधीच संपत नसतो. कलावंत हा एका परीने शोधकच असतो. आमच्या नाटककारांनी स्वस्थता झटकून आमच्या जीवनातील अनुभवक्षेत्रे पुन्हा एकदा न्याहाळली पाहिजे. आमचे ऊर्जाकेंद्र न विझणारे आहे ह्याची खूणगाठ पुनः एकदा बांधली पाहिजे. पुनः एकदा 'मन्वंतर' घडले पाहिजे, 'बामणवाडा' दणाणला पाहिजे, 'थांबा रामराज्य येतंय' याऐवजी 'थांबा, आम्ही येत आहोत' असे आत्मविश्वासाने सांगितले पाहिजे. जीवनातल्या 'वाटा-आडवाटांना' पुनः एकदा न्याहाळले पाहिजे. 'काळोखाच्या गर्भा' तील प्रखर सूर्यतेजाची किरणे पुनः शोधली पाहिजेत. 'सातासमुद्रापलीकडे' जाण्याचा अदम्य विश्वास पुनः जागायला हवा. 'किरवंता'च्या शोधा बरोबरच 'कीर्तीवंता'चाही शोध घ्यावा लागणार आहे. बाह्यजगातील आवाज वाढत आहेत. ते अधिक तीव्र होत आहेत. सभ्यता आणि संस्कृतीवर हल्ले वाढत आहेत. आमचे बुरुज ढासळविण्याचे मनसुबे रचले जात आहेत. आमचे ऊर्जाकेंद्रच नष्ट करण्याची षडयंत्रे रचली जात आहेत. ही तर आम्हा नाट्यधर्मींना आव्हाने आहेत. ही आव्हाने आमच्या जीवनानुभवांना साद घालीत आहेत. आम्हा नाट्यधर्मींचे डोळे पुनः एकदा दृष्टी घेऊन गतीमान व्हायला हवेत.

किती तरी अनुभवक्षेत्रे आमची वाट पाहात आहेत. उत्तम शोकात्मिका, उत्तम सुखात्मिका आम्हाला हव्या आहेत. वर्ण, जाती, अस्पृश्यता, अत्याचार, बहिष्कार या हिंदूत्ववादाशी नाळ बांधलेल्या प्रश्नांचा विचार आमच्या नाटकातून आला आहे. त्याला अत्यंत प्रत्ययकारी अनुभव रूपही प्राप्त झाले आहे. आता आम्हाला आमच्या बंदुका स्वत:कडेच वळवाव्या लागतील. व्यक्ति आणि कुटुंबातील द्वन्द्व आणि अंतर्द्वंद्व, अंतरविरोध, ताणतणाव, बाह्यशक्ती आणि स्वकेंद्रे यातील घुसमट, जीर्णता व नवता यातील अटळ संघर्ष, नागर आणि ग्रामीण जीवनातील मूल्यसघर्ष, आंबेडकरजाणिवेचा 'मी' आणि जीर्ण 'मी' यातील मानसिकता, त्यामुळे होणारा मूल्यऱ्हास असे कितीतरी नाट्यविषय ज्वलंतपणे उभे आहेत.

आणि मित्रांनो ! काय दलित माणसाने नेहमी शिराच ताणायला हव्यात ? त्याने डोळ्यांची भाषा, कधी वाचू नयेच की काय ? स्वत:शी आणि स्वेतरांशी लढणाऱ्या माणसाच्या आयुष्यात कधी प्रेमाचे क्षण येतच नाहीत काय ! की दलित, शोषित, उपेक्षित माणसाने कधी प्रेमच व्यक्त करू नये. प्रेमाचा कोवळा, सुंदर आविष्कार

घडविणारे नाटक अजून जन्माला आले नाही. कृतक, खोट्या, काल्पनिक प्रेमाची झुंबरं आम्हाला नको आहेत. आंबेडकरी ऊर्जाकेंद्रातील माणूस जसा युद्धप्रवण असतो तसा तो प्रेमयुद्धातही आपली प्रतिष्ठा निश्चित सांभाळील. आंबेडकरी जाणिवांचे भावोत्कट प्रेमनाटक यायला हवे. जगण्याशी नित्य लढणाऱ्या माणसाच्या आयुष्यातील उत्कट प्रेमाचे क्षण कसे असतील ? मराठीतील सवंग प्रेमाची आभरणे ल्यालेले प्रेमनाटक आम्हाला नको. जीवन सत्याची दाहकता आणि प्रेमजाणिवांची सत्यता याचे प्रत्ययकारी दर्शन घडविणारे नाटक आमच्या प्रतीक्षेत आहे.

मला मान्य आहे आमचे जीवन नेहमीच वणव्यातून वाट चालत गेले आहे. म्हणून आमचे जीवन जेव्हा वाङ्मयीन कृतींचा विषय होते तेव्हा त्यातील गांभीर्य काळवंडून जात नाही. आमचे जीवन नेहमीच प्रश्नचिन्हांसारखे राहिले आहे. आमच्या सर्वच सर्जनशील लेखनातून त्याची प्रतीतीही येते. आमचं नाटकही त्याला अपवाद नाही. म्हणून मला सतत वाटत आले आहे की, उपरोधगर्भ विनोदाच्या अंगानेही आमचे जीवननाट्य कां चित्रित होऊ नये ? भारतीय जीवन, व्यवस्था, नाकेबंदी, अप्रतिष्ठा, अंधश्रद्धा, सांस्कृतिक बेगडीपण, सांस्कृतिक दहशतवाद, सामाजिक व धार्मिक स्वामित्वाच्या कल्पना, दलित जीवनातील बाह्यवेष आणि आंतरिक प्रतारणा यांचे औपरोधिक व्यंगदर्शन आमच्या नाट्यकृतींचा विषय का होऊ नये ? हे अत्यंत अवघड आहे ह्याची मला जाणीव आहे. परंतु आवर्तछेद होणेही गरजेचे आहे. वामन होवाळासांरख्या ज्येष्ठ कथाकाराने विनोदाच्या शैलीतून, उपरोधगर्भतेने भारतीय जीवनातील आणि दलितांच्या जीवनातील व्यंगांचा परिस्फोट घडविला आहे. उपरोधगर्भ विनोद हे निखळ हास्याचे निदर्शन नसतेच मुळी. गुदगुल्या करणाऱ्या अस्वलासारखा हा प्रकार असतो. हसता हसता माणसं रक्तबंबाळ होतात. उपरोधगर्भ विनोदाचे शस्त्र घेऊन नाट्यलेखन करणारा नाटककार अजून आमच्याकडे नाही. एखादा प्रज्ञाशाली नाट्याधर्मीच हे आव्हान पेलू शकेल. उपरोधगर्भ विनोद हा गंभीर प्रकृतीचा असतो. त्याच्या वाटेला जाणे म्हणजे आपली वाङ्मयीन शक्ति पणाला लावल्यासारखे होईल. असा विनोद बुमरँगसारखा असतो. तो स्वत:वरच उलटण्याची शक्यता अधिक. विसंगतीतून विनोद संभवतो असे म्हटले जाते. परंतु विसंगती आणि संगतीही औपरोधिक व्यंगदर्शनाला वाट निर्माण करून देते. आमच्या नाटककारांनी हे आव्हानही झेलले पाहिजे.

आणखी एका महत्त्वाच्या मुद्याकडे मी आपले लक्ष वेधू इच्छितो. नाट्यलेखनाच्या क्षेत्रात आम्ही उभे राहण्याचा प्रयत्न केला. परंतु आम्हाला परिवर्तनवादी नाट्यसमीक्षक लाभला नाही, ही वस्तुनिष्ठता नाकारता येणार नाही. नाट्यसंहितेमागूनच नाट्यसमीक्षक यावा लागतो. दलितेतर नाट्यसमीक्षक, दलित, आंबेडकरवादी किंवा प्रबुद्ध नाट्यलेखनाला न्याय देऊ शकेल असे वाटत नाही. आणि तसा न्याय आजवर लाभलेला नाही. नाट्यसंहिता किंवा नाट्यप्रयोग, ह्या दोहोंचेही मूल्यमापन अपरिहार्य आहे. आस्वादक

असो की मूल्यात्मक असो, समीक्षा होणे गरजेचे आहे. मला येथे वृत्तपत्रीय समीक्षा अभिप्रेत नाही. पुष्कळदा असे घडते की, ज्या जीवनाचे संदर्भ आकळले नाहीत किंवा ज्या जीवनासंबंधी पूर्वग्रह आहेत, त्या जीवनसंबद्ध नाट्यकृतींचे योग्य ते मूल्यमापन होणे शक्य नाही. ज्या नाट्यकृतींचे अंतरंग सामाजिक वास्तव आहे, त्या नाट्यकृतींकडे नकारात्मक दृष्टीकोणातून पाहिल्यास कोणत्याही प्रकारची समीक्षा होऊ शकणार नाही. काही वेळा असेही घडते की, ह्या नाट्यकृतींना अनुल्लेखानेही मारले जाते. या संदर्भातही एक आठवण मी सांगतो. साधारणतः सात-आठ वर्षांपूर्वी मुंबईत प्रेमानंद गज्वींच्या एकांकिकांच्या दशकपूर्ती निमित्ताने दोन दिवसांचे चर्चासत्र आयोजित करण्यात आले होते. उद्घाटन प्रसंगी विख्यात नाट्यसमीक्षक प्रा. माधव मनोहर यांनी मराठी एकांकिकेवर विस्तृत व्याख्यान दिले. रत्नाकर मतकरींच्या नाट्यलेखनाचा गौरवून उल्लेख केला. इतरांचाही केला. परंतु ज्यांच्या एकांकिकांचा उत्सव होता, त्यांचा चुकूनही उल्लेख केला नाही. जणू प्रेमानंद गज्वी हा नाटककार त्यांच्या खिजगणतीतच नव्हता. समारोपाच्या वेळी मी मात्र या घटनेचा निर्देश केला आणि नापसंती दर्शविली. अनुल्लेख ही एक विकृती आहे असे मला वाटते. हे केवळ साहित्याच्याच क्षेत्रात आहे असे नाही तर अन्य क्षेत्रातही हा रोग पसरलेला आहे. डॉ. बाबासाहेब आंबेडकरांना जिथं तीव्र झळ पोहचली होती, तिथं इतरांचं काय ? आणि म्हणूनच आम्हाला आमचे नाट्यसमीक्षक हवे आहेत.

नाट्यसमीक्षा हा शब्दप्रयोग प्राधान्याने नाट्यप्रयोगाशी निगडित असतो. परंतु नाट्यसंहिता आणि नाट्यप्रयोग या दोन्ही स्वरूपात दलित काय किंवा प्रबुद्ध रंगभूमीशी संबद्ध अशा वाङ्मयीन कृतींचा विचार अपरिहार्य आहे. समीक्षेत कथावस्तु जशी महत्त्वाची आहे, त्याहीपेक्षा नाट्यकृतीतील अंतर्गत संगतीचा आणि त्या माध्यमातूनच रंगमंचीय आविष्काराचा वेध घेणे क्रमप्राप्त आहे. दलित काय किंवा प्रबुद्ध नाटक काय सांस्कृतिक व सामाजिक आशयाने व्यापृत असल्याने समीक्षकाला सांस्कृतिक, व सामाजिक ज्ञान व भान असायलाच हवे. त्याशिवाय नेमकेपणाने नाट्याकलन संभवणार नाही आणि नाट्यकृतीची नेमकी चिकित्साही करता येणार नाही. या दोहो आविष्काराकडे समीक्षकाने सहानुभूतीने किंवा आरक्षणाच्या भूमिकेतून पाहाता कामा नये. साहित्यबाह्य निकषांचा विचारही येथे अप्रस्तुत आहे. वाङ्मयीन गुणवत्ता हाच समीक्षेचा निकष असला पाहिजे. परंतु पूर्वग्रहदूषितता हा वाङ्मयीन निकषाचा आधार नसावा. मूलतत्त्ववाद, हिंदुत्ववाद किंवा पुनरुज्जीवनवाद नाकारणारे नाटक 'जातीयवादी' असते असा ग्रह मानसिक आजाराचे लक्षण ठरेल. मानवी आकलन हाच नाट्यसमीक्षेचा निकष मला अभिप्रेत आहे. नाट्यकृतीतील मानवी संवेदना, वृत्ती-प्रवृत्ती, नाट्यशैली, प्रयोगसामर्थ्य आणि कलाभान हीच नाट्यसंहिता आणि नाट्यप्रयोग यांच्या समीक्षेची मूल्यात्मकता आहे. शेरेबाजी किंवा गृहिततत्त्व नाट्यसमीक्षेला नेहमीच मारक ठरते. परिवर्तनवादी

नाट्यसमीक्षकाला तर भावनावश न होता अधिक वस्तुनिष्ठ व्हावे लागेल. त्याने नाटक कसे सुंदर आहे हे तर विश्लेषकतेने सांगावेच पण त्याहीपेक्षा त्या नाटकातील माणूस कसा सुंदर आहे हेही सांगावे. कारण इतिहासात तो विद्रूप रेखांकित केला आहे, तो मोडून पडला आहे, त्याला अस्तित्वच नाही. पण आता स्वयंप्रकाशी माणसाचे माणूस म्हणून असलेले मूल्य कसे सुंदर आहे. हा नाट्यकृतीतून घेतलेला शोध हीच परिवर्तनवादी समीक्षेची अंगभूतता असेल.

मित्रांनो ! आपले नाटक व आपली रंगभूमी अधिक प्रभावशाली होण्याची नितांत गरज आहे. विख्यात कादंबरीकार जेम्स बॉल्डविन म्हणाला होता, "A play is a confession in a more naked way than a Novel" आपले नाटक भारतीय रंगभूमीला नवे परिमाण देणारे आहे. मी तर असे म्हणेन की, खऱ्या अर्थाने भारतीय रंगभूमीची मुद्रा अधिक तेजस्वी करण्याचे सामर्थ्य 'प्रबुद्ध रंगभूमीत' आहे. कारण ही रंगभूमी प्रतिक्रियावादी नाही. मूल्यसंस्थापन हेच तिचे ब्रीद आहे. त्यामुळे प्रबुद्ध रंगभूमीवर खूप मोठ्या जबाबदाऱ्या आहेत. उत्तम नट, उत्तम दिग्दर्शक, उत्तम नेपथ्यकार, उत्तम संगीतकार याच रंगभूमीला निर्माण करावयाचे आहेत. पूर्वसुरींच्या प्रयत्नशीलतेकडे तुच्छतेने पाहाता येणार नाही, तर त्यांच्या पाउलखुणा प्रेरक आहेत, याचे भान ठेवावे लागणार आहे. डॉ. बाबासाहेब आंबेडकरांनी 'मला मातृभूमी नाही', असे म्हटले होते पण त्याचबरोबर या देशातील संस्कृतीचा विध्वंसक म्हणून माझे नाव मला नको आहे, असेही म्हटले होते. याचा अन्वयार्थ सर्वच साहित्यनिर्मात्यांनी लावण्याची नितान्त गरज आहे. विस्थापितांचे जग सुखासीन कधीच नसते म्हणूनच त्यांचे वाङ्मयीन जग सुखासीन नसते. पण लेखन-स्वातंत्र्याच्या उर्मी मानसिक व वैचारिक दास्याच्या शृंखला तटातट तोडून टाकतात. आमचे जीवन ही एक प्रयोगशाळा आहे. नाटक हे आमच्या प्रयोगशाळेचे अतिशय प्रभावी असे रूप आहे. म्हणून या प्रयोगशाळेतील घटक आमचे आहेत. त्यांची भाषा, त्यांची बोली, त्यांची अभिव्यक्ती स्वाभाविक असेल. स्वाभाविकतेतही एक नाट्य असते. हे नाट्य ज्याला पकडता येईल तो खरा कलावंत. त्याची कलानिर्मिती तितकीच स्वाभाविक असेल.

आमची नाट्यकृती आणि आमची रंगभूमी निर्भय अभिव्यक्तीचे माध्यम ठरावे. प्रस्थापितांच्या स्तुतीसाठी आम्हाला हात पसरायचे नाहीत. प्रस्थापितांनी आमच्या नाट्यव्यवहाराला दाद दिली तर ठीकच आहे, नाही दिली तरी ठीकच आहे. कारण आचमे नाटक आमच्या मनाचे, आमच्या आयुष्याचे, आमच्या सुखदुःखाचे आहे. आमच्या मनातील प्रस्थापित आम्हाला पुसून टाकायचा आहे. मुक्तप्रबुद्ध ही आमची प्रतिज्ञा आहे. मी यापूर्वी म्हटल्याप्रमाणे अभावग्रस्त समाजाला रंगभूमी हा फार मोठा आधार असतो. कारण शतावधी माणसांचे हुंकार आणि शब्द त्यातून व्यक्त होतात. आमचे नाटक आणि आमची रंगभूमी हे एक युद्धच आहे. आमची 'अस्मिता' या युद्धाचे दुसरे नाव आहे. म्हणून आमचे युद्ध अंतहीन आहे. ❑❑❑

कलेला जीवनापासून, जगण्यापासून तोडणाऱ्या विचारापासून आपण सावध झाले पाहिजे.

वाहरू सोनावणे

पिढ्यान् पिढ्यांपासून अतिदुर्गम भागात, जंगलात, दऱ्याखोऱ्यात राहून, कंदमुळे खाऊन जीवन जगणाऱ्या आणि शिक्षणापासून वंचित अशा निरक्षर आदिवासी जमातीत माझा जन्म झाला. आता पर्यंत जंगली, लंगट्या वनवासी म्हणून हिणवल्या गेलेल्या, अन्याय-अत्याचार आणि दुःखाच्या डोंगराखाली दबलेल्या ज्या समाजाला नाकारले, हिणवले, समाजातील दबलेल्या आदिवासी समाजातील एका आदिवासी कवीवर दुसऱ्या विद्रोही साहित्य संम्मेलनाची जबाबदारी टाकून जो विश्वास दाखवला त्याबद्दल माझे मन भरून आले आहे.

कोल्हापूर येथे होणाऱ्या दुसऱ्या विद्रोही मराठी साहित्य संमेलनाचे अध्यक्ष म्हणून निवड झाल्याची बातमी दैनिकात प्रकाशित झाली. ती बातमी वाचून एक पत्रकार घाई-घाईत आमच्या गावात गेला. आमचे गाव म्हणजे हाटी-हाटीचे. पाड्या-पाड्याचे. पत्रकार प्रथम माझ्या घरी गेला. घरी फक्त मुलगा होता. मुलाला काही सवाल विचारले. नंतर तो पत्रकार पाड्या-पाड्यावर जाऊन आदिवासी बांधवांना गोळा करून माहिती विचारू लागला. वाहरू सोनावणे कोठे आहे ? काय करतो ? या प्रश्नाचे उत्तर गावकऱ्यांनी चांगल्या प्रकारे दिले. पत्रकारांनी गावकऱ्यांना विचारले. 'वाहरू सोनवणे कोल्हापूर येथे होणाऱ्या दुसऱ्या विद्रोही साहित्य संमेलनाचे अध्यक्ष झालेले आहेत. तुम्हाला माहिती आहे का ? तुम्हाला कसं वाटते ?' साहित्य संमेलन म्हणजे नेमके काय ? याची काही कल्पना नसल्यामुळे त्या आदिवासींना कांही कळेना की, आनंद व्यक्त करायचे की दुःख अशी ही अवस्था ह्या आदिवासी समाजाची. इथं हा विचार केला गेला पाहिजे की आदिवासी समाजाला शिक्षणाचा अधिकार नाकारून साहित्या बाबतच्या संकल्पनेचे समज येण्यापासून कोणी दूर ठेवले ? त्या व्यवस्थेचे नाव काय ? असा प्रश्न उभा राहतो.

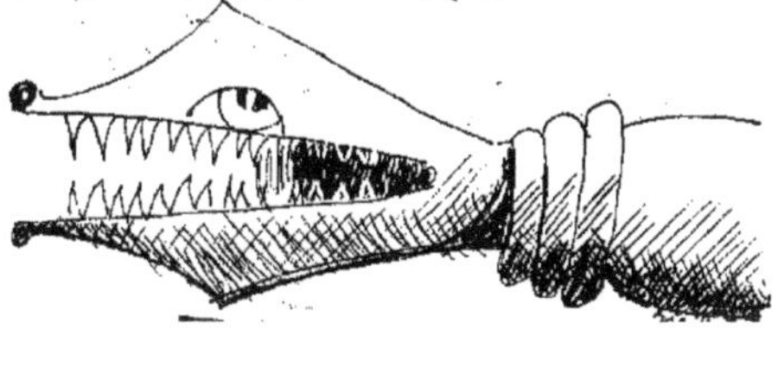

विद्रोही साहित्य संमेलन,
कोल्हापूर २०००

ह्या समाजाचे सुख, दुःख आनंद-राग-समाधान-आशा-आकांक्षा-भाव-भावना व्यक्त होण्याची पारंपारिक साधनं कोणती ? लग्न, मोसमी उत्सव इत्यादि वेळी उस्फूर्तपणे म्हटली जाणारी कवनं, परंपरागत 'गोष्ट' सांगणाऱ्याकडून रात्र-रात्रभर चालणारी कथा, जीवनाचे दर्शन आणि मनोरंजन करणारी गावदिवाळीची नाटकं, लयबद्ध बेहोशित चालणारी समूह गीते, ढोलावर थाप पडली तर रात्र कशी जाते याचे भान राहत नाही असा समूह नाच, असंख्य वाद्ये, बासूरीचा सूर, ढोल-मांदळाचा ताल, आणि रोडालीची मधूर धून हे आहे. आदिवासीचे साहित्य, ज्याच्या त्यांच्या जीवनाशी जीवंत संबंध आहे. हे साहित्य त्यांनी पिढ्यान्‌पिढ्या पासून जपत आणलेले आहे. जतन केलेले आहे. अशा ह्या साहित्याच्या माध्यमातून आपल्या जीवनाचे सुख-दुःख, राग-समाधान, आनंदाची भाव-भावना व्यक्त करून सांस्कृतिक जीवन जगणाऱ्या आदिवासी समाजात माझा जन्म झाला. पाटी पेन्सिल घेऊन शाळेत गेलो. दोन पुस्तके शिकलो, शिक्षण सुटले, घरी आलो. आई-वडील आणि भावंडाबरोबर कामाला गेलो. नोकरीसाठी आदिवासी नेते अंबरसिंग महाराज यांच्याकडे गेलो. त्या वेळची म्हणजे १९७० सालची आदिवासींवर होणाऱ्या अन्याय-अत्याचाराची करुण कहाणी महाभयंकर होती. अंबरसिंग महाराज यांनी मला सांगून दाखवली. नोकरीचा अर्ज बाजूला ठेवून अंबरसिंग महाराज मला हिन्दीत म्हणाले, ''जिस समाज में तूम जन्म लिया है, वह समाज अन्याय अत्याचार की धदकती अंगार में गिरा गिया है, और हाथ फैलाकर चिल्ला रहा है की भैय्या बचाओ, दादा बचाओ, लेकिन जिसमे बचाने की ताकत (क्षमता) है वह इस तरह नौकरी के नशेमें धून !'' महाराजांचे बोलणे ऐकून मी हैराण झालो आणि मी त्याच्या बरोबर काम करण्याचा निर्णय घेतला आणि मी दलित, आदिवासी कष्टकरी चळवळीचा कार्यकर्ता झालो. १९७८ साली सालदार-शेतमजुरांची सामाजिक आणि आर्थिक परिस्थिती कशी होती ? पहाटे चार वाजे पासून कामाला तर रात्री ९-१० वाजेला घरी परत. अत्यंत कमी मजुरी, त्यात राब-राब राबायचे. त्यात ही पावला-पावलावर अपमान आणि अन्याय सहन करत जीवन जगायचे. मालदारांना पैशाची मस्ती होती. या मस्तीच्या जोरावर बलात्कार पचवायचे. किरकोळ कारणावरून किंवा कारण नसताना सालदार शेतमजुरांना बेदम मारहाण करायचे. कुंवारी मुलीचे पोट आले तरी जाब विचारायचे नाही, हे अशा या महाभयंकर दराऱ्याखाली जीवन जगणाऱ्या माणसाच्या चळवळीत मी स्वत:ला झोकून दिले. चळवळीचे हे जीवन जगताना चटके बसले. फटके बसले. त्यातून माझ्या मनाचे पाझर फुटले आणि माझी पहिली 'भिलोरी' कविता जन्माला आली. कवितेचा मराठी अनुवाद असा आहे :-

'असं हे कां बुवा !'
कोणी विचारलं तर
गालफडं लाल होऊन जातात

नाही तर जेलात पाठवून कोंडून देतात.
'ते' काहीही करोत
एक शब्द उच्चारता कामा नये आपण
त्यांच्या विरुद्ध.
नसेल पटत तर, पाठ फिरवून घ्यायला हवी
बघितलं असेल ते विसरून जायला हवं
जर जिवावर आलंच तर
गाव सोडून निघून जायला हवं
गुपचूप
गुपचूप काहीही सहन करावं,
तेव्हा आताचा जमाना
चांगलं म्हणतो
गरीबांना ....!'

अशा तऱ्हेने मी कवितेच्या क्षेत्रात आपले पहिले पाऊल टाकले आणि कविता करत-करत मी कवी झालो आणि 'गोधड' नामक माझा कविता संग्रह प्रकाशित झाला.

माझ्या बरोबर अनेक आदिवासी कवी आपल्या आपल्या ठिकाणी आपले दु:ख, आपल्या वेदना, आपल्या कवितांच्या माध्यमातून व्यक्त करीत होते. आदिवासी कवी कृष्णकुमार चांदेकर आपल्या कवितेत म्हणतात—

नागवे होऊन जंगल फिरले
तेव्हा कॅमेरे आमच्या पाठिशी होते
अस्मितेचा बंड पुकारले
तेव्हा पोलिस आमच्या पाठीशी होते

तर आदिवासी कवियत्री आपल्या कवितेत म्हणते

सखी मला एक सांग
आपण कुठवर असे लाजायचे ग ?
चौका चौकात चोर वाटेवर
शस्त्र उगारून मक्तेदार वाट पाहाताहेत.
त्यांची उगारलेली शस्त्रे आपण हिसकावून घेवू
तो पेटता सूर्य कुणासाठी तरी थांबतोय काय ?
पूर्वेकडून-पश्चिमेंकडे जायला रडला आहे काय ?
मग आपण तरी का रडायचे ?

....
ही घ्या पेटती मशाल

मी निघाले-पाठीमागून तुम्ही या !

साहित्य हे संस्कृती जपते, अस्मिता जागवते, स्वाभिमान फुलवते. साहित्य हे समाज जीवनाचा आरसा आहे. जीवनाचे दर्शन घडवते, जीवनाला दिशा देते, गती देते, साहित्य हे समाज जीवन घडवण्याचे प्रभावी साधन आहे आणि म्हणून आम्ही आदिवासी साहित्यिक आपली साहित्यिक निर्मिती करत असताना, आपल्या जीवनाला घडवण्यासाठी कोणी काही प्रयत्न केले. आहे का ? कसे प्रयत्न केले आहेत याबाबत विचार करत असताना आम्ही इतिहास बघू लागलो. वर्तमान बघू लागलो. तेव्हा आमच्या लक्षात आले की, इतिहासात आम्हाला राक्षस म्हणून कत्तल केली. चार्तुवर्णाच्या रक्षणासाठी रामाने त्राटिकेचा वध केला. शिक्षणाचा अधिकार नाकारून एकलव्याचा आंगठा कापून आदिवासींचा अपमान केला. स्वातंत्र्याच्या लढाईत इंग्रजांच्या विरोधात बिहारमध्ये लढणारा बिरसा मुंडा, मध्य प्रदेशात तंट्या भिल्ल, महाराष्ट्रात खाज्या नाईक, रामदास महाराज, भागोजी नाईक, उमाजी नाईक अशा अनेकांची नावं घेता येतील. अशा आदिवासी क्रांतीवीरांनी भारताच्या स्वातंत्र्य युद्धात आपलं योगदान दिले. फासावर ही गेले. परंतु त्यांच्या पराक्रमाचा इतिहास प्रस्थापित इतिहासकारांनी नाकारला आहे. अशा तऱ्हेने इतिहासात आमच्यावर खूप अन्याय झालेला आहे. पाठ्यपुस्तकांत ही आम्ही पाठ्यपुस्तकांतील पुस्तकांची पान चाळतो आणि इतिहासाच्या पानावर आदिवासी वीरांचे नाव शोधतो. पण इतिहासाच्या पानावर आदिवासी वीरांचे नाव कुठं सापडतं कां ते पाहतो. शोधून-शोधून आदिवासी क्रांतीवीरांचे नाव सापडत नाही. तेव्हा मला असे वाटते की प्रस्थापित इतिहासकार युद्धात आपल्याच बाजूच्या सैनिकाचे कौतुक करायचे आणि शत्रू पक्षाचा इतिहास लिहायचा नाही. असा दृष्टिकोण असतो. प्रस्थापित इतिहासकारांनी तेव्हा आदिवासींना शत्रूगटातले समजले का ? म्हणून आदिवासींचा इतिहास लिहिला गेला नाही.

पाठ्यपुस्तकांवर नजर टाकली तर काय दिसते ? तर 'चवथीच्या पुस्तकात एका धड्यामध्ये ते भिल्ल चोरी करत' असा उल्लेख आहे. ते भिल्ल फक्त चोरीच करत-इतर कांही नाही करतं ? ते भिल्ल चोरी करत या वाक्याचा चवथीत असणाऱ्या त्या बालमनावर काय परिणाम होतो ? आणि इतर विद्यार्थ्यांची आदिवासी विद्यार्थ्यांच्या प्रती कोणती भावना निर्माण होते ? त्या मुलांकडे बघण्याचा दृष्टीकोण काय होऊ शकतो ? याबाबत काहीच विचार झालेला नाही.

या बरोबरच उत्तर महाराष्ट्र विद्यापीठ जळगांव यांनी महाविद्यालयीन विद्यार्थांच्या अभ्यासक्रमासाठी 'झडीचे दिवस' हे पुस्तक लावले. हे पुस्तक आदिवासी जीवनावर आहे. या पुस्तकात आदिवासी नदीच्या पात्रात डांगरवाडी करतो आणि आदिवासींच्या तरुण मुली नदीत आंघोळ करतात. तर लेखकाला काय दिसते ? तर आंघोळ करणाऱ्या मुलींच्या उघड्या मांड्या, उघडे शरीर, स्तन, इ. इ. हे सर्व वर्णन आदिवासींचा

अपमान करणारे आहे. भावना दुखावणारे आहे. या अन्यायाच्या विरोधात आदिवासी विद्यार्थी संघटनेने आंदोलन छेडले आणि विद्यापीठाला ते पुस्तक मागे घ्यावे लागले.

आज आदिवासींच्या घरात आदिवासी देवताऐवजी हिंदुंचे राम-कृष्ण इ. मुसलमानांचे पीर इ. ख्रिश्चनांचे येशू इ. सापडतील पण वागदेव, डांगऱ्या देव, राणी काजळ या बरोबरच भारताच्या वेगवेगळ्या विभागातील जमातीचे, त्याच्या देवी देवतांचे फोटो सापडणार नाहीत. याचे कारण आदिवासी देवी-देवता पुसून काढण्याचा व्यवस्थित प्रयत्न चालला आहे.

आदिवासींची कुलदेवता ''याहामोगी'' हिला विश्व हिंदू परिषदवाले म्हणतात की, 'याहा मोगी आणि जगदंबा ह्या दोन्ही देव्या दोन नसून एकच आहेत आणि म्हणून आदिवासी कुलदेवता 'याहा मोगीचे', जगदंबा म्हणून नामकरण करण्याची घोषणा विश्व हिंदु परिषदवाल्यांनी केली. तेव्हा आदिवासी विद्यार्थी संघटना, आदिवासी समाज यांनी मोठ्या प्रमाणावर विरोध केला आणि विश्व हिंदु परिषदेचा डाव हाणून पाडला. यात आमचे म्हणणे असे की, जर 'याहा मोगी आणि जगदंबा एकच आहेत, मग असे करा सर्व भारतभरच्या जगदंबांना 'याहा मोगीचे' नाव देऊन टाका. पण ते तसे करणार नाहीत. कारण त्या देवीचे आदिवासी पुजाऱ्याकडून आदिवासी विधी प्रमाणे पूजा होणार. दुसरे की, पावरा जमातीत इंदल करतात. इथं त्यांचे असेच म्हणणे की, सत्यनारायण आणि इंदल एकच आहेत. असे सांगून या निमित्ताने आदिवासीचे हिन्दुकरण करण्याची प्रक्रिया सुरु आहे.

आदिवासी हिन्दू नाहीत. हिंदू कोडबील आदिवासींना लागू नाही. हे इथं लक्षात घ्यायला पाहिजे. आदिवासींना 'वनवासी' म्हणून आदिवासींचे अस्तित्वच नष्ट करण्याचा प्रयत्न होत आहे. विश्व हिंदु परिषदवाल्यांनी २३/१२/९९ रोजी अक्कलकुवा येथे हिंन्दू मेळावा घेतला. या मेळाव्यात आदिवासींना वनवासी म्हणून संबोधले गेल्याबरोबर, आदिवासी विद्यार्थी संघटना आणि आदिवासी एकता परिषदेच्या कार्यकर्त्यांनी जोरदार विरोध केला. निषेध केला आणि विश्व हिंदु परिषदवाल्यांना व सर्वांनाच आदिवासींना वनवासी म्हणून शब्दोच्चार करुन हिणवल्याबद्दल माफी मागावी लागली. अशा तऱ्हेची ही लढाई सुरु आहे. पण आदिवासी ही जात नाही तरीही त्याला जातीचे सर्टिफिकेट काढावे लागते. जातीचा दाखला काढताना हिंदू, भिल्ल, हिंदू पावरा असे बिनदिक्कत त्या फॉर्मवर लिहून घेतले जाते. एवढेच नाही तर अजून आम्हाला आदिवासी म्हणून ओळख मिळालेली नाही. घटनेतही आम्हाला अनुसूचीत जमात म्हणून आमची नोंद झालेली आहे. खरे म्हणजे यामुळे आमची अस्मिता आणि स्वाभिमान दुखावला जातो. म्हणून 'शेड्यूल्ड ट्राईब' ऐवजी 'आदिवासी' म्हणून आमची नोंद व्हावी अशी जागृत आदिवासी समाजाची मागणी आहे.

आतापर्यंत आमच्या जीवनाबद्दल तेच सांगत राहिले, ते सांगितले त्याप्रमाणे

आम्ही वागत राहिलो, ते सांगितल्याप्रमाणे जगत राहिलो. हे जीवन जगताना जीवनात अनेक प्रश्न उभे केले गेले, उभे राहिले. आमचा स्वाभिमान दुखवला गेला, दाबला गेला. अशा या प्रश्नांच्या समोर जाताना आमच्या जीवनावर आमचाच अधिकार, जीवन कसे जगावे, जीवनात कसे वागावे याचे निर्णय आम्हीच घेणार आहोत. निर्धाराने आम्ही पुढे जाणार आहोत. यासाठी आम्हाला प्रस्थापितांची परवानगी घेण्याची गरज वाटत नाही. कोणत्याही प्रकारचे शिक्षण द्रोणाचार्यांने एकलव्याला दिले नाही. तरी त्या भोळ्या एकलव्याला प्रस्थापित द्रोणाचार्याला गुरु करण्याची गरज भासली. गुरुदक्षिणेच्या नावाने द्रोणाचार्याने एकलव्याचा अंगठा कापून घेतला. याचा बोध घेऊन आम्ही सावध झालेलो आहोत. आम्हाला हिणवणाऱ्यांना असे सांगावेसे वाटते की, आम्ही एकलव्याच्या मानसिकतेतून बाहेर पडलो आहोत आणि म्हणून विद्रोही साहित्याला प्रस्थापितांच्या मान्यतेची गरज नाही.

काही शिकलेले आदिवासी तरुण नोकरीतच रमून समाजाबाबत उदासिनता दाखवत असले तरी काही तरुण-तरुणी त्याच्या पलिकडे जाऊन समाजाबद्दल गांभिर्याने विचार करु लागले आहेत. भारतीय साहित्यात आपले प्रतिबिंब कुठे दिसते का ते पहात आहेत. शिकलेला आदिवासी साहित्यात नायकत्वाची आपली भूमिका शोधू लागला आहे. साहित्यात, आदिवासींचे उमटलेले जे प्रतिबिंब आहे ते आदिवासींना न्याय देणारे आहे का ? अशा प्रकारची नजर ठेवून नव्या पिढीचा शिकलेला तरुण आपली अस्मिता शोधून, स्वत:च आपल्या हातात लेखणी घेऊन लिहू लागला आहे आणि आपल्या दु:खांना, विद्रोहाला तसे लिपिबद्ध करतो आहे.

डॉ. गोविंद गोरे, भुजंग मेश्राम, नेताजी राजगडकर, कुंडलीक केदारा, चामुलाल राठवा, वीरसिंग पाडवी, विश्राम वळवी, कृष्णकुमार चांदेकर, ॲड. मोरे, सविता आत्राम, संघजा मेश्राम, लक्ष्मण टोपले, दशरथ मडावी, बळवंत वळवी, बाबूराव मडावी, विनायक तुमराम, नजुबाई गावित, उषा किरण आत्राम, कुसुम आलाम असे अनेक आदिवासी साहित्यिक, कलावंत, समीक्षक आदिवासी साहित्य चळवळीत एका निर्धाराने उतरले आहेत.

आतापर्यंत आदिवासींबद्दल बरेच साहित्य प्रकाशित झालेले आहे. त्यात दुर्गा भागवत, नागगौंड, सुदाम जाधव, इंदूताई परुळेकर, अनुताई वाघ, दिनानाथ मनोहर, जगदिश गोडबोले, कॉ. शरद पाटील, डॉ. गेल ऑमव्हेट इ. या बिगर आदिवासी साहित्यिकांचा समावेश आहे. यातले काही साहित्यिक सामाजिक चळवळ पुढे जाण्यासाठी, तर काही संशोधकही डिगऱ्या मिळवण्यासाठी संशोधन, तर काही पैसा मिळवण्यासाठी पुस्तके, तर काही निव्वळ साहित्य निर्मितीसाठी साहित्य असे झालेले आहे. हे साहित्यिक आदिवासी नसल्यामुळे त्यांच्या साहित्यात आदिवासी जीवनातले ताणतणाव, भावना, मानसिक संघर्ष, आनंद, मोह इत्यादींना न्याय मिळणे शक्य नाही.

प्रस्थापिताचे साहित्य हे कोणाचे प्रतिनिधीत्व करते ? कोणत्या मूल्यांचे रक्षण करते ? कोणती संस्कृती त्यांना इथे आणायची आहे ? हेच प्रश्न आम्ही सातत्याने विचारतो आहोत. मराठी ग्रंथकार सभेचे निमंत्रण ज्या न्यायमूर्ती रानड्यांनी पाठविले. त्याला उत्तर देताना क्रांतीबा जोतीबा फुले यांनी हेच प्रश्न विचारले होते.

तुम्ही रणजीत देसाईंची 'स्वामी' कादंबरी वाचली असेल. सती प्रथेचे उदात्तीकरण करणाऱ्या या कादंबरीने मी अस्वस्थ झालो. स्त्रियांच्या दास्यत्वाचे हे समर्थन या मुक्तीच्या जमान्यात करण्याचे धाडस करणे हे मनुवादी मनोवृत्तीचेच लक्षण आहे. अशाच प्रकारे दुसऱ्या बाजीरावाच्या स्त्रीलंपटपणाचे समर्थन ना. सं. इनामदार या लेखकाने केले आहे. स्त्री-पुरुष विषमतेची मूल्ये रुजवणाऱ्या लेखकांना प्रस्थापित ब्राह्मणी म्हणायचे; नाहीतर काय म्हणायचे ?

दबलेल्या समाज घटकातील पुरुषांना, तू महार आहेस, भिल्टा आहेस, लंगड्या आहेस असे शब्दोच्चार करुन हिणवत असेल तर पुरुषाचा आत्मसन्मान दुखवला जातो, आणि तू स्त्री आहेस, पुरुषाची गुलाम आहेस म्हणजे घरात चूल आणि मूल बघणे असे काम लादून स्त्रीला हिणवले जात असेल आणि या अन्यायाच्या विरोधात ती बंड पुकारुन तिच्या आत्मसन्मानाची चळवळ सुरु करीत असेल तर ह्या स्त्रीच्या आत्मसन्मानाच्या लढ्यात किती पुरुष साथ देतील ?

पाणी भरणे, केर काढणे, भाकऱ्या थापणे ही कामं बाईची आहेत आणि कमीपणाची आहेत, पण इथं आपण लक्षात असू द्यावे की, 'गर्भधारण करणं एवढेच काम बाईचे बाई म्हणूनच आहे. केर काढणे, पाणी भरणे, भाकऱ्या थापणे इ. सारखी कामं बाईवर लादलेली कामं आहेत.'

ऐतिहासिक कादंबरी असो की, इतिहास लेखन, इथल्या कष्टकऱ्यांवर नेहमीच अन्याय झाला आहे. अलीकडे स्वातंत्र्य लढ्याचा इतिहास फक्त टिळक, आगरकर, गांधी यांच्याच पुरता सांगितला जातो. क्रांतिसिंह नाना पाटलांच्या नेतृत्वाखाली लढलेल्या प्रति सरकारच्या लढ्याला न्याय मिळालेला नाही हे आपण जाणताच. आमच्या आदिवासी स्वातंत्र्यविरांच्या बाबतीतही हेच झाले आहे. का हो टिळक आणि सावरकर स्वातंत्र्यासाठी लढत होते, तेव्हा आदिवासी काय गोट्या खेळत होते ? मग त्याबद्दल इतिहासाच्या पुस्तकात उल्लेख का नाही ? तंट्या भिल्ल, खाज्या नाईक, बिरसामुंडा, रुमाल्या नाईक या आदिवासी स्वातंत्र्यविरांनी बजावलेल्या कामगिरीची नोंद घेण्याचे टाळले गेले. हे कोणत्या मनोवृत्तीचे लक्षण म्हणायचे ?

सातत्याने अनुल्लेखाने मारायचे किंवा टिंगल टवाळी करायचे हा प्रस्थापितांचा गुण विशेष आहे. त्यांचे विनोदी लेखन वाचून पाहा. शेतकऱ्यांची ग्रामीण भागातल्या अशिक्षित माणसांची टिंगल करणे म्हणजे विनोदी लेखन, असाच त्यांचा समज आहे. आदिवासींच्या अज्ञानाबद्दल त्यांची ही अशीच टर उडवण्यात हे प्रस्थापित लेखक

धन्यता मानतात. आपण बहुजन लोक म्हणजे काय, यांच्या मनोरंजनाचा विषय आहोत ? परंतु प्रस्थापित लेखक मात्र निश्चितपणे तसेच समजतात.

ना. सी. फडके पासून द. मा. मिरासदारापर्यंत सर्वांनी साहित्यामध्ये रंजनवादाचा, कलावादाचाच पुरस्कार केलेला आहे. कलेला जीवनापासून, जगण्यापासून तोडणाऱ्या या विचारापासून आपण सावध राहिले पाहिजे. या मंडळींनी साहित्याच्या क्षेत्रात ब्राह्मणी, भांडवली व पुरुषसत्ताक मूल्यांची, संस्कृतीची जोपासना केली आहे. असे साहित्य कष्टकऱ्यांचे असूच शकत नाहीत. चिंतेची गोष्ट ही आहे की, आपलेही साहित्यिक या प्रस्थापितांच्या नादी लागतात.

महात्मा फुल्यांपासून प्रेरणा घेणारे सत्यशोधक जलसे, याच सत्यशोधक जलस्यामधून सुरु झालेले आंबेडकरी जलसे यांनी आजपर्यंतच्या बहुजनांच्या मौखिक परंपरेमध्ये मोलाची भर घातली. आंबेडकरवादी शाहीर वामनदादा कर्डक, भिमराव कर्डक, राजानंद गडपायले हे दलित शाहीर या परंपरेतील प्रमुख. अण्णाभाऊ साठे, अमरशेख आणि गव्हाणकर या तीन कम्युनिस्ट शाहिरांनी संयुक्त महाराष्ट्राच्या लढ्याच्या निमित्ताने शाहिरी परंपरेचा क्रांतिकारी अविष्कार जनतेसमोर ठेवला.

१९८० च्या दशकात ग्रामीण साहित्याची चळवळ सुरु झाली. या साहित्याने शेतकरी-शेतमजुरांची दुःखे जनतेसमोर मांडली. परंतु यात पुढाकार घेणारी मंडळी तात्त्विकदृष्ट्या कच्ची निघाल्याने ही साहित्य चळवळ भरकटल्या सारखी झाली. तरीही रा. रं. बोराडे इ. पासून श्रीराम गुंदेकर, प्रकाश होळकर या नव्या लेखकांपर्यंत ही चळवळ वाढत राहिली. याच सुमारास आदिवासी साहित्यिक लिहू लागले. मौखिक परंपरेला शब्दरूप देत बाजूला लिखित साहित्याच्या निकषांशी झगड़त आदिवासी साहित्यिकांनी मराठी साहित्याला नवे वळण दिले. या आदिवासी लेखकांच्या पहिल्या फळीत माझ्यासह भुजंग मेश्राम, विनायक तुकाराम यांच्यासारखे कवी आणि नजुबाई गावीतांसारख्या कादंबरीकार यांचा समावेश होतो.

विकसित होऊ पहाणारे आपले दुःख, आनंद, सुख, इच्छा, आकांक्षा इ. ना शब्दरूप देऊ इच्छिणारे हे दमदार साहित्य प्रवाह मंचावर आणण्याचे प्रयत्न कॉ. शरद पाटील, बाबूराव बागूल, रावसाहेब कसबे इ. मंडळींनी केले. आपल्याही लिखाणात थांबलेपणा, साचलेपणा येण्याची शक्यता असते, तो दूर होण्यासाठी या सर्व साहित्य प्रवाहांमध्ये विचाराच्या अभिव्यक्तीच्या पद्धतीची देवाण-घेवाण होणे आवश्यक असते. त्या दृष्टीने दलित-आदिवासी ग्रामीण संयुक्त व्यासपीठ उपयुक्त ठरले. शरद पाटलांनी अब्राह्मणी साहित्यांचे सौंदर्यशास्त्र, यशवंत मनोहरांनी आंबेडकरी प्रेरणेचे सौंदर्यशास्त्र, डॉ. भारत पाटणकरांचे श्रमिक जाती-जमातीचे सौंदयशास्त्र व मी स्वतः लिहिलेला अब्राह्मणी सौंदर्यशास्त्रावरील निबंध अशी सौंदर्यशास्त्रावरची चर्चा मराठीत सुरू झाली. त्यामुळे मध्यंतरीच्या काळात दलित, आदिवासी, ग्रामीण इ. साहित्यात आलेला

थांबलेपणा दूर होण्यास मदतच झाली. तरीही प्रतिगाम्यांकडून होणाऱ्या राजकीय हल्ल्यांच्या विरोधातील राजकीय चळवळी, आत्मसन्मानाच्या अस्मितेच्या चळवळी जो पर्यंत उभ्या राहात नाहीत, तो पर्यंत साहित्य चळवळींना काही मर्यादा पडणारच. या पार्श्वभूमीवर मुस्लिम मराठी साहित्य, निरनिराळ्या जातीजमातीच्या स्त्रियांनी लिहिलेले स्त्रीवादी साहित्य, ख्रिश्चन मराठी साहित्य या साहित्यांनी व साहित्य चळवळींनी मराठी भाषेत समर्थ अभिव्यक्ती केलेली आहे. आता या सर्व साहित्य प्रवाहांचा आणि बोली भाषेतील मौखिक परंपरांचा मिलाफ होऊन विद्रोही महाप्रवाह तयार होण्याचा हा कालखंड आहे.

राज्यघटनेच्या पुनर्विचारासाठी आज भा.ज.पा. सरकार आयोग नेमत आहे. या भा.ज.पा. सरकार मध्ये डॉ. आंबेडकरांवर चिखलफेक करणारे अरुण शौरीसारखे लोक सहभागी आहेत. याकडे आपण विशेष लक्ष दिले पाहिजे. ज्यांनी कधीही ब्रिटिशांच्या साम्राज्यशाही विरोधी लढ्यात सहभाग दिला नाही असे रा. स्व. संघाचे लोक भा.ज. प. च्या वैचारिक चौकटीची दिशा ठरवित आहेत. वास्तविक भारतीय राज्यघटना ही धर्मनिरपेक्षता, समता, स्वातंत्र्य, बंधुत्व, सामाजिक न्याय या मूल्यांवर उभी आहे. तिला समाजवादाचा आधार देण्याचा प्रयत्न ही केला गेला.

स्वातंत्र्य चळवळीच्या पार्श्वभूमीवर डॉ. आंबेडकरांनी लिहिलेल्या राज्यघटनेची मूलभूत चौकटच बदलण्याचे कारस्थान संघ, भा.ज.पा. करीत आहे. या देशातील सर्व समतावाद्यांनी, स्त्रियांनी, बहुजनांनी यांचा निषेध केला पाहिजे. जातीयवाद्यांचे हे कुटील कारस्थान हाणून पाडले पाहिजे. कारण घटनेचा पुनर्विचाराचा मुद्दा पुढे करून हे धर्मांध, जातीयवादी लोक मनुवादी विषम समाज रचना पुन्हा आणू पहात आहेत. त्यांच्या 'धर्मसंसदेच्या' प्रस्थापनेला आपण उलथवून लावले पाहिजे. विचार करणे या गोष्टींशी स्वयंसेवक संघ आणि त्यांच्या संबंधित संघटनांचा संबंध नसावा.

'वॉटर' चित्रपटात वाराणसीच्या परिसरातील विधवा स्त्रियांची समस्या मांडण्याचा प्रयत्न होता. खरेतर १९व्या शतकात सुधारणेच्या चळवळीत फुले, आगरकर, रानडे, राजाराम मोहन रॉय यांनी जगाच्या वेशीवर टांगलेला हा प्रश्न आजही अस्तित्वात असल्याचेच या निमित्ताने पुढे आले असते आणि नेमके हेच मनुवाद्यांना नको आहे. या विधवा स्त्रियांचे लैंगिक शोषण जर बाहेर आले तर पुरुषसत्तेला धक्का बसेल, या भावनेने हिंदूत्ववाद्यांना पछाडले आहे, आणि नेहमीप्रमाणे धर्माचा मुद्दा पुढे करून त्यांनी 'वॉटर'चे चित्रिकरण थांबवण्याचा घृणास्पद प्रयत्न केले आहे. जातीयवाद्यांचा याबद्दल निषेध करणाऱ्यांनीही अभिव्यक्ती स्वतंत्र्याच्या मुद्यांना जोडलेल्या स्त्रिया, जातीव्यवस्था, भांडवलशाही या शोषण व्यवस्थेचे संदर्भ लक्षात घेणे आवश्यक आहे. केवळ 'अभिव्यक्ती' स्वातंत्र्याचा मुद्दा संदर्भरहीत पद्धतीने मांडण्यातून लढाई पुढे जाणार नाही हे कृपया लक्षात घ्यावे.

आजतागायात स्वातंत्र्याच्या पन्नास वर्षामध्ये आरक्षणाची अंमलबजावणी झालीच नाही. आरक्षणाचा पुरेसा लाभ मिळालेला नसतानाही आरक्षणाच्या विरोधात गदारोळ उठवला जात आहे. केंद्रात भा.ज.पा. प्रणित सरकार आल्यानंतर या गदारोळास शासनमान्यता मिळत आहे. अलिकडेच सर्वोच्च न्यायलयाने मेडिकल, इंजिनियरिंग मधील उच्च शिक्षणातील तसेच नोकरीमध्ये बढती आरक्षण रोखण्याचे आदेश दिले आहेत. हे लोकशाही तत्वाच्या, राज्यघटनेच्या विरोधातील कृत्य आहे. त्याचा सर्व समतावाद्यांनी निषेध तर केलाच पाहिजे परंतु आपले हक्क शाबीत ठेवणाच्या दृष्टीनेही त्वरीत हालचाली केल्या पाहिजेत. विकासाचा अर्थ दलित-आदिवासी, कामगार, शेतकरी यांचा बळी घेणे असा असेल तर त्या विकासाला पर्याय देणाऱ्या चळवळी उभ्या केल्या पाहिजेत.

तसेच मुस्लिम बोहरा समाज सुधारक व ज्येष्ठ पुरोगामी विचारवंत डॉ. असगर अली इंजिनिअर यांच्यावर जो बोहरा धर्मगुरुंच्या समर्थकांनी हल्ला केला त्याचाही या संमेलनाच्या व्यासपीठावरून निषेध करतो. त्याचबरोबर शिक्षण क्षेत्रात रा. स्व. संघाच्या समर्थकांनी जी घुसखोरी चालविली आहे, त्याचाच एक भाग म्हणून प्रसिद्ध इतिहास सशोधक डॉ. के. एन. पन्नीकर यांच्या नेतृत्वाखाली जो भारतीय स्वातंत्र्य लढ्याचा इतिहास लेखनाचा प्रकल्प सुरू होता, त्याला भा.ज.पा चे केंद्रीय शिक्षणमंत्री मुरली मनोहर जोशी यांनी जी स्थगिती दिली आहे त्याचाही या व्यासपीठावरून धिक्कार करतो व तुम्हाला सर्वांना याचा निषेध करण्याचे संमेलनाध्यक्ष म्हणून आवाहन करतो.

जातीयवाद्यांचे हल्ले केवळ चित्रपट, नाटक यापुरते मर्यादित नाहीत. रमाबाई आंबेडकर नगरमध्ये ११ दलितांची ज्या पद्धतीने गोळीबारात हत्या केली, त्यावरून आपल्याला माहीत आहेच. कधी मुस्लिम विरोधी, कधी ख्रिश्चन विरोधी, कधी शेतकरी विरोधी तर कधी दलित विरोधी द्वेष भावना पेटवत ठेवायच्या हीच या हिंदुत्ववाद्यांची नीती आहे.

शाहीर लुधियानवीचे एक गीत मला आठवते.

आज अगर खामोश रहे
तो कल सन्नाटा छायेगा
हर बस्ती को आग लगेगी
हर बस्ती जल जायेगी
सन्नाटे की पीछे से एक साद
यह आयेगी
कोई नही है, कोई नही है !

www.ingramcontent.com/pod-product-compliance
Ingram Content Group UK Ltd.
Pitfield, Milton Keynes, MK11 3LW, UK
UKHW042100021026
15589UKWH00001B/79

9 788172 943318